गोपाळ गणेश आगरकर

बुद्धिप्रामाण्यवादी विचारवंत आणि थोर समाजसुधारक

महाराष्ट्रातील थोर राजकीय आणि सामाजिक पुढाऱ्यांचे जीवन आणि कर्तृत्व इंग्रजीतून परभाषेतील अभ्यासक आणि वाचक यांच्यापर्यंत पोहोचविण्याचे महत्त्वाचे काम पॉप्युलरने केले आहे. गोपाळ गणेश आगरकर यांच्या कार्यकर्तृत्वाचा आणि वेधक विचारसरणीचा परिचय करून देणारा Gopal Ganesh Agarkar : The Secular Rationalist Reformer हा अरविंद गणाचारी यांनी लिहिलेला ग्रंथ २००५ साली पॉप्युलर प्रकाशनाने आगरकरांच्या एकशे पन्नासाव्या जयंतीनिमित्त यशवंतराव चव्हाण प्रतिष्ठानच्या सहकार्याने इंग्रजीतून प्रसिद्ध केला. या इंग्रजी ग्रंथामुळे मराठीतेतर वाचकांना प्रथमच आगरकरांचा परिचय झाला. ह्या थोर बुद्धिवादी विचारवंताविषयी मराठीतदेखील चिकित्सक अभ्यास नाही, हे लक्षात आल्यामुळे ह्या ग्रंथाचा जास्वंदी वांबूरकर आणि अरुंधती खंडकर यांनी केलेला मराठी अनुवाद 'गोपाळ गणेश आगरकर : बुद्धिप्रामाण्यवादी विचारवंत आणि थोर समाजसुधारक' या नावाने प्रसिद्ध झाला आहे.

आगरकरांवर मराठीतून फारच थोडी पुस्तके प्रकाशित झाली असून गणाचारी यांचा इंग्रजीतील ग्रंथ हा पहिलाच ठरला आहे. डॉ. गणाचारी हे मुंबई विद्यापीठातून इतिहास विभागाचे प्रमुख म्हणून अलीकडेच निवृत्त झाले आहेत. आगरकरांवरील त्यांचा ग्रंथ म्हणजे त्यांनी परिश्रमपूर्वक सादर केलेल्या प्रबंधाचे ग्रंथरूप होय. गणाचारी यांनी आगरकरांच्या जातीव्यवस्था, स्त्रीस्वातंत्र्य, धार्मिकता, पंचहौद चहा प्रकरण, शारदासदन वादविवाद अशा विविध विषयांचा विस्तृतपणे अभ्यास करून त्यांचे प्रखर समाजसुधारणांविषयीच्या विचारांचे महत्त्व पटवून दिले आहे.

य. दि. फडके यांची अभ्यासपूर्ण प्रस्तावना या ग्रंथाला लाभली आहे. इंग्रजीबरोबरच मराठीतून अनुवादित झालेल्या ह्या महत्त्वाच्या ग्रंथामुळे आगरकर ह्या झुंजार व्यक्तिमत्त्वावरील अपूर्ण अशा साहित्यसंपदेची उणीव भरून निघाली आहे.

लेखकाची इतर पुस्तके

इंग्रजी
नॅशनॅलीझम अँड सोशल रिफॉर्म इन अ कलोनियल सिचुएशन (२००५)
गोपाळ गणेश आगरकर: अ सेक्युलर रॅशनॅलिस्ट रिफॉर्मर (२००५)

गोपाळ गणेश आगरकर

जन्म : १४ जुलै १८५६ (सातारा)   मृत्यू : १७ जून १८९५ (पुणे)

गोपाळ गणेश आगरकर

बुद्धिप्रामाण्यवादी विचारवंत
आणि थोर समाजसुधारक

अरविंद गणाचारी

अनुवाद
जास्वंदी वांबूरकर
अरुंधती खंडकर

पॉप्युलर प्रकाशन, मुंबई

गोपाळ गणेश आगरकर:
बुद्धिप्रामाण्यवादी विचारवंत
आणि थोर समाजसुधारक
(म-११७४)
पॉप्युलर प्रकाशन
ISBN 978-81-7185-112-6

GOPAL GANESH AGARKAR
BUDDHIPRAMANYAVADI
VICHARVANT ANI THOR
SAMAJSUDHARAK
(Marathi : History)
Aravind Ganachari
Tr. Jaswandi Wamburkar
Arundhati Khandkar

पहिली आवृत्ती : २०१६/१९३८

मुखपृष्ठ आणि छायाचित्र मांडणी : निर्मिती ग्राफिक्स

प्रकाशक
हर्ष भटकळ
पॉप्युलर प्रकाशन प्रा. लि.
३०१, महालक्ष्मी चेंबर्स
२२, भुलाभाई देसाई रोड
मुंबई ४०० ०२६

अक्षरजुळणी
संतोष गायकवाड
पिंपळे गुरव, पुणे ४११ ०२७

ज्यांनी माझ्यावर खूप माया केली व पदव्युत्तर शिक्षण घेण्यास मदत केली, त्या —
ती. कै. दुर्गामावशी, कै. श्री. वैजनाथ (दादा) केशव ढोपळे,
पद्माकर अण्णा व बाबुरायभाऊ ढोपळे, सुमनताई पै,
पुष्पाताई दळवी, शीलाताई नाडगौडा, कै. श्री. सदानंद (आनंदमामा)
श्रीधर भट व प्रकाश भट
यांना हे पुस्तक आदरपूर्वक अर्पण...

अनुक्रमणिका

ऋणनिर्देश

एकोणिसाव्या शतकातील धर्मनिरपेक्ष बुद्धिप्रामाण्यवादी गोपाळ गणेश आगरकर हा माझ्या पीएच.डी.च्या संशोधनाचा विषय. पण चिकित्सक अभ्यास करण्याच्या ओघात कळत-नकळत आगरकरांची विचारसरणी माझ्या जीवनाचा एक अविभाज्य घटक बनली. आगरकरांवर इंग्रजी पुस्तक असणं ही अमराठी अभ्यासकांची गरज आहे, या उद्देशानेच २००५ साली प्रथम माझे इंग्रजी पुस्तक पॉप्युलर प्रकाशनने प्रकाशित केले. हे पुस्तक म्हणजे आगरकरांचे चरित्र नव्हे, तर त्या काळाच्या संदर्भात केलेला त्यांच्या विचारांचा चिकित्सक अभ्यास. तेव्हापासूनच आगरकरांच्या बुद्धिप्रामाण्यवादी विचारसरणीची आजच्या महाराष्ट्रीय समाजास असलेल्या गरजेची जाणीव झाल्याने इंग्रजीतील आगरकरांवरील पुस्तक मराठीत भाषांतरित करणे उचित आहे, हे वाटले. याबाबत प्रोत्साहन मिळाले ते सर्वप्रथम पॉप्युलर प्रकाशनकडून. त्यांनी दाखविलेला माझ्यावरील विश्वास आणि संयम यांसाठी मी सर्वप्रथम, महाराष्ट्रातील एक ज्येष्ठ अभ्यासक व चिकित्सक प्रकाशक डॉ. रामदास भटकळ, श्री. हर्ष भटकळ व श्रीमती अस्मिता मोहिते यांचा ऋणी आहे.

या भाषांतराचं काम प्रथम २००६ मध्ये हाती घेतलं ते डॉ. अरुंधती खंडकर यांनी. त्यांनी केलेल्या कामाची तपासणी करताना बऱ्याच उणिवांची जाणीव झाली. अनुवादकास एकोणिसाव्या शतकातील युरोपात विकसित झालेल्या वैचारिक संकल्पनांचं ज्ञान असणं तितकंच महत्त्वाचं आहे. तसेच आगरकरांचे बहुतांश लिखाण मराठीतच असल्याने इंग्रजी पुस्तकातील उतारे अनुवादित न करता त्यांचे मूळ मराठीतलेच उतारे दिले पाहिजेत याची जाणीव झाली व त्यामुळे संपूर्ण पुस्तकाचे एका अर्थाने पुनर्लेखनच मला करावे लागले. पण तो अनुवाद तपासणे

व त्यातील मराठी शुद्धलेखन पाहणे, हे गरजेचे होते. प्रा. जास्वंदी वांबूरकर यांनी संपूर्ण पुस्तक बारकाईने तपासून त्यात दुरुस्त्या केल्या; कित्येक परिच्छेदांचे पुनर्लेखन केले आणि हे जिकिरीचे काम शेवटी पूर्णत्वास नेले. त्यांचा एकोणिसाव्या शतकातील महाराष्ट्रातील प्रबोधनाचा चिकित्सक अभ्यास व लिखित मराठी भाषेवरील प्रभुत्व यांचा इथे प्रामुख्याने उल्लेख करावासा वाटतो. मी प्रा. जास्वंदी वांबूरकर व डॉ. अरुंधती खंडकर या दोघींचा मन:पूर्वक आभारी आहे.

हे पुस्तक तयार करताना अनेक शारिरीक व मानसिक त्रासांना सामोरे जावे लागले. २०११ मध्ये अँन्जिओप्लास्टी, २०१२ मध्ये बायपास शस्त्रक्रिया व डिसेंबर २०१२ मध्ये डेंग्यू या सर्व आजारांतून ज्यांच्यामुळे मी बाहेर पडू शकलो त्यांचा मी आवर्जून उल्लेख करू इच्छितो : माझे प्रिय मित्र व विद्यापीठातील सहकारी डॉ. किशोर गायकवाड व डॉ. गुरुबचनसिंग बच्चन; जसलोक हॉस्पिटलमधील हृदयतज्ज्ञ डॉ. सुरेश जोशी व कार्डिओलॉजिस्ट डॉ. कौस्तुभ वैद्य, ज्यांनी माझ्यावर शस्त्रक्रिया केली; माझी मोठी बहीण डॉ. सुलभा वागळे, प्रिय भाची आणि जसलोक हॉस्पिटलातील अॅनेस्थिटीस्ट डॉ. प्रीती वागळे-केळकर व भाऊ सतीश; तसेच जसलोकमधील नर्सिंग स्टाफ. त्यांच्या मदतीशिवाय मी जिवंत राहू शकलो नसतो.

माझ्या संशोधनाच्या वाटचालीत ज्यांनी वेळोवेळी मला मानसिक बळ व प्रोत्साहन दिले - प्रसिद्ध इतिहासकार कै. गुरुवर्य डॉ. य. दि. फडके सर, कै. गुरुवर्य प्राध्यापक गो. पु. देशपांडे, कै. गुरुवर्य प्राध्यापक राम बापट सर, इंग्लंडमधील हल्ल विद्यापीठातील एमिरेटस प्राध्यापक व हाऊस ऑफ लॉर्ड्सचे सभासद, गुरुवर्य लॉर्ड भिकू पारेख सर, पुणे विद्यापीठातील प्राध्यापक डॉ. राजा दीक्षित व प्रा. सी. आर. दास, शिवाजी विद्यापीठातील प्राध्यापक डॉ. अरुण भोसले, ज्येष्ठ पत्रकार श्री. कुमार केतकर, प्रसिद्ध सर्जन व यशवंतराव चव्हाण प्रतिष्ठानचे डॉ. रवी बापट, डॉ. बाबासाहेब आंबेडकर मराठवाडा विद्यापीठातील प्राध्यापक डॉ. उमेश बगाडे, राज्यशास्त्राचे निवृत्त प्राध्यापक डॉ. आर. श्रीनिवासन, वैद्यकीय इतिहासाच्या प्रसिद्ध इतिहासकार डॉ. मृदुला रामण्णा, माझे प्रिय सहकारी डॉ. किशोर गायकवाड व निवृत्त सहकारी प्रा. वासंती दामले - या सर्वांचा मी अतिशय ऋणी आहे.

तसेच माझे मित्र श्री. शिनाप्पा ऊर्फ श्रीनिवास कुलकर्णी, प्रा. शरद मेस्त्री, प्राचार्य डॉ. फ्लोरी डिसूजा यांच्या निरपेक्ष प्रेमामुळे मी त्यांचा सदैव आभारी आहे. गेले पंचवीस वर्षे '२४ x ७' दररोज सकाळी ज्यांनी सदैव मानसिक ऊर्जा आमच्या एम. आय. जी. क्लबमध्ये, बॅडमिंटन कोर्ट व जिममध्ये दिली, त्या सर्व मित्रांचा- प्रेम सुमारिआ, उदय आजगांवकर, सुरेश जाजू, गुरविंदर साहनी, डॉ. निमिष संपत, डॉ. विजय देशमुख, श्री चंद्रन, मनोहर काब्रा, भारतीय क्रिकेट संघातील माजी

यष्टिरक्षक डॉ. चंदुमामा पाटणकर, अनिल राजवाडे यांचा मी ऋणी आहे. ही सर्व मित्रमंडळी आपापल्या क्षेत्रांतली दिग्गज आहेत, पण हे सर्वजण कधीही त्यांच्या मोठेपणाचं प्रदर्शन करत नाहीत. या सर्वांच्या खेळकर आणि आत्मीयतेने वागण्याच्या वृत्तीमुळे आणि प्रोत्साहनामुळे मी सर्व मानसिक प्रश्नांवर मात करू शकलो.

मायेचा हात सदैव पाठीवर फिरवणारी माझी वृद्ध आई - श्रीमती ललिता गणाचारी, हिच्या ऋणात आजन्म राहण्यातच धन्यता वाटते.

सदर पुस्तकात अनवधानाने काही चुका आढळून आल्यास त्यांची संपूर्ण जबाबदारी माझी राहील.

दि. १७ जून २०१५   – अरविंद गणाचारी
मुंबई ४०० ०५१

ऋणनिर्देश / अकरा

प्रस्तावना

गोपाळ गणेश आगरकरांचा जून १८९५ मध्ये अकाली मृत्यू होऊन एकशे दहा वर्षे झाली. बाळ गंगाधर टिळक व गोपाळ कृष्ण गोखले यांच्यासारख्या अनेक समकालीनांची चरित्रे आजमितीस मराठी आणि इंग्रजीमध्ये छापली गेली आहेत. भारतीय आणि परदेशीय संशोधकांनी त्यांच्या विचारांचा चिकित्सक अभ्यास केला आहे आणि त्यांच्या विचारांचा स्वातंत्र्यपूर्व भारतातील सामाजिक व राजकीय चळवळीवर काय प्रभाव पडला, याचेही मूल्यमापन केले आहे. तथापि, काही चरित्रात्मक रेखाचित्रे आणि इंग्रजीतील काही लेख सोडल्यास, आगरकरांच्या विचारांचा व एकोणिसाव्या शतकातील महाराष्ट्रातील एकमेव बुद्धिप्रामाण्यवादी समाजसुधारक म्हणून त्यांच्या भूमिकेचा विस्तृत अभ्यास इंग्रजी भाषेत झाला नव्हता. डॉ. अरविंद गणाचारी यांनी ही उणीव यशस्वीरीत्या भरून काढली आहे आणि आधुनिक महाराष्ट्रातील उपेक्षित व्यक्तीची इंग्रजी-भाषक अभिजन वर्गाला ओळख करून दिल्याचे श्रेय त्यांना दिले पाहिजे. आगरकरांचा काल व कर्तृत्व यांचे वर्णन करताना छापील दुय्यम साधनांच्या वापराबरोबरच, डॉ. गणाचारींनी खाजगी कागदपत्रे, तत्कालीन मुंबई सरकारच्या आणि डेक्कन एज्युकेशन सोसायटीच्या कागदपत्रांमधून यापूर्वी अप्रकाशित अस्सल साधने शोधून काढली आहेत.

बुद्धिवादाच्या प्रभावी व उत्कट समर्थनामुळे त्यांच्या जीवनकाळातच आगरकर एकाकी आणि वादग्रस्त संपादक होते. तत्त्वज्ञानात, विवेकवाद म्हणजेच अनुभवपूर्ववाद. सतराव्या शतकात, देकार्त, स्पिनोझा आणि लायबनीझ यांसारख्या विवेकवाद्यांनी युक्तिवाद केला की, संपूर्णतः अनुभवाधिष्ठित नसलेल्या (Non-empirical) युक्तिवादाने जगाचे सर्वसाधारण स्वरूप प्रस्थापित करता येते हे दाखवून

देता येते. असमंजसपणाच्या विरुद्ध असलेले, फक्त अनुभव आणि निगमनात्मक (deductive) व विगमक (inductive) युक्तिवादावर आधारलेले सोडून कुठल्याही इतर गोष्टीवर आधारित मत विवेकवाद मान्य करीत नाही. विवेकवादी अद्भुत, अलौकिक गोष्टींवर विश्वास ठेवत नाहीत. गूढ गोष्टी, चमत्कार आणि भाकिते ही फसवणूक आहेत असे ते समजतात. पवित्र ग्रंथांवरील आणि अंधश्रद्धेवरील त्यांच्या झोंबणाऱ्या टीकेमुळे लोकांत ते अतिशय अप्रिय झाले. बऱ्याचदा विवेकवाद म्हणजेच नास्तिकता असे मानले जाते. ईश्वर व सृष्टी एकच आहे (pantheism) असे जरी स्पिनोझाचे (१६३२-१६७७) मत होते, तरी ज्यूंच्या धर्मविषयक मंडळाने त्याला २७ जुलै १६५६ या दिवशी बहिष्कृत केले. त्याच्या मृत्यूनंतर छापलेल्या, त्याच्या नीतिशास्त्रावरील पुस्तकात तो कडवटपणे म्हणाला, "ज्या कोणाला अद्भुत गोष्टीमागील कारणे शोधून काढायची इच्छा आहे आणि सृष्टीतील गोष्टींकडे मूर्खासारखे न बघत बसता त्या गोष्टी तत्त्वज्ञानी म्हणून समजून घ्यायच्या आहेत, त्यांना अश्रद्ध, पाखंडी आणि परमेश्वराविषयी आदर नसलेले समजले जाते. ईश्वर आणि सृष्टीचे स्पष्टीकरण देणारे म्हणून ज्यांचा लोक आदर करतात, तेही अशाच प्रकारे त्या जिज्ञासूंची भलावण करतात." (विल डुरांट, *द स्टोरी ऑफ फिलॉसॉफी,* १९५३, पृ. १५५ वरून उद्धृत).

आगरकर हे ईश्वरवादी नव्हते; तसेच नास्तिकही नव्हते. ते अज्ञेयवादी होते. अज्ञेयवादी हा शब्द थॉमस हेनूरी हक्स्ले (१८२३-१८९५) या इंग्लिश जीवशास्त्रज्ञ व शल्यविशारद असलेल्या विचारवंताने प्रथम वापरला. धार्मिक सिद्धान्तांनी आणि तत्त्वज्ञानातील अनुमानांनी व्यापलेल्या बऱ्याच गोष्टींचे ज्ञान होणे, अशक्य आहे. जर विज्ञान अशा गोष्टींचे स्पष्टीकरण देऊ शकत नसेल तर याबाबतीत न बोलणे शहाणपणाचे आहे, अशी ज्यांची धारणा असते, त्यांना अज्ञेयवादी असे म्हणतात. नैसर्गिक विज्ञानापेक्षा धार्मिक श्रद्धेद्वारे होणारे वस्तुस्थितीचे ज्ञान अधिक विश्वासार्ह नसते, असे हक्स्ले यांचे मत होते. अशाच आशयाचे विचार आगरकरांनी आपल्या 'महाराष्ट्रीयांस अनावृत पत्र' या अग्रलेखात लिहिले : 'मनुष्याच्या बुद्धीचे व्यापार इंद्रियाधीन असल्यामुळे या बुद्धीस ब्रह्मांडाच्या आदिकारणाचें किंवा परमेश्वराचें यथार्थ ज्ञान होण्याचा संभव नाही, हे धर्मतत्त्व मनांत बाळगून धर्मकल्पनांत किंवा धर्माचारांत जे फेरफार करावयाचे ते करीत गेले पाहिजे...'

जॉन स्टुअर्ट मिल (१८०६-१८७३) आणि हर्बर्ट स्पेन्सर (१८२०-१९०३) यांच्या लिखाणाने अतिशय प्रभावित झालेल्या आगरकरांनी सुधारणा हे धार्मिक कर्तव्य नव्हे तर धर्मनिरपेक्ष कर्तव्य आहे, असे मानले. त्यांच्या मते, जेव्हा विवेकाचा विकास अजून व्हावयाचा होता अशा अवस्थेत धर्म कल्पना आली.

विल्यम एडवर्ड हार्टपोल लेकीने १८६५ मध्ये प्रकाशित केलेल्या *हिस्ट्री ऑफ द राइज अॅन्ड इन्फ्लुअन्स ऑफ द स्पिरिट ऑफ रॅशनॅलिझम इन युरोप* या आपल्या पुस्तकात अचूकपणे लिहिले की, विवेकवादामुळे 'सर्व काळातील माणसांसाठी दुराग्रही ईश्वरशास्त्र दुय्यम बनते आणि विवेक व सदसद्विवेकबुद्धी यांची त्यावर हुकूमत चालते आणि याचा परिणाम म्हणून ईश्वरशास्त्राचा जीवनावरील प्रभाव मर्यादित करते. आगरकरांनी धर्म आणि नीतिशास्त्र यांमध्ये फरक केला आणि सदसद्विवेकबुद्धीस जाणवतील त्याच गोष्टी कर्तव्य म्हणून मानल्या.

मिल आणि स्पेन्सर यांच्या प्रमाणेच आगरकरांनी उदारमतवादी दृष्टिकोन बाळगला तसेच पुरस्कृत केला. बर्ट्रांड रसेलच्या मते, ''कुठली मते स्वीकारली आहेत यावर दृष्टिकोन अवलंबून नसतो, तर ती मते कशाप्रकारे स्वीकारली आहेत, यावर तो अवलंबून असतो. मते दुराग्रहाने न स्वीकारता, ती ही जाणीव ठेवून स्वीकारलेली असतात की, नवीन पुराव्यामुळे कुठल्याही क्षणी त्या मतांना प्रायश्चित्त मिळू शकेल. अशाप्रकारे ईश्वरशास्त्रामध्ये ज्या पद्धतीने मते स्वीकारली जातात, त्या पद्धतीच्या अगदी विरुद्ध पद्धतीने विज्ञानामध्ये मते स्वीकारली जातात.'' (बर्ट्रांड रसेल, अनपॉप्युलर एसेज, १९७३, पृ. २१.) पश्चिमेकडून शिकण्याची आगरकरांची तयारी होती, हे त्यांच्या 'सुधारका'तील पहिल्याच अग्रलेखातील मजकुरावरून दिसून येते. त्यात त्यांनी लिहिले होते, 'मूळ प्रकृति म्हणजेच भारतीय आर्यत्व न सांडता, या पाश्चिमात्य नवीन शिक्षणाचा, व त्याबरोबर ज्या नवीन कल्पना येत आहेत त्यांचा आम्ही योग्य रीतीने अंगीकार करीत गेलो, तरच आमचा निभाव लागणार आहे.' स्पेन्सरप्रमाणे त्यांनी परंपरा व अधिकार बदलण्याबाबत उत्क्रांतीच्या तत्त्वाचा स्वीकार केला होता. आगरकरांनी सनातन्यांवर हल्ला केला आणि त्यांच्या धर्मकल्पना व पवित्र चालीरितींची कसून तपासणी केली. तत्कालीन समाजसुधारकांपेक्षा वेगळे असलेले आगरकर नेमस्त राजकीय सुधारणांच्या बाजूचे नव्हते. भारतातील ब्रिटिश सत्तेविरुद्ध त्यांनी कठोरपणे टीका केली आणि स्वराज्याच्या मागणीचा पुरस्कार केला. त्यांची बौद्धिक प्रामाणिकता, नैतिक कळकळ आणि आचार-विचारांतील संपूर्ण एकरूपता, या सर्व गोष्टींमुळे त्यांच्या काळातील समाजसुधारकांमध्ये आगरकर अग्रगण्य होते.

वैचारिकद्वंद्वाचे त्यांनी स्वागत केले. वाईट चालीरितींचे निर्मूलन, ज्ञानाचा प्रसार आणि चांगले वर्तन आणि सर्वांत महत्त्वाचे, मनुष्याच्या सुखास सहाय्यभूत ठरणारी सत्याची चाड, या सर्व गोष्टी वैचारिक द्वंद्वाशिवाय अशक्य आहेत, असे त्यांनी सांगितले.

आगरकरांनी 'गुलामांचे राष्ट्र' या मथळ्याखाली लिहिलेल्या लेखात आपल्या

देशबांधवांचे दोष दाखवून दिले. भेकडपणातून कायद्याचे पालन करणाऱ्या लोकांबद्दल त्यांना तिरस्कार होता. भारतीयांमध्ये साहस, ज्ञान, उत्साह, काम करण्याची क्षमता आणि सत्य बोलण्याचे धैर्य या गुणांचा अभाव आहे असे त्यांना वाटत होते. या गुणांशिवाय कोणतेही राष्ट्र प्रगती करू शकत नाही, असा इशारा त्यांनी दिला. समाजातल्या कनिष्ठ थरांतील लोकांना भारतीय राष्ट्रीय सभेबद्दल विशेष माहिती नव्हती, तसेच मध्यमवर्गातील लोकांनीसुद्धा सभेच्या कार्यक्रमांमध्ये जास्त रस दाखविला नाही. नवीन कल्पनांविषयी लोकांच्या मनात असणाऱ्या भीतीबद्दल लिहिताना त्यांनी उपस्थित केलेल्या बऱ्याच प्रश्नांची दखल घेण्याची आवश्यकता आहे : जातीजातींत फरक होण्यास कारणे कोणती? जातिव्यवस्था नाहीशी केल्याने काय परिणाम होतील? स्त्रियांनी लग्न न करण्याचे अथवा पाहिजे त्या वयात लग्न करायचे ठरविले तर काय होईल? स्त्री-पुरुषांना आपण समान राजकीय हक्क का देऊ शकत नाही? बहुपत्नीकत्व तसेच बहुपतिकत्वावर का बंदी घालू नये? संपत्ती संपादन करण्याबाबतचे प्रचलित हक्क नाहीसे करून देशाची सर्व संपत्ती सामूहिक मालकीची का करू नये? लोकशाही पद्धती सोडून इतर सर्व राज्यपद्धतींचा शेवट आपण का करू नये? या यादीतील सर्व प्रश्न आगरकरांचे सामाजिक व राजकीय सुधारणांविषयी प्रागतिक विचार दर्शविणारे आहेत, हे स्पष्ट आहे. फारच थोड्या भारतीयांनी स्वतंत्र विचार करण्याची, तसेच आपली निश्चित मते ठामपणे मांडण्याची क्षमता विकसित केली आहे, असे मत त्यांनी व्यक्त केले. शब्द आणि कृती यांमध्ये असणारे अंतर त्यांना शोचनीय वाटले. स्वातंत्र्यामुळे नवीन प्रकारचे गुलाम निर्माण होऊ नयेत, असा इशाराही त्यांनी दिला.

आगरकरांच्या लिखाणावरून त्यांची सुधारणेबाबतची संकल्पना अतिशय व्यापक होती, हे स्पष्ट आहे. स्वातंत्र्य, समता आणि विश्वबंधुता या तत्त्वांवर आधारित भारतीय समाजाची संपूर्णपणे नवी उभारणी करणे, त्यामध्ये अनुस्यूत होते. सामाजिक सुधारणेस राजकीय सुधारणांपेक्षा प्राधान्य द्यावे अथवा नाही, या प्रश्नाचे निश्चित उत्तर देता येत नाही, असे जरी त्यांना वाटत होते, तरी ब्रिटिश राजवटीत सामाजिक सुधारणा अमलात आणणे अधिक सोपे आहे असे मत त्यांनी मांडले. या विषयावर त्यांनी प्रकाशित केलेल्या लेखमालांवरून हे सिद्ध होते, की स्वातंत्र्याचे जतन करण्याची क्षमता ते परत मिळविण्याच्या क्षमतेपेक्षा अधिक महत्त्वाची आहे, असे त्यांना वाटत होते. ते म्हणाले, 'काही अंशी नष्ट झालेले राजकीय स्वातंत्र्य फिरून संपादणे अवघड आहे, कारण, ते हिरावणारा शत्रू परका असतो व त्याचा मोड केला म्हणजे ते फिरून प्राप्त होण्यासारखे असते. सामाजिक व धार्मिक गुलामगिरीची तशी गोष्ट नाही.' त्यांच्या युक्तिवादाचा भर स्पष्ट होता.

सोळा / गोपाळ गणेश आगरकर

स्त्रीमुक्तीच्या प्रश्नाशी आगरकरांचे नाव अत्यंत निगडित आहे. सर्व मुलांमुलींसाठी प्राथमिक शिक्षण सक्तीचे केले जावे आणि शिक्षण घेण्याच्या समान संधी स्त्री-पुरुषांना कुठलाही भेदभाव न करता देण्यात याव्यात, असा त्यांनी आग्रह धरला. एकत्र कुटुंबातील स्त्रियांना भोगाव्या लागणाऱ्या यातनांबद्दल त्यांना आस्था होती, तसेच त्यांना एकत्र कुटुंबातून बाहेर पडण्याचा हक्क आहे, असेही त्यांनी प्रतिपादन केले. सर्वसाधारणपणे, जॉन स्टुअर्ट मिलचे स्त्रियांच्या हक्कांबाबतचे विचार आगरकरांना मान्य होते आणि त्या विचारांची भारतीय संदर्भात त्यांनी चर्चा केली.

ऑन लिबर्टी या १८५९ साली प्रथम प्रकाशित झालेल्या आपल्या पुस्तकात जॉन स्टुअर्ट मिलने इशारा दिला होता की, समाजाच्या व सरकारच्या सतत वाढणाऱ्या सत्तेवर व्यक्तिगत स्वातंत्र्याच्या मूल्यांतील निष्ठेने अंकुश ठेवला नाही, तर विचार आणि आचार यांवर सरकार व जनमत आपले एकसंधपणाचे जुलमी जू लादेल. बहुसंख्यकांच्या जुलमाबद्दलची मिलची भीती हा केवळ त्याच्या कल्पनांचा खेळ नव्हता. उदाहरणार्थ, भारतात जरी लोकशाही राज्यपद्धती अवलंबिली असली तरी, वाढत्या असहिष्णुतेमुळे विरोधी विचारांना दडपून टाकले जाते. सत्ताधारी राजकीय नेत्यांवर टीका करण्याचे आणि सामान्य जनतेवर प्रभाव पाडणारी मिथके नष्ट करण्याचे धैर्य दाखविणाऱ्या व्यक्तींना अधिकाधिक अडचणींतून जावे लागत आहे. अशा वातावरणात, आपली विरोधी मते निर्भीडपणे मांडणाऱ्या आणि आपल्या समकालीन लोकांना तशाप्रकारे चर्चा व युक्तिवाद करायला शिकवणाऱ्या गोपाळ गणेश आगरकरांसारख्या एका एकाकी बुद्धिप्रामाण्यवाद्याची स्मृती जागे ठेवणे आवश्यक ठरते.

- य. दि. फडके

प्रस्तावना / सतरा

डेक्कन कॉलेजातील गणिताचे प्राध्यापक केरो लक्ष्मण छत्रे यांच्या सेवानिवृत्तीचा समारंभ (१८७९)

सर्वांत वरील रांग : एच. रिचर्डसन, व्ही.बी. करंदीकर, एन.व्ही. छत्रे, आर.पी. गोडबोले, के.व्ही. लेले, जे.सी. आयकन, बी.ए.भागवत, व्ही.डी. पुणतांबेकर, व्ही.ए. सोहोनी.

मधली उभी रांग : जी.बी. सहस्त्रबुद्धे, एम.व्ही. जोशी, जे.एन. जलपदे, पी.आर. भांडारकर, एस.ए. नातू, एल.जी. भडभडे, व्ही.ए. पटवर्धन, एम.एच. दस्तूर, आर.एस. रिसवाडकर, एम.जी. करमरकर, जे.सी. भरुचा, एम.ए. मुसलावाला.

बसलेली रांग : जी.एम. वुड्रो, गोपाळ गणेश आगरकर (फेलो), जी.के. आपटे (फेलो), जी.डब्ल्यू. फॉरेस्ट, प्राचार्य फ्रान्सिस गाय सेल्बी, प्रा. केरो लक्ष्मण छत्रे, दस्तूर होशंग जमस्प, के.आर. झळकीकरशास्त्री, जोशी (लॅटीन रिडर), थत्ते शास्त्री.

वर्गणीचे दर.

सहिना अगाऊ. १
दरमजा अंकास अर्धी आणा.
वर्षाची आदल्या शेरीज अंक
पाठवून नेला जाणार नाही.

केसरी.

जाहिरातीचे दर.

थोडा मजकूर छिंदा रुपये
आणे एक रुपया.
दुसरे खेपेस निमे आकार पडेल.
हयापासी छोटी मोठी सोरारारी-
ही जाहिरात हलक करण्यात
येईल.

श्रियति नो रे दुःखाः क्षणमपि मदांपेक्षणकर्त्वेम् गतश्रेणीनाथ स्वमिद तत्तिलावां वनभुवि ।
असौ कुंभिश्रांस्या खरनखरविद्राविलमहा-गुरुप्रवच्चास्मः सुखीपाति गिरिगर्भे हरिपतिः ॥

वर्ष १.   पुणेः—मंगळवार तारीख ४ जानेवारी १८८१.   अंक १.

आज मुंबई इलाख्यांत इतकी मराठी वर्तमानपत्रें नि-
घत असतां व या वाइरांत ही तीन च र चालत असतां,
नव्या वर्तमानपत्राची काय जरूर आहे हा विचार
आमच्या वाच न्विया सहृदर्शनी मनांत येणारा आहे.
यामुळे प्रथमतः या पत्राचा उद्देश लोकांस कळविणें
अवश्य आहे.

वर्तमानपत्रांचा प्रघात पडल्यास, आम्हा हिंदुस्थानीय
लोकांचें पुष्कळ कल्याण होईल, एक हा की, खांनी आपलें काम निःपक्ष-
पातपणें व निर्भीडपणें बजावलें असतां सरकारी
अधिकान्यावर मोठा दपदपा राहतो.

सुधारक.

THE SUDHARAK OR REFORMER

PUBLISHED EVERY MONDAY.

VOL. 2 — POONA:—MONDAY, 27 JANUARY 1890. — NO. 15

वर्ष २ — पुणें:— सोमवार, तारीख २७ जानेवारी १८९० इसवी. — अंक १५

RATES OF ANNUAL SUBSCRIPTION

RATES OF ADVERTISEMENTS.

THE QUESTION OF SIMULTANEOUS EXAMINATIONS.

THE CONGRESS AND THE CALCUTTA CORRESPONDENT OF THE LONDON TIMES.

COMPENSATION TO THE DISMISSED MAMLATDARS.

CORRESPONDENCE.

"A Sympathiser."

Poona 24th Jan.

सरकार, सामाजिक सुधारणा, व आ. रा. ब. रानडे.

'सुधारक' वृत्तपत्राची छायांकित प्रत – संपादक : गोपाळ गणेश आगरकर

डेक्कन कॉलेज, पुणे (१८७३)

न्यू इंग्लिश स्कूल, पुणे (नवी इमारत)

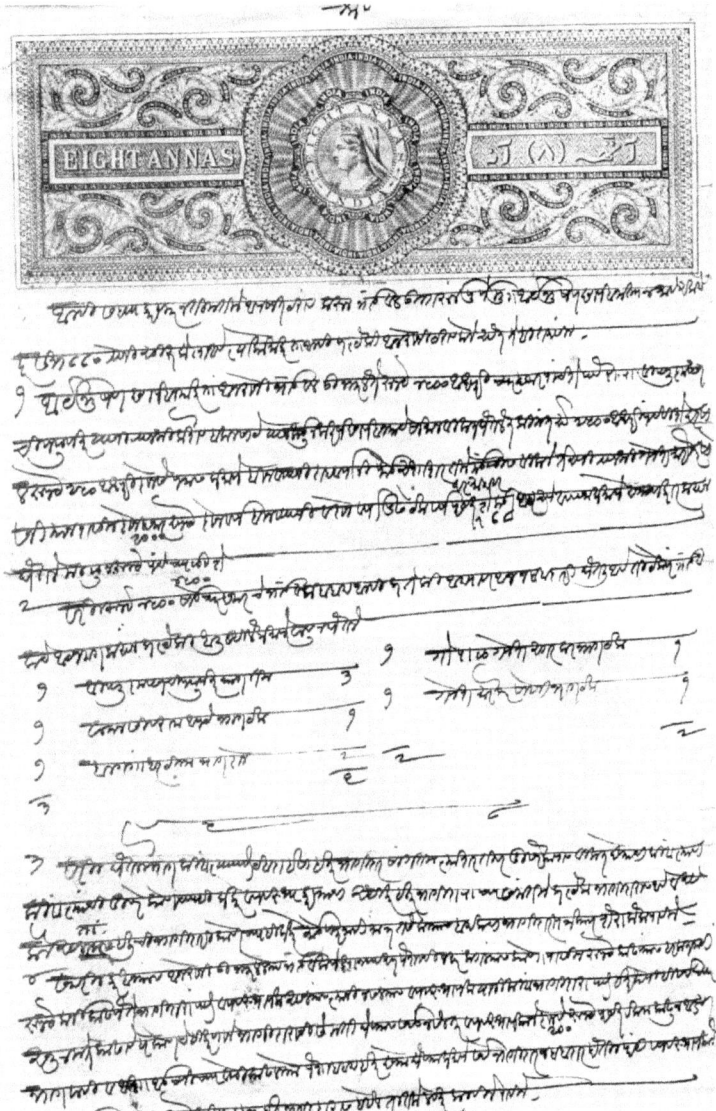

आर्यभूषण छापखान्याचे खरेदीखत

गोपाळ गणेश आगरकर

१

एकोणिसाव्या शतकातील महाराष्ट्रातील विवेकवाद आणि धर्मनिरपेक्ष नीती

''धर्म व तत्त्वमीमांसा यांच्यातील संबंध ना प्रत्यक्ष असतो, ना व्यावहारिक. सर्वसाधारण बाबतीत श्रद्धा हा धर्माचा अविभाज्य घटक असतो, पण तत्त्वमीमांसेने आपले स्वरूप अजूनही युक्तिवादात्मक राखलेले आहे, ज्यात फार थोड्यानाच गती असते. तत्त्वमीमांसेत झालेली प्रगती म्हणजेच व्यवहारी धर्मातील प्रगती असे अनुमान काढता येणार नाही, हे देशातील बहुसंख्य लोकांनी अजमावले आहे. अनेकदा असे दिसून येते की, तत्त्वमीमांसेत लक्षणीय प्रगती होत असताना धर्म अधिकाधिक संकुचित होत जातो. म्हणून तत्त्वमीमांसेची अवस्था ही धर्माच्या स्थितीचे अचूक निदर्शक आहे, असे मानता येणार नाही. हे सत्य सर्व धर्मांना लागू आहे – हिंदू तसेच ख्रिश्चन.''

१ एकोणिसाव्या शतकातील महाराष्ट्रातील विवेकवाद आणि धर्मनिरपेक्ष नीती

एकोणिसाव्या शतकातील महाराष्ट्राच्या वैचारिक जडणघडणीत गोपाळ गणेश आगरकर यांचे स्थान अनन्यसाधारण आहे. आपल्या तत्त्वांना बिलकूल मुरड न घालता आग्रही प्रतिपादन करणारे ते एक अग्रगण्य विवेकवादी विचारवंत होते. त्यांच्या बुद्धिवादाची संकल्पना समजून घ्यायची असल्यास आणि योग्य परिप्रेक्ष्यात त्याची मांडणी करायची असेल तर युरोपात बुद्धिवादाची वाढ कशी झाली व ती संकल्पना कशाप्रकारे विकसत गेली हे समजून घेणे आवश्यक आहे. याचे कारण, त्यांनी स्वत: म्हटल्याप्रमाणे तेथील उदारमतवादी - विवेकनिष्ठ बुद्धिवंतांचा प्रभाव त्यांच्या विचारसरणीवर झाला होता.

'विवेकवाद' या शब्दाची व्युत्पत्ती लॅटिन भाषेतील ratio या शब्दापासून झालेली असून त्याचा अर्थ reason अथवा विवेक आहे. ''विवेकवाद हा शब्द म्हणजे व्यापक अर्थाने विविध सैद्धांतिक व व्यावहारिक प्रवृत्तींना उद्देशून वापरली जाणारी बहुव्याप्त संज्ञा आहे. याद्वारे विश्वाचा अन्वयार्थ निव्वळ वैचारिक परिभाषेत लावणे अभिप्रेत असते किंवा विवेकाच्या तत्त्वाला अनुसरून व्यक्तीचे आणि सामाजिक जीवनाचे नियंत्रण करणे हा हेतू असतो आणि अन्यथा, विवेकाशी विसंगत कोणत्याही कल्पनांना थारा दिला जाणार नाही, याचे आश्वासन असते.''[१] धर्मसंप्रदाय यासंबंधी पुढे येणारे प्रश्न विवेकाच्या बळावर सोडवले गेले पाहिजेत आणि सर्व विधानांची व पुराव्यांची काळजीपूर्वक छाननी केली गेली पाहिजे, हे त्यातून ध्वनित होते. साक्षात्कार, शास्त्राधिकार, परंपरा, भावना, अंतर्मनाची ग्वाही यांना त्यात स्थान नाही. या अर्थाने, आध्यात्मिक असो वा धर्मनिरपेक्ष असो, कोणत्याही गोष्टीची अधिमान्यता चौकशी केल्याशिवाय स्वीकारणे, विवेकवादामध्ये मान्य नाही.

सतराव्या शतकात युरोपातील तत्त्वज्ञांनी तत्कालीन परंपरा नाकारून जगातील घडामोडींचा अर्थ ईश्वरीतत्त्वाच्या आधारावर करण्याचे नाकारले. माणसाला आपले अस्तित्व समजण्याचे सामर्थ्य आहे यावर फ्रॉन्सिस बेकन (१५६१-१६२६)[२] आणि रेने देकार्त (१५९६-१६५०)[३] यांचा विश्वास होता. ख्रिस्ती गृहीतके आणि त्यांचे प्रवर्ग (categories) यांवर न आधारता या तत्त्वज्ञांनी एक विश्वव्यापी दृष्टिकोन असलेल्या वैज्ञानिक क्रांतीचा पाया घातला. या तत्त्वज्ञांना आत्म्याच्या भवितव्यापेक्षा येथील नैसर्गिक जग कसे चालते यामध्ये अधिक स्वारस्य होते. बेकन जरी अनुभववादी होता आणि देकार्त जरी विवेकवादी होता, तरी माणसाच्या विवेकसामर्थ्यावर या दोघांची निष्ठा होती. विवेकाच्या रास्त उपयोगाने जुना शास्त्राधिकार निरुपयोगी ठरेल, असे दोघांनाही वाटत होते.

ऐतिहासिकदृष्ट्या रेने देकार्तला आधिभौतिक विवेकवादाचा (philosophical rationalism) जनक मानले जाते. एक सिद्धांत, संकल्पना व विचारसमूह या दृष्टीने विवेकवाद म्हणजे माणसाच्या शहाणपणाचे अपत्य मानले गेले आहे. व्यावहारिकदृष्ट्या 'विवेकवाद' हा शब्द अनेकविध दृष्टिकोन व वैचारिक चळवळी यांना उद्देशून वापरला जातो. पाश्चात्त्य तत्त्वज्ञानाच्या प्रत्येक स्तरावर कोणत्या ना कोणत्या स्वरूपात विवेकवाद अवतरलेला दिसतो, पण रेने देकार्तनिर्मित परंपरेशी मूलत: तो जोडला गेला आहे. देकार्तच्या मते सर्व शास्त्र व तत्त्वज्ञान यांमध्ये भूमिती हे आदर्श शास्त्र असून, केवळ विवेकाच्या आधारेच वैश्विक व स्वयंसिद्ध सत्ये शोधून काढता येतात. यामधूनच बाकीचे तत्त्वज्ञान व विज्ञानाचा भाग निगमन पद्धतीने सिद्ध करता येतो. ही स्वयंसिद्ध सत्ये अनुभवाधिष्ठित नसून उपजत व नैसर्गिक आहेत, असे त्याने मानले.

विवेकवादामध्ये तत्त्वज्ञानात्मकदृष्ट्या व धर्मनिरपेक्षदृष्ट्या भेद करणे आवश्यक आहे. अद्‌भुत गोष्टींवरील व मानवी जीवनाच्या हेतुपूर्वक लावल्या गेलेल्या अन्वयार्थावरील विश्वास, प्रबोधनकाळातील पारंपरिक धार्मिक विचारांच्या विघटनामुळे नाहीसा होऊ लागला व त्यातूनच एका नव्या व्यक्तिअभिमुख जाणिवेची निर्मिती झाली. पारंपरिकरीत्या सामजिक जीवनरचनेत मूलत: व्यक्तीच्या अस्तित्वाला महत्त्व न देणारे व परिवर्तनाचे काही सर्वमान्य व शाश्वत नियम मानणारे विचार आता अपुरे वाटू लागले. दृश्य विश्वातील विविधतेचे संरचन व नियमन विवेकावर आधारित होण्याची नितांत गरज जाणवू लागली. विश्वातील घटनांमधील परस्परावलंबित्वाबाबतचे जुने प्रकार (types), रूपे (forms) व कल्पना (ideas) यांची जागा आता कार्यभाव (functions), गती (motions) व नियम यांनी घेतली. अशाप्रकारे सतराव्या व अठराव्या शतकांत रचनात्मक व वैज्ञानिकदृष्ट्या

विकसित झालेला विवेकवाद वृद्धिंगत झाला, हे दिसून येते. त्याचा पाया गणितावर आधारित होता. गणित हे एकमेव विवेकनिष्ठ शास्त्र बनले. तत्त्वज्ञानाचे प्रमुख काम आता गणिताच्या साह्याने विश्वाचे गणितीकरण करणे हे होते. या नव्या विचारसरणीने 'ज्ञानशास्त्रीय' (Epistemological) विवेकवादाच्या विकासात अर्थपूर्ण भर घातली.[४]

प्लॅटॉनिझमच्या पुनरुज्जीवनापासून प्रेरणा घेऊन निकोलस कॉपरनिकस (१४७३-१५४३), योहानस केपूलर (१५७१-१६३०) आणि गॅलिलिओ गॅलिली (१५६४-१६४२) या विचारवंतांनी 'सार्वत्रिक गणित' (Universal Mathematics) किंवा 'गणितात्मक पदार्थविज्ञाना'चे प्रथम प्रतिपादन केले. त्यांचा हा विचार रेने देकार्त, बेनेडिक्ट स्पिनोझा (१६३२-१६७७) व गॉटफ्रिड विल्हेम लायबनिझ (१६४६-१७१६) यांच्या अनुमान किंवा तर्कसिद्ध विचारसरणीचा पाया झाला. या विचारवंतांमुळे सतराव्या शतकात ज्ञानशास्त्रात्मक विवेकवादाने विकासाची सर्वोच्च पातळी गाठली.[५]

त्यांच्या युक्तिवादाचा प्रमुख रोख होता की, ज्ञान-सामुग्री ही अनुभवातून येत नसून विवेकामुळे तयार होते, म्हणजे त्यातील कल्पना उपजत असतात. नैतिक मूलभूत कल्पना उपजत असतात आणि प्राथमिक नैतिक तत्त्वे स्वत:सिद्ध असतात. नैतिक आचरणासाठी विवेकाची प्रेरणा पुरेशी प्रेरक आहे. उपजत कल्पना मनातच असतात व बाह्यविश्वाचे अस्तित्व इंद्रियानुभवानेच सिद्ध होत नसते. पुरुषाच्या बाह्यभागी असलेल्या सत्याचे अस्तित्व प्रदान करूनच विचारांची पद्धती सिद्ध करता येते. यातूनच एका अनिवार्य सत्तातत्त्वाची (Necessary Being) अर्थात ईश्वर या कल्पनेची गरज निर्माण होते. आणि म्हणूनच विश्वाची निर्मिती मानवी बुद्धीने साकारलेल्या रचनेतून झालेली आहे.[६] अशा प्रकारच्या विवेकनिष्ठेचे व्यवच्छेदक लक्षण म्हणजे ती धर्मविरोधी किंवा निधर्मी नसते, हे ध्यानात घेतले पाहिजे. किंबहुना, पारंपरिक विवेकवादी प्रणालीत ईश्वराची मोठी भूमिका आहे. ज्ञानशास्त्रात्मक विवेकवादाची जोड जेव्हा नीतिशास्त्रास देण्यात आली, तेव्हा त्यास नैतिक (Ethical) विवेकवाद असे संबोधण्यात आले.

सतराव्या शतकाच्या अखेरीस ब्रिटिश अनुभववाद्यांनी[७], प्रामुख्याने जॉन लॉक (१६३२-१७०४) व डेविड ह्यूम (१७११-१७७६) यांनी, ज्ञानशास्त्रात्मक विवेकवाद या उपजत कल्पनांच्या सिद्धांताची अगदी कसून तपासणी केली. वैज्ञानिक ज्ञान संपादनासाठी या दोघांनी अनुभवजन्य माहितीवर भर दिला.[८] याच आव्हानातून इमॅन्युअल कांट (१७२४-१८०४) याला सृष्टीच्या तसेच मानवी बुद्धीच्या मर्यादा स्पष्ट करणारी एक नवीन व काहीशी जटिल मतप्रणाली निर्माण

करण्याची प्रेरणा मिळाली. विवेकवाद व अनुभववाद यांच्या मिश्रणातून कांटने एक स्वतंत्र विचारपद्धती मांडली. 'चिकित्सक तत्त्वज्ञान' (critical philosophy) नावाने ती प्रसिद्ध आहे.[९]

प्रबोधनकाळात ज्ञानाशास्त्रात्मक विवेकवादाचा वापर नीतिशास्त्राच्या क्षेत्रात एका वेगळ्या प्रकारे पुन्हा करण्यात आला. उपजत (innate) कल्पनेबाबतचा सिद्धांत जरी आता नाकारण्यात आला, तरी प्रत्येक माणसात दैवी अंश असतो व त्याचा योग्य वापर केल्यास माणसाच्या वर्तनाबाबतचे जे सर्वसाधारण नियम आहेत, त्यांचे आकलन होऊ शकते, असे नैतिक विवेकवाद्यांचे म्हणणे होते. धर्मसुधारणेच्या चळवळीनंतर धर्मशास्त्रीय विवेकवादाचा (Theological Rationalism) जलद गतीने विकास झाला. मध्ययुगात साक्षात्कार व विवेक यांविषयी पुष्कळ चर्चा झाली. धर्मसत्ये समजण्याचे सामर्थ्य विवेकाला अजिबात नाही, अशा विवेकवाद-विरोधी असलेल्या भूमिकेपेक्षा त्यांचे मत वेगळे होते. एकदा साक्षात्कार मान्य केला की, त्यातील आशय बुद्धीला आकलनीय आहे, ही वैचारिक भूमिका इंग्लिश ईश्वरवाद्यांनी, विशेषत: थॉमस पेन याने व व्हॉल्टेअर व कॉन्डरसेट या फ्रेंच विचारवंतांनी विकसित केली.[१०]

अठराव्या शतकात 'विवेकवाद' हा शब्द ज्ञानोदययुगातील (Enlightenment) विशेषत: फ्रान्समधील जीन द अॅलेंबर्ट (१७१७-१७७८), डेनिस दिदेरो (१७१३-१७८४), व्हॉल्टेअर (१६९४-१७७८)[११], चार्लस मॉन्टेस्क्यू (१६८९-१७५५), जीन जॅक रुसो (१७१२-१७७८) आणि मारी अॅटाइनो कॉंडरसेट (१७४३-१७९४), या काही विचारवंतांनी एक विशिष्ट विचारधारा स्पष्ट करण्यासाठी वापरला. ''जीवनाविषयी आशादायी दृष्टिकोन त्यांच्या ठायी होता. माणसाला सुखी करण्याची, स्वतंत्र सुसंगत सामाजिक व्यवस्थेला अनुरूप असा पाया तयार करण्याची क्षमता विज्ञान व शिक्षण यांमध्ये आहे'', असे त्यांचे मत होते. ज्ञानोदय ही एक तत्त्वज्ञानात्मक चळवळ होती. विज्ञानाने आणि मानवी विवेकाने हातमिळवणी केल्यास राजकीय जुलूमशाहीवर विजय मिळवता येईल, अशा विचारसरणीवर ती आधारित होती. श्रद्धा, पारंपरिक रूढविचार व अंधश्रद्धा यांच्या तुलनेत आता विवेकाचा उदोउदो होऊ लागला. प्रामुख्याने परंपरागत ख्रिस्ती धर्माच्या विरोधात विवेक आता भक्कम उभा राहिला.

ज्ञानोदयातील विचारवंतांच्या मते, राजकीय व आर्थिक अधिकारशाहीला, किंबहुना कोणत्याही गोष्टीला जनमानसात मानाचे स्थान हवे असल्यास विवेकाच्या निकषाला तोंड द्यावे लागेल. आनंद व सुख ही माणसाची योग्य अशी जीवन-उद्दिष्टे असून ती याच जगात मिळवायची असतात. हे विश्व अलौकिक ईश्वराच्या

चमत्कारांवर व लहरीपणावर चालत नाही. ते विवेकपूर्ण वैज्ञानिक नियमांवर चालते आणि प्रयोग व निरीक्षण यांच्या वैज्ञानिक पद्धतीद्वारे माणसांना त्या नियमांचे आकलन होते. विज्ञानामुळे तसेच अंधश्रद्धेवरील व अज्ञानावरील विजयामुळे मानवी परिस्थितीत अव्याहत सुधारणा करून भविष्यात पूर्णत्वाच्या दिशेने मार्गक्रमण करण्याची शक्यता निर्माण झाली. भोवतालच्या भौतिक अडचणींमधून आणि सामाजिक निर्बंधांतून माणसाला मुक्त करणे हाच ज्ञानोदयाचा प्रमुख प्रयत्न होता. व्हॉल्टेअरचे लिखाण हे धर्मवेडेपणा व अंधश्रद्धा यांमुळे होणाऱ्या छळवणूक व क्लेश यांसारख्या वाईट गोष्टींविरुद्ध दिलेल्या लढ्याचे प्रातिनिधिक होते. सार्वत्रिक जीवन व सार्वजनिक सत्ता यांवर असलेले धर्माचे अधिष्ठान काढून टाकले तर वैयक्तिक पसंती व वैयक्तिक आचरण यांमुळे ते खाजगी क्षेत्रापुरतेच मर्यादित राहील, असे व्हॉल्टेअर व ज्ञानोदयकाळातील विचारवंतांना वाटे. वाणिज्यप्रधान समाजाचा निकटचा संबंध बाजार व मालमत्तेशी असतो, माणसाच्या आत्म्याशी नव्हे. यापुढे मानवतेला तिच्या गतकाळाशी व त्यापासून निर्माण झालेल्या अविवेकी, अन्याय्य व जुलमी संस्थांशी जखडावे लागणार नाही असे या ज्ञानोदयकालीन विचारवंतांना वाटे. परंपरांना व रूढींना झुगारून देऊन मुक्त व्यक्तीच्या कल्याणासाठी त्यांनी धर्मसत्ता, सरदारशाही व राजेशाही यांच्या जुलमी अमलाविरुद्ध लढा पुकारला. विश्वाबद्दलचा वैज्ञानिक दृष्टिकोन समाजात प्रसृत करणे व वैज्ञानिक पद्धतीद्वारे सामाजिक व राजकीय परिस्थितीचे अवलोकन करणे याबाबत ज्ञानोदय-युगाचे प्रणेते कटिबद्ध होते. त्यांनी याच विश्वाच्या घडामोडींबद्दलचे प्रश्न त्यांच्या वैचारिकतेच्या केंद्रस्थानी ठेवले. ज्ञानोदय विचारांचा सारांश असलेल्या प्रसिद्ध 'द एन्सायक्लोपिडि' (the Encyclopedie) (१७५१-१७७२) या कोशात डेनिस दिदेरो[१२] (ज्ञानकोशाचा संपादक), जीन द अलेंबर्ट, व्हॉल्टेअर आणि इतरांनी विश्वाबद्दलच्या धार्मिक दृष्टिकोनावर कसा हल्ला केला आणि निसर्गनियमावर आधारित शास्त्रीय मानवतावाद कसा मांडला याची हकिकत मिळते.

आधुनिक जगाच्या जडणघडणीत विवेकवादाचा उदय व विकासाचे राजकीय व सामाजिक परिणाम पाहणे महत्त्वाचे आहे. सतराव्या शतकातील याच रचनात्मक विवेकवादी पद्धतीचा उपयोग मानवी जीवनाच्या सर्व क्षेत्रांत हळूहळू होऊ लागला. थॉमस हॉब्ज (१५८८-१६७९)[१३], बोसॉ (Bossuet) आणि बेनेडिक्ट स्पिनोझा[१४] यांसारख्या विचारवंतांनी मानवी जीवनाचा अर्थ स्वयंसिद्ध वैश्विक (universal) तत्त्वांद्वारे प्रतिपादन करण्याचा प्रयत्न केला. व्यक्तीच्या लहरीपणावर व व्यक्तिसमुच्चयातील अविवेकी प्रेरणांवर नियंत्रण राखण्यासाठी राजसत्ता हे विवेकाचे एक साधन म्हणून निर्माण गेले गेले.[१५] या कल्पनेचे समर्थन एक थोर साम्राज्य (The great empire State) या संकल्पनेमध्ये आविष्कृत झाले.

अठराव्या शतकात एक नवी मनोवृत्ती तयार झाली. व्यक्तीच्या स्वायत्ततेवर आता भर देण्यात आला. या नव्याने प्राप्त झालेल्या वैयक्तिक स्वातंत्र्यावर अधिकारशाही गाजविणाऱ्या राज्याने केलेली सक्ती ही विवेकदृष्ट्या समर्थनीय असलेली स्वैर कृती आहे, असे मानले गेले. सामाजिक व राजकीय जीवनात आता विवेकाला एक वेगळी भूमिका पार पाडायची होती. जी व्यक्तीवर अवलंबून नाही, तसेच राजसत्तेच्या इच्छेवर केंद्रित नाही, अशी एक सार्वभौम शक्ती म्हणजे विवेक अशी धारणा सतराव्या शतकात होती. पण अठराव्या शतकात ती स्वतंत्र व्यक्तींच्या सहकार्यातून व राज्याच्या प्रत्येक स्वतंत्र सदस्याने एकत्रितरीत्या प्रकट केलेली अभिव्यक्ती वाटू लागली. व्यक्तीच्या खासगी जीवनात लुडबूड न करता ज्याने त्याने स्वत:च विवेकपूर्ण रितीने ते नियंत्रित करायचे होते. शिवाय व्यक्तीच्या आर्थिक उलाढालीत अधिकाधिक स्वातंत्र्य असायला हवे हे मान्य झाले, त्यामुळे आपल्या विवेकाच्या सामर्थ्यावर हवी तेवढी भरारी मारता येईल. अधिकारशाही विवेकवादाची जागा आता स्वातंत्र्यवादी विवेकवादाने[१६] घेतली. अठराव्या शतकात समाजचिंतकांनी टाकलेले प्रगतिपथावरील हे पुढचे पाऊल होते.

अठराव्या शतकातील ज्ञानोदय व एकेश्वरमतवाद[१७] (Deism) या वाढत्या विचारसरणीला प्रतिक्रिया म्हणून ख्रिस्ती धर्मवेत्ते (theologians) - आर्चबिशप रिचर्ड व्हॅटली[१८], विल्यम पेली[१९] व सर्वांत महत्त्वाचा आणि डरहॅमचा बिशप असलेला जोसेफ बटलर[२०], या अंत:प्रेरणावादी (Intuitionists) विचारवंतांचे नीतिशास्त्रावरील लिखाण पुढे आले. ख्रिस्ती तत्त्वज्ञानाचे तसेच धर्म व नीतिमत्ता यांतील संबंधांचे समर्थन करणे, आपल्या नैतिक संवेदना कशा निर्माण झाल्या, कर्तव्याबद्दलच्या आपल्या समजुती कशा विकसित झाल्या आणि त्याचा विवेकावर काय परिणाम होतो, हे दर्शविणे, हा त्यांच्या लिखाणाचा प्रधान हेतू होता.[२१] ईश्वर हा निर्माता तसेच नियंता आहे, असे बटलर प्रारंभी मानत असे. तसेच अंतर्मनातील विचार हीच त्या ईश्वराची अनुज्ञा[२२] अथवा अंतर्-आवाज आहे, अशी त्याची धारणा होती. आणखी एक गोष्ट ध्यानात घ्यावयास हवी ती म्हणजे एकोणिसाव्या शतकाच्या अखेरपर्यंत मुंबई विद्यापीठाच्या पदवी अभ्यासक्रमात बटलरचे लिखाण पाठ्यपुस्तक म्हणून नेमले होते. प्रार्थना समाजाच्या विचारप्रणालीवर, विशेषत: महादेव गोविंद रानडे यांवर बटलरच्या *ॲनॅलॉजी ॲंड फिफ्टीन सर्मन्सचा* खूप प्रभाव होता.[२३]

ख्रिस्ती विचारवंतांच्या युक्तिवादाचे प्रभावी खंडन एकोणिसाव्या शतकातील उपयुक्ततावाद्यांनी[२४] केले. त्यात क्लॉड एड्रिअन हेल्वेशिअश[२५], जेरेमी बेंथॅम[२६],

आणि नंतर जॉन स्टुअर्ट मिल, हेन्री सिजविक आणि हर्बर्ट स्पेन्सर हेही होते. त्यांपैकी जे उपयुक्ततावादी 'संशयवादी' (skeptics) होते, त्यांनी आपल्या प्रतिपक्षावर ते ''सर्व नैतिकतेचे समर्थन मुळात अस्तित्वात नसलेल्या मानसिक कार्यप्रवृत्तीवर निर्भर करतात, नैतिकतेची तत्त्वे स्थल-कालाप्रमाणे बदलत जातात असे मान्य करतात व नैतिकता ही सुस्त भावना आहे''[२७], असे मान्य करतात हा आरोप केला. उपयुक्ततावाद्यांच्या मते नैतिक भावनांचे घटक बदलत नसतात तर आपण जे मापदंड पुढे ठेवतो त्यांत बदल होत राहतो आणि विशिष्ट सद्गुणाला कमी-जास्त महत्त्व दिले जाते. आधी म्हटल्याप्रमाणे अशा बदलांमागे एक निश्चित सूत्र असते, निरुपयोगी (infelicific) घटक मनामधून निघून जातात व कालौघात विशिष्ट परिस्थितीत जे उपयुक्त ठरतात, अशा घटकांची मनामध्ये भर पडते. या विवेकवादी व उदारमतवादी विचारवंतांचा गोपाळ गणेश आगरकरांच्या मानसिक विकासावर दूरगामी व मोठा प्रभाव दिसून येतो. नंतरच्या काळातील आगरकर-रानडे यांमधील जे वैचारिक द्वंद्व दिसून येते, ते मुख्यत: या दोन परस्परविरोधी विचारसरणींत आहे. त्यांतील एक बिशप बटलर यांसारख्या अंत:प्रेरणावादींचे प्रतिनिधित्व करते, तर दुसरी प्रत्यक्षप्रमाणवादी-विवेकवादी जॉन स्टुअर्ट मिल व हर्बर्ट स्पेन्सर यांच्या विचारसरणीची द्योतक आहे.

एकोणिसाव्या शतकाच्या उत्तरार्धात युरोपात विवेकवाद ही उघडउघड धर्मविरोधी चळवळ ठरली. त्यात प्रत्यक्षप्रमाणवाद व उपयुक्ततावाद एकत्र आले होते. तिचे सर्व प्रकारच्या निरीश्वरवादी अज्ञेयवादाशी, उदाहरणार्थ संशयवादी, धर्मभ्रष्ट, निधर्मी, मुक्त-विचारमंच आणि निसर्गवाद यांच्याशी साधर्म्य होते. कर्मकांडावर हल्ला केला जाऊ लागला, तो फक्त दुराग्रही धर्माचा पाठपुरावा करतो म्हणूनच नव्हे, तर मुस्कटदाबी करणारे राज्य जिवंत ठेवण्यास मदत केल्याबद्दल सुद्धा.

१८१५ मध्ये फ्रेंच युद्धे सरल्यानंतर थॉमस पेनप्रणीत पुरोगामी विचारप्रणालीला जोम आला. प्रथमत: डब्लू. टी. शेरविन आणि रिचर्ड कार्लाईल[२८] या इंग्लंडमधील तरुणांच्या प्रयत्नांमुळे हे घडले. शेरविनने पेनच्या विचारसरणीवर भर देणारे *रिपब्लिकन* नावाचे नियतकालिक सुरू केले, ज्याचे नाव बदलून *विकली पोलिटीकल रजिस्टर* असे केले गेले. रिचर्ड कार्लाईल हा एक धीट आणि धूर्त प्रकाशक होता. त्याने ख्रिश्चन धर्माची शिकवण देणारी प्रश्नोतरी, संप्रदाय तसेच इतर धार्मिक व राजकीय विषयांवर मर्मभाषी विडंबनपर लेखन केले आणि एक जुना पुस्तकविक्रेता विल्यम होन याने ते प्रसिद्ध केले. जनमानसात धक्कादायक मते मांडून, ती पसरविण्याच्या आरोपाखाली जरी कार्लाईलला सहा वर्षे तुरुंगवास झाला, तरी

अनेक तरुणांना त्याने दाखविलेले असामान्य धैर्य स्फूर्तिदायक ठरले. छोटे छोटे गट बनवून 'झेटेटिक सोसायटी'[२१] (मुक्त विचारमंच) नावाचा स्थानिक मंच काढण्यास कार्लाईलने उत्तेजन दिले. धर्मविरोधी विचार जनमानसात पसरविणे व हे करीत असता कोणावर कारवाई झाल्यास मदतीसाठी निधी गोळा करणे हे या गटांचे प्रमुख उद्दिष्ट होते. या संस्था जरी फार काळ टिकल्या नाहीत, तरीही राष्ट्रीय पातळीवर मुक्त विचाराला चालना देण्याचे काम सर्वप्रथम त्यांच्यामुळे सुरू झाले.

रॉबर्ट ओवेन याने ग्रेट ब्रिटनमध्ये १८३९ साली 'रॅशनॅलीस्ट रिलिजन'ची उभारणी केली, त्यामुळे त्याच्या अनुयायांना 'रॅशनल्स' किंवा 'रॅशनॅलिस्ट' या नावाने संबोधताना त्या संज्ञा लोकप्रिय झाल्या. ब्रिटनमध्ये अति-जहालवादी (ultra-radicalism) निर्माण होण्यास जितके थॉमस पेनचे योगदान आहे, किंबहुना तितकेच रॉबर्ट ओवेनचे सुद्धा आहे. अंधश्रद्धाविरोध या एका बाबतीत दोघांची मते सारखी होती, तसेच दोघेही नास्तिक होते. खरेतर, लंडन व ब्रायटन येथील न्यू हार्मनी या कामगार वस्तीत एक नवीन समाजरचना तयार करताना, ओवेनने अनेक औद्योगिक प्रदेशांतील कामगारवस्तीत मजुरवर्गाच्या हितासाठी सहकारी भांडारे स्थापन केली. मजूरसंघटना व कामगार-देवाणघेवाण (exchange) चळवळीच्या अपयशामुळे १८३४ नंतर ओवेनने 'असोसिएशन ऑफ ऑल क्लासेस ऑफ ऑल नेशन्स' (१८३५) व 'नॅशनल कम्युनिटी फ्रेंडली सोसायटी' (१८३७) अशा विवेकवादास साहाय्य करणाऱ्या दोन संस्था स्थापन केल्या. वरील दोन्ही संस्थांचे १८४२ मध्ये एकत्रीकरण झाले. तिचे प्रथम 'युनिव्हर्सल कम्युनिटी सोसायटी ऑफ रॅशनल रिलिजनिस्ट' व नंतर रॅशनल सोसायटी' म्हणून नामांतर झाले. या संस्थेच्या शाखा देशभर पसरल्या व चर्च-अधिकाऱ्यांच्याविरुद्ध जनमत निर्माण करणे हा या स्थानिक शाखांचा प्रमुख कार्यक्रम असे. १८३७ पासून ओवेन याने मँचेस्टरमध्ये ख्रिश्चन धर्ममार्तंडांबरोबर वादविवाद करीत आपली मते सार्वजनिक चर्चेच्या रूपाने मांडण्याचा परिपाठ सुरू केला. एखाद्या लढवय्याप्रमाणे असलेली त्याची वादविवादाची पद्धत खूप लोकप्रिय ठरली. परंतु यावर प्रतिक्रिया म्हणून आणि अंशत: एक नवा वाद सुरू करण्याच्या ईर्षेने, स्वत:ला ख्रिस्ती धर्माचे कैवारी समजणाऱ्या लोकांनी ओवेनच्या सामाजिक प्रचाराला आणि व्याख्यानांना विरोध करण्यास सुरुवात केली. १८२० च्या सुमारास *'Infidel'* (धर्मनिंदक) या शब्दाचा अर्थ कार्लाईलच्या विचारांचा अनुयायी असा होता; तो आता रॉबर्ट ओवेनचा अनुयायी असा झाला. चर्चच्या अधिकाऱ्यांनी ओवेनच्या विचारप्रणालीचा धसकाच घेतला. जशी चर्च व चॅपेलमध्ये धर्मानुयायांची गर्दी होते, तशीच गर्दी त्यांना विज्ञान सभागृहांत ओवेनच्या व्याख्यानांना दिसू लागली. काहींनी ओवेनला

'धर्मनिंदकांचा आधुनिक प्रेषित व सांप्रत काळातील थॉमस पेन' असे म्हटले. तेव्हा ओवेनच्या काही अनुयायांनी अति-असहिष्णुतेचे प्रदर्शन केले, तेव्हा ओवेनने त्यांना पुन्हा समजावून दिले की, ख्रिश्चन धर्मवेडाचा पराभव विवेकाद्वारे करायचा आहे, ख्रिश्चनविरोधी वेडाने नव्हे.

तथापि, चार्लस साउथवेल (१८१२-१८६०) हा ओवेनिझममधील धर्मविरोधी धारेची तीव्रता कमी करण्यास तयार नव्हता. सत्याचाच सर्वत्र संचार व्हायचा असल्यास धर्माचा नाश करायला हवा, अशी साउथवेलची व ओवेनच्या अनेक अनुयायांची समजूत होती. त्याने *द ओरॅकल ऑफ रिझन* नावाचे वृत्तपत्र १८४१ मध्ये सुरू केले आणि या वृत्तपत्राद्वारे निरीश्वरवादाचा जोरदारपणे प्रसार केला. पण जेव्हा या उठाठेवीमुळे साउथवेलला बारा महिन्यांची शिक्षा झाली, तेव्हा जॉर्ज जेकब होलिओक (१८१७-१९०६) याने डिसेंबर १८४१ मध्ये 'द स्पिरिट ऑफ बॉन्नर इन द डिसायपल्स ऑफ जीझस' या विषयावर भाषण देताना साउथवेलच्या बाजूने मत दिले. काही दिवस होलिओकने *ओरॅकल*चे संपादकत्व सांभाळले. चेल्टनहॅम येथे भाषण देताना एका श्रोत्याने त्याला 'माणसाचे ईश्वराप्रति काय कर्तव्य आहे?', असा प्रश्न केला. 'इंग्लंड इतका गरीब देश आहे की त्याला ईश्वर परवडत नाही आणि त्याला निम्या पगारावर ठेवण्यास, म्हणजेच निवृत्त करण्यास हरकत नाही,' असे त्याने उत्तर दिले. या खोडसाळ विधानामुळे त्याला अटक झाली. त्याच्यावर खटला होऊन धर्माची निंदानालस्ती केल्याच्या आरोपाखाली पुढे सहा महिने त्याला तुरुंगात काढावे लागले. सुटकेनंतर तो परत चेल्टनहॅम येथे गेला आणि निर्भयपणे सार्वजनिक सभेत, आपल्या ज्या विधानामुळे शिक्षा झाली, त्याची त्याने पुनरुक्ती केली. होलिओकने *रिझनर* नावाचे नियतकालिक काढले. त्याने १८४५ साली *रॅशनॅलिझम: अ ट्रिटाइझ फॉर द टाईम्स*[३०] नावाचे एक छोटेखानी पुस्तक लिहिले. 'सेक्युलॅरिझम' हा शब्द प्रथम प्रचलित करताना निरीश्वरवादाला एक सन्माननीय दर्जा प्राप्त व्हावा हा त्याचा प्रयत्न होता. त्यामागील हेतू ऐहिक जगातील प्रश्नांवर लक्ष केंद्रित करणे असून ख्रिश्चन धर्मतत्त्वाप्रमाणे पारलौकिक जगाच्या कल्पनांची भुरळ घालणे नव्हे, हे होलिओकने स्पष्ट केले.[३१]

वस्तुत: होलिओकपासून चार्लस ब्रॅडलॉपर्यंत सगळ्यांनी आपली विचारधारा स्पष्ट करताना स्वत:ला निरीश्वरवादापासून दूर ठेवले होते. आपल्याला कोणी नास्तिक म्हणू नये असे होलिओकला वाटे, कारण जनमानसात त्या शब्दाची व्याख्या 'ईश्वर व नैतिकता न मानणारा व या दोन्ही गोष्टींविरहित आयुष्य ज्याला आवडते असा', अशी आहे.[३२] 'Infidel' या शब्दाच्या वापरास त्याचा आक्षेप होता कारण ख्रिश्चनांना त्याचा 'सत्याशी बेइमान व प्रतारणा करणारा' असा अर्थ वाटतो.

या स्पष्टीकरणात तो म्हणाला, 'ज्या शब्दयोजनेमुळे आम्हांला बाजू मांडू न देता, आमच्यावर आरोप केला जातो आणि लोकांच्या मनावर आमचे विचार समाधानकारक नसल्याचे बिंबविले जाते, त्या शब्दांना आमचा आक्षेप आहे.'[३३] होलिओकने नैतिकदृष्ट्या धर्मनिरपेक्षतेचा (Secularism) अर्थ खालीलप्रमाणे केला आहे :

> मी नेहमीच सांगत आलो आहे की, धर्मनिरपेक्षता ही जुन्या विचारांना लावलेली नवीन शब्दयोजना नाही. जुन्या मुक्त-विचारप्रणालीच्या किंवा प्रखर नास्तिकतेच्या जागी हा नवा शब्द मी योजत नसून नव्या विचाराला योग्य असा शब्द वापरत आहे, त्याचा अर्थ- १. मानवी कर्तव्ये करण्यास धर्मनिरपेक्ष विचार मार्गदर्शक म्हणून पूरक आहेत. २. उपयुक्ततावादी नियम पुरेसा आहे. तो अशा अर्थाने की, दुसऱ्याचे कल्याण होईल असे वर्तन करणे आपले कर्तव्य ठरते. ३. सामाजिक उन्नतीसाठी जे साधन आपल्याला सहजशक्य आहे त्या ऐहिक साधनसामग्रीचा सहानुभूतिपूर्वक वापर करावयाचा. ४. विवेकी प्रांजळपणा हा पापमुक्त असतो. ५. दुसऱ्यांना उगीच न दुखवता व त्यांचा उपमर्द न करता मुक्त-विचार, टीकात्मक वाच्यता, स्वमत ठाम मांडणे, या प्रांजळपणाचे व तिच्या स्थितीचे द्योतक आहे. स्वत:ची विवेकशक्ती शाबूत राखायची असल्यास दुसऱ्या मनुष्यास आपल्या कोणत्याही विधानावर निष्कर्ष काढण्याचे अधिकार देऊ नयेत..[३४]

१८५० च्या दशकातील मध्यात अनेक शहरात 'सेक्युलर सोसायटीज' स्थापण्यात आल्या, पण चार्लस ब्रॅडलॉचा (१८३३-१८११)[३५] प्रभाव पडेपर्यंत त्यांची म्हणावी तशी छाप पडली नाही. जेव्हा त्याने १८६० मध्ये नवीनच सुरू केलेल्या *द नॅशनल रिफॉर्मर* या पत्राचे संपादकत्व स्वीकारले, तेव्हा त्याची महती हळूहळू होलिओकच्या एवढी झाली होती. त्याच्याच पुढील वर्षी *रिझनर* हे मासिक बंद करण्यात आले. तोपर्यंत ब्रॅडलॉ या चळवळीचा सर्वश्रेष्ठ नेता बनला होता. ब्रॅडलॉला जेव्हा चार्लस वॅटची साथ लाभली, तेव्हा या प्रांतीय 'सेक्युलर सोसायटी'चे लवकरच राष्ट्रीय पातळीवरील 'नॅशनल सेक्युलर सोसायटी'मध्ये रूपांतर झाले, पण ते अल्पजीवी ठरले. १८७४ साली ब्रॅडलॉने नॉर्थम्प्टन क्षेत्रातून सार्वत्रिक निवडणूक लढवण्याचा प्रयत्न केला. एकोणिसाव्या शतकातील नागरी हक्क स्वातंत्र्य व कुटुंबनियोजन प्रचारार्थ छपाईच्या हक्काच्या संदर्भात जो कठीण व कायदेशीर संघर्ष ब्रॅडलॉला करावा लागला, उदाहरणार्थ, संसदीय शपथांबाबतची

ब्रॅडलॉ केस, या सर्वांचा इंग्लंडमध्ये धर्मनिरपेक्ष नीतिविचारांवर चांगलाच परिणाम झाला.

या सर्व गोष्टींव्यतिरिक्त, जॉन ड्रेपर, जॉन टिंडाल, थॉमस हक्स्ले या व अशाच इतर विचारवंतांमुळे, तसेच विल्यम एडवर्ड हार्टपोल लेकी लिखित *हिस्ट्री ऑफ द राइज अँड इन्फ्लुअन्स ऑफ द स्पिरीट ऑफ रॅशनॅलीझम इन युरोप*, सारख्या ग्रंथांनी एकोणिसाव्या शतकातील विवेकवादाचे विश्वसनीय स्पष्टीकरण केले.

विवेकवाद, उदारमतवाद व मानवतावाद यांसारख्या पाश्चात्त्य कल्पनांनी ब्रिटिश सत्तेबरोबर भारतात प्रवेश केला. ब्रिटिश राज्यकर्त्यांनी सुरू केलेले नवीन शैक्षणिक धोरण या नव्या विचारांचे वाहक बनले. पेशव्यांकडून जिंकलेला प्रदेश व ईस्ट इंडिया कंपनीकडील आधीचा प्रदेश एकत्रित करून नव्याने निर्माण केलेल्या मुंबई प्रांताचे पहिले गव्हर्नर, माऊंटस्टुअर्ट एल्फिन्स्टन (१८१९-१९२७) यांनी महाराष्ट्रात सुरू केलेले नवे शैक्षणिक धोरण विश्वविषयक जुन्यापुराण्या कल्पना दूर करणारे ठरले.[३६]

ज्यांनी भारतीयांच्या प्रबोधनात व विद्याक्षेत्रात मूलभूत योगदान दिले व महाराष्ट्रास एक वेगळीच ओळख मिळवून दिली, त्या जवळजवळ सर्व शैक्षणिक, सामाजिक व राजकीय संस्था, १८१८ ते १८५७ म्हणजेच पेशवाईच्या अस्तापासून मुंबई विद्यापीठाच्या स्थापनेपर्यंतच्या काळात अस्तित्वात आल्या. इंग्रजी शिक्षणामुळे ज्या प्रमाणात नव्या प्रागतिक कल्पना लोकांसमोर आल्या, त्यातून काही प्रमाणात वैचारिक व बौद्धिक पुनरुत्थान घडून आले. यालाच 'सांस्कृतिक प्रवर्तन अथवा अभिसरण' (*cultural induction*) असे संबोधता येईल, ज्याचा अर्थ आपणाला सरळमार्गी कल्पनांची आयात म्हणता येईल. समूहाच्या विरोधात व्यक्तिप्रधान संस्कृतीचा स्वीकार युरोपात घडवून आणणारे सामाजिक व आर्थिक परिवर्तन याला उद्देशून 'प्रबोधन' (Renaissance) ही संज्ञा अभिप्रेत आहे.'[३७]

सर्वसामान्यपणे समजले गेले तरी, ब्रिटिश राजवटीला महाराष्ट्राने मनापासून कधीही स्वीकृती दिली नाही. १८१८ नंतर झालेले सत्तांतर ही रणनीतीचा भाग म्हणून घेतलेली माघार आहे, अशी धारणा महाराष्ट्रातील सत्ताधारी प्रतिष्ठितांच्या मनात खोलवर नकळत कोठेतरी होती. महाराष्ट्रीय (ही संज्ञा अतिशय व्यापकदृष्ट्या इथे वापरण्यात आली आहे व त्यात महाराष्ट्रातील सर्व धर्मांचे व प्रदेशांचे लोक समाविष्ट आहेत.) समाजामधील डावपेचांतील महत्त्वाचा असलेला व्यवस्थापनीय न्यूनगंड कमी होईपर्यंत मुकाटपणे स्वस्थ बसणे अशाप्रकारचे धोरण त्यांनी स्वीकारले होते.[३८] इंग्रजी भाषेच्या माध्यमातून ब्रिटिश कार्यपद्धतीची माहिती करून घेताना धर्मनिरपेक्ष-वैज्ञानिक वैश्विक विचारांशी परिचय होणे हे अपरिहार्य होते. तथापि, आधुनिक इंग्रजी समाजाच्या धारणा व आधुनिक विज्ञानाच्या धारणा या महाराष्ट्रीय

विचारवंतांनी कधीच एकच (identical) मानल्या नाहीत, त्यामुळे इंग्रजी भाषेकडे त्यांनी फक्त एक साधन म्हणून पाहिले. त्यात ब्रिटिश राजवटीच्या माध्यमातून एका सहृदय, लोकतांत्रिक व धर्मनिरपेक्ष, नव्या जीवनाची व समाजाची कल्पना मिळवणे शक्य होणार होते.

मात्र, प्रारंभीच्या इंग्रजी-शिक्षित गटातील काही बंडखोरांना सुरवातीपासूनच वासाहतिक राज्य आणि भारतीय लोकांचे हितसंबंध यांतील मध्यवर्ती विसंगतीची जाणीव झाली होती. ब्रिटिश राज्याच्या पाठोपाठ आलेल्या विवेकनिष्ठ व वैज्ञानिक तत्त्वांचे महत्त्व त्यांनी ओळखले; मात्र परकीय राजकीय दास्यत्व आणि त्यातून परिणत झालेली देशाची आर्थिक विपन्नावस्था यांची त्यांना चिंता वाटत होती. अराष्ट्रीकरणाच्या (denationalization) भीतीमुळे का होईना, परंपरावादी, पुनरुज्जीवनवादी, यांसारख्या अनेकांना ब्रिटिश राज्याबद्दल अशाच भावना तीव्रपणे वाटत होत्या. शिवाय या घटकांचे अनेकविध प्रकार अस्तित्वात होते. एका बाजूला, परंपरावादी मंडळी पाश्चात्त्य अशा सर्व गोष्टी नाकारत होती आणि दुसरीकडे सद्य:स्थितीचे जोरदार समर्थन करत होती, तर पुनरुज्जीवनवादी मंडळी भूतकाळामध्ये आदर्श शोधत होती. तसेच धर्म, चालीरिती, जातिव्यवस्था व पारंपरिक विचारसरणीला धरून असलेली समाजरचना व संस्था यांचे लंगडे समर्थन करत होती आणि ही प्रवृत्ती थोपवून धरणे उदारमतवादी पंथाच्या सुधारकांना फारच जड जात होते.

उदारमतवादी पंथातील सुधारकांमध्ये विविध छटा असलेले बुद्धिमंत होते. बाळशास्त्री जांभेकर (१८१२-१८४६) यांचा अभ्यासपूर्ण परंपरावाद एका टोकाला होता, तर गोपाळ गणेश आगरकर यांचा विवेकवाद या पटाच्या दुसऱ्या टोकाला होता. या वैविध्यपूर्ण विचारधारांमुळे निर्माण झालेले संघर्ष हाच आधुनिक महाराष्ट्राच्या सामाजिक इतिहासाचा गाभा बनला.

माऊंटस्टुअर्ट एल्फिन्स्टनने राजकीय व सामाजिक या दोन्ही संदर्भांत जाणीवपूर्वक स्वीकारलेल्या अभ्यासपूर्ण परंपरावादी[३९] धोरणाने १८१८ नंतरच्या महाराष्ट्रातील वैचारिक प्रक्रिया साकारण्यात अतिशय महत्त्वपूर्ण योगदान दिले. येथील पारंपरिक संस्था न नष्ट करता त्यांचा उपयोग करावा, उत्क्रांतिवादी व उपयुक्ततावादी तत्त्वांच्या आधारे जेते व जित यांच्या कल्याणार्थ या संस्थांमध्ये बदल करावे हे त्याच्या प्रशासनाचे मुख्य ध्येय होते.[४०] १८२२ मध्ये नव्याने स्थापन झालेल्या बॉम्बे नेटिव्ह स्कूल बुक ॲन्ड स्कूल सोसायटी या संस्थेने मुंबईतील शिक्षणाची मुहूर्तमेढ रोवली. या संस्थेचा संस्थापक-चिटणीस व इंजिनिअर इन्स्टिट्यूटचा (१८२३-१८३२) व्यवस्थापक कॅप्टन जॉर्ज रिस्टो जर्विस याने शिक्षण क्षेत्रात विशेषत:

इंग्रजीबरोबरच मराठी व गुजराथी माध्यमातून विज्ञानविषयक शिक्षण प्रसारासाठी पायाभूत कामगिरी केली.[४१] दुर्दैवाने मेकॉलेच्या 'मिनट'नुसार (१८३५) या धोरणाचा त्याग करण्यात आला आणि इंग्रजी हे सर्वप्रकारच्या ज्ञानशाखांचे माध्यम बनले. तसेच शिक्षणामध्ये विज्ञानाऐवजी इंग्रजी साहित्य व कायदा यांवर भर देण्यात येऊ लागला. कॅप्टन जर्विस यांना सदाशिव काशिनाथ छत्रे यांचे सक्षम सहकार्य लाभले. छत्रे हे संस्थेचे देशी चिटणीस होते. नवे शिक्षण घेण्यासाठी त्यांनी अनेक तरुणांना प्रवृत्त केले, तसेच त्यांना प्रत्यक्ष आर्थिक साहाय्यही देऊ केले.

१८३० च्या प्रारंभी, धर्मांतर घडवून आणणे, हाच ज्यांचा उघड हेतू होता, त्या मिशनऱ्यांनी स्वत:च्या शैक्षणिक संस्था सुरू केल्या. त्यांपैकी १८३२ मध्ये स्थापन केलेली रेव्हरंड जॉन विल्सन यांची शैक्षणिक संस्था ही अग्रणी आहे.

सबळ पुराव्यानिशी आपल्याला दाखवून देता येईल की, इंग्रजीशिक्षित महाराष्ट्रातील बहुतेक विचारवंत यांच्यावर पडलेल्या प्रभावाची कल्पना त्यांनी वाचलेल्या पाश्चात्त्य विचारवंतांच्या लिखाणावरून दिसून येते. त्यांनी फक्त फ्रेंच राज्यक्रांतीतील तत्त्ववेत्त्यांचे - रूसो, व्हॉल्टेअर, मॉन्टेस्क्यू, व्होलनी - लिखाण अभ्यासले नव्हते तर ज्युनिअस, थॉमस पेन[४२], डेव्हिड रिकॉर्डो, एडमंड बर्क, एडवर्ड गिब्बन, जेम्स मिल, या इतर युरोपियन विचारवंतांचे ग्रंथही वाचले होते. स्वातंत्र्य, समता व बंधुत्व ही क्रांतिकारी तत्त्वे आत्मसात केली एवढेच नव्हे तर पाश्चिमात्य विवेकवाद व मानवतावादी विचारांच्या प्रभावामुळे त्यांच्या जिज्ञासू वृत्तीला चालना मिळाल्याने सर्वांगीण प्रगल्भता प्राप्त झाली. एका बाजूने या वृत्तीमुळे या अभ्यासकांना हिंदु समाजातील सामाजिक भ्रामकता, वाईट चालीरितींचा घातक परिणाम व त्याबाबत जोडल्या गेलेल्या अंधश्रद्धा, यांची जाणीव झाली आणि दुसऱ्या बाजूला ख्रिश्चन मिशनरी आणि जेम्स मिलसारख्या ब्रिटिश इतिहासकारांनी संपूर्ण भारतीय संस्कृतीची केलेली निर्भर्त्सना याबद्दलची चीड निर्माण झाली.

नवीन शिक्षणाचा संकलित परिणाम व वाढता व्यापार वगैरे इतर गोष्टींमुळे नव्या जाणिवांचा उदय महाराष्ट्रीय विचारवंतांत झाला. पश्चिम भारतातील, इंग्रजी शिक्षणामुळे तयार झालेला पहिला तेजस्वी तारा म्हणजे बाळशास्त्री जांभेकर (१८१२-१८४६), महाराष्ट्रातील सामाजिक चळवळीचा उद्गाता. जांभेकरांनी ६ जानेवारी १८३२ रोजी पहिले मराठी-इंग्रजी वृत्तपत्र *बॉम्बे दर्पण* सुरू केले आणि नंतर १८४१ मध्ये उपयुक्त शास्त्रांना वाहिलेले *दिग्दर्शन* नावाचे मासिक सुरू केले; परंतु ते अल्पजीवी ठरले. मराठी वृत्तपत्र व्यवसायाव्यतिरिक्त, त्यांनी दोन सामाजिक चळवळी सुरू केल्या - एक म्हणजे विधवापुनर्विवाह चळवळ व दुसरी, ख्रिश्चन धर्मांतर केलेल्या आपल्या बांधवांना हिंदु धर्मात परत घेण्याबाबतची

चळवळ ही होय. बाळशास्त्री जांभेकर हे मुख्यत: एडमंड बर्कनी स्पष्ट केलेल्या 'पुराणमतवादी' (Conservatism) या गटात बसणारे होते. समाजसुधारणा ही सर्वसाधारणरीत्या उत्क्रांतीच्या मार्गाने तसेच हिंदुशास्त्र व परंपरांना धरून व्हावी असे त्यांना वाटे.[४३]

महाराष्ट्रीय विचारवंताच्या प्रचलित विचारसरणीत आमूलाग्र फरक पडण्यास दोन कारणे होती, एल्फिन्स्टनने घालून दिलेल्या धोरणात त्याच्यानंतर आलेल्या अधिकाऱ्यांनी केलेला बदल व वसाहतीचे राजकारण राबवण्यास उपयोजलेल्या आर्थिक धोरणाचे कडक परिणाम. ब्रिटिश राजवटीच्या पहिल्या टीकाकारांत अग्रणी म्हणून प्रामुख्याने जी दोन नावे घ्यावी लागतात, ती म्हणजे भास्कर पांडुरंग तर्खडकर (१८१६-१८४७) आणि गोविंद विठ्ठल कुंटे ऊर्फ भाऊ महाजन (१८१५-१८९०) यांची. हे दोघेही एल्फिन्स्टन इन्स्टिट्यूटचे विद्यार्थी होते. हंगामी गव्हर्नर जनरल चार्लस मेटकाफने १८३५ च्या एप्रिलमध्ये प्रदान केलेल्या वृत्तपत्रांच्या स्वातंत्र्याचा फायदा घेऊन भास्कर तर्खडकरांनी सर्वप्रथम ब्रिटिश वासाहतिक राजवटीच्या पिळवणुकीच्या धोरणावर १८४१ मध्ये 'अ हिंदू' या टोपण नावाने *बॉम्बे गॅझेट*मधून प्रखर हल्ला चढविला.[४४] केवळ मराठी भाषेतील पहिले वृत्तपत्र *प्रभाकर* १८४१ साली भाऊ महाजन यांनी काढले. नंतरच्या काळात *धूमकेतू* (१८५३) व *ज्ञानदर्शन* (१८५४) नावाची दोन मासिकेही त्यांनी चालू केली. इतर समकालीनांपेक्षा भाऊ महाजन यांनी आपल्या पत्रकारितेतून ब्रिटिश राजवटीच्या काळ्या बाजूचे चांगले आकलन दाखवून दिले; तत्कालीन समाजातील दुष्ट सामाजिक प्रथांवर त्यांनी टीका केली आणि शास्त्रीय ज्ञान व वैज्ञानिक अभ्यासाचा पद्धतशीर प्रसार करण्याचा हेतुपुरस्पर प्रयत्न त्यांनी केला.[४५] मराठीभाषक वाचकाला फ्रेंच राज्यक्रांतीची माहिती करून देणारे भाऊ महाजन हे पहिले लेखक होते.

भाऊ महाजनांच्या सान्निध्यात असलेल्या रामकृष्ण विश्वनाथ यांनी १८४३ साली *'हिंदुस्थानची प्राचीन व सांप्रतची स्थिती व पुढे त्याचे काय परिणाम होणार, ह्याविषयी विचार'* नावाचे विलक्षण पुस्तक लिहिले. त्यात ब्रिटिशांनी भारतात अवलंबलेल्या आर्थिक शोषणावर तसेच हिंदु लोकांच्या सामाजिक अज्ञानप्रिय धोरणावर कडक विवेचनात्मक टिप्पणी केली. रामकृष्ण विश्वनाथ यांचा पाश्चात्त्य आर्थिक व राजकीय विचारांशी चांगला परिचय असल्याने, भारताला या केविलवाण्या परिस्थितीतून बाहेर पडण्यासाठी औद्योगिक व वैज्ञानिक संस्कृती आत्मसात करणे हा एकच उपाय आहे, याची खात्री पटली होती.[४६]

सुरुवातीच्या या राष्ट्रवादींच्या लक्षात आले होते की, जर देशाचा उद्धार व्हायचा असेल तर राजकीय, आर्थिक, सामाजिक व धार्मिक - या सर्व शाखांतील

सुधारणा एकाच वेळी होणे जरुरीचे आहे. राजकीय व आर्थिक बाबतींतील जनमानसात असलेला परकीय राजवटीबद्दलचा रोष त्यांनी सरकारच्या नजरेस आणून दिला, तसेच सामाजिक व धार्मिक क्षेत्रांत क्रांतिकारी चळवळ सुरू केली. मराठी भाषाशास्त्रज्ञ व तौलनिक धर्मांचे गाढे अभ्यासक, दादोबा पांडुरंग (१८१४-१८८२), भास्कर पांडुरंग यांचे वडील बंधू. त्यांनी जातिव्यवस्था व त्यापासून होणारे उपसर्ग मोडून काढण्याच्या उद्देशाने परमहंस सभा नावाची एक गुप्त मंडळी चालू केली.[४७] या संघटनेच्या सभासदांचा मूर्तिपूजेस विरोध होता, जातिव्यवस्थेस पुष्टी देणाऱ्या संकुचित अनुज्ञा त्यांनी शपथपूर्वक मोडल्या, एकमेकांत बंधुत्वाची भावना जोपासण्यास ते वचनबद्ध होते व अंधश्रद्धांच्या गुलामगिरीतून देश मुक्त करणे त्यांच्या कार्यक्रमाचा भाग होता. या सभेचे उद्दिष्ट धार्मिकतेपेक्षा सामाजिक व राष्ट्रीय गोष्टींकडे जास्त होते. सगळ्यांनी जात, संप्रदाय, रूढी या भेदभावांपलीकडे जाऊन बंधुत्वाच्या नात्याने एकत्र यावे व एकाच ईश्वराची आराधना करून गुण्यागोविंदाने राहावे अशी त्यांची शिकवण होती.[४८]

परमहंस सभा स्थापन करण्यापूर्वी, दादोबा पांडुरंग यांचा १८४४ मध्ये सुरतेत मानवधर्म सभाही स्थापन करण्यात सहभाग होता. पश्चिम भारतात नुकत्याच सुरू झालेल्या सामाजिक चळवळीला एक तर्कशुद्ध विचारसरणी देण्याच्या हेतूने दादोबांनी १८४३ साली 'एक जगद्वासी आर्य' या टोपण नावाखाली *धर्मविवेचन* नावाचे पुस्तक मराठीत लिहिले.[४९] या पुस्तकाची तुलना राजा राममोहन रॉयनी लिहिलेल्या *तुहफत-अल्-मुवाहिदीन* या पुस्तकाशी सहज होऊ शकते व त्यातील विचारांचे राजा राममोहन रॉय यांच्या एकेश्वरवादी बुद्धिवादाशी साम्य आहे.[५०] या पत्रिकेत दादोबांनी बुद्धिवादावर आधारित धार्मिक व सामाजिक वैश्विकता प्रतिपादन करणारी सात तत्त्वे मांडली आहेत. विवेक व सामाजिक समता या तत्त्वांवर आधारित सामाजिक रचनेत मूलभूत बदल घडवून आणण्यासाठी त्यांच्या पालनाचा आग्रह त्यांनी धरला. इथे नोंद करणे आवश्यक आहे की, अशा अल्पजीवी संस्थेमधूनच १८६७ मध्ये मुंबईत प्रार्थना समाजाचा जन्म झाला. ब्राह्मो समाज व प्रार्थना समाज या दोन्ही संस्था उच्चभ्रूंसाठी असून, उच्च वर्गाचे वर्चस्व कायम राहावे यासाठी त्या आहेत, अशी टीका करणाऱ्या ज्योतीराव फुल्यांवर *धर्मविवेचन* या पुस्तकाचा प्रभाव पडला असावा, असे मानण्यास सबळ पुरावा आहे.

ज्ञानाचा प्रसार होण्यासाठी व प्रबोधनाच्या विचारांच्या विकासासाठी गुजराथी वृत्तपत्रांचे योगदान सुद्धा कमी महत्त्वाचे नव्हते. त्यात *बॉम्बे समाचार, मुंबई वर्तमान* ही मोबेद नवरोजी दोराबजी चंद्राव यांनी चालविलेली वृत्तपत्रे होती. ती नंतर *मुंबईना हरकारू अने वर्तमान* नावाच्या वर्तमानपत्रात विलीन झाली व कालांतराने

त्याचे नाव *मुंबईना चाबूक* म्हणून ठेवण्यात आले. १८५० मध्ये दादाभाई नौरोजींनी चालू केलेले *रास्त गोफ्तार* (सत्य वचनी) हेही महत्त्वाचे होते.

वैचारिक मतांची देवाण-घेवाण व रूढिबद्ध समाजाला विचार करावयास लावून भारतीय तसेच ब्रिटिश लोकांत एक नवीन वातावरण निर्माण करण्यासाठी प्रयत्नशील संस्थांत स्टुडंट्स लिटररी अॅन्ड सायंटीफिक सोसायटीचे स्थान अग्रस्थानी आहे. त्यामुळे विवेकबुद्धीचा प्रसार तर झालाच, पण मुंबईतील सुधारकांसाठी पूर्वतयारी झाली. एल्फिन्स्टन महाविद्यालयातील प्राध्यापकमंडळींनी व विद्यार्थ्यांनी एकत्र येऊन १३ जानेवारी १८४८ रोजी या संस्थेची स्थापना केली. येथील सदस्यांचे तार्किक कौशल्य वाढवावे, वाङ्मय व विज्ञान आणि इतर विषयांत त्यांचे ज्ञान वाढून पोषक वातावरण निर्माण करावे, हे या संस्थेचे प्रमुख ध्येय होते.[५१] इंग्रजी निबंध वाचणे व त्यावर साधक-बाधक चर्चा करणे, नवीन विचारांची शालेय पुस्तके छापणे, हा कार्यक्रम त्यांनी राबविला.[५२] गुजराती ज्ञानप्रसारक मंडळी, मराठी ज्ञानप्रसारक सभा, बुद्धिवर्धक हिंदु सभा, अशा तिच्या शाखा होत्या. मराठी व गुजराती माध्यमातील मुलींसाठीच्या अनेक शाळा त्यांनी सुरू केल्या.

एकोणिसाव्या शतकाच्या मध्यावर महाराष्ट्रात, राजकीय सुधारणा हव्या असल्यास तत्पूर्वी सामाजिक सुधारणा होणे गरजेचे आहे, असे मानणारा सुधारणावाद्यांचा गट उदयास आला. ब्रिटिश राजसत्तेच्या मध्यस्थीने एक नवी सामाजिक व्यवस्था घडवून आणली पाहिजे, असे त्यांना वाटे. ब्रिटिश सत्ता हा ईश्वरी संकेत आहे, अशी संकल्पना महाराष्ट्रात प्रथम मांडणारे लोकहितवादी ऊर्फ गोपाळ हरी देशमुख (१८२३-१८९२) हे पहिले विचारवंत. जातिसंस्थेवर आधारित हिंदु समाजाच्या सामाजिक व बौद्धिक दास्यत्वावर निर्भीड, थोडी आगंतुक पण परखड टीका करणारी तसेच त्यावर उपाय सुचविणारी 'शतपत्रे' (जी वास्तवात १०८ पत्रे असली तरी 'शतपत्रे' म्हणून ओळखली जातात), त्यांनी भाऊ महाजनांच्या *प्रभाकर* या मराठी साप्ताहिकातून लिहिली. भारतीयांच्या विशेषत: खालच्या वर्गाच्या हलाखीच्या परिस्थितीस लोकहितवादींनी ब्राह्मणी संस्कृती व घमेंडखोर व अहंकारी ब्राह्मणांचे वर्तन जबाबदार धरले.

एक तळमळीचे सुधारक व प्रसिद्ध भारतविद्यातज्ज्ञ (Indologist), रामकृष्ण गोपाळ भांडारकर (१८३७-१९२५), यांचीही मते बऱ्याच अंशी लोकहितवादीं-सारखीच होती. भांडारकर हे म. गो. रानड्यांचे निकटचे समकालीन होते. हिंदु समाजातील जात व रूढींनी चालविलेल्या जुलमाबद्दल ते संवेदनशील होते व राजकारणाने नव्हे तर धार्मिक आणि सामाजिक सुधारणेनेच या भारताची अनुकंपनीय सामाजिक स्थितीतून मुक्तता होऊ शकेल, यावर त्यांचा दृढ विश्वास

होता. आपल्या प्रकांड पांडित्याचा उपयोग त्यांनी जुन्या शास्त्रांचे विवेकपूर्ण विवेचन करण्यासाठी आणि रूढी व धर्म यांतील सीमारेषा अधोरेखित करून प्राचीन ग्रंथातील निश्चित चांगले तेवढे वेचण्यासाठी केला. परमहंस सभेचे ढासळणे ही धडा घेण्यासारखी गोष्ट होती. यावरून भांडारकरांनी प्रतिपादन केले की, सामाजिक चळवळ स्थिर व सशक्त पायावर उभी करायची असल्यास प्रथम धर्मसुधारणा हवी.[५२] ज्यांच्या आचारांत-विचारांत तफावत नव्हती, अशा फार थोड्या सुधारकांमध्ये त्यांची गणना करता येईल.

कित्येक समकालीन ज्यांचा 'पदवीधरांतील राजपुत्र' (Prince of Graduates) असा उल्लेख करीत, ते महादेव गोविंद रानडे (१८४२-१९०१) म्हणजे एकोणिसाव्या शतकातील महाराष्ट्रातील, किंबहुना भारतातील सर्वांत समर्थ, बुद्धिमंत, विचारवंत व समाजसुधारक होते. रानड्यांना सातत्याची परंपरा सोडायची नव्हती. गत भारताच्या इतिहासास आव्हान करणारे, सुधारणेचे भांडारकरांनी केलेले अविश्रांत बुद्धिवादी समर्थन याबद्दल रानड्यांना कौतुक वाटे. त्यांनी भांडारकरांच्या या पद्धतीचे 'परंपरेची पद्धत' असे वर्णन केले. याचाच अर्थ जुन्या शास्त्रांना प्रमाण मानून त्यांचा काळानुरूप नव्या गरजांनुसार अर्थ लावणे. आर्य समाजाचे संस्थापक स्वामी दयानंद सरस्वती यांनीही हीच पद्धत वापरल्याचे त्यांनी सांगितले. कारण यामुळे जुनी अखंडता जोपासली जाते व त्यात मूलगामी बदल केलेले नाहीत, अशी अशिक्षित समाजाची धारणा होते, असे स्वामींना वाटे. रानड्यांनी सुधारणेची चर्चा करताना नेहमीच धर्मशास्त्रातील वचनांचा आधार घेतला व लोकांवर प्रभाव पाडण्यासाठी महाराष्ट्रातील संत-कवींच्या समतावादी काव्यपंक्तीचा वापर केला. या विचार-पद्धतीतील वैचारिक विसंगतीची कल्पना त्यांना होती, तरी सर्व लोकांना बरोबर घेऊन जायचे असेल तर हाच सर्वोपयोगी मार्ग आहे आणि म्हणूनच सुधारणेच्या या मार्गाला त्यांनी सर्वाधिक अग्रक्रम दिला.[५३] डरहॅमचा बिशप जोसेफ बटलर (१६९२-१७४२) व ए. सी. फ्रेझर यांच्या लिखाणाशी रानड्यांचा चांगलाच परिचय होता, तसेच स्कॉटिश कॉमनसेन्स तत्त्वज्ञानाचा त्यांच्यावर बराच प्रभाव होता. उच्च सद्गुण व साधी नित्याची नीतिमत्ता ही दृढरीत्या धर्माशी संबंधित असते या बटलरच्या विचाराशी ते सहमत होते. ईश्वरवाद व निर्विवाद नीतिमत्ता या विश्वासार्ह बाबी असून त्या समजण्यासाठी व आचरणात आणण्यासाठी पुरेशा आहेत हे खरे असून, असे पटवून देणे बटलर यांचे मुख्य ध्येय आहे, हे रानड्यांनी दाखवून दिले. रानड्यांच्या ईश्वरविषयक संकल्पनेला 'नैसर्गिक ईश्वरवाद' (Natural Theism) असे म्हटले जाते. त्यांच्या मते 'देव व्यक्तिरूप असून अलौकिक आहे.''[५४] राष्ट्रीय उभारणीसाठी इंग्लंड व हिंदुस्थानमधील अन्योन्यसंबंधांचे त्यांनी

नुसते स्वागतच केले नाही, तर ब्रिटिश अंमल म्हणजे 'इतिहासातील ईश्वराचा मार्गदर्शक हात' असे त्यांना वाटले. थोड्याफार अर्थाने ब्रिटिश अमलाबाबत दादाभाई नौरोजी व फिरोजशहा मेहतांनीही अशाच भावना व्यक्त केल्या होत्या.

विवेकवादासारख्या पाश्चिमात्य मूल्यांचा भारतीय धर्माशी व आध्यात्मिक परंपरांशी मेळ घाळण्याचा गंभीर प्रयत्न १८६७ मध्ये प्रार्थना समाजाच्या स्थापनेपासून झाला. या समाजाच्या मतप्रणालीची सूत्रे रा. गो. भांडारकर व म. गो. रानडे यांनी नंतर ठरविली. प्रार्थना समाजाने स्वीकारलेल्या सहा तत्त्वांचा[५५] सारांश पुढील प्रमाणे आहे. १. एकेश्वरवादावर विश्वास, २. विश्व निर्मात्याची आध्यात्मिक आराधना, ३. मूर्तिपूजा अमान्य, ४. अवतार कल्पना तसेच साक्षात्कार यांवर अविश्वास, ५. धर्मशास्त्रांचे अपौरुषेयत्व अमान्य आणि ६. ईश्वराच्या पितृत्वावर व मनुष्याच्या बंधुत्वावर श्रद्धा म्हणजेच भांडारकरांच्या शब्दांत, याद्वारे 'जातपात नष्ट करणे इतकेच नव्हे तर सर्व प्रकारचे सामाजिक भेदभाव नाहीसे करून सामाजिक समपातळी निर्माण करणे' अभिप्रेत आहे.[५६] ब्राह्मोसमाजाप्रमाणे, भांडारकर-रानडे यांच्या नेतृत्वाखाली प्रार्थनासमाज हा हिंदु-धर्मातीत पंथ अथवा संप्रदाय केव्हाही झाला नाही. समाजसुधारणा धार्मिक सुधारणेद्वारेच झाली पाहिजे आणि धर्मसुधारणा ही देशाच्या गतेतिहासातूनच निष्पन्न झाली पाहिजे, असा त्यांचा दृढ विश्वास होता.

एकोणिसाव्या शतकातील भारतातील, विशेषतः महाराष्ट्रातील प्रबोधनाची दोन टप्प्यांत विभागणी करता येईल. पहिल्या टप्प्यात ब्राह्मोसमाज, परमहंस सभा, प्रार्थना समाज यांचा अंतर्भाव करता येईल. १८७० पर्यंतच्या टप्प्याचे उदारमतवादी-विवेकवादी काळ म्हणून वर्णन करता येईल. दुसऱ्या टप्प्यात दिसतो तो भावनिक-पुनरुज्जीवनवादी काळ. फुले व आगरकरांना त्या वाढत्या पुनरुज्जीवनवादी वृत्तींशी फार झगडावे लागले. खरे तर हे दोघे त्या काळाला अपवाद होते.[५७]

महाराष्ट्रातील पुनरुज्जीवनवादी प्रवृत्तींचा उदय व विकास ही प्रामुख्याने दोन गोष्टींवरची प्रतिक्रिया होती - एक, हिंदुधर्म सुधारणेपलीकडचा आहे व ख्रिस्ती धर्मांतरातच हिंदुस्थानची मोक्षप्राप्ती आहे अशी ख्रिस्ती प्रचारकांची ओरड, आणि दोन, पाश्चात्त्य अधार्मिक विचारांचा प्रभाव. विष्णु भिकाजी गोखले ऊर्फ विष्णुबावा ब्रह्मचारी हे पहिले प्रसिद्ध पुनरुज्जीवनवादी होते. त्यांनी लिहिलेले *वेदोक्त धर्मप्रकाश* नावाचे गाजलेले पुस्तक वैचारिकदृष्ट्या नंतरच्या पुनरुज्जीवी चळवळींना मार्गदर्शक ठरले.[५८] पारंपरिक हिंदु धर्म, त्यातील नीतिमत्ता, धार्मिक विधी यांची अन्वर्थक माहिती लोकांना करून देण्यासाठी त्यांनी वेदांतील मूळच्या (pristine form) हिंदुधर्माचा आधार घेतला. लोकांनी सुधारणांसाठी पश्चिमेकडे पाहण्याची गरज नसून

आपल्या धार्मिक ग्रंथांचा आपण लावलेला अन्वयार्थ लोकांनी लक्षात घ्यावा, असे कळकळीचे आवाहन त्यांनी केले. असे करताना विष्णुबावांनी ख्रिश्चन मिशनऱ्यांशी एक अविरत संघर्ष केला. पाश्चिमात्य प्रगत विचार-विरोधी त्यांची भूमिका जरी असली तरी सामाजिक सुधारणांबाबतीत त्यांनी विलक्षण मानसिक प्रगल्भता दाखविली. विशेषत: स्त्रीमुक्तीबाबत त्यांचे विचार बऱ्याच इंग्रजी शिक्षित सुधारकांपेक्षा पुढारलेले होते. अशाच प्रकारचे - 'वेदांकडे परत' - हे पुनरुज्जीवनवादी घोषवाक्य स्वामी दयानंद सरस्वतींनी नंतर पुकारले.

ब्रिटिश सत्तेचा पक्का शत्रू व एक जहाल राष्ट्रवादी असलेले विष्णुशास्त्री चिपळूणकर (१८५०-१८८२), म्हणजे हिंदु सनातन्यांना आपले प्रमुख प्रवक्ते वाटले. प्रार्थना समाज हा पारंपरिक हिंदु समाजाचा विध्वंसक असल्याचा ठपका ठेवून त्यावर चिपळूणकरांनी प्रखर हल्ला केला. प्रार्थना समाजाचे अनुयायी ब्रिटिश राज्यकर्त्यांचे लांगुलचालन व पाश्चिमात्यांचे अनुकरण करतात अशी खरमरीत टीका त्यांनी केली.[५९] *निबंधमाला* व *केसरी* मधून त्यांनी लोकहितवादी, रानडे, भांडारकर, फुले व दयानंद सरस्वतींवर टीका केली. विष्णुशास्त्र्यांचे निकटचे सहकारी, बाळ गंगाधर टिळक (१८५६-१९२०) यांचे सुधारकांबाबत त्यांच्यासारखेच विचार होते. सुधारकांना त्यांनी 'नवथर व अपक्व' (new-fangled and half-baked) म्हटल्याबद्दल टिळकांनी त्यांची स्तुती केली. राजकीय संदर्भात टिळकांचे विचार जरी क्रांतिकारक असले तरी सामाजिक सुधारणांबाबत त्यांची दृष्टी पुराणमतवादी होती.

वरील पार्श्वभूमीवर महात्मा ज्योतिबा फुले व गोपाळ गणेश आगरकर या महाराष्ट्रातील दोन ठळक विवेकवाद्यांच्या कार्याचे, त्यांचे वैचारिक आधार व विचारसरणी यांत भिन्नता असूनसुद्धा मूल्यमापन करणे आवश्यक आहे. प्रस्तुत ग्रंथाचा केंद्रबिंदू जरी आगरकर असले तरी फुल्यांबद्दलचे काही उल्लेख इथे करणे अपरिहार्य आहे. महाराष्ट्रातील मागासवर्गीयांच्या चळवळीचे प्रमुख तत्त्ववेत्ते आणि सर्वांत प्रभावी नेते असलेल्या फुल्यांनी, सर्व ब्राह्मणी साहित्य - *श्रुती, स्मृती, पुराणे* आणि *भगवद्गीता* सुद्धा - ब्राह्मणवर्गाचे निर्विवाद प्रभुत्व राखण्यासाठी व विशेषत: दलित वर्गांतील लोकांवर जुलूम करून त्यांना निरंतर गुलामगिरीत ठेवण्यासाठी रचलेले आहे, असे समर्थरीत्या प्रतिपादन केले.[६०] फुल्यांच्या दृष्टिकोनातून हिंदु समाजाची संपूर्ण रचना - त्यातील जातिव्यवस्था, अस्पृश्यता, रूढी, आचार, रिवाज - पारंपरिक मूल्याधारित ब्राह्मणी धर्माच्या अनुज्ञांवर केलेली आहे. तथापि, फुल्यांनी जे काही ब्राह्मणी आहे ते अमान्य करून, एका प्रति-संस्कृतीची संकल्पना मांडली आणि शूद्र-अतिशूद्र वर्गाची एक नवीन अस्मिता निर्माण करून दिली.

त्यांनी 'वैश्विक मानवतावादाची' मांडणी केली. समता आणि विवेक या तत्त्वांवर आधारित नवीन समाजाची त्यांना पुनर्बांधणी करायची होती. फुल्यांच्या धार्मिक व सामाजिक विचारसरणीवर थॉमस पेनचा व युरोपियन एकेश्वरवादींचा प्रभाव होता. सर्व माणसांना काही नैसर्गिक हक्क असतात व ते कधीही हिरावून घेता येत नाहीत; हे नैतिक आदेश असून प्रत्यक्षात त्यांची पायमल्ली झाली तरी ते स्थायी असतात, असा त्यांचा विश्वास होता.[६१] एका सत्यशोधकाच्या भूमिकेतून 'माणूस' हा त्यांच्या विचारांचा केंद्रबिंदू राहिला. केवळ सत्य हे मूल्य माणसाच्या आचाराचे मार्गदर्शक होऊ शकते व मानवी कल्याण हीच त्याची अचूक कसोटी आहे, पारंपरिक मूल्ये नव्हेत. ते खरेखुरे मानवतावादी होते आणि त्यांनी स्वत:ला योग्य वाटणारा जहाल मानवतावाद निर्माण केला, ज्यातून ईश्वराला हद्दपार केले नव्हते. जॉन स्टुअर्ट मिलच्या अनुभववादापेक्षा वेगळी होती आणि म्हणून एक विवेकवादी म्हणून फुल्यांची भूमिका 'तत्त्वज्ञानात्मक जहालवादा'ची (Philosophical Radicalism) स्थापना करणाऱ्या देकार्त, स्पिनोझा, लायबनिझ या तत्त्ववेत्त्यांच्या भूमिकेसारखीच होती. थॉमस पेनच्या *राईट्स ऑफ मॅन्*च्या व्यतिरिक्त, थिओडोर पार्करच्या धर्मसंकल्पना व त्याने सामाजिक समस्यांच्या संदर्भात त्या कल्पनांचा केलेला उपयोग, विशेषत: अमेरिकेतील गुलामगिरीविरोधी मोहिमेसंदर्भातील केलेल्या योगदानाने ते फार प्रभावित झाले होते. *सार्वजनिक सत्यधर्म* पुस्तिकेत त्यांनी स्वत:ला अभिप्रेत असलेले जे धर्माचे आकलन मांडले, त्यात पलायनवाद, भक्तिपरायणता, इंद्रियगोचरता, दांभिकता, कर्मठपणा व स्वार्थीपणा यांस केलेला सशक्त विरोध दिसून येतो. फुल्यांच्या सत्यशोधक समाजाचे कार्य हिंदु व्यवस्थेच्या अंतर्गतच चालले होते, हे नमूद करणे आवश्यक आहे. फुल्यांच्या सत्यशोधक समाजाची तात्त्विक बैठक दादोबा पांडुरंगांच्या *'धर्मविवेचन'* ने घालून दिली, हे आपल्याला सप्रमाण सिद्ध करता येते आणि अप्रत्यक्ष का होईना, त्याचे अधिक स्वच्छ चित्रण आपल्याला आगरकरांच्या लिखाणात सापडते.

आगरकरांचे विचार अज्ञेयवादी आणि शुद्ध विवेकवादी होते, तसे फुल्यांचे नव्हते. 'निर्मिका'ची त्यांना गरज वाटली नाही. जरी ईश्वराची कल्पना त्यांनी संपूर्णरीत्या अमान्य केली नाही, तरी त्या संकल्पनेचा विकासही केला नाही. त्यांचे तत्त्वज्ञान 'आता व इथे' यापुरतेच होते. जेव्हा इहलोकीचे जीवन तुम्ही सुंदर बनवू शकता तेव्हा पारमार्थिक चिंता कशाला करा, अशी त्यांची जीवनाकडे बघण्याची दृष्टी होती. मनुष्याचे आचरण व सामाजिक व्यवहार, विवेक व सुसंस्कारित सदसद्विवेकबुद्धी या दोन निकषांवरच आधारित असावी, असे त्यांचे मत होते.

सुधारणांच्या समर्थनार्थ धर्मशास्त्रांतील आधार शोधण्याचे रानडे-भांडारकर प्रवाहाचे डावपेच आगरकरांनी तुच्छ मानले. याचे कारण परस्परविरोधी भूमिकांच्या समर्थनार्थ हवे तेवढे शास्त्राधार मिळू शकतात, त्यामुळे कुठलाही युक्तिवाद, जो शास्त्राधारावर निर्भर राहील, तो केव्हाही वांझोटाच ठरेल, असे आगरकरांचे मत होते.[६२] म्हणून आपल्या मताच्या समर्थनासाठी शास्त्राच्या कुबड्या घेण्याची गरज नाही, असे त्यांना वाटत होते. तसेच धर्म सामाजिक बाबींपासून वेगळा केला पाहिजे आणि धर्मापेक्षा नीतीला अग्रक्रम दिला पाहिजे; धर्माला नव्हे, असे त्यांचे ठाम मत होते. आगरकरांच्या मते, सुधारणा हे धार्मिक नव्हे तर सामाजिक कर्तव्य असते. स्वातंत्र्याचा हक्क मिळवायचा असल्यास झगमगीत गतकाळ असण्याची गरज नाही, असे त्यांना वाटत होते. आगरकरांचा बुद्धिप्रामाण्यवाद (विवेकवाद) हा एकोणिसाव्या शतकातील जॉन स्टुअर्ट मिल, हर्बर्ट स्पेन्सर, थॉमस हक्स्ले, (१८२५-१८९५), चार्लस ब्रॅडलॉ (१८३३-१८९१) यांसारख्या साशंकवादी (Skeptics) व अज्ञेयवादी विचारवंतांच्या आदर्शावर आधारित होता, असे या ग्रंथामध्ये दर्शविले आहे. सर्व विचारांचे व संस्थांचे पुन्हा पुन्हा परीक्षण केले पाहिजे आणि सामाजिक सुख व उपयुक्तता या निकषांवर त्या समाजास उपयोगी आहेत की नाही याचा पुनर्विचार केला पाहिजे. तसे होत नसल्यास त्यांच्यात सुधारणा करायला हव्यात व वेळप्रसंगी त्या मोडीत काढून नवीन संस्था उभारल्या पाहिजेत.

बंगाल्यातील डेरोझिअन्स[६३] (यंग बंगाल) सारखे आगरकर पाश्चात्त्यांमुळे दिपून गेले नाहीत. जरी काहींची समजूत असली तरी, आगरकरांनी पाश्चात्त्यांचे अंधानुकरण केले नाही. पाश्चात्त्य बुद्धिप्रामाण्यवाद्यांनी प्रतिपादन केलेली तत्त्वे वैश्विक व शाश्वत आहेत, हे जाणवल्याने त्या विचारांचे क्रांतिकारी स्वरूप त्यांच्या लक्षात आले होते. कुठलीही कल्पना, संस्था अथवा रूढी त्यांना अतिशय पवित्र वाटत नव्हती, म्हणून कुठलीही गोष्ट मानवी प्रगतीस अपायकारक असेल, तर ती वर्ज्य केली पाहिजे. समाजाचे कल्याण एका जिवंत, बदलत्या समाजामध्येच गृहीत धरलेले आहे, असा त्यांचा विश्वास होता. समता व विवेक या आधुनिक तत्त्वांशी जर समाजाने फारकत घेतली, तर बदलाचे प्रवाह अपरिहार्यपणे सर्व काही उखडून फ्रेंच राज्यक्रांतीप्रमाणे क्रांतिकारी बदल घडवून आणतील, असे त्यांचे ठाम मत होते. म्हणून सनातन्यांनी विवेकवादी विचार स्वीकारून येणाऱ्या वादळाचा रोख ओळखून अगोदरच अटकाव केला पाहिजे, अशी कळकळीची विनंती त्यांनी केली.

१८१८ नंतरच्या महाराष्ट्रातील संकीर्ण प्रबोधन प्रक्रियेत धर्मरहित विवेकवादाला निश्चित व स्पष्ट अभिव्यक्ती सापडली ती आगरकरांच्या लिखाणातून

व कार्यामधून. म्हणूनच, विवेकवादी सुधारकांत आगरकरांना अनन्यसाधारण स्थान आहे.

सारांश, एकोणिसाव्या शतकातील महाराष्ट्रातील शुद्ध धर्मनिरपेक्ष विवेकवादाचे सगळ्यात मोठे प्रवक्ते व उद्‌गाते म्हणून आगरकरांचे नाव पुढे येते. सामाजिक, धार्मिक व राजकीय समस्यांबाबत त्यांची दृष्टी धर्मनिरपेक्ष, वैज्ञानिक व विवेकवादी होती, म्हणूनच त्यांचे आवाहन कालातीत व वैश्विक आहे, हे पुढील प्रकरणांतून विस्ताराने दाखविले आहे.

संदर्भ सूची

१. आर. ग्रोथेयेसेन, 'Rationalism'मध्ये, *एन्सायक्लोपिडिया ऑफ सोशल सायन्सेस*, इ. आर. ए. सेलीग्मन (संपा.), द मॅक्मिलन कंपनी, न्यूयॉर्क, १९४८, पृ. ११३-१४.

२. सर फ्रॉन्सिस बेकन (१५६१-१६२६) सतराव्या शतकातील प्रभावी व विख्यात इंग्लिश विचारवंत, ज्याने नीतिशास्त्र, तत्त्वज्ञान, शास्त्र, कायदा, इतिहास व राजकारण अशा विविध विषयांवर विस्तृत लिखाण केले. तो शास्त्रप्रणीत नवीन विचारांचा एक प्रणेता होता. त्याच्या सर्वांत प्रसिद्ध कलाकृती म्हणजे - *The Advancement of Learning* (1605) आणि *Novum Organum* or, *Indications Respecting the Interpretation of Nature* (1620). लोक हे निसर्गाचे नोकर व स्पष्टीकरण देणारे आहेत. त्यांच्या सत्याची संकल्पना ही प्रमाणाधिष्ठित गोष्टीवर आधारित नसून, ज्ञान हे अनुभवावर आधारित असते हे त्याने विशद केले.

३. रेने देकार्त (१५९६-१६५०) फ्रेंच तत्त्वज्ञ, शास्त्रज्ञ, गणिती. नूतन तत्त्वज्ञानाचा, विशेषत: 'बुद्धिवादा'चा जनक मानला जातो. शास्त्र व गणिताद्वारे भौतिक जगातील सर्व घटनांचे विश्लेषण व भवितव्य करता येते अशी त्याची धारणा होती. त्याने वैचारिक साशंकतेच्या महत्त्वावर भर दिला. 'I think, therefore I am' हे त्याने उच्चारलेले प्रसिद्ध शब्द. पुढील माहितीसाठी, जॅक बार्झुन, *फ्रॉम डॉन टू डिकेडन्स - 500 इअर्स ऑफ वेस्टर्न कल्चरल लाईफ*, हार्पर कॉलीन्स, न्यूयॉर्क २०००, पृ. २००-३.

४. कित्ता.

५. देकार्त, स्पिनोझा व लायबनीझबद्दल अधिक माहितीसाठी पाहा, बर्नार्ड विल्यम्स, 'रॅशनॅलिझम'मध्ये *The Encyclopaedia of Philosophy*, पॉल एडवर्ड्स (संपा.) कॉलीअर मॅक्‌मिलन पब्लिशर्स, लंडन, खंड ७, पृ. ६९-७४; तसेच, जॉन गॉटिंगहॅम, *रॅशनॅलिझम,* ग्रॅनडा पब्लिशिंग लि., लंडन, १९८४, पृ. ३६-५८.
६. गॉटिंगहॅम, पूर्वोक्त.
७. अनुभववाद. तत्त्वज्ञानात या सिद्धांतात असे अभिप्रेत आहे की, सर्व ज्ञान अनुभव-आधारित आहे व उत्स्फूर्त किंवा *a priory* विचारांची शक्यता त्यात अमान्य आहे. जॉन लॉक याने सर्वप्रथम एका आकृतिबंध विचारसरणीत याची मांडणी केली. अनुभववाद्यांच्या विरुद्धची विचारसरणी म्हणजे देकार्त, स्पिनोझा व लायबनीझ यांचा आधिभौतिक विवेकवाद (philosophical rationalism).
८. ज्ञान हे अनुभवाधिष्ठित आहे अशी समजूत या सर्व तत्त्ववेत्त्यांची होती. आपल्या सर्वांचे अनुभव मुख्यत: पंचेद्रियांच्या संवेदनांवर अवलंबून असतात. जास्त माहितीसाठी जॉन गॉटिंगहॅम, तत्रैव, पृ. ७१-८२.
९. जॉन गॉटिंगहॅम, पूर्वोक्त, पृ. ८२-८९; कांटने याबाबतचे विचार *Critique of Pure Reason* (१७८१) या पुस्तकात मांडले.
१०. कित्ता.
११. व्हॉल्टेअर हे टोपणनाव. त्याचे खरे नाव - फ्रँकॉय मारी अराउव. अठराव्या शतकातील प्रबोधनयुगातील व्हॉल्टेअर ही प्रमुख व्यक्ती. माणसाची विवेकबुद्धी, विज्ञान व मानवतेबद्दल असलेला आदर हे विचार हे या काळाचे विशेष. साहित्य हे सामाजिक बदलाचे प्रमुख वाहन होऊ शकते असे व्हॉल्टेअरचे म्हणणे होते. *कँडीड* हे बोचरी टीका करणारे उपहासात्मक पुस्तक त्याने लिहिले. त्याने जीवनभर स्वातंत्र्याची, बुद्धिप्रामाण्यवादाची कास धरली. आपल्या उपरोधिक शैलीतून सत्ताधाऱ्यांवर त्याने परखड टीका केली. वैज्ञानिक दृष्टिकोनाचा सतत पुरस्कार केला.
१२. डेनिस दिदेरो हा फ्रेंच एन्सायक्लोपिडिस्ट व तत्त्वज्ञानी. त्याने साशंकवादी व बुद्धिप्रामाण्यवादी संपादक या नात्याने *एन्सायक्लोपिडिया* या अनेक खंडांत प्रसिद्ध झालेल्या माहितीचा तत्कालीन धार्मिक सत्ता, अंधश्रद्धा, पुरातनवाद व सर्व प्रकारची सरंजामशाही सामाजिक वर्ग, यांच्याविरुद्ध हल्ला चढविण्यासाठी एक प्रबळ शस्त्र म्हणून वापर केला. त्यामुळे त्याच्या लिखाणावर धर्मसत्तेचा विशेष रोष होता. १७५९ साली धर्मगुरूंनी दिदेरोने

संपादलेल्या पहिल्या दहा खंडांवर बंदी आणली. तरीसुद्धा दिदेरोने न डगमगता आपले काम चालूच ठेवले व पुढील २५ खंड गुप्तरीत्या छापले. पुढील माहितीसाठी, जॅक बारझून, पूर्वोक्त, पृ. ३६९-३७४.

१३. थॉमस हॉब्ज (१५८८-१६७९) - इंग्लिश तत्त्वज्ञानी व राजकीय विचारवंत. राजकीय सरकारचे धर्मनिरपेक्ष समर्थन करणाऱ्या पहिल्या विचारवंतांपैकी एक. त्याची प्रसिद्ध लेखनकृती म्हणजे, *Leviathan or The Matter, Form and Power of a Commonwealth-Ecclesiastical and Civil* (१६५१).

१४. बेनेडिक्ट स्पिनोझा - डच विवेकवादी तत्त्वज्ञ व धर्म तत्त्ववेत्ता. तत्त्वज्ञानातील विवेकवादी विचारसरणीचा एक सदस्य या नात्याने, स्पिनोझाची ज्ञान संपादनाची संकल्पना अनुमानजन्य (induction) पद्धतीपेक्षा आनुमानिक पद्धतीवर भर देणारी होती. त्याने गणिताच्या सैद्धांतिक पद्धतीचा वापर इतर ज्ञानशाखांच्या प्रश्नांसाठी केला. युक्लीडच्या *'एलिमेंट्स'* मधील सैद्धांतिक स्वरूप वापरून स्पिनोझाने आपल्या *'एथिक्स'* या पुस्तकात नीती व धर्म यांबाबतच्या व्याख्या व गृहीतके यांची मांडणी केली.

१५. *एन्सायक्लोपिडिया ऑफ सोशल सायन्सेस,* पूर्वोक्त, पृ. ११३-११७.

१६. कित्ता.

१७. Deism म्हणजेच एकेश्वरमतवाद. ही सतराव्या व अठराव्या शतकात उदयाला आलेली एक विवेकवादी धार्मिक विचारसरणी आहे. एकेश्वरमतवाद्यांना दैवी साक्षात्कार व एका विशिष्ट चर्चची विचारसरणी अमान्य होती. अठराव्या शतकातील युरोपातील वैचारिक वातावरणनिर्मितीत यांचा प्रमुख वाटा होता. त्यांनी विवेकवादावर जास्त भर दिला व धर्मवेड व असहिष्णुता यांना तीव्र विरोध केला. इंग्लंडमध्ये जॉन लॉक व डेव्हिड ह्यूम आणि फ्रान्समध्ये व्हॉल्टेअर हे त्याचे प्रणेते होते. या विचारवंतांनी, अपौरुषेय मानलेल्या धार्मिक ग्रंथांवर बुद्धिवादी दृष्टिकोनातून प्रखर टीका केली.

१८. रिचर्ड व्हॅटली (१७८७-१८६३) - ब्रिटिश धर्म-विचारवंत व तर्कशास्त्रज्ञ.

१९. विल्यम पेली (१७४३-१८०५), ब्रिटिश धर्म-विचारवंत, धर्मगुरू व तत्त्वज्ञानी. इंग्लंडमधील पीटरबरो येथे त्याचा जन्म. केम्ब्रिज विद्यापीठातील ख्राईस्ट्चर्च महाविद्यालयात शिक्षण व तिथेच अध्यापन. १७६७ मध्ये चर्च ऑफ इंग्लंडची दीक्षा घेतली. १७८५ मध्ये त्याने *Principles of Moral and Political Philosophy* हे पुस्तक लिहिले. १८०२ मध्ये लिहिलेले त्याचे सर्वांत प्रसिद्ध पुस्तक - *Natural Theology or Evidence of the Existence and Attributes of the Deity.*

२०. जोसेफ बटलर (१६९२-१७५२), इंग्लिश धर्मगुरू व विचारवंत. तो १७४० साली लंडन येथील सेंट पॉल कॅथिड्रलचा डीन व १७५० मध्ये डर्‍हॅमचा बिशप झाला. १७३६ साली त्याने लिहिलेल्या *Analogy of Religion* मध्ये त्याने एकेश्वरमतवाद्यांवर भरपूर टीका केली. या जगाचे आदिकारण देव आहे, असे ठाम मत त्याने मांडले. हे पुस्तक १८५७ पासून मुंबई विद्यापीठाच्या लॉजिक व मॉरल फिलॉसॉफी या विषयांच्या अभ्यासक्रमात नेमले गेले होते. तसेच त्यातील वेचे इंग्रजी भाषा विषयाच्या आवश्यक पाठ्यपुस्तकात नेमलेले असत.

२१. डब्ल्यू. इ. एच. लेकी, *हिस्टरी ऑफ युरोपियन रॅशनॅलिझम,* वॅट अँड कं. लंडन, १९४६, ३ री आवृत्ती, पृ. १-८२. संस्कृतीतील अनुक्रमाने येणाऱ्या टप्प्याशी योग्य असणारे सदाचार कुठले असतात हे दाखविण्याचा चांगला प्रयत्न आपल्या *'The Natural History of Moral'* या प्रकरणात लेकीने केला आहे.

२२. जे. व्ही. नाईक, 'सम रिफ्लेक्शन ऑन अ नाईंटींथ सेंचुरी डिबेट ऑन रिलिजन, सायन्स अँड फिलॉसॉफी', *प्रोसिडिंग्ज ऑफ द इंडियन हिस्टरी काँग्रेस,* ५२ वे अधिवेशन, न्यू दिल्ली, १९९१, पृ. ७३२-७३६.

२३. एलेन ई. मॅक्डोनाल्ड, 'इंग्लिश एज्युकेशन अँड सोशल रिफॉर्म इन लेट नाईंटींथ सेंचुरी बाँबे-अ केस स्टडी इन द ट्रान्समिशन ऑफ अ कल्चरल आयडियल', *द जर्नल ऑफ एशिअन स्टडिज,* खंड २५, मे १९६६, पृ. ४५३-४७०.

२४. उपयुक्ततावाद या विचारसरणीच्या उगमात सर्वप्रथम थॉमस हॉब्ज याच्या विचारांचा खूप प्रभाव आहे.

२५. क्लॉड एड्रीअन हाल्वेशस (१७१५-१७७१) - फ्रेंच तत्त्वज्ञ आणि *द ला इस्प्रित* या १७५८ मध्ये प्रसिद्ध झालेल्या पुस्तकाचा लेखक. १८०७ साली याचा इंग्रजी अनुवाद *एसेज ऑन द माईंड* या नावाने प्रसिद्ध झाला.

२६. जेरेमी बेंथॅम (१७४९-१८३२) - ब्रिटिश तत्त्वज्ञानी, अर्थतज्ज्ञ व कायदे-पंडित, उपयुक्ततावाद या तत्त्वाचा जनक. न्याय पद्धतीतील सुधारणा त्याने सुचविल्या तसेच कायदा व नीतीबाबत एक सर्वसामान्य सिद्धांत मांडला. १७८९ साली त्याने लिहिलेल्या *Introduction of the Principles of*

Morals and Legislation या पुस्तकासाठी तो खूप प्रसिद्धीच्या झोतात आला. बेंथम 'फिलॉसॉफिकल रॅडिकल' म्हणून ज्यांना ओळखतात त्यांचा प्रमुख होता, त्यांत जेम्स मिल व त्याचा मुलगा जॉन स्टुअर्ट मिल सुद्धा होते. या सर्वांनी *द वेस्टमिन्स्टर रिव्ह्यू* नावाचे मासिक चालवले. या मासिकात त्यांनी सुधारणावादी विचारांची खोलवर मांडणी केली. 'जास्तीत जास्त लोकसमुच्चयाचे जास्तीत जास्त सुख' हे तत्त्व बेंथॅमने प्रथम मांडले. बेंथॅमच्या तत्त्वामध्ये सैद्धांतिक बदल घडवून आणला तो जॉन स्टुअर्ट मिल याने.

२७. विल्यम एडवर्ड हार्टपोल लेकी, *हिस्टरी ऑफ युरोपिअन मॉरल्स,* पूर्वोक्त, पृ. १

२८. एडवर्ड, रॉयले, *द इन्फिडेल ट्रेडिशन - फ्रॉम पेन टू ब्रॅडलॉ,* द मॅक्मिलन, १९७६, पृ. १६-३५.

२९. रिचर्ड कार्लाईलच्या शूर लढ्याच्या अंतात त्याच्या चळवळीची सांगता झाली. १८२६च्या शेवटच्या काळात त्याचे *रिपब्लीकन* हे वृत्तपत्रही बंद पडले. त्याच्या इतर मुद्रणांना म्हणावे असे यश आले नाही.

३०. जोसेफ मॅक्कॅबे, *अ रॅशनॅलिस्ट एन्सायक्लोपिडिया,* वॅट अँड कं. लंडन, १९४८, पृ. ४८०-८१; जॉर्ज जेकब होलिओकने 'सेक्युलर / सेक्युलॅरिझम' हे शब्द १८५१ साली प्रथम तयार केले. त्याने १८९६ साली *द ओरिजिन अँड नेचर ऑफ सेक्युलॅरिझम* नावाचे पुस्तक लिहिले.

३१. गॉर्डन स्टीन, *अ सेकंड अॅन्थॉलॉजी ऑफ एथिझम अँड रॅशनॅलिझम,* प्रामेथिअस बुक्स, न्यूयॉर्क, १९८७, पृ. ३४५.

३२. ओवेन चॅडविक, *द सेक्युलरायझेशन ऑफ युरोपिअन माईंड इन द नाईन्टींथ सेंचुरी,* केंब्रिज युनिव्हर्सिटी प्रेस, १९९५ आवृत्ती, पृ. ९०-९१.

३३. *रिझनर,* २० जानेवारी १८५३, ओवेन चॅडविक यांनी उद्धृत केल्याप्रमाणे. स्वत: होलिओकच्या म्हणण्यानुसार एक विचार करण्याची पद्धत स्पष्ट करण्यासाठी त्यांनी 'सेक्युलॅरिस्ट' या शब्दाचा वापर ३ डिसेंबर १८५१ रोजी *रिझनर* या मासिकात केला व एका आठवड्याने 'सेक्युलॅरिझम' या शब्दाचा पहिल्यांदा वापर *रिझनर* मध्ये केला गेला.

३४. लंडनमध्ये १० व ११ मार्च १८७० रोजी झालेल्या या वादविवादाचा तपशील ऑस्टिन होलिओक याने एका वर्षानंतर छापून प्रसिद्ध केला. गॉर्डन स्टीन, पूर्वोक्त, पृ. २४७-३४८.

३५. चार्लस ब्रॅडलॉ, ब्रिटिश पुरोगामी व नास्तिक विचारवंत; थॉमस पेन आणि व्हॉल्टेअर यांच्या वैचारिक पठडीत बसणारा मुक्त-विचारवंत; *नॅशनल*

रिफॉर्मर या वृत्तपत्राचा संपादक. इंग्लंडमधील हाऊस ऑफ कॉमन्सचा सदस्य म्हणून लोकांनी त्याला निवडून दिले होते, पण परत परत तीन वेळा निवडणूक जिंकूनसुद्धा सदस्य म्हणून संसदेची शपथ धर्माची साक्ष ठेवून घेण्यास नकार दिल्याने त्याला त्यापासून वंचित ठेवण्यात आले. शेवटी संसदेच्या शपथांबाबतचे घटनात्मक बदल करून त्याला सदस्यत्व देण्यात आले.

३६. जे. व्ही. नाईक, 'द सीड पिरिअड ऑफ बॉम्बेज इंटेलेक्चुअल लाईफ, १८२२-१८५७ समाविष्ट *बॉम्बे-मोझाईक ऑफ मॉडर्न कल्चर,* सुजाता पटेल आणि ॲलिस थॉर्नर (संपा.) - ऑक्सफर्ड युनिव्हर्सिटी प्रेस, बॉम्बे, १९९५, पृ. ६१-६२.

३७. के. मुखर्जी, 'द रिनेसान्स इन बेंगॉल अँड महाराष्ट्रीयन थॉट फ्रॉम १८५० टू १९२०' *अर्थविज्ञान,* डिसेंबर १९६२, पृ. ३३१-३४१.

३८. कित्ता.

३९. 'Conservative' या शब्दाचा राजकीय वापर फ्रेंच मधील मूळ conservatuer या शब्दावरून आला आहे आणि प्रथम उल्लेख एडमंड बर्कच्या *Reflections on the Revolution in France* (१७९०) या ग्रंथात आढळतो. या संज्ञेचा जाणीवपूर्वक वापर क्रांतिकारी बदलाऐवजी १६६० मधील इंग्लिश रिस्टोरेशनप्रमाणे समाज बदलावा असे स्पष्ट करण्यासाठी झाला. क्रांतिकारी बदलाचे परावर्तन व्हावे असे बर्कने जाणीवपूर्वक प्रतिपादन आपल्या पुस्तकात केले. Conservatism ही एक मानसिक प्रवृत्ती आहे, ज्यात अभिप्रेत आहे की, नवीन उपक्रम न करता सामाजिक बदल हे परंपरांना धरून असावेत. यात सांस्कृतिक ठेवा जतन करण्यावर भर असून क्रांतीआधारित बदलाविरुद्ध प्रखर विरोध आहे आणि असलेल्या सामाजिक पद्धतीत हळुवारपणे बदल घडावेत ही अपेक्षा आहे. जास्त माहितीसाठी पहा, *डिक्शनरी ऑफ द हिस्ट्री ऑफ आयडियाज,* खंड १ पृ. ४७७-४८५.

४०. केनेथ बॉलॉचेट, *सोशल पॉलिसी अॅन्ड सोशल चेंज इन वेस्टर्न इंडिया,* ऑक्सफर्ड युनिव्हर्सिटी प्रेस, लंडन. १९५७, पृ. १७१-१७२.

४१. ज. वि. नाईक, 'कॅप्टन जी. आर. जर्विस ॲन्ड द फर्स्ट 'गणित शिल्पविद्यालय' इन महाराष्ट्र, १८२३-१८३२', *भारत इतिहास संशोधक मंडळ त्रैमासिक,* खंड ६९, १-४ जुलै १९९०-एप्रिल १९९१, पृ. ६७-७९.

४२. थॉमस पेनकृत *राईट्स ऑफ मॅन* चे दोन भागांत प्रकाशन १७९१ व १७९२ मध्ये झाले. या पुस्तकाचा मूळ उद्देश बर्कने लिहिलेल्या पुस्तकाचे खंडन करणे, ज्यात फ्रेंच राज्यक्रांतीचा धिक्कार त्याने केला होता. पेनने लिहिलेल्या या पुस्तकाबद्दल त्याच्या गैरहजेरीत इंग्लंडमध्ये खटला भरण्यात आला व त्याला शिक्षाही ठोठावण्यात आली. या पुस्तकाच्या व्यतिरिक्त पेनचे अन्य प्रसिद्ध पुस्तक म्हणजे पॅरिसमध्ये १७९२-९५ या काळात लिहिलेले - *एज ऑफ रिझन.* १७९७ मध्ये पेनच्या धर्मविरोधी लिखाणाबद्दल खटला चालविण्यात आला.

४३. बी. जी. जांभेकर, *मेमॉअर्स ॲन्ड रायटिंग्स ऑफ आचार्य बाळ शास्त्री जांभेकर (१८१२-१८४६),* खंड १-३, जी. जी. जांभेकर (संपा. आणि संकलन), पुणे, १९५०, खंड १ पृ. xxxviii-xliv.

४४. भास्कर पांडुरंग यांचे थोरले भाऊ दादोबा यांनी आपल्या भावाने लिहिलेल्या पत्रांचा प्रथम उल्लेख स्वत:च्या आत्मचरित्र-चरित्रातील तळटिपेत केला. अ. का. प्रियोळकर (संपा. व चरित्रकार), *राव बहाद्दूर दादोबा पांडुरंग - पूर्वार्ध : आत्मचरित्र, उत्तरार्ध : चरित्र,* केशव भिकाजी ढवळे, मुंबई, पहिली आवृत्ती, १९४७, पृ. १९८; या पत्रांच्या अभ्यासू विश्लेषणासाठी वाचा, जे. व्ही. नाईक, 'ॲन अर्ली अप्रायझल ऑफ द ब्रिटिश कलोनिअल पॉलिसी', *जर्नल ऑफ द बॉम्बे युनिव्हर्सिटी,* खंड xliv-xlv, १९७५-७६, पृ. २४३-२७०

४५. जे. व्ही. नाईक, 'भाऊ महाजन ॲन्ड हिज प्रभाकर, धूमकेतू ॲन्ड ज्ञान दर्शन : अ स्टडी ऑफ महाराष्ट्रीयन रिस्पॉन्स टू ब्रिटिश रूल', *इंडीयन हिस्टॉरिकल रिव्ह्यू,* व्हॉ. १३, जुलै १९८६ जाने. १९८७, नं. १-२, पृ. १३५-१५२.

४६. दि. के. बेडेकर (संपा.) *चार जुने अर्थशास्त्रीय ग्रंथ* १८४३-१८५५, गोखले अर्थशास्त्र संस्था, पुणे, १९६९, रामकृष्ण विश्वनाथ यांचे हे पुस्तक यात समाविष्ट आहे.

४७. परमहंस सभा सुरू करण्यापूर्वी, दादोबांनी, दुर्गाराम मंछाराम आणि दिनमणिशंकर यांच्या साहाय्याने मानवधर्म सभा सुरत येथे २२ जून १८४४ रोजी काढली. अ. का. प्रियोळकर, *रावबहाद्दूर दादोबा पांडुरंग, पूर्वार्ध : आत्मचरित्र,* मुंबई १९४७, पृ. २४३-४७, १८४३ मध्ये दादोबांनी *धर्मविवेचन* ही अत्यंत बुद्धिप्रामाण्यवादी पुस्तिका 'एक जगद्वासी आर्य' या टोपणनावाखाली छापली. या पुस्तकाचे नित्य वाचन व अभ्यास प्रार्थना

समाजाचे अनुयायी व ज्योतिबा फुल्यांच्या सत्यशोधक समाजात केले जात असे.

४८. *धर्मविवेचन* हे पुस्तक अनंत काकबा प्रियोळकर लिखित *परमहंस सभा व तिचे अध्यक्ष रामचंद्र बाळकृष्ण,* मुंबई मराठी ग्रंथसंग्रहालय, १९६६, पृ. ६३-१२२, यात छापले आहे. या सभेच्या कामकाजाबद्दल पुढील माहितीसाठी वाचावे, जे. व्ही. नाईक, 'अर्ली अ‍ॅन्टीकास्ट मुव्हमेंट इन वेस्टर्न इंडिया: द परमहंस सभा', *जर्नल ऑफ द एशियाटीक सोसायटी ऑफ बॉम्बे,* खंड ४९-५०-५१, १९७९, पृ. १३६-१६२.

४९. अ. का. प्रियोळकरांनी दादोबांची *धर्मविवेचन* ही पुस्तिका *परमहंस सभा व तिचे अध्यक्ष रामचंद्र बाळकृष्ण* या छोटेखानी पुस्तकात छापली आहे. कित्ता, पृ. ६३-१२२.

५०. ज. वि.नाईक, '*धर्मविवेचन* : अ‍ॅन अर्ली नाईन्टिन्थ सेंचुरी रॅशनॅलीस्ट मॅनिफेस्टो इन वेस्टर्न इंडिया', *इंडिया - पास्ट अ‍ॅन्ड प्रेझेंट,* खंड ५, नं. १ व २, बॉम्बे, १९८८, पृ. १७-३१.

५१. प्राध्यापक पॅटन हे या संस्थेचे पहिले अध्यक्ष, प्रा. रीड व सिंक्लेअर तिचे सेक्रेटरी व दादाभाई नौरोजी हे तिचे खनिजदार होते. या संस्थेच्या आठ शाळांना डॉ. भाऊ दाजी, जगन्नाथ शंकरशेठ, शेठ मंगलदास नाथुभाई सारख्यांनी अर्थ साहाय्य केले होते, अशी माहिती सभेच्या पहिल्या चार वर्षांच्या अधिवृत्तावरून मिळते. अधिक माहितीसाठी, *रिपोर्ट ऑफ द स्टुडंट्स लिटररी अ‍ॅन्ड सायंटीफिक सोसायटी फॉर द सेशन ऑफ १८६६-६७.*

५२. जे. व्ही. नाईक, 'आर. जी. भांडारकर्स कन्सेप्ट ऑफ अ सोशल रिफॉर्म', *इंडिया - पास्ट अ‍ॅन्ड प्रेझेंट,* खंड iv, नं. १, १९८७, पृ. ५१-६४.

५३. एम. जी. रानडे, *द मिस्सेलिनिअस रायटींग्स ऑफ द लेट ऑनरेबल मि. जस्टीस एम. जी. रानडे,* मनोरंजन प्रेस, १९१५, पृ. ११२-११३.

५४. रानडेंच्या धर्मपर विचारांसाठी पहा, 'फिलॉसॉफी ऑफ इंडियन थिइझम' आणि 'अ थिईस्ट कन्फेशन ऑफ फेथ', *रिलिजिअस अ‍ॅन्ड सोशल रिफॉर्म : अ कलेक्शन ऑफ एसेज अ‍ॅन्ड स्पिचिस,* एम. बी. कोळस्कर (संकलित), बॉम्बे, १९०४, पृ. १-२५ व २५०-२७८; मॅथ्यु लिडरली, *फिलॉसॉफीकल ट्रेंड्स इन मॉडर्न महाराष्ट्र,* पॉप्युलर प्रकाशन, बॉम्बे, १९७६, पृ. ९२-९५.

५५. प्रार्थना समाजाच्या सहा मुख्य तत्त्वांसाठी पहा, डी. जी. वैद्य, *प्रार्थना समाजाचा इतिहास,* मुंबई, १९२७, पृ. ३६.

५६ आर. जी. भांडारकर, *कलेक्टेड वर्क्स ऑफ सर आर. जी. भांडारकर,* खंड २, भांडारकर ओरीअंटल रिसर्च इन्स्टिट्यूट, पुणे, १९२८-१९३३, पृ. ४८०.

५७. ब्राह्मोसमाज, प्रार्थना समाज हे उदारमतवादी-विवेकवादी काळाचे द्योतक आहेत, तर आर्य समाज, थिऑसॉफिकल सोसायटी, व रामकृष्ण-विवेकानंद चळवळ, या सामाजिक-धार्मिक चळवळी एका अर्थी भावनिक-पुनरुज्जीवनवादी काळाचे प्रतिबिंब आहेत. याच काळात गणेशोत्सव व शिवाजी उत्सव सारख्या चळवळींनी भर घातली.

५८. लिडरली, पूर्वोक्त, पृ. १९१-२०३.

५९. ज. वि. नाईक, 'इंफ्लुअन्स ऑफ ज्युनिअस ऑन द अॅन्टी-ब्रिटिश रायटींग्स ऑफ मिलिटंट नॅशनॅलिस्ट', *मिडिव्हल इंडियन हिस्टरी* (पी.एम. जोशी गौरवग्रंथ), ए. आर. कुलकर्णी व इतर (संपा.), पॉप्युलर प्रकाशन, १९९६, पृ. २३७-२५७

६०. गेल ऑमवेट, *कल्चरल रिव्होल्ट इन कलोनियल सोसायटी, द नॉन-ब्राह्मिन गव्हर्न्मेंट इन वेस्टर्न इंडिया,* साईंटीफिक सोशलिस्ट एज्युकेशन ट्रस्ट, मुंबई, १९७६.

६१. रोझलिंड ओहॅनलॉन, *कास्ट, कॉन्फ्लीक्ट अॅन्ड आइडिऑलॉजी-महात्मा ज्योतिराव फुले अॅन्ड लो-कास्ट प्रोटेस्ट इन नाईंटींथ सेंचुरी वेस्टर्न इंडिया,* केंब्रिज युनिव्हर्सिटी प्रेस, न्यूयॉर्क, १९८५, पृ. १९५.

६२. जी. पी. प्रधान, 'गोपाळ गणेश आगरकर', मध्ये *रॅशनॅलिस्ट ऑफ महाराष्ट्र,* इंडियन रिनेसान्स इन्स्टिट्यूट, कलकत्ता, १९६२, पृ. ४०-४१.

६३. 'डेरोझिअन्स' हे हेन्री लुई डेरोझिओचे विद्यार्थी. डेरोझिओ कलकत्त्यातील हिंदू कॉलेजात १८२६ ते १८२९ मध्ये व्याख्याता होता. या प्रतिभासंपन्न शिक्षकाने या छोट्या काळात आपल्या हुशार विद्यार्थ्यांचे जीवन घडविले. त्याच्या प्रभावाखाली या विद्यार्थ्यांनी व्हॉल्टेअर, लॉक, बेकन, ह्यूम व टॉम पेन सारख्यांकडून प्रेरणा घेतल्या. डेरोझिओचे विचार त्या काळाला अतिशय पुरोगामी होते व अशा शिकवणुकीमुळे हिंदू कॉलेजच्या चालकांनी त्यास नोकरीतून दूर केले. त्याचे पंचविसाव्या वर्षी निधन झाले. आर. सी. मजुमदार (प्रा. संपादक), *द हिस्टरी अॅन्ड कल्चर ऑफ द इंडियन पिपल: ब्रिटिश पॅरॅमाउंट्सी अॅन्ड इंडियन रिनेसान्स,* भारतीय विद्या भवन, मुंबई, तिसरी आवृत्ती, १९९१, पृ. ३८-४०.

□□□

२

गोपाळ गणेश आगरकर
जीवन चित्र

‘‘इष्ट असेल ते बोलणार आणि साध्य असेल ते करणार’’

— आगरकरांचे जीवितध्येय सूचित करणारे, त्यांचे ब्रीदवाक्य

२ गोपाळ गणेश आगरकर : जीवन चित्र

गोपाळ गणेश आगरकरांचा जन्म टेंभू गावातील चित्पावन ब्राह्मण कुटुंबात १४ जुलै १८५६ रोजी (शके १७७८, आषाढ शुद्ध द्वादशीला) झाला.[१] टेंभू हे गाव महाराष्ट्रातील सातारा जिल्ह्यातील कऱ्हाडपासून चार मैलांवर कृष्णा नदीच्या काठी वसलेले आहे. गोपाळ गणेश आगरकरांपूर्वीच्या तीन पिढ्यांची सुस्थिती असली तरी त्यांच्या जन्माच्या वेळी ती अगदी बेताचीच म्हणजे गरिबीची होती. गणेश आगरकरांचा विवाह कऱ्हाडच्या विष्णुपंत भागवतांची थोरली कन्या सरस्वतीबाई ऊर्फ ठकूबाई यांच्याशी झाला होता. गणेश व सरस्वतीबाई या जोडप्याला एकूण तीन मुली आणि दोन मुलगे झाले. यांतील गोपाळ हे सर्वांत धाकटे.

आगरकरांच्या विचारांचा विकास योग्यरितीने समजून घेण्यासाठी त्यांच्या अत्यल्प परंतु कीर्तिमान आयुष्याच्या काही वैशिष्ट्यपूर्ण गोष्टींचे सिंहावलोकन करणे उपयुक्त ठरेल. त्यांच्या बालपणाविषयी फार त्रोटक माहिती मिळते. म्हणून, त्यांच्या मित्रवर्गाकडून व नातेवाइकांकडून मिळविलेल्या आठवणींतून त्यांचे जीवनचित्र तयार करणे गरजेचे आहे. अत्यंत दारिद्र्यामुळे त्यांच्या शालेय शिक्षणात खूप अडथळे आले. शाळेसाठी त्यांना टेंभू या त्यांच्या जन्मगावाहून लांब आपल्या आजोळी कऱ्हाडला जावे लागले. पण त्या ठिकाणी फक्त प्राथमिक शिक्षणाची सोय होती.

आर्थिक साहाय्याअभावी वयाच्या तेराव्या वर्षी त्यांना शिक्षण सोडावे लागले आणि मुन्सिफाच्या कचेरीत उमेदवार म्हणून नोकरी करावी लागली. ते कऱ्हाडला असतानाची, त्यांच्या लेखन-कौशल्याबद्दलची एक आख्यायिका पुन:पुन्हा सांगितली जाते, ती अशी. कऱ्हाडला त्यावेळी रावसाहेब अमृत श्रीपाद नागपूरकर मुन्सिफ होते. वक्तृत्व व लेखनकलेत मुलांना प्रोत्साहन देण्याच्या उद्देशाने ते दर रविवारी एक मेळावा भरवीत आणि सर्वोत्कृष्ट निबंधास दोन रुपयांचे बक्षीस देत

असत. आगरकरांचा निबंध इतका उत्कृष्ट होता की, असा निबंध त्यांनी लिहिला आहे, यावर रावसाहेबांचा विश्वास बसेना. तेव्हा आगरकरांनी तो आपणच लिहिला आहे, हे सिद्ध करण्यासाठी पुन्हा वेगळा निबंध लिहिण्याची तयारी दर्शविली.

तथापि, माध्यमिक शिक्षण पूर्ण करण्याच्या उत्कट इच्छेमुळे आश्रयदात्याच्या शोधार्थ त्यांना कऱ्हाड सोडावे लागले. त्यानंतर, शिक्षण खात्यात चांगल्या हुद्द्यावर काम करणारे त्यांचे काका वामनराव आगरकर, यांच्याकडून योग्य मदत मिळेल या आशेने आगरकर कोकणात रत्नागिरीपर्यंत अक्षरश: पायी चालत गेले. पण तसे घडले नाही, उलट त्यांना पोटपाण्यासाठी मिळेल ती किरकोळ कामे करावी लागली. प्रसंगी त्यांना दानधर्मावरही अवलंबून राहावे लागले.

काकांच्या मृत्यूनंतर आगरकर कऱ्हाडला परत आले. तेथे काही काळ त्यांनी एका डॉक्टराकडे कंपाउंडरकी केली. एकदा त्या डॉक्टरांकडे त्यांना शवविच्छेदन पाहावे लागले. या घटनेने त्यांच्या मनावर खोलवर छाप सोडली आणि त्यांनी त्या नोकरीला रामराम ठोकला. ते सोळा वर्षांचे असताना आपल्या मामीला सोबत म्हणून अचानक त्यांना अकोल्याला जावे लागले. अकोल्यात त्यांचे मामा सदाशिवराव भागवत यांनी सरकारी हायस्कुलात आगरकरांच्या शिक्षणाची व्यवस्था केली. इथे विष्णु मोरेश्वर महाजनींच्या मार्गदर्शनाखाली आगरकरांनी शिक्षण पूर्ण केले. महाजनी हे मराठीतील प्रसिद्ध लेखक व विष्णुशास्त्री चिपळूणकरांचे सहाध्यायी होते. इतकेच नव्हे, तर उच्च शिक्षणासाठी पुण्यास जाण्यासाठी महाजनी आणि त्यांच्या इतर शिक्षकवर्गाने साठ रुपये जमा करून दिले.

आगरकरांनी १८७५ मध्ये डेक्कन कॉलेजात प्रवेश घेतला. तिथे मिळविलेल्या अनेक शिष्यवृत्त्या व पुरस्कारांवर उदरनिर्वाह करत आगरकरांनी त्या काळात आपले शिक्षण चालू ठेवले. इतिहास, तर्कशास्त्र व नैतिक तत्त्वज्ञान आणि राजकीय अर्थशास्त्र हे प्रमुख विषय घेऊन १८७९ मध्ये त्यांनी बी. ए. ची पदवी मिळविली. पदव्युत्तर शिक्षण घेताना त्यांना 'दक्षिणा फेलोशिप' मिळाली. शाळेतील दिवसांत जशी वि. मो. महाजनींनी त्यांच्यावर अपार माया केली, तशीच माया डेक्कन कॉलेजमध्ये असताना प्राध्यापक केरो लक्ष्मण छत्रे यांनी केली. एम. ए. साठी आगरकरांनी इतिहास व तत्त्वज्ञान हे विषय निवडले होते. त्या परीक्षेत १८८१ मध्ये दुसऱ्या प्रयत्नात ते उत्तीर्ण झाले. एम. ए. शिकत असताना तत्त्वज्ञान शिकविणारे प्राध्यापक फ्रान्सिस गाय सेल्बी हे त्यांचे आवडते शिक्षक होते आणि त्यांच्या मार्गदर्शनाखाली आगरकरांच्या बुद्धिमत्तेला बहर आला. आपल्या जीवनाच्या सुरुवातीलाच आगरकरांनी पुढील आयुष्यात काय करावयाचे हे पक्के ठरवले होते. तो ठाम निश्चय त्यांनी आपल्या आईला लिहिलेल्या पत्रातून व्यक्त होतो :

आपला मुलगा मोठ्या परीक्षा उत्तीर्ण होऊन मोठ्या पगाराची नोकरी मिळवेल आणि आपल्या हालअपेष्टा त्यानंतर संपतील, अशी स्वप्ने तू आई म्हणून बघत असशील. पण तसे होणार नाही असे मी आत्ताच तुला सांगतो : संपत्ती आणि सुख माझ्यासाठी नाही, मला जीवनावश्यक मिळाले तरी पुरे आहे, म्हणजे माझा उर्वरित वेळ इतरांच्या कल्याणासाठी मला घालविता येईल.[२]

आगरकरांचा विवाह उंब्रज येथील मोरभटजी फडके यांची कन्या यशोदाबाई, पूर्वाश्रमीची अंबुताई यांच्याशी १८७९ साली, ते डेक्कन कॉलेजात शिकत असताना झाला. त्यांच्या प्रेमळ पत्नीने सर्व बऱ्यावाईट काळात त्यांना भक्कम साथ दिली.

आगरकर आणि टिळकांची प्रथम ओळख १८७९ मध्ये डेक्कन कॉलेजच्या वसतिगृहात ते सहनिवासी असताना झाली. त्यावेळी आगरकर एम. ए. च्या वर्षाला होते तर टिळक एलएल. बी. च्या दुसऱ्या वर्षाला होते. त्या दोघांचाही आदर्शवाद उदात्त होता. परकीय अमलाखाली खितपत पडलेल्या भारताच्या पारतंत्र्याबद्दल दोघांनाही सारखीच जाणीव होती. त्यामुळे वेगवेगळी कौटुंबिक पार्श्वभूमी तसेच संगोपनातील फरक असूनसुद्धा एकाच ध्येयवादाने ते एकत्र आले. भारताच्या हलाखीच्या परिस्थितीबद्दल त्यांच्यात चर्चा होई आणि देशाच्या सर्व दुःखावर शिक्षण हा तरणोपाय आहे, या निष्कर्षापर्यंत ते दोघेही पोहोचले होते. या ध्येयाने विष्णुशास्त्री चिपळूणकर, आगरकर आणि टिळक एकत्र आले आणि त्यांनी १ जानेवारी १८८० रोजी पुण्यात न्यू इंग्लिश स्कूलची स्थापना केली. मुंबई विद्यापीठाची एम. ए. ही पदवी १८८१ मध्ये संपादन केल्यानंतर आगरकर या शाळेत शिक्षक म्हणून रुजू झाले. बरोबरच, त्यांनी जानेवारीमध्ये *मराठा* (*मऱ्हाठा* असे पत्रावर लिहिलेले असे) व *केसरी* नावाची दोन वृत्तपत्रे सुरू केली. *मराठा* या इंग्रजी वृत्तपत्राचे संपादक टिळक होते, तर मराठी भाषेतील *केसरी* वृत्तपत्राचे पहिले संपादक आगरकर होते. संपादक या नात्याने दोघांनाही बर्वे अब्रूनुकसानी खटल्यात १८८२ मध्ये कारावास घडला. त्यामुळे खचून न जाता त्यांची अन्वेषक तसेच शैक्षणिक पत्रकारिता चालूच राहिली.

१८८२ मध्ये झालेल्या चिपळूणकरांच्या मृत्यूने डगमगून न जाता आगरकरांनी आणि त्यांच्या न्यू इंग्लिश स्कूलमधील सहकाऱ्यांनी पुढाकार घेऊन २४ ऑक्टोबर रोजी डेक्कन एज्युकेशन सोसायटीची स्थापना केली. या सोसायटीच्या देखरेखीखाली २ जानेवारी १८८५ रोजी फर्ग्युसन कॉलेजची स्थापना केली. प्रसिद्ध शब्दकोशकार आणि शिक्षणतज्ज्ञ, वामन शिवराम आपटे, हे त्या महाविद्यालयाचे पहिले प्राचार्य होते. डेक्कन एज्युकेशन सोसायटीच्या सदस्यांमध्ये कालांतराने वैचारिक मतभेद

निर्माण झाले आणि ते इतक्या विकोपाला पोहोचले, की त्यांच्यात दुफळी निर्माण झाली. या सर्वाचे पर्यवसान अखेरीस १८९० मध्ये टिळकांनी डेक्कन एज्युकेशन सोसायटीला दिलेल्या राजीनाम्यात झाले. ऑक्टोबर १८८७ पर्यंत आगरकर *केसरी*चे संपादक राहिले. आगरकरांनी *केसरी*चे संपादकपद सोडण्यास झालेली कारणे व १८८८ मध्ये *सुधारक* नावाच्या स्वतंत्र द्विभाषिक वृत्तपत्राचा आरंभ आणि त्यांचे टिळकांशी झालेले मतभेद, यांची चर्चा या प्रकरणात एका स्वतंत्र उप-विभागात केली आहे. *सुधारका*चा इंग्रजी विभाग गोपाळ कृष्ण गोखले सांभाळत असत. आगरकरांचे वृत्तपत्रीय ब्रीदवाक्य हे त्यांच्या जीवितकार्याचे निदर्शकही आहे : ''इष्ट असेल ते बोलणार आणि साध्य असेल ते करणार.''

आगरकर संपादक असताना *केसरी* आणि *सुधारक* वृत्तपत्रे लोकांच्या हृदयात आणि मनात सलत असलेला असंतोष व्यक्त करणारी पत्रकारितेची प्रभावी साधने होती. आगरकर हे तळमळीने शिकवणारे शिक्षक होते. जीवनाबद्दल आणि मानवी प्रगतीबाबतच्या मूलभूत प्रश्नांसंबंधी अनेक विषयांवर मोकळेपणाने विद्यार्थ्यांशी चर्चा करणे त्यांना मनापासून आवडत असे. तरुण विद्यार्थ्यांना शिकवताना उराशी जिवापाड बाळगलेल्या विचारांशी खेळण्याचा अनुभव त्यांनी घेतला. व्याख्यानांची तयारी करण्यासाठी ते किती कष्ट घेत असत, हे त्यांच्या अत्यंत तपशीलवार ठेवलेल्या टिपणांवरून आपल्याला दिसून येते. या वह्या आगरकर कागदपत्रांत (*आगरकर पेपर्स*)[३] आपल्याला सापडतात. जिज्ञासू वृत्ती, नव्या कल्पना आणि जिवंत विनोदाची पखरण ही त्यांच्या व्याख्यानांची वैशिष्ट्ये होती. प्राचार्य आपटे यांच्या ९ ऑगस्ट १८९२ रोजी झालेल्या मृत्यूनंतर आगरकर फर्ग्युसन कॉलेजचे प्राचार्य झाले आणि मृत्यू होईपर्यंत ते त्या पदावर १७ जून १८९५ पर्यंत होते.

सबंध आयुष्यभर आगरकर आपल्या विचारांशी आणि ध्येयांशी एकनिष्ठ होते. स्वत:च्या विचारांशी निष्ठा ठेवण्याचे धैर्य त्यांच्यात होते आणि आपल्या ध्येयांपासून ते कधीही ढळले नाहीत. त्यांच्या विचारांत आणि आचारांत कधीही फरक पडला नाही. ही गोष्ट फार थोड्याच सुधारकांबद्दल सांगता येईल. १८९० साली जेव्हा त्यांच्या आईचे निधन झाले, तेव्हा त्यांनी धार्मिक रीतिरिवाजाप्रमाणे क्षौर केले नाही. सनातन्यांना त्यांची प्रगत मते मानवली नाहीत आणि म्हणून त्यांनी शेवटपर्यंत त्यांचा छळच केला. सनातनी विरोधकांनी उपहासाने आयोजित केलेली स्वत:चीच अंत्ययात्रा बघण्याचे दुर्भाग्यही त्यांच्या वाट्याला आले. आगरकर आणि त्यांचे एकेकाळचे सहकारी टिळक यांच्यातील विकोपाला गेलेल्या वैचारिक मतभेदामुळे इतकी कडवट भांडणे दोघांत झाली की, काही वेळा दोघांनीही सुसंस्कृत वर्तनाच्या मर्यादा सोडून एकमेकांवर कुरघोडी करण्यासाठी बेताल भाषा वापरली.

आगरकरांनी आपली असाधारण धार्मिक मते घरातील मंडळींसहित कोणावरही लादली नाहीत, हे इथे नमूद करणे आवश्यक आहे. त्यांनी आपल्या पत्नीला कीर्तनासारख्या निरुपद्रवी धार्मिक व सामाजिक कार्यक्रमात भाग घेण्यास संपूर्ण स्वातंत्र्य दिले होते. कीर्तनामुळे यशोदाबाईंना व्यक्तिगत समाधान मिळत असे. आगरकरांनी आपल्या निरक्षर, मागासलेल्या आणि भोळ्या पत्नीला आपल्याला साजेल अशी सहचारिणी बनविले. वस्तुत:, प्रेमळ पत्नीच्या सहकार्याने आणि उपजत असलेल्या विनोदबुद्धीनेच, थकलेल्या आणि दु:खद अशा आयुष्याच्या शेवटच्या काळात त्यांना खूप समाधान व आधार दिला. आगरकर हे एक कर्तव्यदक्ष पुत्र होते. अज्ञेयवादी विचारसरणी असूनसुद्धा काशीच्या यात्रेला जाण्याच्या त्यांच्या आईवडिलांच्या इच्छापूर्तीसाठी त्यांनी खूप कष्ट करून आवश्यक पैसे कमविले.

दुर्दैवाने आगरकरांना निरोगी जीवन लाभले नाही. त्यांना दम्याचा गंभीर विकार होता. त्यामुळे १८८५ नंतर डॉक्टरांच्या सल्ल्यानुसार त्यांच्या सार्वजनिक कामांवर साहजिकच निर्बंध आले. परिणामत: त्यांना स्वत:जवळ असलेल्या वैचारिक सामर्थ्याचा सामाजिक हितासाठी सक्रिय उपयोग करता आला नाही. आपल्याला दीर्घायुष्य मिळण्याची शक्यता कमीच आहे, याची त्यांना जाणीव होती. पण त्यामुळे कौटुंबिक बाबींकडे पाहण्याच्या त्यांच्या दृष्टिकोनात फरक पडला नाही. संयमी भावनांचे असल्याने ते कुठल्याही परिस्थितीचे तटस्थपणे निरीक्षण करू शकत असत. १८९५ मध्ये दम्यापासून त्यांच्या प्रकृतीला थोडा आराम पडावा म्हणून मुंबईतील वांद्र्याच्या समुद्रकिनारी त्यांची काहीकाळ राहण्याची सोय त्यांच्या मित्रवत असलेल्या मामांनी, सदाशिवराव भागवत यांनी केली. त्याबद्दल आगरकरांनी व्यक्त केलेली प्रतिक्रिया प्रांजळ तसेच हृदयास भिडणारी आहे. आपल्या मृत्यूपूर्वी चार महिने आधी १८९५ मध्ये ते आपल्या मामांना, सदाशिवराव भागवतांना लिहितात :

> ''तुम्ही आपल्या असाधारण दयाळूपणाचे स्पष्टीकरण कसेही द्या; त्याला कर्तव्य म्हणा किंवा मैत्री म्हणा, किंवा तुम्हांला हवे ते म्हणा. तुमच्याप्रमाणे दुसऱ्यासाठी स्वत:च्या सुखांचा त्याग करणे मला जमत नाही हे तुम्हांला स्वच्छपणे सांगतो, यापेक्षा अधिक सांगण्यात अर्थ नाही कारण ते मला जमत नाही. मला या क्षणी काय वाटते याविषयी लिहिल्याखेरीज राहवत नाही. या इहलोकीच्या जीवनांतील शेवटच्या क्षणी मी शुद्धीवर जर असलो तर तुमच्या बाहूत मला शेवटचा श्वास घेता यावे असे वाटते. त्यामुळे मरणाबद्दलची भीती नाहीशी होईल, आणि वेदना व भीतीशिवाय अनंतात मला विलीन होता येईल.''[४]

मृत्यूचे भय उरले नव्हते, हे मृत्यूसमयी उशाखाली अंत्ययात्रेसाठी ठेवलेले तीस रुपये व एक चिठ्ठी यांवरून सिद्ध होते. ही चिठ्ठी गोपाळ कृष्ण गोखले यांना सापडली आणि ती वाचताना त्यांना भडभडून आले.

आगरकरांच्या या संक्षिप्त जीवन चरित्राशिवाय त्यांच्या अल्पशा आयुष्यात इतर अनेक महत्त्वाच्या घटना घडल्या. त्या म्हणजे बर्वे अब्रूनुकसानी खटला, डेक्कन एज्युकेशन सोसायटीतील घडामोडी, केसरी व मराठा या पत्रांचे तसेच आर्यभूषण छापखान्याबाबतचे व्यवस्थापन. म्हणून या विषयांची स्वतंत्रपणे चर्चा केली आहे.

अ) बर्वे अब्रूनुकसानी खटला

या खटल्याबाबत संशोधनपर उत्तम लिखाण झालेले आहे,[५] त्यामुळे पुन्हा तपशिलात जाणे म्हणजे पुनरुक्ती करणे होय, तसेच हे निरर्थक होईल. या खटल्यात टिळक व आगरकर यांना १०१ दिवसांचा कारावास भोगावा लागला. म्हणून, या खटल्यासंबंधी ठळक घटनांचा उल्लेख करणे उचित होईल. १८७१ साली कोल्हापूर संस्थानाचे महाराज म्हणून छत्रपती शिवाजी चौथे हे गादीवर बसले. काही वर्षांनंतर त्यांच्या स्वनियुक्त युरोपियन हितचिंतकांनी महाराजांवर कठोर अडथळे व मर्यादा घातल्या. महाराजांचे मानसिक संतुलन बिघडले असून ते वेडे झाले आहेत अशी हवा ब्रिटिश पोलिटिकल रेसिडेंट यांनी केली. त्यामुळे कालांतराने त्यांना पदच्युत करता येणार होते. *केसरी* व *मराठा* मधील संपादकीयातील मतांवरून आणि त्या वर्तमानपत्रांत प्रसिद्ध झालेल्या पत्रव्यवहारावरून जनमानसात अशी समजूत करून देण्यात आली की, तथाकथित वेडसर असण्याच्या कारणावरून राजाला पदच्युत करण्याचे कारस्थान रचण्यात आले आहे. कोवळ्या वयाच्या शिवाजी महाराज चौथे यांना देण्यात आलेली अमानुष वागणूक, ही कोल्हापूर संस्थानचे कारभारी माधवराव वासुदेवराव बर्वे, राणी सरकार सकवारबाई आणि एडमंड कॉक्स, थॉमस ग्रीन, डॉ. थॉमस बेटी, डॉ. मर्फी, हे महाराजांचे युरोपियन पालक, या सर्वांनी रचलेल्या दुष्ट कारस्थानाचा भाग होता. वर उल्लेखलेल्या युरोपियन अधिकाऱ्यांना उद्देशून माधवराव बर्वे यांनी लिहिलेली काही तथाकथित पत्रे पुण्यातील काही वृत्तपत्रांत छापली होती. ती पत्रे *केसरी* व *मराठा* या वृत्तपत्रांत पुन्हा उद्धृत करण्यात आली. या पत्रांत महाराजांच्या केविलवाण्या परिस्थितीचे चित्रण केले होते आणि महाराजांची मनोदुर्बलता करण्यामागे बर्वे आणि त्यांचे युरोपियन सहकारी यांचा नीचपणा असल्याचे अप्रत्यक्षपणे सुचविले होते. तसेच महाराजांच्या जिवाला धोका असल्याचे या पत्रांत संदिग्धपणे सूचित केले होते.

आपण राष्ट्रीय कर्तव्य करीत आहोत अशी कोल्हापूर महाराजांचा कैवार घेताना आगरकर व टिळक या दोन्ही संपादकांची समजूत होती. बडोद्याच्या

मल्हारराव गायकवाड (१८७२-७५) यांच्या विरुद्ध ब्रिटिश पोलिटिकल एजंटने रचलेल्या सगळ्या प्रकारच्या राजकीय कारस्थाना विरुद्ध अशाच प्रकारे पुणे सार्वजनिक सभेने आणि विशेषत: *रास्त गोफ्तार*मधून दादाभाई नौरोजींनी कैवार घेतला होता.

रावबहाद्दूर बर्व्यांनी अनुक्रमे *केसरी* व *मराठा* या पत्रांचे संपादक म्हणून आगरकर व टिळक यांच्याविरुद्ध जानेवारी १८८२ मध्ये कायदेशीर कारवाई सुरू केली. या खटल्यात सरकारतर्फे लँग व इन्व्हेरॅरिटी यांनी तर प्रतिवादीतर्फे ब्रॅन्सन व त्यांचे साहाय्यक म्हणून फिरोझशहा मेहता आणि काशिनाथ त्र्यंबक तेलंग यांनी काम पाहिले. टिळक व आगरकरांव्यतिरिक्त इतर आरोपी होते : सदाशिव पांडुरंग ऊर्फ नाना भिडे, नारायण बखले आणि वामन गोविंद रानडे.

बचावाच्या वकिलाच्या, विशेषत: फिरोझशहा मेहता यांच्या सल्ल्यानुसार आगरकर आणि टिळकांनी आपापल्या वृत्तपत्रात लेखी माफीपत्रही सादर केले. पण न्यायाधीशांचे त्यावर समाधान झाले नाही. मुंबई सरकारच्या सांगण्यावरून न्यायाधीशांनी त्यांना चार महिन्यांची शिक्षा देऊन नमविले. दोघांनीही ही शिक्षा मुंबईतील डोंगरीच्या तुरुंगात भोगली. सार्वजनिक दबावामुळे ही शिक्षा १०१ दिवस करण्यात आली. या शिक्षेचा एक फायदा झाला की, त्यामुळे आगरकर आणि टिळक महाराष्ट्राच्या सार्वजनिक जीवनात प्रसिद्धीच्या झोतात आले.

ब) डेक्कन एज्युकेशन सोसायटीतील (डीइएस) घडामोडी : १८८१-१८९०: व्यक्तिमत्त्वातील संघर्ष

डेक्कन एज्युकेशन सोसायटीमधील आगरकर-टिळक यांचे संबंध यावर बरीच चर्चा झाली आहे.[६] त्यांचे मतभेद वरवर पाहता वैचारिक असले तरी डे. ए. सोसायटीचा सर्वसाधारण कारभार, इतर सदस्यांसह सुरू केलेला आर्यभूषण छापखाना आणि वृत्तपत्रे यांनी दोघांतील बिघडत गेलेल्या संबंधांत जास्त तफावत निर्माण केली. डे. ए. सोसायटीच्या कागदपत्रांचा बारकाईने तपास केल्यास त्यांच्यातील गुंतागुंतीच्या संबंधातील बारकावे अधिक स्पष्ट होतात. एकेकाळी मैत्री असलेल्या या दोन मित्रांत बेबनाव होण्यास झालेली कारणे, आगरकरांनी *सुधारक* वृत्तपत्र स्वतंत्र्यरीत्या सुरू करण्यामागील कारणे, आणि टिळकांना सोसायटीचा राजीनामा द्यावा लागला, त्यामागील कारणे, या सर्व महत्त्वाच्या प्रश्नांवर प्रकाश टाकण्याचा प्रयत्न इथे करण्यात आला आहे.

१. आर्यभूषण छापखाना आणि वृत्तपत्रांचे अर्थशास्त्र

मराठा व *केसरी* ही वृत्तपत्रे अनुक्रमे २ व ४ जानेवारी १८८१ दिवशी टिळक व आगरकर यांच्या संपादकत्वाखाली सुरू करण्यात आली. पण या दोन्ही वृत्तपत्रांचे

आणि विशेषत: आर्यभूषण छापखान्याचे व्यवस्थापन फार विवाद्य होते. विष्णुशास्त्री चिपळूणकर, वामन शिवराम आपटे, बाळ गंगाधर टिळक, गोपाळ गणेश आगरकर आणि गणेश मोरेश्वर सोहोनी यांनी एकत्रितरीत्या आर्यभूषण छापखाना ४ एप्रिल १८८० रोजी सुरू केला. छापखान्याच्या अर्थकारणावर दृष्टिक्षेप टाकल्यास सोसायटीच्या सदस्यांच्या वर्तनाबाबत आपणास अनेक गोष्टींची उत्तरे सापडतात. ४५०० रुपयांच्या कर्जाऊ मुद्दलावर आर्यभूषण छापखाना चालू करण्यात आला. त्याची यंत्रसामुग्री केशव बाळाजी साठे यांच्याकडून खरेदी केली होती.[७] मालकी हक्काबाबत आणि प्रत्येक सदस्याची आर्थिक जबाबदारी स्पष्ट करणारा करारनामा करण्यात आला. प्रत्यक्षात हा भागीदारी करारनामा ५ नोव्हेंबर १८८० रोजी तयार केला गेला.[८] या करारनाम्याप्रमाणे कोणाचाही हिस्सा विकणे अथवा विकत घेणे शक्य होते. आर्थिक अडचणीच्या काळात भागीदारांना कर्ज उभारण्याची मुभा होती; आणि त्या कर्जाबाबतची जबाबदारी सर्व भागीदारांत वाटली जाणार होती. जोपर्यंत कर्ज फेडले जात नाही, तोपर्यंत कोणीही नफा घ्यावयाचा नाही, असेही सर्वांनी ठरविले.

तथापि, या साहसामुळे पहिली दोन वर्षे खूप आर्थिक नुकसान सहन करावे लागले.[९] मुळच्या कर्जाव्यतिरिक्त वृत्तपत्रांच्या चालकांना बर्वे अब्रूनुकसानी खटल्यामुळे जवळजवळ रु. १०,०००/- इतका आर्थिक बोजा उचलावा लागला. आर्यभूषण छापखान्याच्या ढिल्या व्यवस्थापनामुळे (ह्याचा उल्लेख आगरकरांनी 'हातबट्ट्यांचा कारभार' असा केला आहे) व त्यासंबंधीच्या अननुभवामुळे खर्चात अधिक भर पडली. चिपळूणकरांच्या मृत्यूने आणि आगरकर-टिळक यांच्या तुरुंगवासाने परिस्थिती आणखी बिकट झाली. ऑक्टोबर १८८२ मध्ये आगरकर-टिळक यांची सुटका झाल्याबरोबर नवीन कर्जाबाबतच्या वाटाघाटी सुरू झाल्या.[१०] यात आगरकरांचे मित्रवत असलेले मामा दत्तोपंत भागवत आणि गुरुवर्य वि. मो. महाजनी या अकोल्यातील दोघांनी खूप प्रयत्न करून कर्जे मिळविली. आधीच्या हलाखीच्या आर्थिक परिस्थितीत नवा टाईप असलेली मुद्रणाची यंत्रे विकत घेतल्याने जबाबदारीत आणखीनच भर पडली. बर्वे अब्रूनुकसानी खटल्यात मिळालेल्या प्रसिद्धीमुळे वाढलेला *केसरी*चा खप ही त्यातली एकमेव जमेची बाजू होती. या वाढीव उत्पन्नामुळे *मराठा* चालविण्यातील आर्थिक तोटा थोडाफार भरून निघाला.

दत्तोपंत्र भागवतांनी आपले वजन खर्च केल्यामुळे मोठाली कर्जे मिळू शकली. पण कर्जाच्या परतफेडीच्या जबाबदारीबद्दलची सर्व व्यवस्था कायद्याच्या नियमांत बसवून व्यवस्थापनाची पुनर्रचना करणे गरजेचे आहे असे वाटल्याने, परतफेडीबद्दल दत्तोपंत भागवत साशंक होते. त्यांनी याबाबत आगरकरांना सांगितले, ''सर्व प्रथम

तुम्हांला छापखान्याचे मालक कोण याबातचा प्रश्न सोडवायला हवा.'' याचे कारण, भागवत म्हणाले, असे की, ''बहुतेक कर्ज देणारे तुम्हांला ओळखत नाहीत आणि अप्रत्यक्षरीत्या माझी इभ्रत त्यासाठी वचनबद्ध आहे.''[११] आर्यभूषण छापखाना आणि वृत्तपत्रांसाठी घेतलेल्या कर्जांची जबाबदारी कोणाची हा मुख्य प्रश्न होता. एक कामचलाऊ उपाय शोधून काढण्याचा विचार झालेला दिसतो. पण उपलब्ध कागदपत्रे - डे. ए. सोसायटीची कागदपत्रे, आर्यभूषण छापखाना व संबंधित खाजगी कागदपत्रे, या सर्व साधनांतून वरील मनस्ताप देणाऱ्या प्रश्नांचे, विशेषत: तीन हिस्से असलेल्या चिपळूणकरांच्या मृत्यूमुळे त्या हिश्शांचे काय झाले याचे काहीच उत्तर मिळू शकत नाही. बर्वे अब्रूनुकसानी खटल्यानंतर आपट्यांनी छापखाना व *केसरी-मराठा* वृत्तपत्रांशी असलेले आपले संबंध तोडून फक्त शाळेच्या कारभारावर लक्ष केंद्रित केले. महादेव बल्लाळ नामजोशी (१८५३-१८९६), शाळेच्या संस्थापक-सदस्यांपैकी जरी एक असले तरी त्यांचा छापखान्याच्या भागीदारीत काहीही हिस्सा नव्हता. आगरकर व टिळकांच्या अटकेनंतर सोसायटीत रुजू झालेले वासुदेवराव बाळकृष्ण केळकर (१८६९-१८९५) यांनी छापखान्याचे व्यवस्थापन व हिशेब पाहण्यास सुरुवात केली. महादेव शिवराम गोळे (१८५९-१९०६) आणि नारायण कृष्ण धारप (१८५१-१८९४) हेही नव्यानेच डे. ए. सोसायटीत काम करू लागले होते. कर्जाच्या परतफेडीची तातडीची निकड असल्याने आगरकरांनी आपल्या तुरुंगातील आठवणींवरील पुस्तकाचे[१२] हक्कसुद्धा विकले आणि पैसे उभे करण्याच्या उद्देशाने शेक्सपिअरलिखित *हॅम्लेट* नाटकाचा *विकारविलसित* हा अनुवाद करून ते नाटक रंगभूमीवरसुद्धा आणले.[१३]

आर्यभूषण छापखान्याची तत्कालीन व्यवस्था पाहणाऱ्या जी. एम. सोहनींनी, टिळक, आगरकर, आपटे, गोळे, धारप आणि केळकर या सात आजीव सभासदांची — मालकांची (?) सभा २६ ऑगस्ट १८८५ रोजी बोलावली आणि पुढील प्रश्न ऐरणीवर आणले - १. नामजोशी यांच्या आजारामुळे वृत्तपत्रांबाबत दिलेले काम करण्याबाबत त्यांची असहायता आणि २. आर्यभूषण छापखान्याच्या शिथिल व्यवस्थेवर योग्य नियंत्रण जमविण्यासाठी सर्व सभासदांपैकी कोणा एकाला जबाबदारी द्यावी का, याचा विचार करावा. अनेक दिवसांच्या चर्चेनंतर खालील ठराव २५ सप्टेंबर १८८५ रोजी मंजूर करण्यात आले होते ते असे की, १) व्यवस्थापक गणेश मोरेश्वर सोहोनींना टिळक कामात मदत करतील. २) *मराठ्या*तील संपादकीय स्फुट सूचनांशिवाय टिळकांनी *केसरीत* एक अग्रलेख लिहावा. ३) दोन इंग्रजी संपादकीय लेख व दोन मराठी संपादकीय लेख आणि *केसरी* व *मराठ्या*तील स्फुट सूचना पगारी संपादकांकडून किंवा कसलाही मोबदला न देता इतरांकडून लिहून घ्याव्या.

४) याखेरीज १ ऑक्टोबर १८८५ पासून वृत्तपत्रांबाबतची सर्व जबाबदारी टिळकांनी उचलावी हे ठरले.[१४] आर्थिक जबादारीच्या प्रश्नाबाबत या सभेत निश्चित चर्चा झाली असणार; परंतु एक कामचलाऊ व्यवस्था निश्चित करण्यात आल्याचे दिसते. किंबहुना, ह्याच वेळी टिळकांनी केळकरांच्यासह छापखान्याची आणि वृत्तपत्रांबाबतची आर्थिक जबाबदारी घेतली असावी. या संपूर्ण व्यवस्थेत *केसरी*चे संपादक म्हणून आगरकरांच्या जबाबदारीचा अस्पष्ट उल्लेखही सापडत नाही, हे एक आश्चर्यच आहे. केवळ एक पगारी संपादक म्हणून त्यांचे पद निश्चित करण्यात आले असावे आणि त्यांचे संपादकीय वेतन डे. ए. सोसायटीकडून आर्यभूषण छापखान्याने घेतलेल्या रु. ८०० च्या नव्या कर्जाच्या त्यांच्या हिश्शाच्या परतफेडीच्या रक्कमेविरुद्ध वळते केले असावे असे दिसते.

वरील व्यवस्थेबाबत असमाधानी असल्याने आगरकरांनी, १७ फेब्रुवारी १८८६ रोजी 'सर्व मालकांची' सभा घेऊन या प्रश्नांबाबत अंतिम निर्णय घ्यावा याबद्दल टिळक आणि सोहोनींना उद्देशून पत्र लिहिले.[१५] काही महत्त्वाच्या प्रश्नांबाबत योग्य निर्णय ह्या सभेत घ्यावेत असे आवाहन केले : १. छापखाना व वृत्तपत्रे ही सध्याच्या मालकांची खासगी मालमत्ता म्हणूनच राहू द्यावी की डे. ए. सोसायटीच्या आजीव सभासदांमध्ये नव्याने सामील झालेल्या सभासदांनाही मालकवर्गात समाविष्ट करून घ्यावे? २. १८८६ मध्ये आर्यभूषण छापखान्यासाठी आठशे रुपयांचे कर्ज टिळकांनी घेतले होते. त्यावेळी आगरकरांनी त्यास विरोध दर्शविला होता आणि एका विशिष्ट काळात कर्ज परत करण्याच्या बोलीवरच ते देण्यात यावे असे मतही मांडले होते. या कर्जाच्या रकमेची परतफेड करता यावी या दृष्टीने वृत्तपत्रांत लेख लिहिण्याबद्दल संपादकांना दिल्या जात असलेल्या मोबदल्याची पद्धत ताबडतोब बंद करणे आता इष्ट ठरेल की नाही?[१६] ३. शाळेचा आणि आर्यभूषण छापखाना व वृत्तपत्रांचा शाळेशी कशाप्रकारचा संबंध असावा? ४. काटकसर कशी करावी आणि कार्यक्षमता कशी वाढवावी? ५. आर्यभूषण छापखान्याबाबत कायमस्वरूपी व्यवस्था कशी असावी? याबाबत दीर्घकालीन उपाययोजना करावी हे सुचवताना आगरकरांनी निग्रहाने सांगितले की, केवळ पैसे मिळतात म्हणून इतरांचे संपादकीय काम करण्याची त्यांची इच्छा नाही आणि सध्याची व्यवस्था जास्तीत जास्त चालू महिन्याच्या अखेरपर्यंत ते चालवून घेतील. तथापि, संपादनाच्या एकूण कामांपैकी त्यांच्या वाट्याला आलेली कामगिरी स्वेच्छेने व यथाशक्ति पार पाडेन, असे आश्वासनही आगरकरांनी दिले.[१७]

या पत्रावर काय निर्णय घेण्यात आले याची नोंद करणारी कागदपत्रे नाहीत, म्हणून फक्त अंदाजच करावे लागतात. पूर्वीची व्यवस्था ही तात्पुरत्या स्वरूपाची

होती आणि मालकीहक्काचा प्रश्न अनिर्णीत असल्याचे या पत्रांवरून सिद्ध होते. भागीदारी करारात उल्लेख केलेल्या 'मालकां'च्या यादीत केळकर, गोळे व धारप या नव्या सभासदांची नावे घातली गेली की नाही याबाबत शंका वाटते. आगरकरांनी उपस्थित केलेला प्रश्न फक्त डे. ए. सोसायटी स्थापन केल्यानंतर सामील झालेल्या आजीव सभासदांना लागू होतो हा युक्तिवाद खरा वाटत नाही, कारण जानेवारी १८८६ पूर्वी फक्त परशुराम नारायण पाटणकर (१८६०-१९२९) हे एकटेच डे. ए. सोसायटीत आजीव सभासद म्हणून सामील झाले होते. गोपाळ कृष्ण गोखले (१८६६-१९१५) आणि चिंतामण गंगाधर भानू (१८५६-१९२९) हे दोघेही या पत्राच्या तारखेनंतर म्हणजे अनुक्रमे जून आणि डिसेंबर १८८६ मध्ये सोसायटीत आजीव सभासद म्हणून सामील झाले होते. छापखाना व वृत्तपत्रे ही सर्व नवीन सभासदांसहित आजीव सभासदांच्या सामूहिक मालकीची होती, असे जरी गृहीत धरले, तरी २९ ऑक्टोबर १८८४ साली स्वीकार केलेली डे. ए. सोसायटीची नवीन घटना, २३ जानेवारी १८८५ मध्ये डे. ए. सोसायटीच्या कार्यकारी मंडळाने स्वीकारलेले पोट-नियम आणि व्यवस्थापक मंडळाने १ जुलै १८८६ रोजी स्वीकृत केलेले पोट-नियम, हे सर्व छापखाना व वृत्तपत्रे ही सोसायटीची 'खाजगी मालमत्ता' असल्याचा उल्लेख का करत नाहीत हे समजणे कठीण आहे. एखादे वेळी या दोघांची फारकत या आधीच झाली असावी. याशिवाय, जर सात आजीव सभासद 'सामूहिक मालक' असतील, तर आगरकर आणि टिळक यांच्याव्यतिरिक्त इतरांच्या कर्जाबाबतच्या आर्थिक जबाबदारीचे काय झाले, हा प्रश्न अनुत्तरितच राहतो. आपटे, गोळे, धारप तसेच नामजोशींनीसुद्धा काहीही आर्थिक बोजा उचलला होता, असा काडीमात्र पुरावा सापडत नाही. १८८२ नंतर केळकर हे एकटेच छापखाना आणि वृत्तपत्रे यांचे व्यवस्थापन पाहत असल्याचे दिसून येते. म्हणून आगरकरांनी केलेला उल्लेख भागीदारी करारातील यादीतील आजीव सभासदांत नसलेल्या सर्व नवीन सभासदांना लागू पडेल, ज्यामुळे आर्थिक जबाबदारी सर्वजणांत सारखीच वाटली जाईल.

लवकरच १८८६ मध्ये टिळकांच्या मागणीनुसार छापखाना व वृत्तपत्रांसाठी डे. ए. सोसायटीकडून नवीन कर्ज देण्याचा प्रश्न उद्‌भवला. त्यावेळी डे. ए. सोसायटीचे खजिनदार असलेल्या आगरकरांनी दाखवून दिले की, आर्यभूषण छापखान्याच्या नावावर आठशे रुपयांचे कर्ज आधीच आहे, म्हणून त्यांनी पुन्हा तीनशे रुपयांचे कर्ज सोसायटीच्या पैशातून देण्यास आपली नापसंती दाखविली. त्यांनी केळकरांना लिहिले की, सुपरिंटेंडंट या नात्याने ते 'स्वत:च्या हिमतीवर घेऊ शकतात.' टिळकांच्या या मागणीवर ३१ मार्च आणि २ एप्रिलच्या सभेत चर्चा

झाली आणि बहुमताच्या बाजूने निर्णय घेण्यात आला.[१८] आगरकरांनी या मागणीला विरोध केल्याबद्दल टिळकांनी त्यांच्यावर मत्सरी हेतू असल्याचे आरोप केले : ''ग्रॅच्युइटी अथवा कर्ज देऊन आपल्या सहकाऱ्यांची सोय पाहण्यास आगरकर तयार नव्हते; फक्त मला विरोध करण्याच्या उद्देशानेच की जुन्या तत्त्वामुळे, हे मी सांगू शकत नाही.''[१९] खुद्द आगरकरांच्या शब्दांत, डे. ए. सोसायटीत गंभीर स्वरूपाच्या भांडणांना सुरुवात झाली ती या प्रकरणापासून.[२०]

मार्च ते ऑक्टोबर १८८६ या काळात सोसायटीतील घडामोडींत छापखाना व वृत्तपत्रे यांच्या व्यवस्थापनाच्या विषयाने खूप वेळ घेतलेला दिसतो. वासुदेवराव केळकरांनी आगरकरांना उद्देशून ९ ऑक्टोबर १८८७ रोजी लिहिलेल्या पत्रात एका 'तडजोडी'चा अस्पष्ट उल्लेख आहे.[२१] छापखाना आणि वृत्तपत्रे आगरकरांनी चालवायला घ्यावीत, असा प्रस्ताव त्यांनी यावेळी मांडला असण्याची शक्यता आहे. आगरकरांनी नकार दिल्यावर तो प्रस्ताव टिळक व केळकर यांना केला असावा. केळकरांनी दिवसातील एक तास सोसायटीच्या न्यू इंग्लिश स्कूल व फर्ग्युसन कॉलेज या संस्थांसाठी खर्च करावयाचा व उर्वरित वेळ छापखान्यासाठी वापरावा, असे त्यांना सांगण्यात आले. तथापि, आगरकरांनी *केसरी*चे संपादक म्हणून कार्यरत राहावे असे त्यांना सांगण्यात आले. एका बाजूला टिळक-केळकर आणि दुसऱ्या बाजूला आगरकर, यांच्यातील या काळातील संबंध वृत्तपत्रांचे मालक आणि पगारी संपादक असे होते. आगरकरांनी शेवटी २७ ऑक्टोबर १८८७ रोजी संपादकत्वाचा राजीनामा देईपर्यंत ते तसे होते.

केसरी व *मराठा* या वृत्तपत्रांची जबाबदारी घेण्याच्या विनंतीस आगरकरांनी दिलेल्या नकाराची टिळकांच्या मते पुढील कारणे होती : १. आर्थिक जोखीम उचलण्यास आगरकरांची नापसंती, आणि २. संपादकपद हे आगरकरांचे फक्त एकच लक्ष्य नव्हते. अप्रत्यक्षपणे टिळकांनी आगरकरांवर दोष ठेवला. वाढत्या कुटुंबावरील आणि स्वतःच्या आजारावरील खर्चाने आगरकरांच्या आधीच तुटपुंज्या असलेल्या आर्थिक उत्पन्नावर जास्त बोजा पडला असावा.[२२] शिवाय, छापखाना व वृत्तपत्रांच्या बाबतीतली टिळकांची विनंती मान्य केली असती, तर आगरकरांना टिळकांच्या दोन हिश्शांची आर्थिक जबाबदारी घ्यावी लागली असती. याउलट, *केसरी* चालविण्याची जबाबदारी घेण्याऐवजी पगारी संपादक म्हणून काम करणे व त्या मिळकतीतून आपल्या वाट्याच्या कर्जफेडीचा हिशेब पूर्ण झाल्यावर स्वतःचे स्वतंत्र वृत्तपत्र सुरू करावे असा विचार आगरकरांनी करणे स्वाभाविक होते. तरीही, छापखाना व पत्रांची जबाबदारी न स्वीकारण्याच्या आगरकरांच्या इच्छेचा अयोग्यरीत्या उल्लेख करण्याचा टिळकांचा प्रयत्न खोडसाळ आहे, असे म्हणावे

लागते. तथापि, छापखाना व वृत्तपत्रे यांचे अर्थकारण हे डे. ए. सोसायटीमधील संघर्षाचे महत्त्वाचे कारण होते हे मान्य करावे लागते. आधीच बिघडलेल्या संबंधांत इतर कारणांनी फक्त भरच टाकली.

२. संपादकाच्या स्वातंत्र्याचा प्रश्न

केसरी आणि *मराठा* वृत्तपत्रांच्या प्रारंभीच्या काळात सर्वसाधारणरीत्या असे ठरविण्यात आले की, संपादकीय स्तंभात व्यक्त केलेले विचार बहुसंख्य मालकांच्या विचारांशी सहमत हवेत. आगरकरांचे धर्माबाबत असाधारण विचार असल्याने ते विचार इतरांना मान्य नव्हते, त्यामुळे त्या विषयांवर लिहिण्यास हरकत होती. पण एकदा संमतिवयाच्या विधेयकाबाबतचे वादविवाद १८८४ च्या उत्तरार्धात सुरू झाल्याबरोबर मतभेद, विशेषत: आगरकर-टिळकांमधील मतभेद, उघड झाले. डिसेंबर १८८४ च्या आसपास, आगरकर *केसरी*चे संपादक असूनसुद्धा त्यांना, अग्रलेखांतील वेगळे विचार फक्त आपलेच आहेत व इतर संपादकीय मंडळ त्यांच्याशी सहमत नाही, हे दर्शविण्यासाठी एकतर स्वत:च्या नावाखाली अथवा 'लिहून आलेला मजकूर' या मथळ्याखाली लिहावे लागले.[२३] पण १८८५-८६ नंतर जेव्हा मतभेद जास्त प्रखर झाले, तेव्हा पूर्वीची व्यवस्था कुचकामी वाटू लागली. केवळ धार्मिक विषयांवरच नव्हे तर आता सामाजिक प्रश्नांवरसुद्धा आपली मते मांडण्याच्या हक्कास मज्जाव करण्यात येत आहे, याची जाणीव आगरकरांना अधिकाधिक होऊ लागली.

१८८६च्या उत्तरार्धात आणि १८८७ च्या प्रारंभी औपचारिकरीत्या जरी आगरकर संपादक होते, तरी कामचलाऊ व्यवस्थेनुसार टिळकांच्या नियंत्रणाखाली *केसरी* सुधारणांच्या संदर्भात जास्त प्रतिगामी होता, आणि विशेषत: रानड्यांच्या-विरुद्ध त्यातून टीकेची झोड विनाकारण उठविली होती. यामुळे डे. ए. सोसायटीच्या सभासदांना डॉ. भांडारकरांकडून कडक शब्दांत ताकीद सुद्धा मिळाली. *केसरी*तील निंदानालस्ती करणाऱ्या लिखाणाबद्दल आपणास व गोखल्यांना दोष लावू नये, असे जेव्हा आगरकरांनी भांडारकर व इतरांना दाखवून दिले, तेव्हा डे. ए. सोसायटीतील सभासदांत 'एकजूट' असल्याचे न दाखविल्याबद्दल टिळकांना उघडपणे अपमानित झाल्यासारखे वाटले. परस्परांबद्दल वसत असलेल्या सहृदयभावाच्या वृत्तीचे उल्लंघन केल्याचा त्यांनी आगरकरांवर आरोप केला. याबाबतीतील टिळकांचा दृष्टिकोन काहीसा विसंगत होता.

आर्यभूषण छापखाना आणि वृत्तपत्रे यांची ऑक्टोबर १८८६ मध्ये डे. ए. सोसायटीपासून फारकत करण्यात आली होती. असे असूनसुद्धा टिळकांनी छापखान्याचा उल्लेख डे. ए. सोसायटीची 'खाजगी मालमत्ता' असा केला,

आगरकरांचे अभिव्यक्ति-स्वातंत्र्य नाकारले, आणि तरीही एकीच्या भावनेची उपेक्षा केल्याबद्दल आगरकरांनाच जबाबदार धरले.[२४] या पार्श्वभूमीवर ३० मार्च १८८७ रोजी *केसरी* व *मराठा* या दोन्ही वृत्तपत्रांसाठी तसेच आर्यभूषण छापखान्यासाठी केळकरांनी काम करावे, असा ठराव व्यवस्थापक मंडळाने केला. तथापि, आगरकरांना *केसरी*च्या संपादकपदी काम चालूच ठेवावे लागले.

आगरकरांचा संपादकपद सोडण्याचा निर्णय लवकर होण्यास जुलै १८८७ मधील एक घटना कारणीभूत झाली असावी. प्राचार्य वामन शिवराम आपटे यांनी तयार केलेल्या सातवी इयत्तेच्या इंग्रजी मालिकेतील 'सिलेक्शन'बद्दल *बॉम्बे गॅझेट*मध्ये एका वृत्तांत आला. त्यातील एका विशिष्ट उताऱ्यात स्त्रीवर्गाविषयी अश्लाघ्य उल्लेख केल्याचे त्या वृत्तांतात म्हटले होते. अशाप्रकारची मते सर्व डे. ए. सोसायटीच्या सभासदांची मते असल्याचा संबंध *बॉम्बे गॅझेट*ने जोडला. स्त्रीविरोधी असल्याच्या आरोपाचा आपट्यांनी इन्कार केला आणि सदर उताऱ्याचा समावेश त्याच्या निव्वळ साहित्यिक गुणांमुळे केला असून त्याचे सादृश्य स्वतःच्या किंवा इतर सहकाऱ्यांच्या मताशी नसल्याचे स्पष्ट केले. हिराबागेतील सभेत रानड्यांच्या उपस्थितीत त्यांनी (आपट्यांनी) आपल्या स्त्रीशिक्षणाविषयक उद्गारांबद्दल *बॉम्बे गॅझेट*ने दिलेल्या वृत्तांतातील खोडसाळपणा उघड केला. संदर्भाशिवाय एका विशिष्ट उताऱ्याबाबत भाष्य करणे, हे डेक्कन एज्युकेशन सोसायटीच्या चालकांची निंदानालस्ती करण्याच्या उद्देशाने केले आहे, कारण स्त्रियांच्याबाबत सहानुभूतिपर खूप उतारेसुद्धा त्यात आहेत, असे आपट्यांनी लिहिले.[२५]

'सिलेक्शन'बाबतीत आपट्यांच्या भूमिकेचे समर्थन 'निंदा झालेला आपट्यांचा एक सहकारी' ('वन ऑफ द रिवाइल्ड कलिगज्स ऑफ आपटे') या नावाखाली *मराठ्यात*[२६] लिहिलेल्या एका पत्राने केले. हे पत्र बहुधा आगरकरांच्या लेखणीतून उतरले असावे. "दोन्ही वृत्तपत्रांत मांडलेली मते ही व्यक्तिगत असून इतर सभासदांचा त्याच्याशी काहीही संबंध नाही", असे त्या पत्रात स्पष्ट म्हटले होते. पत्रातील या विधानामुळे डेक्कन एज्युकेशन सोसायटीतील भांडणे चव्हाट्यावर आली. संपादकीय बदलाच्या घोषणेबद्दलच्या मसुद्याचा उल्लेख करणारे वासुदेवराव केळकरांचे ९ ऑक्टोबर १८८७ चे पत्र आणि २५ ऑक्टोबर १८८७ रोजी आगरकरांनी दिलेला शेवटचा 'रामराम', यावरून पडद्यापाठीमागे बऱ्याच काळ चाललेल्या गोष्टींची कल्पना येते. उपलब्ध पुरावे दाखवितात की, प्रारंभीच्या काळात बहुसंख्य निर्णय आगरकरांच्या विरुद्ध गेले. पण आगरकरांना जवळचे असलेले गोपाळ कृष्ण गोखले आणि चिंतामण भानू आजीव सभासद म्हणून डे. ए. सोसायटीत सामील झाल्याबरोबर परिस्थिती हळूहळू बदलू लागली.[२७]

तरीसुद्धा या विषयांवरील काही प्रश्न अनुत्तरित राहतात, ते असे : १. जर छापखाना आणि वृत्तपत्रे सर्व आजीव सभासदांची सामूहिक मालमत्ता होती, तर नामजोशी, आपटे, गोळे आणि धारप यांनी कर्जाची आर्थिक जबाबदारी कशी उचलली? २. छापखाना आणि पत्रे सोसायटीपासून केव्हा आणि कशासाठी वेगळी करण्यात आली? ३. संपादक या नात्याने स्वातंत्र्य नसताना सप्टेंबर-ऑक्टोबर १८८७ पर्यंत आगरकरांनी याविषयी आजीव सभासदांची बहुसंख्य मते का मान्य केली?

आगरकरांच्या संपादक म्हणून राहण्याची कारणे आपल्याला त्यांच्या पत्नी यशोदाबाईंच्या आठवणीमध्ये मिळतात. त्या सांगतात की, *सुधारक* काढण्याच्या एक-दीड वर्षे आधी समझोत्याचे अनेक असफल प्रयत्न करण्यात आले. कोल्हापूर खटल्यामुळे बरेच झालेले कर्ज विभागण्यात आले. (हे कोणात विभागण्यात आले, याबद्दल स्पष्टता नाही.) टिळक बरेच सधन असल्याने त्यांनी आपल्या हिश्शाचे कर्ज लगेच चुकते केले. आगरकरांना त्यांच्या वाटणीचे कर्ज फेडून होईपर्यंत काम करावे लागले. एकदा कर्ज उतरल्यावर त्यांना संपादकपदी राहणे कठीण वाटू लागले. पण १८८५ मध्ये डे. ए. सोसायटीची स्थापना होऊन आगरकरांना पाठिंबा देणारे नवीन सभासद सामील झाल्यावर परिस्थिती बदलू लागली आणि टिळक व आपल्यातील मतभेदाचे तेच मूळ कारण होते हे आगरकरांनी आपल्या पत्नीस सांगितले. एकदा मतभेद सुरू झाल्यावर प्रत्येक क्षुद्र बाबसुद्धा मोठी दिसू लागली.[२८] या सगळ्यातून हे सिद्ध होते की, आगरकर त्यांच्या वाट्याच्या कर्जाचा हिशेब होईपर्यंत पगारी संपादक होते.[२९] आर्यभूषण छापखाना आणि वृत्तपत्रांबाबतचे प्रश्न तात्पुरते सोडविलेले होते, पण तो निश्चितपणे एक अस्वस्थ युद्धविराम होता. पगारवाढ आणि पोट-नियम करण्याबाबतच्या प्रस्तावांनी आजीव सभासदांमधील कडवट संबंधांत अधिक भर घातली. 'सलोख्याच्या सभा' होऊन सुद्धा समेट होणे दिवसेंदिवस कठीण होऊ लागले.

३. पगारवाढीचे प्रस्ताव आणि नवीन पोट-नियम

डे. ए. सोसायटीच्या सभासदांत अधिक महत्त्वाचे मतभेद होण्यास कारणीभूत ठरलेल्या अनेक कारणांत सर्व शिक्षकांसाठी पगारवाढीच्या आणि ग्रॅच्युइटीसंबंधीच्या (भविष्यनिधीची तरतूद) प्रस्तावाचा प्रश्न हा एक होता.

सर्व सभासदांनी ३५ रुपयांचे मासिक वेतन घ्यायचे असे धोरण आरंभीच्या काळात ठरविण्यात आले. फक्त आपटे यांस अपवाद होते कारण त्यांना जास्त पगार देऊ करून संस्थेत आमंत्रित करण्यात आले होते. आर्थिक अडचणींमुळे पहिल्या वर्षी (१८८०-८१) चिपळूणकरांनी व टिळकांनी पगार घेतला नव्हता.

पण १८८५ नंतर सरकारी अनुदान सुरू झाल्यावर संस्थेची आर्थिक परिस्थिती सुधारू लागली, तेव्हा संस्थेतील पगाराव्यतिरिक्त ठरवून दिलेली रक्कम मासिक किंवा वार्षिक विशेष ग्रॅच्युइटी सर्व शिक्षकांना देण्यात येऊ लागली. १८८५ मध्ये संस्थेचे नियम व पोट नियम ठरवत असताना आगरकरांनी सुचविले की, पगार व ग्रॅच्युइटी वैयक्तिक अडचणी बघून ठरविले जाऊ नयेत तर सोसायटीची आर्थिक स्थिती लक्षात घेऊन ठरविले जावेत. तसेच ज्या सभासदांनी आरंभीच्या काळात कमी अथवा पगारच घेतला नाही, त्यांचा हिशेब करून जी फरकांची रक्कम निघेल ती देण्यात यावी. आगरकरांच्या सूचनेतील पहिला भाग सर्वांना मान्य होता आणि अशाप्रमाणे 'सर्व सभासदांना समान हक्क' हे तत्त्व मान्य करण्यात आले. पण आगरकरांच्या सूचनेचा दुसरा भाग टिळकांना अमान्य होता. कारण पहिल्या वर्षी त्यांनी पगार घेतला नव्हता. त्यांनी आगरकरांच्या सूचनेचा अर्थ वेगळाच लावला. त्यांच्या मते, आगरकरांच्या सूचनेतून असे ध्वनित होत होते की, प्रत्येक सभासदाने त्याला पाहिजे ते बाहेरील काम करावे व सोसायटीच्या मूळ उद्देशापेक्षा वेगळ्या कामासाठी आपल्या शक्तीचा वापर करावा.[३०] म्हणून टिळकांच्या आग्रहावरून पगारातील फरकाची रक्कम देण्याची सूचना बारगळली. समान हक्काचे तत्त्व जरी यावेळी मान्य झाले तरी पगारवाढीबाबतची त्यातील गर्भित सूचना अनिर्णीतच राहिली. वस्तुत:, संस्थेच्या मूळ उद्दिष्टांचा त्याग करण्यात आला, असे टिळकांनी पहिल्यांदाच यावेळी भाष्य केले. हा आरोप त्यांनी त्यानंतर पुन्हा पुन्हा केला.

ही सूचना करण्यामागची आगरकरांची भूमिका समजून घ्यावयास हवी. गरजेप्रमाणे ग्रॅच्युइटी दिली जात असे. त्यासाठी गरजू सभासदास कर्ज किंवा पगारातील आगाऊ रक्कम मिळण्यासाठी आपल्या अडीअडचणींचा पाढा इतरांसमोर मांडावा लागे. शिवाय सभासदाने सांगितलेल्या अडचणी इतरांना तितक्याच महत्त्वाच्या व खऱ्या वाटत नसत आणि पर्यायाने व्यवस्थापक मंडळाच्या बहुसंख्यकांच्या लहरींना सामोरे जावे लागत असे. ग्रॅच्युइटीतील भाग आगाऊ रक्कम म्हणून देण्यात यावा, ही आगरकरांची सूचना जरी मान्य झाली नाही, तरी त्यातून एक चांगला उपक्रम सुरू झाला. सर्व आजीव सभासदांसाठी तीन हजार रुपयांचा जीवन विमा उतरवण्यात यावा, असा ठराव व्यवस्थापक मंडळाने पास केला.[३१] १८८५ च्या काळात आगरकरांना सार्वजनिक जीवनात भाग घेण्याबाबत डॉक्टरांनी मनाई केली होती. स्वत:चा जीवनविमा केल्यामुळे कुटुंबीयांना आपल्या मृत्यूनंतर आर्थिक पाठबळ मिळेल, या विचाराने आगरकरांना किती समाधान वाटले, याचे वर्णन त्यांच्या पत्नी यशोदाबाईंनी केले आहे.[३२]

जानेवारी १८८७ मधील आगरकरांच्या पगारवाढीच्या प्रस्तावाचे महत्त्व समजून घेण्यासाठी डे. ए. सोसायटीच्या कागदपत्रांतून उघड होणारी सर्व सभासदांची

सारासार आर्थिक परिस्थिती समजून घेणे आवश्यक आहे. अतिशय गरीब आर्थिक परिस्थिती असूनसुद्धा आगरकर व आपटे यांनी कर्ज मागितल्याचा अथवा पगारातील रक्कम आगाऊ उचलल्याचा पुरावा सोसायटीच्या कागदपत्रांत सापडत नाही.[३३] अतिशय काटकसरीने राहून, मिळेल त्या वेतनात भागविण्याबाबत त्यांचा कटाक्ष असल्याने तसेच आपल्या सहकाऱ्यांकडेही कर्जाची याचना करणे त्यांच्या स्वाभिमानी व हळव्या स्वभावाला रुचत नसल्यामुळे असे अर्ज सापडत नसावेत. त्यांच्या तुलनेने बाकीच्या सभासदांचे खूप अर्ज सापडतात, विशेषत: नामजोशींचे अर्ज खूपच आहेत. व्याज असलेली कर्जे विशिष्ट कालावधीसाठी मंजूर केली जात असत. कधीकधी कर्जासाठीचे अर्ज नामंजूर केले जात. कर्जे मंजूर करण्यात एक निश्चित धोरण नव्हते. म्हणून काही वेळा यथार्थ कारणाव्यतिरिक्त अन्य घटकही अर्जांवरच्या निर्णयात महत्त्वाचे ठरत. १८८६च्या उत्तरार्धापासून कर्जे मंजूर करताना निश्चित धोरण असावे, अशा मागणीसाठी काही आजीव सभासदांनी ओरड केली. कर्जासाठीचे अर्ज आणि त्यांतील स्पष्टीकरणावरून बहुतेक सभासदांची आर्थिक स्थिती किती हलाखीची होती हे दिसून येते.

इतरांच्या मानाने टिळकांची सांपत्तिक स्थिती बरीच चांगली होती. हीच गोष्ट केळकरांचीसुद्धा होती. केळकरांनी १८८६ नंतर २५ रुपये पगारावर काम केले आणि दीर्घ मुदतीची बिनपगारी रजा घेतली, याचाच अर्थ असा की, शाळा-कॉलेजमध्ये काम केल्याबद्दल मिळणाऱ्या वेतनावरच गुजराण करावी अशी त्यांची परिस्थिती नव्हती. टिळक आणि केळकरांची आर्थिक स्थिती चांगली असल्याने या दोघांनीही कर्ज मागितल्याचा किंवा पगाराची अग्रिम रक्कम मागितल्याचा पुरावा सोसायटीच्या दप्तरांत सापडत नाही. या सर्व पार्श्वभूमीवर, ५ फेब्रुवारी १८८७ रोजी आगरकरांनी पाच रुपये पगारवाढीचा ठराव मांडला.

टिळकांच्या शब्दांत ५ फेबुवारी १८८७ हा 'अंतर्गत संबंधाच्या इतिहासातील संस्मरणीय दिवस होता... त्या वृत्तीने आमचा त्याग केला होता आणि ह्या काळापर्यंत नवीन तत्त्वे विकसित होऊन समानता आणि पगार या गोंडस नावाखाली त्याचा संसर्ग पसरत होता...''[३४] या ''तत्त्वाचे निर्माते आणि पुरस्कर्ते'' म्हणून टिळकांनी आगरकरांनी स्पष्टपणे दोषी धरले. या नव्या प्रस्तावांत आगरकरांनी पगारवाढीबाबतचे जुने प्रयत्न मागच्या दाराने लादण्याच्या पद्धतीने केला आहे, असे टिळकांना वाटले.

व्यवस्थापक मंडळाच्या सभेत आगरकरांच्या पगारवाढीच्या प्रस्तावांना टिळकांनी कडाडून विरोध केला. बरीच चर्चा, दोलायमान आणि चालढकल करणे या अवस्थांतून गेल्यानंतर बहुसंख्य मत टिळकांच्या बाजूला गेले, आणि अगदी

योग्य वाटणारा आगरकरांचा प्रस्ताव नामंजूर झाला. नवीन 'विघातक' तत्त्वांचा 'निर्माता' असा आगरकरांवर केलेला दोषारोप अनावश्यक होता तसेच तो द्वेषयुक्तही होता. आगरकरांच्या पगारवाढीच्या प्रस्तावाला हरवण्यात टिळक यशस्वी झाले इतकेच नव्हे, तर पुढील पाच वर्षे हा विषय गोठविण्यात त्यांना यशही आले. दुर्दैवाने वासुदेवराव केळकरांनीसुद्धा या पाच वर्षांच्या बंदीला पाठिंबा दिला. खरे म्हणजे, टिळक आपल्या सहकाऱ्यांबद्दल संपूर्ण अविश्वास दाखवत होते. कुठल्याही कायदेशीर मागणीला विरोध करण्याचा प्रयत्न झाल्यास गुप्तपणे बाहेरील कामे करून जोडउत्पन्न मिळविण्याच्या प्रथा उदयास येतील, अशी प्रतिक्रिया आगरकरांनी व्यक्त केली. टिळकांच्या अशा अविवेकी वृत्तीमुळे अगोदरच बिघडलेले संबंध आणखीच दुरावले गेले.

शिष्टाचार व वागणुकीबाबत कोणतीही नियमावली नसल्याने व्यवस्थापक मंडळाच्या सभेत अनेक बेशिस्तीचे प्रसंग ओढवले. सभांचे कामकाज सुरळीत चालावे यादृष्टीने आगरकरांनी गोखले व पाटणकर यांच्या सहकार्याने व्यवस्थापक मंडळास १२ फेब्रुवारी १८८७ रोजी, शिस्त लावण्यासाठी पोटनियमांचा कच्चा मसुदा तयार करून तो स्वीकारण्याबाबतचा एक प्रस्ताव सादर केला.[३५]

आगरकर, गोखले आणि पाटणकर यांच्या समितीने बारा-कलमी[३६] नव्या पोटनियमांचा कच्चा मसुदा तयार करून संपूर्ण व्यवस्थापक मंडळाच्या विचारासाठी व मंजुरीसाठी सादर केला. हे पोटनियम व्यापक असून त्यांत व्यवस्थापक मंडळास भेडसावणाऱ्या आणि सर्वसाधारण कल्पना करता येण्याजोग्या सगळ्या प्रश्नांची चर्चा आहे. सभासदांची किमान उपस्थिती आणि शिष्टाचार यांबाबत चर्चा तर आहेच पण सभेमध्ये धूम्रपान करण्यास व पान खाण्यास सुद्धा त्यांत मनाई करण्यात आली आहे.[३७]

या पोटनियमांचा मसुदा तयार करणारे तीन सभासद सोडून व्यवस्थापक मंडळाच्या अन्य सर्व सभासदांच्या या पोटनियमांबाबत गंभीर शंका होत्या. त्यांनी त्या लेखी कळविल्या. नामजोशीं सारख्या काहींनी या पोटनियमांना कडाडून विरोध केला. या सर्वांचा परिणाम म्हणजे पोटनियम नामंजूर झाले. त्यामुळे आगरकरांना अतीव दुःख झाले. हा परिणाम आगामी संभाव्य गोष्टींचे स्वरूप दर्शविणारा होता. पोटनियम नामंजूर झाल्यापेक्षा आपल्या विरोधी सहकाऱ्यांच्या हेकट, नकारात्मक आणि आडमुठ्या धोरणामुळे आगरकर खूप निराश झाले. याबद्दलच्या त्यांच्या मर्मभेदक भावना व्यवस्थापक मंडळाच्या संचालकांना प्रांजळपणे लिहिलेल्या पत्रात प्रतिबिंबित होतात. हे पत्र तसेच्या तसे इथे उद्धृत करणे योग्य वाटते. ते लिहितात,

> ''आमच्यातील काहींच्या वर्तनातून दिसून येते की त्यांनी बहुसंख्यांच्या अधिकाराला झुगारून द्यावयाचे ठरविले आहे, नियम

धाब्यावर बसवून आपल्या लहरी दुसऱ्यावर लादायच्या आहेत, आणि संस्था सोडून देण्याची धमकी देऊन सगळ्या विरोधाला गप्प करावयाचे आहे. मला सांगण्यास वाईट वाटते की अशा माणसांच्या आत्मप्रौढी व प्रवृत्तींच्या बरोबर काम करू शकत नाही. ही माणसे जगापुढे आपण नि:स्वार्थी देशप्रेमी असल्याचा आव आणण्यासाठी आकाशपाताळ एक करतात आणि आपल्या लहरीपुढे मान न वाकविणाऱ्यांबद्दल तिरस्कार व्यक्त करतात. स्वत:कडेच सर्व शहाणपण व सत्ता आहे असे समजणाऱ्या ढोंगीपैकी एक होण्यासाठी मी त्या संस्थेचा सभासद झालो नाही. संस्थेच्या हितासाठी उत्तम असल्याशिवाय, मी माझ्या मित्रांच्या व सहकाऱ्यांपासून वेगळी आणि ठाम तत्त्वे, तशीच योग्य कारणे असल्याशिवाय सोडणार नाही. मानसिक संतापामुळे संस्थेतील त्यांना दिलेली पदे सोडून देऊन संस्था बरखास्त करायच्या ते धमक्या देऊ देत... माझ्या ध्येयाबद्दलचे प्रेम कधीही कमी होणार नाही. मात्र विचारशून्य अडवणुकीचे धोरण, विजयाचे संकुचित प्रेम, हुशारीबद्दलचा उद्दामपणा, सभ्यतेचा विनयभंग आणि दुसऱ्यांच्या भावना व मतांची थोडीसुद्धा कदर नसणाऱ्यांबद्दल मला आता सहनशक्ती उरलेली नाही. संस्थेतून मला पूर्णपणे काढून टाकण्याची त्यांना आवश्यकता वाटेपर्यंत, मी एक पगारी शिक्षक म्हणून काम करीन आणि त्यांना जे वाटेल ते वेतन आनंदाने स्वीकारेन..."[३८]

सभांच्या कामकाजाच्या लेखी नोंदी, आरोप-प्रत्यारोपांची पत्रे हे दर्शवितात की, व्यवस्थापक मंडळाच्या सभांचे कामकाज अपेक्षेपेक्षा वाईट होत असे. तसेच टिळक आणि आगरकर यांच्या भोवती अधिकाधिक ध्रुवीकरण होत गेले हे स्पष्ट आहे. "मूळ ध्येये आणि त्यागाच्या मार्गापासून ढळल्याचा" आरोप वारंवार करून टिळक आपल्या सहकाऱ्यांकडे तिरस्काराने बघत तसेच त्यांच्या प्रामाणिकतेवर संशय घेत होते. नवीन पोट-नियम आणि पगारवाढीचे प्रस्ताव शेवटी सोडून देण्यात आले.

४. होळकर देणगी प्रकरण

आगरकर आणि टिळक यांच्यातील गैरसमजुती, बेबनाव व मतभिन्नता दाखविणारे हे प्रकरण आहे.[३९] इंदूरचे महाराज शिवाजीराव ऊर्फ भाऊसाहेब होळकर (जुलै १८८६ मध्ये ते गादीवर आरूढ झाले होते.) पुण्यात नोव्हेंबर १८८८ मध्ये आले होते. स्थानिक वृत्तपत्रांच्या संपादकांचा आणि शहरातील नामांकित लोकांचा शेला-पागोटे देऊन मानसन्मान करावा अशी इच्छा त्यांनी व्यक्त केली. होळकरांचे,

म्हणजे शिवाजीराव व त्यांचे दिवंगत वडील यांचे, डेक्कन एज्युकेशन सोसायटीच्या चालकांबरोबर, विशेषत: आगरकर-टिळक यांच्याबरोबर चांगले संबंध होते. सर्वसाधारणरीत्या *केसरी* व *मराठा* या पत्रांनी संस्थानिकांचा कैवार घेतला होता. तसेच आगरकर व टिळक आणि सदर महाराज शिवाजीराव यांचे वडील तुकोजीराव होळकर यांच्या पूर्वी बऱ्याचदा गाठीभेटी झाल्या होत्या. शिवाजीरावांनी आपला पुण्यातील वाडा न्यू इंग्लिश स्कूलसाठी नाममात्र भाडे घेऊन वापरायला दिला होता. विशेषत: आगरकरांच्यावर होळकरांची जास्त मर्जी होती.[४०]

भाऊसाहेब होळकरांनी १८ डिसेंबर १८८८ रोजी जोशी सभागृहामध्ये आगरकर आणि टिळक या संपादकांना इतर काही मान्यवरांबरोबर शेला-पागोटे देऊन मानसन्मान करण्यासाठी आमंत्रित केले होते. संपादक म्हणून अशा प्रकारची वस्त्रे स्वीकारणे त्यांना योग्य न वाटल्यामुळे ते त्यादिवशी मानसन्मान स्वीकारावयास हजर राहिले नाहीत. जेव्हा २० डिसेंबर रोजी पुन्हा खास आमंत्रण देऊन बोलावण्यात आले, तेव्हा व्यक्तिगत अनुग्रह स्वीकारावयाचा नाही असे उभयतांनी आधीच ठरविले. तथापि, महाराजांनी मानसन्मानाच्या वस्त्रांसाठी दोघांना प्रत्येकी रु. ३५० दिले. महाराजांच्या दरबारातून रजा घेतल्यानंतर, उभयतांनी महाराजांचे अनुचर (aid-de-camp) बी. ए. गुप्ते यांना विनंती केली की दिलेली रक्कम आपसांत वाटून न घेता सोसायटीच्या सर्व आजीव सभासदांमध्ये वाटून घेण्यास त्यांनी महाराजांची परवानगी मिळवावी. गुप्ते यांनी महाराजांची संमती कळविली.[४१]

ज्यांच्या छापखान्यात *सुधारका*चे मुद्रण होत असे, त्या पांडुरंग रघुनाथ शिराळकरांच्याकडून आगरकरांना कळले की, महाराजांना हयात असलेल्या लेखकांचा सन्मान करण्याची इच्छा आहे. लागलीच, शाळेतील मुलांत वाटण्यासाठी *वाक्यमीमांसा* व *विकारविलसित* या त्यांच्या पुस्तकांच्या प्रती महाराज विकत घेतील का याबाबत विचारणा करणारे एक पत्र त्यांनी अनुचर गुप्ते यांना लिहिले.[४२] आगरकरांच्या मराठी साहित्यातील योगदानाबद्दल महाराजांना असलेले कौतुक गुप्ते यांनी लगेचच कळविले आणि त्यांच्या दोन्ही पुस्तकांच्या पाचशे प्रती विकत घेण्याचे महाराजांनी ठरविले आहे हेही सांगितले. त्याप्रमाणे तीनशे रुपयांच्या पावतीसह पुस्तकांच्या प्रती पाठवून देण्यात आल्या. दुसरे दिवशी म्हणजे २१ डिसेंबर १८८८ रोजी महाराजांचे अनुचर गुप्ते यांनी आग्रहाचे निमंत्रण पाठवून आगरकरांना बोलावून घेतले व *वाक्यमीमांसा* हे पुस्तक महाराजांना आवडले असल्याचे सांगितले. आगरकरांच्या वाङ्मयसेवेचा गौरव करण्यासाठी म्हणून महाराजांनी दिलेले शेलापागोटे आगरकरांनी त्या दिवशी स्वीकारले. आगरकर-टिळकांना दिलेल्या सातशे रुपयांपैकी चारशे रुपये *वाक्यमीमांसा* पुस्तकाबद्दल

आगरकरांना द्यावेत व उरलेले तीनशे रुपये सर्व आजीव सभासदांनी वाटून घ्यावेत, अशा आदेशाचे महाराजांचे आदल्या दिवसाचे (२० डिसेंबर) पत्र मिळाले का याबाबत गुप्ते यांनी विचारणा केली. आगरकरांनी नकारात्मक उत्तर दिल्यावर त्यांनी त्या पत्राची एक प्रत पाठवून देऊ, असे आश्वासन दिले.

२१ डिसेंबर रोजी म्हणजे, आगरकर महाराजांना भेटावयास गेलेल्या दिवशी सदर पत्र टिळकांना मिळाले. डे. ए. सोसायटीच्या सभासदांचा त्याग आणि त्यांनी केलेल्या शैक्षणिक कामगिरीची प्रशंसा करून उदार भावना व्यक्त केल्याबद्दलचे उपकार मानावे यासाठी उत्तरादाखल एक 'मसुदा' टिळकांनी तयार केला. त्या पत्रात महाराजांना असेही कळविले की, बिदागीतील संबंधित भाग इतर सभासदांमध्ये वाटण्यात आला. सर्व रक्कम सोसायटीच्या खात्यात जमा करावी आणि त्यांच्या सूचनेशिवाय इतर कोणालाही ती रक्कम देऊ नये, असे टिळकांनी सोसायटीचे कारकून त्रिंबक जोशी यांना आदेश दिले. सदर पत्राचा मसुदा संमतीसाठी आगरकरांकडे पाठविताना टिळकांनी मत व्यक्त केले की, व्यक्तिगत श्रमासाठी आगरकरांना वेगळा मेहनताना द्यावा.[४३] या पत्राच्या मसुद्याला मंजुरी देण्यास आगरकरांनी नकार दिला.

टिळकांनी जोशींना दिलेल्या सूचनेमुळे तसेच मसुदापत्रात दाखविलेल्या संपूर्ण अविश्वासामुळे दुखावल्या गेलेल्या आगरकरांनी तातडीने, टिळकांना एक दीर्घ पत्र लिहिले. या पत्रात आगरकरांनी सर्व घटनांबाबत स्वत:ची बाजू मांडली होती तसेच महाराजांना स्वत:च्या पुस्तकांसाठी पाठबळ मागण्यापाठची वैयक्तिक कारणेही स्पष्ट केली होती.

टिळकांनी लागलीच उत्तर पाठविले की, जोशींना सूचना देण्यात त्यांनी फक्त कर्तव्य केले, आणि १८८६ साली शाळेच्या खात्यातून छापखान्याला पैसे द्यावेत, असा ठराव संमत झाला असतानासुद्धा आगरकरांनी पैसे देण्यास नकार दिला, याची आठवण करून देणारा खोडसाळ संदर्भही दिला. त्यांनी आगरकरांवर दोषारोप केले की वैयक्तिक अनुग्रह न स्वीकारण्याचे ठरविले असतानासुद्धा इतक्या लवकर व्यक्तिगत राजाश्रयासाठी विनंती करून आगरकर शहाणपणाने वागले नाहीत. टिळकांच्या मते आगरकरांनी गुप्ते यांना कळवायला हवे होते की, त्यांनी महाराजांना वेगळी बिदागी देण्यासाठी विनंती करावी.

आगरकरांनी टिळकांच्या पत्रास लगेच प्रत्युत्तर दिले. टिळकांच्या वागण्याचा 'अत्यंत पराकोटीचा अहंकार' असा उल्लेख करून आगरकरांनी प्रत्यारोप केला. १८८६ साली छापखान्याला पैसे देण्याबाबतच्या प्रश्नाबद्दल आगरकरांनी दाखवून दिले की, स्वत:चेच म्हणणे दामटण्यासाठी टिळकांनी 'हास्यास्पद सिद्धांता'चा

पुरस्कार केला, आणि 'विकृती, आडमुठेपणा, खोटेपणा' व 'एकीच्या बदल्यात स्वत:चा उदोउदो करणे...' असे त्यांच्यावर आरोपही केले. तरीसुद्धा, टिळकांनी या पत्राचा उल्लेख 'एक उपदेशपर साहित्यकृती... तुमच्या चांगल्या हृदयातून दुसऱ्यांदा ओसंडणाऱ्या भावना', असा केला.[४४]

व्यवस्थापक मंडळाच्या सभेत या विषयावर काय स्वरूपाची चर्चा झाली हे दाखविणारी कागदपत्रे उपलब्ध नाहीत. याबाबतीत सभासदांच्या बऱ्याच अनौपचारिक बैठकी झाल्या असाव्यात, तसेच डावपेच आखण्यासाठी गटागटांच्यासुद्धा बैठकी झाल्या असाव्यात. उदाहरणार्थ, वासुदेवराव केळकरांनी टिळकांना उद्देशून रात्री उशिरा लिहिलेली २६ डिसेंबर १८८८ ची एक चिठ्ठी सापडते : ''तुम्हांला कळण्यासाठी मी हे लिहीत आहे की, व्ही. एस. ए. (वामन शिवराम आपटे) जे तुमच्याकडे येत आहेत, ते आता गोळ्यांच्या घरावरून जात आहेत. म्हणजे याचाच अर्थ असा की, ते आधी जी. जी. ए. च्या (आगरकरांच्या) घरी जाऊन आले असावेत. त्याप्रमाणे तुम्ही काय करावयाचे ते ठरवा.''[४५]

या सातशे रुपयांच्या विनियोगाचा प्रश्न अनिर्णीतच राहिला. या प्रकरणानंतर त्या पैशांबद्दल कोणीही स्वारस्य दाखविले नाही. शेवटी होळकर देणगीचे पैसे सोसायटीच्या खात्यात जमा करण्यात आले. पण त्यामुळे सभासदांमध्ये कमालीचे वितुष्ट निर्माण झाले.

प्रत्यक्षात काय घडले याचा तपशील उपलब्ध नसल्याने फक्त काही अंदाज करावे लागतात आणि उपलब्ध पुराव्यामधून निष्कर्ष काढावे लागतात.

१. समान वाटपाबद्दल महाराज तशी मान्यता देतील या अपेक्षेने महाराजांची संमती त्यांनी प्रत्यक्षात ती द्यायच्या आधीच गुप्ते यांनी आगरकर आणि टिळकांना कळविली असावी. पण प्रत्यक्षात जेव्हा त्यांनी अनुमती विचारली तेव्हा महाराजांनी ती नाकारली असावी. किंबहुना, त्याबद्दल चौकशी करण्याचे नाटक करून चमत्कारिक अवस्थेतून आपली सुटका करून घेण्याचा गुप्ते यांचा प्रयत्न असावा अथवा टिळकांनी याबाबतीतील २० डिसेंबरचे पहिले पत्र दाबून त्यातील सत्य दडवून ठेवले असावे. या दोन्ही बाबतींत निश्चितपणे हे स्पष्ट होते की, स्वत:च्या पुस्तकांसाठी आगरकरांनी मागितलेला राजाश्रय आणि महाराजांचा निर्णय यांचा संबंध नसावा. म्हणूनच, आगरकरांच्या पुस्तकांची किंमत तीनशे रुपये असतानासुद्धा चारशे रुपये त्यांच्यासाठी वेगळे राखून ठेवले असे सांगितले गेले. गुप्ते यांच्या पत्राची दुसरी प्रत जेव्हा आगरकरांनी टिळकांना दिली, तेव्हा सर्व सभासदांत समानतेने वाटून घेण्याचा

पूर्वीचा निर्णय कारस्थानाने आणि मुद्दाम गुप्ते यांच्यापासून लपवून ठेवला, असा आरोप टिळकांनी अयोग्यरीत्या आगरकरांच्यावर केला. आधीच्या संध्याकाळी गुप्ते यांनी महाराजांचा निर्णय जर कळविला असता तर चारशे रुपयांव्यतिरिक्त पुस्तकांच्या किंमतीची रक्कम आगरकरांना वेगळी देण्यात यावी, अशी त्यांनी महाराजांना विनंती केली असती, कारण पुस्तके विकत घेणे ही नंतरची घडामोड होती. आगरकर व टिळक यांना सोडून इतर कोणाबद्दलही महाराजांना प्रशंसा दाखवायची नव्हती, असे गुप्ते यांनी दुसऱ्या दिवशी आगरकरांना सांगितले या वस्तुस्थितीत गुप्ते कुठल्या पेचात सापडले होते हे कळून येते.[४६]

२. समान वाटपासाठी संमती दिल्यानंतर आगरकरांनी चारशे रुपयांची मागणी केली नसावी. एका कठीण पेचात ते सापडले होते : एकाबाजूला महाराजांनी त्यांना पुस्तकांसाठी वेगळे पैसे द्यावेत असे गुप्ते यांना ते पटवून देऊ शकले नाहीत आणि दुसऱ्या बाजूला पुस्तकाच्या किमतीच्या चारशे रुपयांवर त्यांना पाणी सोडावे लागले. आदल्या दिवशी दिलेल्या सातशे रुपयांतून महाराज पुस्तकाच्या किमतीचे चारशे रुपये घ्यावयास सांगतील अशी थोडीसुद्धा त्यांना कल्पना आली नाही. आगरकरांना थोडीसुद्धा पूर्वकल्पना याबाबत असली असती तर त्यांनी पुस्तकांस राजाश्रय मागितला नसता.

आगरकर ज्या परिस्थितीत सापडले होते, त्याचा पुरेपूर फायदा टिळकांनी घेतला. जोशींना लेखी तसेच तोंडी दिलेल्या सूचना ही टिळकांची अवाजवी प्रतिक्रिया होती. सदर रकमेचे सर्व सभासदांत वाटप झाले आहे अशी खोटी विधाने करणाऱ्या मसुद्यावर आगरकरांनी सही करण्यास नकार देणे स्वाभाविकच होते. यात टिळकांची एक खेळी वाटल्याने त्यांनी सही केली नाही.

३. १८८६ साली सोसायटीच्या पैशातून छापखान्यासाठी आगाऊ रक्कम देण्यास आगरकरांनी नकार दिल्याचा टिळकांचा उल्लेख या प्रकरणाशी संबंधित नव्हता, म्हणून तो विनाकारण होता. तातडीने व्यक्तिगत आश्रयासाठी विनंती करून आगरकरांनी शहाणपणा दाखविला नाही आणि पुस्तके विकत घेण्यासाठी वेगळे पैसे मागायला हवे होते, असे म्हणून आगरकरांच्या मनात पैशाबाबतीत वेगळा स्वार्थ होता असे टिळकांनी दर्शविले. हा आरोप आगरकरांना असह्य झाला.

४. होळकर देणगी प्रकरणाबाबत आगरकरांच्या दोन्ही पत्रांतून व्यक्त झालेला टिळकांच्या विरुद्धचा राग हा टिळकांनी आधीच्या अनेक प्रसंगी दाखविलेल्या

अशाच प्रकारच्या वृत्तीमुळे दाबून ठेवलेल्या भावनांचा उद्रेक होता. किंबहुना, याच कारणामुळे त्यांनी टिळकांच्या वृत्तीचा उल्लेख 'ख्रिश्चन मिशनऱ्यांचा वितंडवाद आणि कायदेशीर युक्तिवादाच्या बुरख्याखाली केलेले जुलमी आणि स्वार्थी वर्तन'', तसेच 'स्वार्थीपणे स्तुती करणे' असा केला.[४७] आधीच्या प्रसंगामुळे त्यांचे संबंध किती कडवट झाले होते हे या आरोप-प्रत्यारोपांतून दिसून येते. हे प्रकरण आगरकरांनी *सुधारक* वृत्तपत्र सुरू केल्यावर झाले, या वस्तुस्थितीतच अन्य कारणाबरोबरच टिळकांच्या या वृत्तीचे स्पष्टीकरण मिळते.

५. इतर प्रश्नांच्या तुलनेत होळकर देणगी प्रकरण ही एक क्षुल्लक बाब होती. टिळकांनी १८९० साली दिलेल्या राजीनाम्यात या प्रकरणास अवास्तव महत्त्व दिल्याने आणि त्याचा निवडक वापर केल्याने अभ्यासकांनी या घटनेस वाजवीपेक्षा जास्त महत्त्व दिले आहे. होळकर प्रकरणातला पत्रव्यवहार त्यांनी आपल्या राजीनाम्यास जोडला होता. सभासदांचे 'बाहेरील कामात गुंतलेले हितसंबंध' प्रत्यक्ष किंवा अप्रत्यक्षपणे संस्थेच्या हितांशी कसे मारक होते, आणि 'सभासदांतील हितसंबंधी भांडणे दाखविण्याचे किळसवाणे काम' त्यांनी केल्यामुळे एकमेकांत वितुष्ट निर्माण होऊन भावना कुठल्या थराला पोहोचू शकतात, हे टिळकांना दाखवून द्यायचे होते.[४८]

ह्या प्रकरणामुळे टिळक आणि आगरकरांत इतका कडवटपणा निर्माण झाला की दोघांनीही काहीकाळ व्यवस्थापक मंडळाच्या बैठकींना उपस्थित राहण्याचे बंद केले.[४९] दिलेल्या देणगीचा उद्देश खाजगी असल्याने, आगरकरांनी चारशे रुपयांची मागणी करून संस्थेचे हित जपले नाही, हा टिळकांचा आरोप असंबद्ध होता आणि ४०० रुपयांची मागणी करून आगरकरांनी संस्थेच्या हितसंबंधांकडे अजिबात दुर्लक्ष केलेले नव्हते. तसेच दुसऱ्या दिवशी व्यक्तिगत सन्मान स्वीकारून किंवा महाराजांनी आपली पुस्तके विकत घ्यावीत अशी विनंती करून आगरकरांनी कुठल्याही प्रकारे बाहेरील हित जपले नव्हते. उलट अशा आरोपामुळे आगरकरांनी टिळकांच्या विरुद्ध केलेल्या - 'ख्रिश्चन मिशनऱ्यांचा वितंडवाद आणि कायदेशीर युक्तिवादाच्या बुरख्याखाली केलेले जुलमी आणि स्वार्थी वर्तन'[५०] या टीकेस समर्थनच मिळते.

५. जेझुइट मिशनऱ्यांचे तत्त्व

पगारवाढ आणि ग्रॅच्युइटीच्या प्रश्नाबद्दल आपल्या राजीनाम्याच्या पत्रात टिळक लिहितात की, १८८० मध्ये, जेझुइट मिशनरी मंडळी अमलात आणतात, त्या स्वार्थत्यागाच्या तत्त्वावर शाळा सुरू केली होती आणि नंतर संस्थेची वाटचाल

त्या मूळ मार्गावरून ढळली असा आरोप त्यांनी केला. १८८९ च्या आधी डे. ए. सोसायटीच्या कागदपत्रांत कुठेही 'जेझुइट तत्त्व' हा वाक्प्रचार सापडत नाही हे लक्षात ठेवण्याजोगे आहे. स्वार्थत्याग कुठल्या प्रकारचा करावयाचा याबद्दल न्यू इंग्लिश स्कूलच्या संस्थापकांच्या मनात काही ठोस कल्पना होती का, याबाबत शंका वाटते. शिक्षण संबंधाने मिशनऱ्यांत असलेली आस्था आणि बांधिलकी यांसारखी काहीतरी अस्पष्ट कल्पना त्यांच्यात असण्याची शक्यता आहे. पण जेझुइट मिशनऱ्यांच्या जीवनशैलीच्या धर्तीवर आपले आदर्श ठरवून आपण वागावे असे कुठेही त्यात दिसत नाही. १८८२ साली भारतीय शिक्षण समितीपुढे (इंडियन एज्युकेशन कमिशन) साक्ष देताना आपटे यांनी सांगितले होते की, 'नवीन' बुद्धिवादी, धर्मनिरपेक्ष आणि राष्ट्राभिमानी शिक्षणाचा प्रसार करण्यास न्यू इंग्लिश स्कूलचे संस्थापक बांधील आहेत.[५१] हे ध्येय संपादन करण्यासाठी आपण जेझुइट जीवनशैली आचरण करू असा सुद्धा उल्लेख त्यांनी केला नाही. स्वार्थत्यागाच्या प्रयत्नाने आपले उद्दिष्ट संपादन करता येईल, याची संस्थापकांना कल्पना होती, पण त्याचा अर्थ जेझुइट जीवनशैलीचे अनुकरण असा नव्हता. मिशनरी आस्था हा शब्दप्रयोग त्यांच्या मते जास्त अलंकारिक होता.

'द जेझुइट्स ऑफ पूना' असा शब्दप्रयोग प्रथम *टाईम्स ऑफ इंडियात* १८ जानेवारी १८८५ रोजी सापडतो. फर्ग्युसन कॉलेजच्या उद्घाटन समारंभाच्या निमित्ताने त्या वृत्तपत्रात दिलेल्या मजकुराचा तो मथळा होता.[५२] संस्थापकांच्या प्रयत्नांचे कौतुक त्या मजकुरात होते. या शब्दप्रयोगाचा दुसरा उल्लेख होळकर देणगी प्रकरणात टिळकांना लिहिलेल्या आगरकरांच्या पत्रात सापडतो. त्यांनी लिहिले, 'तुमच्या वर्तनाला झाकण्यासाठी हव्या त्या युक्त्या करा, ख्रिश्चन मिशनऱ्यांचा वितंडवाद आणि कायदेशीर युक्तिवादाच्या बुरख्याखाली केलेले तुमचे हलके, आणि जुलमी आणि स्वार्थी वर्तन...'[५३] ह्याच प्रकारच्या भावना आगरकरांनी मे १८८९ मध्ये डे. ए. सोसायटीतील अंतर्गत स्थितीबद्दल लिहिलेल्या इतिवृत्तांतात लिहिल्या आहेत : "जेझुइट मिशनरी संघटनेने जगाचे आणि संस्कृतीचे नुकसानापेक्षा किती भले केले आहे याबाबत शंकेपेक्षा जास्त वाटण्यास जागा आहे, हे आठवणीत ठेवणे जरुरीचे आहे. म्हणून त्यांच्या शिस्तीत महत्त्वाचे फेरबदल केल्याशिवाय त्यांचे अनुकरण कोणीही करू शकत नाही. कुठलाही जेझुइट मनुष्य विवाहित नसतो, कुठल्याही जेझुइटाकडे खाजगी मालमत्ता नसते; किंबहुना त्याला तसे करण्यास परवानगी नसते; जेझुइटांचे भोजनगृहही (mess) एकच असते आणि ते एकाच घरात राहतात. सर्वांत महत्त्वाचे म्हणजे ती धार्मिक मंडळी आहेत, ज्यांच्यात मुक्त विचारास कठोरपणे प्रतिबंध केलेला असतो...."[५४]

टिळकांच्या बिनबुडाच्या आरोपांना हे योग्य उत्तर होते. स्वार्थत्यागाच्या तत्त्वाचा पुन्हापुन्हा जप करून आणि संस्था मूळ ध्येयांपासून दूर चालली आहे, असे वारंवार म्हणून टिळक खरेतर संस्थेतील सहकाऱ्यांच्या निष्ठेबद्दल आणि त्यांच्या प्रामाणिकपणाबद्दल संशय घेत होते. यालाच आगरकर क्षुद्र मनोवृत्ती म्हणत. टिळकांच्या टीकेचे मुख्य लक्ष्य आगरकर होते, ज्यांची वैयक्तिक सचोटी आणि चारित्र्य निष्कलंक होते.

६. 'जमाखर्चाची फिरवाफिरवी'

टिळकांनी आपल्या राजीनामा पत्रात (१८९०) इतर आजीव सभासदांनी ''बनावट हिशेब'' (Cooked up accounts) सरकारला सादर केले होते, असा उघड आरोप केला होता. या आरोपाची दखल प्राचार्य फ्रान्सिस गाय सेल्बी यांच्या अध्यक्षतेखाली डे. ए. सोसायटीच्या परिषदेने घेतली. परिषदेने प्राचार्य म्हणून आपट्यांना आणि व्यवस्थापक मंडळाचे तत्कालीन सचिव म्हणून गोखल्यांना खुलासा करण्यास सांगितले. जुन्या साहाय्यक अनुदान संहितेनुसार (Grant-in-aid) संस्थेस मिळत असलेले ३००० रुपयांचे वार्षिक अनुदान सरकारकडून मिळण्यासाठी १८८८-८९ चे हिशेब सादर करण्यावरून आजीव सभासदांत किती मतभेद होते, यावर उपलब्ध पुराव्यावरून प्रकाश पडतो.

मुंबई प्रांताच्या शिक्षणखात्याने खाजगी शिक्षणसंस्थांना द्यावयाच्या साहाय्यक अनुदानाविषयी केलेल्या संहितेप्रमाणे १८८७ पर्यंत, सरकारी अनुदानित संस्थेला शासनाकडून मागितलेल्या अनुदानाच्या किमान दुप्पट उत्पन्न आणि तिप्पट खर्च असला पाहिजे, अशी शर्त घालण्यात आली होती. यासाठी उत्पन्न व खर्च यांचा अंदाज पैशांच्या किंवा पैशांच्या मूल्याच्या स्वरूपात केला जात असे. याचाच अर्थ असा की, शिक्षणसंस्थेच्या एकूण खर्चाच्या एकतृतीयांश इतकी रक्कम साहायक अनुदान म्हणून सरकार देत असे. सेंट झेवियर व फर्ग्युसन ही दोन्ही त्यागाच्या तत्त्वावर चालवली जाणारी महाविद्यालये होती. त्यांतील प्राध्यापक मंडळी फारच कमी वेतन घेत असत. त्यामुळे प्रत्यक्षत: संस्थेच्या हिशोबात खर्चाची आकडेवारी आधारात घेतली तर फर्ग्युसनला फारच थोडे अनुदान मिळाले असते. त्यांच्या त्यागाची कदर करून संस्थांचा प्रत्यक्ष खर्च लक्षात न घेता या संस्थांतील प्राध्यापकांच्या सेवेची किंमत (money's worth) पैशांच्या रूपात ठरवून शिक्षण संचालकांनी अनुदानाची रक्कम निश्चित करण्याचे ठरविले. या तरतुदीनुसार १८८५ पासून फर्ग्युसन महाविद्यालयाला तीन हजार रुपये वार्षिक अनुदान दिले जात असे.[५५]

तथापि, १८८७ साली सरकारने अनुदानसंहितेत बदल केले. या नव्या अनुदान संहितेनुसार 'रकमेच्या किंमतीचे' हा शब्दप्रयोग कदाचित मुद्दामहूनच गाळण्यात

आला. त्यामुळे फर्ग्युसनला मिळणारे वार्षिक अनुदान बंद होणार होते. म्हणजेच प्राध्यापक वेतन घेत असले किंवा नाममात्र वेतन घेत असले तर तेवढेच विचारात घेऊन अनुदान दिले जाणार होते. पूर्वी इतकेच अनुदान मिळवायचे असेल तर प्राध्यापकांचे वेतन वाढविणे जरुरीचे होते. पण पोटापुरते वेतन या कल्पनेने चालवल्या जाणाऱ्या संस्थेला हा उपाय पसंत पडणे शक्य नव्हते. ५ एप्रिल १८८८ च्या आधी डायरेक्टर ऑफ पब्लिक इन्स्ट्रक्शन (डीपीआय)कडे १८८८-८९ या वर्षाचे आवक-जावकचे अंदाजे हिशोब सादर करावयाचे असल्याने हा प्रश्न प्रामुख्याने चर्चेत आला. या अडचणीवर मात करण्याचा उपाय म्हणजे दरमहा पगार वाढवून तो हिशोबात दाखवायचा व ठरल्याप्रमाणे कमी पगार घेऊन उरलेली रक्कम भविष्यनिर्वाह निधी व आकस्मिकता निधी (Provident and Contingency Fund) मध्ये जमा करावी, असे काही सभासदांनी सुचविले. रानड्यांना जेव्हा याबाबतीत सल्ला विचारला, तेव्हा त्यांनी या कल्पनेत काही आक्षेपार्ह नाही असे सांगितले आणि त्याप्रमाणे जादा रक्कम प्रत्येक सभासदाने निधीमध्ये भरण्यासाठी एक पोटनियम संमत करावा, असेही सांगितले. प्राध्यापक ऑक्झनहॅम आणि भांडारकर यांनासुद्धा यात काहीही आक्षेपार्ह वाटले नाही.

आगरकरांच्या अध्यक्षतेखाली ३ मार्च १८८८ रोजी महाविद्यालयास रुपये ३००० चे अनुदान मिळण्यासाठी अशाप्रकारे हिशोब सादर करण्याचे एकमुखाने संमत करण्यात आले. तसेच, पैशाच्याच नव्हे तर 'रकमेच्या किमतीचे' ('money's worth') या धर्तीवर हिशोब तयार करण्याची मुभा फर्ग्युसन महाविद्यालयास दिली जाईल का अशी पृच्छा करणारे पत्र तत्कालीन डी. पी. आय., चॅटफिल्ड यांना लिहावे, असेही त्या बैठकीत ठरले.५६ चॅटफिल्डच्या नकारात ही मुभा फर्ग्युसनास न देण्याचे सरकारचे धोरण दिसून येते. सरकारने चालविलेल्या डेक्कन महाविद्यालय आणि फर्ग्युसन महाविद्यालय यांच्या एकीकरणाची बोलणी फिसकटल्याचा हा परिणाम असावा.५७

जेव्हा व्यवस्थापक मंडळाच्या सहा सभासदांनी आधीच्या सभेत ठरविल्याप्रमाणे हिशोब सरकारास वेळेत सादर करण्याबाबत मंडळाचे तत्कालीन सचिव धारप यांना विनंती केली, तेव्हा चॅटफिल्डच्या पत्राच्या पार्श्वभूमीवर त्यांनी तसे करण्यास नकार दिला आणि निषेध म्हणून सचिवपदाचा राजीनामा दिला.५८ टिळकांनीसुद्धा जोरदार हरकत घेतली. "आपल्या मतांची कदर झाली पाहिजे असे वाटत असल्यास, काही हजार रकमेची काळजी न करता आपण ठामपणे उभे राहिले पाहिजे", असा त्यांचा आग्रह होता. अशाप्रकारे खोटे हिशोब सादर करणे म्हणजे ज्या ध्येयवादी भूमिकेतून ही संस्था स्थापन केली त्या तत्त्वांना 'पद्धतशीर

सोडून देणे' होय असे टिळकांना वाटले, आणि शाळा व महाविद्यालयाचे व्यवस्थापन बघण्याबाबत १३ जानेवारी १८८८ रोजी झालेल्या तडजोडीचे उल्लंघन केल्याबद्दल त्यांनी व्यवस्थापक मंडळावर आरोप केले.[५९] त्यांनी इशाराही दिला की, ''अखेरीस माझे संबंध तोडण्यापर्यंत ह्या गोष्टी जातील याची मला भीती वाटते. जिथे एका माणसाच्या कुवतीवर आणि तत्त्वांवर संशय घेतला जातो तिथे दुसरा उपाय शक्य दिसत नाही... त्यामुळे मी राजीनामा कधी द्यावयाचा त्या वेळेचा आणि सोयीचा प्रश्न फक्त आता उरला आहे.''[६०]

१ एप्रिल रोजी जेव्हा टिळकांच्याशिवाय व्यवस्थापक मंडळाची बैठक झाली तेव्हा धारपांचा सचिवपदाचा राजीनामा स्वीकारण्यात आला आणि त्यांच्याऐवजी पाटणकरांची मंडळाचे सचिव म्हणून नेमणूक करण्यात आली. तसेच 'टिळक व इतरांचा निषेध नोंदवून घेऊन सुधारित हिशोब तयार करावेत'', असेही पुन्हा ठरविण्यात आले. सुधारित हिशोब तयार करण्यासाठी आवश्यक पोटनियम संमत करण्याची गरज असल्याने, त्यासाठी व्यवस्थापक-मंडळाची बैठक ४ एप्रिल रोजी भरली. पोटनियम करण्याच्या बाजूने असलेल्या आगरकरांना संस्थेत फूट पडेल व विरोधक राजीनामे देतील अशी भीती वाटली. म्हणून व्यवस्थापक मंडळातील गंभीर परिस्थिती टाळावी या दृष्टीने आगरकरांनी पोटनियमांच्या विरुद्ध मत दिले. याचा परिणाम म्हणजे दोन्ही बाजूला समान मते झाली.[६१] त्याप्रमाणे सुधारित हिशोब सादर करण्याचे बारगळले आणि जुनी पद्धतच चालू ठेवण्यात आली.

डे. ए. सोसायटीचे सभापती म्हणून प्रा. सेल्बींना लिहिलेल्या पत्रांत टिळकांनी व गोखल्यांनी आरोप-प्रत्यारोप केल्याचे दिसून येते. आपण जोरदार निषेध केल्यामुळे सुधारित हिशोब सादर करण्याची कल्पना बारगळली, असे टिळकांनी ठासून मांडले. गोखल्यांनी त्याचा इन्कार केला. गोखल्यांनी उत्तरादाखल चौदा पानी स्पष्टीकरणास संबंधित कागदपत्रे जोडली, आणि दाखवून दिले की, सरकारला सादर केलेला सुधारित हिशोबाबाबतचा निर्णय संमत केलेल्या ठरावाला धरून होता, तसेच, पूर्वीच्या प्रसंगी अशाच तडजोडीस टिळक हे साथीदार होते.

वरवर पाहता, काही हजार रुपये मिळण्यासाठी आपल्या तत्त्वांचा त्याग करू नये या टिळकांच्या निषेधात पूर्णपणे चूक नव्हती. पण आपण एकटेच त्या तत्त्वांचे पुरस्कर्ते आहोत, हा टिळकांचा दावा आगरकर आणि सोसायटीतील त्यांच्या इतर मित्रांना मान्य होण्यासारखा नव्हता. पण ज्यांनी रानडे, भांडारकर आणि ऑक्झिनहॅम यांचा सल्ला घेतला होता आणि चॅटफिल्ड यांच्यापुढे सर्व वस्तुस्थिती मांडली होती, अशा बहुसंख्य सभासदांना, म्हणजे आगरकर, आपटे, गोखले, पाटणकर आणि भानू यांना, आपण सरकारला फसवितो आहोत किंवा संस्थेच्या

उदात्त ध्येयांना तिलांजली देतो आहोत, असे वाटले नाही; कारण, त्यात कुठल्याही प्रकारचा व्यक्तिगत स्वार्थ नव्हता आणि त्यांची प्रामाणिकता पारदर्शी होती.

डे. ए. सोसायटीतील आणि त्याबाहेरील तत्कालीन वस्तुस्थिती कशी होती आणि *सुधारक* हे स्वतंत्र वृत्तपत्र सुरू करण्यामागे काय कारणे होती, याचे विदारक चित्रण आगरकरांनी दत्तोपंत भागवतांना लिहिलेल्या खाजगी पत्रात दिसून येते:

"अलीकडे आमच्याबद्दल आणि आमच्या कामाबद्दल सार्वजनिक मतांत बदल घडून आला आहे. इकडील एतद्देशीय आणि युरोपीयन विचारवंत मंडळींच्यात आमच्याबद्दल प्रेम वाटेनासे झाले असून ते शत्रुत्वाची भावना जरी दाखवित नसले तरी गेल्या दोन वर्षांतील *केसरी* व *मराठा* मधील नीचपणाच्या लिखाणामुळे ते तटस्थतेची वृत्ती दाखवितात... या दोन्ही पत्रांतील क्षुद्र विचाराबद्दल एक-दोन माणसे कारणीभूत आहेत, तरीही या सारखीच मते सर्व दहाही सभासदांची असून त्यांना ती आवडतात अशी सर्व जनता समजते... या चूकीच्या कल्पनेमुळे आणि गैरसमजूतीच्या परिणामामुळे गंभीर नुकसान झाले आहे. महाविद्यालयाच्या विकासाची आशा तुर्तास तरी नाहीशी झाली आहे, आणि या दोन्ही पत्रांतून भरमसाठ वाढलेल्या या वृत्तीला लगेच आळा जर घातला नाही तर ती आशा कधीच करता येणार नाही... या पत्रांतील गोष्टीसाठी जबाबदार असलेल्यांना सूर बदलण्यास भाग पाडणे अशक्य आहे आणि शाळा व इतर गोष्टी एकादुसऱ्याच्या लहरीखातीर बळी द्याव्या लागत आहेत हे अगदी स्वच्छ आहे. मी माझ्या स्वतःच्या, संस्थेच्या आणि माझ्याप्रमाणे विचार करणाऱ्या इतरांच्या बचावासाठी पुढे आले पाहिजे."[६२]

टिळकांनी भासवला तसा हा प्रश्न न सोडविण्यासारखा नव्हता, पण परस्परविरोधी गट पक्के करण्यात, दुराग्रह घट्ट होण्यात आणि सलोखा अशक्य होण्यात उलट भरच पडली. या सगळ्याचा एकंदरीत परिणाम आगरकरांनी आणि गोखल्यांनी १५ ऑक्टोबर १८८८ मध्ये *सुधारक* सुरू करण्यात झाला. आधीच बिघडलेल्या संबंधांना आणखी नवे फाटे फुटले. एक प्रश्न वारंवार चर्चिला जाऊ लागला, तो म्हणजे 'बाहेरील कामे.'

७. बाहेरील कामे

'बाहेरील कामां'ची प्रथम औपचरिक सूचना, आगरकरांनी गोखल्यांच्या साहाय्याने १५ ऑक्टोबर १८८८ मध्ये *सुधारक* सुरू केल्यावर व्यवस्थापक मंडळाच्या २७ ऑक्टोबर १८८८ च्या बैठकीत झाली. हा निव्वळ योगायोग

म्हणता येणार नाही. त्यावेळी असे ठरविण्यात आले की, ''१८८९ च्या शाळेच्या वर्षअखेर पर्यंत सोसायटीच्या संस्थांत नेमून दिलेल्या कामात व्यत्यय आणणारी अन्य कामे संस्थेच्या कुठल्याही सभासदाला हाती घेता येणार नाहीत. तसेच व्यवस्थापक मंडळाच्या परवानगीशिवाय कुठलेही सार्वजनिक काम या काळानंतर करता येणार नाही.''

१८८० ते १८८८ या काळात 'बाहेरील कामा'चा प्रश्न कधीही उपस्थित झाला नाही, ही लक्षात घेण्याची बाब आहे. शाळेच्या शिकवण्याच्या कामाव्यतिरिक्त सर्वच्या सर्वजण-विष्णुशास्त्री चिपळूणकर, आगरकर, टिळक, आपटे, नामजोशी, केळकर आणि गोळे - कुठल्या ना कुठल्या अन्य कामात व्यस्त असत.[६३] आपल्या अल्पशा आर्थिक उत्पन्नाला जोड म्हणून बहुतेक सगळ्या सभासदांना प्रासंगिक अन्य काम करण्यास मुभा दिली होती. पण *सुधारक* सुरू होण्यापूर्वी त्याकडे कोणीही शाळेच्या शिकवण्याच्या कर्तव्याच्या आड येणारे 'बाहेरील काम' म्हणून पाहिले नव्हते.

किंबहुना टिळकांना संस्थेत एकटेपणाची जाणीव झाल्यामुळे असेल, तसेच डे. ए. सोसायटीमधून राजीनामा देण्याच्या विचाराने असेल, एप्रिल १८८९ मध्ये त्यांनी १८८८-८९ सालची सोसायटीची कागदपत्रे तपासणे चालू केले. तपशीलवार राजीनामा तयार करण्याच्या उद्देशाने त्यांनी हे चालू ठेवले होते, याची कबुली १८९० च्या राजीनामा पत्रात दिली आहे. ही कागदपत्रे मागितल्यावर आपटे व भानूंनी का कू करणे व प्रतिक्रियेदाखल टिळकांचे उद्धट वर्तन ह्यांमुळे वातावरण गढूळ झाले.

या सर्व घटनांमुळे विचलित होऊन आगरकरांनी व्यवस्थापक मंडळाच्या सचिवास एप्रिल १८८९च्या पहिल्या आठवड्यात पत्र लिहिले :

''या सर्व गोष्टी मार्गी लावण्यास खालील गोष्टी करणे आवश्यक आहे : १. की, मी ताबडतोब संस्थेबरोबरचे संबंध तोडले पाहिजेत; २. की, मी दीर्घ मुदतीच्या रजेवर गेले पाहिजे; अथवा, ३. मला नेमून दिलेले काम फक्त मी जाणीवपूर्वक सांभाळावे आणि मंडळाच्या कामकाजात काहीही भाग घेवू नये. मला संस्थेमधून निवृत्त व्हावयाचे असल्यास, मी शपथपूर्वक सांगतो की मी शब्दांने किंवा कृतीने कुठलेही काम करणार नाही ज्याने संस्थेच्या उपयुक्ततेस आणि इभ्रतीस बाधा येईल.''[६४]

हे पत्र व्यवस्थापक मंडळाच्या बैठकीत चर्चिले जावे, अशी आगरकरांनी विनंती केली. टिळकांनी राजीनाम्याची तयारी करणे, धारपांनी सचिवाच्या

सद्हेतूबद्दल शंका उपस्थित करणे, या पार्श्वभूमीवर वासुदेवराव केळकरांनी डे. ए. सोसायटीतील परस्परविरोधी मतांमध्ये सामंजस्य निर्माण करण्याच्या हेतूने सर्व प्रश्नांची स्पष्टता व्यक्त करणारे तपशीलवार सात-पानी इतिवृत्त (Minute) सादर केले आणि त्यावर उपायही सुचविले.६५ टिळकांच्या सांगण्यावरून आपण हे पत्र लिहिले नाही, हे स्पष्ट करून टिळकांनी उभे केलेले प्रश्न जोपर्यंत सोडविले जात नाहीत, तोपर्यंत टिळकांनी राजीनामा देऊ नये, असेही सुचविले होते.

केळकरांच्या मते, "कटुतेच्या भांडणा"ची सुरुवात जानेवारी १८८७ मधील आगरकरांच्या पगारवाढीच्या प्रस्तावापासून सुरू झाली. डे. ए. सोसायटीतील वातावरण किती विचित्र झाले होते, हे विशद करणारे कथन केळकरांनी आपल्या इतिवृत्तात केले आहे :

"पगारवाढीचे प्रस्ताव नंतर सोडून देण्यात आले. पण त्यामुळे सुरू झालेली भांडणे थांबली नाहीत. आमच्या सभेतील दृश्ये अस्वलांच्या बागेपेक्षा वाईट होती. अतिशय ग्राम्य प्रकारची वैयक्तिक शिवीगाळ लोक मुक्तपणाने करीत असत. शाळा व कॉलेजची सर्व प्रगती खुंटली होती, आणि आतापर्यंत एक कष्टी अस्तित्व आम्ही रेटतो आहोत. असेच चालू ठेवणे अशक्य झाले आहे. भविष्यात कुठल्या तत्त्वांवर कारभार चालविला पाहिजे हे आपण कागदावर मांडायला हवे. आपल्या मार्गदर्शनासाठी आपण कठोर नियम केले पाहिजेत, आणि सर्वांचे कर्तव्य आहे, विशेषत: स्वतंत्र सभासदांचे, की त्यांनी जागरूक राहून शिस्तीचे, सभ्यतेचे किंवा तत्त्वांचे उल्लंघन होणाऱ्या बारीक बाबी सुद्धा उघडकीस आणावयास हव्यात आणि त्यांना सरळ वागायला भाग पाडले पाहिजे. सध्याचा पेचप्रसंग काही सभासदांच्या मनोवृत्तीमुळे निर्माण झाला आहे..."६६

पगारवाढीचे प्रस्ताव पुढील पाच वर्षे गोठवावेत, खर्चावर कठोर नजर ठेवावी, साठ हजार रुपयांचा निधी कुठल्याही आकस्मिकतेसाठी निर्माण करावा, तिरस्काराचे, उद्धटपणाचे, भावनावश होणारे वर्तन, कायदा आणि अधिकाराबाबत असहकारिता टाळून 'गटवृत्ती' नाहीशी होण्यासाठी जाणीवपूर्वक प्रयत्न करावे, आजीव सदस्यांच्या कर्तव्यात आणि कामात अडथळे निर्माण करणाऱ्या कुठल्याही बाहेरील कामास प्रतिबंध करावा, आणि ज्या खाजगी कामामुळे संस्थेच्या कामात बाधा येत नाही, अशा कामाबद्दलही व्यवस्थापक मंडळाची पूर्व परवानगी घ्यावी, अशा अनेक गोष्टी केळकरांनी सुचविल्या होत्या. 'पक्क्या' आजीव सभासदांच्या बरोबरच 'मानद आजीव सभासद' असा नवीन वर्ग करावा, असेही त्यांनी सुचविले होते.

नि:पक्षपाती भूमिका घेण्याचा प्रामाणिक प्रयत्न केळकरांनी केला असला तरी, त्यांनी आगरकरांच्यापेक्षा टिळकांच्या विचारसरणीला विशेष प्राधान्य दिल्याचे दिसते. छापखाना व वृत्तपत्रे यांबाबतीतील त्यांचा टिळकांशी असलेला जवळचा संबंध कदाचित त्यास कारणीभूत असेल. त्यांनी, गोखल्यांनी पुणे सार्वजनिक सभेचे सचिवपद घेण्याची शक्यता आणि संस्थेवर होऊ शकणाऱ्या त्याच्या वाईट परिणामांचा अप्रकटपणे उल्लेख केला असला तरी, केळकरांनी टिळकांच्या व नामजोशींच्या 'बाहेरील कामा'चा अस्पष्ट उल्लेखसुद्धा केला नाही.

आगरकरांनी केळकरांच्या प्रयत्नांची प्रशंसा केली असली तरी, त्यांचे बऱ्याच बाबतींत केळकरांशी मतभेद होते. 'बाहेरील कामा'बद्दलचे सर्व उल्लेख त्यांना व गोखल्यांना उद्देशून आहेत, याची आगरकरांना जाणीव होती. त्यांनी हेही दाखवून दिले की, यामुळे "संस्थेला फायदेशीर असलेले खाजगी काम, सर्वसाधारण जनतेला फायदेशीर असलेले खाजगी काम, आणि खाजगी काम हाती घेणाऱ्या व्यक्तीचाच फायदा, असे अनेक प्रश्न उपस्थित होतील. यामधून पुढे स्वहितासाठी, संस्थेच्या आणि समाजाच्या हितासाठी, तोंडी अथवा लेखी अभिव्यक्त केलेली मते यांचाही प्रश्न उद्‌भवेल..." तथापि, आगरकरांनी इशारा दिला की, "प्रत्येक सदस्याच्या मनात घृणा निर्माण होईल अशा (चौकशीचे न्यायालय) कोर्ट ऑफ इन्कीझिशनमध्ये या व्यवस्थापक मंडळाचे रूपांतर करावे लागेल, आणि हे निर्बंध आपल्या ध्येयाच्या अंतिम पराजयास कारणीभूत होतील.."[६७] जो पर्यंत संस्थेचे सभासद आपल्या कर्तव्यांत आणि कामांत कसूर अथवा हलगर्जी दाखवत नाहीत, तोवर विचार आणि कृतीच्या स्वातंत्र्याच्या तत्त्वांचा आगरकरांनी पुरस्कार केला. केळकरांच्या विस्तृत टिप्पणीवर चर्चा करण्यासाठी टिळक-आगरकरांच्या अनुपस्थितीत १ जून १८८९ रोजी व्यवस्थापक मंडळाची बैठक झाली. त्यात 'बाहेरील कामा'बद्दल अगदी गरमागरम चर्चा झाली असावी.[६८]

डे. ए. सोसायटीच्या दप्तरात ७ जून १८८९ च्या व्यवस्थापक मंडळाच्या बैठकीचे बरेच सुटे कागद सापडतात. या कागदांतून खूप माहिती उघडकीस येते. या सभेच्या कामकाजासंबंधीच्या या कागदपत्रांतून 'आदर्श, स्वार्थत्याग आणि बाहेरील काम" या पेहेरावाखाली नक्की काय अंत:स्थ हेतू दडलेले होते, याचा आपल्याला सुगावा लागतो. संस्थेच्या कामात हस्तक्षेप होतो का, हे ठरविण्यासाठी प्रत्येक व्यक्तिगत दावा तपासण्यात आला. आपटे आणि नामजोशींच्या बाबतींत अनुकूल निर्णय झाला. संस्थेच्या कार्यवाहीत वृत्तपत्रांमुळे हस्तक्षेप होतो काय, या प्रश्नावर सुद्धा पाच विरुद्ध चार मतांनी अनुकूल निर्णय झाला. त्यानंतर असा प्रस्ताव मांडला गेला की, 'आगरकर व केळकरांनी शाळेच्या वर्ष अखेरपर्यंत आपापल्या वृत्तपत्रांची व्यवस्था अशाप्रकारे करावी ज्यायोगे संस्थेच्या कामात व हितात त्यामुळे

कुठल्याही प्रकारे हस्तक्षेप होणार नाही, अशी मंडळाची खात्री होईल. याबद्दल व्यवस्थापक मंडळास खात्री पटवून देण्यास ते असमर्थ ठरल्यास त्या दोघांनाही संस्थेतून निवृत्त होण्याचा मार्ग मोकळा राहील.'' या प्रस्तावावर मतदान न अजमावताच एक नवीन प्रस्ताव मांडण्यात आला : ''की दोघांपैकी एका पक्षास त्यांचे वृत्तपत्र अथवा वृत्तपत्रे ताबडतोब थांबविण्यास सांगण्यात यावे, आणि *सुधारक* हे नंतर सुरू केले असल्यामुळे त्याच्या चालकांना ते वृत्तपत्र बंद करण्यास विनंती करावी. कारण त्याची जबाबदारी खूप मोठी आहे.'' हा प्रस्ताव पाच विरुद्ध चार मतांनी मोडीत निघाला.

लगेचच, टिळकांनी नऊ प्रस्ताव मांडले, पण त्यांतील महत्त्वाचे असे होते : अ) पगारवाढीचा प्रश्न सहा वर्षांसाठी गोठवावा, आणि बाहेरील कामाबाबत, जर छोटे काम असेल तर पूर्व संमती घ्यावी. ''पण उत्पन्नाला जोड देण्यासाठी अथवा अन्य उच्च उद्देशाने कुठल्याही पद्धतशीर प्रयत्नास'' परावृत्त करावे आणि थांबविण्यास लावावे. या उपप्रस्तावावर मतांची बरोबरी झाली. आगरकर आणि केळकरांनी मतदान करण्याचे नाकारले; ब) ''कुठल्याही सभासदाचे संस्थेबाहेर स्थायी स्वरूपाचे हित किंवा ध्येय असता कामा नये.'' हा प्रस्ताव बहुमताने संमत झाला; क) छापखाना व वृत्तपत्राबाबतची केळकरांची व्यवस्था, त्यापासून 'फायदे असल्याने', तशीच चालू ठेवावी. ह्या मुद्द्याच्या वेळी आगरकर सभा सोडून गेले असावेत. ड) दोन सभासदांमध्ये स्पर्धा निर्माण करणारे कुठलेही बाहेरील काम असेल तर 'ते थांबवावे अथवा हितसंबंधातील संघर्ष टाळावा.' संघर्षास कारणीभूत ठरणारी कामे हाती घेताना त्यांनी पूर्व सूचना द्यावी, अशी अट त्यात घातली गेली. जेव्हा हा प्रस्ताव पडला, तेव्हा एक सुधारित प्रस्ताव पास झाला. तो असा होता की, कुठलेही नवीन खाजगी काम हाती घेताना संस्थेला कळविण्यात यावे आणि याबाबत व्यवस्थापक मंडळाचा निर्णय बंधनकारक असेल. इ) शेवटी, असे की, ''या प्रस्तावात काहीही बदल करावयाचे असल्यास ते एकमताने व्हावयास हवेत''; ''ज्या सभासदाला वरील प्रस्ताव मंजूर नसतील अथवा अमान्य असतील त्याने संस्था सोडावी''; आणि असे की, ''अस्तित्वातील बाहेरील कामकाजाचे ह्याच तत्त्वावर नियमन व्हावे.''

''सर्व सभासदांनी *केसरी*, *मराठा* आणि आर्यभूषण छापखान्याबरोबर असलेले मालकी आणि साहित्यिक संबंध तोडावेत.'' हा एकच प्रस्ताव एकमताने मंजूर करण्यात आला, कारण संस्थेशी असलेले त्यांचे संबंध अगोदरच वेगळे झाले होते.

कुतूहलाची गोष्ट म्हणजे, यादीतील नऊ प्रस्तावांव्यतिरिक्त आकडा न टाकलेला टिळकांचा आणखी एक प्रस्ताव होता तो असा : ''की *सुधारक* लवकरात लवकर

थांबविण्यात यावा''; तो खोडून परत सुधारितरीत्या मांडण्यात आला : *''की, आगरकर आणि गोखले यांना सुधारकाशी असलेला संबंध लवकरात लवकर तोडून टाकण्यास विनंती करावी, कारण केळकरांच्या केसरी व मराठा यांसह त्यामुळे संघर्ष होण्याची शक्यता आहे; आणि असे केल्यानेच संस्थेतील सभासदांत सलोखा निर्माण होण्याची शक्यता आहे.''* ह्या प्रस्तावावर मतदान बरोबरीत झाले.[६९] टिळकांकडून अशा खेळीची आगरकर अपेक्षा करीतच होते. मधूनच सभात्याग करण्यापूर्वी टिळकांनी एक पत्र खरडले : ''तुम्हांला सांगावयास मला खेद वाटतो की माझ्या इथे राहण्यात काही परिस्थिती मधे आली आहे.''[७०]

एकतर मतभेद झाल्यास विशेषत: आगरकर-गोखल्यांना राजीनामा द्यायला लावणे अथवा त्यांना 'एकतेच्या' तत्त्वाला बांधून ठेवणे, असा शिस्तबद्ध प्रयत्न, ह्या प्रस्तावात होता. *सुधारक* बंद पाडण्याचा अंत:स्थ हेतू लादण्यासाठी टिळकांनी कसे प्रयत्न केले, हे यातून उघड होते. नामजोशी व केळकरांना सांभाळून घेण्यासाठी फक्त अपवाद सुचविण्यात आले होते. केळकर, धारप आणि नामजोशींनी टिळकांच्या मार्गाचे अनुकरण केले, ही खेदाची गोष्ट आहे. चर्चेतून आणि ठरावातून काहीही विशेष निष्पन्न झाले नाही; प्रस्ताव बारगळले आणि सभासद विभागले गेल्याने मतदान घेता आले नाही आणि या संघर्षाचा निर्वाणीचा टप्पा येऊन ठेपला होता.

दरम्यान, आपल्या मिळकतीला जोड देण्यासाठी असलेल्या बाहेरील कामाविषयीची माहिती नामजोशींनी व्यवस्थापक मंडळाला कळविली. ''स्वत:चे वैयक्तिक व सार्वजनिक हितसंबंध धोक्यात न घालता'' आपली बाहेरची कामे ते सोडून देणार नाहीत, हेही त्यांनी कळविले. त्याचा गर्भित अर्थ इतरांच्या लक्षात आला. राजीनामा देण्याच्या शक्यतेची त्यात गर्भित धमकी होती.

टिळक आणि आपटे यांच्यातील अप्रिय प्रसंगादरम्यान २७ जून १८९० रोजी जेव्हा गोखल्यांची पुणे सार्वजनिक सभेचे सचिव म्हणून नियुक्ती झाली, तेव्हा हा खदखदणारा असंतोष उफाळून आला. गोखल्यांच्या या नियुक्तीची माहिती टिळकांना अगोदरच मिळाल्याने, त्यांनी व्यवस्थापक मंडळाची तातडीची सभा २५ जून रोजी या प्रश्नावर चर्चा करण्यास बोलावली. ही नियुक्ती म्हणजे कायम स्वरूपाचे काम असून सोसायटीच्या उद्दिष्टांशी विसंगत आहे, असे टिळकांचे मत होते. यात त्यांना केळकर, धारप आणि नामजोशी यांचा पाठिंबा होता. गोखल्यांना हे काम स्वीकारण्यास प्रतिबंध करणारा ठराव याच बैठकीत टिळकांनी मांडला व तो निसटत्या बहुमताने संमत झाला. उलट गोखल्यांनी सचिवपद स्वीकारण्यास पाठिंबा असलेला ठराव लगेचच आपट्यांनी सुद्धा मांडला, आणि तो सुद्धा निसटत्या बहुमताने संमत झाला. टिळक व आपटे या दोघांनीही आपापल्या

ठरावाची अंमलबजावणी व्हावी, यासाठी खंबीरपणे मागणी केली.[७१] अशा तापलेल्या वातावरणात तोल सुटले, आणि टिळक आणि गोखले-आपटे यांच्यात गरम बाचाबाची झाली.[७२] झाल्या प्रकारावर खेदाची पत्रे देऊन वातावरण शांत झाले आणि दोन्हीही पक्षांनी आपापले शब्द मागे घेतले.

सर्व सभासदांना उद्देशून लिहिलेल्या पत्रातून गोखल्यांनी आपली मते मांडली. गोखल्यांच्या नियुक्तीवर आक्षेप घेताना टिळकांनी सांगितले की जेव्हा हेच पद त्यांना देऊ केले होते तेव्हा त्यांनी ते नाकारले होते; कारण हे काम कायम स्वरूपाचे आहे. म्हणून गोखल्यांनीही तसेच करावे, अशी त्यांनी मागणी केली. टिळकांच्या सांगण्यावरून १४ ऑक्टोबर १८९० रोजी व्यवस्थापक मंडळाची बैठक बोलावण्यात आली. ही बैठक ऐतिहासिक ठरली, कारण त्यात संबंध शेवटी तुटले. सचिवपदाबाबतची गोखल्यांची मते पत्रातून अगोदरच सभासदांना उघड झाली होती.[७३] हिम्मत खचलेल्या शब्दांत त्यांनी लिहिले की, ''...ठरावातून आजपर्यंतच्या माझ्या विश्वासार्हतेबद्दल आणि कामाच्या परिपूर्णतेबद्दल प्रश्न विचारले गेले नाहीत तर यापुढच्या सोसायटीच्या संस्थांमधील माझ्या कामातील गुणाबद्दलच्या शंका अथवा शंकेपेक्षा चमत्कारिक असे काहीतरी फक्त व्यक्त केले आहे.'' सभासदांनी अतिमानवी निकष लावून त्यांचे मूल्यमापन करू नये, अशी विनंती करताना, गोखल्यांनी दाखवून दिले की, जबाबदारी त्यांनी कधीही झटकली नाही. आपल्या पत्राचा शेवट त्यांनी असा केला : ''आजची भांडणे उद्या विसरली जातीलही. यापेक्षा कितीतरी वाईट, ज्यांच्याशी तुलनाही करता येणार नाही अशा अनेक घटनांकडे मंडळाने हेतुपुरस्पर आणि अगतिकतेने डोळे बंद करून, अशाप्रकारचा ठराव पास करून माझ्यावर दुष्ट अन्याय केला आहे, हे यापुढे सदस्यांना कळून चुकेल. आत्ता त्यांना नाही समजले तरी नंतर कळेल.''[७४]

या सभेत सर्व गोष्टी संपुष्टात आल्या, त्यामुळे कायमची दुफळी पडली. जेव्हा केळकरांनी मांडलेला आणि टिळकांनी अनुमोदन दिलेला, गोखल्यांना प्रतिबंध करणारा ठराव बहुमताने संमत झाला,[७५] तेव्हा आगरकर व गोखल्यांनी लगेच सूचना केली की सोसायटीच्या कामकाजात बाहेरील कामामुळे हस्तक्षेप होतो का यावर गोळेंव्यतिरिक्त प्रत्येकाच्या बाहेरील कामाबद्दल निर्णय करण्यात यावा. नामजोशी, टिळक, आपटे, आगरकर आणि गोखले यांच्याबाबतीत निर्णय सकारात्मक झाला, पण धारप आणि भानूंच्या बाबतीत तो विरुद्ध बाजूने झाला. १८८६ पासून छापखाना व वृत्तपत्रांचे काम बघणाऱ्या केळकरांना ते काम चालू ठेवण्यास परवानगी देण्यात आली. आपटेंच्या कामाबद्दल चर्चा करत असतानाच टिळकांनी लेखी नोंद केली की, ''त्यांनी संस्थेचे सभासद पद सोडले आहे.''हाच

शेरा त्यांनी भानू व केळकर यांच्या कामाबद्दल मतदान घेताना लिहिला. आगरकरांनी सुचविले की, भानू, धारप आणि केळकर यांच्या कामाबद्दलची चर्चा वगळण्यात यावी. लगेच घटनांना अनपेक्षित वळण लागले आणि गोखले आणि टिळक यांनी आपापली राजीनामा पत्रे खरडली. अशाप्रकारे सभा संपली.[७६] टिळकांच्या बरोबर पाटणकरांनीसुद्धा संस्थेचा राजीनामा दिला. या सर्व प्रसंगात आपल्यामुळे टिळकांना राजीनाम्याची घाई करावी लागली अशी भावना झाल्याने गोखल्यांना अपराधी वाटत राहिले, पण या भावनेचे निराकरण आगरकरांनी व त्यांच्या मित्रांनी केले.

टिळकांचा राजीनामा लगेचच स्वीकारला गेला नाही आणि संस्थेच्या कोणत्या ना कोणत्या जबाबदारीत त्यांना गुंतवण्यासाठी प्रयत्न करणे चालूच राहिले.[७७] तथापि, ''यापुढे संस्थेची कुठलीही जबाबदारी न स्वीकारण्याचा टिळकांचा निर्णय अंतिम आहे का'', याची खात्री करून घ्यावी अशी आगरकर व आपट्यांनी सचिवांना विनंती केली. टिळकांच्या राजीनाम्याबद्दल निश्चित उत्तर हवे, अशी मागणी आपट्यांनी केली. राजीनाम्याबाबतीत टिळकांचे ठोस उत्तर २२ ऑक्टोबर १८९० रोजी आले. या तडजोडीच्या प्रयत्नाबाबत आगरकरांना काय वाटत होते हे त्यांनी मामांना - सदाशिवराव भागवत यांना लिहिलेल्या पत्रातून दिसून येते :

> ''आमच्या व्यवस्थापक मंडळातील भांडणे तशीच चालू आहेत, आणि टिळक व पाटणकर या दोघांनी राजीनामा दिला आहे. संस्थेत परत यावे यासाठीची मनधरणी करण्यासाठी बड्या मंडळींची मध्यस्थी चालू आहे. ते जे काही करताहेत त्यांत या सर्व सुस्वभावी मंडळी कडून चूक होत आहे असे मला वाटते. कायम स्वरूपाची तडजोड होणे अशक्य आहे. टिळकांनी संस्था सोडणेच योग्य, अन्यथा तिथे प्रगती होणार नाही आणि शांती नांदणार नाही. ते इतके क्षुब्ध व हट्टी आहेत....''[७८]

बहुसंख्य सभासदांना टिळकांच्या अटी मान्य न झाल्याने 'सन्माननीय' तडजोडीसाठीचे सर्व प्रयत्न फोल ठरले. टिळकांना आपण एकटे पडल्याची जाणीव झाली आणि त्यांनी शेवटी, अतिशय स्पष्ट, तपशीलवार आणि प्रदीर्घ राजीनामा पत्र १५ डिसेंबर १८९० रोजी दिले. त्यांच्या राजीनामापत्रातील सूर पाहिल्यावर टिळकांनी व्यक्त केलेल्या, उदात्त वाटणाऱ्या प्रतिपादनातील सत्यतेबद्दल प्रश्नचिन्हेच उभी राहतात.

डे. ए. सोसायटी संबंधी १८८१-१८९० या काळातील वरील सहा प्रमुख प्रश्नांचा संपूर्णपणे एकमेकांशी संबंध न लावता विचार करता येत नाही. यांतील बरेच प्रश्न एकाचवेळी उद्‌भवले होते. याव्यतिरिक्त इथे न उल्लेखलेले काही बारीकसारीक प्रश्नही होते. अगोदरच असलेल्या प्रश्नांत त्यांनी भरच टाकली. या सर्व प्रश्नांचा

चिकित्सकपणे अभ्यास केल्यास आगरकरांना बराच अन्याय सहन करावा लागला, असा निष्कर्ष काढता येईल. टिळकांचा स्वभाव वर्चस्व गाजविण्याचा होता, तर आगरकरांचा अतिसंवेदनशील होता. रागाच्या भरात दोघांनीही एकमेकांविरुद्ध कुरघोडी केली, काही वेळा बोलताना व लिखाणातून ग्राम्य भाषाही वापरली. ही सगळी भांडणे हे दर्शवितात की टिळक, आगरकर, गोखले आणि इतरही मंडळी दैवी नसून ती आपल्यासारखीच माणसे होती. अशी भांडणे असूनसुद्धा, आपल्या कुवतीनुसार त्यांनी आधुनिक भारताच्या जडणघडणीत केलेल्या योगदानामुळे ते आदरास पात्र नक्कीच आहेत.

संदर्भ

१. आगरकरांच्या जन्मतारखेचा ख्रिश्चन वर्षाप्रमाणे उल्लेख आजवर कुठल्याही चरित्रात सापडत नाही. शाळेने दिलेल्या जन्म दाखल्यावरून ती शकसंवत्सर वर्षापासून मोजून इथे दिली आहे. तीच तारीख त्यांच्या जन्मपत्रिकेवरून एम. डी. भट यांनी दिली आहे : महादेव दामोदर भट, *महाराष्ट्राचा कुंडली-संग्रह*, केशव वामन जोशी प्रकाशक, पुणे, पृ. ४४. विशेष म्हणजे, आगरकरांची जन्मतारीख १४ जुलै व मृत्युदिन हा १७ जून, हे दोन्ही दिवस दोन अतिशय महत्त्वाच्या ऐतिहासिक घटनांवर आधारित आहेत. त्या घटना म्हणजे १४ जुलै रोजी फ्रेंच राज्यक्रांतीत बॅस्टिल हा तुरुंग पडला व १७ जून रोजी टेनिस कोर्टवर शपथ घेण्यात आली. पहिल्यात फ्रान्सच्या '*आशिया रेझिम*'चा अंत झाला आणि दुसऱ्यात, ''स्वातंत्र्य, समता व विश्वबंधुत्व' या तत्त्वांचा स्वीकार करून लोकशाही सरकारास प्रारंभ झाला.

२. ही आख्यायिका उद्धृत केली आहे, पहा, जी. पी. प्रधान, 'गोपाळ गणेश आगरकर १८५६-१८९५', *रॅशनॅलिस्ट ऑफ महाराष्ट्र*, इंडियन रेनेसान्स इन्स्टिट्यूट, डेहराडून, १९६२.

३. 'आगरकर पेपर्स' मुंबई विद्यापीठाच्या ग्रंथालयात जतन करून ठेवले आहेत आणि छायाप्रती नवी दिल्ली येथील तीन मूर्ती भवनात असलेले, नेहरू राष्ट्रीय ग्रंथालय आणि वस्तुसंग्रहालय येथे ठेवल्या आहेत.

४. आगरकरांचे सदाशिवराव भागवतांना पत्र, दि. १५ फेब्रुवारी १८९५, *आगरकर पेपर्स (आप.)* हे पत्र त्यांच्या मृत्यूच्या चार महिने आधी लिहिले आहे.

५. या खटल्याचा सर्वांत उत्तम तपशील य. दि. फडके यांनी दिला आहे. पहा, *शोध-बाळगोपाळांचा*, श्री विद्या प्रकाशन, पुणे, १९७७, पृ. ८२-१००.

६. डेक्कन एज्युकेशन सोसायटीच्या घडामोडींबद्दलचा उत्तम वृत्तांत य. दि. फडके यांनी *शोध-बाळगोपाळांचा* या पुस्तकात दिला आहे. पृ. १२४-२१५. यातील संदर्भही पाहावेत. अन्य संशोधकांनी लिहिलेले तपशील पुढीलप्रमाणे: बापुराव आंबेकर, *टिळक जीवनरहस्य,* आर्यभूषण प्रेस, पुणे, १९२४; पी. एम. लिमये, *द हिस्टरी ऑफ द डेक्कन एज्युकेशन सोसायटी* (१८८०-१९३५), पूना १९३५; के. जी. पंडित, *द डेक्कन एज्युकेशन सोसायटी* १८८०-१९६०, अमृत महोत्सव प्रकाशन, १९६०; वसंत पळशीकर, 'डेक्कन एज्युकेशन सोसायटीतील दहा वर्षे', *समाज प्रबोधन पत्रिका,* नोव्हेंबर-डिसेंबर १९७३ आणि 'लोकमान्य बाळ गंगाधर टिळक : नेतृत्वाची उभारणी', *समाज प्रबोधन पत्रिका,* नं. १ ते ५, सप्टेंबर १९७३ ते ऑगस्ट १९७४; न. चिं. केळकर, *लोकमान्य बाळ गंगाधर टिळक यांचे चरित्र,* भाग १, पुणे, १९२७.

७. ही यंत्रसामुग्री वस्तुत: महादेव बल्लाळ नामजोशी यांची होती. नामजोशी *किरण* (१८७७) नावाच्या मराठी व *डेक्कन स्टार* (१८७९) नावाच्या इंग्रजी वृत्तपत्रांचे संपादक व मालक होते. १८७९ मध्ये नामजोश्यांनी साठ्यांकडून कर्ज घेताना ही यंत्रसामुग्री गहाण ठेवली होती. ती तेव्हापासून तशीच पडून असल्याने न्यू इंग्लिश स्कूलच्या चालकांना खूप उदार आर्थिक तत्त्वांवर विकणे फायद्याचे होईल, असे साठ्यांना वाटले. गणेश महादेव नामजोशी, *महादेव बल्लाळ नामजोशी यांचे चरित्र,* पुणे १९४०, पृ. ७-१३. नामजोश्यांनी नंतर *शिल्पकलाविज्ञान* नावाचे औद्योगिक विषयावरील मासिक १८८८ मध्ये सुरू केले. त्यांनी १८८८ साली औद्योगिक परिषद सुरू करण्यास रानड्यांना मदत केली, आणि रे इंडस्ट्रियल म्युझियम सुरू करण्यात त्यांचा सिंहाचा वाटा होता. १८८५ ते १८८९ या काळात ते पुणे नगरपालिकेवर निवडून गेले होते.

८. या खरेदीपत्रात उल्लेख केल्याप्रमाणे एकूण आठ हिश्शांपैकी, चिपळूणकर यांचे तीन, टिळकांचे दोन व आपटे, आगरकर आणि सोहोनी यांचे प्रत्येकी एक, असे हिस्से हेते. एकूण ४५०० रुपयांच्या मुद्दलापैकी रुपये २५०० साठ्यांच्याकडून आर्यभूषण छापखान्याची यंत्रसामुग्री विकत घेण्यासाठी कर्जाऊ घेतले होते. कराराप्रमाणे प्रतिवर्षी २५० रुपये प्रमाणे पुढील दहा वर्षे साठ्यांना पैसे द्यायचे असे ठरले होते. सोहनींनी उरलेले २००० रुपये पहिली दोन वर्षे विनाव्याजी व नंतर शेकडा ०.८.० आणे प्रति महिना म्हणजेच महिना रु. १० एक वर्षासाठी द्यायचे असे ठरले होते. भागीदारी करारनामा *आप*मध्ये आहे.

९. याबाबतची माहिती आगरकरांनी *केसरी*च्या 'स्वत:विषयी' या ११ जानेवारी १८८७ रोजी लिहिलेल्या संपादकीयात मिळते. छापखान्याच्या व्यवस्थापनाला ते 'हातबङ्घ्याचा कारभार' असे म्हणतात.

१०. दत्तोपंत भागवतांचे आगरकरांना पत्र, १० जानेवारी १८८३, *आप.* आगरकर व टिळक तुरुंगात असताना आर्यभूषण छापखाना व पत्रांचे व्यवस्थापन पाहण्याची जबाबदारी वासुदेव बाळकृष्ण केळकर यांनी घेतली.

११. दत्तोपंत भागवतांचे आगरकरांना पत्र, ६ एप्रिल १८८३, *आप.*

१२. दत्तोपंत भागवतांचे आगरकरांना पत्र, १० जानेवारी १८८३, *आप.*

१३. *विकारविलसित* जून १८८३ च्या अखेरीस प्रसिद्ध झाले. याबाबतचे हिशोब तपशीलवार सापडतात, *आप.*

१४. य. दि. फडके, *शोध-बाळगोपाळांचा,* पूर्वोक्त, पृ. १३०-१३१. नामजोश्यांच्या आजारावर पूर्ण विश्वास ठेवता येत नाही. पुणे म्युनिसिपालीटीस औद्योगिक वॉर्डातून निवडून गेल्याने बहुधा त्यांना वृत्तपत्रांसाठी जास्त वेळ देता आला नाही. १८८० च्या दशकात नामजोश्यांनी सोसायटीच्या कामात 'सोसायटीचे परराष्ट्रमंत्री' म्हणून असलेल्या आपल्या उपयुक्ततेचा पुरेपूर फायदा स्वत:साठी करून घेतला.

१५. *कित्ता.*

१६. 'मिनिट बुक ऑफ द मॅनेजिंग कमिटी' १८ ऑगस्ट १८८५ ते २१ जुलै १८९०, आगरकरांनी वासुदेवराव केळकरांना लिहिले : ''छापखान्याचे आठशे रुपयांचे सोसायटीला देणे अगोदरच लागते आणि हे अजूनही फेडले नाही ते तुम्हांला माहिती आहे. तुम्ही स्वत:च्या जबाबदारीवर करू शकता, मी त्या सर्व प्रकरणात साथीदार असणार नाही...'' ३१ मार्च १८८६, मिस्सेलिनियस फाईल क्र. २, *डे. ए. सो. दप्तर.*

१७. य. दि. फडके, *तत्रैव,* पृ. १३०-१३१.

१८. केळकर, नामजोशी, टिळक, धारप आणि गोळे यांनी प्रस्तावाच्या बाजूने मत दिले, तर आगरकर आणि आपटे यांनी विरुद्ध मत दिले. छापखान्याला कर्ज मंजूर झाले, पण डे. ए. सोसायटीच्या दप्तरात छापखान्यासाठी घेतलेले हे कर्ज तसेच पहिले कर्ज फेडल्याचा पुरावा सापडत नाही.

१९. पी. आर. लिमये, *हिस्टरी ऑफ द डेक्कन एज्युकेशन सोसायटी,* पूना, १९३५, टिळकांचे राजीनामा पत्र, भाग ३, परिशिष्टे, पृ. १-२९.

२०. '१८८९ मधील अंतर्गत परिस्थितीबद्दलचे आगरकरांचे टिपण', डे. ए. सो. च्या सचिवांना उद्देशून लिहिलेले, ५ मे १८८९, पी. आर. लिमये, *तत्रैव,* परिशिष्ट - अ, प्रकरण ५.

२१. *आप.*

२२. टिळक आणि थोडेबहुत केळकर सोडल्यास अन्य कोणत्याही आजीव सभासदाची आर्थिक परिस्थिती बेतापेक्षा चांगली नव्हती. नामजोशी, गोळे आणि धारप यांचे कर्जासाठीचे अर्ज त्यांच्या आर्थिक स्थितीबद्दल बरेच काही सांगून जातात.

२३. १६ डिसेंबर १८८४ रोजी आगरकरांनी 'वादे वादे जायते तत्त्वबोध:' हा *केसरी*तील अग्रलेख स्वत:च्या सहीनिशी लिहिला.

२४. लिमये, तत्रैव, टिळकांचे राजीनामा पत्र. आगरकरांवर दोषारोपण करणारे टिळकांचे हे राजीनामा पत्र नंतर १८९० मध्ये लिहिले आहे हे लक्षात ठेवणे जरुरीचे आहे.

२५. 'आपटे ॲन्ड हिज कलिग्ज्स ॲन्ड देअर डिट्रॅक्टर्स', *मराठा,* २६ जून १८८७; 'द रुलिंग क्लिक ऑफ पूना लिडर्स', *मराठा,* ३ जून १८८७.

२६. *मराठा,* २६ जुलै १८८७.

२७. आरंभापासूनच टिळकांना नामजोशी आणि धारप, व नंतर पाटणकरांचा पाठिंबा होता हे दिसून येते. बहुतेक प्रश्नांवर केळकरांनी समतोल मते दिली आणि प्रश्नांच्या गुणांवर आधारित मत दिले. पण काही अति महत्त्वाच्या प्रश्नांवर, किंबहुना व्यावहारिक कारणासाठी टिळकांच्या बाजूला त्यांचा कल झालेला दिसतो. गोळेंची मते टिळकांना जास्त जवळची होती, म्हणून त्यांनी टिळकांच्या बाजूने मत दिलेच असे झाले नाही. आपट्यांची मते प्रारंभीच्या काळात टिळकांसारखी होती. रखमाबाई खटल्यात त्यांनी *'लॉ फॉर द रेस्टिट्युशन ऑफ कॉन्जुगल राईट्स ॲज इट स्टॅन्ड्स ॲन्ड शुड बी ॲमेंडेड',* ही पुस्तिका लिहून टिळकांप्रमाणे दादाजीची बाजू घेतली होती. *एम. एस. ए. / ज्युडिशियल डिपार्टमेंट/* १८८८ / व्हॉल्युम २३ / पृ. २६-२७. पण कालांतराने त्यांची मते बदलली. १८८७ पासून ते हळूहळू आगरकरांच्या बाजूचे झाले. गोखले आणि भानू आधीपासूनच आगरकरांच्या विचाराचे होते म्हणून त्यांच्या बाजूने मते दिली. जून १८८७ पासून व्यवस्थापन मंडळातील सभेतील मतांची सर्वसाधारण दिशा बदलली - टिळक, नामजोशी, धारप आणि पाटणकर एका बाजूला आणि आगरकर, गोखले, आपटे आणि भानू दुसऱ्या बाजूला. या अर्थपूर्ण मदतीमुळे आगरकर जास्त आग्रही बनले. म्हणून, गोखले आणि भानू सामील झाल्यावर हळूहळू काटा आगरकरांच्या बाजूने झुकू लागला.

२८. *स्त्री* (मासिक), जुलै १९३८, नं. ३, पृ. ८६६ 'प्रिन्सिपॉल आगरकर यांच्या आठवणी', संकलन : दत्त नारायण आपटे.

२९. आगरकरांनी जी. एम. सोहनींना १७ फेब्रुवारी १८८६ रोजी लिहिलेल्या पत्रात या गोष्टीस पुष्टी मिळते. शिवाय *केसरी*तील गतवर्षाबाबतचे (१८८६) सिंहावलोकन करणाऱ्या संपादकीयात या कर्जाचा उल्लेख केला आहे. *केसरी,* १२ जानेवारी १८८७, 'स्वत:विषयी'. हे निष्कर्ष य. दि. फडके यांनी काढलेल्या अनुमानाशी फार जुळणारे आहेत.

३०. संस्थेच्या मूळ ध्येयांचा त्याग केल्याबद्दलची अनुमाने टिळकांनी जास्तच ताणून धरल्याचे दिसते. याबद्दलची त्यांची मते नंतर लिहिलेल्या १८९० मधील राजीनामा पत्रात असल्याने दुराग्रही आणि कलुषित असल्याचे दिसते.

३१. १५ मे १८८५ च्या सभेत हा ठराव मंजूर करण्यात आला. आगरकरांना तीव्र दमा असल्यामुळे विमाकंपनीने त्यांचा जीवनविमा उतरविण्यास नकार दिला. म्हणून आपट्यांच्यावर स्वत: व्यतिरिक्त आणखीन एक जीवनविमा उतरविण्यात आला आणि जेव्हा ती पॉलिसी पूर्ण होईल, तेव्हा आगरकरांच्या कुटुंबीयांना त्याची रक्कम देण्यात येईल, असे ठरविण्यात आले. जर आगरकरांचा मृत्यू लवकर झाला तर सरकारी सेविंग्ज बँकेच्या व्याजाच्या दराप्रमाणे रु. ३०००/- वरचे व्याज त्यांच्या वंशजांना देण्यात येईल असे ठरले. *व्यवस्थापक मंडळाच्या सभेचे इतिवृत्त,* १८ ऑगस्ट १८८५, *डे. ए. सो. मिनिट बुक,* डे. ए. सो. दप्तर, पृ. ८-९. नंतरच्या आजीव सभासदांवर झालेला या भांडणांचा परिणाम वैजनाथ काशिनाथ राजवाडे यांनी २१ मार्च १९०३ रोजी गोखल्यांना लिहिलेल्या इंग्रजी पत्रात दिसून येतो : "दर पाच वर्षांला रु. १५ या दराप्रमाणे रु. ७५ पासून रु. १२० पर्यंत पगार वाढावा असे माझे मत आहे... भाटे, परांजपे यांना मोठ्या कुटुंबाची आर्थिक झळ पोहोचत नाही तसेच त्यांना ती दिसतही नाही. भाऊसाहेब कर्व्यांना हे सगळे समजते, पण ते त्याबद्दल बोलत नाहीत. पहिली मंडळी मुख्य सैन्यातून विशिष्ट कामासाठी निवडलेल्या सारखे वागतात; कर्वे एका विधवेसारखे चिमटा बसला तरी गप्प राहतात... आपटे आणि आगरकरांच्या अल्पजीवनाकडे त्यांनी तपासून पाहिले तर पगारवाढ किती गरजेची आहे हे त्यांना मान्य होईल..." *गोखले पेपर्स, राष्ट्रीय पुराभिलेखागार,* नवी दिल्ली.

३२. यशोदाबाई आगरकर, *तत्रैव,* जून १९३८, पृ. ८००.

३३. आगरकरांचा एकच अर्ज डे. ए. सोसायटीच्या दप्तरात सापडतो, तो त्यांच्या मृत्यूच्या थोड्याकाळ आधी असून तीन महिन्यांचा आगाऊ पगार मिळण्यासाठीचा आहे. १८९३ मध्ये आपटे वारल्यानंतर अंत्यसंस्कार

करण्यासाठी आवश्यक ती रक्कम श्रीमती रमाबाई आपटे यांच्याकडे नसल्याने त्यांच्या वतीने गोपाळ कृष्ण गोखले यांनी निदान दोनशे रुपये मिळावेत असा अर्ज केलेला आढळतो. य. दि. फडके, *शोध - बाळ गोपाळांचा,* पृ. १३४.

३४. टिळकांचे राजीनामा पत्र, *तत्रैव,* पृ. १६.

३५. खरोखरच, ही घाईगडबडीत ठरविलेली कृती नाही. वस्तुत: १७ जानेवारी १८८७ च्या सभेत व्यवस्थापक मंडळाच्या सुलभ कार्यपद्धतीच्या एका योजनेवर बरीच चर्चा करण्यात आली होती. यासाठी दोन उपसमित्या नेमल्या होत्या. त्यांतील एक अंतर्गत सुधारणा सुचविण्यासाठीची होती, तर दुसरी व्यवस्थापनाच्या रचनेतील सुधारणा सुचविण्यासाठी होती. अनुक्रमे लिहिलेली टिप्पणे, वासुदेवराव केळकरांच्या हस्ताक्षरात बहुधा असावी. *टिळक पेपर्स, राष्ट्रीय पुराभिलेखागार,* नवी दिल्ली, मायक्रोफिल्म रीळ क्र.१.

३६. कालक्रमानुसार लिहिलेली टिप्पणे बहुधा वासुदेवराव केळकरांच्या हस्ताक्षरात असावीत. *टिळक पेपर्स* मायक्रोफिल्म रीळ क्र. १.

३७. कॉन्फिडेन्शल फाईल क्र. ९१३, आगरकर, गोखले व पाटणकर यांचे सचिव, डे. ए. सोसायटीला उद्देशून लिहिलेले पत्र. *डे. ए. सो. दप्तर.* धूम्रपान आणि पान खाण्याबद्दलचे कलम नं. ९ हे हेतुपुरस्सररीत्या व खोडसाळपणे धारप व टिळकांच्यासाठी होते, तरी कलम १२ सोडून इतर कलमे व्यवस्थापक मंडळाच्या सभेचे कामकाज कसे चालत असे हे स्पष्ट दाखवतात. किंबहुना, ही सर्व कलमे टिळक-नामजोशी-धारप या गटाविरुद्ध मुद्दाम घातली होती. असे दिसते.

३८. आगरकरांचे सचिवास पत्र, २४ फेब्रुवारी १८८७, कॉन्फिडेन्शल फाईल क्र. ९१३, *डे. ए. सो. दप्तर.*

३९. या प्रकरणाच्या तपशीलवार अधिक माहितीसाठी पहा. य. दि. फडके, *तत्रैव,* पृ. १७१-१८०; नी. वि. सोवनी, 'होळकर देणगी प्रकरण: टिळक-आगरकर पत्रव्यवहार', *नवभारत,* मे १९६६, पृ. ३७-५६.

४०. कागदपत्रांवरून असे कळते की, महाराज शिवाजीराव यांच्यावर आगरकरांच्या प्रभावाने शिस्त लावण्यास मदत झाली होती. महाराजांनी आपल्या संस्थानात आगरकरांना पाचशे रुपये महिना अशी नोकरीसुद्धा देऊ केली होती. १८९५ मध्ये आगरकरांचा मृत्यू झाल्यानंतर त्यांच्या मुलाला होळकरांनी शिक्षणासाठी महिना अठरा रुपयांची शिष्यवृत्ती दिली होती.

४१. महाराजांची भेट घेऊन परत आल्यावर टिळक छापखान्यात गेले आणि आगरकरांनी ती रक्कम सोसायटीचे कारकून त्रिंबकराव जोशी यांच्याकडे

दिली. देताना ही रक्कम सोसायटीच्या खात्यात जमा करू नये असे स्पष्ट सांगितले होते.

४२. आपल्या पुस्तकांना राजाश्रय मिळावा यात आगरकरांचा उद्देश आपले अकाली निधन झाल्यास कुटुंबाची सोय होण्यासाठी काही रक्कम उभी करावी तसेच आपल्या आई-वडिलांची काशीला यात्रेला जाण्याची इच्छा पूर्ण करावी हा होता. आगरकरांचे टिळकांना लिहिलेले पत्र, २२-२४ डिसेंबर १८८८. *आप.* अशाप्रकारे पैशाची सोय न करता आल्याने त्यांनी केसरीतील अग्रलेख संपादन करून पुस्तक रूपात छापायचे ठरविले, आणि त्या पैशातून आपल्या वृद्ध आईची काशीला यात्रेला जायची इच्छा पुरविली. आगरकरांचे हरिपंत गोखले यांना लिहिलेले पत्र ९ ऑक्टोबर १८९०, *टिळक पेपर्स.* आगरकरांना टेंभू येथे घर बांधण्यासाठी सातशे रुपयांतील अर्धी रक्कम पाहिजे होती असा उल्लेख करणारे १९१६ मधील त्रिंबकराव जोशी यांचे पत्र, म्हणजे जोशींनी रचलेला निव्वळ शोध आहे असे वाटते. याचा उल्लेख य. दि. फडके यांनी केलेला आहे, फडके, *तत्रैव,* पृ. १७०.

४३. टिळकांचे आगरकरांना पत्र, २२ डिसेंबर १८८८, *आप.*, मसुद्याचे पत्र बहुदा पाठविले नसावे कारण आगरकरांनी त्यावर सही करण्यास नकार दिला.

४४. आगरकरांचे टिळकांना पत्र, २५ डिसेंबर १८८८, *आप.* आगरकरांच्या दाबून ठेवलेल्या भावनांचा उद्रेक होताना अतिशय बोचरी भाषा वापरली गेली आहे. तथापि, टिळकांनी आपल्या भावना दाखविताना संयम राखला. आगरकरांची ग्राम्य भाषा दाखविण्यासाठी त्यांनी हा पत्रव्यवहार सांभाळून ठेवला.

४५. *टिळक पेपर्स,* मायक्रोफिल्म रिळ क्र. १. सोसायटीच्या कामात केळकरांचा टिळकांच्या बाजूला कल होता हे या पत्रावरून दिसून येते. पण सर्वसाधारणरीत्या, केळकरांचे वर्तन अतिशय संयमी असे.

४६. आगरकरांचे टिळकांना पत्र, २५ डिसेंबर १८८८, *आप.*

४७. *कित्ता.*

४८. सोवनी, *तत्रैव,* पृ. ४६-४८. टिळकांनी राजीनाम्यास जोडलेले हे परिशिष्ट सोवनींनी प्रथम छापले.

४९. १८८९ च्या पूर्वार्धात टिळक एका शैक्षणिक टर्मसाठी दीर्घ रजेवर गेले. त्याकाळात त्यांनी राजीनाम्यासाठी लागणाऱ्या कागदपत्रांची जमवाजमव केली.

५०. आगरकरांचे टिळकांना पत्र, २५ डिसेंबर १८८८, *आप.*

५१. लिमये, तत्रैव, पृ. ४३-४६

५२. *मराठा,* १८ जानेवारी १८८५

५३. *लेटर्स ऑफ लोकमान्य टिळक,* एम. डी. विद्वांस (संपा.), केसरी प्रकाशन, पुणे, १९६६, पृ. २९६; आगरकरांचे टिळकांना पत्र, २५ डिसेंबर १९८८, *आप.*

५४. पी. आर. लिमये, *तत्रैव,* पृ. १२५-१२६, आगरकरांचे केळकरांना पत्र.

५५. मुंबई प्रांताच्या शिक्षणखात्याने खाजगी शिक्षणसंस्थांना द्यावयाच्या साहाय्यक अनुदानाविषयी केलेल्या संहितेप्रमाणे १८८७ पर्यंत सरकारी अनुदानित संस्थेला, शासनाकडून मागितलेल्या अनुदानाच्या दुप्पट उत्पन्न आणि तिप्पट खर्च असला पाहिजे अशी शर्त घालण्यात आली होती. याचाच अर्थ असा की, शिक्षणसंस्थेच्या एकूण खर्चाच्या एकतृतीयांश इतकी रक्कम साहाय्यक अनुदान म्हणून सरकार देत असे. सेंट झेवियर व फर्ग्युसन ही दोन्ही महाविद्यालये त्यागाच्या तत्त्वावर चालवली जाणारी महाविद्यालये होती. त्यांतील प्राध्यापक मंडळी फारच कमी वेतन घेत असत. एप्रिल १८८५ मध्ये झालेल्या प्राचार्यांच्या परिषदेत फर्ग्युसन आणि सेंट झेवियरच्या प्राचार्यांनी या नियमांवर आक्षेप घेतला. या सर्वांचा विचार करून ऑक्टोबर १८८५ मध्ये सेवेचे मूल्यांकन 'पैशाच्या किमतीत' करण्यात आले.

५६. य. दि. फडके, *तत्रैव,* पृ. १६१-१६५; आणखी पहा, फाईल क्र. ९०४ व ९२२. *डे. ए. सो. दप्तर.* त्याप्रमाणे टिळक व आपटे यांनी डे. ए. सोसायटीने स्वीकारलेले तत्त्व सरकारला कळविण्यासाठी पत्र तयार केले.

५७. १८८६ मध्ये सरकारने चालविलेले डेक्कन महाविद्यालय आणि फर्ग्युसन कॉलेज यांचे एकीकरण करण्याच्या दृष्टीने बोलणी चालली होती. वित्त आयोगावर असलेले न्या. रानडे यांच्याशी सरकारला काय अटी घालावयाच्या, या बाबत सल्लामसलत झाली होती. शेवटी बोलणी फिसकटली. पी. आर. लिमये, *तत्रैव,* पृ. ९५-९९; मिनीट बुक ऑफ द मॅनेजिंग कमिटी, '५ मार्च १८८६ च्या सभेचे इतिवृत्त', *डे. ए. सो. दप्तर.*

५८. ३१ मार्च १८८८, फाईल क्र. ९२२, *डे. ए. सो. दप्तर.*

५९. टिळकांचे राजीनामापत्र, *तत्रैव;* आणखी पहा, मिनीट बुक ऑफ द मॅनेजिंग बोर्ड, *डे. ए. सो. दप्तर,* पृ. ८१. १३ जानेवारी १८८८ च्या सभेत असे ठरविण्यात आले की 'टिळक शाळा आणि कॉलेज पुढे चालविण्याची

जबाबदारी घेण्यास तयार असल्याने, इतर सर्वांनी त्यांना याबाबतीत सहकार्य द्यायला हवे...''

६०. टिळकांचे निषेध पत्र, १ एप्रिल १८८८, फाईल क्र. ९२२, *डे. ए. सो. दप्तर.*

६१. *कित्ता,* गोखल्यांनी सेल्बींना १३ फेब्रुवारी १८९१ रोजी लिहिलेल्या पत्रात याला पुष्टी मिळते. *डे. ए. सो. दप्तर.*

६२. *आप.*

६३. विष्णुशास्त्री चिपळूणकरांनी *निबंधमाला* चालविली, चित्रशाळा प्रेस त्यांची होती, तसेच *केसरी*तही लिखाण केले. आगरकर आणि टिळक हे दोन्ही वृत्तपत्रांचे संपादक होतेच पण छापखान्याचे कामही पाहत असत. प्रारंभीच्या काळात आपटे *मराठा*मध्ये लिहीत असत. त्यांनी संस्कृत-इंग्रजी-मराठी शब्दकोश लिहिला, तसेच विद्यार्थ्यांसाठी इंग्रजी भाषांतरमालाही लिहिली. १८८५ मध्ये नामजोशी पुणे नगरपालिकेवर निवडून गेले होते. त्यांनी औद्योगिक विकासाबद्दल एक *शिल्पविज्ञान* नावाचे मासिक ऑक्टोबर १८८७ पासून चालविले. १८८२ पासून केळकर छापखाना व पत्रे यांच्या कामकाजात प्रामुख्याने लक्ष घालीत असत.

६४. आगरकरांचे सचिव, व्यवस्थापक मंडळ, यांना पत्र. डे. *ए. सो. दप्तर.* ९ एप्रिल १८८९.

६५. वासुदेवराव केळकरांचे सर्व आजीव सभासदांना उद्देशून लिहिलेले पत्र. १९ मे १८८९, फाईल क्र. ९०४, *डे. ए. सो. दप्तर.*

६६. *कित्ता.*

६७. ३१ मे १८८९ च्या सभेला आगरकर मुद्दाम उपस्थित नसल्याने त्यांनी आपली मते एक वेगळे 'मिनीट' लिहून कळविली. पी. एम. लिमये, *तत्रैव,* पृ. १२५-१२६

६८. *टिळक पेपर्स,* धारपांचे टिळकांना पत्र, मायक्रोफिल्म रीळ क्र. १, १ जून १८८९

६९. टिळक, धारप, नामजोशी व पाटणकर यांनी प्रस्तावाच्या बाजूने मतदान केले, तर आपटे, गोखले, गोळे व भानू यांनी विरुद्ध बाजूला. आगरकर हे अनुपस्थित होते. १८८९ पर्यंत आगरकर, आपटे, गोळे, गोखले व भानू असा गट झाला होता. मे १८८९ मध्ये, नामजोश्यांचा नैमित्तिक कर्जासाठीचा अर्ज, नंतर परतफेड करण्यात हयगय, त्यावेळचे सचिव

असलेल्या आपट्यांशी त्यांचे उद्धट वर्तन, या सर्व गोष्टींनी अगोदरच सभासदांत निर्माण झालेली तेढ आणखीच वाढवली.

७०. या अर्धवट लिहिलेल्या पत्राच्या पाठीमागील बाजू शेवटच्या सभेच्या, म्हणजे १४ ऑक्टोबर १८९०, कामकाजाबद्दलचे वृत्तांत लिहिण्यासाठी वापरण्यात आली आहे.

७१. आपला प्रस्ताव प्रथम मंजूर झाला असल्याने त्याची अंमलबजावणी आधी व्हावी व आपट्यांचा प्रस्ताव नंतरचा असल्यामुळे त्याच्या अंमलबजावणीचा प्रश्नच उद्‌भवत नाही अशी मागणी टिळकांनी केली. उलट आपला प्रस्ताव सभापतीच्या संमतीनेच मांडण्यात आला असून तो बहुमतानी मंजूर झाला आहे, असे आपटे यांनी सांगितले.

७२. सचिवास गोखले व टिळकांची अनुक्रमे ८ आणि १२ ऑगस्ट १८९० ची पत्रे. या पत्रांतून त्यांनी कशाप्रकारचे शब्द वापरले हे कळून येते. फाईल क्र. ९२२, *डे. ए. सो. दप्तर.*

७३. व्यवस्थापक मंडळाच्या सचिवास लिहिलेले गोखल्यांचे पत्र, १४ ऑक्टोबर १८९०, *डे. ए. सो. दप्तर.*

७४. गोखल्यांचे पाटणकरांना पत्र, १४ ऑक्टोबर १८९०, *कित्ता.*

७५. केळकर, धारप, नामजोशी, गोळे व पाटणकर यांनी प्रस्तावाच्या बाजूने मत दिले, तर गोखले, आपटे आणि भानू यांनी विरुद्ध. प्रस्ताव संभाव्य गोष्टीबद्दल आणि शंकेवर आधारित असल्याने आगरकरांनी मत द्यायला नकार दिला.

७६. फाईल क्र. ९२२, १४ ऑक्टोबर १८९० च्या सभेचे इतिवृत्त, *डे. ए. सो. दप्तर.*

७७. अन्य कुठल्यातरी प्रकारे टिळकांनी आपले संस्थेशी संबंध ठेवावेत, असे त्यांचे हितचिंतक असलेल्या मंडळीनी टिळकांना समजविण्याचे खूप प्रयत्न केले. ''आपले संबंध मानद असतील व ते जास्तीत जास्त एक-दोन वर्षांसाठीच असू शकतील आणि ते फक्त बी. ए. च्या पहिल्या वर्षाला गणित विषय शिकविण्याबद्दलच राहतील. अन्यथा त्यांच्या बाहेरील कामाबरोबरच हे काम घेतले जाईल'', असे टिळकांनी स्पष्ट कळविले. हे बहुसंख्य सभासदांना मान्य नव्हते.

७८. आगरकरांचे सदाशिवराव भागवतांना पत्र, २५ नोव्हेंबर १८९०, *आप.*

□□□

३

बुद्धिप्रामाण्यवादी सुधारकाची जडणघडण

''मूळ प्रकृति म्हणजे भारतीय आर्यत्व न सांडता, या पाश्चिमात्य नवीन शिक्षणाचा व त्या बरोबर ज्या नवीन कल्पना येत आहेत त्यांचा योग्य रीतीनें अंगीकार करत गेलों, तरच आमचा निभाव लागणार आहे...''

'सुधारक काढण्याचा हेतू', *आगरकर वाङ्मय,* भाग १, पृ. ८

३ बुद्धिप्रामाण्यवादी सुधारकाची जडणघडण

आगरकरांच्या जडणघडणीतील सर्वांत महत्त्वाचा प्रभाव अंशत: त्यांच्या शालेय आणि महाविद्यालयीन गुरुजनांचा, आणि काही अंशी स्वानुभवावरून व बऱ्याच प्रमाणात पाश्चिमात्य विचारवंतांच्या अभ्यासामुळे होता. आगरकरांवर प्रारंभीच्या काळातील प्रभाव हा विष्णू मोरेश्वर महाजनी (१८५१-१९२३) (जे अकोल्यातील सरकारी शाळेत शिक्षक होते) यांचा होता.[१] महाजनींनी आगरकरांकडे कौतुकाने खूप लक्ष दिल्याने त्यांच्यावर शालेय जीवनात विलक्षण छाप पाडली. त्यांनी आगरकरांची शाळेमधील व शाळेबाहेरील बौद्धिक भूक तर भागविलीच, परंतु त्यांचे मामा व पालक रामभाऊ भागवत यांना आगरकरांच्या पुढील शैक्षणिक जीवनाबद्दल सल्लाही दिला. आगरकरांचे मॅट्रिक शिक्षण संपल्यावर त्यांना पुढील शिक्षण पुण्यात घेता यावे म्हणून महाजनींनी व इतर शिक्षकांनी त्यांच्यासाठी आर्थिक तरतूद केली. महाविद्यालयीन शिक्षण चालू असताना, आगरकरांना *वऱ्हाड समाचार*मध्ये लिहिण्याचे काम मिळवून देण्यास महाजनीच कारणीभूत होते असे दिसते.

महाजनींनी आगरकरांची वैचारिक बैठक घडविली नसेल, तरीही त्यांनी आगरकरांच्या मनाची क्षितिजे खूप मोठी केली, पाश्चात्त्य उदारमतवादी विचारसरणीची त्यांना ओळख करून दिली, त्यांच्या जिज्ञासेला प्रोत्साहन दिले, आणि खऱ्या अर्थाने ते मित्र, तत्त्वज्ञानी व मार्गदर्शक झाले. या शिक्षक-विद्यार्थ्यांतील वात्सल्याचे बंध अखेरपर्यंत तसेच राहिले. नंतरच्या दिवसांत आगरकरांच्या वर्तमानपत्रातील लिखाणातील त्रुटी दाखवून देण्यास महाजनींनी कमी केले नाही.[२]

आगरकरांच्या नंतरच्या विद्यार्थिदशेत सर्वांत निर्णायक प्रभाव त्यांच्यावर पडला तो बहुधा प्राध्यापक फ्रान्सिस गाय सेल्बी (१८५०-१९२७) यांचा.[३] त्यांच्या

सहवासात आगरकरांच्या बुद्धीला खऱ्या अर्थाने बहर आला. सेल्बी हे अज्ञेयवादी होते आणि लंडन विद्यापीठाच्या धर्मनिरपेक्ष वातावरणात वाढलेले होते. तर्कशास्त्र आणि नैतिक तत्त्वज्ञान शिकविताना आपल्या विद्यार्थ्यांपुढे स्वत:चे अज्ञेयवादी विचार मांडण्याची संधी या तरुण प्राध्यापकाला मिळाली. पदवी विद्यार्थ्यांसाठी तर्कशास्त्र आणि नैतिक तत्त्वज्ञान यांच्या अभ्यासक्रमात बिशप बटलरच्या *अॅनॉलॉजी अॅन्ड फिफ्टीन सर्मन्स*सहित जॉन स्टुअर्ट मिलच्या व हेन्री सेजविकच्या तर्कशास्त्रावरील पुस्तकांचा अंतर्भाव केला होता. अठराव्या शतकातील युरोपातील वाढत्या एकेश्वरवादाच्या विरोधात बटलरच्या नीतिशास्त्रावरील लिखाणाने ख्रिश्चन नैतिक तत्त्वज्ञानाचे समर्थन केले व नैतिकता आणि धर्म यांच्यातील परस्परसंबंधावर भर दिला. या विचारसरणीच्या विरुद्ध मिल, स्पेन्सर आणि सेजविक या साशंकवाद्यांनी सार्वजनिक नीतिमत्ता वाढविताना धर्माची गरज नाकारली, हे विद्यार्थ्यांना शिकविताना प्राध्यापक सेल्बींनी दाखवून दिले. उत्क्रांतिवादी तत्त्वज्ञानाच्या पार्श्वभूमीवर बटलरच्या असमाधानकारक गृहीतके आणि उथळ विचारपद्धतीवर प्राध्यापक सेल्बी टीका करीत असत.[४] या विषयावरील विचार त्यांनी १८८१ मध्ये *बटलर्स मेथड ऑफ एथिक्स* या एका छोटेखानी पुस्तकात छापले. विद्यार्थिदशेतील अस्वस्थ आगरकरांना सेल्बींचे विचार अधिक पटणारे वाटले. या पुस्तकाच्या आगरकरांनी *मराठा*मध्ये केलेल्या परीक्षणावरून त्याची प्रचिती येते.[५] सेल्बींच्या लिखाणाचा परिणाम असा झाला की, रानड्यांनी *क्वार्टरली जर्नल ऑफ द पूना सार्वजनिक सभा*मध्ये परीक्षण करताना त्यांच्यावर नास्तिकवाद शिकवितात, असा आरोप केला आणि लिहिले की डेक्कन कॉलेजातील तरुण विद्यार्थ्यांना 'त्यांच्या जीवनांतील कोवळ्या वयांत अशाप्रकारचे खाद्य'' ते पुरवत आहेत.[६] वस्तुस्थितीत आपल्या प्राध्यापकाच्या समर्थनार्थ या लेखांस आगरकरांनी *मराठ्यात* उत्तर दिले, या गोष्टीतच आगरकरांची अज्ञेयवादी विचारसरणी घडविण्यात सेल्बींचा किती वाटा होता, हे स्पष्ट होते. सेल्बींच्या नास्तिकवादी शिकवणुकीमुळे पुणे सार्वजनिक सभेने केलेल्या तक्रारीसंबंधाने सेल्बी व शिक्षण खात्यामध्ये बराच पत्रव्यवहार झाला. शेवटी, एक तडजोड म्हणून १८८३ सालात सेल्बींची बदली इंदूरच्या राजकुमार महाविद्यालयात झाली. सरकारने अट घातली की, जर त्यांना डेक्कन महाविद्यालयात परत यावयाचे असेल तर तर्कशास्त्र व नैतिक तत्त्वज्ञान हे विषय ते शिकवू शकणार नाहीत. सरकारच्या या पावलाबद्दल आगरकरांनी *केसरीत* निषेध केला.[७]

सेल्बींनी आणखी बरीच पुस्तके लिहिली, ज्या पुस्तकांतून आपल्याला त्यांचा बौद्धिक कल दिसून येतो. त्यांनी ज्या पुस्तकांवर टीकात्मक भाष्य केले, ती

संपादित पुस्तके अशी : बेकनलिखित *एसेज* आणि *अॅडव्हान्समेंट ऑफ लर्निंग,* एडमंड बर्कचे *थॉट्स ऑन द प्रेझेंट डिसूकंटेंट* आणि *रिफ्लेक्शन्स ऑन द रेव्होल्युशन इन फ्रान्स.* विद्यार्थ्यांसाठी विशेष छापलेल्या - *बटलर्स मेथड ऑफ एथिक्स, अरिस्टॉटल्स मेटाफिजिक्स* आणि *अॅन इन्ट्रडक्शन टू कांट.* मुंबई विद्यापीठाच्या अभ्यासक्रमात बर्कचे *रिफ्लेक्शन्स ऑन द रेव्होल्युशन इन फ्रान्स* हे पुस्तक नेमले होते. फ्रेंच राज्यक्रांती आणि पुराणमतवादाच्या सिद्धांतावर एक कडक भाष्य त्यात होते. पुराणमतवादी मतप्रणालीत बर्कचे योगदान सेल्बींनी मान्य केले, पण बर्क फ्रेंच राज्यक्रांतीचा एक टीकाकार म्हणून अपयशी ठरला असे त्यांना वाटले. सेल्बींनी लिहिले :

> ''त्याला (बर्कला) फ्रान्सची राजकीय व सामाजिक परिस्थिती माहीत नव्हती. देशाची परिस्थिती कशी होती हे त्याला माहीत नव्हते. शांत डोक्याने विचार केला असता तर त्याला कळून चुकले असते की, लोक कारणाशिवाय बंड करत नाहीत. लोकांच्या आणि सरकारच्या भांडणात सरकारइतकेच लोकही योग्य असू शकतात. पण फ्रान्समधील घटनांमुळे त्याची निर्णायक शक्ती बधिर झाली होती. त्याला (बर्कला) असे वाटले की, एका स्पष्टीकरण देता येण्यासारख्या बुद्धिविभ्रमाच्या झटक्यात, चांगल्या लोकांनी पवित्र समजलेल्या सर्वकाही गोष्टी, ज्यांमुळे देश प्रिय व वृद्धिंगत होऊ शकतो, अशा सर्व गोष्टी फ्रेंचांनी अविचारीपणाने उलथवून टाकल्या. बर्क, ज्याने आपल्या भूमीवर प्रेम केले ते 'त्याच्या साठवून ठेवलेल्या गतइतिहासातील प्रिय आठवणीमुळे', त्याचे व्यवस्थेवरील प्रेम इतके खोलवरचे होते की त्यामुळे, समाजातील सर्व जुने आणि भव्य यांच्याकडे त्याने आदरयुक्त भीतीने पाहिले, परिवर्तनाबद्दल त्याला तिरस्कार होता, केव्हाही बदल कुठल्याही पद्धतीने टाळावा, आणि क्रांती म्हणजे एक भयानक गुन्हा व एक प्रचंड मूर्खपणा आहे असे त्याला वाटत होते म्हणून. ज्यांचे नेतृत्व पुढारी करतात, त्याच लोकांच्या सहानुभूतीतून त्या पुढाऱ्यांना सामर्थ्य प्राप्त होते हे बर्क विसरल्याने, क्रांती ही काही थोड्या स्वार्थी आंदोलकांचे काम आहे, जे लोकांचा विश्वास संपादन करण्यासाठी भ्रामक आश्वासने देऊन त्यांना फसवितात, अज्ञानाचा फायदा घेऊन त्यांचा हिंसेने नाश करतात, असा त्याने विचार केला.''[८]

सेल्बींच्या मते, ज्या कृतींचा बर्कने अतिशय संतापून निषेध केला, ''त्या किंबहुना क्रांतीतील आवश्यक आणि अपरिहार्य घटना होत्या'' आणि ''क्रांती हा

तत्त्वत: अविवेकी तसेच वस्तुत: असह्य अशा व्यवस्थेविरुद्ध चिरडून टाकलेल्या लोकांचा उठाव असतो.'' विद्यार्थ्यांच्या पुढे इतिहासाबद्दल नि:पक्षपाती व चिकित्सक मते मांडण्यात, सेल्बी स्पष्टवक्ते होते. बर्कचा दुराग्रह उघड करून त्यांनी क्रांतीची सकारात्मक बाजू दाखवून दिली. आगरकरांनीसुद्धा विद्यार्थ्यांना बर्कचे फ्रेंच राज्यक्रांतीबद्दलचे विचार शिकविले, पण त्या विषयाबाबत त्यांचे विचार काय होते हे समजण्यास काहीही पुरावा नाही, हे जरी सत्य असले, तरी सेल्बींच्या विचारांशी ते सहमत होते हे मान्य करण्यास हरकत नाही. एम. ए. च्या पदवीसाठी आगरकरांनी इतिहास व तत्त्वज्ञान विषय घेतले ते, सेल्बी हे विषय शिकवत असत म्हणून, हे निश्चितपणे सांगता येईल. यामुळे शिक्षक व शिष्य यांमधील नाते साहजिकच दृढ झाले. किंबहुना, सेल्बींनीच आगरकरांना ऑगस्त कॉम्त, हर्बर्ट स्पेन्सर, जॉन स्टुअर्ट मिल, थॉमस हक्स्ले, विल्यम एडवर्ड हार्टपोल लेकी, जे. डब्ल्यू. ड्रेपर, थॉमस एच. बकल, फ्रेंच ज्ञानकोशकार व फिझियोक्रॅट्स, आणि विद्यापीठाच्या अभ्यासक्रमात असलेले विचारवंत, या सर्वांच्या लिखाणांची ओळख करून दिली. पदव्युत्तर अभ्यासक्रम संपल्यानंतर सुद्धा आगरकरांनी आपली कृतज्ञता दाखविणे चालूच ठेवले. डेक्कन एज्युकेशन सोसायटीची जेव्हा स्थापना झाली, तेव्हा सेल्बींना प्रशासकीय समितीचे सदस्य करण्यात आले. नंतर ते व्यवस्थापकीय समितीचे अध्यक्ष झाले. आगरकरांच्या मृत्यूनंतरसुद्धा या संस्थेशी त्यांचे संबंध कायम राहिले. विशेषत: १८९६-९७ च्या पेचप्रसंगात सेल्बींनी मध्यस्थाची महत्त्वाची व यशस्वी भूमिका पार पाडली.[९] आगरकर *केसरी* आणि नंतर *सुधारका*चे संपादक असताना बऱ्याच वेळा काही विषयांवर लिहिण्यास सेल्बी सुचवत असत.[१०] सेल्बींच्या मनात आगरकरांबद्दल अतीव आदर होता.

आगरकरांचे विचार घडविण्यात विद्यापीठाच्या अभ्यासक्रमाचा भाग कमी नव्हता. त्यांनी अभ्यासलेले विषय, वाचलेली पुस्तके यांवर काळजीपूर्वक नजर फिरविल्यास वैचारिक जडणघडणीबाबत त्यांच्या अंतरंगाचे यथार्थ ज्ञान आपल्याला होऊ शकते. १८७६ मध्ये महाविद्यालयातील पहिल्या वर्गात शिकताना त्यांनी पुढील विषय घेतले होते : इंग्रजी, संस्कृत, गणित हे आवश्यक विषय; इतिहास व राजकीय अर्थशास्त्र हे ऐच्छिक विषय. इंग्रजी विषयासाठी पुढील पुस्तके होती : फ्रान्सिस बेकनचे *ॲडव्हान्समेंट ऑफ लर्निंग,* बर्कचे *रिफ्लेक्शन्स,* विल्यम शेक्सपियरचे *ओथेल्लो,* एडमंड स्पेन्सरचे *द फेअरी क्वीन* (पुस्तक १). फ्रान्सिस बेकनचे *ॲडव्हान्समेंट ऑफ लर्निंग* हे पुस्तक नेमण्यात दुहेरी हेतू होता : एक, अभ्यासाची योग्य पद्धती सुरू करून त्या आधारित माहितीचा वापर आणि मांडणी करणे; आणि दोन, सृष्टीविषयक मिळालेल्या माहितीची अशा पद्धतीप्रमाणे मांडणी

करून ख्रिश्चन तत्त्वज्ञानातून अगोदर मिळालेल्या सत्यांस पुष्टी मिळते, हे दाखविणे.[१२] बर्कच्या *रिफ्लेक्शन्स*मधून फ्रेंच राज्यक्रांतीची नकारात्मक बाजू दाखवायची होती तर शेक्सपियरच्या नाटकांतून व्यक्तिमत्त्वाचे पैलू व त्यातून मिळणारी प्रेरणा दाखवून द्यावयाची होती. ज्या युगात तत्त्वज्ञानाचा विचार नैतिकतेच्या चौकटीत तर मानसशास्त्राचा विचार तत्त्वज्ञानाच्या चौकटीत प्रामुख्याने केला जात असे, त्याचे प्रतिबिंब बिशप बटलरच्या *ॲनोलॉजी*त झाले होते. बेकनचे निबंध आणि बटलरचे लिखाण इंग्रजी विषयाच्या अभ्यासक्रमाचा भाग म्हणून सतत नेमले जात असत. बाकीची पुस्तके आलटून पालटून शिकविली जात.

बी. ए. च्या अभ्यासक्रमात इतिहास व राजकीय अर्थशास्त्र या विषयांसाठी चार पेपर्स घ्यावे लागत असत : १. राजकीय अर्थशास्त्र - त्यासाठीची पुस्तके - ॲडम स्मिथचे *वेल्थ ऑफ नेशन्स,* हेन्री फॉसेटचे *मॅन्युअल ऑफ पोलिटिकल इकॉनॉमी;* २. भारताचा इतिहास, १६ व्या, १७ व्या, १८ व्या शतकांतील इतिहास (पेशव्यांच्या १८१८ तील पराजयापर्यंत). यासाठीची पुस्तके - माऊंट-स्टुअर्ट एल्फिन्स्टनकृत *हिस्टरी ऑफ इंडिया,* आणि जेम्स मिलकृत *हिस्टरी ऑफ ब्रिटिश इंडिया;* ३. पुढील तीन पेपर्सपैकी दोन - (अ) हिस्टरी ऑफ रोम (प्राचीन काळापासून ते रिपब्लीक पर्यंत) आणि रोमच्या संस्था, साहित्य व धर्म; (ब) हिस्टरी ऑफ ग्रीस (तशाच प्रकारे); आणि (क) हिस्टरी ऑफ इंग्लंड.

एम. ए. पदवीसाठी आगरकरांनी इतिहास व तत्त्वज्ञान या विषयांचा अभ्यास केला.[१३] त्यांत तर्कशास्त्र व नैतिक तत्त्वज्ञान या उपविषयांवरची नेमलेली पुस्तके : रिचर्ड व्हॅटलेकृत *ऱ्हिटोरीक,* फॉसेटचे *डिडक्टिव्ह व इंडक्टिव्ह लॉजिक,* जॉन स्टुअर्ट मिलचे *सिस्टीम ऑफ लॉजिक,* हेन्री सेजविकचे *मेथड ऑफ एथिक्स* आणि *बटलरचे ॲनोलॉजी ऑफ रिलिजन.* लेकीच्या शब्दांत सांगायचे झाल्यास, 'किंबहुना, *द ॲनोलॉजी* हे जरी ख्रिश्चन धर्माच्या संरक्षणार्थ लिहिलेले सर्वांत प्रभावी पुस्तक नसले तरी ते अभिनव होते; किंबहुना आधुनिक अज्ञेयवाद यातूनच जन्म घेतो, कारण साक्षात्कारी धर्मातील अडचणींचे नैसर्गिक धर्मातील अडचणींशी साधर्म्य दाखविणे ही त्याची पद्धत आहे. आणि दोन्हीही धर्मांचे अस्तित्व अथवा त्यांचा नाश एकदमच होणार, हे त्यात मांडले आहे. दुसऱ्या बाजूने, मानवी स्वभावाचे विश्लेषण करणारी बटलरची अजोड प्रवचने ही अनिवार्यपणे पुराणमतवादी व विधायक आहेत. मानवी व्यक्तिमत्त्वावर त्यांचा प्रभाव श्रद्धेइतकाच प्रचंड आहे.''[१४] बटलरच्या *ॲनोलोजी* बद्दलच्या लेकीच्या वरील निरीक्षणाचा महाराष्ट्रीय विचारवंतांवर, विशेषत: आगरकरांच्यावर खूप प्रभाव पडला होता.

या अंत:प्रज्ञावादी (Intuitive) तत्त्वज्ञांव्यतिरिक्त आगरकरांनी साशंक-उपयुक्ततावादी विचारवंतांचा, उदाहरणार्थ, हॉब्जस, हाल्वेशियस, बेंथॅम, जेम्स मिल, जॉन स्टुअर्ट मिल, हर्बर्ट स्पेन्सर आणि हेन्री सेजविक यांचा सखोल अभ्यास केला. याबाबतीत एकोणिसाव्या शतकातील अंत:प्रज्ञावादी विरुद्ध साशंक तत्त्वज्ञानी यांच्यातील संघर्षाची सुंदर चर्चा करणाऱ्या, लेकी यांच्या *हिस्टरी ऑफ युरोपियन मॉरल्स* या पुस्तकाचा खूप प्रभाव आगरकरांच्या मनावर झालेला असावा. महादेव गोविंद रानडे व त्यांचे अनुयायी बटलर, व्हॅटले, पेली यांच्या लिखाणाने प्रभावित झाले; आगरकर मात्र 'अत्यंत पुरोगामी तत्त्वज्ञां'च्या (Philosophical Radicals) विचारांनी प्रभावित झाले होते.[१५] आगरकरांच्या धर्माबाबतच्या 'उदासीन साशंकवादा'चा उगम याच आधुनिक युरोपियन विचारवंतांच्या अभ्यासातून झालेला आहे आणि तो सुद्धा अज्ञेयवादी प्राध्यापक सेल्बींच्या मार्गदर्शनाखाली.

आगरकरांच्या विवेकवादी विचारांच्या विकासात, अभ्यासक्रमात लावलेल्या ग्रीकांच्या इतिहासाने तसेच आधुनिक तत्त्वज्ञानाच्या अभ्यासाने महत्त्वाची भर घातली. ग्रीकांचा अभ्यास करताना त्यांना सोफिस्ट, स्टॉइक्स आणि त्यांचे नैसर्गिक शास्त्रे आणि नीतिमत्ता यांच्या परस्परसंबंधाविषयी विचार, सॉक्रेटिस, प्लेटो, ॲरिस्टॉटल, इपिक्युरीयन्स, सायरेनिक्स, नेओ-प्लॅटोनिझम, या सर्वांचा अभ्यास करावा लागला. आधुनिक तत्त्वज्ञानाच्या अभ्यासक्रमात - तर्कशास्त्रात स्कोलॅस्टीक्स यांचे योगदान तसेच त्यांच्या ऱ्हासाची कारणे, नॉमिनॅटीझम आणि वास्तववाद यांच्यातील संघर्षांच्या संबंधाने त्यांनी अभ्यासले होते, थॉमस ॲक्विनास, विल्यम ऑफ ओक्याम, फ्रान्सिस बेकन; जॉन लॉकचा ज्ञानाच्या उगमाबद्दलचा सिद्धांत, बर्कलेचा आदर्शवाद; आणि सोळाव्या शतकातील तत्त्वज्ञ गिओर्दिनो ब्रुनो, देकार्त, स्पिनोझा, लायबनिझ, हॉब्ज्स, ह्युम आणि कांट; जॉ फ्रॉयसॉ, रूसो, मॉटेस्क्यू, व्हॉल्टेअर, दिदेरो आणि ज्ञानकोशकार तसेच क्युने व तर्गोसारखे फिजियोक्रॅट्स यांचे तत्त्वज्ञान आगरकरांनी अभ्यासले होते.

नंतरच्या काळात आगरकरांनी सार्वजनिक चर्चेसाठी जे बरेच विषय घेतले, त्यांपैकी बरेच त्यांच्या विद्यार्थिदशेतील अभ्यासक्रमात त्यांनी अभ्यासले होते, हे इथे नमूद करायला हवे. उदाहरणार्थ, 'शिक्षेबाबतचा उपयुक्ततावादी सिद्धांत आणि शिक्षेबद्दल कायद्यांत त्यांनी सुचविलेल्या सुधारणा' यांचा वापर आगरकरांनी डोंगरीच्या तुरुंगातील त्यांच्या आठवणी लिहिताना केला. सर हेन्री मेनचे, रानटी अवस्थेतील कायदे निश्चित करण्यात रूढींचा परिणाम या विषयी लिखाण तसेच त्यांनी मांडलेल्या, समाजाच्या उगमासंबंधीचा सिद्धांत यांची चर्चा आगरकरांनी 'आमचे काय होणार?' हा लेख लिहिताना केली. इंग्लंड मधील पुअर लॉजचा

(Poor Laws) अभ्यास करताना शिकलेले (Neo-Malthusianism) नव-माल्थसवादी विचार 'स्त्रीदास्यविमोचन' या लेखात प्रतिबिंबित झाल्याचे दिसतात. जॉन स्टुअर्ट मिलच्या *ऑन रिप्रेझेंटेटिव्ह गव्हर्नमेंट* या पुस्तकात केलेली राजसत्तेच्या गुणदोषांची चर्चा त्यांनी 'प्रतिनिधिनिक्षिप्तराजसत्ता' ही लेखमाला लिहिताना उपयोगात आणली. अशा प्रकारची खूप उदाहरणे दाखवून देता येतील.[१६]

आगरकरांच्या लिखाणावरून त्यांनी पुढील पुस्तकांचा बारकाईने अभ्यास केल्याचे स्पष्टपणे जाणवते : थॉमस बकलचे *हिस्टरी ऑफ सिव्हिलायझेशन इन इंग्लंड अॅन्ड फ्रान्स,* एडवर्ड गिब्बनचे *डिक्लाइन अॅन्ड फॉल ऑफ द रोमन एम्पायर,* जे. डब्ल्यू. ड्रेपरचे *हिस्टरी ऑफ द कॉन्फ्लिक्ट बिटविन रिलिजन अॅन्ड सायन्स* आणि *हिस्टरी ऑफ द इंटेलेक्चुअल डिव्हेलपमेंट ऑफ युरोप,* थॉमस कार्लाईलचे *हिस्टरी ऑफ द फ्रेंच रेव्होल्युशन,* लेकीचे *राइज अॅन्ड इन्फ्लुअन्स ऑफ द स्पिरीट ऑफ रॅशनॅलिझम इन युरोप* आणि *हिस्टरी ऑफ युरोपियन मॉरल्स,* अॅडम स्मिथचे *वेल्थ ऑफ नेशन्स,* हेन्री सेजविकचे *मॅन्युअल ऑफ पोलिटिकल इकॉनॉमी,* जॉन मोर्लेची *व्हॉल्टेअर, रूसो, दिदेरो* आणि *ऑन कॉम्प्रमाइज.*

पदव्युत्तर शिक्षणाची दोन वर्षे आगरकरांना बौद्धिकदृष्ट्या फार फलप्रद ठरली. डेक्कन कॉलेजमध्ये शिष्यवृत्ती मिळाल्याने काहीकाळ तरी त्यांचा आर्थिक ताण हलका झाला. त्यामुळे त्यांना विद्यापीठाच्या क्रमिक पुस्तकांबाहेर कितीतरी अवांतर वाचन करण्यास सवड मिळाली. याचा उलट परिणाम म्हणजे नेमून दिलेल्या अभ्यासक्रमाच्या अनुषंगाने त्यांचा अभ्यास कमी पडला. आणि पहिल्याच प्रयत्नात ते परीक्षा उत्तीर्ण होऊ शकले नाहीत. तरीसुद्धा, त्यांचे वैचारिक क्षितिज खूप विस्तारले आणि पाश्चात्त्य विचारांचे ते गाढे अभ्यासक झाले.

ज्या पाश्चात्त्य विचारवंतांचा आगरकरांवर बराच प्रभाव पडला, त्यांचा थोडक्यात उल्लेख करता येईल. त्यांची बुद्धिमत्ता व चारित्र्य घडविण्यात सर्व प्रभावांपैकी जॉन स्टुअर्ट मिलचा (१८०६-१८७३) प्रभाव सर्वांत निर्णायक होता. विद्यापीठाच्या अभ्यासक्रमाच्या निमित्ताने आगरकरांची मिलच्या लिखाणाशी प्रथम ओळख झाली. बटलरच्या अंत:प्रज्ञावादी विचारांच्या पार्श्वभूमीवर अज्ञेयवादी सेल्बींसारख्या शिक्षकांमुळे आगरकरांच्या जिज्ञासू मनास मिलच्या शिकवणीचे खूपच आकर्षण वाटले.

मिल हा सर्वप्रथम वादविवादपटू होता. संपूर्ण जीवनात आणि सर्व पुस्तकांतून अनेकप्रकारच्या प्रतिगामी, दुराग्रही आणि अविवेकवादी वृत्तींच्या विरुद्ध त्याने अव्याहत मोहीम उघडली. एकोणिसाव्या शतकातील विचार प्रक्रियेवर त्याच्या विचारांची छाप होती. त्याचे अतिशय गुंतागुंतीचे 'अनुभवाचे तत्त्वज्ञान' (त्याने

स्वत: याचा उल्लेख empericism असा न करता Philosophy of experience असा केला आहे.) सर्वप्रकारच्या 'अंतिम सत्यांच्या' (absolutes) विरोधात होते, मग ती कुठल्याही प्रकारची न ओळखणारी स्वयंसिद्ध शाश्वत सत्ये, किंवा स्पष्ट आज्ञार्थ, किंवा तार्किक प्रमाणभूत तत्त्वे अथवा स्वाभाविक हक्क असोत.

मिलच्या *सिस्टीम ऑफ लॉजिक*मधील[१७] मूलभूत विचार असा की, तार्किक प्रक्रिया ही सामान्याकडून विशिष्टाकडे अथवा विशिष्टाकडून सामान्याकडे जात नसून ती विशिष्टाकडून विशिष्टाकडे जाते. मिलच्या तत्त्वज्ञानातील मूलभूत हेतू सामान्यपणे नैतिक असून त्याचा संबंध मानवी ज्ञानाबद्दलची आणि मानवी जीवनास उपयोगी पडणाऱ्या सृष्टीबद्दलची एक सर्वसामान्य दृष्टी तयार करणे आहे. मिलचे विगामी तर्कशास्त्र (inductive logic) आणि इंद्रियगोचरवाद (phenomenalism) यांवर आधारित असलेले 'अनुभवांचे तत्त्वज्ञान', जीवनातील उपयुक्ततावादी विचारसरणीस पूर्वतयारीसाठीचा अभ्यासक्रम म्हणून महत्त्वाचे होते. मिलला हा वैचारिक वारसा बेंथॅम व त्याचे वडील जेम्स मिल यांच्याकडून लाभला होता. मिलने त्यांची विचारसरणी सुधारून, त्याची पुनर्मांडणी आपल्या 'युटीलिटेरियनिझम' व 'ऑन लिबर्टी' या प्रसिद्ध लेखांत केली. मिलने लिहिलेले *सिस्टीम ऑफ लॉजिक,* 'उदारमतवादी बुद्धिवंतासाठीचा एक पवित्र ग्रंथ' झाला. त्या पुस्तकाला एक रोख होता. प्रस्थापित दुराग्रहाविरुद्धच्या सर्व हल्लेखोरांसाठी एक तार्किक शस्त्रसामुग्री पुरविणे हा त्या पुस्तकाचा उद्देश होता. किंबहुना, महाराष्ट्रात या पुस्तकाचे मर्म आगरकरांपेक्षा इतर कोणालाही जास्त चांगले कळलेले नव्हते.

प्रिन्सिपल्स ऑफ पोलिटिकल इकॉनॉमी या पुस्तकात मिलने रिकार्डो-बेंथॅमचे विचार मांडले आहेत. त्यात रिकार्डोचा महसुलाबाबतचा सिद्धांत भक्कम पायावर उभा केला आणि अर्थशास्त्रीय विज्ञानाला एक नवी दृष्टी दिली. जरी त्यात नवीन वैज्ञानिक सत्यांची भर नसली, तरी त्याचा व्यावहारिक उपयोग दाखवून देण्यात आला होता. पदवी तसेच पदव्युत्तर अभ्यासक्रमात आगरकरांनी *प्रिन्सिपल्स ऑफ पोलिटिकल इकॉनॉमी* या पुस्तकाचा सखोल अभ्यास केला व नंतर प्राध्यापक म्हणून ते शिकवले सुद्धा. या विषयावरील व्याख्यानांसाठी केलेल्या पूर्वतयारीच्या त्यांच्या दोन हस्तलिखित वह्या आज उपलब्ध आहेत. वाढती लोकसंख्या आणि नव-माल्थसवाद (नेओ-माल्थुशियनिझम) बद्दल मिलने व्यक्त केलेल्या चिंतेने आगरकरांचे विशेष लक्ष वेधून घेतले.[१८] वस्तुत: भारताची वाढती लोकसंख्या आणि उत्पादन व वितरणाशी असलेल्या तिच्या संबंधाबद्दल लिहिणारे आगरकर हे पहिले विचारवंत होय. नंतरच्या काळात हा विचार विकसित केला तो रघुनाथ धोंडो कर्वे यांनी. आपणच सच्चे आगरकरवादी आहोत असे ते अभिमानाने स्वत:बद्दल म्हणत असत.

आपल्या आयुष्यात आगरकरांनी सर्वांत जास्त कष्ट सोसले ते विचार व अभिव्यक्तीच्या स्वातंत्र्याच्या समर्थनासाठी, जे स्वातंत्र्य मिलने *ऑन लिबर्टी* या आपल्या पुस्तकात दाखवून देण्याचा प्रयत्न केला आहे. रूढी आणि अभिप्राय यांच्या एकत्रित कृतीने किती गंभीर खोडी होऊ शकते, हे त्याने दाखविले आहे. समाजाने व्यक्तीच्या कृतीवर कायदेशीर नियंत्रण करण्याच्या अधिकाराचे स्वरूप आणि मर्यादा यांची चर्चा त्यांनी केली आहे. मिलने सविस्तर चर्चिलेल्या 'द्वंद्वविकास तत्त्वा'च्या सत्यतेबद्दलच्या लिखाणाने आगरकर प्रभावित झाले होते. *डोंगरीच्या तुरुंगातील आमचे १०१ दिवस* (१८८२) या पुस्तकात आगरकरांनी 'सत्यमेव जयते' या प्राचीन वचनातील जो चुकीचा युक्तिवाद दाखवून दिला, तो मिलकडून घेतलेला आहे. विजय होण्यासाठी 'सत्या'मध्ये काही विशेष मूल्य अस्तित्वात नाही, आणि 'सत्याला जुलमाने तुडविल्याची कित्येक उदाहरणे इतिहासात उपलब्ध आहेत'', असा विचार मिलने मांडला आहे. मिलच्या मते 'स्वातंत्र्य हे साधन तसेच साध्य आहे, सर्वसाधारण कल्याणाची एक अवस्था आहे, आणि व्यक्तिगत सुखाचा अंगभूत घटक आहे.''[११] *ऑन लिबर्टी* या मिलच्या पुस्तकातील विचार आगरकरांच्या अग्रलेखांत तसेच वैयक्तिक वर्तनात प्रतिबिंबित होतात.

'ज्ञान' या लेखात मिलच्या उपयुक्ततावादाबद्दलच्या कल्पना आगरकरांनी आत्मसात केलेल्या दिसतात. 'युटीलिटेरीयनिझम' (१८६१) या लेखात मिल सुख-दुःखाच्या गणिताबद्दल बेंथॅम व जेम्स मिलने मांडलेल्या सिद्धांताच्या पुढे गेलेला आहे. त्या दृष्टिकोनात बऱ्याच अंशी सुधारणा करून कुठल्याही अन्य गोष्टीपेक्षा मनुष्याच्या उच्च कार्यप्रवृत्तीमुळे (higher faculties) जास्त चांगले उपयुक्त सुख प्राप्त होऊ शकते, असे सांगितले. अशा उच्च प्रवृत्तीमध्ये एक अंगभूत श्रेष्ठता आहे. जनहित व्हायचे असेल तर व्यक्तींनी प्रथम आत्मविकास साधला पाहिजे. तसेच व्यक्तीच्या स्वभावात आत्मविकास, व्यक्तीतील उत्स्फूर्तता, मानसिक सुसंस्कृतपणा आणि मानसिक सामर्थ्य वाढविण्यास एकमेकांच्या साहाय्याने उत्तेजन देण्याचे महत्त्व, अशा गोष्टींचे संगोपन झाले पाहिजे, यावर मिलने भर दिला. सर्वसामान्य कल्याणापेक्षा व्यक्तिमत्त्व आणि आत्मपरिपूर्ती यांना मिलने जास्त महत्त्व दिले. सारांश, बेंथॅमप्रमाणेच मिलसाठी उपयुक्ततावाद हे नैतिकतेवरील भाष्य नसून ती एक जीवनपद्धती होती.

आगरकरांच्या लिखाणाची व त्यांनी चर्चिलेल्या सामाजिक प्रश्नांची काळजीपूर्वक तपासणी केल्यास मिलच्या *सब्जेक्शन ऑफ विमेन* (स्त्रियांची परवशता) या त्याच्या पुस्तकाचा प्रभाव लक्षात येतो. पुरुषवर्गाप्रति असलेली

स्त्रियांची मानसिक व शारीरिक अधीनता आणि त्यातून उद्भवणारी सामाजिक दुर्बलता दाखविणे, आणि स्त्री-पुरुषांत समतेच्या तत्त्वाचा पुरस्कार करणे हा या पुस्तकाचा विशेष हेतू होता.

१८८४ मध्ये 'प्रतिनिधिनिक्षिप्तराजसत्ता' नावाच्या आगरकरांनी लिहिलेल्या *केसरीतील* लेखमालेवरून मिलच्या *कन्सिडरेशन्स ऑन रेप्रेझेंटेटिव्ह गव्हर्नमेंट* या पुस्तकाचा प्रभाव कळून येतो. वस्तुत: मिलच्या पुस्तकाच्या पहिल्या दोन प्रकरणांचा या लेखात शब्दश: अनुवाद आहे. एका महत्त्वाच्या प्रश्नावर लोकशिक्षण करावे, या हेतूने ही लेखमाला लिहिली होती. फ्रेंच राज्यक्रांतीतील मिरॅबूसारख्या पुढाऱ्यांबद्दल बेंथॅमला जरी कौतुक होते आणि 'सिटीझन ऑफ फ्रान्स' (१७९२) असा किताबही त्याला बहाल केला असला तरी, विवेकाने आणि शांततेने मन वळविणे, या पद्धतीवर त्याचा विश्वास असल्याने तो राज्यक्रांतीच्या विरोधात होता. तसेच इतिहासातील देदीप्यमान गोष्टींच्या, बर्कने केलेल्या उद्घोषासही त्याचा विरोध होता. बेंथॅमने मिरॅबूसाठी बरीच भाषणे लिहिली असली तरी फ्रेंच राज्यक्रांतीच्या नेत्यांना बेंथॅमच्या तत्त्वांची गरज नव्हती. यावरून आणि नंतरच्या घटनांवरून मिलच्या लक्षात आले की, बहुसंख्यकांच्या जुलमी तावडीतून लोकशाही सरकारसुद्धा सुटलेले नाही. म्हणूनच मिलने *कन्सिडरेशन्स ऑन रेप्रेझेंटेटिव्ह गव्हर्नमेंट* या पुस्तकात जुलमाची तीव्रता सौम्य करण्यासाठी अनेक उपाय सुचविलेले आहेत. आगरकरसुद्धा फ्रेंच राज्यक्रांतीचे प्रशंसक होते. बेंथॅमसारखी मते असूनसुद्धा मिलप्रमाणेच त्यांना क्रांतीबद्दल शंका होत्या.

धर्म या विषयावर मिलने लिहिलेले - 'द नेचर', 'द युटीलीटी ऑफ रिलिजन' (हे दोन्ही लेख १८५०-५८ या काळात लिहिले होते.) आणि 'थिईझम (१८६८-७०) हे तिन्ही लेख त्याच्या मृत्यूनंतर छापले गेले. हे लेख, स्पेन्सरच्या या विषयावरील लिखाणाबरोबर वाचले तर आगरकरांच्या धर्मकल्पनांची घडण होण्यात त्यांचा वाटा किती मोठा होता हे कळून येते. मानवी सद्गुण हे स्वाभाविक नाहीत, असे या लेखात म्हटले आहे. प्रामुख्याने ते संगोपनाचे फळ आहे. धर्माची जी सामाजिक उपयुक्तता सर्वसाधारणपणे सांगितली जाते, ती सर्वमान्य नीतिमत्ता बिंबविल्या जाणाऱ्या प्रभावामुळे होय. ज्या आदर्श संकल्पना मनुष्यास चांगल्या वर्तनास प्रवृत्त करतात, त्यांच्या गरजेतून मनुष्य धर्माकडे आकृष्ट होतो. आणि पारलौकिक धर्माकडे मनुष्याचा योग्य बुद्धिवादी दृष्टिकोन म्हणजे सकारात्मक अश्रद्धेपेक्षा साशंकवृत्ती ही होय. ही दृष्टी कुठल्याही पारलौकिक धर्मापेक्षा मानवतेच्या धर्माने मिळविता येते, असे प्रतिपादन मिलने केले. मिलसारखेच आगरकरसुद्धा अज्ञेयवादीपेक्षा साशंकवादी होते. आगरकरांना मिलच्या प्रति असलेले

बौद्धिक ऋण विष्णू मोरेश्वर महाजनींनी आपल्या आठवणींत मान्य केले आहे.[२०]

आगरकरांच्या विचारप्रक्रियेत हर्बर्ट स्पेन्सरचा (१८२०-१९०३) प्रभाव अतिशय चिरकाल आहे. स्पेन्सरला ''उत्क्रांतीचा प्रेषित'' म्हणत. उत्क्रांती सिद्धांताचे तात्त्विक परिणाम मांडले ते स्पेन्सरने आणि त्याला वैज्ञानिक पाया दिला तो डार्विनने. त्याच्या राजकीय व सामाजिक भाकितांच्या संदर्भात त्याने उत्क्रांतीचा सिद्धांत मांडला. तोच उत्क्रांती आणि विकासाचा मूळ सिद्धांत राजकीय, पशू व मानवी जगासही लागतो, असे त्यांनी मांडले. या सृष्टीचा उगम आणि विकास, त्यातील वनस्पती आणि प्राणिजात, आणि शेवटी समाजाची उत्क्रांती, या सर्वांची प्रगती एका साध्या रचनेपासून ते बिकट संरचना या मुख्य तत्त्वात होते, हे सोदाहरण दाखविता येते हे स्पेन्सरने मांडले. 'एका सापेक्ष, अनिश्चित, विसंगत, एकजिनसी अवस्थेपासून ते सापेक्ष निश्चित, सुसंगत व भिन्नजिनसीपणामध्ये होणारा बदल' म्हणजेच उत्क्रांतीची प्रक्रिया अशी व्याख्या स्पेन्सरने केली. उत्क्रांतिदर्शक विकासाच्या सूत्रात संपूर्ण सृष्टीविषयक एक व्यापक दृष्टिकोन तयार करण्याचे काम स्पेन्सरने केले.

तत्त्वज्ञानावर आधुनिक विज्ञान कशाप्रकारे परिणाम करू शकते, याबद्दल स्पेन्सर आणि कॉम्त यांनी दोन वेगळ्या मार्गांची व्याख्या केली. वैज्ञानिक पद्धत आणि पद्धतिशास्त्रविषयक एकसूत्रता यांवर कॉम्तने भर दिला, तर स्पेन्सरने आपल्या 'सिंथेटीक फिलॉसॉफी'मध्ये (संश्लेषणात्मक तत्त्वज्ञानात) संपूर्ण सृष्टीच्या स्पष्टीकरणासाठी भौतिक वैज्ञानिक ज्ञानाचा, विशेषत: जैविक ज्ञानाचा वापर केला. स्पेन्सरने उत्क्रांतिवादी जीवशास्त्राच्या दृष्टीतून आधिभौतिक सार्वत्रिक विधाने मांडली. त्याच्या मते, जीवपेशींची प्रवृत्ती अधिकाधिक गुंतागुंतीच्या आणि व्यक्तित्वाच्या दिशेने मनुष्यात होत असते, आणि त्याच वेळी बुद्धिमत्तेच्या साहाय्याने मानवी जीवनात जास्तीजास्त सुसूत्रता आणण्याचीही प्रवृत्ती होत असते. उत्क्रांतिवादी विसदृशतेमुळे सामाजिक पातळीवर अधिकाधिक मानवी श्रमविभागणी दिसून येते. त्याचबरोबर समाज उन्नत होऊ लागले की, जास्त विस्तृत आणि जास्त पद्धतशीर मानवी संघटने अंतर्गत व्यक्तींचे प्रगमनशील एकत्रीकरण होते. परिवर्तन म्हणजे विघटन तसेच उत्क्रांतीची प्रक्रिया आहे, अशी स्पेन्सरची धारणा झाली होती. स्पेन्सरचा इंद्रियविषयक उत्क्रांतिवाद आगरकरांनी मान्य केला.

आगरकरांच्या 'आमचे काय होणार?' आणि 'राजकीय संविधानाचे अपायकारकत्व' या लेखात *प्रिन्सिपल्स ऑफ सोशॉलॉजी*मध्ये चर्चिलेल्या 'संरचना व क्रियाविषयकवाद' या स्पेन्सरच्या सिद्धांताची सरळ आणि सुबोध मांडणी दिसून येते. सामाजिक क्रियांमधून सामजिक संरचनेचा उगम होतो, हे स्पेन्सरला दिसून

आले. याच दृष्टिकोनातून आगरकरांनी भारतातील जातिव्यवस्थेचे विश्लेषण केले. 'बळी तो कान पिळी' या न्यायाने 'बलिष्ठ जो असतो तोच टिकाव धरतो, (Survival of the fittest) हे प्रसिद्ध तत्त्व डार्विनचे नसून स्पेन्सरचे आहे हे आता सर्वमान्य झाले आहे. स्पेन्सरने त्यातून नैतिक ध्वनितार्थ काढला की, जगण्यासाठी परिस्थितीला जे जुळवून घेऊ शकतात, त्यांनीच जगावे. यालाच 'सोशल डार्विनिझम'चा सिद्धांत म्हटले जाते.[२२] पण थॉमस हक्स्लेसारख्या सामाजिक उत्क्रांतिवाद्यांना असा नैसर्गिक निवडीचा सामाजिक ध्वनितार्थ बराच प्रश्नात्मक वाटला. विज्ञानाचे उपासक म्हणून त्यांनी नैसर्गिक विषमता मान्य केली पण सामाजिक सुधारक या नात्याने ती संकल्पना मान्य करणे त्यांना कठीण वाटले. आगरकरांनाही सामाजिक उत्क्रांतीचा सिद्धांत मान्य होता, पण हक्स्लेप्रमाणे नैसर्गिक विषमता, विशेषत: भारतीय संदर्भातील जातिव्यवस्था, त्यांना संपूर्ण अमान्य होती. या वैचारिक उभयापत्तीवर त्यांनी सुचविलेला उपाय म्हणजे ही विषमता कृत्रिम पद्धतीने कमी करीत हळूहळू नाहीशी केली पाहिजे आणि यात दुर्बल घटकांना मदत करण्याची जबाबदारी समाजाने उचलावयास हवी.

मानवी ज्ञानाच्या मर्यादा आणि त्याचा विज्ञान व धर्म यांमधील संबंध यांची चर्चा स्पेन्सरने *द फर्स्ट प्रिन्सिपल्स* या पुस्तकात केली आहे. स्थल आणि काल यांमधील घटनेशी सर्व सकारात्मक ज्ञान सीमित असते, अशी त्याची धारणा आहे. असे असूनही 'वास्तवता' आपल्या इंद्रियगोचर ज्ञानापुरती आणि इंद्रियगोचर घटनांपुरतीच मर्यादित आहे असे त्याला वाटत नाही. ज्याचा उल्लेख त्याने 'अज्ञेय' असा केला, अशा एका चिरकाल, स्वतंत्र वास्तवाबद्दलची तो चर्चा करतो. धर्माच्या ऐतिहासिक विकासाचा आढावा त्याने सृष्टीतील जडवस्तुपूजा आणि अनेकेश्वरवादापासून ते अधिक प्रगत एकेश्वरवादापर्यंत घेतला. हे विचार आगरकरांना इतके पटले की, त्यांनी त्यांचे भाषांतर मराठी वाचकांसाठी केले. पिशाचपूजेच्या कल्पनेपासून झालेला धर्मकल्पनांचा उदय, त्यांचा ऐतिहासिक विकास, आणि स्पेन्सरने *द प्रिन्सिपल्स ऑफ सोशॉलॉजी*मध्ये दाखवून दिलेल्या चालीरितींबद्दलचे सर्व विचार आगरकरांनी *सुधारका*तील अनेक लेखांतून वाचकांपुढे मांडले.[२३] स्पेन्सरप्रमाणे आगरकरांनी 'मानवताधर्मा'च्या गुणकारिकतेबद्दल शंका व्यक्त केल्या आणि कॉम्तने विशद केलेला 'महा-मनुष्य सिद्धांत' पूर्णपणे नाकारला.

व्यक्तिवादाबद्दलची आगरकरांची विचारधारणा स्पेन्सरने *द मॅन व्हर्सिस द स्टेट* या पुस्तकात विशद केल्याप्रमाणे, तसेच मिलच्या या विषयावरील लिखाणावरून झाली होती. पण प्रजेच्या व्यवहारात सरकारचा तटस्थपणा असावा, असा स्पेन्सरचा विश्वास होता आणि सामाजिक बाबतीत सरकारच्या अधिकारांचा

हस्तक्षेप त्यास अमान्य होता. इथे, आगरकरांचे स्पेन्सरशी मतभेद होते आणि सामाजिक विषमता दूर करण्यासाठी त्यांनी सकारात्मक सामजिक कायद्यांचा पुरस्कार केला. *सोशल स्टॅटीक्स* (१८५०) या पुस्तकात स्पेन्सरने नमूद केलेला 'सामाजिक द्वंद्वविकासवाद' आणि 'गतिशीलतेचे तत्त्व' आगरकरांनी स्वीकारले. डोंगरीच्या तुरुंगातील आठवणी लिहिताना आगरकरांनी स्पेन्सरच्या *एसेज: सायंटिफिक, पोलिटिकल अँड स्पेक्युलेटीव्ह* या पुस्तकात लिहिलेल्या 'प्रीझन एथिक्स' नावाच्या लेखांचा भरपूर उपयोग केलेला आहे. आगरकरांचे *केसरी*तील 'प्रतिनिधिनिक्षिप्त राजसत्ते'वरील सहा लेख स्पेन्सरच्या 'पार्लमेंटरी सिस्टिम : डेंजर्स ॲन्ड सेफगार्ड्स' या लेखावर आधारित आहेत.

जॉन स्टुअर्ट मिलबद्दल जॉन मोर्ले (१८३८-१९२३) याला जितके कौतुक होते, तितकेच आगरकरांनाही होते. तसेच मोर्लेच्या लिखाणाने ते प्रभावितही झाले होते. ज्या *फोर्टनाईटली रिव्ह्यू*चा १८६७-१८८२ या काळात मोर्ले संपादक होता ते मासिक आगरकर आवडीने वाचत असत. 'एका नव्याची उभारणी करावयाची असल्यास प्रथम जुन्याची माहिती चांगली हवी', अशी मोर्लेची धारणा होती, आणि म्हणून, त्याने प्रथमतः *बर्क* (१८६७) आणि *द मेस्त्र* (१८६९) या पुराणमतवाद्यांचा (Conservatives) अभ्यास केला. *बर्क* या पुस्तकात फ्रान्समधील क्रांतिकारी प्रेरणा मोर्लेने जरी मान्य केली तरी, एडमंड बर्कच्या, जो क्रांतीचा आद्यशत्रू होता, कृतीवरून त्याला कळून चुकले की फक्त 'नग्न विवेक'च चांगल्या कृती उद्युक्त करण्याचे साधन म्हणून कमी परिणामकारी आहे, त्यापेक्षा, प्राचीन व जवळीक वाटणाऱ्या सामाजिकतेशी विवेक अतूटपणे गुंफला असल्यास त्याचा प्रभाव चांगला पडतो. *द मेस्त्र* या पुस्तकात मोर्लेने दाखवून दिले की, ज्या घटकांनी एकेकाळी युरोपीय अंदाधुंदीतून शांतता प्रस्थापित केली, तेच घटक आज नष्टावस्थेत आहेत. अठराव्या शतकातील स्वातंत्र्य, न्याय व समता यांसारखे विचार जे आत्ता परिवर्तनाचे घटक ठरले आहेत, नेमक्या त्याचबद्दल द मेस्त्रला तिरस्कार होता. म्हणून मोर्लेने क्रांती आणि प्रतिक्रिया यांमध्ये एक सकारात्मक संयोग साधण्याचा प्रयत्न केला. मोर्लेने *व्हॉल्टेअर* या पुस्तकात 'माणूस आणि परिस्थिती' या विषयी मांडलेल्या सिद्धांताचे आगरकरांना विशेष आकर्षण वाटले. त्यात त्याने दाखवून दिले होते की, तत्कालीन सामाजिक व आर्थिक घटकांची मदत असेल तरच मनुष्य जास्त प्रभावी होऊ शकतो. मोर्लेने हेही दाखवून दिले की, व्हॉल्टेअरने टीका केली ती 'ख्रिश्चन धर्मा'वर, 'जीझस ख्राईस्टच्या धर्मा'वर नव्हे, 'सर्मन ऑन द माऊंट'वर नव्हे; 'ज्या माणुसकीमुळे हृदयाचा ठाव घेतला जातो, त्या औदार्यपूर्व माणुसकी'वर

नव्हे.[२४] तशाच प्रकारे, आगरकरांनी हिंदु तत्त्वज्ञानावर अथवा मध्ययुगीन संतांच्या शिकवणुकीवर नव्हे तर हिंदु चालीरितींवर टीका केली.

विचारांच्या व अभिप्रायांच्या इतिहासात मोर्लेचे सर्वांत महत्त्वाचे योगदान म्हणजे *दिदेरो* हे त्याने लिहिलेले पुस्तक आहे. दिदेरो, हा फ्रेंच प्रबोधनकाळातील ज्ञानकोशकार होता. या पुस्तकात मोर्लेने निष्कर्ष काढला की, 'जेव्हा भौतिक व सामजिक परिस्थिती अनुकूल असते, तेव्हाच विचार काम करू लागतात आणि घटना घडतात.' विज्ञान आणि धर्म यांना वेगळे ठेवण्याची दिदेरोची कल्पना आणि 'ईश्वरवाद नाहीसा करायचा असल्यास तो युक्तिवाद करून नाकारण्याने नव्हे तर माणसाचे अन्य कोठेतरी लक्ष वळवून; त्याच्याशी सामोरे जाऊन टक्कर देऊन नव्हे तर त्याला वळसा घालून जाण्याचा मार्ग बदलण्याने होईल.' हाच दृष्टिकोन आगरकरांनी शास्त्रे, शास्त्रीवर्ग आणि शास्त्रकारांच्या बाबतीत ठेवला. दिदेरोने *एन्सायक्लोपिडिया*मध्ये सांगितलेल्या पद्धतीवर आगरकरांचा विश्वास होता : 'विज्ञानामुळे त्यांच्यासमोर उघड होत असलेल्या फायदा व सुखाच्या नव्या विश्वाकडे माणसांची नजर लावून द्यावयाची. त्यामुळे ईश्वरवादाची पकड आपोआपच नाहीशी होईल.'

मोर्लेच्या सर्व पुस्तकांपैकी ज्याचा प्रभाव आगरकरांच्यावर निरंतर राहिला ते म्हणजे *ऑन कॉम्प्रमाईज* (१८७४) हे पुस्तक होय. यातील विचार *सुधारका*तील 'गुलामांचे राष्ट्र' या लेखात स्पष्ट दिसतात. 'सत्य' हे बहुअंगी आणि एक 'जुळवून घेण्याचे माप' आहे; म्हणजेच दुसऱ्या शब्दांत व्यवहारात तडजोड आवश्यक आहे. परिवर्तनाच्या विवेकवादी योजनेत मोर्लेने, विचार, वाणी आणि कृती या तीन प्रांतांबाबतीत तडजोडीचा संबंध लावला. महत्त्वाचे म्हणजे मोर्लेने 'ऐतिहासिक पद्धती'ची सर्व धार्मिक दुराग्रह विरघळण्याच्या रसायनात गणना केली. कुठल्याही श्रद्धेचे ऐतिहासिकदृष्ट्या विवेचन केले तर माणसाच्या मनावरील त्या श्रद्धेचे आधिपत्य नाहीसे होण्यास मदत होते, अशी मोर्लेची धारणा होती.

ऑन कॉम्प्रमाईज या संपूर्ण पुस्तकात मोर्लेने प्रस्थापित चर्च हे केंद्रित केले आहे. त्यांने चर्चिलेला प्रश्न आहे तो असा : ज्यांच्याशी आपण नाजूक आणि अतिशय पवित्र संबंधांनी बांधलेले असतो, त्यांना सत्यनिष्ठेमुळे अतीव दु:ख द्यावे लागल्यास आपण काय करावे? मोर्लेने सुचवलेले कार्यतंत्र म्हणजे अपेक्षित तोडगा होय : एखाद्या निष्कर्षावर अथवा मुद्द्यावर अशक्य असे म्हणून टीका करून सुरुवातच उलट बाजूने न करता, त्याऐवजी हळुवारपणे व चिकाटीने 'मनाची अशी तयारी करावयाची की, अशक्यप्राय वाटणारी गोष्टसुद्धा स्वयंस्फूर्तपणे शक्य दिसू लागेल.' जेव्हा लोकांच्या किंवा समाजाच्या अंगी ती प्रवृत्ती असेल, तेव्हा

प्रगमनशील प्रवृत्ती अस्तित्वात येणे शक्य होईल. अशी प्रगमनशील माणसे शांत राहिली, तर कालबाह्य विचार व टाकाऊ अंधश्रद्धा रेंगाळत राहून समाजाला कमकुवत बनवितात. आचारात व विचारात आगरकरांनी या विचारांचे अनुकरण केले.

जरी आगरकरांनी पदव्युत्तर अभ्यासक्रमासाठी जेरेमी बेंथॅमचे (१७४८-१८३२) उपयुक्ततावादावरील 'युटीलिटेरीयनीझम' लिखाण वाचले होते, तरी जॉन स्टुअर्ट मिलने लिहिलेल्या 'बेंथॅम' (१८३८) व 'युटीलिटेरियनीझम' (१८६१) या लेखांनी त्यांना प्रभावित केले होते. मिलने मूळची उपयुक्ततावादाची तत्त्वे अथवा 'तात्त्विक पुरोगामी तत्त्वप्रणाली'त म्हणजे सुख-दु:खाच्या वजाबाकीत,[२६] बरीच सुधारणा केली होती.

प्रिन्सिपल्स ऑफ मॉरल्स अ‍ॅन्ड लेजिस्लेशन्स (१७८९) मध्ये बेंथॅमने प्रचलित कायद्यांविषयी, विशेषत: गुन्हेगारी कायद्यांविषयी टीका, आणि बुद्धीला पटेल अशी मानवतावादी न्यायव्यवस्था करण्याविषयी सूचना करून अतिशय विधायक कामगिरी केली होती. न्यायतत्त्वशास्त्राबाबत, 'कायदा ही केवळ बाह्य व प्रमादातीत सत्य असलेली व्यवस्था नव्हे तर ती बदलत्या परिस्थिती आणि गरजांनुसार हुशारीने जुळती करून घ्यायची मनुष्यकृत संस्था आहे,' हे सांगणारा बेंथॅम हा पहिला विचारवंत होय.[२७] त्याला दंडात्मक शिक्षा अमान्य होती. म्हणून त्याने अपराधाबद्दल योग्य शिक्षेचा एवढेच नव्हे तर सुधारणावादी शिक्षेचा पुरस्कार केला. गुन्हा व त्याबद्दल दिलेली शिक्षा यांमध्ये योग्य प्रमाण असणे गरजेचे आहे, असे त्याने सुचविले. पॅनॅप्टीकॉन नामक एका आदर्श तुरुंग-बांधणीच्या योजनेत बेंथॅमने खूप परिश्रम घेतले. त्याच्या काळातील क्रूर चालीरितींचा त्याला तिटकारा होता. काम व समजूतदारपणातून गुन्हेगारांना पुन:शिक्षण देता येईल, अशी त्याची धारणा होती. कारागृहाच्या भौतिक आराखड्याबाबतची तसेच गुन्हेगारांना मिळणाऱ्या वागणुकीबद्दलचा नैतिक दृष्टिकोन, याबद्दलची 'पॅनेप्टीकॉन' ही क्रांतिकारी व्यवस्था होती. या उपयुक्ततावादी विचारांचा इतिहासाच्या पदव्युत्तर अभ्यासक्रमात आगरकरांनी अभ्यास केला होता.[२८] त्यांच्या तुरुंगातील आठवणींत या विचारांचे प्रतिबिंब दिसून येते.

दांभिकता, वैचारिक स्थितिशीलता आणि ऑक्सफर्ड व केंब्रिज विद्यापीठांतील ख्रिश्चन धर्मगुरूंचा असलेला प्रभाव, या सर्वांविरुद्ध बेंथॅमने बंड केले होते. त्याने लंडन येथे विद्यापीठ-महाविद्यालयाची स्थापना केली, ज्याचे नंतर लंडन विद्यापीठात रूपांतर झाले. आगरकरांनीसुद्धा आपल्या सहकाऱ्यांच्या साहाय्याने धर्मनिरपेक्ष शिक्षण देण्याच्या उद्देशाने न्यू इंग्लिश स्कूल व फर्ग्युसन महाविद्यालयाची

स्थापना केली. बेंथॅमने 'तात्त्विक पुरोगामी तत्त्वप्रणाली'चे प्रमुख मुखपत्र म्हणून १८२४ मध्ये *वेस्टमिन्स्टर रिव्ह्यु*ची स्थापना केली, तसेच त्याला आर्थिक पाठबळही दिले. आगरकरांनीही त्याच उद्देशाने *सुधारक* वर्तमानपत्र सुरू केले.

'प्रत्यक्षार्थवादाचा (positivism) जनक' म्हणून ओळखल्या जाणाऱ्या ऑगस्त कॉम्त (१७९८-१८५७) याचा आगरकरांच्या विचारांवर गहिरा प्रभाव पडला होता. हा प्रभाव मिलने लिहिलेल्या 'ऑगस्त कॉम्त अॅन्ड पॉझिटीव्हीझम' (१८६५) या लेखाद्वारे झाला होता. त्याच्या प्रत्यक्षार्थवादी तत्त्वज्ञानात मनुष्याच्या मनाचा प्रगमनशील मार्गाबद्दलचा सर्वसामान्य दृष्टिकोन कॉम्तने मांडला होता.[२९] सर्व काळातील सर्व दिशांनी केलेल्या मानवी बुद्धिविकासाच्या अभ्यासातून कॉम्तने एक मूलभूत सिद्धांत शोधून काढला : ज्ञानाच्या प्रत्येक शाखेतील आपल्या सर्व महत्त्वाच्या संकल्पना, तीन वेगवेगळ्या सैद्धांतिक स्थितींमधून पुढे सरकतात, त्या स्थिती म्हणजे - ईश्वरशास्त्रीय, आधिभौतिक व प्रत्यक्षार्थवादी (Theological, metaphysical & Positivist). कॉम्तने सांगितलेल्या मनुष्य विकासाच्या या तीन अवस्थांवरील आगरकरांच्या विश्वासाचा विष्णू मोरेश्वर महाजनी यांनी आपल्या आठवणींत उल्लेख केलेला आहे.[३०]

कॉम्तच्या मते, ईश्वरशास्त्रीय अवस्थेत, सर्व मानवी विचार चैतन्यमय (animistic) आणि सगुणरूप आहेत, सर्व स्थितींवर (phenomena) मनुष्यगुणारोप केले जातात, आणि प्रत्येक प्रक्रिया ही कृती असते, असा विश्वास असतो. आधिभौतिक अवस्थाही पहिल्या अवस्थेची सुधारित आवृत्ती असून त्यात विवेक (reason) म्हणजेच कारण (cause) असे मानले जाते आणि सर्व गोष्टींच्या कारणांचे स्पष्टीकरण फक्त बुद्धिवादानेच केले जाते.

प्रत्यक्षार्थवादी अवस्थेत बुद्धिवादी स्पष्टीकरण आणि निरीक्षण एकत्र करून, ज्ञान संपादनाची ती साधने असे समजले जाते. प्रत्यक्षानुगामी शास्त्र हेच फक्त मानवी ज्ञानाचे भांडार आहे, असे मानले जाते. 'स्पष्टीकरण' (explanation) याचा अर्थ प्रत्यक्ष प्रमाण असलेला अभ्युपगम किंवा फक्त नजरेस पडणाऱ्या घटकवर्गातील नित्य संबंधांचे विवेचन करणारे नियम, असे समजले जाते.

तिसऱ्या अवस्थेचे वैशिष्ट्य सांगताना, कॉम्तने प्रत्यक्षात ज्ञानमीमांसेचा सिद्धांत मांडला आहे. सर्वसाधारणपणे त्याला प्रत्यक्षप्रमाणवादी (empirical) असे म्हणता येईल. विज्ञानाची एकसंधता ही कल्पना त्याला मान्य आहे.[३१] मानवी बुद्धिविकासाचा आणि प्रगतीचा कॉम्तने केलेला अभ्यास जसा जॉन स्टुअर्ट मिलने स्वीकारला, तसाच आगरकरांनीही स्वीकारला आहे.

विल्यम एडवर्ड हार्टपोल लेकीच्या (१८३८-१९०३) ज्या दोन पुस्तकांचा आगरकरांवर मोठा प्रभाव होता ती पुढील होत : *हिस्टरी ऑफ द राइज ॲन्ड इन्फ्लुअन्स ऑफ द स्पिरीट ऑफ रॅशनॅलीझम इन युरोप,* आणि *हिस्टरी ऑफ युरोपियन मॉरल्स.*[३२] पहिल्या पुस्तकात लेकीने बुद्धिप्रामाण्यवादाच्या वृत्तीचा ऐतिहासिक आढावा घेतलेला आहे. लेकी लिहितो : 'गेल्या तीन शतकांतील युरोपात, कुठल्याही एका वर्गातील निश्चित प्रकारच्या प्रणालीने अथवा समीक्षेने नव्हे, तर एका विशिष्ट साच्याच्या विचारांनी अथवा विवेकवादी विवेचनाच्या विशिष्ट पद्धतीने लक्षणीय प्राबल्य प्राप्त केले आहे.''[३३] बौद्धिक चळवळीबरोबरच वाटचाल करणाऱ्या नैतिक चळवळीची त्याने चर्चा केली. या नैतिक चळवळीच्या परिणामामुळे, भीती ही कर्तव्यामागे असलेली प्रेरणा कमी होत जाणे, कडव्या शिकवणुकीचे प्रचंड वाढलेले महत्त्व नष्ट करणे आणि सदसद्विवेकबुद्धीचे वर्चस्व प्रस्थापित होणे, शक्य झाले आहे, हे त्याने दाखवून दिले. हा ग्रंथ म्हणजे आधुनिक वैज्ञानिक विचारांचा व बुद्धिनिष्ठ पद्धतीचा उदय कसा झाला, हे स्पष्ट करणारे, मोठी विस्तारकक्षा असलेले कथन आहे.

एकोणिसाव्या शतकातील सहजज्ञानवादी आणि उपयुक्ततावादी विचारसरणीतील संघर्ष, अलौकिक गोष्टींबद्दलची कमी होत जाणारी जाणीव, धर्मश्रद्धेबद्दलची सौंदर्यशास्त्रीय वक्तव्ये, आणि समाज व नीतिमत्ता यांमधील गुंतागुंतीचे संबंध, अशा अनेक गोष्टी लेकी याने *हिस्टरी ऑफ युरोपियन मॉरल्स* या पुस्तकात चर्चिलेल्या आहेत. काही धार्मिक व नैतिक समजुतीच्या प्रघातांमागील 'नैसर्गिक कारणे' शोधण्याची इच्छाही त्यामागे आहे.

आगरकरांच्या वैचारिक घडणीत एडवर्ड गिब्बन (१७३७-१७९४) या इंग्लिश इतिहासकाराचा विशेष वाटा आहे. गिब्बनलिखित *डिक्लाइन ॲन्ड फॉल ऑफ रोमन एम्पायर* आगरकरांना किती आवडत असे, हे वि. म. महाजनींनी १९१६ मध्ये लिहिलेल्या आठवणीवरून लक्षात येते. एका मित्राने आपण भगवद्गीतेचे पारायण करतो, असे सांगितल्यावर त्याला आगरकरांनी त्याऐवजी गिब्बनचे पारायण करण्यास सांगितले.[३४] महाजनी लिहितात की, अतिशय उपरोधाने गिब्बनने लिहिलेल्या ख्रिस्तीधर्माच्या उदयाबद्दलच्या, त्या पुस्तकातील प्रकरणांपासून आगरकरांना त्याचप्रकारे वेडगळ हिंदु चालीरितींचा उपहास करण्याची प्रेरणा मिळाली असावी.[३५] गिब्बनच्या साहित्यिक शैलीचाही बराच प्रभाव आगरकरांच्या लेखनशैलीवर पडला.

हेन्री थॉमस बकल (१८२१-१८६२) या इंग्लिश इतिहासकार लिखित *द हिस्टरी ऑफ सिव्हिलायझेशन* या पुस्तकाने आगरकरांत बरेच कुतूहल निर्माण केले.

मानवी विकासाच्या इतिहासाकडे पाहण्याचा त्याचा दृष्टिकोन साकल्यवादी होता. 'प्रत्येक वैज्ञानिक शोध हा आपल्या स्वभावातील बुद्धीची मदत नसलेल्या उपजत शहाणपणाबरोबर आणि व्यवहारज्ञानाबरोबरच्या (common-sense) संघर्षाचा इतिहास आहे.''[३६] असे बकलने दाखवून दिले होते. मिलबद्दल जितके बकलला कौतुक होते, तितकेच आगरकरांना होते. मिलच्या योगदानाचे मूल्यांकन करताना बकलने दाखवून दिले की, ज्ञाननिर्मितीसाठी अतिशय मूलभूत असलेली व्यावहारिक (practical) आणि परिकल्पनात्मक (speculative) विचारांची सांगड मिलने घातली. तसेच बकलसुद्धा स्त्रीदास्यविमोचनाचा पाठीराखा होता.

प्रथम विद्यार्थिदशेत आणि नंतर प्राध्यापक म्हणून आगरकरांनी हेन्री सेजविकच्या (१८३८-१९००) *मेथड ऑफ एथिक्स* आणि *मॅन्युअल ऑफ पोलिटिकल इकॉअनॉमी* या पुस्तकांचा अभ्यास केला. *एथिक्स* या पुस्तकात जेम्स मिलच्या उपयुक्ततावादी विचारसरणीचा इम्मॅन्युअल कांट आणि बिशप बटलर यांच्या सदसद्विवेकबुद्धीचे तत्त्वज्ञानाशी आणि नैतिक आज्ञार्थाशी समन्वय साधण्याचा प्रयत्न सेजविकने केला. *मॅन्युअल ऑफ पोलिटिकल इकॉअनॉमी* शिकवताना अभिजात राजकीय अर्थशास्त्राच्या सिद्धान्तात आगरकरांनी स्वत:ची सद्भावना आणि सामाजिक प्रश्नाबाबतची अतीव कळकळ यांची भर घातली. स्त्रियांसाठीचे न्युनूहॅम महाविद्यालय स्थापन करण्यात सेजविकने मदत केली होती. तसेच स्त्रियांना विद्यापीठीय शिक्षणाचे सर्व अधिकार मिळावेत, म्हणून हातभार लावला होता. किंबहुना, सेजविकच्या पुस्तकापेक्षा त्याच्या जीवनाच्या या बाजूने आगरकरांच्या बुद्धीला मोहित केले होते.

'संस्कृती ही स्वच्छंदी मार्गाने अथवा दैवीयोगाने संक्रमण करत नसून ती एका निश्चित अवस्थांच्या क्रमातून जात असते आणि नियमानुसार विकसित होते... तसेच, व्यक्तीच्या प्रगतीशी समाजांच्या मार्गाचे अचूकरीत्या साधर्म्य असते, आणि व्यक्ती ही समाजाची अस्सल प्रतिकृती किंवा आदर्श असते,'[३८] या जॉन विल्यम ड्रेपर (१८११-१८८२) याने लिहिलेल्या *हिस्टरी ऑफ द इंटलेक्च्युअल डिव्हेलपमेंट ऑफ युरोप* या पुस्तकातील विचाराने आगरकरांचे मन वेधले होते. 'मूळ प्रकृती म्हणजे भारतीय आर्यत्व न सांडता, या पाश्चिमात्य नवीन शिक्षणाचा व त्या बरोबर ज्या नवीन कल्पना येत आहेत त्यांचा योग्यरीतीने अंगीकार करत गेलो तरच आमचा निभाव लागणार आहे.''[३९] या *सुधारका*तील वाक्यांचा असा अर्थ ड्रेपरच्या शब्दांत स्पष्ट करता येईल : 'नैसर्गिक प्रवृत्ती समवेत मानवनिर्मित परिस्थिती अथवा नियमांचा मेळ ज्या प्रमाणात वाढत असतो, त्याच प्रमाणात जीवनाबद्दलच्या व्यक्तीच्या तसेच समाजाच्या अपेक्षाही वाढत असतात. एखाद्या मोसमापुरते अत्यंत प्रतिकूल

परिस्थितीतून जावे लागेल; पण स्थैर्य आणि कालमर्यादेसाठी, तसेच उत्कर्षासाठी, मानवनिर्मित परिस्थिती आणि नैसर्गिक प्रवृत्ती यांच्यात चांगले साहचर्य असावे लागते.''[४०]

'रिलिजन, सायन्स ॲन्ड फिलॉसॉफी' या लेखात आगरकरांनी अतिशय स्पष्टपणे विशद केलेले विज्ञान आणि धर्म यांच्यातील संघर्षाबद्दल विचार[४१], त्यांनी ड्रेपरच्या *हिस्टरी ऑफ द कॉन्फ्लिक्ट बिटविन रिलिजन ॲन्ड सायन्स* या पुस्तकातून घेतलेले आहेत. या पुस्तकात ड्रेपरने दाखवून दिले आहे की, 'ख्रिस्तीधर्म राजकीय सत्ता बनलेल्या काळापासून विज्ञानाचा इतिहास म्हणजे दोन विरोधी सत्तांमधील संघर्ष आहे. एका बाजूला मानवी बुद्धीची वाढती शक्ती, आणि दुसऱ्या बाजूला पारंपरिक श्रद्धा आणि मानवी स्वार्थ यांतून उद्‌भवणारा दबाव... या दोन्ही प्रकारच्या विचारसरणीची चांगली ओळख असलेल्यांनी परस्परविरोधी मतप्रणालींवर शांतपणे, नि:पक्षपातीपणे आणि तात्त्विक पद्धतीने त्यांचा तुलनात्मक अभ्यास करून, सौजन्याने आणि ठामपणे आपली मते मांडली पाहिजेत, तसे करणे त्यांचे कर्तव्य आहे.'' ड्रेपरने अचूकरीत्या चर्चिलेले हे कर्तव्य आगरकरांनी स्वत:साठी नक्की केले.

ड्रेपरप्रमाणेच जॉन टिंडाल (१८२०-१८९३) हा शास्त्रज्ञ होता. वैज्ञानिक ज्ञानाच्या प्रसारासाठी तत्कालीन लोकांपैकी कोणीही टिंडालइतके परिश्रम घेतले नाहीत. १८५० ते १८८३ या काळात टिंडाल याने वैज्ञानिक मासिकांतून तसेच *कंटेम्पोररी रिव्ह्यू, द नाईंटींथ सेंचुरी*सारख्या मासिकांतून खूप लिखाण केले. यातील बरेच लेख एकत्र करून नंतर *फ्रॅग्मेंट्स ऑफ सायन्स* आणि *न्यू फ्रॅगमेंट्स* नावाने प्रसिद्ध झाले. अशा लिखाणाच्या वाचनाने पाश्चात्त्य वैज्ञानिक प्रगतीबद्दल आणि वैज्ञानिक दृष्टिकोनाबद्दल आगरकरांना चांगली माहिती झाली. *विविधविषयसंग्रह* या आगरकरांच्या लेखसंग्रहाकडे दृष्टिक्षेप टाकल्यास अशा लिखाणाचा प्रभाव लक्षात येतो.

थॉमस हेन्री हक्स्ले (१८२४-१८९५) यांनी लिहिलेल्या 'इमॅन्सिपेशन : ब्लॅक ॲन्ड व्हाइट' या लेखाचा 'स्त्रीदास्यविमोचन' नावाने १८८२ मध्ये आगरकरांनी केलेला मराठी अनुवाद यावरून हक्स्लेचे त्यांच्यावरील असलेले वैचारिक ऋण ध्यानात येते.[४२] चार्लस डार्विन, प्राध्यापक टिंडाल, सर जोसेफ हुकर, हर्बर्ट स्पेन्सर सारख्या शास्त्रज्ञांचा मित्र असलेला हक्स्ले याने एकोणिसाव्या शतकातील विज्ञान आणि धर्म यांच्या संघर्षाबाबत मोलाची कामगिरी केली. कोणत्याही श्रद्धेची शहानिशा करण्याचे वैज्ञानिक पद्धत हे साधन आहे, अशी विज्ञानासंबंधी हक्स्लेची धारणा होती. विज्ञान हा आध्यात्मिक विश्वाच्या सिद्धांतातील अधिकारशाहीला एक मूलभूत आणि साधार शह आहे, हे त्याने ओळखले होते.[४३] नोव्हेंबर १८५९

मध्ये प्रसिद्ध झालेल्या *द ओरिजिन ऑफ स्पेसिज* या पुस्तकाने डार्विनला सुप्रसिद्ध केले, पण त्याचे यथार्थ समर्थन हक्स्लेने केले. वस्तुत: हक्स्लेला त्यामुळे 'डार्विनचा बुलडॉग' असे म्हणत. चर्चच्या विरुद्धच्या लढ्यातील मुख्य भाग त्याने लगेच ओळखला होता. जर विज्ञानाने श्रद्धेला पाठीमागे रेटण्याचे आपले कर्तव्य केले, तर प्रतिगामी घटकांना नामोहरम करायचे असल्यास उत्क्रांती हा त्यासाठीचा विषय आहे, हे त्याच्या लक्षात आले होते.[४४]

मनुष्याच्या या जगातील अस्तित्वाला कारण म्हणून डार्विनने दाखविलेल्या आणि त्यातून उद्‌भवलेल्या नैतिक रचनेची उभारणी करण्यातच हक्स्लेची शास्त्रज्ञ म्हणून प्रभावी कामगिरी आहे. 'ॲग्नास्टिसिझम' (Agnosticism 'अज्ञेयवाद') हा शब्दच मुळात हक्स्लेने अस्तित्वात आणला, तसेच त्याची मतप्रणालीही त्याने विकसित केली. 'ॲग्नास्टिसिझम' आणि तत्संबंधी हक्स्लेचे *द नाईंटींथ सेंचुरी* मासिकातील अन्य लेख आगरकरांनी अतिशय काळजीपूर्वक वाचले होते, इतकेच नव्हे तर त्यांतील विचार आत्मसातही केले होते.

युरोपातील प्रबोधनकाळातील एन्सायक्लोपिडिस्ट (ज्ञानकोशकार) आणि फिजिओक्रॅट्स (भौतिकवादी) विचारसरणीची ओळख आगरकरांना एम. ए. अभ्यासक्रमातील 'आधुनिक तत्त्वज्ञानाचा इतिहास' या विषयांमुळे झाली. चर्चबाबतचा विवेकवादी आणि उपयुक्ततावादी दृष्टिकोन, तसेच समाजापासून धर्माला वेगळे करण्याच्या त्यांच्या पद्धतीने आगरकरांना प्रभावित केले होते.[४५] ज्ञानकोशकारांनी दैवी दृष्टांतापेक्षा बुद्धिप्रामाण्यावर भर दिला. चमत्कार, अंधश्रद्धा आणि धार्मिक पवित्रतेबद्दलचे सर्वप्रकारचे प्रकटीकरण, यांचा त्यांनी धिक्कार केला. व्यक्तीच्या हिताचे रक्षण करण्यास ख्रिश्चन नैतिकता अपुरी आहे. ख्रिश्चन नैतिकता व्यक्तीला ऐहिक व सामजिक जीवनापासून परावृत्त करते आणि त्यापेक्षा व्यक्तिगत मोक्षाला प्राधान्य देते. ऐहिक, राजकीय आणि नैतिक उन्नती ही, पारलौकिक आणि शाश्वत देवतेच्या योजनांवर अवलंबून नसून ती मनुष्याची बौद्धिक उत्क्रांती, विज्ञानाच्या व विवेकाच्या प्रकाशामुळे विकसित झालेल्या सामाजिक संस्थांचा प्रभाव यांमुळे होते, असे त्यांनी दाखवून दिले.[४६] विशेषत: अठराव्या शतकातील प्रगती आणि परिपूर्णता यांच्या कल्पनांच्या तसेच ऐहिक अस्तित्वातून मुक्ती मिळविण्याच्या शक्यतेच्या पार्श्वभूमीवर मनुष्य हा त्यांच्या विचारांचा केंद्रबिंदू होता. या अर्थाने ज्ञानकोशकार हे मानवविद्याकार तसेच मानवतावादी होते.

ज्ञानकोशकारांच्या मते समाजाचा जन्म मनुष्याच्या नैसर्गिक गरजांतून होतो, आणि नंतर ते समाजाच्या उगमातून त्याच्या कार्यांबद्दल निष्कर्ष काढतात. फिजिओक्रसीचा मुख्य प्रस्थापक फ्रांकॉय क्विने (Francois Quesnay) (१६९४-१७७४) याचे सुरुवातीचे लिखाण त्यांनी प्रसिद्ध केले. त्याच्याच लिखाणात तर्गो[४७]

(१७२७-१७८१) आणि कोंडोर्सेट (१७४३-१७९४)[४८] यांनी पुरस्कृत केलेल्या मानवी प्रगतीच्या सिद्धांताची मुळे आपल्याला दिसून येतात.

तत्कालीन इंग्लिश लोकांपैकी ज्यांनी आगरकरांवर अतिशय प्रभाव पाडला त्यांतील अग्रेसर म्हणजे विल्यम एव्हर्ट ग्लॅडस्टन (१८०९-१८९८), रॉबर्ट नाईट (१८०९-१८९०) आणि चार्लस ब्रॅड्लॉ (१८३३-१८९१) हे होत. इंग्लंडचा पंतप्रधान आणि चारवेळा लिबरल पक्षाचा नेता म्हणून निवड झालेल्या ग्लॅडस्टनबद्दल आगरकरांना विशेष कौतुक होते. बऱ्याच भारतीय राष्ट्रवाद्यांना, विशेत: आगरकरांना इंग्लंडमधील राजकीय घडामोडी, उदाहरणार्थ, आयर्लंडमधील होमरूल लीगला ग्लॅडस्टनने दिलेला पाठिंबा तसेच त्याने चार्लस स्टुअर्ट पार्नेलला दिलेले सहकार्य आणि पार्नेलची प्रेयसी ओशिया हिच्या घटस्फोट प्रकरणाचे राजकीय पडसाद, यांबद्दल खूप उत्सुकता असे. आयरिश प्रश्नाबाबतीत त्यांना उत्सुकता वाटे कारण ब्रिटिशांचे भारताबद्दलचे धोरण त्यावर अवलंबून आहे, तसेच आयर्लंडला जर प्रथम होमरूल प्रदान केले गेले तर लवकरच ते भारताला सुद्धा मिळेल, अशी भारतीय विचारवंतांची समजूत होती.

द नाईंटींथ सेंचुरी या मासिकातून नियमितपणे ग्लॅडस्टन लिहीत असे आणि त्याचे प्रगत विचार आगरकर आतुरतेने वाचत असत. ग्लॅडस्टनने उदारमतवादाची थोडक्यात आणि समर्पक शब्दांत व्याख्या केली होती, जी आगरकरांनीही स्वीकारली, 'उदारमतवाद म्हणजे सारासार विचारांच्या अंकुशाने सौम्य केलेला लोकांचा विश्वास होय. भयाने सौम्य केलेला लोकांच्यावरील अविश्वास म्हणजे पुराणमतवाद.'[४९] जून १८९३ मध्ये ''आपल्या मित्रांसाठी व आप्तांसाठी सोडलेल्या काही मार्गदर्शनपर नोट्स''मध्ये आगरकरांनी लिहिले की, 'शिक्षणातच (सर्व प्रकारच्या) माणसाची मुक्ती आहे. ब्रिटिश सरकारप्रत पूर्ण निष्ठा, लांगूलचालन करणारी नव्हे तर आदरणीय, त्यांनी याबाबतीत इतके काही केले आहे. या देशात पुढे कधीकाळी स्वायत्तता मिळवायची असेल तर हाच एक सोपा रस्ता आहे. मनुष्याच्या सहानुभूती जोरात वाढताहेत आणि याबाबतीत ब्रिटन सर्वांत पुढे आहे. ग्लॅडस्टनला दीर्घायुष लाभो...''[५०] आगरकरांनी अशाप्रकारचे शब्द ग्लॅडस्टनबद्दल लिहिले यात आश्चर्य नाही.

रॉबर्ट नाईटने *स्टेट्समन* (कलकत्ता) व *स्टेट्समन* (लंडन) या वृत्तपत्रांचा संस्थापक-संपादक या नात्याने उत्पन्नावरील कर, अन्यायी बंगाली मुलकी कायदे, भारतीय वृत्तपत्रांची गळचेपी करणारे लॉर्ड लिटनचे धोरण, अशा विषयांवर प्रशासनविरोधी टीका केल्याने, आगरकर आणि भारतीय उदारमतवादी खूपच प्रभावित झाले होते. 'भारताचा मित्र' म्हणून त्याला सर्वजण ओळखत असत.

१८८१ साली नाईटने *स्टेट्समन* (लंडन) पत्रात लिहिलेल्या, बालविवाह प्रथेच्या प्रतिबंधासाठी कायदा करण्यास सुचविणाऱ्या लेखांनी प्रवृत्त होऊन आगरकरांनी तशाच प्रकारचे लेख *केसरीत* लिहिले होते.

"जर माणसाला अश्रुंनी लिहिता आले असते, तर हा संपूर्ण कागदाचा रिम त्या शाईने भरून गेला असता." *सुधारक* अंकात ब्रॅडलॉबद्दल मृत्युलेख[५१] लिहिताना वरील शब्दांनी आगरकरांनी त्याची सुरुवात केली. आगरकरांना ब्रॅडलॉबद्दल जो आदर होता, तो फक्त भारताच्या स्वातंत्र्याचा कैवारी होता म्हणूनच नव्हे तर "त्याच्या हृदयाच्या उच्चतेमुळे व थोरवीमुळे, त्याच्या स्वभावाच्या पवित्रतेमुळे आणि विसंगती म्हणजे आयुष्यातील मोठ्या काळात त्याला सामोरे जावे लागलेल्या छळामुळे होय."

विद्यार्थिदशेत आगरकरांनी ब्रॅडलॉचे नास्तिक विचार वाचले होते आणि त्याच्या संसदीय शपथे बाबतच्या धर्मनिरपेक्ष भूमिकेस त्याला पाठिंबाही दिला होता. हेन्री एडवर्डसारख्या धर्मगुरूंच्या असहिष्णुवृत्तीचा निषेध करताना आगरकरांनी लिहिले की, 'माणूस जेव्हा विचार करू लागला, तेव्हापासूनच अस्तित्वात आलेली व हळूहळू पण निश्चितपणे प्रतिवर्षी वाढत असलेली नास्तिकवादी विचारसरणी, या वस्तुस्थितीतच नास्तिकवाद आवरण्यात देवाची तसेच मोठ्या प्रमाणात त्याच्या अधिकाऱ्यांची असमर्थता सिद्ध होते...' आणि लोकशाही पद्धतीने संसदेसाठी निवड झालेल्या ब्रॅडलॉ याला त्याची हक्काची जागा नाकारली जाते, ही वस्तुस्थिती हेच दर्शवते की, 'युरोपातील सर्वांत प्रगत आणि उदारमतवादी देशातसुद्धा अशा प्रकारचा धार्मिक छळवाद अस्तित्वात आहे.'

ब्रॅडलॉच्या आणि खुद्द स्वत:च्या जीवनात आगरकरांना सादृश्य दिसले. एक सुधारक या नात्याने त्यांनी स्वत:साठी घालून दिलेल्या आदर्शांपासून ब्रॅडलॉसारखेच आगरकर कधीही ढळले नाहीत. ब्रॅडलॉ आणि आगरकर या दोघांचाही राजकीय व सामाजिक प्रश्नांकडे पाहण्याचा दृष्टिकोन धर्मनिरपेक्ष होता.[५२]

ब्रॅडलॉ भारताचा सच्चा मित्र होता. ब्रॅडलॉच्या नव-माल्थसवाद आणि 'पुअर लॉज' बाबतच्या विचारांनी आगरकर प्रभावित झाले होते. किंबहुना, ब्रॅडलॉच्या *नॅशनल रिफॉर्मर* पत्रावरून प्रेरणा घेऊनच आगरकरांनी *सुधारक* हे आपले वृत्तपत्र सुरू केले. ब्रॅडलॉच्या मृत्युलेखात अतिशय आदराने आगरकरांनी लिहिले की, ब्रॅडलॉ जरी नाममात्र इंग्लंड देशाचा होता, तरी वास्तविकतेत तो संपूर्ण मानवजातीचा होता.[५३]

या सर्व प्रभावांचा संकलित परिणाम आगरकरांच्या बौद्धिक विकासात झाला. तथापि, ते प्राचीन भारतीय विचारवंतांबद्दल अनभिज्ञ नव्हते, हेही ध्यानात ठेवणे

आवश्यक आहे. अधूनमधून आढळणाऱ्या अनेक उल्लेखांवरून गौतम बुद्धाबद्दल आगरकरांना विशेष आदर होता हे लक्षात येते. किंबहुना, बुद्धाचा अज्ञेयवाद, करुणा आणि समता या तत्त्वांवर त्याने दिलेला भर, तसेच धर्मनिरपेक्ष नीतिशास्त्र, या सर्व गोष्टींचे आगरकरांना आकर्षण होते. सॉक्रेटिस, येशू ख्रिस्त आणि महंमद पैगंबर यांसारख्या मोठ्या नैतिक विचारवंतांची बरोबरी त्यांनी गौतम बुद्धाशी केली. ज्यांच्या लेखनात धर्मनिरपेक्ष दृष्टिकोन आहे, अशा कालिदास व भवभूतीसारख्या प्राचीन भारतीय लेखकांबद्दलचे अनेक उल्लेख आगरकरांच्या लिखाणात सापडतात. तरीसुद्धा, भारतीय विचारवंतांपेक्षा प्रबोधनकाळातील पाश्चात्त्य विचारवंतांची त्यांच्यावर सर्वांत अधिक छाप होती, याचे कारण युरोपातील ऐतिहासिक घटनांमुळे त्यांच्या विचारांची वाढ कळसास पोहोचली होती अशी त्यांची धारणा होती. त्यामुळेच, त्या काळाचे वैशिष्ट्य असलेली धर्मनिरपेक्ष, उदारमतवादी आणि वैज्ञानिक-वैश्विक दृष्टी वृद्धिंगत झाली होती.

संदर्भ

१. महाजनींनी आपले बी. ए. पर्यंतचे शिक्षण १८७० मध्ये संपविले. लागलीच ते अकोल्यातील सरकारी शाळेचे हेड मास्तर एटकिन यांचे असिस्टंट म्हणून रुजू झाले. १८७२ सरते वर्षी शाळेतील नोकरीवर हक्क ठेवून ते डेक्कन महाविद्यालयात पुढील शिक्षणासाठी गेले. त्या वर्षी ते क्वाड्रम सिनियर फेलो होते आणि एका वर्षात त्यांनी एम. ए. चे शिक्षण इंग्रजी व संस्कृत हे विषय घेऊन १८७४ मध्ये पूर्ण केले. विष्णुशास्त्री चिपळूणकर हे त्यांचे सहाध्यायी होते. १८८५ मध्ये पश्चिम विदर्भ विभागात इन्स्पेक्टर ऑफ स्कूल्स म्हणून त्यांची नेमणूक झाली. १९१० मध्ये स्वखुषीने त्यांनी सेवानिवृत्ती घेतली. नोकरीत असताना त्यांनी *विविधज्ञानविस्तार, वऱ्हाड समाचार* व *इंदु प्रकाश* मधून विपुल लिखाण केले. त्यांच्या इतर साहित्यिक कृती म्हणजे शेक्सपियर लिखित *सिंबेलाईन* चे *तारा* व *विंटर्स टेल्स*चे *मोहविलसित* तसेच *ऑल इज वेल दॅट एन्ड्स वेल* याचे *वल्लभानुनय* या नावानी केलेले मराठीतील अनुवाद. त्यांनी स्माईल लिखित *सेल्फ हेल्प* याचाही मराठी अनुवाद केला. १८९१ मध्ये जमिनीबद्दलच्या मुलकी पद्धतीबद्दल त्यांनी पुस्तक लिहिले. महाजनींनी *तुकारामाची गाथा* इंग्रजीमध्ये अनुवादित केली. दुर्दैवाने हा इंग्रजी अनुवाद छापला गेला नाही.

रानडे, भांडारकर, चिपळूणकर, टिळक, गोखले आणि अन्य नामांकित लोकांशी महाजनींचे निकटचे संबंध होते. ते जरी सक्रिय सुधारक नसले,

तरी सामाजिक व राजकीय प्रश्नांबाबतीत त्यांची मते उदारमतवादी होती. जरी ते प्रार्थना समाजाचे अनुयायी नव्हते, तरी त्यांची सामाजिक व धार्मिक बाबतींतील मते त्यांच्यासारखी होती. त्यांच्या अधिक जीवन तपशिलासाठी पहा, रघुनाथ दत्तात्रय सरंजामे, ''प. वा. रा. ब. विष्णु मोरेश्वर महाजनि', *मनोरंजन*, बुक २८, पु. २३१-२३५; 'प. वा. रा. ब. विष्णु मोरेश्वर महाजनि - द मॅन ऑफ लेटर्स' आणि 'इ. आर. महाजनि, माय ग्रॅन्ड फादर' हे दोन्ही लेख छापले गेले नसून, *आगरकर / महाजनि पेपर्स* (*आप*) मध्ये आहेत. तसेच पुष्पा लिमये, *विष्णु मोरेश्वर महाजनि - व्यक्ती आणि कार्य*, स्नेहवर्धन प्रकाशन, पुणे, १९९३.

२. महाजनींनी आगरकरांना लिहिलेले पत्र, ४ मार्च १८८२, *आप*. आगरकरांना त्यांनी लिहिले की, ''न्हाणवली' वरील लेख सर्वदृष्ट्या बरे होते. पण तुम्ही चिपळूणकरांना मागे टाकले हे बरे वाटले नाही. हा तुमच्यातील दुर्बल मुद्दा होता आणि *इंदुप्रकाशा*तील लेखकाने तुम्हांला घेरले आहे असे दिसते. कुठल्याही परिस्थितीत तुम्ही चिपळूणकरांना दांभिक म्हणू नये होते. मी स्वत: इतका पुढे गेलो नसतो, परंतु मला बऱ्याच काळापासून वाटते की पुढाऱ्याने नेतृत्व न करता अनुकरण करावे आणि चिपळूणकरांनी म्हणून जुन्या पिढीच्या सहानुभूती मिळविण्यासाठी त्यांच्या व अज्ञानी जनतेच्या आवडीना चुचकारले आहे. धर्मशास्त्रांना आवाहन करण्याची काही गरज होती असे मला वाटत नाही. परंतु शास्त्रीलोकांशी लढताना त्यांच्याच शस्त्राने लढावे असे तुम्हांस बहुदा वाटले असावे...''

३. प्राध्यापक सेल्बी दऱ्हाम स्कूलचे जुने विद्यार्थी होते आणि ऑक्सफर्ड मधील वॅधॅम महाविद्यालयात ते स्कॉलर होते. १८७५ मध्ये येथून त्यांनी प्रथम श्रेणी मिळविली. १८७७च्या पूर्वार्धात ते पुणे येथील डेक्कन महाविद्यालयात तर्कशास्त्र व नैतिक तत्त्वज्ञान विषयाचे प्राध्यापक म्हणून रुजू झाले. जे. नेल्सन फ्रेझर, *डेक्कन कॉलेज : अ रिट्रोस्पेक्ट १८५१-१९०१*, पुणे, १९०२, पृ. ७४. परीक्षेच्या पहिल्या वर्षी आगरकरांचे प्राध्यापक पुढील होते : इंग्रजी शिकवायला प्राचार्य आर. जी. ऑक्झनहॅम आणि नंतर ए. एल. पी. लार्कन. तर्कशास्त्रासाठी पिटरसन, गणितासाठी केरो लक्ष्मण छत्रे. पदवी-वर्गामध्ये प्राध्यापक - आर. जी. ऑक्झनहॅम इंग्रजीसाठी, एफ. जी. सेल्बी तर्कशास्त्र आणि नैतिक तत्त्वज्ञान व इतिहासासाठी. एम. ए. साठी प्राध्यापक सेल्बींनी तर्कशास्त्र आणि नैतिक तत्त्वज्ञान व इतिहास हे विषय

शिकविले.

४. ज. वि. नाईक, 'सम रिफ्लेक्शन ऑन अ नाईंटींथ सेंचुरी डिबेट ऑन रिलिजन, सायन्स ॲन्ड फिलॉसॉफी', *प्रोसिडिंग्स ऑफ द इंडियन हिस्ट्री काँग्रेस,* ५२ वे अधिवेशन, न्यू दिल्ली, १९९१-९२, पृ. ७३२-७३६.

५. 'प्रोफेसर सेल्बी ऑन बटलर', *मराठा,* २४ जुलै १८८१.

६. 'बटलर्स मेथड ऑफ एथिक्स', *मिस्सेलेनियस रायटिंग्स ऑफ द लेट ऑनरेबल मि. जस्टीस एम. जी. रानडे,* मनोरंजन प्रेस, बॉम्बे, पृ. ६५-६९.

७. *केसरी,* संपादकीय नोट्स, २३ ऑक्टोबर १८८३. ही अट नंतर काढून टाकण्यात आली आणि प्रा. सेल्बी १८८५ मध्ये डेक्कन कॉलेजचे प्राचार्य झाले. त्या जागेवर ते बरीच वर्षे होते. ७ फेब्रुवारी १९०६ मध्ये त्यांना मुंबई विद्यापीठाचे कुलगुरू (व्हाइस चॅन्सलर) नेमण्यात आले आणि जानेवारी १९०९ पर्यंत ते त्या पदावर होते. मुंबई विद्यापीठाने त्यांना १९०६ मध्ये डॉक्टर ऑफ लॉज ही सन्माननीय पदवी बहाल केली. त्यांनी आपले उर्वरित आयुष्य लंडनमध्ये घालविले व ते १९२७ मध्ये वारले.

८. एफ. जी. सेल्बी, *नोट्स ऑन द रिफ्लेक्शन ऑन द रेव्होल्युशन इन फ्रान्स,* मॅक्मिलन ॲन्ड कंपनी, लंडन, १९०६ची आवृत्ती, पृ. चौदा-पंधरा.

९. १८९६-९७ मध्ये डेक्कन एज्युकेशन सोसायटीचे आजीव सभासद असलेले व फर्ग्युसनमध्ये प्राध्यापक असलेले, *सुधारका*चे संपादक सीताराम गणेश देवधर आणि डब्ल्यू. बी. पटवर्धन यांनी पुरेसे पुरावे नसताना प्लेगबाबतीत सरकारच्या उपायांवर जबर टीका केली. सरकारने त्यांच्याविरुद्ध कायदेशीर उपाय करण्याचे योजिले. त्यांना धडा शिकविण्याव्यतिरिक्त सरकारने काही तांत्रिक क्लृप्त्या काढून सोसायटीच्या प्रशासकीय समितीच्या रचनेबाबत काही त्रुटी पुढे करून काही प्रश्न उभे केले. त्यांनी घटनेत बदल करावेत हेही सुचविले. जर सरकारने सांगितलेल्या सूचना अमलात आणल्या असत्या तर सोसायटीवर सरकारचे संपूर्ण आधिपत्य झाले असते. याबाबतीत सेल्बींनी मध्यस्थी केल्यामुळे सरकार व आजीव सदस्यांत तोडगा काढण्यात आला. पुढील माहितीसाठी, पी. एम. लिमये, *द हिस्टरी ऑफ द डेक्कन एज्युकेशन सोसायटी,* आर्यभूषण प्रेस, पुणे, १९३५, पृ. १५६-१७२.

१०. सेल्बींनी आगरकरांना लिहिलेले पत्र, ३ जुलै (वर्ष लिहिले नाही) *आप.*

११. बी. ए. चा अभ्यासक्रम १८७७ साली बदलला. आगरकरांनी १८७९ मध्ये सुधारित अभ्यासक्रमाखाली परीक्षा दिली. त्यामुळे त्यांना पाच ऐच्छिक

विषयांपैकी एक घ्यावा लागला. पाच ऐच्छिक विषय असे होते : १. भाषा व साहित्य, २. इतिहास व राजकीय अर्थशास्त्र, ३. तर्कशास्त्र व नैतिक तत्त्वज्ञान, ४. गणित ५. नैसर्गिक विज्ञान. आगरकरांनी इतिहास व राजकीय अर्थशास्त्र घेतले होते. पहिल्या वर्षी आगरकरांनी नैतिक तत्त्वज्ञान घेतले होते तर टिळकांनी विश्लेषणात्मक भूमिती हा विषय ऐच्छिक म्हणून घेतला होता. चिपळूणकरांचे बी. ए. साठी तर्कशास्त्र आणि नैतिक तत्त्वज्ञान हे विषय होते तर टिळकांचा गणित हा विषय होता. *द बॉम्बे युनिव्हर्सिटी कॅलेंडर फॉर द इयर्स १८७८-१८८१* : आणि फाइल ऑफ द रिझल्ट फॉर द एक्झामिनेशन फॉर द डिग्री ऑफ बी. ए. १८६५-१८८४, युनिव्हर्सिटी ऑफ बॉम्बे.

१२. एलेन ई. मॅकूडोनाल्ड, 'इंग्लिश एज्युकेशन अॅन्ड सोशल रिफॉर्म इन लेट नाईंटींथ सेंचुरी बॉम्बे : अ केस स्टडी इन द ट्रान्समिशन ऑफ अ कल्चरल आयडियल', *द जर्नल ऑफ एशियन स्टडीज,* व्हॉ. २५ नं. ३, मे १९६६, पृ. ४५३-४७०.

१३. एम. ए. पदवीसाठी आगरकरांचे पेपर्स असे होते : वेस्टर्न युरोप (वेस्टफॅलियाच्या तहापासून ते व्हर्सायमधील इस्टेट जनरलच्या सभेपर्यंत) (१७८९), या विषयाचे दोन पेपर्स: ३. राज्यशास्त्र (राजकीय अर्थशास्त्र सहित) ४. तर्कशास्त्र ५. हिस्टरी ऑफ ग्रीक फिलॉसॉफी आणि ६. हिस्टरी ऑफ मॉडर्न फिलॉसॉफी (शार्लेमानच्या काळापासून ते १८व्या शतकापर्यंत) *द बॉम्बे युनिव्हर्सिटी कॅलेंडर फॉर द इयर्स १८७८-१८८१.*

१४. डब्ल्यू. ई. एच. लेकी, *हिस्टॉरिकल अॅन्ड पॉलिटीकल एसेज,* लॉगमन्स, ग्रीन्स अॅन्ड कं. लंडन, १९०८, पृ. ९१.

१५. डब्ल्यू. ई. एच. लेकी, *हिस्टरी ऑफ युरोपियन मॉरल्स,* भाग १, लंडन, १९४६, तिसरी आवृत्ती, पृ. १-६७

१६. एम. ए. पदवीसाठीच्या अभ्यासक्रमाचा तपशील युनिव्हर्सिटी कॅलेंडरमध्ये दिलेला नाही. म्हणून या अभ्यासक्रमांत काय शिकविले जात असावे, हे प्रश्नपत्रिका छापलेल्या आहेत, त्यावरून बघावे लागते.

१७. तर्कशास्त्र विषयात निष्कर्षाधारित ज्ञानावर तसेच निष्कर्षाच्या नियमांची चर्चा केली जात असे. यात पाच पुस्तके लावली होती. पहिली दोन पुस्तके अनुभववादी निगमन (डिडक्टीव्ह) निष्कर्षावर, तिसरे पुस्तक त्याच्या पद्धती आणि तत्सम गोष्टींवर होते. बाकीच्या पुस्तकांत मिलची व तर्कशास्त्रावरची

इतर पुस्तके अभ्यासली जात.

१८. माल्थसप्रमाणेच मिलने विचार मांडले की, मनुष्यजात जर नियंत्रणात ठेवली नाही, तर एकाच पिढीमध्ये दुप्पट होऊ शकते. या अनियंत्रणामुळे दुःख, कुपोषण व रोगराई होईल. विशेष म्हणजे मिलला तरुण वयात कुटुंबनियोजनासंबंधी नव-माल्थसवादी लिखाणाच्या प्रती वाटण्यास मदत केल्याबद्दल तुरुंगवास झाला.

१९. हेन्री डी. आयकेन, *द एज ऑफ आयडिऑलॉजी,* द न्यू अमेरिकन लायब्ररी, न्यूयॉर्क, ५वी आवृत्ती, १९६१, पृ. १४७

२०. विष्णू मोरेश्वर महाजनी, 'प. वा. गोपाळ गणेश आगरकर', *मनोरंजन,* आगरकर अंक, नं. २५३, जुलै १९१६.

२१. खऱ्या कार्यांच्या संकल्पनेशिवाय खऱ्या संरचनेची संकल्पना करता येत नाही. संस्थांचा उगम आणि विकास समजून घ्यावयाचे असल्यास त्या संस्थांच्या पूर्वीच्या आणि नंतरच्या त्यापाठीमागच्या गरजा लक्षात घेणे गरजेचे आहे, असे मत स्पेन्सरने व्यक्त केले. हर्बर्ट स्पेन्सर, *द प्रिन्सिपल्स ऑफ सोशॉलॉजी,* खंड १, अॅपल्टन अॅन्ड कं., न्यूयॉर्क, १९०६, पृ. २६३-९०; 'आमचे काय होणार?', *सुधारक,* ५ व १२ नोव्हेंबर १८८८, (पहिले दोन लेख); 'राजकीय सन्निधानांचे अपायकारकत्व', *अवा-१,* पृ. ३१२-३१६.

२२. सोशल डार्विनिझम, हा एक सामाजिक उत्क्रांतीचा थोड्या काळाचा सिद्धांत होता. अधिक माहितीसाठी, *इंटरनॅशनल एन्सायक्लोपिडीया ऑफ सोशल सायन्स,* डेव्हिड सिल्स (संपा.), खं. १५, द मॅक्मिलन कं., १९६८, पृ. ४०३-४

२३. *सुधारकात*ले लेख पुढील आहेत : 'देवता', 'देवतोत्पत्ती', 'विजय लांछने', 'व्यवच्छेदन', 'उपनयन, कर वा बलिदान', 'भेटी, देवदर्शने व यात्रा', 'धर्मकल्पना कोठून आली?', 'आत्मा व पिशाच', 'मृतात्म्याची दिनचर्या', 'थडगी आणि देवळे', 'मूर्तिपूजेचा उद्भव', 'मूर्तिपूजेचा प्रकार', 'देवतोत्पत्तीविषयी शेवटचे चार शब्द', 'पुजारी व पंचाक्षरी', 'पहिले पुजारी मृतात्म्याचे आप्त', 'प्रेतक्रिया व प्रेतसंस्कार'. आगरकरांनी स्पेन्सरलिखित *द नाईंटींथ सेंचुरी* मधील पुढील लेखही वाचले. 'रिलिजन : अ रिट्रोस्पेक्ट अॅन्ड प्रॉस्पेक्ट', 'रेट्रोग्रेटीव्ह रिलिजन', 'लास्ट फ्यू वर्ड्स अबाऊट अॅग्नास्टीसिझम.'

२४. नकारासाठी नकार हा व्हॉल्टेअरचा विचार मोर्लेला मान्य नव्हता. जरी

त्याला व्हॉल्टेअरचा संपूर्ण विचार प्रामुख्याने नकारात्मक वाटला, तरी त्या नकारात्मकाला मोर्लेने व्हॉल्टेअरच्या काळातील फ्रेंच संस्कृतीच्या हळूहळू होणाऱ्या गळचेपीस जबाबदार असलेल्या ज्या गोष्टी होत्या, त्यांचा अंधकाराचा नकार असा उल्लेख केला.

२५. बेसिल वायली, *मोर नाईंटींथ सेंचुरी स्टडिज : अ ग्रुप ऑफ ऑनेस्ट डाउटर्स,* केंब्रिज युनिव्हर्सिटी प्रेस, लंडन, १९८०, २री आवृत्ती, पृ. २७२.

२६. बेंथॅमने त्याचा उल्लेख 'डेटॉलॉजी' अथवा खाजगी नैतिकतेचे शास्त्र असा केला. जास्त माहितीसाठी, बेसिल वायली, *नाईंटींथ सेंचुरी स्टडिज : कोलरिज टू मॅथ्यु अर्नोल्ड,* चॅटो ॲन्ड विन्डस, लंडन, १९४९, पृ. १३५.

२७. चेस्टर मॅक्सी, *पोलिटिकल फिलॉसॉफिज,* मॅक्मिलन ॲन्ड कं. लंडन, १९४९, दुसरी सुधारित आवृत्ती, पृ. ४६५.

२८. एम. ए. परीक्षेत इतिहास विषयात विचारलेल्या प्रश्नांवरून हा निष्कर्ष काढता येतो. उदाहरणार्थ, शिक्षेच्या योग्य उद्देशाबद्दलचे विविध विचार कोणते? आणि उपयुक्ततावादीच्या लिखाणांमुळे त्यांत कोणते बदल घडून आले? *द बॉम्बे युनिव्हर्सिटी कॅलेंडर फॉर १८७९,* पृ. clxvii.

२९. कॉम्तने कोर्स ऑफ 'पॉझिटीव्ह फिलॉसॉफी' ही १८३०-४२ मध्ये लिहिली व तिचा इंग्रजी अनुवाद १८५३ मध्ये केला गेला. कॉम्तने मांडले की, ऐतिहासिक प्रक्रियांचा अनुभववादी अभ्यास, विशेषत: वेगवेगळ्या परस्परसंबंधी शास्त्रांचा अभ्यास दाखवून देतो की, तीन अवस्थांचा एक सिद्धांत मनुष्य विकासाचे नियंत्रण करतो. कॉम्तने त्या तीन अवस्थांचे विश्लेषण केले. त्याचे कारण मनुष्याच्या मनाच्या स्वरूपामुळे प्रत्येक शास्त्र अथवा मनुष्याचे मन अथवा ज्ञानाची शाखा, तीन वेगवेगळ्या सैद्धांतिक अवस्थांमधून जात असते : ईश्वरशास्त्रीय, आधिभौतिक आणि प्रत्यक्षार्थवादी. पहिल्या अवस्थेत सर्व घटनांचे विश्लेषण देवता अथवा देवतांच्या इच्छांना आवाहन करून केलेले असते. दुसऱ्या अवस्थेत गुणवाची (abstract) तात्त्विक प्रकारांना आवाहन करून सर्व घटनांचे विश्लेषण केले जाते आणि तिसऱ्या उत्क्रांती अवस्थेत, कुठल्याही अंतिम आदिकारणांचे स्पष्टीकरण वैज्ञानिकदृष्ट्या दिले जाते.

३०. विष्णू मोरेश्वर महाजनी, *तत्रैव.*

३१. हेन्री आयकन, *तत्रैव*, पृ. १२३-१२६.

३२. 'प्रोफेसर सेल्बी ऑन बटलर', *मराठा,* २४ जुलै १८८१, या लेखात आगरकरांनी लिहिले की, ''जो कोणी लेकीचे *हिस्टरी ऑफ युरोपियन*

मॉरल्स वाचेल त्याला समजून येईल की, प्रत्येक पिढीच्या सत्याबद्दलच्या कल्पना त्याच्या पूर्वीच्या अथवा नंतरच्या पिढीच्या सत्याच्या जाणिवांच्या तुलनेत फरक करीत असतात.''

३३. डब्ल्यू. ई. एच. लेकी, *हिस्टरी ऑफ द राइज अ‍ॅन्ड इन्फ्लुअन्स ऑफ द स्पिरीट ऑफ रॅशनॅलिझम इन युरोप,* वॅटस अ‍ॅन्ड कं, रॅशनॅलिस्ट प्रेस आवृत्ती, लंडन, १९१०.

३४. वि. मो. महाजनी, *तत्रैव.*

३५. *कित्ता.*

३६. *मिसेलिनियस अ‍ॅन्ड पोस्थुमस वर्क्स ऑफ हेनूरी थॉमस बकल,* हेलन टेलर (संपा.) खंड १, लॉगमन्स, ग्रीन्स अ‍ॅन्ड कं., लंडन १८७२, पृ. एकोणीस.

३७. १८५९ मध्ये बकलने *फ्रेझर्स मॅगझिन* या मासिकात 'मिल ऑन लिबर्टी' नावाचा एक प्रदीर्घ लेख लिहिला. *कित्ता.*

३८. जे. डब्ल्यू. ड्रेपर, *हिस्टरी ऑफ द इंटेलेक्चुअल डिव्हेलपमेंट ऑफ युरोप,* खंड २, जॉर्ज बेल अ‍ॅन्ड सन्स, लंडन, १८७५, (सुधारित आवृत्ती, प्रथम प्रकाशन १८६१), पृ. ३९४-५.

३९. 'सुधारक काढण्याचा हेतू', *अवा-१,* पृ. ८.

४०. ड्रेपर, *तत्रैव,* पृ. ३९५.

४१. *मराठा,* १७ आणि २४ मे १८८५.

४२. टी. एच. हक्स्ले, 'इमॅन्सिपेशन : ब्लॅक अ‍ॅन्ड व्हाइट', *ले सर्मन्स अ‍ॅड्रेसिस अ‍ॅन्ड रिव्ह्यूज,* १८७०, 'स्त्रीदास्यविमोचन', *केसरी,* २७ ऑक्टोबर १८८२.

४३. काई निल्सन, 'अ‍ॅग्नॉस्टिसिझम', मध्ये *द डिक्शनरी ऑफ आयडियाज,* पृ. १७-२७.

४४. हा मोठा वादविवाद २७ जून १८६० रोजी झाला. त्यात हक्स्लेने दाखवून दिले की, सॅम्युअल विल्बरफोर्स, ऑक्स्फर्डचा बिशप यांचा उत्क्रांतिविरोधी व चर्चच्या बाजूचा युक्तिवाद अतिशय फोल आहे. वस्तुत: हा एकोणिसाव्या शतकातील इंग्लंडमधील एक सर्वांत महत्त्वाचा वादविवाद झाला. अधिक माहितीसाठी पहा, 'द बॅटल फॉर द ओरिजिन्स' समाविष्ट, रोनाल्ड डब्ल्यू. क्लार्क, *द हक्स्लेज,* विल्यम हाईनमन लि., लंडन, १९६८, पृ. ४७-७७.

४५. 'एनूसायक्लोपिडिस्ट' हा काही अभ्यासक, प्रसिद्ध लेखक, तत्त्वज्ञानी अशा लोकांचा डेनिस दिदेरोच्या मार्गदर्शनाखाली असलेला गट होता. दिदेरो आणि दालेम्बार्टच्या मार्गदर्शनाखाली त्यांनी फ्रेंच ज्ञानोदयकाळाचा

ज्ञानकोश बनविला. तो एक प्रकारचा सर्व तऱ्हेच्या ज्ञानाचा - वैज्ञानिक, नैतिक व तांत्रिक ज्ञानाचा, शब्दकोश होता. विवेकवाद हा त्यांच्या लिखाणामागील मुख्य प्रेरणादायी विचार होता.

४६. *कित्ता.*

४७. आन रॉबर्ट जॅक तर्गो (१७२७-१७८१). फ्रेंच अर्थशास्त्रज्ञ व मुत्सद्दी, पॅरिस मध्ये जन्मला. त्याने सोर्बोन येथे शिक्षण घेतले. पार्लेमेंट मधील बऱ्याच कनिष्ठ जागांवर काम केल्यानंतर त्याला लिमगॉस डिस्ट्रिक्टचा इंटेंडंट म्हणून १७६१ मध्ये नेमण्यात आले.

४८. मारी जॉ आंतोन निकोलस द सरितात, मार्के द कोंडोर्सेट (१७४३-१७९४)

४९. रॉबर्ट वॅलेस, 'द फिलॉसॉफी ऑफ लिबरॅलिझम', *द नाईंटींथ सेंचुरी,* फेब्रुवारी १८८१, पृ. ३०२.

५०. *आप.*

५१. *सुधारक,* २ फेब्रुवारी १८९१.

५२. १८८९ मध्ये ब्रॅडलॉ भारतीय राष्ट्रसभेच्या मुंबईमध्ये भरलेल्या अधिवेशनास उपस्थित होता. जॉर्ज जेकब हॉलिओकनंतर ब्रॅडलॉ सेक्युलर सोसायटीचा अध्यक्ष झाला. नंतर त्याने ऑस्टीन हॉलिओकबरोबर नॅशनल सेक्युलर सोसायटी स्थापन केली.

५३. *सुधारक,* २ फेब्रुवारी १८९१

□□□

४

आगरकरांचे साहित्यिक लिखाण

स्नेहं दयां च सौख्यं च यदि वा जानकीमपि ।
आराधनाय लोकानां मुच्छती नास्ति मे व्यथा ॥

उत्तररामचरित्

('लोकांना संतुष्ट राखण्यासाठी स्नेह, दया, सौख्य आणि प्रसंग पडल्यास जानकी, यांचा त्याग करावा लागला तरी त्याबद्दल मला खेद होणार नाही.')

*उत्तररामचरिता*मधील वरील ओळी *डोंगरीच्या तुरुंगातील आमचे एकशे-एक दिवस* या पुस्तकाच्या सुरुवातीस व अखेरीस उद्‌धृत केल्या आहेत.

४ आगरकरांचे साहित्यिक लिखाण

या प्रकरणात आगरकरांच्या लिखाणाचा आढावा घेऊन त्याचे महत्त्व जाणून घेण्याचा प्रयत्न केला आहे. *डोंगरीच्या तुरुंगातील आमचे एकशे-एक दिवस* हे तुरुंगवासातील आठवणींचे पुस्तक सोडल्यास त्यांचे अन्य लिखाण हे एकतर अनुवाद आहेत किंवा रूपांतर आहेत. त्यांची साहित्यिक ख्याती प्रामुख्याने *केसरी, मराठा* व *सुधारका*तील लेखांमुळे आहे.

१. ***विकारविलसित*** (१८८२) : हे पुस्तक विल्यम शेक्सपियरच्या *हॅम्लेट* नाटकाचे रूपांतर आहे. बर्वे अब्रूनुकसान खटल्यात जो कोर्टकचेरीच्या निमित्ताने खूप खर्च झाला, त्यासाठी पैशाची तरतूद करण्याच्या हेतूने हे नाटक रूपांतर करून रंगभूमीवर आणण्याचा उद्योग करण्यात आला. आगरकरांनी या भाषांतराची सुरुवात एप्रिल १८८२ मध्ये खटला चालू असताना केली व डोंगरीच्या तुरुंगात शिक्षा भोगत असताना ऑगस्ट १८८२ मध्ये ते पूर्ण केले.

आपल्या पंचवीस पानी प्रदीर्घ प्रस्तावनेत आगरकरांनी या नाटकाचे मराठीत भाषांतर करताना त्यांना आलेल्या अडचणींची सविस्तर चर्चा केली आहे. तसेच त्यांनी शेक्सपियरच्या साहित्याच्या मूल्याचीही सर्वसाधारण चर्चा केली आहे. आगरकरांच्या सुधारकी विचारांचे व वैश्विक दृष्टिकोनावरील हे अगदी सुरुवातीचे विधान आहे.

सर्वप्रथम, आगरकरांनी त्यांच्या भाषांतरात त्रुटी असल्याचे प्रांजळपणे मान्य केले आहे. भाषांतरासाठी आवश्यक संदर्भसाधने आणि खटल्यासंबंधी व्यस्त मन ही दोन कारणे त्याबद्दल ते देतात. या अडचणी असूनसुद्धा मूळ नाट्यसंहितेला सोडून त्यांचे भाषांतर नाही, असे त्यांनी सांगितले आहे. पाश्चात्त्य साहित्यकृतींच्या

अनुवादकांना उद्देशून चिपळूणकरांनी केलेल्या सूचना लक्षात घेऊन, वाचकांसाठी तसेच रंगभूमीवरील प्रयोगाच्या दृष्टिकोनातून मुक्त भाषांतर करणे आगरकरांना सोईचे वाटले. पण हे करताना त्यांना भीती होती ती त्या नाटकातील मूळ प्रभाव गमविण्याची.

अशा साहित्यकृतीचे अचूक भाषांतर करताना दोन अडचणी आगरकरांनी दाखवून दिल्या - १. इंग्रजी शब्दास मराठी शब्द शोधून काढण्याची मारामार व तसे करण्यापासून होणारा त्रास; आणि २. अभूतपूर्व आणि म्हणून लोकांस अप्रिय होणाऱ्या परकीय रितींचे वर्णन केल्याने येणारे दूषण : पहिल्या अडचणीबद्दल त्यांनी सूचना केली की, होता होईल तितके मराठी समानार्थी शब्द वापरावेत. तथापि, ही समस्या असली तरी भाषांतरकाराने त्याबाबत नको तितकी काळजी करू नये, असे त्यांना वाटले. दुसरे असे की, परकीय संस्कृतीतील चांगल्या चालीरिती दाखवून दिल्यास आमच्या लोकांची जगाकडे पाहण्याची दृष्टी व्यापक होईल. किंबहुना, शेक्सपियरकडे जर अशा प्रकारची संकुचित वृत्ती असती तर 'अनंतबुद्धी', 'जगत्कवी', 'सर्वकालीन कवी', 'सहस्रात्मा' अशा मोठ्या किताबांस तो पात्र झाला नसता.

वस्तुत: आगरकरांनी अशा नाट्यकृतींच्या भाषांतराची गरज दाखवून देताना लिहिले की, ''आजपर्यंत आमचे जे नुकसान झाले आहे ते हरएक प्रकरणांत हट्टाने 'आपलेपणास' चिकटून राहिल्याने झाले आहे. धर्मसंबंधी, राज्यसंबंधी, व्यवहारसंबंधी इतर लोकांचे काय विचार आहेत याचा विचार केल्याशिवाय आपले दुराग्रह कसे जाणार? आमच्या राष्ट्राची उन्नति व्हावी म्हणून आम्ही रात्रंदिवस धडपडतो आहो; पण उन्नति होण्याची जी खरी साधने आहेत त्यांचा कंटाळा केल्याने आमचा इष्ट हेतू कधी पूर्ण होईल काय? विशेषत: व्यवहारसंबंधी दुराग्रहांचा लवकर लय व्हावा असा हेतू असल्यास तो शेवटास नेण्यास शेक्सपियरसारख्या नानाविध नाट्यकृतींचा लोकांस परिचय करून देणे, व त्यांच्यापुढे तिचे प्रयोग करून दाखविणे यापेक्षा सुगमतर साधन ते कोणते? आपल्याहून भिन्न आचारांचे चित्र नाटकरूपाने वारंवार आपल्या डोळ्यांपुढे आल्याने आपल्या विचारांतील एकदेशीयता काढून टाकून सर्वांस सुखकर असा आचार स्थापन करण्यास किती सुलभ जाईल हे थोडा विचार केल्याने ध्यानांत येणार आहे...''[१] अशा दुराग्रहांमुळे सर्वसाधारण मागासलेपणा निर्माण होतो आणि जगाकडे पाहण्याची दृष्टी संकुचित होते, असे त्यांना वाटत असे.

आगरकरांनी लिहिले की, ''आम्ही आपले रीतरिवाज सोडीत नाही असे म्हणणाऱ्यांपैकी शेकडा नव्याण्णव शुद्ध ढोंगी असतात, व बाकीचे विचारशून्य

असतात. ज्यांना आपले रीतरिवाज सुटले नाहीत असे वाटत असेल त्यांनी आपल्या देशाची शे-दोनशे वर्षांपूर्वीची स्थिती आणि आताची स्थिती यांची तुलना करून पहावी, म्हणजे ताबडतोब त्यांचे डोळे उघडतील, व आपले बोलणे हट्टाचे व चुकीचे आहे हे त्यास कळून येईल. कालांतराने स्थित्यंतर होते व स्थित्यंतराबरोबर आचारविचारांतर झालेच पाहिजे. तेव्हा जी गोष्ट आपणास नकोशी वाटत असली तरी आपल्या नकळत होऊन जाते तिला विरोध करणे म्हणजे आपल्या मनाला आणि शरीराला विनाकारण त्रास करून घेणे होय. यासाठी ज्या नाटकांत आणि कादंबऱ्यांत आमच्या रीतरिवाजांचे किंवा रीतीभातीचे वर्णन केले असेल त्याच चांगल्या असा ज्यांचा दुराग्रह झाला असेल त्यांनी आपली दुराग्रहबुद्धि टाकण्याचा होईल तितका यत्न करावा हे योग्य आहे...''[२] शेक्सपियरसारख्याचे साहित्य नाट्याच्या आविष्कारात आणून लोकांमध्ये अशा साहित्याबद्दल गोडी वाढविल्याने त्यांच्या मानसिकतेत योग्य बदल घडवून आणता येईल आणि त्यामुळे स्वत:च्या समाजाकडे अधिक बुद्धिनिष्ठ वृत्तीने पाहण्यास लोकांना प्रोत्साहन मिळेल, असे त्यांना वाटले.

नाटकातील कनिष्ठ जातीच्या पात्रांनी बोलावयाच्या भाषेबद्दल आगरकरांनी सुचविले की, 'पुस्तकांत शुद्ध भाषा असली म्हणून नाटकगृहांत हलक्या पात्रांनी ती तशीच उठविली पाहिजे असे नाही.' ज्या वर्गातून हलकी पात्रे येतात ते दाखविण्या इतकी 'कुळवाडी' भाषा ठेवावी, पण प्रत्यक्षात जशी बोलली जाते तशी अशुद्ध आणि गावरान भाषा ठेवण्याची गरज नाही. 'रंगभूमीवर एखादा कुळवाडी व्याकरणशुद्ध मराठी भाषा बोलू लागला तर रसभंग होणार आहे' या आक्षेपाची आगरकरांना जाणीव होती, पण नाटक हे मानवी वर्तनाचे हुबेहुब चित्रण असावे का? असा सवाल त्यांनी केला. आगरकरांनी स्पष्ट केले की,

> ''...ज्यांना आपली पुस्तके फार लोकांनी वाचावीं व ती फार दिवस टिकावीं असे वाटत असेल, त्यांनी कोणत्याही पात्रासाठी वेडीवाकडी भाषा घालण्याच्या भरीस पडू नये. ज्याप्रमाणे ओबडधोबड हत्यारांनीं नकशीदार काम करिता येत नाही, त्याप्रमाणे चांगले विचार वाईट भाषेत व्यक्त करिता येत नाहीत. रानवट आणि गावंढळ बोलणे पुस्तकांत वारंवार घालणे म्हणजे व्याकरण आणि भाषाशुद्धि यांच्या सुधारणेला दृढ व्यत्यय आणण्यासारखे होय. स्त्रिया आणि शूद्र आज तारखेला शुद्ध मराठी बोलत नाहीत हे खरे; पण त्यांना सुशिक्षण मिळून त्यांनी पुढे-मागे शुद्ध बोलू लागावे अशी आपली इच्छा आहे... तसेच नाटक हे सृष्टीचे किंवा मनुष्याच्या आचरणाचे हुबेहुब चित्र आहे हे

म्हणणेही खोटे आहे... तसेच नाटकांत मनोवृत्तीचे जे वर्णन असते ते नेहमी सत्याहून अधिक असते. अतिशयोक्ति ही नाटकांतील रसाचा आत्मा आहे. थोडीबहुत अतिशयोक्ति केल्याखेरीज नाटकांत अलंकार घालता येणार नाहीत किंवा कोणताही रस उत्पन्न करिता येणार नाही. म्हणून, नाटक हे सृष्टीचे आणि मनुष्याच्या आचरणाचे यथार्थ चित्र आहे असे समजून वेडीवाकडी भाषा लिहिण्यास प्रवृत्त होणे म्हणजे फारच प्रमाद करणे होय.''[३]

अशा लिखाणाने प्रेक्षकांवर शैक्षणिक परिणाम होतो. आगरकरांचे वरील भाष्य निश्चितपणे कोणत्याही भाषांतरकाराला मार्गदर्शक ठरेल. नाटक म्हणजे फक्त करमणुकीचे माध्यम नसून समाजपरिवर्तनाचे साधनही आहे, ही त्यामागील आगरकरांची दृष्टी आपल्याला दिसून येते. *हॅम्लेट*चे भाषांतर करताना त्याचे सौंदर्यमूल्य कमी न होऊ देता, आगरकरांचा मुख्य दृष्टिकोन उपयुक्ततावादी होता.

शेक्सपियरच्या साहित्यकृतींचा एक चिकित्सक अभ्यासक म्हणून आगरकरांना त्या थोर नाटककाराची कल्पकता, निरीक्षण आणि मानवी स्वभाववर्णन करण्याची क्षमता यांविषयी नितांत आदर आणि कौतुक होते. ''आम्हांस असे वाटते की, शेक्सपीयर हा काही ईश्वरांश नव्हता; व इतर ग्रंथकारांप्रमाणे त्याच्या ग्रंथातही पुष्कळ प्रमादस्थळे आहेत. चंद्राच्या भव्य तेजामुळे त्यांतील शशांक लोपून जातो, म्हणून त्यावर तो नाही हे म्हणणे असे प्रशस्त होणार नाही, त्याप्रमाणेच शेक्सपीअरच्या गुणांपुढे दोष दिपून जातात, म्हणून ते त्यात मुळीच नाहीत हे म्हणणेही बरोबर होणार नाही...' हे त्यांनी स्पष्ट केले. शेक्सपियरच्या पस्तीस नाटकांचे पृथक्करण करताना आगरकरांनी दाखवून दिले की, त्यांपैकी चौदा आनंदपर्यवसायी, अकरा शोकपर्यवसायी व दहा ऐतिहासिक आहेत. 'पण या ३५ पैकी चौतीसांच्या मूळ गोष्टी त्याने दुसऱ्या पुस्तकांतून घेतल्या आहेत, हा एक मुद्दा ध्यानांत ठेवण्यासारखा आहे. त्यांने तसे केले म्हणून आम्ही त्याची कमी योग्यता समजतो असे नाही; कारण, दुसऱ्या पुस्तकांतून मूळ गोष्ट घेतली तरी तींत हवे तसे फेरफार करून ती चित्तवेधक करण्यात लहानसहान बुद्धी लागते असे नाही...' हे त्यांनी नमूद केले. यातून आगरकरांना हे दाखवून द्यायचे होते की, इंग्रजी भाषेतील अधिकाधिक साहित्यिक कृती मराठी भाषेत रूपांतरित करण्याची गरज आहे व तसे केल्याने मराठी भाषा समृद्ध होण्यास मदतच होईल. ज्ञान हे वैश्विक असून त्याला सीमा नसतात, आणि त्यामुळे पौर्वात्यांची अथवा पाश्चिमात्यांची त्यावर मक्तेदारी आहे, असे समजू नये.

शेक्सपियरची नाटके म्हणजे इंग्रजी साहित्याच्या विकासातील परमोच्च अवस्था असे समजणे चुकीचे होईल, असा युक्तिवाद आगरकरांनी मांडला. अशा समजुतीचा अर्थ म्हणजे साहित्यातील सर्वाधिक उंची गाठणे, आणि परिणामत: पुढील प्रगतीचा मार्गच खुंटणे होय. आगरकर लिहितात की, ''आमचे इतकेच म्हणणे की, शेक्सपिअरबरोबर नाट्यकलेची परमावधी होऊन गेली असे समजून आता तिची अधिक उन्नति करण्याचे काम सोडता कामा नये. 'कालोह्ययं निरवधिर्विपुला च पृथ्वी' अशी स्थिती असल्यामुळे शेक्सपीअरच्या तोडीचेचसे काय, पण त्याहून श्रेष्ठ कवी उत्पन्न होण्याचा संभव आहे. यासाठी ज्याच्या नशीबी असेल त्याने त्याच्या अलौकिक नाट्यरसाचे बुद्धिविकासक आणि शांतिप्रद पान तर यथेच्छ करावेच, पण जमल्यास त्यांच्या गुणदोषांचे विवेचनही करावे; कारण, त्यापासून अनेक फायदे आहेत... या रंगभूमीवर जी पात्रे येतात जातात ती कोणत्याही काळची, कोणत्याही देशाची, कोणत्याही पंथाची किंवा रीतरिवाजाचीं असली तरी त्यापासून काडीएवढा रसभंग न होता त्यांच्याशी तादात्म्य करून घेण्यास मनाला पुरेसा अवकाश सापडतो...''[४] अशा साहित्यिक कृतींचा चिकित्सक अभ्यास करमणुकीचा तसेच शैक्षणिक मूल्य असलेला होईल. आगरकरांचा हा दृष्टिकोन त्यांच्या बुद्धिवादी सामाजिक चिकित्सेशी साधर्म्य दाखविणारा आहे. मनुष्यनिर्मित धर्मशास्त्रांसहित सर्व गोष्टींचे आकलन व्हायचे असल्यास त्यांचे चिकित्सक मूल्यांकन केले पाहिजे आणि कुठलीही गोष्ट अंतिम सत्य, अपौरुषेय आणि दैवी असे समजण्याचे गरज नाही, हे त्यांनी स्पष्ट केले.

'नुसत्या बुद्धिसामर्थ्यांचीच तुलना करावयाची असेल तर फ्रान्सिस बेकनची बुद्धी शेक्सपियरपेक्षा कांकणभर अधिक येईल' असे आगरकरांचे मते होते. जरी अशा तुलना करणे बरोबर नसले तरी त्यांना असे सिद्ध करावयाचे होते की, ''कोणत्याही देशात मोठा मनुष्य जन्मास येतो तो एकाएकी आकाशांतून पडतो असे नाही, तो आणि त्याच्यासारखे दुसरे मोठे मनुष्य उत्पन्न होण्याचा त्या देशाला काळच आलेला असतो.'' म्हणून अनुकूल सामाजिक, राजकीय व आर्थिक परिस्थिती असल्याशिवाय सर्वव्यापी बौद्धिक प्रगती होणे शक्य नाही. अशी अनुकूल बौद्धिक परिस्थिती असलेली एलिझाबेथची कारकीर्द, विल्यम शेक्सपियर (१५६४-१६१६) व्यतिरिक्त सर वॉल्टर रॅले (१५५२-१६१८), एडमंड स्पेन्सर (१५५२-१५९९), रिचर्ड हुकर (१५५४-१६००), फ्रान्सिस बेकन (१५६१-१६२६), जॉर्ज बर्कले (१६८५-१७५२), सॅम्युअल जॉन्सन (१७०८-१७७३) सारख्या अन्य अनेक मोठ्या विद्वान लोकांच्या उदयास कारण ठरली. त्यांच्या लिखाणाने इंग्लिश प्रबोधनकाळाची सुरुवात झाली. मध्ययुगीन युरोपातील, विशेषत: इंग्लंडमधील राणी

एलिझाबेथच्या काळातील, वैराग्यवादी प्रवृत्तीचा ऱ्हास आणि विवेकवादी वृत्तीच्या उदयाची चर्चा करताना आगरकरांनी सुचविले की, सर्वव्यापी प्रगती भारतात व्हायची असल्यास अशा प्रकारची प्रवृत्ती विकसित केली पाहिजे आणि सर्व विचार व संस्था विवेकवादाच्या निकषावर तपासून घेण्याची गरज आहे. तसे व्हायचे असल्यास ज्ञानाच्या प्रत्येक क्षेत्रात बुद्धिवंतांनी प्रयत्नांची शिकस्त करावयास हवी.

हॅम्लेट हे नाटक शेक्सपियरच्या वैचारिक प्रक्रियेच्या परिपक्वतेची खूण आहे असे मत आगरकरांनी व्यक्त केले. या नाटकातील हॅम्लेट या पात्रात प्रतिबिंबित झालेला मानसिक गोंधळ, अतिशय गंभीरपणे विचार करण्याची वृत्ती आणि बरेवाईट यांतील फरक करण्याची त्याची क्षमता, ही प्रामुख्याने त्याच्या चांगल्या शिक्षणामुळे झाली आहे. याबाबतीत, आगरकरांना प्रत्येक सुशिक्षित भारतीयात दोन परस्परविरोधी संस्कृतींतील संघर्षात द्विधा मनःस्थितीत सापडलेला 'हॅम्लेट' दिसून आला.[५]

या नाटकावरील अतिशय परखड बाहत्तर-पानी परीक्षण *निबंधचंद्रिका* या मासिकात १८८२ मध्ये प्रसिद्ध मराठी कादंबरीकार हरी नारायण आपटे यांनी केले. आपटे हे आगरकरांचे मित्र होते.

२. डोंगरीच्या तुरुंगातील आमचे एकशे-एक दिवस (१८८२)

गोपाळ गणेश आगरकर आणि बाळ गंगाधर टिळक या दोघांनाही, अनुक्रमे *केसरी* आणि *मराठा* चे संपादक या नात्याने कोल्हापूरचे दिवाण माधवराव बर्वे यांनी लावलेल्या अब्रू नुकसानीच्या दाव्यात १८८२[६] साली त्यांच्या लिखाणामुळे कारावास घडला. त्याबद्दलचे त्या दोघांचे लेख अन्वेषक पत्रकारितेच्या पद्धतीचे होते. सदर खटल्यातील कामकाज चालू असताना असे आढळून आले की, वृत्तपत्रांतील लेख बनावट कागदपत्रांवर आधारित आहेत व त्यामुळे दोन्ही संपादकांना कारावासाची शिक्षा झाली. त्यांना मुंबई येथील डोंगरीच्या तुरुंगात ठेवण्यात आले होते. सामाजिक जाणिवा आणि बौद्धिक उत्सुकता असलेल्या आगरकरांनी सुटका झाल्याबरोबरच १५ जुलै १८८२ ते २६ ऑक्टोबर १८८२ या कालावधीत अनुभवलेल्या तुरुंगातील जीवनावर आपले विचार मांडले. या तुरुंगातील अनुभवावर आधारित आगरकरांनी लिहिलेल्या पुस्तकाचे नाव *डोंगरीच्या तुरुंगातील आमचे एकशे-एक दिवस* हे होते.[७] आधुनिक भारतातील तुरुंगातील साहित्यातले हे बहुधा पहिलेवहिले वाङ्मय आहे. हे पुस्तक ब्रिटिश तुरुंगातील जीवनाबद्दलची माहिती स्पष्टपणे मांडणारे आहे तसेच त्यात जेरेमी बेंथॅम, जॉन स्टुअर्ट मिल आणि हर्बर्ट स्पेन्सर यांनी पुरस्कृत केलेल्या उपयुक्ततावादी तत्त्वांवर आधारित तुरुंग सुधारणेबाबत ठोस विधायक सूचना

आगरकरांनी मांडल्या आहेत.[८]

आगरकरांच्या या साहित्यकृतीत तीन ठळक अंगे आहेत. तुरुंगातील एकंदर स्थितीचे चित्रण हे पहिले अंग. तुरुंग व्यवस्थापन व कैद्यांना मिळणारी वागणूक यात येते. तर तुरुंगातील परिस्थितीची सुधारणा आणि कैद्यांच्या सुधारणेबाबत आगरकरांनी केलेल्या सूचना दुसऱ्या भागात आहेत. पुस्तकातील शेवटच्या भागात मानवी प्रश्नांबाबतचा आगरकरांचा बुद्धिवादी आणि मानवतावादी दृष्टिकोन, त्यांचे योग्य आणि अयोग्य यांबद्दलचे विचार, आणि सामाजिक न्यायाबद्दलची त्यांची संकल्पना यांचे स्पष्ट दर्शन होते.

अ

तुरुंग-नीतिशास्त्राबद्दलच्या आगरकरांच्या कल्पना केवळ अनुभवपूर्व कल्पनांवर (a priori) किंवा अनुभवाधिष्ठित (a posteriori) कल्पनांवर आधारित नाहीत. त्यांनी समाजातील कृती आणि कायदे मनुष्यजातीच्या प्रचलित स्वभावधर्मास जुळणाऱ्या असाव्यात, असा पुरस्कार केला. आगरकरांनी आदर्श आणि व्यवहार्यता या दोहोंत तडजोड करणारा मध्यममार्ग सुचविला,[९] असे दिसून येते. आदर्श हा वास्तविक उपयुक्ततेशी सुसंगत असला पाहिजे, म्हणजे व्यावहारिक नीतिमत्ता अनुभवपूर्व आदर्श नीतिमत्तेने प्रबुद्ध होईल.

तुरुंग आणि त्यातील कैद्यांची संख्या कमी होणे, हे कोणत्याही संघटित राज्याच्या प्रगतीचे व्यवच्छेदक लक्षण ठरते, असे आगरकरांचे ठाम मत होते. समाजात घडणाऱ्या निर्घृण गुन्ह्यांची संख्या तत्कालीन सामाजिक स्थितीचे प्रतिबिंबच दाखविते, असा त्यांचा दावा होता. सर्व ऐहिक प्रगतीचे प्रमुख उद्दिष्ट अधिकाधिक सामाजिक सुख भोगण्यासाठी, सर्वांना रास्त मार्गाने आपल्या गुणांना वाव देता आला पाहिजे.[९अ]

समतेच्या तत्त्वांच्या आधारे आगरकरांनी काही समर्पक प्रश्न उपस्थित केले होते. न्याय हा फक्त दंडात्मक शिक्षा देणारा का असावा? शिक्षा झालेल्या कैद्यांचे सुजाण नागरिकांत परिवर्तन घडवून आणेल, असे सुधारणाविषयक स्वरूप न्यायास लाभावयास हवे की नाही? गुन्हे का घडतात? आणि शिक्षा झालेल्या गुन्हेगारांकडे पाहण्याचा अधिकाऱ्यांचा व सर्वसामान्य जनतेचा दृष्टिकोन कसा असावा?

या प्रश्नांची आगरकरांनी साकल्याने चिकित्सा केलेली आहे. याबाबत आपली मते बनविताना आगरकरांनी तुरुंगातील स्वानुभवाइतकाच बेंथॅमच्या तुरुंग-सुधारणांचा आणि स्पेन्सर यांच्या 'प्रीझन एथिक्स'[१०] या लेखाचा आधार घेतल्याचे जाणवते. अर्थात हेही आवर्जून नमूद केले पाहिजे की, आगरकर हे पाश्चिमात्य

कल्पनांचे अंधानुकरण करीत नसत. पाश्चिमात्य कल्पनांपैकी ज्या कल्पना कार्यकारणभावाच्या कसोटीला उतरतील आणि भारतीय परिस्थितीस लागू पडतील, अशाच कल्पनांचा स्वीकार त्यांनी केला. तुरुंग या संस्थेचा जन्म अन्य संस्थांप्रमाणेच सामाजिक हेतूने व गरजेपोटी झाला. समतेच्या तत्त्वाच्या अभावामुळे कमी प्रगत समाजात शिक्षेचे स्वरूप स्वाभाविकपणे अधिक तीव्र व कठोर असते. पण जसजशी संस्कृती प्रगत होत गेली, तसतशी मानवाची विवेकबुद्धी विकसित होत गेली. परिणामी अवाजवी, अवास्तव शिक्षा ही व्यक्ती आणि समाज या दोहोंच्या दृष्टीने अनुत्पादक असते, हेही स्पष्ट झाले.[११]

शिक्षेच्या हेतूबद्दल आगरकरांचे मत विचार करण्याजोगे आहे. आपण केलेल्या गुन्ह्याबद्दल गुन्हेगारास पश्चात्ताप वाटावा व त्याने पुन्हा तसे कृत्य करू नये तसेच त्याला दिलेल्या शिक्षेचे उदाहरण समाजापुढे राहावे, हे त्यांच्या मते शिक्षेचे मूलभूत हेतू आहेत.[१२] वास्तविक आगरकर हे मृत्युदंड अथवा तत्सम कठोर शिक्षा देणे वाजवी असल्यास त्या विरोधात नव्हते. तथापि, घाण्याला जुंपणे, हातापायांत साखळदंड घालणे, फटके मारणे आणि एकांतवासाच्या कोठडीत ठेवणे, अशा डोंगरीच्या तुरुंगात दिल्या जाणाऱ्या शिक्षांना मात्र त्यांचा तीव्र विरोध होता. विशेषत: कैद्याला एकांतवासाची शिक्षा देणे म्हणजे मानवी परस्परसंबंधाचा त्याचा हक्क डावलणे, असे त्यांना वाटले. शिवाय अशा शिक्षेमुळे कैद्याच्या शारीरिक व बौद्धिक क्षमतेवर परिणाम होतो, असे त्यांचे मत होते.[१३] कैद्यामध्ये सुधारणा घडवून आणण्याऐवजी चुकीच्या पद्धतीने वागवून त्याला सराईत गुन्हेगार बनविणाऱ्या या अशा शिक्षेचे वर्णन त्यांनी 'शुद्ध वेडेपणा' असे केले.

आपल्या कारावासाच्या कालावधीत, थोड्याशा अन्नपाण्यासाठी भांडणारे आणि उरल्यासुरल्या अन्नावर तुटून पडणारे कैदी आगरकरांनी पाहिले होते. समाजात असलेले दारिद्र्य इतके भीषण आहे की, हक्काचे अन्न मिळण्यासाठी लोक गुन्हा करून तुरुंगात येण्याची शक्यता नाकारता येत नाही, अशा निष्कर्षाप्रत आलेल्या आगरकरांनी म्हणूनच कैद्याला काही काळ अधूनमधून उपाशी ठेवण्याची तात्पुरती शिक्षा अधिक परिणामकारक होईल, असे सुचविले होते.[१४]

कारागृहात असताना आगरकरांना अनेक कैदी अक्षरश: डोके फिरलेले आढळले. त्यांपैकी बहुतेकांना केवळ वादीने सादर केलेल्या पुराव्यांच्या आधारे शिक्षा देताना न्यायाधीशांनी, गुन्हा करतेवेळेची त्या व्यक्तीची मनोवस्था तसेच न्यायदानाच्या तत्त्वानुसार आवश्यक असलेल्या परिस्थितिजन्य पुराव्याचाही विचार केलेला नव्हता. अशा मनोरुग्ण असलेल्या कैद्यांचा शारीरिक छळ करणे केवळ निरर्थक आहे, असे मत आगरकरांनी व्यक्त केले.[१५]

तुरुंगात कैद्यांना दिल्या जाणाऱ्या अन्नाबाबत काही मते आणि सूचना

आगरकरांनी विशेषत्वाने नमूद केल्या होत्या. युरोपिअन कैदी वगळता इतरांना सारख्याच प्रकारचे अन्न दिले जाई. तुरुंग अधीक्षकाची लहर व अन्न पुरविणाऱ्या कंत्राटदारांमधील स्पर्धा यांमुळे स्थिती जास्त बिकट होत असे आणि केवळ निकृष्ट दर्जाचे अन्न कैद्यांच्या वाट्याला येई. सर्व कैद्यांना अन्नाबाबत एकच नियम लावणे आगरकरांना मान्य नव्हते. त्याबाबत गुन्ह्याच्या स्वरूपानुसार कैद्यांचे तीन वर्ग करावेत, असे त्यांनी सुचविले होते. पहिल्या दोन वर्गांतील कैद्यांना चांगले अन्न द्यावे, शिवाय एकूणच चांगली वागणूक द्यावी. प्रसंगी या श्रेणीतील कैद्याची इच्छा असल्यास स्वत:चे अन्न बाहेरून विकत आणण्याची मुभा त्यास असावी, असे आगरकरांचे मत होते.[१६]

न्यायाबद्दलही आगरकरांच्या मनात काही कल्पना होत्या. त्यांचे स्वरूप अर्थातच सुधारणावादी होते. गुन्हेगारास सुधारणे हा त्यांच्या मते सर्वांत प्रभावी उपाय होता. आळस आणि अज्ञान ही दोन गुन्हेगारीची प्रमुख कारणे काढून टाकून ते साध्य करणे शक्य आहे.[१७] घाण्याला जुंपणे अथवा तोफांचे गोळे उचलणे यासारख्या निर्घृण शिक्षांवर त्यांनी कडाडून टीका केली. अशी शिक्षा म्हणजे त्यांना करदात्यांच्या पैशांचा अपव्यय वाटत होता.[१८] त्याऐवजी कैद्यांना कोणत्या ना कोणत्या पद्धतीची कारागिरी-कौशल्ये शिकवून त्यांच्या अंगी औद्योगिक शिस्त निर्माण करण्याने कैदी तुरुंगातून बाहेर पडल्यानंतर त्यांच्या पुनर्वसनास हातभार तर लागेलच; शिवाय सर्वसाधारणत: समाजकल्याणासही मदत होईल, अशी आगरकरांची धारणा होती.[१९]

अशाप्रकारची शिस्त हितकारक असावयास हवी; ती औद्योगिक आहे म्हणून नव्हे, तर ती औद्योगिकता ऐच्छिक आहे म्हणून. अशा उद्योगामुळे कैद्याला श्रमाची सवय लागून त्याला आत्मसंयमन होण्यास मदत होते. काही कौशल्ये कैद्याने आत्मसात केली की, त्यांचा वापर करण्यासाठी त्यांना कामे देता येतात. विशेष म्हणजे त्यातून कैद्याला तुरुंगवासातही अर्थार्जन शक्य होईल आणि शिक्षा संपवून बाहेर पडताना त्यातील शिल्लक त्याच्या हाती पडल्यास ते त्याच्या पुनर्वसनास साह्यभूत ठरेल, असा विश्वास त्यांनी व्यक्त केला होता. भारतातील तुरुंगात गुण-पद्धत (मार्क पद्धत) नावाची एक पद्धत अस्तित्वात होती.[२०] तथापि, या गुणांच्या बदल्यात पैसे द्यावेत ही सूचना सरकारने स्वीकारली नाही. पण गुणांचा हिशेब शिक्षेचा कालावधी कमी करण्यासाठी केला जात असे.

योग्य वर्तणुकीसाठी नैसर्गिक दिग्दर्शन करणारा उपाय म्हणजे सहानुभूती, त्यामुळे मनुष्यात दयाळू भावना आणि न्यायाबद्दलचे सद्-विचार वृद्धिंगत होतात, हे मानसशास्त्राने मान्य केले आहे, हे आगरकरांनी स्पष्ट केले. होस्कीनच्या *स्पेन*

अॅज इट इज या पुस्तकाधारे स्पेन्सरने या तत्त्वाचा उल्लेख 'प्रीझन एथिक्स' या लेखात विशेषत्वाने केलेला आढळतो. तर कैद्यांना वागविण्यात थोडे उदार धोरण स्वीकारले तर ते किती फायदेशीर ठरते, याची कित्येक उदाहरणे होस्कीनच्या ग्रंथात सापडतात.[२१] स्पेन्सर याची सैद्धांतिक मांडणी व स्वानुभव यांची यथार्थ सांगड आगरकरांनी घातलेली दिसून येते. त्यांना व टिळकांना तुरुंगातील अधिकाऱ्यांकडून मिळालेल्या सहानुभूतिपूर्ण वागणुकीमुळे, विशेषत: डॉ. जे. क्रुकूशांक[२२] यांच्यामुळे, आगरकरांनी त्यांचे विशेष आभार मानले आहेत. पण असा अनुभव सगळ्यांचाच नव्हता. म्हणून, तुरुंगातील अधिकाऱ्यांनी 'तुर्कीच्या सुलताना'सारखे न वागता आणि कैद्यांना 'पशू' आणि 'गुलामा'सारखे[२३] न वागवता सहानुभूती आणि उदार धोरण दाखविल्यास कैद्यांत नैतिक सुधारणा घडण्यास हातभारच लागेल, असे मत आगरकरांनी नोंदविले.

तुरुंग म्हणजे दुष्ट लोकांचे माहेरघर असते आणि कैद्यांबरोबर कोणताही संबंध घृणास्पद आणि संसर्गजन्य असल्याने तो टाळावा, या सर्वसाधारण समजाला छेद देण्याचा जाणीवपूर्वक प्रयत्न आगरकरांनी केला होता. त्यांनी लोकांना आठवण करून दिली की, गुन्हेगारसुद्धा त्याच समाजाचे घटक आहेत, ज्या समाजात सर्वसाधारण लोक राहतात आणि एका विशिष्ट परिस्थितीमुळे ते दुर्वर्तन करतात.[२४] म्हणून कैद्यांकडे पाहण्याचा सामाजिक दृष्टिकोन तुच्छता आणि तिरस्कार यांचा नसून सहानुभूतिपूर्ण हवा.

कैद्याच्या नैतिक वर्तनाच्या विकासासाठी शिक्षण हे उपयुक्त आहे, यावर आगरकरांचा ठाम विश्वास होता. याबाबत त्यांची मते स्पेन्सरपेक्षा वेगळी होती. शिक्षणाने नव्हे तर कैद्यांमधील योग्य भावना पुन्हापुन्हा जागृत करून त्यांचे नैतिक वर्तन सुधारता येईल, असे स्पेन्सरचे मत होते.[२५] अनेक देशांतील कारागृहांच्या अहवालावरून आगरकरांना कळून आले की, सधन व सुशिक्षित समाजात गुन्ह्यांचे प्रमाण अतिशय कमी असते. म्हणूनच, नैतिक धडच्यांबरोबर योग्य शिक्षण गुन्हेगारांना दिल्यास गुन्ह्यांच्या संख्येत निश्चितच घट होईल, असा आगरकरांचा दावा होता.[२६]

क्रूर चालीरितींमुळे भारतीय महिलांना भोगाव्या लागणाऱ्या दु:खाबाबत आगरकर विलक्षण संवेदनशील होते आणि समाजसुधारणेशी असलेली त्यांची बांधिलकी या पुस्तकातून दिसून येते. उदाहरणार्थ, आगरकर लिहितात की, आपल्याला 'कनवाळू साधुपुरुष' म्हणवून घेणारे धर्माच्या नावाखाली निष्पाप हिंदु बालविधवांना जितकी वाईट वागणूक देतात, तितकी वाईट वागणूक तुरुंगात स्त्रीगुन्हेगारांनासुद्धा दिली जात नाही.[२७] तुरुंगातील जीवन एका अर्थाने बाहेरील

जीवनापेक्षा जास्त चांगले आहे, कारण तिथे जातपात पाळली जात नाही,[२८] हे आगरकरांचे मर्मभेदक विधान हिंदु समाजातील जातिव्यवस्थेतील सामाजिक गुलामगिरीच्या समर्थकांच्या विरोधात उपरोधाने केलेले आहे. मात्र केशवपनासारखी भयावह, क्लेशकारक वागणूक महिला कैद्यांना तुरुंगात मिळत नव्हती, हेही त्यांनी आवर्जून नमूद केले होते. आगरकरांच्या तुरुंगाविषयी लिखाणासंदर्भात हे सांगणे आवश्यक आहे की, लॉर्ड मेकॉले यांनी १८३५ साली तुरुंगविषयक सुधारणांचा एक प्रस्ताव तयार केला होता.[२९] पण १८७७ ची तुरुंग परिषद होईपर्यंत अशा प्रस्तावांवर फारशा गांभीर्याने विचार झाला नव्हता.[३०] मध्यंतरीच्या काळात, अक्षयकुमार दत्त[३१], शिशिरकुमार घोष आणि मेरी कार्पेंटर यांनी तुरुंगातील हलाखीच्या परिस्थितीचे वर्णन केले आहे.[३२] पण त्यांचा बहुतांश अभ्यास सरकारी प्रशासकीय अहवालांच्या आधारे केला आहे. परंतु, कैद्यांच्या अनुभवांतून तुरुंगाचे वर्णन करणारे आगरकर हे भारतातील पहिलेच होते.

ब

बर्वे अब्रूनुकसानीच्या खटल्याच्या निमित्ताने लोकांनी व्यक्त केलेल्या विविध प्रतिक्रिया[३३] आणि निकालाचे स्वरूप, या कारणांमुळे आगरकरांनी न्यायाची संकल्पना आणि तिचा उपयुक्ततेशी असलेला संबंध याबद्दल बरीच चर्चा केली आहे. न्यायाची कल्पना वेगवेगळ्या व्यक्तींच्या समजुतीप्रमाणे बदलत असते, तसेच ती त्यांच्या उपयुक्ततेच्या संकल्पनेशी निगडित असते. इथे मिलच्या 'युटीलिटेरियनिझम' या लेखाचा आगरकरांवरील प्रभाव विशेषत: जाणवतो.[३४]

जरी कायद्याच्या नजरेत आगरकर दोषी ठरले होते तरी संपादक या नात्याने कोल्हापूर महाराजांच्या सत्याचा कैवार घेऊन आपण सामाजिक व नैतिक कर्तव्य बजाविले आहे, याबद्दल त्यांना खात्री होती. याबाबत त्यांनी लिहिले की, 'जज्जाने आणि ज्युरीने दिलेला निकाल सर्वांसच संमत पडेल असे नाही, थोडा बहुत मतभेद हा होणारच, आणि तो होणे स्वाभाविक आहे. तथापि, सरकारने ज्यांच्याकडे कोणत्याही गोष्टीचा निवाडा करण्याचा पूर्ण अखत्यार दिला, त्यांच्या विचाराला जे आले तेच आनंदाने मान्य करणे हेच प्रत्येक सुशिक्षित, सुजाण, व धर्मतत्त्वज्ञाचे कर्तव्यकर्म आहे... सरकार जुलमी, आणि प्रजा मुग्ध असल्याने थोड्या वेळात उभयतां लयास जातात. आपल्या हक्कांच्या संरक्षणासाठी अधिकाऱ्यांशी किंवा सरकारशी जे भांडण घालतात त्यांना त्या भांडणात यश मिळण्याची आशा नसते. सारांश काय की सरकार व प्रजा यांतील युद्धप्रसंग एका पक्षास साधक आणि दुसऱ्या पक्षास बाधक असा असतो.' हा मुद्दा चांगल्या तऱ्हेने स्पष्ट करण्यासाठी त्यांनी

सॉक्रेटिसचे उदाहरण दिले. 'सॉक्रेटिसाला असे पक्के ठाऊक होते की, मला जी शिक्षा होत आहे ती अगदी अन्याय्य आहे... पण कालांतराने त्याच्या संबंधाने येवढे मतांतर झाले की तो भला ठरून त्याचे पाच सहाशे न्यायाधीश अगदी चुकले अशी लोकांची खात्री झाली, व आत्तापर्यंत सर्व सुधारलेल्या राष्ट्रांचा तसाच ग्रह आहे.''[३५] कोणी वाईट केले तरी आपण त्याचे भलेच करणे म्हणजे न्यायाची परिपूर्ती नव्हे तर त्यात अन्य दबावाखाली सत्याचा दावा दूर लोटला जातो हे होय, हे आगरकरांना दाखवून द्यायचे होते. म्हणूनच आगरकरांनी कोर्टाचा निकाल औचित्यपूर्व स्वीकारला.

या खटल्याच्या संदर्भात विचार करताना आगरकरांनी न्याय आणि उपयुक्तता यांच्यातील परस्परसंबंधाविषयी, विशेषत: 'सत्यमेव जयते'[३६] या बोधवाक्याचा सखोल विचार केला. या बोधवाक्यातून असा अर्थ ध्वनित होतो की, सत्यामध्ये प्रत्येक उपयुक्त गोष्टीपेक्षा वेगळा असा काहीतरी निरपवाद गुणधर्म आहे. आगरकर अशा निष्कर्षापर्यंत आले की, 'निरपवाद सत्य' असे काही असू शकत नाही. उपयुक्तता आणि सुख हेच योग्य आणि अयोग्य ठरविण्याचे निकष आहेत आणि त्यांवरच न्यायाची संकल्पना आधारलेली आहे. न्यायाबाबतची भावना समाजाच्या प्रत्येक काळात अस्तित्वात असलेल्या काही घटकांच्या संयोगातून ठरविली जाते.

बर्वे अब्रूनुकसानी खटल्यात ब्रिटिश सरकारने बर्वे यांना मदत तर केलीच शिवाय काही महत्त्वाच्या बाबी दडवून ठेवल्या, याविषयी आगरकरांच्या मनात संदेह नव्हता. कोणतेही सरकार स्वत:चे हितसंबंध जपण्यासाठी असेच वागेल, किंबहुना तसे वागणे स्वाभाविक आहे, असे त्यांना वाटले.[३७] त्यामुळेच आगरकरांनी समाज आणि सरकार यांच्या संबंधांवर चर्चा केली होती. जरी सरकारास अधिकार लोकांपासूनच प्राप्त होत असले, तरी लोकांनी सावधपणा दाखविला नाही तर सरकार ''त्यांना आपले गुलाम करून टाकण्याचा प्रयत्न करते; असे झाले म्हणजे लोकांत पिढीजात काही तरतरी असल्यास ते औदासीन्यनिद्रेतून जागे होतात.''[३८] आगरकरांना या चर्चेतून हे दाखवून द्यायचे होते की, चांगले असो किंवा वाईट, लोकांना त्यांच्या लायकीप्रमाणे सरकार मिळते. सरकार त्याच्या क्षुद्र अधिकारीवर्गामुळे कसे भ्रष्ट बनते, हे आगरकरांनी एडवर्ड गिब्बन व जोनाथन स्विफ्ट यांच्या लिखाणाद्वारे दाखवून दिले.[३९] ही मते मांडताना त्यांच्या डोळ्यांपुढे ब्रिटिश सरकार होते.

बर्वे अब्रूनुकसानी खटल्यातील अनुभवावरून आगरकर हा धडा शिकले की, संपादकाने सरकारविरुद्ध झगडायचे असल्यास पुढील गोष्टी ध्यानात घ्यायला हव्यात: १. मुबलक आर्थिक पाठबळ, २. निर्विवाद पुरावे, ३. सहीनिशी लेखी जबान्या

घेऊन ठेवणे, ४. उत्तम व्यावसायिक कायदेशीर सल्ला, ५. जागोजाग कुशल बातमीदार ठेवले पाहिजेत.[४०] या बाबीत त्यांच्या लक्षात आले की, कुठल्याही काळात लोकांच्या आणि न्यायाधीशाच्या समजुतीत मूलभूत मतभिन्नता असते. म्हणजे लोक खटल्याकडे संपूर्णपणे भावनाविवश होऊन बघतात तर न्यायाधीशांचा निर्णय त्यांच्यासमोर असलेल्या पुराव्यांवर आधारित असतो. आगरकरांमधील ही समतोलवृत्ती नंतरच्या सामाजिक विषयांवरील गरम वादविवादात सुद्धा त्यांनी कधीही सोडली नाही.

क

सारांशाने इतके म्हणता येईल की, वसाहतवादी राज्यातील सामाजिक वास्तवाचे आगरकरांना असलेले विलक्षण भान या पुस्तकातून दृग्गोचर होते. तुरुंग विषयक सुधारणांबाबत त्यांनी केलेल्या उपयुक्ततावादी सूचनांमधून त्यांचा सुधारणावादी दृष्टिकोन स्पष्ट होतो. शिक्षेसाठी शिक्षा अथवा अद्दल घडावी म्हणून शिक्षा न देता कैद्याची सुधारणा व्हावी, या दृष्टिकोनातून न्यायदान व्हावे, अशा विचारांचा त्यांनी पुरस्कार केला. त्यांची न्यायकल्पना बुद्धिनिष्ठ असून तिचा पाया इतिहासात आहे. पाश्चात्त्य कल्पना भारतीय परिस्थितीत कशा उपयोगात आणाव्यात, याचे हे पुस्तक उत्तम उदाहरण आहे. त्यांनी आणि टिळकांनी तुरुंगात असताना आत्मचिंतनपर केलेल्या चर्चांच्या विषयांची यादी पाहिल्यास राष्ट्रहिताबद्दल त्यांना किती कळकळ होती, हे दिसून येते.[४१] वस्तुत: पुढील जीवनात हाताळलेल्या सार्वजनिक विषयांबाबत हे एक प्रारंभीचे विधानच आहे, असे म्हणता येईल.

आगरकरांची कथनशैली साधी, ओघवती, तर काही ठिकाणी गूढार्थ असलेली तसेच विनोदी आहे. त्यांचे आत्मपरीक्षण चिकित्सक आणि भावनारहित आहे. त्यात कोणाबद्दलचा आकस अथवा कडूपणा नाही. पण एक संपादक व समाजसुधारक म्हणून अन्यायाविरुद्ध जनमत तयार करण्याबाबतची सामाजिक बांधिलकी त्यातून खचितच स्पष्ट होते.

लोकांना शिक्षित आणि उत्साहित करण्याची त्यांना वाटणारी निकड आणि त्यासाठी कितीही कष्ट व परिश्रम सोसण्याची त्यांची तयारी ही अतिशय प्रभावीरीत्या आगरकरांनी *उत्तररामचरित*मधील काव्यपंक्ती पुस्तकाच्या सुरुवातीला आणि शेवटी उद्‌धृत करून व्यक्त केली आहे :

स्नेहं दयां च सौख्यं च यदि वा जानकीमपि ।
आराधनाय लोकानां मुञ्चतो नास्ति मे व्यथा ॥

या काव्यपंक्तींचा आगरकरांनी दिलेला अर्थ असा : ‘‘लोकांना संतुष्ट राखण्यासाठी

स्नेह, दया, सौख्य आणि प्रसंग पडल्यास जानकी यांचा त्याग करावा लागला तरी त्याबद्दल मला खेद होणार नाही.''

३. केसरीतील निवडक निबंध - भाग १ (१८८७) व भाग २ (१८८८) :

खुद्द आगरकरांनी संपादन आणि प्रकाशन केलेल्या या दोन्ही खंडांत *केसरी*तील अग्रलेखांचा समावेश आहे. यांत विष्णुशास्त्री चिपळूणकर, बाळ गंगाधर टिळक, सी. ग. देवधर, स्वतः आगरकर आणि *केसरी*च्या संपादकीय मंडळातील अन्य सदस्य यांच्या ९२ अग्रलेखांचा संग्रह आहे. आगरकर स्वतः *केसरी*चे १८८१-१८८७ या काळात संपादक असताना लिहिल्या गेलेल्या राजकीय, सामाजिक, आर्थिक, साहित्यिक आणि वैज्ञानिक विषयांवरील अग्रलेखांचा यात समावेश आहे. हे दोन्ही खंड संपादित करण्यामागे तशी काही वाचकांची मागणी होती. *द टाईम्स* (लंडन), *स्पेक्टेटर* (लंडन), आणि ॲडिसनचे[४२] *रॅम्बलर* व *टॅटलर* यांतील अग्रलेख जसे पुस्तक रूपाने छापून भावी पिढ्यांसाठी ठेवले जातात, तसे *केसरी*तील ठेवले नाहीत तर त्या अग्रलेखांची सामाजिक उपयुक्तता पुढील पिढ्यांना कळणार नाही अशी आगरकरांची समजूत होती. पुढील काळात हे दोन्ही खंड मुंबई विद्यापीठाच्या अभ्यासक्रमात नेमले होते यातच त्यांमधील लेखांचे महत्त्व सिद्ध होते.

४. वाक्यमीमांसा आणि वाक्याचे पृथक्करण (ॲन एन्क्वायरी इन्टू द नेचर ऑफ सेंटेन्सिस) १८९१

मराठी भाषा साधीसोपी करण्याच्या उद्देशाने एक नवीन व्याकरण तयार करावे, हा या प्रयत्नामागील आगरकरांचा उद्देश होता. या विषयावरील अलेक्झांडर बेनच्या व्याकरणावर हे आधारित आहे. मराठीतील संस्कृतप्रचुरतेमुळे भाषेला आलेला बोजडपणा कमी करावा आणि इंग्रजी भाषेतील नियम जेथे शक्य असेल तिथे मराठीत आणावेत, त्यासाठीचा हा प्रयत्न होता. हे करीत असताना, दादोबा पांडुरंग, कृष्णशास्त्री चिपळूणकर व कृष्णशास्त्री गोडबोले यांच्या व्याकरणावरील मांडणीत सुधारणा करणे, हाही प्रयत्न होता. व्याकरणातील या सुधारणांचा वापर आगरकरांनी *केसरी* आणि *सुधारका*तील संपादकीयांतून केला. वास्तविक पाहता आगरकरांनी नवीन शब्द प्रचलित केले एवढेच नव्हे तर इंग्रजीतील बऱ्याच शब्दांना स्वतः मराठीत समानार्थी शब्द तयार केले.

५. विविधविषय संग्रह -भाग १ (१८९१)

केसरीतील ज्या चार लेखांचे लेखन आगरकरांनी केले हे निर्विवाद आहे, त्यांचा समावेश या पुस्तकात आहे. यातील बाकीचे लेख आगरकरांच्या *सुधारका*तील आहेत. या लेखांचा आशय त्यांचे वेगळेपण दाखवून देतो. त्यांत विज्ञान, भूगोल, साहित्य, शिक्षण व 'ज्ञान', 'वाचन' व 'झोप'सारखे सर्वसाधारण

विषयही आहेत. यांत डेक्कन महाविद्यालयातील त्यांचे गुरुवर्य असलेले गणिताचे प्राध्यापक केरो लक्ष्मण छत्रे यांच्यावरील मृत्युलेखही आहे. लोकांत विज्ञान व उपयुक्त ज्ञानाविषयी आवड व कुतूहल निर्माण व्हावे, हा या पुस्तकाच्या प्रकाशनामागील उद्देश आहे. जरी प्रस्तावनेत या पुस्तकाचा दुसरा भाग काढण्याचा मनसुबा आगरकरांनी जाहीर केला, तरी प्रत्यक्षात तो दुसरा भाग प्रकाशित झाला नाही.

६. शेठ माधवदास रघुनाथदास यांचे आत्मलिखित पुनर्विवाह चरित्राचे मराठी भाषांतर (१८९२)

मुळात गुजराथीत लिहिले गेलेले आणि नंतर इंग्रजीत भाषांतर झालेले शेठ माधवदास रघुनाथदास यांचे आत्मचरित्र आगरकरांनी सीताराम गणेश देवधर यांच्या साहाय्याने मराठीत अनुवाद करून, प्रथम *सुधारका*तून १८९२ मध्ये क्रमशः छापले. १९०७ साली सी. ग. देवधरांनी ते पुस्तकरूपात आणले.

शेठ माधवदास रघुनाथदास (१८३०-१८९६) हे कपोल भाटिया समाजातील, रेशमाचे श्रीमंत व्यापारी होते. कर्सनदास मुळजी या प्रसिद्ध समाजसुधारकाचे ते जवळचे मित्र होते. ते विधुर होते. २ मे १८७१ रोजी मुंबईतील नामांकित सुधारकांच्या उपस्थितीत शेठ माधवदास यांनी धनकुंवर नावाच्या विधवेशी लग्न केले. हिंदु समाजाच्या विविध स्तरांमध्ये या विधवाविवाहामुळे फार मोठी खळबळ माजली.

शेठ माधवदास रघुनाथदास यांनी या पुनर्विवाहामुळे त्यांना आलेल्या असंख्य अडचणींचे आणि त्रासांचे कथन केले आहे. त्यांनी सनातन्यांवर सडेतोड टीका केली आहेच, तसेच बिकट प्रसंगी मूग गिळून, प्रसंगी सनातन्यांची पाठराखण करणाऱ्या आणि स्वतःला समाजसुधारक म्हणवून घेणाऱ्या समाजातील 'तथाकथित प्रगत मंडळींची' दांभिकतासुद्धा उघडी केली. शेठ माधवदास रघुनाथदास यांच्यावर त्यांच्या समाजाने बहिष्कार टाकला आणि त्यांचे आर्थिक नुकसान करण्याच्या उद्देशाने त्या समाजातील धनाढ्य सनातनी मंडळीनी विशेष प्रयत्न केले. सरकारी समारंभातून शेठ माधवदास यांचे नाव काळ्या-यादीत घालण्यासाठी वरिष्ठ युरोपियन अधिकाऱ्यांवर खूप दबाव आणण्यात आला. या आत्मचरित्रातील संपूर्ण कथन हे फक्त कपोल भाटिया समाजाचेच नव्हे तर तत्कालीन हिंदु समाजाचे विदारक चित्रण आहे. शेठ माधवदास यांनी कुठल्याही दबावाखाली न डगमगता, सर्व विरोधाला तोंड देताना अतुलनीय धैर्य दाखविले. खरोखरीच, 'बोले तैसा चाले' या प्रकारातील ते एक सुधारक होते. नंतरच्या काळात शेठ माधवदास यांनी अनेक विधवाविवाह लावून देण्यात पुढाकार घेतला. तशा पुनर्विवाहित दांपत्यांच्या

संसाराची घडी बसविण्यात त्यांनी सढळ आर्थिक मदतही केली. पुनर्विवाहांना प्रोत्साहन देण्यासाठी त्यांनी मुंबईत १८८८ मध्ये 'हिंदु विडोज मॅरेज हॉल' बांधून दिला.

समाजसुधारणेबाबत शेठ माधवदास रघुनाथदास यांची मते प्रगत आणि स्वतंत्र होती. विचार आणि आचार यांमध्ये ते सुधारणावादी असले तरी, सुधारकांची वेगळी जात करू नये, असे रानड्यांसारखे त्यांचे मत होते. पण समाजसुधारणेच्या समर्थनार्थ शास्त्रप्रणीत रूढींचा नवा अर्थ लावण्याची प्रार्थना समाजिस्टांची पद्धत त्यांना मान्य नव्हती. समाजांतर्गत राहून समाजात सुधारणा साधायची, त्यासाठी कुठल्याही अडचणींची पर्वा न करता मानवता आणि उपयुक्तता या तत्त्वांवर आधारित नव्या परंपरा रूढ करावयाच्या, यावर शेठ माधवदास यांचा विश्वास होता.

एक व्यवहारी सुधारक या भूमिकेतून शेठ माधवदास यांनी विधवाविवाहसंबंधी प्रचलित कायद्यांविरुद्ध सडेतोड टीका केली, तसेच सुशिक्षित वर्गाचा ढोंगीपणाही उघड करून दाखविला. १८५६च्या विधवाविवाह कायद्याप्रमाणे विधवाविवाहास कायदेशीर मान्यता दिल्याबद्दल त्यांनी त्याची प्रशंसा केली; मात्र 'सामाजिक बहिष्कार' घालणाऱ्यांना शिक्षा देण्यास त्या कायद्याची असमर्थता, परिणामत: त्या कायद्याची अनुपयुक्तता त्यांनी दाखवून दिली. या कायद्याने पुनर्विवाहित स्त्रियांना वारसाहक्क दिला नाही, याचे त्यांना दु:ख होते. जातीच्या सनातनी पुढाऱ्यांच्या दांडगेशाहीस आळा घालण्यासाठी, तसेच उदार व प्रगत मते असलेल्यांना दंडात्मक आणि घृणात्मक शिक्षा देणाऱ्या स्वजातीय सदस्यांच्या विरुद्ध सरकारने कायदा करावा, असे त्यांनी ठाम प्रतिपादन केले. बहुसंख्य सुशिक्षित वर्ग हा अज्ञानी नसून भित्रट आहे. नव्या चालीरिती रूढ करायच्या असल्यास सरकारी कायदे तयार केले पाहिजेत व त्या कायद्यांची अंमलबजावणी होण्यासाठी कडक दंडांचे पाठबळ पाहिजे. आपला मुद्दा पटवून देण्यासाठी शेठ माधवदास यांनी सतीबाबतच्या कायद्याचे उदाहरण दिले. शेठ माधवदास रघुनाथदास यांचा दृष्टिकोन माणुसकीचा आणि सहानुभूतीचा होता.

संमतिवयाच्या विधेयकाबाबतच्या वादविवादात सनातन्यांच्या टिळक आणि इतर पुढाऱ्यांनी सुधारकांच्या दुटप्पी वर्तनावर आक्षेप घेतला आणि स्वत:च्या उदाहरणाने शिकवणूक करावी, असे आवाहन केले. शेठ माधवदास रघुनाथदास यांचे आत्मचरित्र क्रमश: प्रसिद्ध करून आगरकरांना अशा आक्षेपाबाबत प्रतिवाद करायचा होता. आपल्या विचाराप्रमाणे वागण्याचे धैर्य नसलेल्या निवडक सुधारकांच्या वर्तनावर टीकेची झोड उठवून द्यावयाची, आणि शेठ माधवदास रघुनाथदासांसारख्या

स्वत:च्या उदाहरणाने शिकवणूक करणाऱ्या सुधारकांकडे आडमुठेपणाने पाठ फिरवायची, या तथाकथित स्वघोषित सनातन्यांच्या पुढाऱ्यांमधील दुटप्पीपणाचे दर्शन या व्यवहारी सुधारकाच्या जीवनचरित्रातून आगरकरांना दाखवायचे होते. बोलक्या सुधारकांच्या शंभर प्रवचनांपेक्षा असे एक उदाहरण देणे पुरेसे आहे, हे आगरकरांना स्पष्ट करायचे होते.

संदर्भ

१. *आगरकर वाङ्मय* खंड - ३, पृ. ४७-४८.

२. *कित्ता,* पृ. ४८.

३. *कित्ता,* पृ. ५८-५९.

४. *कित्ता.*

५. नारायण जी. चंदावरकर, *द स्पिचीस अॅन्ड रायटींग्स ऑफ सर नारायण जी. चंदावरकर,* एल. व्ही. कायकिणी (संपा.), मनोरंजक ग्रंथप्रसारक मंडळी, बॉम्बे, १९११, पृ. २९

६. बर्वे अब्रूनुकसानी खटला हा कोल्हापूर डिफेमेशन केस म्हणून सुद्धा प्रसिद्ध आहे, कारण माधवराव बर्वे हे कोल्हापूर संस्थानचे कारभारी होते. ह्या खटल्याच्या तपशिलासाठी पहा, य. दि. फडके, *शोध-बाळगोपाळांचा,* श्रीविद्या प्रकाशन, पुणे, १९७७, पृ. ८२-१००; या पुस्तकातील खटल्याचा तपशील तत्कालीन वृत्तपत्रांतील माहितीवर आधारित आहे. पण या खटल्याच्या सरकारी बाजूसाठी पहा, *रिपोर्ट ऑफ द ट्रायल अॅट द थर्ड क्रिमिनल सेशन १८८२ : कोल्हापूर डिफेमेशन केस,* बॉम्बे गॅझेट स्टीम प्रेस, बॉम्बे, १८८२

७. गोपाळ गणेश आगरकर, *डोंगरीच्या तुरुंगातील आमचे एकशे-एक दिवस,* आगरकर स्मारक मंडळ, दुसरी आ., ता. नाही., (ह्यापुढे *डीटी*), या पुस्तकाची पहिली जाहिरात *केसरी*च्या संपादकीय नोट्समध्ये २१ नोव्हेंबर १८८२ रोजी छापली होती.

८. डेव्हिड अर्नोल्ड, 'द कलोनियल प्रीझन: पॉवर, नॉलेज अॅन्ड पेनॉलॉजी इन नाईंटींथ सेंचुरी इंडिया', *सबाल्टर्न स्टडीज - VIII,* (एसेज इन ऑनर ऑफ रणजित गुहा), डेव्हिड अर्नोल्ड अॅन्ड डेव्हिड हार्डिमन (संपा.), ऑक्स्फर्ड युनिव्हर्सिटी प्रेस, सेकंड इम्प्रेशन, १९९७, पृ. १४८-१८७. अर्नोल्ड आपल्या लेखात आगरकरांच्या पुस्तकाचा उल्लेख करीत नाही. त्याचा लेख सर्वसाधारणपणे सरकारी कागदपत्रांवर आधारित आहे. त्यात भारतीय

दृष्टिकोन दिलेला नाही. तसेच या लेखात दिलेली माहिती आणि आगरकरांनी अनुभवलेली तुरुंगातील परिस्थिती यांत खूपच फरक आहे; या विषयावरील दुसरे पुस्तक म्हणजे आर. एन. दातीर, *प्रीझन अॅज अ सोशल सिस्टिम (विथ स्पेशल रेफरन्स टू महाराष्ट्र)*, पॉप्युलर प्रकाशन, मुंबई, १९७८, हे पुस्तकसुद्धा आगरकरांच्या तुरुंगातील स्थितीबद्दल लिहिलेल्या पुस्तकाचा तसेच त्यातील सुधारकी विचारांचा उल्लेख करीत नाही.

९. *डी. टी.*, पृ. ५२-५३.

९अ. *कित्ता* पृ. २६-२७

१०. हर्बर्ट स्पेन्सर, *एसेज : सायंटीफिक, पोलिटिकल अॅन्ड स्पेक्युलेटीव्ह,* व्हॉल्युम ३, स्टिरीओ टाईप आ., विल्यम नॉर्गेट, लंडन, १८६८, पृ. २१०-२५०.

११. *डी. टी.* , पृ. ५१-५२.

१२. *कित्ता.*

१३. *कित्ता,* पृ. ४४.

१४. *कित्ता,* पृ. ४४-४८.

१५. *कित्ता,* पृ. ३३.

१६. *कित्ता,* पृ. ४८-५०; आगरकर सांगतात की त्यांचे वजन तुरुंगातील वाईट अन्नामुळे १६ पाऊंड व टिळकांचे २४ पाऊंड कमी झाले. १८७६ पर्यंत तुरुंगात साधी शिक्षा भोगणाऱ्या कैद्याला बाहेरून जेवण आणण्याची मुभा होती.

१७. *कित्ता,* पृ. ५२.

१८. *कित्ता,* पृ. ६०.

१९. *कित्ता,* पृ. ५२.

२०. *कित्ता,* पृ. ५८-५९; ही 'मार्क'ची पद्धत प्रथम कॅप्टन मॅकेनोशि यांनी नॉर्‌फॉक बेटावर अमलात आणली.

२१. स्पेन्सर, *तत्रैव,* पृ. २३७-२३८; आगरकरांनी त्यांच्या पुस्तकातील भरपूर उतारे उद्‌धृत केले आहेत. *डी. टी.,* पृ. ५३-५८

२२. *डी. टी.,* १०-११, ३०. डॉ. क्रुकशांकच्या आदेशावरून आगरकरांना व टिळकांना लिहिण्याचे व वाचण्याचे साहित्य पुरविले होते. क्रुकशांक आणि आगरकर यांच्यातील चांगले संबंध तुरुंगातून सुटल्यावर *केसरीत* येणाऱ्या तुरुंगाच्या निविदांबाबतच्या नोटिशीवरून प्रतिबिंबित होतात. आगरकरांनी शेक्सपियरच्या *हॅम्लेट* नाटकाचे मराठी भाषांतर तुरुंगात असतानाच पूर्ण

केले.

२३. *कित्ता,* पृ. ४०-४२.

२४. *कित्ता,* पृ. २६-२७.

२५. हर्बर्ट स्पेन्सर, *सोशल स्टॅटीक्स ऑर द कंडीशन्स इसेन्शियल टू ह्युमन हॅपिनेस,* विल्यम नॉर्गेट, स्टिरीओटाईप आ., लंडन, १८६८ (प्रथम प्रकाशित १८५०). शिक्षणप्रेरित नीतिमत्तेवर स्पेन्सरचा विश्वास नव्हता. लॉर्ड मेकॉले व मिस हॅरिअट मार्टिन्यू या दोघांच्या विरुद्ध विचारास स्पेन्सर 'एक प्रकारचा युटोपियनिझम' असे म्हणाला. सर्वसाधारण तुरुंगातील शिस्त आणि नैतिकता यांमध्ये संबंध असल्याचे स्पेन्सरला मान्य नव्हते. 'केवळ बुद्धीची शिकवणूक ही चांगल्या वर्तनास कारणीभूत होऊ शकत नाही. सामाजिक स्थितीला जुळवून घेण्याच्या संथ प्रक्रियेनेच समाजातील गुन्हे कमी होतील अन्यथा नाही', असे मत स्पेन्सरने मांडले. पृ. ३८२-८४.

२६. *डी. टी.,* पृ. २६-२७.

२७. *कित्ता,* पृ. १६-१७.

२८. *कित्ता,* पृ. ७.

२९. ए. पी. हॉवेल, *नोट ऑन द जेल अॅन्ड जेल डिसिप्लीन इन इंडिया,* १८६८, पृ. ५-१८.

३०. *रिपोर्ट ऑन द इंडियन जेल कॉन्फरन्स ऑफ 1877,* महाराष्ट्र स्टेट आर्काइव्हज. या परिषदेनंतर सर्व प्रेसिडेन्सीजना व तुरुंगांच्या इन्स्पेक्टर जनरलना त्यातील मंजूर झालेले प्रस्ताव आणि सुधारित प्रस्तावांबाबत एक आदेशपत्र त्यांचा प्रभावी अंमल होण्यासाठी पाठविण्यात आले होते. *एम. एस. ए. / जनरल डिपार्टमेंट* / १८८१ / व्हॉल्युम ८६ / कंपायलेशन नं. ८६९.

३१. बी. बी. मुजुमदार, *हिस्टरी ऑफ इंडियन सोशल अॅन्ड पोलिटिकल आयडियाज,* कलकत्ता, १९६७, पृ. ६४-६६.

३२. ए. पी. हॉवेल, *तत्रैव,* पृ. ६९-७२, तसेच परिशिष्ट - अ.

३३. *रिपोर्ट ऑन द नेटीव्ह न्यूजपेपर्स,* २९ जुलै, ५ ऑगस्ट, ४ ऑक्टोबर आणि ११ नोव्हेंबर १८८२. *केसरी* व *मराठा*च्या संपादकांनी माफीपत्र छापल्यावर सुद्धा त्यांना दिल्या गेलेल्या शिक्षेबाबत सर्व भारतीय वृत्तपत्रांतून तीव्र टीका झाली. मुंबई, पुणे, अमरावती आणि इतर गावांतून आगरकर व टिळकांची शिक्षा माफ करण्यात यावी म्हणून मान्यवरांनी सही केलेले अर्ज मुंबई

इलाख्याच्या गव्हर्नरास पाठविण्यात आले. *एमएसए/ज्युडिशियल डिपार्टमेंट / १८८२ / व्हा. १२५ / ५४८.*

३४. जॉन स्टुअर्ट मिल, 'युटिलिटेरियनिझम' समाविष्ट, *द फिलॉसॉफी ऑफ जॉन स्टुअर्ट मिल,* मार्शल कोहेन (संपा.), द मॉडर्न लायब्ररी, न्यूयॉर्क, १८६१, पृ. ३२१-३९८.

३५. *डी. टी.,* पृ. ६४-६५.

३६. *कित्ता,* पृ. पृ. ६५-६६.

३७. *कित्ता,* पृ. ६७-६८.

३८. *कित्ता,* पृ. ६९-७१.

३९. *कित्ता,* पृ. ७०-७१.

४०. *कित्ता,* ७२-७६.

४१. *कित्ता,* पृ. १२-१३; त्यांनी चर्चिलेले काही विषय पुढीलप्रमाणे होते : लोकशिक्षणाची गरज, वसाहतसत्तेचे भारतावरील वाईट परिणाम, संस्थानिकांच्या प्रशासनातील सुधारणा, विद्यापीठामध्ये प्रादेशिक भाषेचा शिक्षणाचे माध्यम म्हणून अंतर्भाव आणि त्यांच्या दोघांच्या पुढील जीवनाचे ध्येय व उद्दिष्टे.

४२. जोसेफ ॲडिसन (१६७२-१७१९) इंग्लिश निबंधकार, कवी आणि मुत्सद्दी. अठराव्या शतकातील इंग्लिश जनमत आणि समाजाची वृत्ती बनविण्यात, त्याने *द रॅम्बलर, द टॅटलर* आणि *द स्पेक्टेटर* या मासिकांतून मांडलेल्या विचारांचे भरीव योगदान होते. आगरकरांनी *केसरीतील निवडक निबंध* या पुस्तकाचे संपादन करताना प्रस्तावनेत विष्णुशास्त्री चिपळूणकरांच्या बाबतीत 'महाराष्ट्राचे ॲडिसन' अशा केलेल्या उल्लेखावरून जोसेफ ॲडिसनचे महत्त्व महाराष्ट्रीयन विचारवंतांना किती होते, हे कळून येते.

□□□

५

हिंदु समाज - समीक्षा आणि सामाजिक परिवर्तनाची संकल्पना

‘‘संशयवादाचे युग जितके देशाचे भले करू शकते तितके इतर कशानेही होत नाही. जोपर्यंत शंका उपस्थित होत नाहीत तोपर्यंत समाजाची प्रगती होणे अशक्य आहे. सामाजिक प्रगतीतील प्रत्येक स्तरावर नवे ज्ञान संपादन करणे ही एक अपरिहार्य पूर्वअट आहे. परंतु, असे ज्ञान संपादन करावयाचे असल्यास साशंकवृत्ती व जिज्ञासा या दोन गोष्टी अवगत असणे अवश्यक आहेत.’’

‘प्रोफेसर सेल्बी ऑन बटलर’, *मराठा,* २४ जुलै १८८१

५ हिंदु समाज-समीक्षा आणि सामाजिक परिवर्तनाची संकल्पना

हे प्रकरण तीन विभागांत विभागले आहे. त्यांतील पहिल्या भागात आगरकरांच्या सामाजिक विचारांच्या ठळक वैशिष्ट्यांचा मागोवा घेण्याचा प्रयत्न केला आहे. दुसऱ्या विभागात आगरकरांनी जी धर्मनिरपेक्ष बुद्धिप्रामाण्यवादी समाजसुधारणेच्या पद्धतीची मांडणी केली आणि तत्कालीन समाजसुधारकांनी स्वीकारलेल्या इतर समाजसुधारणेच्या मार्गांच्या तुलनेत ती का अधिक स्वीकारणीय होती, याचे विवेचन केले आहे. आणि तिसऱ्या भागात आगरकरप्रणीत समाजसुधारणेच्या पद्धतीची समर्पकता, संमतिवयाचे बिल, स्त्रीशिक्षण, जातिव्यवस्था आणि अन्य प्रश्नांच्या संदर्भात कशी दिसून येते, हे स्पष्ट केले आहे.

१
आगरकरांची सामाजिक परिवर्तनाची संकल्पना

सर्वप्रथम, आगरकरांच्या सामाजिक विचारधारणेची प्रमुख वैशिष्ट्ये नमूद करणे उचित होईल :

१. *विवेकवाद* किंवा *बुद्धिप्रामाण्यवाद* हा माणसाच्या शहाणपणाचे किंवा सुज्ञतेचे अपत्य आहे.

२. घटनावाद, राष्ट्रवाद, श्रद्धा, धार्मिक मत व अभिव्यक्तीचे स्वातंत्र्य, मालमत्ता संपादन करण्याचा हक्क आणि *उदारमतवादा*ची निर्मिती ज्यांपासून होते असे इतर अनेक घटक, हे सर्व नव्या विचारवंतांना, मग ते जहाल असोत किंवा मवाळ असोत, मान्य होते. स्पेन्सरच्या मते आधुनिक अर्थाने उदारमतवादाचे प्रमुख कार्य 'संसदेच्या अनियंत्रित सत्तेच्या' गृहीतकावर आक्षेप घेणे आहे,[१] तर

आगरकरांनी भारतीय संदर्भात त्याचा अर्थ धर्माच्या नावाखाली होणाऱ्या सामाजिक दमनाच्या सत्तेला वेसण घालणे असा केला.

३. आगरकरांच्या सामाजिक विचारांचा पाया प्रामुख्याने *व्यक्तिवाद* अथवा *व्यक्तिस्वातंत्र्या*वर आहे. या संकल्पनेचा मागोवा युरोपातील धर्मसुधारणेपासून व प्रबोधनकाळापासून ते सतराव्या व अठराव्या शतकांतील वैचारिक बदलांतून झालेल्या औद्योगिक क्रांती आणि भांडवलशाही या नव्या प्रवाहात घेता येतो. व्यक्तिस्वातंत्र्यवाद या संज्ञेत, मानवतेच्या परमोच्च सांस्कृतिक उन्नतीसाठी बाह्य जाचक निर्बंधांमधून व्यक्तीच्या मुक्ततेसाठी व्यक्तींचे आक्रमक प्रतिपादन; व्यक्तींच्या स्वभाववैशिष्ट्यांचा संपूर्ण विकास होण्यासाठी समाजात असूनसुद्धा त्याला स्वत:चे खाजगी जीवन असण्याचा अधिकार, अशा गोष्टी अंतर्भूत आहेत.[२] व्यक्तिस्वातंत्र्यवाद या सामाजिक तत्त्वप्रणालीत समाज व सरकार यांच्या हक्कापेक्षा व्यक्तीच्या हक्कावर अधिक भर आहे. त्यात समान मानवी हक्क, नैसर्गिक न्याय, समान संधी आणि व्यक्तिस्वातंत्र्य, आत्मविकास आणि मानवी प्रतिष्ठा या मूल्यांचा समावेश आहे.

आगरकरांनी सामूहिक सत्तेपासून अधिकाधिक साध्य व्यक्तिस्वातंत्र्याचा पुरस्कार केला. त्यांच्या दृष्टीने सामाजिक नीतिमत्तेत मुख्य प्रश्न येतो तो सामूहिक सत्तेपासून व्यक्तिस्वातंत्र्याचे क्षेत्र वेगळे करण्याचा. ज्या ठिकाणी व्यक्तीच्या स्वत:च्या वृत्तीपेक्षा परंपरा आणि रूढी यांना अधिक महत्त्व असते, तिथे मानवी सुख प्राप्त करण्यास महत्त्वाचा घटक म्हणजेच व्यक्तीचा मुक्त विकास, याची उणीव असते.

ज्यांच्यासाठी मानवी प्रतिष्ठा हा जिव्हाळ्याचा विषय होता, त्या प्रबोधनकालीन मानवतावाद्यांनी वेगवेगळ्या रूपांत व्यक्त केलेली व्यक्तीची सर्वोच्च आणि आंतरिक मूल्ये, यांची आगरकरांवर मोठी छाप पडली. व्यक्तिस्वातंत्र्याचे तत्त्व हेच आगरकरांचे मूलभूत गृहीतक होते. त्यांनी लिहिले की,

> "समाज हा काल्पनिक पुरुष आहे. समाजाचें कल्याण म्हणजे या काल्पनिक पुरुषाचें कल्याण नव्हे; तर त्याच्या अवयवांचे कल्याण होय. व्यक्तीची तशी गोष्ट नाही. व्यक्तीच्या अवयवांस स्वतंत्र मन नसल्यामुळे व्यक्तीचे जें कल्याण तेंच त्यांचें कल्याण होय. व्यक्तिशरीर आणि समाजशरीर यांतील या महत्त्वाच्या भेदामुळें त्याविषयीं विचार करताना व लिहिताना ही गोष्ट नेहमी डोळ्यांपुढे ठेवावी लागते की, व्यक्तीच्या अवयवांच्या हितासाठी जे नियम घालावयाचे ते वास्तविक पहातां ते ज्या व्यक्तीचे अवयव असतील त्या व्यक्तीच्या हितासाठीं असतात; व समाजाच्या हितासाठी जे नियम करावयाचे ते वास्तविक पहातां,

समाजाच्या अवयवांच्या हितासाठी असतात. तेव्हा व्यक्तींच्या हिताकडे दुर्लक्ष झाले तरी हरकत नाही, समाजाचे हित साधले म्हणजे झाले, असे बोलणे म्हणजे असंबद्ध प्रलाप करण्यासारखे होय; कारण व्यक्तींच्या हितांहून निराळे असे समाजाचे हित नाही.''[३]

विल्यम व्हॉन हॅम्बोल्ट यांनी मांडलेल्या आणि जॉन स्टुअर्ट मिलने *ऑन लिबर्टी*मध्ये विवरण केलेल्या व्यक्तीच्या आत्मविकासाची आणि आत्मसंवर्धनाची कल्पना याचीही आगरकरांनी चिकित्सा केली. मिल लिहितो : 'मानवी शक्तींच्या सर्वोच्च व समतोल विकासासाठी आणि त्याचे जीवन संपूर्ण व सुसंगत होण्यासाठी मनुष्याचे अंतिम ध्येय, क्षणिक आणि अस्पष्ट इच्छांनी सुचविलेले नव्हे तर चिरकाल आणि न बदलणाऱ्या विवेकाच्या आज्ञांनी योजिलेले हवे; आणि त्या ध्येयांच्या पूर्तीसाठी मानवी प्रयत्नांचा ओघ अव्याहत असला पाहिजे; हे जर व्हायचे असेल तर 'स्वातंत्र्य आणि परिस्थितीची विविधता' या दोन घटकांची आवश्यकता आहे आणि त्यांच्या संयोगातूनच 'व्यक्तीचा उत्साह आणि त्यांच्यातील बहुविध भिन्नता' उदयास येऊन 'विचारनावीन्य अथवा सृजनता' निर्माण होईल.''[४]

व्यक्तीबाबतची यापुढील संकल्पना आहे ती खाजगीपणाची, सार्वजनिक जगातील व्यक्तिगत खाजगी अस्तित्वाची, ज्या प्रांतात व्यक्ती बाह्य ढवळाढवळीपासून मुक्त असून त्याला हवे तसे वागण्यास व विचार करण्यास समर्थ असतो. या तत्त्वाचे मोल आगरकरांना किती वाटत असे, हे अनेकवेळा उद्‌धृत केलेल्या आख्यायिकेवरून स्वच्छ दिसून येते. भर वर्गात त्यांचे व्याख्यान चालू असता एका विद्यार्थ्याने त्यांना प्रश्न विचारला की, अज्ञेयवादी आगरकरांची पत्नी कशी काय मंदिरात जाते? तेव्हा, जरी तिच्या मंदिरात जाण्याची कृती त्यांना पटत नसली तरी तिला स्वत:च्या मनाप्रमाणे वागण्याचा हक्क आहे, असे सांगून तिच्या वागण्याचे त्यांनी समर्थन केले.

अमूर्त व्यक्तिवादाची कल्पना हा व्यक्तिविकासातील एक आवश्यक घटक आहे असे आगरकरांना वाटे. त्यात अशा समाजाची संकल्पना अभिप्रेत आहे की, व्यक्तींच्या क्षमता आणि गरजा यांअनुरूप वास्तविक व संभाव्य समाजरचना होत असते. समाजाचे नियम आणि त्याच्या संस्था एक संघटित आणि बदलू शकणारे तसेच मानवी उद्दिष्टांच्या परिपूर्तीचे साधन आहे, असे समजले पाहिजे. नागरिकांना समाजाव्यतिरिक्त अस्तित्व असते; ते समाजाचे घटकावयव असतात; आणि जेव्हा त्या स्वातंत्र्याच्या रक्षणार्थ असलेल्या कायद्यांचे संरक्षण त्यांना असते, तेव्हा ते आपल्या सर्व हक्कांनिशी त्यांत सहभागी होऊन आपल्या स्वातंत्र्याचा त्याग करतात.

समाज ही काही काल्पनिक वस्तू नाही, सजीव इंद्रियविशिष्ट (living organism) रचना आहे. समाजाची प्रगती किंवा अधोगती ही त्याच्या घटकांवर, म्हणजे व्यक्तींवर अवलंबून असते. 'व्यक्तिस्वातंत्र्य आणि समाजबंधन या दोहोंसही मर्यादा आहेत. त्या मर्यादांचा अतिक्रम होईल तर त्यापासून एकंदर समाजाचेच नुकसान होणार आहे.'[५]

नैतिक व्यक्तिवाद, म्हणजे नीतीच्या स्वरूपाबाबतचा एक दृष्टिकोन, हा आगरकरांच्या सामाजिक विचारातील आणखी एक ठळक घटक आहे. या दृष्टिकोनातून नैतिक मूल्यांचे व तत्त्वांचे प्रमुख साधन नैतिक मूल्यांकनाचे निकष ठरविणारा माणूस आहे. व्यक्तिवादावरील अढळ विश्वासातून आगरकरांनी स्त्री व पुरुष यांच्या व्यक्तिस्वातंत्र्याचे संरक्षण करणे हे त्यांच्या *सुधारक* पत्राचे प्रमुख उद्दिष्ट ठरविले. 'सुधारक काढण्याचा हेतू' या लेखात आगरकर स्पष्ट करतात की, 'समाजाचें कुशल राहून त्यास अधिकाधिक उन्नतावस्था येण्यास जेवढीं बंधनें अपरिहार्य आहेत तेवढीं कायम ठेवून बाकी सर्व गोष्टीत व्यक्तिमात्रास (पुरुषास व स्त्रीस) जितक्या स्वातंत्र्याचा उपभोग घेतां येईल तितका द्यावयाचा, हे अर्वाचीन पाश्चिमात्य सुधारणेचें मुख्य तत्त्व आहे व हे ज्याच्या अंत:करणात बिंबलें असेल त्यांना आमच्या समाजव्यवस्थेत अनेक दोषस्थलें दिसणार आहेत, हे उघड आहे. हीं दोषस्थलें वारंवार लोकांच्या नजरेस आणावीं, तीं दूर करण्याचें उपाय सुचवावे आणि युरोपीय सुधारणेंत अनुकरण करण्यासारखे काय आहे, ते पुनः पुनः दाखवावें, यास्तव हे *सुधारक* पत्र काढले आहे.''[६]

स्वातंत्र्य आणि मनमानीपणा यांची गल्लत होता कामा नये, हे आगरकरांनी जाणले होते. त्यासाठी समाजाने अथवा सरकारने त्यातील व्यक्तींच्या हितासाठी काही माफक आणि योग्य निर्बंध घालावयास हवेत. याबाबत सामाजिक मर्यादा किती असाव्यात याबद्दल स्पेन्सरने *द मॅन व्हर्सिस द स्टेट* आणि *सोशल स्टॅटीक्स* या दोन्ही पुस्तकांत नमूद केलेले मत आगरकरांनी स्वीकारले : 'मनुष्याला अधिकाधिक सुख प्राप्त करावयाचे असेल तर दुसऱ्यांच्या सुखोपभोगात कुठेही कमतरता न पडू देता प्रत्येक माणसाला स्वत:च्या कार्यक्षेत्रात अधिकाधिक सुख मिळविता येणे शक्य व्हावे लागते.''[७] स्त्रियांचे परवशतेत आणि अज्ञानात खितपत पडणे हे राष्ट्रहितास घातक आहे. त्यामुळे स्त्रियांना आणि पुरुषांना समान हक्क द्यावयाला हवेत, असे मत मिलने व्यक्त केले.[८]

४ **समता** : व्यक्तिस्वातंत्र्य आणि सामाजिक समता हे एकमेकांस पूरक आहेत, एकाच्या उल्लेखात दुसऱ्याचा समावेश नसेल तर ते निरर्थक असते. सामाजिक समता हा आगरकरांच्या विचारसरणीचा महत्त्वाचा भाग आहे. आगरकर लिहितात, ''सर्व

मानवी प्राणी जन्मत: सारख्या योग्यतेचे अधिकारी असून त्यांचे हक्कही एकसारखे असतात; व ती योग्यता व ते हक्क त्यांच्याकडे राहणें हें केवळ त्यांच्या कमीअधिक बुद्धिविकासावर व उद्योगशीलतेवर अवलंबून आहे. या श्रेष्ठ तत्त्वाचीं या जगात प्रस्थापना करण्याच्या कामीं सर्वकालीन व सर्वदेशीय सुधारकांनीं आजपर्यंत अनेक दिशांनी प्रयत्न केले आहेत, व त्या प्रयत्नास उत्तरोत्तर सिद्धीही मिळत चालली आहे... तथापि सुधारणेची विजयपताका अव्याहत फडकत राहण्यास वर निर्दिष्ट केलेल्या श्रेष्ठनीतिप्रणीत तत्त्वांचेच साम्राज्य झाले पाहिजे.''[९]

व्यक्तिमत्त्वाचे सामाजिक मूल्य अधोरेखित करताना आगरकरांनी 'बहुसंख्यकांकडून होणाऱ्या जुलमा'वर टीका केली. सामाजिक जुलूम, ते म्हणाले, हा राजकीय जुलूम धरून इतर कुठल्याही प्रकार जुलमापेक्षा अधिक भयावह आहे.[१०] ''बाहेरची गुलामगिरी नको असेल तर अगोदर घरची गुलामगिरी नाहीशी करण्याचा प्रयत्न केला पाहिजे.'' वैयक्तिक स्वातंत्र्यावर सामूहिक मताचे जेवढे कायदेशीर अतिक्रमण वाजवी आहे, त्यालाही एक मर्यादा असते; ती ओळखून त्या अतिक्रमणापासून बचाव करणे हे मानवी व्यवहारांत सुस्थिती निर्माण करणे हे राजकीय अधिकारशाहीपासून संरक्षण करण्याइतकेच आवश्यक आहे.

५. **स्वातंत्र्य आणि लोकशिक्षण** : आगरकरांच्या विचारानुसार स्वातंत्र्याच्या विचाराची बैठक विकसनशील व वाढत जाणारी इंद्रियविशिष्टरचना या समाजाच्या संकल्पनेत आहे. रूढ विचारांत आणि आचारांत काही कमतरता नसतील तर जीवनात नवीन विचार व नवीन प्रयोग करण्याची गरज भासणार नाही. समाज वृद्धिंगत होण्यासाठी आवश्यक असलेल्या सामाजिक सामर्थ्यामुळेच अशाप्रकारचे प्रयोग उद्‌भवू शकतात आणि नवीनता आणण्यासाठी समाजात अनुकूल स्थिती असावी लागते. ज्या दृष्टिकोनातून आगरकर याचा विचार करतात, त्याप्रमाणे स्वातंत्र्य ही एक सकारात्मक शक्ती नसून ती एक अवस्था आहे. एक अवस्था या अर्थी त्याचे स्वरूप नकारात्मक वा अभावात्मक वाटते. तरी काही सकारात्मक परिणाम घडून येण्यासाठी ती अवस्था अपरिहार्य आहे. सामाजिक जुलूम आणि सुधारणा या दोहोंचे धर्मशास्त्रांद्वारे समर्थन करणे हे उत्क्रांतिवादाच्या विरुद्ध आणि सामाजिक प्रगतीचा ओघ रानटी पूर्वस्थितीवर आणण्यासारखे आहे. एवढेच नव्हे तर सामाजिक प्रगतीतील पुरोगामी प्रक्रियेला आवश्यक असलेल्या स्वातंत्र्याला नाकारणे असाही त्याचा अर्थ होतो, असे आगरकर म्हणतात.

या संबंधाने आगरकरांनी दोन विधानांची चर्चा केली : १. आपल्या विचारधारणेबद्दल उत्सुक असणे हे प्रमाद होण्याच्या शक्यतेशी सुसंगत असते. २. स्वत:ची कधी चूक होणार नाही, असा विश्वास निश्चितपणे असहिष्णुतेशी निगडित

असतो. आपण चूक करू शकत नसल्याची समजूत आणि प्रामाणिकतेविषयीची निष्ठा यांत फार मोठी तफावत असते. दुसऱ्यांच्या मतांविषयीची सहिष्णुता, त्या विषयीचे कौतुकसुद्धा आणि सत्य ही फक्त स्वत:चीच मक्तेदारी आहे असे न मानणे, हे आगरकरांच्या विचारधारणेचे मुख्य तत्त्व आहे. याची स्पष्ट मांडणी त्यांनी 'महाराष्ट्रीयांस अनावृत पत्र' या अग्रलेखात केली आहे.[११] दुसऱ्या विधानाबद्दल आगरकरांना वाटले की, स्वत:च्या अस्खलनशीलतेवरील विश्वास ही अपरिहार्यपणे असहिष्णुतेच्या दिशेनेच वाटचाल आहे, असे नव्हे.

महत्त्वाच्या प्रश्नांबद्दल जनमत निर्माण करण्यासाठी लोकांवर जबरदस्ती न करता त्यांचे मन वळविणे, त्यांचे मत परिवर्तन करणे हाच खरा उपाय आहे, अशी आगरकरांची ठाम समजूत होती. काही सामाजिक प्रश्नांवर त्यांनी विविध मतांचेच नव्हे तर अगदी परस्परविरोधी मतांचेही स्वागत केले, कारण विरोधात असताना चुकीच्या मतांना देखील सामजिक मूल्य असते. त्यामुळे योग्य मते अधिक स्पष्ट होतात; इतकेच नव्हे, तर त्यांना चेतना मिळते. असे न झाल्यास ती केवळ निर्जीव म्हणूनच उरतात. अशा चर्चेने अयोग्य विचारांच्या तुलनेत मग योग्य मतांबद्दल सखोल जाणीव तयार होते.[१२]

सर्वमान्य कल्पना तयार होण्याच्या प्रक्रियेत प्रबुद्ध जनमत आवश्यक असते. म्हणून आगरकरांनी 'लोकशिक्षण' यावर विशेष भर दिला. सामाजिक प्रगतीसाठी अनुकूल वातावरण निर्माण होण्याच्या दृष्टीने त्यांनी *सुधारक* पत्रातून लोकशिक्षणाचा हिरिरीने पुरस्कार केला.

ज्यांना आगरकरांनी आपले 'गुरू' मानले, त्या जॉन स्टुअर्ट मिल यांच्या मतांशी ते सर्वत: सहमत होते की, ''मतस्वातंत्र्य ही काही गुप्त दीक्षा दिलेल्या (esoteric) बुद्धिवंताच्यासाठीच असलेली चैन नव्हे...'' सामाजिक बदल जर मनमोकळ्या चर्चेमुळे झालेले असतील, तर ते स्थैर्य आणणारी शक्ती बनतात आणि मनुष्याच्या नैतिक आवाहनांना त्यामुळे सामाजिक आवश्यकतेचे वजन प्राप्त होते.[१३]

६. **गतिशीलतेचा सिद्धांत आणि सामाजिक द्वंद्वविकासवाद** : हर्बर्ट स्पेन्सरच्या सामाजिक तत्त्वज्ञानाने आगरकर प्रभावित झाले होते. ते तत्त्वज्ञान त्याने स्थितिशास्त्र आणि गतिशास्त्र या दोन भागांत विभागले होते. 'त्यांतील पहिल्या भागात परिपूर्ण समाजाच्या समतोलाचा विचार आहे, तर दुसऱ्यात परिपूर्णतेकडे सरकत असलेल्या समाजातील प्रेरणांची चर्चा आहे', आणि हे दोन्हीही परस्परपूरक आहेत. संपूर्ण सुखाचे नियम ठरवून त्यांचे पालन करणे पुरेसे नसून ते कशाने प्रभावित होतात, हे लक्षात घेऊन त्यांस अनुकूल वातावरण तयार करणे अगत्याचे

असते.[१४] म्हणून सामाजिक गतिशास्त्राचे तत्त्व हे समाज परिवर्तनाचे एक प्रभावी साधन आहे, असे त्यांनी मांडले. सामाजिक द्वंद्वविकास दोन प्रकारचा होतो, एक समाजात वस्तुस्थितीत असलेला जुलूम आणि दुसरा, विचारांतील संघर्ष. सामाजिक उत्क्रांतीच्या विविध स्थितींत हे द्वंद्वविकासाचे प्रकार प्रेरक ठरतात. त्यांतील पहिला, समाजाच्या प्राथमिक स्थितीत प्रेरक असतो, तर दुसरा समाजाच्या अधिक प्रगत अवस्थेत कार्यरत असतो.

स्पेन्सरने मांडलेल्या जुलमाच्या, म्हणजे मनुष्याच्या लुटारू वृत्तीच्या सकारात्मक व नकारात्मक फायद्याच्या संकल्पनेवर आगरकरांचा विश्वास होता.[१५] ''इंद्रिये व बुद्धि यांची कार्ये सुधारल्याने विकारशुद्धि होतेच असा अर्थ नाही; उलट सुधारणा होण्यास प्रथम प्रथम अमानुषतेची किंवा क्रूरतेचीच आवश्यकता आहे! क्रूरतेपासून किंवा निर्दयीपणापासून सुधारणेचा उद्‌भव होतो, हे विधान कोणास मोठे विलक्षण वाटेल; पण सूक्ष्म विचाराअंती हे खरे आहे, असे प्रत्ययास आल्यावाचून राहणार नाही... असे झाल्याखेरीज स्थिर व विस्तृत समाज अस्तित्वांत येणार नाही, व श्रमविभाग व श्रमसंयोग हीं जी मनुष्यसुधारणेचीं किंवा कोणच्याही सुधारणेचीं आद्यांगें तीं उद्‌भवण्याचा संभव नाही. राजकीय सुधारणा होण्यास बराच काळ समाजबाह्य आणि समाजांतर्गत जुलूम चाललाच पाहिजे; म्हणजे एका समाजाने दुसऱ्यास संग्राम करून त्यांस जिकले पाहिजे, व त्यातील लोकांस गुलाम केले पाहिजे...''[१६]

सामाजिक घटनां (phenomena) मागील कारणे अंशत: त्यांतील व्यक्तींच्या स्वभावावर अवलंबून असतात, तर काही प्रमाणात, व्यक्तींना ज्या परिस्थितीला सामोरे जावे लागते, त्यावर अवलंबून असतात. या तशा मूलत: वेगळ्या असलेल्या घटकांमुळे सामाजिक स्थित्यंतरास सुरुवात होते. नंतर समाज जसाजसा प्रगत होत जातो, तेव्हा त्यातून नवे घटक उदयास येतात. स्पेन्सरला या 'आधिजैविक उत्क्रांती' (Super Organic Evolution) बद्दल काय म्हणायचे आहे, हे आगरकरांनी 'जीवनार्थ कलह व सुधारणा' या त्यांच्या लेखात मांडले आहे, त्यात ते अंतर्गत व बाह्य अशा दोन कलहांचा उल्लेख करतात. स्पेन्सरने मांडलेल्या या 'अंतर्गत कलहा'चा अर्थ आगरकर स्पष्ट करतात : 'हा कलह नसता तर, बिलेशयाला अद्वितीय खनिकसामर्थ्य, पन्नगाला विषकंठत्व, शिखीला ग्रीवादीर्घत्व आणि पंचाननाला मृगेंद्रत्व प्राप्त होते किंवा नाही याचा संशय आहे. प्रतिस्पर्धेमुळे एकाच जातीतील व्यक्ति उत्तरोत्तर अधिक चांगल्या होत जाऊन, कालांतराने साऱ्या जातीची सुधारणा होते इतकेच नाही, तर जातीजातींत उदरनिर्वाहासाठीं जो रात्रंदिवस संग्राम चालला आहे, त्यामुळे त्यात गुंतलेल्या जीवांच्या मानसिक व शारीरिक शक्तींची परिणति होत जाते...''[१७]

बाह्य संघर्ष हा एका समाजाच्या त्याच्या आजूबाजूच्या समाजांशी होणाऱ्या परस्पर क्रियाप्रक्रियांवर अवलंबून असतो, ज्यामुळे सामाजिक रचना विकसित होण्यास मदत होते. आगरकर लिहितात, ''एका प्रकारचा एक समाज कांहीं स्थितीत असतो. पुढें त्याहून भिन्न अशा स्थितींत असलेल्या दुसऱ्या एका समाजाचें त्याशीं संघटण होतें; म्हणजे पहिला दुसऱ्याला किंवा दुसरा पहिल्याला जिंकतो, आणि दोहोंचा मिळून एक तिसऱ्या प्रकारचा फारच तऱ्हेवाईक समाज बनतो. असाच प्रकार दुसऱ्या ठिकाणीं घडत असतो. कांहीं कारणांमुळें हे दोन ठिकाणचे दोन संमिश्र समाज एकत्र होऊन, त्यांपासून संमिश्रतेचा वर्ग होतो! उदाहरणार्थ आपला सध्यांचा हिंदु समाजच कां घ्याना...''[१८] ब्रिटिश राजवटीत पाश्चात्त्य विचारांच्या परिणामामुळे भारतीय समाजात झालेल्या सामाजिक परिवर्तनाचे विश्लेषण करताना आगरकर या स्पेन्सरच्या आधिजैविक उत्क्रांति सिद्धांताचा वापर करतात.

आगरकरांना विज्ञान व वैज्ञानिक पद्धतीचे जेवढे अपार महत्त्व वाटत असे, तेवढे त्यांच्या समकालीन सुधारकांपैकी फारच थोड्यांना वाटत होते. जिथे समाजातील प्रत्येक व्यक्तीला, मग तो कितीही सामान्य असो, त्या समाजाच्या प्रगतीस योगदान देण्यापासून वंचित केले जात नाही, फक्त अशा समाजात समाजाच्या प्रगतीसाठी ज्ञानाच्या उन्नतीची आवश्यक स्थिती निर्माण होते. अधिकारशाही अपरिहार्यपणे सनातनी अथवा रुढिप्रिय वर्गास जन्म देते आणि सनातनवर्ग कितीही विश्वसनीय असला तरी तो स्वत:ची सुधारणा व विकास करण्याची क्षमता नसलेल्या बंदिस्त समाजाचे द्योतक आहे. कायदा व सुव्यवस्था राखण्यासाठी काही वेळा अधिकारशाही अनिवार्य असली तरी ती समाजातील निर्भीड व्यक्तींनी केलेल्या टीकेला सामोरे जाऊन पुन: पुन: तपासून घ्यावी लागते. '*सुधारका*'तील - 'इष्ट असेल ते बोलणार आणि साध्य असेल ते करणार' या एका सुरुवातीला लिहिलेल्या अग्रलेखाच्या शीर्षकात त्या निर्भीड वृत्तीचे दर्शन घडते.

आगरकरांवर त्यांच्या टीकाकारांनी ते समाजात दुही माजविण्याचा प्रयत्न करीत आहेत, असा आरोप केला. उत्तरादाखल लिहिलेल्या 'महाराष्ट्रीयांस अनावृत पत्र' या अग्रलेखात आगरकर म्हणतात,

> ''बांधवहो, विचारकलहाला, तुम्हीं इतके कशासाठीं भितां? दुष्ट आचाराचें निर्मूलन, सदाचाराचा प्रसार, ज्ञानवृद्धी, सत्यसंशोधन व भूतदयेचा विचार इत्यादि मनुष्यांच्या सुखाची वृद्धि करणाऱ्या गोष्टी विचारकलहाखेरीज होत नाहींत. आजपर्यंत या देशांत हा कलह माजावा तितका कधीच न माजल्यामुळे व बहुधा आमचे लोक 'गतानुगतिक'च

असल्यामुळे, हें भारतखंड इतकीं शतकें अनेक प्रकारच्या विपत्तींत खितपत पडलें आहे!... सुधारक आणि दुर्धारक, चपल सुधारक आणि मंद सुधारक, थंडे सुधारक आणि गरम सुधारक अथवा नानाप्रकारच्या मतांचे नवे आणि जुने लोक यामध्यें सांप्रतकालीं जी दुही माजून राहिली आहे ती पाहून घाबरून जाण्याचें किंवा देशावर कांहीं तरी प्रचंड संकट गुदरणार आहे, असे मानण्याचे बिलकूल कारण नाहीं! पाश्चिमात्त्य शिक्षणामुळें ज्या दिवशीं या वादास आरंभ झाला तो दिवस हिंदुस्थानच्या भावी इतिहासांत महोत्सव करण्यासारखा होईल. त्या दिवशीं अनेक शतकें गाढ निद्रेंत घोरत पडलेला हिंदुस्थान देश किंचित जागा होऊन चावळूं लागला, किंवा प्रेतावस्थ झालेल्या त्याच्या विस्तीर्ण देहांत ईशकृपेनें पुन: एकवार चैतन्यावतार झाला, असें म्हणण्यास हरकत नाही.''[१९]

'सुधारक काढण्याचा हेतु' या अग्रलेखात त्यांनी स्पष्ट केले की, ''मुळ प्रकृति म्हणजे भारतीय आर्यत्व न सांडता, या पाश्चिमात्त्य नवीन शिक्षणाचा, व त्याबरोबर ज्या नवीन कल्पना येत आहेत त्यांचा आम्ही योग्य रीतीनें अंगीकार करीत गेलों, तरच आमचा निभाव लागणार आहे... त्यांचे अभिनंदन करून त्यांचा आपण अंगीकार केला पाहिजे, असें आम्ही जे म्हणतों तें अशासाठीं कीं त्या शिक्षणांत व कल्पनांत मनुष्यसुधारणेच्या अत्यवश्य तत्त्वांचा समावेश झाला आहे... समाजाचे कुशल राहून त्यास अधिकाधिक उन्नतावस्था येण्यास जेवढी बंधनें अपरिहार्य आहेत तेवढी कायम ठेवून बाकी सर्व गोष्टीत व्यक्तिमात्रास (पुरुषास व स्त्रीस) जितक्या स्वातंत्र्याचा उपभोग घेता येईल तितका द्यावयाचा, हे अर्वाचीन पाश्चिमात्त्य सुधारणेचें मुख्य तत्त्व आहे व हे ज्यांच्या अंत:करणात बिंबलें असेल त्यांना आमच्या समाजव्यवस्थेंत अनेक दोषस्थलें दिसणार आहेत, हे उघड आहे. हीं दोषस्थलें वारंवार लोकांच्या नजरेस आणावी, तीं दूर करण्याचे उपाय सुचवावे, आणि युरोपीय सुधारणेंत अनुकरण करण्यासारखे काय आहे, तें पुन: पुन: दाखवावें, यास्तव हे ***सुधारक*** पत्र काढले आहे.''[२०] 'संशयवादी युगाने जितके देशाचे भले केले आहे, तितके दुसऱ्या कुठल्याही गोष्टीने होत नाही. जोपर्यंत शंका निर्माण होत नाहीत, तोपर्यंत प्रगती होणे अशक्य आहे' या प्राध्यापक सेल्बींनी लिहिलेल्या उक्तीशी आगरकर संपूर्ण सहमत आहेत. यासाठी आगरकरांनी आपल्या देशबांधवांना विचारकलहाला न घाबरण्याचे आवाहन केले आणि सावधपणाची सूचना केली की 'नाहीतर त्यापासून पुढे खऱ्या लढाया व रक्तस्राव होण्याचा संभव असतो.'[२१] हा विचारकलह दुष्ट विकोपास जाऊ न देण्याविषयी मात्र खबरदारी ठेवावी.

हिंदु समाज - समीक्षा आणि सामाजिक परिवर्तनाची संकल्पना / १४५

७. **ऐतिहासिक सापेक्षतेची संकल्पना आणि ऐतिहासिक पद्धती** : इतिहासाच्या खऱ्या संकल्पनेत परिवर्तनाची कल्पना गृहीत आहे, याची आगरकरांना जाणीव होती. 'असणे' याचाच अर्थ बदलत राहणे, उत्क्रांत होणे, परिपक्वतेकडे झुकणे, प्रगतिपथावर राहणे. एक जिवंत व परिवर्तनीय समाज ही समाजाच्या कल्याणाची पूर्वअट आहे, अशी त्यांची धारणा होती. तत्कालीन हिंदुसमाजाचे विश्लेषण करताना आगरकरांनी इतिहासातील सापेक्षतेची दृष्टी कधीही सोडली नाही; विशिष्ट कालातील गरजांच्या पूर्तीसाठी संस्था निर्माण होतात. विवक्षित काळात काही हेतू साध्य करण्यासाठी उभारल्या गेलेल्या संस्था वेगळ्या काळातील बदलत्या परिस्थितीत मानवी हित जोपासत नाहीत. म्हणूनच संस्था व विचारधारा, सत्य, न्याय आणि मानवतावाद ही उद्दिष्टे साध्य करतात की नाही, हे पाहण्यासाठी त्यांचे आधार पुन्हा पुन्हा तपासून घ्यावे लागतात, हे प्रतिपादन आगरकरांनी ठामपणे केले. ती उद्दिष्टे साध्य करावयास त्या संस्था असफल राहिल्या तर त्या बदलाव्या लागतील, वेळप्रसंगी त्यांना झिडकारून नव्या संस्था निर्माण कराव्या लागतील.[२२]

परिवर्तनाची प्रक्रिया समजून घेण्यास त्यांनी जॉन मोर्ले यांनी मांडलेल्या 'ऐतिहासिक पद्धती'चा पुरस्कार केला. ती पद्धती अशी होती :

> ''कुठल्याही विशिष्ट काळातील कल्पना, रूढी अथवा समजुतीच्या रूपांची त्यांच्या मूळ रूपांशी किंवा ज्या रूपांत त्यांचा विकास झाला आहे, यांची तुलना केल्यास त्यामधील चढता अथवा उतरता क्रम लक्षात येण्याजोगा आहे. प्रचलित सामाजिक चौकटीतील भागांची अगोदरच्या काळातील चौकटीशी अनुरूपता पाहता बदलत्या सामाजिक स्थितीत त्यांच्यात कितपत व कसे परिवर्तन झाले आहेत हे पाहणे; प्रचलित गोष्टींचे जुन्या रूपांशी तसेच जुन्या गोष्टींचे आत्ताच्या रूपांशी असलेले तादात्म्य; त्यांतील साम्यभेद लक्षात घेणे, हे ऐतिहासिक पद्धतीचे काम असते. तिचे मुख्य कार्य वेगवेगळ्या समाजांमध्ये असलेल्या चालीरीती, रूढी, मते, कायदे, श्रद्धा यांतील समरूपता निश्चित करायची, त्यांचे वर्गीकरण करून व त्यांतील समान धर्म ओळखले असता, त्या रितीभाती, कायदे वगैरे कसे निर्माण झाले, यांची उत्तरे मिळतात. सामाजिक व नैतिक रूपांचे उगम, त्यांच्या उत्क्रांतितील सामान्य नियम याबाबतच्या अनेक प्रश्नांची उत्तरे शोधण्याचा हा एक मार्ग आहे. प्रत्येक समाजाची अवस्था उत्क्रांतितील विशिष्ट स्थितीशी पडताळून पाहणे, ही ऐतिहासिक पद्धतीची संकल्पना होय. सामाजिक नियम, सद्गुण, धर्म, भौतिक विश्व, इतिहास तसेच सामाजिक एकसंधपणा या सर्व विषयींबाबतचे विचार

सुसंगतपणे आणि परस्परावलंबित्व राखून चाललेले असतात.''[२३]

या पद्धतीशी आपली सहमती दाखवत आगरकर '*केसरी*'त 'समाजोन्नतीचा आढावा' या लेखात म्हणतात,

> ''ज्याने त्यानें स्वत:च्या वर्तनात कालमानानें फरक करायला पाहिजे व तो कोणत्या प्रकारचा करायचा हे त्याचें त्यासच विचारांती चांगलें कळणार आहे. पुढील वागणुकीची दिशा ठरविणें तें नियतकालिक समाजस्थितीचें प्रमाण काढून केले म्हणजे सहज होण्यासारखे आहे. आतां हें प्रमाण काढायाचें म्हटले म्हणजे ज्या गोष्टींच्या योगाने विद्येचा परिणाम समाजावर कितपत झाला आहे हें तेव्हांच समजेल... कोणत्याहीं ठिकाणच्या समाजावर कितपत झाला आहे हे तेव्हाच समजेल... कोणत्याही ठिकाणच्या मनुष्यास ह्या प्रसंगाचें समाजवर्तन पाहून पूर्वस्थितीशीं सद्यस्थिती ताडून एकंदर समाजोन्नतीचें प्रमाण काढता येईल, व तें एकाच समयी निघाल्यामुळें एका ठिकाणचे प्रमाण त्याच स्थितीतल्या दुसऱ्या ठिकाणच्या प्रमाणाशीं चांगलें जमेल. याप्रमाणे सर्व देशाच्या समाजस्थितीचा चांगला आढावा निघून कोणकोणत्या ठिकाणीं कोणकोणत्या सुधारणा करायाला पाहिजे आहेत याचा एकदम खुलासा होईल. असें झालें म्हणजे सर्व सुधारणेचे जे आदितत्त्व विद्यावर्धन ते कोठे, किती मानानें आणि किती त्वरित झाले पाहिजे ह्याचा तेव्हांच निकाल करण्यास सुलभ पडेल. हे काम म्हणजे मोठें बिकट आहे असे नाही. प्रत्येकास निरनिराळ्या दोन वेळच्या स्थितींची तुलना सहज करता येण्यासारखी आहे. ती वेळोवेळी करीत जाऊन ज्यानें त्यानें आपापले वर्तन तदनुरूप बदललें म्हणजे पुरे आहे.''[२४]

न्या. रानड्यांनी देखील वरील ऐतिहासिक पद्धतीची शिफारस केली, हे लक्षात घेण्याजोगे आहे. त्यांच्या मते, धार्मिक आविष्कार समजण्यासाठीदेखील ही पद्धती उपयुक्त ठरते आणि 'तिच्यामुळे कदाचित अशा गोष्टींवर अधिक प्रकाश पडतो.'[२५]

८. **विज्ञाननिष्ठ धर्मनिरपेक्ष वैश्विक दृष्टिकोन** : आगरकरांच्या सामाजिक वैचारिकतेचे लक्षात घेण्याजोगे वैशिष्ट्य म्हणजे लोकांनी विज्ञानात अधिक लक्ष घालून त्यातील ज्ञान व विज्ञाननिष्ठा आत्मसात करावी, यासाठीची तळमळ. मराठी भाषक जनतेस विज्ञानविषयक चर्चेतून सामाजिक व भौतिक शास्त्रांतील नवीन विचार व शोध यांची ओळख करून द्यावी, या उद्देशाने त्यांनी बरेच लिखाण केले.[२६] हिंदूंनी

राजकीय अर्थशास्त्राची तत्त्वे समजून न घेतल्यास आणि श्रमविभागावर आधारित अपायकारक जातिव्यवस्था सोडून न दिल्यास त्यांची प्रगती होणार नाही असे मत त्यांनी व्यक्त केले.[२७] हिंदूंनी समाजकल्याणासाठी सर्व प्रकारचे धंदे व व्यापार करावेत, असे आवाहनही केले. बुद्धिनिष्ठ अनुभवावर टिकाव धरणाऱ्या नव्या मूल्यांनी आधीच्या मूल्यांची जागा घ्यावी, असे आगरकरांनी प्रतिपादन केले.[२८]

२

सुधारणा करण्याची पद्धती

एक नवा समाज आणि एक नवे जीवन करण्याची कळकळ हे एकोणिसाव्या शतकातील सर्व सुधारकांचे अंतिम ध्येय होते. त्यांचे मतभेद होते ते त्यांच्या मतप्रणालीबाबत, अपेक्षित सुधारणेचे स्वरूप आणि घडवून आणण्याच्या त्यांच्या पद्धतीबद्दल. संमतिवयाच्या विधेयकाबद्दल झालेल्या वादविवादात सुधारणेच्या अनेक पद्धतीच्या सामर्थ्यांबद्दलचा प्रश्न प्रकर्षाने पुढे आला. त्या सुधारणेच्या पद्धती पुढील प्रमाणे आहेत : १. विष्णुबावा ब्रह्मचारींची पुनरुज्जीवनाची; २. विश्वनाथ नारायण मंडलिकप्रणीत सुधारणापंथाची : समाजांतर्गत असलेल्या स्वसामर्थ्याने घडवून आणायच्या सुधारणा (Reform from Within); ३. काशिनाथ त्र्यंबक तेलंगप्रणीत सुधारणापंथाची : समाजात सुधारणेस कमीतकमी विरोध होईल, असा मार्ग (Reform on 'the line of least resistance'); ४. परंपरेवर आधारित, म्हणजेच जुन्या धर्मशास्त्रातील तत्त्वांवर आधारित सुधारणा करणे; ५. परंपरेच्या सातत्याची कास सोडून नवीन पंथ निर्माण करणे; ६. सुधारणेच्या दृष्टीने सामाजिक कायदे करणे; आणि शेवटची, ७. धर्मनिरपेक्ष आणि बुद्धिप्रामाण्यवादी सुधारणेची पद्धत. आगरकरांनी या शेवटच्या पद्धतीला प्राधान्य का दिले, वेळप्रसंगी सामाजिक कायद्याची जोड ही त्यांना मान्य होती आणि इतर पद्धतींना त्यांनी गौण (secondary) अथवा अनावश्यक म्हटले याबद्दलचे विवेचन या भागात केले आहे.

आगरकरांना अभिप्रेत असलेल्या सुधारणेच्या बुद्धिप्रामाण्यवादी पद्धतीचे विवेचन करण्यापूर्वी बाकी पद्धतींचा थोडक्यात विचार करणे उपयुक्त ठरेल. परंपरेवर आधारित पद्धती म्हणजे जुन्या धर्मशास्त्रांचा आधार घेत काळाच्या नव्या गरजांनुसार त्यांतील अनुज्ञांचा अर्थ लावणे होय. १८७० मधील गाजलेला पुनर्विवाहाबद्दलचा वाद होईपर्यंत, ज्यांना आगरकर व्युत्पत्तिसुधारक असे म्हणतात, त्या सुधारकांनी तसेच त्यांच्या सनातनी विरोधकांनी आपापल्या मतपुष्ट्यर्थ एकाच धर्मशास्त्राबद्दल विभिन्न अन्वयार्थ शंकराचार्य आणि त्या पीठावरील प्रतिनिधींपुढे

मांडले होते. या दोन्ही उपवर्गांतील लोकांची श्रद्धा प्राचीन धर्मग्रंथांवर आहे, त्यांस धर्मग्रंथ मान्य व आधारभूत आहेत. तात्पर्य दोघांचाही पाया एकच आहे. या वादविवादानंतर पंचहौद मिशन चहापान प्रकरण (१८९३) या फक्त एका प्रसंगाचा अपवाद वगळल्यास न्या. रानडे, भांडारकर या प्रार्थना समाजाच्या सुधारकांनी आपले डावपेच बदलले. एका बाजूने जनमताचा कौल मिळविण्यासाठी व दुसऱ्या बाजूने शंकराचार्य अथवा शास्त्रीवर्गाच्या धार्मिक आज्ञांची अपेक्षा न करता फक्त सरकारचे मन वळविण्यासाठी नव्या गरजांनुसार परंपरागत धर्मशास्त्रांचा अर्थ लावण्याचे त्यांनी चालूच ठेवले. तसे करून सनातनी वर्गाशी वाद टाळून त्यांनी वृत्तपत्रे व मासिकांमधून संबंधित प्रश्नांची चर्चा करून प्रत्यक्ष जनतेशी संवाद जोडण्याचा प्रयत्न केला. या पद्धतीचा पुरस्कार करणाऱ्यांना सर्वसामान्य लोकांशी वागण्याची ही रीत अधिक परिणामकारक वाटत होती कारण असे केल्याने जुन्या परंपरेतील सातत्य जोपासले जात असून त्यात नवीन उपक्रम करण्याचा प्रयत्न नसल्याचे दाखविता येणे शक्य होते. कुठल्याही प्रकारचा नवीन उपक्रम हा अज्ञानी जनतेच्या दृष्टीने पहिल्या रितीरिवाजांविरुद्धची बंडखोरी असते, म्हणून त्यास त्यांचा विरोध असतो.[२९] स्वामी दयानंद सरस्वती आणि त्यांच्या अनुयायांनी याच पद्धतीचे अवलंबन केले.

परंपरेवर आधारित सुधारणा पद्धती ही आगरकरांना अनेक कारणांस्तव अयोग्य असल्याचे वाटले. एकतर ती उत्क्रांतिसिद्धांताच्या विरुद्ध आहे.[३०] ज्या काळात समाज एकसंध होता आणि त्याच्या अनेक कार्यांचे केंद्रीकरण राजा या एकाच शास्त्याच्या हातात झाले होते, तेव्हा शास्त्रे लिहिली गेली. 'संरचना-कार्ये' (structure-function) यामध्ये जेव्हा उत्क्रांती होऊ लागली, तेव्हा समाजाचे स्वरूप एकसंध (homogeneous) न राहता ते अनेकविध (heterogeneous) झाले. एकजिनसी (simple) समाजाच्या स्वरूपाचे परिवर्तन व्यामिश्र (complex) मध्ये होऊ लागले आणि श्रमविभागणीच्या तत्त्वावर समाजाची रचना घडू लागली.[३१] आता हव्या असलेल्या समाजसुधारणांसाठी धर्मशास्त्रांचा आधार शोधणे म्हणजे पूर्वी समाजोन्नतीची परमोच्च पातळी प्राप्त झाली असल्याचे मान्य करावे लागते. 'मनुष्याला एकदा पूर्णावस्था प्राप्त झाली होती, पण तींतून तो कांहीं कारणामुळें भ्रष्ट झाला, हे मत आम्हास संमत नाहीं... आमच्या अल्प समजुतीप्रमाणें मनुष्याचीं पूर्णावस्था अजून यावयाची आहे. कदाचित् सध्या आपल्या दृष्टीपुढें जें विश्व आहे, व ज्या पृथ्वीवर आपण रहात आहों, तें विश्व आणि ती पृथ्वी अस्तित्वांत येण्यापूर्वी दुसरें एक विश्व व दुसरी पृथ्वी असून तीवर आपल्यासारखे प्राणी होते, व ते प्रथम अस्तित्वांत आले तेव्हां त्यांची पूर्णावस्था होती, पण तसे करण्यात कांहीं फायदा

दिसत नाही; कारण एक तर तसें मानण्यास कांहीं एक आधार नाहीं; दुसरें तसे मानिलें तरी आपल्या डोळ्यांपुढें जी सृष्टि आहे, व ज्या भूगोलावर आपण वास करीत आहों, त्यासंबंधाने एकदां पूर्णावस्था होती असे मानण्यास बिलकूल जागा नाही.''[३२] आगरकरांची अशी खात्री होती की, समाज हा नेहमीच संक्रमणशील असतो आणि सामाजिक उत्क्रांतीच्या एका प्राथमिक अवस्थेत धर्मशास्त्रे लिहिली गेली. समाज त्यानंतर बराच पुढे गेला असून सांप्रत काळातील चालीरिती व रूढी आताच्या सामाजिक चौकटीत तपासाव्या लागतील. 'आमच्या सर्व चाली प्रथमत: ज्यावेळीं रूढी पावल्या, त्यावेळीं त्या मोठ्या कल्पकतेनें आणि विचारानें योजल्या होत्या, असे जरी कबूल केलें तरी, त्यात फार प्राचीन काळच्या आमच्या पूर्वजांचे मात्र शहाणपण दिसते, परंतु त्याचे मूळ हेतु विसरून, आज हजारो वर्षे ज्या आम्ही त्या रूढींचें पशुवत् आचरण केले व करीत आहों, त्या आमचें केवळ विचारशून्यत्व मात्र दिसून येतें, व याप्रमाणें पूर्वजांची थोरवी गाऊन त्यांत आपला हजारों वर्षांचा मूर्खपणा कबूल करणें हे कोणीही स्वदेशाभिमानी भूषण मानीत असेल, असें आम्हांस वाटत नाही. कोणतीही चाल किंवा धर्मकृत्य सांप्रतकाळीं उपयुक्त व हितावह आहे, किंवा मूर्खत्वाचें व अहितकारक आहे, हें आज आपणास पूर्ण विचारानें ठरविलें पाहिजे; व त्यावर त्याचा अंगीकार किंवा परित्याग अवलंबून ठेवला पाहिजे, तसें आपण न केल्यास त्यानें आपण आपला असमंजसपणा मात्र प्रकट करितो, व सुधारलेल्या राष्ट्रांत उपहासास्पद होतो.''[३३] सांप्रतकाळ न्यायी असण्यासाठी 'भूतकाळ सुवर्णयुगाचा' असण्याची गरज आहे, असे आगरकरांनी कधीच मान्य केले नाही.

आगरकरांच्या मताप्रमाणे शास्त्रांचे आधार देण्याची पद्धत ही उत्क्रांतिवादी नसून मोर्लेने उल्लेखलेल्या कायदेपंडिताच्या (jurist) सामाजिक संकल्पनेसारखी आहे. कायद्याची ही संकल्पना अनैच्छिकरीत्या समाजाच्या प्रगत नव्हे तर मागासलेल्या समाजस्थितीच्या संदर्भात बनविली जाते. मागासलेल्या सामाजिक स्थितीत लोकांना एकजूट बांधण्यासाठी, कायदा, शिक्षा व कणखर जनमत, या गोष्टींची गरज असते. अशाप्रकारची समाजस्थिती ज्यावेळी समाजाचे स्वरूप एकसंध असते, त्यावेळी अस्तित्वात येते. पण समाज अधिकाधिक जटिल, भिन्नधर्मीय व सुसंस्कृत होतो, तेव्हा सामाजिक चर्चेत मागासलेल्या समाजस्थितीचे संदर्भ कमीतकमी होत जातात.

कायदेतज्ज्ञांच्या या मतासंबंधी आगरकरांचे म्हणणे होते की, उत्क्रांतिवादी दृष्टिकोनातून कायद्याला आवश्यक ऐतिहासिक स्थान प्राप्त होते. या विचारामुळे समाजाकडे पाहण्याचा असा दृष्टिकोन मिळतो, की ज्यात स्वातंत्र्य कायद्याची जागा घेते. ही परिस्थिती माणसाच्या उच्च स्थितीची निर्देशक आहे.[३४]

उत्क्रांती ही शक्ती नसून प्रक्रिया आहे. ती पूर्वअट नव्हे तर नियम असून समाजाची प्रगती त्यातील लोकांच्या प्रवृत्तींवर आणि क्षमतेवर अवलंबून असते. सामाजिक शक्तीचा उगम यातून दिसतो आणि त्या शक्तीच्या न बदलणाऱ्या मर्यादा यातून व्यक्त होतात. परंतु उत्क्रांती किंवा इतर कोणतीही गोष्ट सामाजिक शक्तीची जागा घेऊ शकत नाही.^{३५}

परंपरा पद्धतीच्या गुणदोषांची चिकित्सा करताना आगरकरांनी धर्मशास्त्रांतील आज्ञांचा उपयोगी किंवा निरुपयोगी या तत्त्वांवर फरक करून, व दोघांचीही दुर्बलता न दाखविता, त्यांचा आपल्या मताच्या समर्थनार्थ निवडक वापर करण्याच्या प्रार्थना समाजाच्या अनुयायांनी अवलंबिलेल्या पद्धतीबाबत शंका उपस्थित केल्या. त्यांच्या मते प्रार्थना समाजिस्टांना ज्या प्रवृत्तीबद्दल कौतुक होते आणि त्यांना जी जोपासायची होती, ती प्रवृत्ती ऐतिहासिक सत्ये तपासण्यासाठी आवश्यक असलेल्या संशयात्मक वृत्तीच्या विरुद्ध आहे. एकदा काही प्रश्न उपस्थित करायची वृत्ती माणसाच्या मनात रुजू झाली की, धर्माचे प्रावरण जीर्ण होऊ लागते. ''जुन्या धर्मावरील श्रद्धा, बाणेदारपणा, विश्वास एका बाजूला कायम ठेवायचा आणि त्याच वेळी दुसऱ्या बाजूला सत्याबद्दल प्रेम, चौकसपणा ह्या ज्या नवीन समाजाच्या उभारणीसाठी लागतात त्या जोपासायच्या, हे दोन्ही कसे जमणार... ज्या कोणाला अशा विसंगती जुळवून घ्यावयाच्या आहेत, मग तसे करताना हेतू कितीही स्वच्छ असला तरी त्याबद्दल सर्वच प्रकारच्या लोकांत संभ्रम निर्माण होतो. अप्रामाणिकपणा व ढोंगी उत्साहासाठी संशय घेतला जाणे, मग तो खरा असो किंवा चुकीचा असो, म्हणजे स्वतःच्या चांगल्या हेतूचा नाश करणे होय.''^{३६} आगरकरांच्या मते परंपरागत शास्त्रांचे नवीन अर्थ लावणारे प्रार्थना समाजिस्ट तसेच पुनरुज्जीवनवादी विचारवंत हे दोघेही या चमत्कारिक अवस्थेत सापडले आहेत.

सांप्रतकाळातील सुधारणांसाठी शास्त्राधार शोधण्याच्या या पद्धतीला आगरकरांचा आक्षेप होता तो या कारणासाठी की, ''एकदा आपण एक तत्त्व बुद्धिच्या निकषावर स्वीकारले, उदाहरणार्थ, स्त्रियांचे समान हक्क, मग शास्त्राधारांच्या कुबड्या असोत किंवा नसोत, त्याचा काहीही फरक पडत नाही. कारण दोन्ही परस्परविरोधी बाजूंना स्वतःच्या समर्थनास शास्त्रांत अगदी जुन्या काळातील प्रमाण किंवा पूर्वाधार सापडतात. आणि कुठलाही वादविवाद जो पुरातनकाळातील प्रमाणावर आधारित असतो तो केव्हाही वांझोटाच राहील.''^{३७}

समाजसुधारणेच्या कामात वेगवेगळ्या पीठांच्या स्वामी व धर्मगुरू तसेच जातींच्या गुरूंचा पाठिंबा मिळविण्यासाठी त्यांची मने वळविणे, त्यांची सहानुभूती मिळविणे, त्यांच्या सहकार्याची अपेक्षा करणे, जेणे करून त्यांनी सुधारणेस मान्यता

दिल्यास सर्वसामान्य जनमानसात लवकर सुधारणा होईल, ही विश्वनाथ नारायण मंडलिक[३८] यांची समाजांतर्गतच्या प्रेरणेने सुधारणा करावयाची पद्धत आगरकरांना अमान्य होती. संपूर्ण शास्त्रीवर्ग किंबहुना सगळा पुरोहितवर्ग हा शिक्षणाने व व्यवसायाने जुन्या सनातन वर्गाच्या तत्त्वांचा पाठपुरावा करणारा असतो. त्यांनी सुधारणेबद्दल बोलणे म्हणजे स्वतःच्या पायावर धोंडा घालून घेण्यासारखे आहे. म्हणून समाजपरिवर्तनाच्या प्रक्रियेत त्यांच्या सहकार्याची अपेक्षा करणे म्हणजे अशक्यप्राय उद्दिष्टांची आशा करणे होय. सगळ्या स्वामी व शास्त्री लोकांना एका व्यासपीठावर आणण्याच्या मंडलिकांच्या असफल प्रयत्नाने 'समाजांतर्गत प्रेरणेने सुधारणा' (Reform from within)[३९] पद्धतीच्या अव्यावहारिकतेबद्दलच्या आगरकरांच्या मतास पुष्टी मिळते.

पंचहौद मिशन चहा ग्रामण्य प्रकरणात रावबहादूर रानड्यांनी सनातन्यांच्या पुढाऱ्यांना सुधारकांच्या बाजूने वळविण्याच्या दृष्टीने शंकराचार्यांच्या आज्ञेपुढे नमते घेऊन जेव्हा निमूटपणे प्रायश्चित्त घेतले, तेव्हा आगरकरांनी त्यांच्या या कृतीचा उल्लेख 'गूढ कोडे' असा केला. यापूर्वी, १८७० मध्ये पुनर्विवाहप्रकरणी रानड्यांवर बहिष्कार घालण्यात आला होता, तेव्हा अशा बहिष्काराला न जुमानता त्यांनी बहिष्कृत होणे पत्करले. म्हणून रानडे यांनी घेतलेल्या प्रायश्चित्ताने आगरकरांना आश्चर्य वाटले. या संबंधाने रानडे यांच्या वर्तनावर खूप टीका झाली. याबद्दल आगरकरांनी *सुधारकात* लिहिले की, 'प्रत्येकाला थोडी बहुत विचारशक्ती असते, आणि आपणांकडून होईल तितका तिचा चांगला उपयोग करणें हेंही त्याचें कर्तव्य आहे. या दोन गोष्टी नजरेपुढें एकसारख्या ठेऊन त्या अत्यंत खेदजनक ग्रामण्यप्रकरणाविषयी आम्हास जे शांत विचारांती उचित वाटले ते आपणांकडून होईल तितक्या काळजीनें लिहिलें आहे. असे असूनही जर एखाद्या सन्मान्य पुरुषाविरुद्ध टांकांतून वेडावाकडा शब्द गेला असेल तर त्याबद्दल आम्हास फार वाईट वाटणार आहे.'अशा माफीवजा शब्दांत त्यांनी पुढे लिहिले की, 'त्यांना वाटत आहे त्याप्रमाणें या प्रायश्चित्तापासून चांगले परिणाम घडून आले आणि इष्ट सुधारणांचें पाऊल या 'तडजोडी'पासून अधिक झपाट्याने पुढे पडत गेलें, तर सध्यां ज्या गोष्टीबद्दल त्यांना दोष देण्यात येत आहे, तीच गोष्ट त्यांच्या चिरकालिक स्तुतीस कारण होईल; पण तसे न झाले तर त्यांच्या चरित्र-लेखकास मोठ्या कष्टानें व दुःखानें या ग्रामण्यप्रकरणाचा उल्लेख करावा लागेल हें निर्विवाद आहे!''[४०] रानड्यांच्या या कृतीची चिकित्सा करताना आगरकरांनी 'यात दोषी कोणीच नाही' या *सुधारकातील* अग्रलेखात स्पष्ट केले की, 'प्रायश्चित्त न घेतल्याने वेगळी जातच करण्यावाचून गत्यंतर नसतें तर प्रायश्चित्तास आम्ही उत्तम मार्ग म्हणण्यास

मार्गेपुढें पाहिले नसते. परंतु पुनर्विवाहासंबंधाने बहिष्कृत केलेले लोक जातीबाहेर पडले नाहींत, ही गोष्ट धडधडीत आमच्या डोळ्यापुढें दिसत असून प्रायश्चित्ताभावीं या लोकांस जातींतून वेगळे व्हावे लागले असते, असे आम्हास क्षणभरही वाटत नाहीं, व असे आमचे मत असल्यामुळे या मार्गास आम्ही गौण मार्ग म्हणतो. कांहीं दिवस कळ सोसून बहिष्काराची नि:सत्त्वता लोकांस भासविणें हा आमच्या मते सुधारणेचा उत्तम मार्ग. परंतु ती कळ सोसण्याचे सामर्थ्य नसल्यास लोकांत भिऊन रूढींचा अगदीं अतिक्रम न करण्यापेक्षां योग्य प्रसंगी तो करून प्रायश्चित्ताची थट्टा करणे हा सुधारणेचा गौण मार्ग होय.''[४१]

तसेच, विष्णुबावा ब्रह्मचारी व स्वामी दयानंद सरस्वती यांनी स्वीकारलेली पुनरुज्जीवनवादी सुधारणेची पद्धतसुद्धा आगरकरांना अमान्य होती. त्यामुळे स्वभावत: अप्रामाणिकपणा वाढण्यास मदत होते व प्रतिगामी विचार बळावतात, अशी आगरकरांची धारणा होती.

सुधारणा करताना समाजात कमीतकमी संघर्ष निर्माण करावयाचे या कृती-तत्त्वाचे अवलंबन करणे या काशिनाथ त्र्यंबक तेलंग यांनी पुरस्कृत केलेल्या सुधारणेच्या पद्धतीबद्दल आगरकरांना टीका करण्याची गरज भासली नाही.[४२] या पद्धतीच्या विचारधारेचे विश्लेषण नारायण गणेश चंदावरकरांनी केले आहे. पण चंदावरकरांनी हेही दाखवून दिले की, स्वत: तेलंगांना या पद्धतीच्या निष्फळतेबाबत लवकरच खात्री झाली.[४३] त्यांनी सामाजिक कायदे करण्याबाबत आपल्या पूर्वीच्या भूमिकेचे खंडन केले आणि वाईट चालीरिती मोडण्याबाबत मन वळवणे अशक्य होते तेव्हा सरकारने प्रतिबंधक कायदे करावयास हवेत, या रानड्यांच्या मतास सहमती दर्शविली.[४४]

न्यायमूर्ती रानड्यांनी उल्लेखलेली सर्वांपासून वेगळे होऊन नवीन जात करायची, म्हणजेच परंपरेतील सातत्य मोडायचे, ही आणखी एक सुधारणेची पद्धत. उदाहरणार्थ, हिंदुधर्मापासून वेगळे होऊन ब्राह्मो समाजाच्या अनुयायांनी केलेला नवा पंथ. ही पद्धतसुद्धा आगरकरांना अजिबात मान्य नव्हती. असे करणे म्हणजे असलेल्या अठरापगड जातींत नव्या जातींची भर घालून अस्तित्वातील वाईट जातिव्यवस्थेला आणखी खतपाणी घालणे होय, असे आगरकरांना वाटले.[४५]

याच कारणास्तव १८७२ सालचा ब्राह्मो मॅरेज कायदा हा एक परवानगी देणारा कायदा म्हणजे स्वपराजयी उपाय आहे, असे आगरकरांना वाटले. ज्यांना विवेकाच्या निकषांवर समाजातील वाईट चालीरितींचे अनिष्टपण कळून चुकले आहे, त्यांच्यासाठी अशा प्रकारचा आपखुषीने केलेला कायदा कुचकामी आहे, असे मत आगरकरांनी व्यक्त केले.[४६]

समाजपरिवर्तनातील एक साधन म्हणून कायद्याचे महत्त्व आगरकरांनी ओळखले होते. पण जेव्हा समाज थंड गोळ्यासारखा अचल अवस्थेत असतो आणि अंतर्गत द्वंद्वविकासासाठी त्या समाजात आंतरिक शक्ती नसते, तेव्हा या साधनाचा वापर करावयाचा असतो. या साधनाच्या मर्यादा ओळखून आगरकरांनी सुचविले की, अशा प्रकारचा उपाय म्हणजे गाढ झोपेत असलेल्या समाजास जागे करण्यासाठी आवश्यक अतिशय कडवट पण औषधी गुण असलेली मात्रा आहे. पण लवकरच समाजपरिवर्तन करण्यास आवश्यक सामर्थ्य प्राप्त झाले तर अशाप्रकारच्या सामाजिक कायदे करण्याच्या उपायाची गरज भासणार नाही.

ज्योतीराव फुल्यांच्या वैश्विक मानवतावादाशी आगरकरांच्या विचारसरणीचे काही बाबतींत साधर्म्य होते. फुल्यांसारखीच आगरकरांना समतेच्या व बुद्धिवादाच्या तत्त्वांवर नव्या समाजाची उभारणी करावयाची होती. दोघांनाही सामाजिक अन्यायाची तीव्रता फक्त कमी करणे अपेक्षित नव्हते तर वैश्विक तत्त्वांवर आधारित मूलभूत परिवर्तन करणाऱ्या सामाजिक मनोवृत्तीत बदल हवे होते. तरीही काही बाबतींत आगरकरांचा समाजसुधारणेबद्दलचा दृष्टिकोन फुले यांच्यापेक्षा अगदी वेगळा होता. सर्वप्रथम, आगरकरांचा दृष्टिकोन जरी द्वंद्वविकासवादी असला तरी फुल्यांसारखा वांशिक (आर्य-अनार्य) वर्ग संघर्षात्मक नव्हता. तसेच नवीन पंथ निर्माण करण्याच्या बाजूचाही नव्हता. दुसरी गोष्ट अशी की, आगरकरांच्या धर्मनिरपेक्ष विचारसरणीत ईश्वराला व धर्माला कुठल्याही प्रकारचे स्थान नव्हते. फुल्यांचे लिखाण आगरकांनी काळजीपूर्वक वाचले नसल्याचे दिसते. नाहीतर फुल्यांचा उल्लेख काहीशा उपरोधात्मकरीत्या 'रेव्हरंड' असा त्यांनी केला नसता.[४७] आगरकरांनी फुल्यांचे वाङ्मय गंभीरपणे अभ्यासले असते तर फुल्यांनी स्वत:ला हिंदु समाजांतर्गत परंतु ब्राह्मणी संस्कृतीच्या चौकटीबाहेर ठेवले, हे त्यांना समजले असते. आगरकर हे त्यांना गुरुवर्य असलेल्या जॉन स्टुअर्ट मिलप्रमाणे, तसेच थिओडोर पार्कर यांच्याप्रमाणेच अत्यंत पुरोगामी उदारमतवादी होते. तथापि, हे सांगणे आवश्यक आहे की, या विश्वाचा निर्मीक (जनक) म्हणून ईश्वराचा प्रामुख्याने केलेला उल्लेख आणि सामाजिक प्रगती धर्माच्या योग्य आकलनावर अवलंबून असते,[४८] यावर फुल्यांनी दिलेला भर आगरकरांना पटण्यासारखा नव्हता. धर्माच्या आधारावर सामाजिक सुधारणा, मग ती पारंपरिक धर्मावर असो किंवा सत्यशोधक समाजाला किंवा प्रार्थना समाजाला अभिप्रेत असलेली असो, आगरकरांना अमान्य होती. त्यांच्या मताप्रमाणे सुधारणा ही एक धार्मिक नव्हे तर धर्मनिरपेक्ष बाब आहे.

तर मग आगरकरांना एका सुधारकाच्या संकल्पनेत काय अभिप्रेत आहे आणि त्यांनी सामजिक प्रगतीसाठी कुठल्या प्रकारच्या पद्धतीचा पुरस्कार केला हे पाहणे

जरुरीचे आहे. आपल्या वृत्तपत्राचे नाव त्यांनी 'सुधारक' ठेवले आणि जनहितासाठी त्यातून चर्चिलेल्या विविध प्रश्नांवर नजर टाकताना, त्यांच्या मनात सुधारकांबद्दल स्पष्ट व ठोस विचार होते, हे निश्चित सिद्ध होते. जरी त्यांनी 'समाज सुधारक' या संज्ञेची व्यवस्थित व्याख्या केली नाही, तरी सामाजिक उन्नतीसाठी जे अनेक लेख लिहिले आणि चार्ल्स ब्रॅडलॉसारख्या असामान्य व्यक्तिमत्त्व असलेल्या निर्भीड, बुद्धिवादी, नास्तिक सुधारकाची तोंड भरून स्तुती केली, यावरून त्यांना अभिप्रेत असलेल्या एका सच्च्या सुधारकाबद्दलची लक्षणे समजू शकतात. मिल व स्पेन्सर यांसारख्या दोन मार्गदर्शकांकडून त्यांनी हे जाणले होते की, विचार अभिव्यक्ती आणि आचारांचे स्वातंत्र्य मनुष्याच्या अस्तित्वाचा गाभा आहे.

आगरकरांनी सुचविलेल्या सुधारणा पद्धतीचा पाया बुद्धिनिष्ठ आहे. विष्णुबावा ब्रह्मचारी[४९] सारखे पुनरुज्जीवनवादी गत सुवर्णयुगाकडे अंगुलिनिर्देश करीत होते तर रानडे-भांडारकर-मोडक[५०] या पंथातील सुधारक सामाजिक परिवर्तन धर्मसुधारणेवर आधारित हवे, असे प्रतिपादन करीत होते. अशा काळात आगरकरांनी विवेकाधिष्ठित सुधारणेचा पुरस्कार केला. कुठल्याही सच्च्या सुधारकाने आपल्या स्वघोषित तत्त्वांना मुरड न घालता एका न्यायी व बुद्धिनिष्ठ समाजाच्या उभारणीसाठी अविवेकी चालीरितींच्या आणि रूढींच्या विरोधात अव्याहत लढले पाहिजे, अशी त्यांची इच्छा होती. 'बोले तैसा चाले त्याची वंदावी पाउले' या उक्तीचे आचरण करून समाजापुढे त्याने आदर्श घालावेत, त्याच्या विचार-आचारांत कुठलाही फरक असता कामा नये. अज्ञानी जनतेची अंध श्रद्धा असलेल्या सनातनी वर्गाच्या विरोधात स्वतःच्या मताच्या रक्षणार्थ उभे राहण्याचे मनोधैर्य व सामर्थ्यवान व्यक्तिमत्त्व त्या सुधारकात असावे. सुधारकांच्या तत्त्वांतील सत्यता वेगवेगळ्या सामाजिक स्तरांतल्या लोकांना हळूहळू पटेल आणि कालांतराने मानवतेचे मार्गदर्शक आणि निर्देशक म्हणून त्यांची गणना होईल. मानवी संस्कृतीच्या इतिहासात अशी मान्यता प्राप्त होण्यापूर्वी अग्निदिव्यातून जावे लागलेल्या सुधारकांची खूप उदाहरणे सापडतात, त्यांपैकी सॉक्रेटिस, गौतम बुद्ध, येशु ख्रिस्त, महंमद पैगंबर, मार्टिन ल्यूथर अशी काही ठळक नावे सांगता येतात.[५१] आपल्या विधानातील सत्यता दाखवून देण्यासाठी आगरकरांनी तत्कालीन लोकांपैकी ज्याला भारताचा मित्र म्हणून ओळखत असत त्या चार्ल्स ब्रॅडलॉ, याचे उदाहरण दिले. ब्रॅडलॉ, एक प्रखर बुद्धिवादी व नास्तिक होता आणि सामाजिक कल्याणासाठी व मानवतेला हितावह बुद्धिवादी दृष्टिकोनातून लोकसंख्या नियंत्रणासाठी (यास त्या काळात नव-माल्थुशियानिझम म्हणून ओळखत असत.) त्याने कुटुंब नियोजनासारख्या क्रांतिकारी उपायांचा पुरस्कार केला. आगरकर लिहितात, ''हा

पुरुष पक्का नास्तिक होता. या नास्तिकपणामुळें त्याला प्रथम किती हाल सोसावे लागले हें सर्वांना ठाऊक आहेच. पण कोणाची भीड किंवा मूर्वत न ठेवतां सत्यास निरंतर जागृत राहून, गरीब लोकांच्या उन्नतीसाठीं आपला देह झिजवायचा, असा त्याचा निश्चय असल्यामुळें, याशीं मारामारी करणारें, त्याला पार्लमेंटांतून घालवून लावणारे, त्याला कारागृहात पाठविणारे - सारांश, त्याला मनुष्यरूपी सैतान मानून त्याचा पाहिजे त्या प्रकारचा छळ करणारे व करविणारे त्याचे सामाजिक, राजकीय व धार्मिक कट्टे शत्रु अखेरीत त्याला वचकू लागले इतकेच नाहीं तर पूज्य मानू लागले. एकदां याच्या जिवावरचें दुखणें गेलें तेव्हां लोकांनीं व धर्माधिकाऱ्यांनीं देवालयांत जाऊन याच्या अनामयासाठीं प्रार्थना केल्या व घांटा वाजविल्या! पुढे या सत्यनिष्ठ पुरुषानें आमचा पक्ष घेतला तेव्हां आम्ही त्याचा केवढा उत्सव केला हेंही सर्वश्रुत आहेच!''[५२]

आगरकरांनी ब्रॅडलॉमध्ये स्वत:ची प्रतिमा पाहिली, यात शंकाच नाही. तत्कालीन महाराष्ट्रातील समाजाने त्यांच्यावर आगपाखड करून त्यांचा तिरस्कार केला, त्यांची जिवंतपणी प्रेतयात्रासुद्धा काढली, तरीसुद्धा आपल्या मतांची सत्यता लोकांना पटेल, अशी त्यांना खात्री होती. याबद्दल ते 'महाराष्ट्रीयांस अनावृत पत्र' या अग्रलेखात लिहितात, ''...स्वमताचें मंडन व तदनुसार होईल तेवढें वर्तन करण्यासाठीं, आपल्या फार दिवसांच्या मित्रांचाचसा काय, व रात्रंदिवस काळजी वाहून आणि कडेवर व खांद्यावर खेळवून, ज्यांनी लहानाचें थोर केलें अशा अत्यंत ममताळू व पूज्य आप्तांचाही दीर्घ रोष ज्यानें आपणांवर करून घेतला आहे - अशा मनुष्याच्या लेखांत कितीही प्रमाद होत असले व केवढीही कटुता असली तरी ते समंजस मनुष्याच्या स्वल्प आदरांस, निदान थोड्याश्या अनुकंपेस तरी पात्र झाले पाहिजेत. 'हा वेडापीर इतके हाल, संकटे व लोकापवाद सोसून ज्या अर्थी इतकी धडपड करीत आहे त्या अर्थी ती लोकांस अंती हितावह होईल अशी निदान याच्या मनाची तरी खात्री झाली असावी,' असा विचार त्यांच्या मनांत येऊन त्यांनी त्याच्या दोषांबद्दल त्यास क्षमा केली पाहिजे...'' आगरकरांनी पुढे एका कविवाक्याचे स्मरण करून स्वसमर्थनार्थ त्याचा अर्थ उद्धृत केला तो असा : ''खरोखरीच जे या गोष्टीत आमची निर्भर्त्सना करतात, त्यांना काहीच समजत नाहीं, व त्यांच्याकरितां हा आमचा प्रयत्नही नाहीं. माझ्या शीलाचा एखादा इसम कोठें तरी असेल किंवा निपजेल; पृथ्वी अफाट आहे व काल अनंत आहे!''[५३] १९१६ साली आगरकर दिवस साजरा करण्यासाठी एका समितीचे गठन करण्यात आले, यात एका अर्थी आगरकरांच्यावरील विचाराला पुष्टी मिळते.

आगरकरांच्या लेखनात न्यायमूर्ती रानड्यांच्याबद्दल सूचना आहे. समाज-हितासाठी असलेल्या नितांत कळकळीबद्दल आगरकरांच्या मनात रानड्यांच्याबद्दल नितांत आदर होता. पुनर्विवाहप्रकरणी तसेच पंचहौद चहाग्रामण्यप्रकरणी रानड्यांनी ब्रॅडलॉसारखे खंबीर न राहता सामाजिक मिलाप साधण्याच्या हेतूने सार्वजनिक पूर्वग्रहापुढे नमते घेतले. इथे आगरकर खेदपूर्वक इशारा देतात की, रानडे आपली ऐतिहासिक कामगिरी बजावण्यास चुकले.[५४] रानड्यांबद्दलचे त्यांचे विचार अनेक सुधारकांनाही लागू पडतात.

सामाजिक परिवर्तनाच्या प्रक्रियेत मन (thought), वाणी (speech) आणि आचार (action) या अवस्थांतून जावे लागते असे आगरकरांनी दाखवून दिले. विचारवंतांच्या मनात प्रथम प्रागतिक विचार रुजतात. नंतर ते त्यांच्या उक्तीतून म्हणजे बोलण्यातून व्यक्त होतात आणि अखेरीस ते कृतीत उतरतात.

> ''यांपैकी प्रत्येक पहाऱ्यांतून जात असतां त्याला 'मज्जाव' झाल्याखेरीज राहत नाहीं! लोकोत्तर पुरुषाची गोष्ट एकीकडे राहूं द्या; शेंकडा नव्याण्णव लोकांस नवीन कल्पना सुचत नाहीं, व सुचली तरी तिला डोक्यांत थारा द्यावा असें त्यांस वाटत नाहीं. सामान्य मनुष्याचें डोकें पूर्वापार चालत आलेल्या व लहानपणापासून अनेक द्वारांनीं संपादिलेल्या साधारण कल्पनांनीं ठिक्कीसारखें गच्च भरून गेलेलें असतें. त्यात एखादी नवीन कल्पना शिरूं देण्यास त्याला अतिशय प्रयास पडतात... कोणतीही गोष्ट आचारांत आणण्यापूर्वी किंवा तिजविषयीं लोकांत चर्चा सुरू करण्यापूर्वी ती चांगली आहे, अशी ज्याच्या त्याच्या मनांत पक्की खात्री झाली पाहिजे... आजमितीस ज्या देशांत ती सुखें नांदत आहेत, त्या देशांत मधून मधून स्वतंत्रपणें विचार करणारे अनेक पुरुष होऊन गेले व होत आहेत, हे स्पष्टपणे दाखवितां येणार आहे. अशा पुरुषांकडून वेळोवेळी बऱ्यावाईटाची चर्चा झाल्याखेरीज कोणत्याही देशाची प्रगति होण्याचा संभव नाहीं. अपसर्गकारी कारणांचा लय आणि उत्सर्गकारी कारणांची उत्पत्ति व अभिवृद्धि झाल्याशिवाय जिला आपण सुधारणा म्हणतो ती कशी होणार! ज्या गोष्टीपासून त्रास किंवा अडचण होते त्या दूर करणे, आणि ज्यांपासून सोय व सौख्य होते त्या जवळ आणणें याचेंच नांव सुधारणा... कोणतीही गोष्ट अंमलात आणण्यापूर्वी तिचा हवा तितका खल करण्यास आमची बिलकूल हरकत नाहीं इतकेंच नाहीं, तर तसें झाल्याखेरीज सामान्य लोकांनीं कोणत्याही नवीन गोष्टीचा स्वीकार करू नये असें आमचें मत आहे. पण जेवढें जुनें तेवढें निर्दोष

व चांगलें असा आग्रह धरून बसून जर कोणीं नवीन गोष्टीचें चिंतन व चर्चा करणार नाही, तर रूढ विचारांतले व आचारांतले प्रमाद दूर होणार कसे, व नवीन विचारांचे व आचारांचे चांगुलपण प्रस्थापित होऊन ते रूढ होणार कसे?''[५५]

नव्या रूढींचा प्रघात घालण्याच्या प्रक्रियेत वर नमूद केलेल्या तिन्ही अवस्था वेगवेगळ्या स्वतंत्र्य कप्प्यांत बंद करता येत नाहीत. काही लोकांमध्ये म्हणजे लोकाग्रणींमध्ये या तिन्ही अवस्थांचा मेळ एकाचवेळी संकलितरीत्या कार्यरत असतो; तर काहींमध्ये विचार आणि आचारांत जाणविण्याइतका फरक असतो. सर्वसामान्यांसाठी ही दीर्घ प्रक्रिया असून त्यात आगरकरांनी 'तडजोड' या उपायाचा पुरस्कार केला.

जॉन स्टुअर्ट मिल याने लिहिलेला उपयुक्ततावाद आगरकरांना मान्य होता. तो असा की, ''व्यावहारिक जीवनांत सत्य म्हणजे परस्परविरोधी गोष्टी एकत्र करून त्यातील सुसंगती अथवा मेळ साधावा लागतो. वेगवेगळ्या नावाखाली एकमेकांशी संघर्ष करणाऱ्या या कच्च्या प्रक्रियेत फार थोड्या लोकांकडे नि:पक्षपातीपणे व न्यायी दृष्टिकोनातून तडजोड करण्याची कार्यक्षमता असते.''[५६] मनुष्याचे नैतिक वर्तन हे समाजातील ज्या चार घटकांच्या परस्परसंबंधातून घडले जाते ते असे - १. ''त्या वर्तनाचे स्वरूप, २. सामाजिक स्थिती, ३. अंतर (स्थल) व ४. काल. 'या वर्तनाचा समाजावर जो परिणाम होतो तो त्या वर्तनाचें स्वरूप, समाजाची स्थिती, काल आणि अंतर यांच्या प्रमाणात असतो. या चार गोष्टींनी तो मर्यादित होत असल्यामुळें, कित्येक प्रसंगी तो अगदीं सूक्ष्म असतो. तथापि तो मुळींच होत नाहीं, असें नसल्यामुळें एका व्यक्तीस दुसऱ्या व्यक्तीच्या वर्तनाविषयीं उदासीन होतां येत नाहीं. कारण उदासीन होणे म्हणजे त्या वर्तनापासून स्वत:वर होणाऱ्या परिणामाकडे दुर्लक्ष करण्यासारखें होय... दुसऱ्याच्या वर्तनाचा आपणावर जो परिणाम होतो तो आपणास सुखकर व्हावा, म्हणून मनुष्यांनीं दुसऱ्याच्या वर्तनास आपल्या मर्जीप्रमाणें वळण लावण्याचा केलेला जो प्रयत्न त्यामुळें समाजाच्या आद्य स्थितींत बलात्कारतत्त्व प्रस्थापित होतें, व उत्तरोत्तर त्या तत्त्वाचें अनुसरण करण्यात आपलें व्हावें तितकें हित होत नाही, अशी सर्वांची खात्री होत जाऊन त्याचा ऱ्हास होऊं लागतो...''[५७]

आगरकरांच्या मते सामान्य मनुष्याचे सामाजिक वर्तन तसेच समाज परिवर्तनाबद्दलचा त्याचा तिटकारा हा पुढील चार घटकांवर अवलंबून असतो : गुरुभय (यात प्रामुख्याने ज्या व्यक्तींवर त्या मनुष्याचे जीवन अवलंबून असते त्यांचा समावेश असतो), राजभय (सत्तेचे भय), लोकभय, (समाजाचे भय) आणि धर्मभय.

या व्यतिरिक्त, सामाजिक परिवर्तनाच्या स्वीकृतीबाबत लोकांच्या विमुखतेस नीतिभय आणि रोगभय हीसुद्धा कारणभूत होतात.[५८] या सर्व गोष्टींचा प्रभाव मनुष्याचे मन, वाणी व आचार यांवर होत असतो. मनुष्याच्या वर्तनाची आगरकरांनी सार्वजनिक आणि खासगी क्षेत्र अशा दोन वर्गांत विभागणी केली. सार्वजनिक वर्तन या वर्गात, ज्या समाजात माणूस वावरतो, त्यावर त्याच्या व्यक्तिगत वर्तनाचा परिणाम प्रत्यक्ष वा अप्रत्यक्षरीत्या होत असतो. दुसऱ्या वर्गात व्यक्तीच्या वर्तनाचा परिणाम त्याच्या कुटुंबीयांसह कोणावरही अजिबात होत नाही. सुधारकाला प्रामुख्याने सार्वजनिक वर्तनात स्वारस्य असते.

कुठल्याही समाजातील प्रागतिक विचार हे त्या समाजातील अल्पशा सर्जनशील व्यक्तींमुळे उत्पन्न होतात. अशा लोकांवर समाजाची प्रगती अवलंबून असते. जर जुन्या रूढी सामाजिक प्रगतीत अडथळे निर्माण करत असतील, तर त्या बदलून नव्या चालीरिती रूढ केल्या पाहिजेत. नवनिर्मितीपेक्षा जुन्या रूढी मोडून काढणे सोपे असते, हे आगरकरांना ठाऊक होते. विवेकावर आधारित नवे प्रघात रूढ होण्यापूर्वी फक्त जुन्या वाईट चालीरिती नष्ट केल्या तर सामाजिक बेबंदशाही होईल, हेही ते जाणून होते. म्हणून स्वातंत्र्य किंवा मुक्तीची प्रथमावस्था म्हणून त्यासाठी एक उच्चतम कार्यतत्त्व प्रस्थापित करणे गरजेचे आहे. पण हे कार्यतत्त्व भीतीतून निर्माण झालेले असता कामा नये. कोणतीही गोष्ट अमलात आणण्यापूर्वी त्याबाबतची सत्यता आणि उपयुक्तता प्रथम पटवून घ्यायला हवी. 'विवेक, सामाजिक चर्चा आणि कृती''[५९] (Reason, Social Debate and Action) यांच्या अर्थपूर्ण परस्परसंबंधातूनच नवीन प्रघात रूढ करणे हे संपादन करता येईल. इथे हे लक्षात ठेवणे जरुरीचे आहे की, 'सामाजिक प्रगती'चा उल्लेख करताना 'सुधारणा' हा शब्द आगरकरांनी अतिशय व्यापक दृष्टिकोनातून वापरलेला आहे. याचाच अर्थ, समाजातील विविध विसंगती दूर करून सर्वसमावेशक सामाजिक कार्यक्षमता वाढविण्यासाठी उपयुक्त वातावरणाची निर्मिती करावयाची. 'जोपर्यंत स्वातंत्र्य-निर्मितीसाठी आवश्यक परिस्थिती निर्माण न करता फक्त सामाजिक परवशता कमी करण्याचा हेतू असेल', तोपर्यंत अशा उपयुक्त वातावरणाची निर्मिती होणे शक्य नाही, अशी आगरकरांची ठाम समजूत होती. अशी परिस्थिती न निर्माण करता बालविवाह, असंमत वैधव्य आणि स्त्रीशिक्षण अशा सामाजिक प्रश्नांसंबंधाने क्रमश: (piecemeal) सुधारणा करणे म्हणजे शारीरिक व मानसिक गुलामगिरीचा अंत न करता फक्त त्या अन्यायाची धार बोथट करणे, असे मत त्यांनी व्यक्त केले. जे जुने तेच अतिपवित्र आणि परिवर्तनाबद्दल कशाही प्रकारचा उल्लेख करणे म्हणजे धर्मभ्रष्टता समजणे या विनाशक वृत्तीबद्दल आगरकरांनी खेद व्यक्त

केला. अशी विचारधारा ठेवणे म्हणजे ज्ञानांधकारतेची लघुपायरीच असून त्यामुळे समाज अचल आणि बंदिस्त होत असल्याने त्या प्रवृत्तीचा त्यांनी निषेध केला. आगरकरांनी द्वंद्वविकास प्रक्रियेचा, म्हणजेच कितीही विरोधी मते असली तरी मोकळ्या व योग्य मत-अभिव्यक्तीचा पुरस्कार केला. तसे केल्यास सामान्य जनांस विरोधी मते ऐकण्याची सवय लागेल, आणि त्यामुळे हळूहळू सदसद्विवेकबुद्धीने निर्णय घेण्याची क्षमता प्राप्त होईल.[६०]

तथापि, 'विवेक, सामाजिक चर्चा आणि कृती' यांची भूमिका व्यवहारी कृती ठरविण्यास निर्णायक असते.

आगरकरांच्या मते प्रचलित हिंदु समाजास ज्या अनिष्ट गोष्टींपासून नुकसान सोसावे लागत होते, त्या सर्वांवर उदारमतवादी शिक्षण हेच रामबाण औषध होय. तसे शिक्षण मिळालेल्या सुशिक्षित लोकांना त्यांनी कळकळीने विनंती केली की, बुद्धिनिष्ठ, उदारमतवादी मूल्ये त्यांनी आत्मसात केल्याने सामाजिक प्रगतीसाठी पुढारीपण घ्यावे. या नवशिक्षित वर्गाचे आगरकरांनी तीन प्रकारांत वर्गीकरण केले. पहिल्या वर्गातील सुशिक्षित लोक परंपरागत सनातनी विचारांनी इतके जखडून गेलेले असतात की, ज्ञानांधकारातून बाहेर येण्यासाठी आवश्यक असलेल्या उदार मूल्यांचे अंगीकरण करण्याची त्यांच्यात क्षमता नसते. ते संघर्ष टाळतात आणि सत्याची किंमत देऊन 'स्थिरता' मिळविण्याचा प्रयत्न करतात.[६१] दुसऱ्या प्रकारचे लोक नव्या कल्पनांचे स्वागत करणारे असतात परंतु खात्री पटल्यावरही त्या कल्पना कृतीत आणण्याचे मनोधैर्य त्यांच्यात नसते, परिणामत: त्यांच्या विचारांत आणि आचारांत दुभंगलेपणा असतो. शेवटच्या वर्गातील अनेक स्वत:च्या खाजगी जीवनात उदारमतवादी असतात. पण महत्त्वाच्या सामाजिक प्रश्नांवर सार्वजनिक भूमिका घेण्यास नकार देतात, उलट अंत:स्थ हेतूने सनातन्यांना पाठिंबा देतात. टिळक, प्रोफेसर जिन्सीवाले आणि यांसारखे पुढारी, या वर्गात मोडतात हे आगरकरांनी सांगितले, अशा पुढाऱ्यांविरुद्ध आगरकरांनी प्रखर टीकेची झोड उठविली आणि त्यांचा उल्लेख 'दांभिक सुधारक' असा केला.[६२] पहिल्या व या शेवटच्या वर्गांतील सुशिक्षितांचे मत सुधारणेच्या बाजूने वळविण्याचा प्रयत्न निरुपयोगी असल्याचे त्यांना वाटले. म्हणूनच, बरे व वाईट, सद्गुण व दुर्गुण यांमधील फरक बऱ्यापैकी जाणू शकणाऱ्या सुबुद्ध दुसऱ्या वर्गावर आगरकरांची भिस्त होती. ग्रामण्य आणि वाळीत टाकले जाऊ नये या भीतीपोटी पारंपरिक अनिष्ट चालीरिती व प्रथा ते सोडू शकत नाहीत. सामाजिक उन्नतीतील पुढील वाटचाल याच वर्गामुळे होऊ शकते, असा त्यांचा विश्वास असल्याने, सामाजिक प्रगती साधण्याच्या दृष्टीने आगरकरांनी या वर्गावरच लक्ष केंद्रित केले. प्रगत विचार आणि वास्तवातील सामाजिक वर्तन

यांतील फरक नाहीसा करणे याचाच मथितार्थ सशक्त सामाजिक प्रगती साध्य करणे होय.[६३] हाच आगरकरांना व्यवहारी व वास्तववादी प्रशस्त मार्ग वाटला.

मनुष्याच्या उन्नतीसाठी शिक्षण हाच तरणोपाय होय, अशी आगरकरांची ठाम समजूत होती. सुशिक्षित समाजातच आदराची भावना असू शकते आणि बुद्धिमान वर्गसुद्धा सामान्य अशिक्षित वर्गाच्या बुद्धिमत्तेची पातळी वाढविण्याचे साधन बनू शकतो. अशिक्षित वर्गाच्या लोकशिक्षणाने त्या वर्गाची नैसर्गिक प्रवृत्ती असलेली 'समुच्चयी सामान्यता' अंशत: थांबवून, सुशिक्षित लोकांच्या सान्निध्यात अथवा विरोधात आलेल्या सर्व अशिक्षितांची बौद्धिक पातळी उंचावली जाऊ शकते, या जॉन स्टुअर्ट मिलच्या अभ्यासपूर्ण मतांशी आगरकरांनी सहमती दाखविली. उच्चभ्रू हे मन वळविण्याचे केवळ एक साधन आहे.[६४] एखाद्या समाजाची सामाजिक व राजकीय संरचना विचार, वाणी आणि आचार यांच्या स्वातंत्र्यासाठी अनुकूल असेल तरच, संमतीपेक्षा अतिशय भिन्न असलेले, मतपरिवर्तन करणे शक्य होते. स्वायत्त संस्था असणे केवळ उपयोगीच नव्हे तर अतिशय गरजेचे आहे. त्यांच्यामुळे चारित्र्य घडविण्याची प्रक्रिया होते तसेच मनुष्य वर्तनाला वळण देता येते. मिलने *द प्रिन्सिपल्स ऑफ पॉलिटिकल इकॉनॉमी* या आपल्या पुस्तकाच्या चवथ्या भागात म्हटले आहे की, ''श्रेणीयुक्त संरचनांमधील वैशिष्ट्यपूर्ण व्यक्तिविशेष सत्तेप्रत आदर ही भावना वस्तुत: असू शकत नाही, किंबहुना ती असू नये. चिकित्सक आदर हा मान आणि बुद्धी यांवर आधारित असतो, आणि त्यासाठी ज्या सामाजिक व राजकीय संरचनेची वैशिष्टे आधुनिक दृष्टिकोनाची व व्यवस्थेची आहेत त्यातच आढळून येतो.''[६५] मिलच्या या मताशी आगरकर सहमत होते. जे सांप्रत काळात बदलास विरोध करतात, लोकांच्या बुद्धीस आणि नैतिक वर्तनाच्या अवनतीस व अमानुषतेस कारणीभूत होतात, तसेच, जिथे सामाजिक संस्थांच्या सर्व भागांत आणि दृष्टिकोनात जर परिवर्तन घडून आलेले नसेल, तिथे बहुसंख्य व्यक्तींचा आदर प्राप्त करण्याची क्षमता असलेले सामर्थ्य असू शकत नाही.[६६] यासाठी मिल यांच्या, सुसंस्कृतपणा वाढविण्याच्या पद्धतीचा आगरकरांनी पुरस्कार केला. एवढेच नव्हे, तर ती व्यक्तिश: आचरणात आणली. ती पद्धत जॉन मोर्लेच्या शब्दांत अशी होती: ''लोकांशी वादविवाद करावेत, मनधरणी करावी, त्यांच्या पुढे उदात्त उदाहरणे ठेवावीत; तरुणांसमोर सत्यवचने, खरे हेतू मांडावेत, आणि त्यांच्या स्वभाववैशिष्ट्यातील चांगल्या गोष्टींना प्रोत्साहन देऊन समाजरचनेत योग्य फेरफार करावेत.''[६७] अशा प्रकारची, विवेकाधिष्ठित, न्यायी, मानवतावादी, धर्मनिरपेक्ष समाजाच्या उभारणीसाठी आगरकरांना अभिप्रेत असलेली सामाजिक परिवर्तनाची योजना होती.

संदर्भ

१. हर्बर्ट स्पेन्सर, 'द न्यु टोरीझम', *द मॅन व्हर्सिस द स्टेट,* विल्यम नॉर्गेट, लंडन, १९६८, प्रत, पृ. १५.

२. *डिक्शनरी ऑफ द हिस्टरी ऑफ आयडियाज,* फिलिप पी. वायनर (संपादित), खंड १, चार्ल्स स्क्रायब्नर अॅन्ड सन्स, न्यूयॉर्क, १९७३, पृ. ५९५-९६.

३. 'आमचे काय होणार?', *अवा*-१, पृ. ३४.

४. जॉन स्टुअर्ट मिल, *ऑन लिबर्टी,* कुरीन व्ही. शिल्ड्स (संपा.), द लिबरल आर्ट प्रेस, न्यूयॉर्क, पृ. ६९-७०.

५. 'सामाजिक सुधारणा आणि कायदा', *अवा* - १, पृ. २८८; 'घटस्फोट आणि काडीमोड', *सुधारक,* १६ डिसेंबर १८८९.

६. *अवा* - १, पृ. ८.

७. हर्बर्ट स्पेन्सर, *सोशल स्टॅटिक्स ऑर द कंडीशन्स इस्सेन्शियल टू ह्युमन हॅपिनेस,* विल्यम नॉर्‌गेट, लंडन, स्टीरिओटाईप प्रत, १८६८, पृ. ८३; अशाच प्रकारचा विचार आगरकरांनी स्वीकारून विकसित केला आहे. यासाठी पहा, 'आयर्लंडाकडे तरी पाहून जागे व्हा', *केसरीतील निवडक निबंध* (यापुढे *केनिनि*), गो. ग. आगरकर (संपा.), आर्यभूषण प्रेस, पुणे, भाग १, १८८७, पृ. ८४-८५.

८. 'स्त्रीदास्यविमोचन', *केनिनि* - २, पृ. १३०-१३१.

९. 'आणखी एक मुद्दा', *सुधारक,* १३ फेब्रुवारी १८९३.

१०. 'सामाजिक सुधारणेस अत्यंत अनुकूल काल, सांप्रत काल', *सुधारक,* २४ मार्च १८९०, *अवा*-१, पृ. ११२-११५.

११. 'महाराष्ट्रीयांस अनावृत पत्र', *सुधारक,* २३ फेब्रुवारी १८९१.

१२. 'भाविक विरुद्ध दांभिक', *सुधारक,* २३ नोव्हेंबर १८९१.

१३. 'महाराष्ट्रीयांस...', *सुधारक,* २३ फेब्रुवारी १८९१.

१४. 'हर्बर्ट स्पेन्सर, *सोशल स्टॅटिक्स,* तत्रैव, पृ. ४४७.

१५. *कित्ता,* पृ. ४५५-५८.

१६. 'जीवनार्थ कलह व सुधारणा', *अवा*-२, पृ. २४७-४९.

१७. हर्बर्ट स्पेन्सर, *द प्रिन्सिपल्स ऑफ सोशॉलॉजी,* खंड १, पृ. ११-१२; हा स्पेन्सेरियन सामाजिक द्वंद्वविकास सिद्धांत आगरकरांच्या 'जीवनार्थ कलह व सुधारणा', *सुधारक,* १२ मे १८९०, या लेखात आढळून येतो.

१८. *कित्ता, अवा*-२, पृ. २५२.

१९. ‘महाराष्ट्रीयांस...’, *तत्रैव.*

२०. ‘सुधारक काढण्याचा हेतु’, *अवा*-१, पृ. ८; याचा स्पष्ट उल्लेख आगरकरांनी ‘*सुधारक*’च्या पत्रकात सुद्धा केला आहे, १ ऑगस्ट १८८७.

२१. ‘प्रोफेसर सेल्बी ऑन बटलर’ *मराठा,* २४ जुलै १८८१; सिंहावलोकन’, *सुधारक,* १९ ऑक्टोबर १८९०.

२२. ‘समाजोन्नतीचा आढावा’, *केसरी,* ३ मार्च १८८५; ‘आमचे काय होणार?’, *अवा-१,* पृ. १५.

२३. जॉन मोर्ले, *ऑन कॉम्प्रमाईज,* वॅट्स अॅन्ड कं., लंडन, थिंकर्स लायब्ररी प्रत, १९३३, पृ. १३-१४ (अनुवाद लेखकाचा).

२४. ‘समाजोन्नतीचा आढावा’, *केसरी,* ३ मार्च १८८५.

२५. एम. जी. रानडे, *एसेज इन रिलिजिअस अॅन्ड सोशल रिफॉर्म,* एम. बी. कोळस्कर (संकलित), बॉम्बे, १९१०, पृ. २५५.

२६. गो. ग. आगरकर, *विविधविषय-संग्रह,* भाग १, आर्यविजय प्रेस, पुणे, १८९१, *अवा-३* मध्ये छापलेले आहे, पृ. ३१९-४४४.

२७. ‘स्त्रीशिक्षणावरचे शेवटचे दोन शब्द’, *केसरी,* १६ सप्टेंबर १८८४; विल्यम एडवर्ड हार्टपोल लेकी, ‘इंडस्ट्रियल हिस्ट्री ऑफ रॅशनॅलीझम’मध्ये *राईझ अँड इन्फ्लुअन्स ऑफ द स्पिरिट ऑफ रॅशनॅलीझम इन युरोप,* वॅट अँड कं., लंडन, रॅशनॅलीस्ट प्रेस असोसिएशन आवृत्ती, खंड २, पृ. १३२-१३३.

२८. ‘सुधारणा आणि कलह’, *अवा* - १, पृ. १६२ आणि ‘सुधारक काढण्याचा हेतू’, *अवा* - १, पृ. ८.

२९. म. गो. रानडे, *द मिस्सेलिनियस रायटींग्स ऑफ द लेट ऑनरेबल मि. जस्टीस एम. जी. रानडे,* (सौ. रमाबाई रानडे कृत छापलेले) मनोरंजन प्रेस, बॉम्बे, १९१५, पृ. ११२-११३; जे. व्ही. नाईक, ‘आर. जी. भांडारकर्स कन्सेप्ट ऑफ अ सोशल रिफॉर्मर’, *इंडिया - पास्ट अॅन्ड प्रेझेंट,* खंड ४, १९८७, नंबर १, पृ. ५१-६४. पाचव्या सोशल कॉन्फरन्समध्ये नागपुरात हिस्लॉप कॉलेज येथे रानड्यांनी १८९१ मध्ये सामाजिक सुधारणेचे चार मार्ग या विषयावर भाषण दिले. तथापि, सुधारणेच्या पद्धतींचे विश्लेषण त्यांनी सर्वप्रथम प्रार्थना समाजात ११ डिसेंबर १८९० रोजी दिलेल्या भाषणात केले होते. या भाषणाचा विस्तृत वृत्तांत आगरकरांनी *सुधारकात* १५ डिसेंबर १८९० रोजी दिला. रानड्यांनी उल्लेखलेल्या सुधारणेच्या चार पद्धती अशा होत्या : १. परंपरागत पद्धत जी प्रार्थना समाजिस्टांनी व दयानंद सरस्वतींनी अवलंब केलेली होती. २. लोकांच्या

सदसद्विवेकबुद्धीला - त्यांच्या सत्यासत्य, चांगले-वाईट, पाप-पुण्य या जाणिवांना आवाहन करणे. ३. या तिसऱ्या पद्धतीप्रमाणे अज्ञानी लोकांच्या भल्यासाठी जातीने किंवा सरकारने लादलेली सुधारणा, म्हणजे समाजातील शहाण्या लोकांनी लादलेले निर्बंध. आणि ४. सगळ्यांपासून वेगळे होऊन नवीन जात करणे. डिसेंबर १८९० मध्ये दिलेल्या या भाषणातील आशय हा रानड्यांनी मांडलेला अगदी पहिला सिद्धांत आहे. प्रार्थना समाज आणि विष्णु परशुराम पंडित-दयानंद सरस्वती यांनी अवलंबलेल्या पद्धतींत फरक असल्याचे त्यांत त्यांनी सांगितले. हिस्लॉप कॉलेजमधील भाषणात त्यांनी बुद्धिप्रामाण्यवादी व सरकारची मदत मागणाऱ्यांत फरक केला व वेगळी जात करणाऱ्याची पद्धत त्यात समाविष्ट केली. पहिल्या तिन्ही पद्धती स्वीकारताना त्यांनी पहिल्या म्हणजे परंपरागत पद्धतीला प्राधान्य दिले व तिसरी पद्धत संपूर्णपणे नाकारली. सर्व धर्मांत व सर्व देशांच्या विविध काळांत या चार पद्धती अस्तित्वात असतात, हे रानड्यांनी सांगितले. 'व्युत्पत्ती सुधारका'त आगरकरांनी बाळशास्त्री जांभेकर आणि विष्णु परशुराम पंडित यांचा समावेश केला.

३०. 'स्वदेशाभिमान' *केनिनि* - २, पृ. ९५; 'आमचे दोष आम्हाला कधी दिसू लागतील?' *अवा* - २, पृ. २१७-२१८.

३१. 'राजकीय सान्निध्याचे अपायकारिकत्व', *अवा* - १, पृ. ३१२.

३२. 'मनुष्याची पूर्णावस्था', *केनिनि* - २, पृ. ८२-८८.

३३. 'आमची धर्मकृत्ये आणि रितीभाती, *केनिनि* - २, पृ. २९६. हेच विचार, *अवा* - १, पृ. २१७-२१८ इथे दिसतात.

३४. 'आमचे काय होणार?', *तत्रैव*, पृ. २१; 'प्रोफेसर सेल्बी ऑन बटलर', *मराठा*, २४ जुलै १८८१. या लेखात आगरकर लिहितात, 'लेकीचे जो कोणी *हिस्टरी ऑफ युरोपियन मॉरल्स* वाचेल त्याला या गोष्टीतले सत्य जाणवेल की प्रत्येक पिढीच्या जाणिवा त्यांच्या अगोदरच्या तसेच नंतर येणाऱ्या पिढीपेक्षा वेगळ्या असतात आणि या जाणिवेतील काही अवगुण नाहीसे होतात तर परिस्थितीनुसार नवीन उपयुक्त गुण त्यांत घातले जातात...'' (अनुवाद लेखकाचा).

३५. जॉन मोर्ले, *तत्रैव*, पृ. १२७.

३६. 'रिलिजन सायन्स अॅन्ड फिलॉसॉफी', *मराठा*, १० मे १८८५.

३७. ग. प्र. प्रधान, 'गोपाळ गणेश आगरकर', समाविष्ट, *रॅशनॅलिस्ट इन महाराष्ट्र*, इंडियन रिनेसान्स इन्स्टिट्युट, कलकत्ता, १९६२, पृ. ४०-४१;

'ही सुधारणेची दिशा नव्हे', *सुधारक,* २१ नोव्हेंबर १८९२.

३८. विश्वनाथ नारायण मंडलिक (१८३३-१८८९) प्रसिद्ध कायदेपंडित, बऱ्याच पुस्तकांचे लेखक, *हिंदुधर्मशास्त्र* हे त्यांचे गाजलेले पुस्तक. त्यांनी एल्फिन्स्टनलिखित *हिस्टरी ऑफ ब्रिटिश इंडिया* या पुस्तकाचा मराठी अनुवाद केला.

३९. या पद्धतीची भूमिका नारायण गणेश चंदावरकरांनी स्पष्ट केली आहे. *द स्पिचीस अॅन्ड रायटींग्स ऑफ सर नारायण जी. चंदावरकर,* एल. व्ही. कायकिणी (संपा.), मनोरंजक ग्रंथ प्रसारक मंडळी, बॉम्बे, १९११, पृ. ३४-३५.

४०. 'हे गूढ कोडे आहे', *सुधारक,* १३ जून १८९२. रानडे यांनी स्वत: चहाप्राशन केले नव्हते तरी त्यांनी आपल्या भोवतालच्या इतर लोकांना भोगाव्या लागणाऱ्या बहिष्कारासाठी व शंकराचार्यांचे मत सुधारणेच्या बाजूने वळविण्यास मदत होण्यासाठी प्रायश्चित्त घेतले, असा उल्लेख चहाप्राशन केलेल्या ४२ पैकी एक, सीताराम गणेश देवधर यांनी आपल्या आत्मचरित्रात केला आहे. पहा, *माझा जीवनवृत्तांत,* सातारा, १९२७, पृ. १३५-१३७.

४१. 'यांत दोषी कोणीच नाही', *अवा* - २, पृ. ८७-८८.

४२. काशिनाथ त्र्यंबक तेलंग (१८५०-१९८३), समाज सुधारक, हायकोर्ट जज्ज, मुंबई विद्यापीठाचे पहिले भारतीय कुलगुरू, इतिहासकार.

४३. एन. जी. चंदावरकर, *तत्रैव,* पृ. २७-३०. या सुधारणेच्या पद्धतीबद्दल चंदावरकरांनी लिहिले की, होता होईल तितका संघर्ष व गैरसोय टाळून पुढे जाण्याची ही व्यक्तींची व समाजाची एक सामान्य प्रवृत्ती आहे. संपूर्ण ब्रेड मिळत नसल्यास एका तुकड्यावर समाधान मानणे, हे त्यात गृहीत आहे.

४४. 'कैलासवासी ऑनरेबल मिस्तर जस्टीस तेलंग' (मृत्युलेख), *सुधारक,* ४ सप्टेंबर १८९३. आपल्या आयुष्याच्या शेवटच्या काळात तेलंगांनी आपल्या चुका व आचार-विचारांतील फरक न करता येण्याबद्दलची मानसिक दुर्बलता अतिशय मोकळेपणाने मान्य केली असे आगरकरांनी तेलंगांबद्दल लिहिलेल्या मृत्युलेखात म्हटले आहे. तेलंगांनी मामा परमानंदांना २६ जानेवारी १८९३ रोजी लिहिलेल्या पत्रावरूनही हेच स्पष्ट होते. पुरुषोत्तम बाळकृष्ण कुलकर्णी, *मामा परमानंद आणि त्यांचा कालखंड,* निर्णय सागर प्रेस, बॉम्बे, १९६३, पृ. ४०५-४०६.

४५. 'कायदा मागता ते जात का करीत नाही?', *अवा* - १, पृ. ३७२-३७७.

४६. 'वादे वादे जायते तत्त्वबोध:', *केसरी,* १६ डिसेंबर १८८४ आणि 'कायदा मागता ते जात का करीत नाही?' नं. २, *अवा* - २, पृ. २८५.

४७. 'सामाजिक स्थिती आणि गती', *अवा* - २, पृ. २६६-६७.

४८. मॅथ्यु लिडरली, *फिलॉसॉफिकल ट्रेंड्स इन मॉडर्न महाराष्ट्र,* पॉप्युलर प्रकाशन, बॉम्बे, १९७६, पृ. १३१; तसेच पहा, गेल ऑम्वेट, *कल्चरल रिव्होल्ट इन अ कलोनिअल सोसायटी : द नॉन-ब्राह्मीन मुव्हमेंट इन वेस्टर्न इंडिया - १८७३-१९३०,* सायंटीफिक सोशॅलीस्ट एज्युकेशनल ट्रस्ट, बॉम्बे, १९७६, पृ. १०९

४९. विष्णुबावा ब्रह्मचारी (१८२५-१८७१), खरे नाव विष्णु भिकाजी गोखले. वैदिक शिकवणीचा पुरस्कार केला. ख्रिश्चन मिशनऱ्यांशी त्यांनी खुलेआम वादविवाद केला. या वादविवादाचा मजकूर जी. बोईन याने संपादित करून १८९० साली *समुद्रकिनारी वादविवाद* या नावाने छापला. त्यांची सर्वात गाजलेली लेखनकृती म्हणजे *वेदोक्त धर्मप्रकाश.* त्यांनी *सुखदायक राज्यप्रकरणी निबंध* नावाचे समाजवादी विचारसरणीचा पुरस्कार करणारे छोटेखानी पुस्तक लिहिले. ह्या पुस्तकाचा इंग्रजी अनुवाद करून कॅप्टन फेल्प्स यांने त्याच्या प्रती ब्रिटिश संसदेच्या सभासदांना वाटल्या. विष्णुबावांना 'कल्पनारम्य समाजवादी' (Utopian Socialist) म्हटले जाते. पण त्यांच्या समाजवादी विचारांचा पाया ईश्वरी आज्ञेवर आधारित आहे. पुढील माहितीसाठी पहा, मॅथ्यु लिडर्ले, *तत्रैव,* पृ. १९१-२०३.

५०. रा. गो. भांडारकर (१८३७-१९२५) तसेच म. गो. रानडे यांनी प्रार्थना समाजाची विचारसरणी स्पष्ट केली. वामन आबाजी मोडक (१८३५-१८९७), समाज सुधारक व प्रार्थना समाजी, हे सर्वजण मुंबई विद्यापीठाचे पहिले पदवीधर होते.

५१. 'लोकमतांतर' *सुधारक,* २ मार्च १८९१.

५२. कित्ता; तसेच 'गुलामांचे राष्ट्र' *अवा* - १, पृ. १७७.

५३. 'महाराष्ट्रीयांस अनावृत पत्र', *सुधारक,* २३ फेब्रुवारी १८९१.

५४. 'हे गूढ कोडे आहे!', *सुधारक,* १३ जून १८९२.

५५. 'गुलामांचे राष्ट्र', *अवा* - १, पृ. १६६-१६८.

५६. जॉन स्टुअर्ट मिल, *तत्रैव,* पृ. ५८.

५७. 'आमचे काय होणार?' *अवा* - १, पृ. ३६-३७.

५८. 'जुनी पिढी व नवी पिढी' नं. २, *केसरी,* ५ जून १८८३; ह्या लेखातील

विचार बऱ्याच विस्तृत आणि स्पष्टरीत्या 'गुलामांचे राष्ट्र' या *सुधारका*तील लेखात मांडले आहेत.

५९. 'गुलामांचे राष्ट्र', *अवा* - १, पृ. १७१-८३.

६०. 'आमचा समाज व त्यांचे पुढारी', *केसरी,* १० ऑगस्ट १८८६.

६१. 'भाविक विरुद्ध दांभिक', *सुधारक,* २३ नोव्हेंबर १८९१; 'वडीलपणाचे हक्क', *अवा* - १, पृ. २१०-११.

६२. 'हे तुमचे पुढारी नव्हेत', संपादकीय टिप्पण, *सुधारक,* ३ नोव्हेंबर १८९०; 'न कर्त्याचा वार शनिवार', *अवा* - १, पृ. ३०५-०९.

६३. 'बोलते सुधारक, वागते सुधारक आणि सुधारणा निंदक', *सुधारक,* २४ नोव्हेंबर १८९०.

६४. 'तरुण सुशिक्षितांस विज्ञापना', *अवा* - १, पृ. ५०-५५.

६५. आर. जे. हॅलिडे, ''सम रिसेंट इंटरप्रिटेशन्स ऑफ जॉन स्टुअर्ट मिल', मध्ये, *जॉन स्टुअर्ट मिल : क्रिटिकल ॲसेसमेंट्स,* खंड १, जॉन कनिंगहॅम (संपा.), वूड क्रूम, हेल्म पब्लिशर्स, लंडन, १९८७, पृ. ३२३. हे अवतरण मिलच्या पुस्तकात इथे सापडते : बुक ४, चॅप्टर ७, 'ऑन द प्रॉबेबल फ्युचरिटी ऑफ द लेबरींग क्लासेस', मध्ये *प्रिन्सिपल्स ऑफ पॉलिटिकल इकॉनॉमी विथ सम ऑफ देअर ॲप्लिकेशन्स टु सोशल फिलॉसॉफी,* द कलोनियल प्रेस, न्यूयॉर्क, सुधारित आवृत्ति, १८९९, पृ. २६५-२७२.

६६. इष्ट असेल ते बोलणार, साध्य असेल ते करणार', *सुधारक,* ८ डिसेंबर १८९०.

६७. जॉन मोर्ले, *तत्रैव,* पृ. १७३.

३
तत्कालीन महत्त्वाच्या सामाजिक प्रश्नांबाबत बुद्धिप्रामाण्यवाद्याचा दृष्टिकोन

अ
संमतिवयाचा वादविवाद

आगरकरांची सुधारणेबाबतची बुद्धिनिष्ठ व धर्मनिरपेक्ष भूमिका, बाकीच्या सुधारकांनी अवलंबलेल्या परंपरांचा शास्त्रार्थ लावणे किंवा / तसेच सुधारणेसाठी शास्त्रप्रामाण्य वा धर्मप्रामाण्य प्राप्त करणे, किंवा अन्य पद्धतीहून अगदी भिन्न, किंबहुना विरोधी होती. त्यांची सुधारणेची पद्धत, ज्या गोष्टीने वस्तुत: साऱ्या प्रबुद्ध भारताला हादरून सोडले, संमतिवयाच्या विधेयकासारख्या तत्कालीन वादग्रस्त

सामाजिक प्रश्नांबाबत घेतलेल्या स्पष्ट भूमिकेतून चांगल्या रितीने प्रकट होते.

आतापर्यंत संमतिवयाच्या विधेयकाबाबतच्या वादविवादावर चांगले संशोधन झालेले आहे.[१] इथे एवढेच सांगणे योग्य होईल की, हा वादविवाद मुलींच्या लग्नाचे संमत वय कायद्याद्वारे १० वर्षापासून १२ वर्षापर्यंत नेण्याच्या योग्यायोग्यतेबाबत होता.[२] या सुचविलेल्या सुधारणेच्या विधेयकामुळे खूप प्रश्न उपस्थित झाले आणि त्यामुळे खऱ्या अर्थी संपूर्ण देशाचे प्रथमच लक्ष वेधले गेले. सदर चर्चेमुळे उद्‌भवलेल्या महत्त्वाच्या मुद्द्यांवर प्रकाश टाकणे व इतर सुधारकांच्या संदर्भात या प्रश्नांवरील आगरकरांच्या भूमिकेचे विश्लेषण हे या प्रकरणात मुख्यत: केले जाईल : १. अशा महत्त्वाच्या सामाजिक प्रश्नांवर अंतिम मत कोणाचे असते? हे मत कोणाकडे असावे, शंकराचार्यांकडे, स्वामी-ब्रह्मवृंदाकडे, वेगवेगळ्या जातींच्या पुढाऱ्यांच्याकडे की सरकारकडे? २. जर ते सरकारकडे असायला हवे तर दुसरा प्रश्न उद्‌भवतो : परकीय सरकारला, म्हणजे या संदर्भात भारतातील ब्रिटिश सरकारला, लोकांच्या वैयक्तिक जीवनाशी निगडित असलेल्या गोष्टींमध्ये हस्तक्षेप करून कायदे करण्याचा अधिकार द्यावा की काय?

या वादविवादापासून काही उपप्रश्न निर्माण झाले ते असे : आधी सामाजिक सुधारणा की राजकीय सुधारणा? पूर्वीपासून आतापर्यंतच्या काळात योजिलेल्या सुधारणेच्या समर्थनासाठी शंकराचार्य आणि शास्त्राधारात प्रवीण असलेल्या शास्त्रीवर्गाकडे मदतीची याचना केली जात असे. पण आता सुधारणेच्या योग्यतेबाबत सुधारकांनी प्रत्यक्ष लोकांच्या तारतम्यभावास आवाहन करण्यास सुरुवात केली. तसेच जेव्हा सुधारणेचे सर्व अन्य मार्ग विफल होतात, तेव्हा समाजातील अनिष्ट चालीरितींचा अंत करण्यासाठी सरकारने पुढाकार घेऊन सामाजिक विधेयके संमत करावीत, यासाठी सरकारला विनंती करण्यात आली.

बेहरामजी मलबारींनी १५ ऑगस्ट १८८४ रोजी बालविवाह आणि असंमत वैधव्य (Notes on Infant Marriage and Enforced Widowhood) या विषयांवर दोन लेख लिहिल्यामुळे एका तीव्र वादविवादाला सुरुवात झाली आणि त्याचे पर्यवसान १८९१ मध्ये संमतिवयाचा कायदा मंजूर करण्यात झाले. पण इथे नोंद करणे आवश्यक आहे की, मलबारीनी लिहिण्यापूर्वी 'बालविवाह' या विषयावर १० मे आणि ७ जून १८८१ रोजी आगरकरांनी दोन विस्तृत लेख लिहिले होते.[३] वस्तुत: भारताचा मित्र म्हणून प्रसिद्ध असलेले रॉबर्ट नाईट यांनी *द स्टेट्समन*[४] या मासिकात याच विषयावर लिहिलेल्या लेखांच्या अनुषंगाने आगरकरांनी *केसरी*त हे लेख लिहिले होते. या लेखांत लिहिलेल्या विचारांशी न पटणारी मते त्यांच्या न्यू इंग्लिश स्कूलमधील सहकाऱ्यांची, विशेषत: टिळकांची होती. आगरकर व टिळक

यांच्या मधील सामाजिक सुधारणेबाबतचे मतभेद या लेखांमुळे प्रथमत: उपस्थित झाले आणि कालांतराने काही वर्षांत त्यांचे पर्यवसान संपूर्ण भांडणात झाले. बालविवाहाच्या प्रथेमुळे स्त्री-पुरुषावर होणाऱ्या अनिष्ट परिणामांबद्दल आगरकरांची रॉबर्ट नाईट यांच्या विचारांशी सहमती होती. म्हणून आगरकरांनी बालविवाहाच्या प्रतिबंधासाठी सामाजिक कायद्याच्या मागणीचा असंदिग्ध पुरस्कार केला.[५]

पुणे येथे मोरोबादादा फडणीसांच्या वाड्यात १९ मे १८८१ रोजी जी सार्वजनिक सभा भरली होती, तिच्या आयोजकांपैकी एक व वक्ते आगरकर होते. बालविवाहाचे अनिष्ट परिणाम आणि ते कसे दूर करता येतील यांबद्दल ठोस उपाय सुचविणे हे त्या सभेचे उद्दिष्ट होते. मुलांचे व मुलींचे लग्नाचे कमीत कमी वय अनुक्रमे १६ व १० वर्षे असावे, असे त्या सभेत सुचविण्यात आले. या विषयावर जनजागृती निर्माण करण्याच्या हेतूने वरील सूचनेच्या बाजूने असलेल्या लोकांच्या सह्या घेण्याची मोहीम तातडीने सुरू करण्यासाठी ठरावही मंजूर करण्यात आला.[६] अशा मोहिमेच्या निष्पत्तीबाबत आगरकर जरी साशंक होते, तरी जनजागृतीसाठी एक उपयोगी पद्धत म्हणून या सूचनेला त्यांनी पाठिंबा दिला.[७] तथापि, त्यांनी अशा गोष्टींसाठी सामजिक कायद्याला तरणोपाय नाही, हे ठामपणे सांगितले. बालविवाहाच्या अनिष्ट परिणामाबद्दल टिळकांचे दुमत जरी नसले तरी अशाप्रकारची अनिष्ट प्रथा मोडण्यास रॉबर्ट नाईट व आगरकरांनी पुरस्कृत केलेली सामाजिक कायद्याची कल्पना टिळकांना बिलकूल पसंत नव्हती. परकीय सरकारला आपल्या वैयक्तिक व धार्मिक बाबींचे नियमन करण्यासाठी कायदे करण्यासाठी हस्तक्षेप करण्यास द्यावा का? अशी टिळकांनी पृच्छा केली. त्यांनी उपरोधाने प्रश्न विचारले : ''बालविवाहासारख्या प्रथेविरुद्ध जर कायदे करू दिले तर जेवणावळीचे कायदे, संध्या नियमन कायदा, आंघोळीबद्दलचा कायदा आणि अशा विविध विषयांवर कायदे का नको?''[८] सामाजिक रितीरिवाजांच्या विषयावर शास्त्रांची अनुमती घ्यावी, या विश्वनाथ नारायण मंडलिक यांच्या विचारांसारखेच टिळकांचे मत होते.

शास्त्रीवर्गाला त्यांच्याच शास्त्राने चीत करण्याच्या उद्देशाने आगरकरांनी शास्त्राधाराचा निवडक वापर फक्त एकदाच केला. बुद्धिप्रामाण्यापासून दूर जाण्याचा हा एकुलता एक प्रयत्न त्यांनी 'न्हाणवली' या विषयावर जी लेखमाला लिहिली तेव्हा केला. न्हाणवलीचा म्हणजे जेव्हा मुलगी तारुण्यात येते व तिला मासिक स्राव सुरू होतो, या निमित्ताने करावयाचा समारंभ. आगरकरांना दाखवून द्यायचे होते की, धर्मशास्त्रांतसुद्धा अशा समारंभाला मान्यता नाही. या प्रथेची निराधारता सदसद्‌विवेकबुद्धीला पटणारी असून सुद्धा आपल्या समर्थनार्थ शास्त्रांचा आधार घेतल्याबद्दल आगरकरांच्या गुरुवर्यांनी म्हणजे विष्णू मोरेश्वर महाजनींनी त्यांची

कानउघडणी केली, हे त्यांच्या खाजगी पत्रावरून दिसून येते.[९] उपयुक्ततेच्या दृष्टिकोनातूनसुद्धा आगरकरांनी परत या पद्धतीचा अवलंब कधीही केला नाही.

जरी मलबारींच्या सर्व मतांशी आगरकर संमत नसले तरी त्यांनी अनेक प्रकारे मलबारींना अपेक्षिले होते. मलबारींच्या 'नोट्स'नी ज्याप्रकारे संमतिवयाचा विषय एकदम अग्रभागी आणला, तसे अन्य कुठल्याही मार्गाने झाले नाही. सरकारला व सुधारकांना एक निर्णायक कृती करण्यास त्यामुळे भाग पाडले. मलबारींच्या 'नोट्स'पासून झालेला आणखी एक महत्त्वाचा परिणाम म्हणजे समाजसुधारणेच्या प्रश्नांबाबत, विशेषत: सामाजिक परिवर्तनाच्या प्रक्रियेत सरकारने हस्तक्षेप करावा की नाही याबाबतचे आगरकर आणि टिळक यांच्यातील मतभेद यामुळे तीव्र होत गेले. वैयक्तिक स्वातंत्र्याचे आगरकर जरी भोक्ते असले तरी मनुष्य विकासाच्या विशिष्ट टप्प्यांत सरकारचा भरपूर हस्तक्षेप हवा, किंबहुना तो अपरिहार्य आहे, अशी आगरकरांची धारणा होती.

सदर विषयावर जनमत जाणून घेण्याच्या उद्देशाने सरकारने मलबारींच्या या 'नोट्स'च्या प्रती भारतीय तसेच युरोपियन समाजातील प्रसिद्ध व्यक्तींना पाठवून त्यांची मते मागविली. सनातनी तसेच पुरोगामी पुढाऱ्यांनी परस्परविरोधी मते सरकारांस कळविली.[१०] परिणामत:, भारतीय तसेच इंग्रजी वृत्तपत्रांतून आणि प्रत्येक सार्वजनिक व्यासपीठावर या विषयामुळे समाजात एका प्रखर वादविवादास तोंड फुटले. या वादविवादात विशेष कामगिरी प्रामुख्याने बजावली ती *केसरी* व *सुधारक* या दोन वृत्तपत्रांनी. हा वाद म्हणजे आगरकर आणि टिळक यांच्यातील वैचारिक मतभेदाचा निर्देशक आहे. एवढेच नव्हे तर, रानड्यांनी म्हटल्याप्रमाणे ब्रिटिश वसाहतीच्या राजवटीतील 'दोन परस्परविरोधी संस्कृतींमुळे' होणाऱ्या, भारतीयांच्या 'दुभंगलेल्या आणि विरोधी जीवना'चाही निर्देशक आहे.[११]

मलबारींच्या 'नोट्स'च्या संदर्भात रानड्यांनी लागलीच *टाईम्स ऑफ इंडियात* लिहिलेले एक प्रदीर्घ पत्र अतिशय महत्त्वाचे आहे. त्यातून आपल्याला हिंदु मानसिकतेची आणि सुधारणांसंबंधाने येणाऱ्या विविध अडचणींची खोलवर जाणीव होते. त्यांनी लिहिले.[१२]

> आमच्या प्रत्येक प्रयत्नातून आम्हांला बुद्धिपूर्वक खात्री होत गेली आहे की, ज्या गुंतागुंतीच्या सामाजिक प्रश्नांबाबत लक्ष वेधून सुधारणा करण्यासाठी आवश्यक असलेले नैतिक सामर्थ्य प्राप्त करावयाचे असेल तर ते फक्त धार्मिकपुनरुज्जीवनातूनच होईल. विशेषत: आमच्या सारख्या समाजात, जो रूढीनी आणि विविध प्रमाणभूत अधिकारांनी जखडून गेला आहे, अशा समाजात सुधारणा करायच्या अथवा घडवून

आणायच्या असतील तर उपयुक्ततेच्या आणि नफा-तोटच्याच्या अर्थशास्त्राच्या निकषावर त्या मांडून होणार नाहीत. आमच्या बहूतेक लोकांना वाटते, आणि कळकळीने वाटते की, आमच्या काही सामाजिक रूढी-चालीरीती इतक्या अनिष्ट आहेत परंतु त्यांचे स्वरूप ऐहिक आहे. अशा प्रथा सांभाळल्याने ईश्वराज्ञा मोडण्याचा दोष लागत नाही, कारण त्या प्रथा मोडल्यास अवज्ञा होऊन जास्त शिक्षा होते.

यातील सत्य असे की पुराणमतवादी समाजाच्या जीवनातील बळ नाहीसे झाले आहे. तो सुधारणेची प्रक्रिया सुरू करू शकत नाही, तसेच त्यांस सुधारणेबद्दलची आस्थाही नाही. या समस्येतील कठीण अवस्थांची खात्री झाल्यामुळे आमची प्रगती खुंटली आहे. लोक आमच्यातले दोष काढतात. अर्धवट प्रयत्न, आमच्यातील निरुत्साह, नाउमेद म्हणून आमची अवहेलना करतात. आमच्या प्रिय आणि जवळच्या आप्तांशी चाललेला आमचा निरंतर लढा फक्त देवालाच माहिती आहे. जास्तीत जास्त चांगले करण्यासाठीची आमची धडपड असते. काही वेळा आमच्यातील तणावामुळे बेबनाव होईल या भीतीने सक्तीने आम्हास थांबावे लागते... या दोन 'नोट्स'बद्दल म्हणावयाचे झाले तर मी तुमच्या बरोबर आहे. बालविवाहास प्रतिबंध करण्यासाठी लग्नाच्या वयाची इयत्ता माफक रीत्या वाढवून, तसेच त्यांस कायद्याच्या व शासनाच्या अनुज्ञा प्राप्त करून घेण्याचा काळ येवून ठेपला आहे... हा एक नाजूक प्रश्न आहे. जेव्हा क्रूरतेचा बळी ठरलेला मनुष्यच कलंक किंवा नामुष्कीचे स्वागत करतो, तेव्हा चटकन धक्कादायक फलप्राप्ती संपादन करण्याची अपेक्षा करणे योग्य नाही. लोकांच्या संवेदनाकडे सावकाशपणे आम्ही पोहोचतो आहोत. वाळीत टाकण्याच्या भयापासून त्यांना हळूहळू निशःस्त्र करीत आहोत आणि स्त्रीवर्गास बंड करण्यास अथवा विरोध करण्यास शिकवत आहोत. उच्च शिक्षण पसरविण्याच्या प्रयत्नातून आमच्या या प्रभावाना जास्त सामर्थ्य प्राप्त होणार आहे..."

बालविवाहाच्या प्रतिबंधासाठी रानड्यांनी कायदे करण्याच्या कृतीला संपूर्ण पाठिंबा दिला. याचा टिळकांना राग आला आणि त्यांनी सुधारकांच्या, विशेषत: रानड्यांच्या विरुद्ध, निंदात्मक मोहीम उघडली[१३] आणि सुधारकांची कृती त्यांच्या उक्तीप्रमाणे असत नाही,[१४] हे सांगितले. सामाजिक कायद्याची मागणी ही "अनावश्यक तसेच अव्यवहारी"[१५] आहे आणि सामाजिक परिवर्तन समाजाच्या आंतरिक शक्तीतून (Reform from Within) झाले पाहिजे असे मत मांडले.[१६]

टिळकांनी खूप टीका केली तरी, पारशी असूनसुद्धा हिंदु समाजातील वाईट प्रथेचे अभ्यासपूर्ण विश्लेषण केल्याबद्दल मलबारींची आगरकरांनी खूप प्रशंसा केली आणि हिंदु समाजातील अंतर्गत गोष्टींमध्ये ढवळाढवळ केल्याबद्दल टिळकांनी मलबारींवर केलेल्या टीकेचा 'निव्वळ फाजील धर्माभिमान' म्हणून उल्लेख केला.[१७]

सर्वसाधारणरीत्या सामाजिक विकासाचे दोन प्रकारच्या मान्यतेने नियमन होते : सामाजिक व कायद्याची (समाजाचे बंधन व राजाचे बंधन). त्यांतील पहिली सामाजिक परंपरा अथवा रूढींमध्ये अंतर्भूत असते, त्यांचे उल्लंघन केल्यास जातीचा बहिष्कार, प्रायश्चित्त, वाळीत टाकणे यांसारख्या इतर प्रकारच्या सामाजिक शिक्षा दिल्या जातात. परंपरा म्हणजे नीतिमत्ता नव्हे, आणि परंपरांनासुद्धा बदलत्या सामाजिक गरजांबरोबर गती ठेवावी लागते, असे आगरकरांनी प्रतिपादन केले. जर बदलत्या सामाजिक प्रेरणांच्या बरोबर त्यांनी ताळमेळ ठेवला नाही, आणि तसे करून समाजात जुलूम चालविला, तर त्या अहिताच्या सामाजिक परंपरा मोडून काढण्यासाठी सरकारने हस्तक्षेप करून कायदे केले पाहिजेत.[१८]

प्रबुद्ध विवेक आणि सामाजिक सुख या दोन निकषांवरच रूढींचा कायदेशीरपणा ठरविला जावा, हे आगरकरांना हवे होते. या परीक्षेत ज्या रूढी व चालीरिती उतरू शकत नाहीत, त्या सोडून दिल्या पाहिजेत. हे आवश्यक बदल करण्यास समाज अगदी अशक्त व दुबळा असेल, तर बदलाची प्रक्रिया सुरू करण्यासाठी पुढे येऊन कायदे केले पाहिजेत.[१९]

तथापि, आगरकरांच्या मते, 'कायद्या'चा शहाणपणाने वापर केल्यास ते सामाजिक परिवर्तनाचे प्रभावी साधन होऊ शकते. खोलवर रुजलेल्या सामाजिक व्याधींवर उपाय करायचा असल्यास फक्त एका 'कडक औषधी मात्रेची', म्हणजे सामजिक कायद्यांची गरज आहे, असे त्यांनी सांगितले. तथापि, हे तत्त्व अतिशय संयमाने आणि खबरदारीने वापरायला हवे अशी सूचनाही केली. एकदा रोगाला ताब्यात ठेवता आले की, ज्ञान आणि शिक्षणाच्या प्रसाराने समाजाचे नेहमीचे स्वास्थ्य पूर्ववत आणता येईल.[२०]

सामाजिक परिवर्तन क्रमाक्रमाने व समाजांतर्गत प्रेरणेने होण्यासाठी अनंत काळ वाट पाहावी, हे टिळकांचे प्रतिपादन अविवेकी आणि अव्यवहारी आहे असे आगरकरांना वाटले. बालविवाह आणि असंमत वैधव्यासारख्या अमानुष प्रथेचा अंत विलंब न करता झाला पाहिजे. संमतिवयाच्या विधेयकाच्या विरोधातील टिळकांच्या मुख्य आक्षेपाचे खंडन करताना आगरकरांनी स्पष्ट केले की, याबाबतची प्रेरणा परकीय सरकाराकडून आलेली नसून प्रबुद्ध भारतीयांकडून आलेली आहे.[२१] आगरकरांच्या मते, अशाप्रकारचा एक जरी कायदा करण्यास परकीय सरकारास

परवानगी दिली तर एवढ्याशा सुतावरून ते कालांतराने हिंदु समाजाच्या मुळावरच घाव घालतील आणि या समाजाची स्वायत्तता उद्‌ध्वस्त करतील ही टिळकांची भीती संपूर्णत: खोटी नसली तरी तसे भारतात न होण्यास दोन कारणे आहेत : एक म्हणजे परकीय असो किंवा भारतीयांचे असो, सरकारचे टिकणे हे लोकांच्या हितावर अवलंबून असते; आणि दुसरे, ब्रिटिश राज्यकर्ते १८५७ सालच्या बंडाचा धडा विसरणार नाहीत.[२२]

आपल्या मताच्या समर्थनासाठी सामाजिक कायद्याच्या विरोधकांनी जेव्हा हर्बर्ट स्पेन्सरच्या, सरकारने हस्तक्षेप करू नये, या तत्त्वास आवाहन केले, तेव्हा आगरकरांनी दिग्दर्शन केले : ''व्यक्ति विरुद्ध जात अगर 'मनुष्य विरुद्ध समाज' (The Man Versus the State) नामक पुस्तकामध्ये व्यक्तिस्वातंत्र्याचा शास्त्रोक्त विचार व त्याच्या समर्थनार्थ उदाहरणाची गर्दी पाहून असे वाटते की, ह्या विषयाचा सर्व बाजूंनी हर्बर्ट स्पेन्सर यांनी असा समर्पक विचार केला आहे तसा इतरत्र आढळणे कठीण आहे. स्पेन्सरसुद्धा व्यक्तिस्वातंत्र्याचे अस्तित्व सर्वत्र एकसारखे लावू पाहत नाहीत. सामाजिक पद्धतीत सरकारचा हात येऊ देण्यास स्पेन्सर जितका अडथळा करितात, तितकाच ते, विद्या, व्यापार व मनुष्यांचे इतर व्यवसायांमध्ये राजाचा हात नसावा असे म्हणतात. पण याकडे आमची उंडारलेली मंडळी कसची लक्ष देतात?''[२३] आणि असे की, ''सरकारच्या सत्तेवरील निर्बंधास ज्या मर्यादा घालून दिलेल्या असतात त्या औद्योगिक समाजासच फक्त लागू पडतात. हे निर्बंध लढाऊ समाजास संपूर्णत: विसंगत असतात, तर ज्यांना आपण पुढारलेले देश म्हणून ओळखतो त्या अर्ध-लढाऊ आणि अर्ध-औद्योगिक समाजास अंशत: विसंगत असतात.''[२४] आगरकरांच्या शब्दांत सांगावयाचे झाल्यास सरकारच्या हस्तक्षेपाची इयत्ता उत्क्रांतीच्या प्रक्रियेतील सामाजिक प्रगतीच्या कोणत्या टप्प्यावर आहे त्यावर अवलंबून असते.[२५]

सरकारचा अधिकार व त्यांच्या सामाजिक धोरणाबद्दलच्या प्रश्नाबद्दल लिहिताना आगरकरांनी दोन महत्त्वाचे मुद्दे उपस्थित केले : जर धर्माच्या नावाखाली गुन्हे केले जात असतील तर त्या गुन्ह्यांविरुद्ध कायदे करण्याचा अधिकार सरकारला आहे का? आणि, पालकांनी केलेल्या वाईट कृत्यांपासून अल्पवयीन पाल्याचा बचाव करण्याचा अधिकार सरकारला आहे का? परंपरा वा धर्म या नावाखाली केलेल्या गुन्हेगारी कृत्यांना प्रतिबंध करण्याच्या कामात सरकार आपली जबाबदारी सोडून देऊ शकते का? असे प्रश्न आगरकरांनी उपस्थित केले. विवेकशून्य व अमानुष प्रथा आणि चालीरिती, मग जरी त्या धर्माच्या नावाखाली कार्यरत असोत, त्यांना आवरण्यासाठी कायद्याची पावले उचलण्यास सरकार कर्तव्यबद्ध आहे असे

आगरकरांनी सांगितले. याबाबतीत त्यांनी लिहिले, ''आंतरिक प्रेरणेने सुधारणा व्हावयाला हवी हे सांगणे खूप चांगले आहे... पण समाजाची तशी इच्छा नसेल तर काय? अशा क्रूरतेचा बळी, ज्याच्या संवेदना सुन्न झालेल्या आहेत, तो स्वत:हून बंड करून उठण्याच्या वेळेची वाट पहायचे काय? आणि अशी वेळच आली नाही तर सरकार जोडलेल्या हातानीं अशी क्रूर कृत्यें करणाऱ्याकडे उघड्या डोळ्यांनी पहात राहणार काय? जर अशा तत्त्वांवर सरकार निर्भर करून वागेल तर त्यांच्यावर ठेवलेला विश्वास सोडल्यासारखे होईल, कारण ज्ञानप्रसाराशी असलेला त्यांचा संबंध हाच फक्त त्यांच्या भारतातील अस्तित्वास समर्थन देणारा आहे....''[२६]

संमतिवयाबाबत का. त्र्यं. तेलंगांनी मुद्दा मांडला की, मुलीच्या लग्नाची इयत्ता न वाढविता गर्भाधान समारंभ लांबवून विवाहाची पूर्तता होण्यासाठीचा वेळ वाढवायला हवा. तेलंगांची ही सूचना अव्यवहारी आणि अवास्तव असल्याचे आगरकरांनी म्हटले. कारण एकदा का तरुण जोडप्यांत कामवासना निर्माण झाली की गर्भाधान समारंभ होण्यापूर्वीच ते विवाहाची पूर्तता करतील. दुसरे म्हणजे शिक्षणाची व जनमताची पातळी इतकी प्रगत झाली पाहिजे की वैद्यकीय शास्त्राने घालून दिलेली वयात येण्याची वयोमर्यादा पूर्ण होईपर्यंत मुलींचे पालक त्यांना नवऱ्याकडे पाठविणार नाहीत. तसे झाल्यास सरकारने कायदे करण्याची गरज उरणार नाही.[२७]

या संदर्भात जो अनिर्णायक व खवचट वादविवाद दोन परस्परविरोधी गटांत झाला, त्यात एका बाजूला निर्धारित विधेयक धर्मशास्त्रांच्या विरुद्ध आहे असे म्हणणारे टिळक, आणि दुसऱ्या बाजूला विधेयकाच्या समर्थनार्थ प्राचीन शास्त्रांमधील दाखले एकामागून एक सादर करणारे डॉ. भांडारकर होते.[२८] या वादविवादामुळे सुधारणेसाठी शास्त्राधारांचा वापर करणे व्यर्थ आहे आणि सदसद्विवेकी ज्ञान हे एकच त्याचे मार्गदर्शक असू शकते या आगरकरांच्या भूमिकेस पुष्टी मिळाली.[२९] हा वादविवाद चालू असतानाच आगरकरांनी '*सुधारका*'त कुशलपणे दोन टोपणनावांनी लिहिलेली पत्रे छापली. ती पत्रे अनुक्रमे न्यायमूर्ती तेलंगांनी व पंडिता रमाबाईंनी लिहिली होती. त्यांमध्ये बहुतांश हिंदुशास्त्रे स्त्रियांच्या विरुद्ध कशी खोचक आहेत हे दाखविले होते.[३०] शेवटी 'हिंदुधर्म-धोक्यांत' आहे, या टिळकांच्या हाकाटीला न जुमानता संमतिवयाचे विधेयक मार्च १८९१ मध्ये संमत झाले.

'सामाजिक सुधारणा राजकीय सुधारणांनंतर व्हायला हव्यात का?' या वादविवादात आगरकरांनी घेतलेल्या भूमिकेतून दोन गोष्टी दिसून येतात : १. समाज एक जिवंत संघटित संस्था आहे, ही हर्बर्ट स्पेन्सरने प्रतिपादन केलेली संकल्पना

आणि २. समाजाच्या सर्वांगीण विकासासाठी त्याच्या प्रत्येक क्षेत्रामध्ये - सामाजिक, राजकीय, आर्थिक - एकाच वेळी सुधारणा झाल्या पाहिजेत. या वादाची सुरुवात २२ फेब्रुवारी १८८६ रोजी स्टुडंट्स लिटररी अॅन्ड सायंटीफिक सोसायटीसमोर तेलंगांनी दिलेल्या भाषणामुळे झाली. त्यात त्यांनी असे मांडले की, जरी 'राजकीय आणि सामाजिक सुधारणा एकमेकींपासून सर्वस्वी वेगळ्या करता येत नाहीत, किंबहुना त्या हातात हात घालून जायला हव्यात, तरीही दोन्हींचाही वेग पूर्णपणे एकसारखा असू शकणार नाही... आपली बरीच शक्ती राजकीय सुधारणांच्यासाठी वापरली पाहिजे असे असले तरीही आपण सामाजिक सुधारणांबद्दलच्या सहानुभूती जाग्या ठेवल्या पाहिजेत.''[३१] काही अंशी तेलंगांचे हे भाषण सर ऑक्लंड कोल्विनसारख्या इंग्रजी आधिकाऱ्यांच्या वक्तव्यांना उद्देशून होते. त्यांचे म्हणणे होते की, भारतीयांनी आपली सर्व शक्ती 'इंग्रजी सरकारा'कडून राजकीय हक्क मिळविण्या ऐवजी सामाजिक सुधारणांसाठी खर्च केली पाहिजे.[३२] तथापि, जसे महाराष्ट्रात छत्रपती शिवाजींच्या आधिपत्याखाली सामाजिक क्षेत्रात प्रगती न होताही राजकीय प्रगती संपन्न करता आली, तशी प्रगती आता राजकीय क्षेत्रात करता येईल, असा तेलंगांच्या भाषणाचा सर्वसाधारण सूर होता.

तेलंगांच्या या वक्तव्यामुळे 'सर्वप्रथम राजकीय स्वातंत्र्य' या टिळकांनी खूप काळापासून जतन केलेल्या विचारधारणेचे आपोआप दृढीकरण झाले. टिळकांनी या वादाचा हेतुपुरस्सररीत्या दुहेरी फायद्यासाठी खुबीने उपयोग करून घेतला : एका बाजूने सुधारकांना नमते घ्यायला लावणे, आणि दुसरीकडे राजकीय सुधारणांच्या मागणीचा आपला झेंडा फडकविणे.[३३]

तेलंगांच्या भाषणामुळे नकळत सामाजिक सुधारणेच्या चळवळीचे अपरिमित नुकसान झाले आहे, असे आगरकरांचे मत होते. स्पेन्सरप्रणीत सामाजिक दृष्टिकोनाचा उल्लेख करून त्यांनी 'सामाजिक सुधारणेस अत्यंत अनुकूल काल, सांप्रत काल' या अग्रलेखात लिहिले की, ''एकरूपता आणि एकधर्मता यांचा क्रमाक्रमानें लोप होत जाऊन बहुरूपता आणि बहुधर्मता प्राप्त होत जाणे हा जसा वनस्पतींच्या व प्राण्यांच्या शरीराचा अनादिसिद्ध नियम आहे, त्याप्रमाणेंच समाजदेहसुद्धां प्रथमावस्थेंत एकरूप असतो. प्राथमिक किंवा आद्य समाजांत राजकीय, सामाजिक आणि धार्मिक आचारांचें पृथक्करण झालेलें नसतें... पुढे अस्तित्वात येणाऱ्या शाखा तदन्तर्गत असतात, त्याप्रमाणे समाज बराच वाढला, अथवा जुना झाला म्हणजे त्यांत ज्याप्रमाणें निरनिराळ्या शाखा उद्भवतात आणि स्वतंत्र खातीं करून बसतात, त्या त्याच्या शैशवांत किंवा प्रथमावस्थेंत एकमेकांत गुंतून गेलेल्या असून, बुद्धीस त्यांतील भेद कळत नसतो. अशा स्थितींत अमुक

सुधारणा आधी होते, व अमुक मागाहून होते असे आग्रहाने म्हणणें हे शुद्ध साहस आहे... त्याप्रमाणे धर्म, राज्य व सामाजिक व्यवहार ह्या ज्या समाजाच्या मुख्य तीन क्रियाशाखा, त्यांपैकीं कोणत्याही एकीच्या सुधारणेकडे समाजाचें विशेष लक्ष वेधलें, तर इतरांकडे तें तितकें कमी पडून, त्या मानानें त्यांची सुधारणा मागे पडते.''[३४] रानडे यांच्याप्रमाणे आगरकरांचेही मत होते की, व्यक्तीच्या जीवनाशी निगडित असलेल्या प्रत्येक अंगाची सर्वांगीण सुधारणा झाली पाहिजे. 'मनुष्य जीवाचा एकसंधपणा मोडून त्याला त्याच्या वेगवेगळ्या क्रियांप्रमाणे विभागता येत नाही', आणि तसे करण्याचा प्रयत्न केल्यास मनुष्याच्या अखंडतेच्या नाशात त्याचे पर्यवसान होईल[३५], या रानड्यांच्या मताशी आगरकर सहमत होते. राजकीय गुलामगिरी ही सामाजिक परवशतेचे प्रतिबिंब आहे आणि राजकीय स्वातंत्र्याच्या मागणीसाठी प्रथम सामाजिक गुलामगिरीचा अंत होणे आवश्यक आहे,[३६] असे आगरकरांचे मत होते. अशाच प्रकारच्या धारणेने भांडारकरांनी लिहिले की, ''जर आम्हांला आमच्या अक्षमता दूर करण्यासाठी इंग्लंडास विनंती करावयाची असेल तर त्यासाठीची योग्यता सिद्ध करण्यासाठी एक आवश्यक प्राथमिक कृती म्हणून आमच्या समाजातील दलित वर्गाच्या लोकांवरील दुर्बल करणारे निर्बंध काढून टाकायला हवेत.''[३७]

सामाजिक सुधारणा व राजकीय सुधारणांची पूर्णत: फारकत केली पाहिजे आणि म्हणूनच, राष्ट्रीय सभेपासून भारतीय राष्ट्रीय सामाजिक परिषद वेगळी केली पाहिजे, असे प्रतिपादन करणाऱ्यांना आगरकरांनी आठवण करून दिली की, 'जर आमच्या राजकीय अपेक्षा व राष्ट्रीय सभा ह्या पाश्चात्त्य ज्ञानाचे फळ आहे, तर सामाजिक सुधारणा व सोशल कॉन्फरन्स सुद्धा त्यांचेच फळ आहे. एका शिवाय दुसऱ्याबद्दल बोलणे फोल आहे.'[३८]

परकीय सरकार व सामाजिक सुधारणा एकमेकींस विसंगत आहेत, या टिळकांच्या म्हणण्यात आगरकरांना तथ्य वाटत नसे. उलट, खात्रीपेक्षा उद्वेगाने अधिक असेल, ते म्हणाले की, एका अर्थाने परकीय अंमल धार्मिक व सामाजिक सुधारणेसाठी अनुकूल असतो. कारण सामाजिक बाबतीत परकीय राज्यकर्त्यांना स्वारस्य असत नाही आणि ते उदासीन राहून नि:पक्षपातीपणे आपल्या प्रजाजनांनी सुरू केलेल्या सामाजिक सुधारणांना सक्रिय पाठिंबा देऊ शकतात. याउलट आपल्या राज्यात राज्यकर्ते सर्वसाधारणरीत्या 'जैसे थे' परिस्थितीचे पाठीराखे असतात आणि फक्त अशाप्रकारच्या सुधारणा अमलात आणतात ज्यामुळे त्यांच्या सामर्थ्याचे दृढीकरण होते आणि त्यांच्या सामाजिक-धार्मिक व राजकीय-आर्थिक वर्चस्वाला शह देऊ शकणाऱ्या सुधारणा दडपल्या जातात.[३९]

मार्च १८९१ मध्ये संमतिवयाचे विधेयक संमत झाल्यानंतर टिळकांनी त्याबाबतची आपली नापसंती दर्शविणारे बरेच लेख लिहिले. *पुणे वैभव*सारख्या सनातनी हिंदूंच्या मतपत्रांनी टिळकांसारख्या भावना व्यक्त करून, हा कायदा रद्द होईपर्यंत लोकांनी इंग्रजी कापडे वापरू नयेत असे आवाहन केले.[४०] सनातन्यांच्या पुढाऱ्यांनी, या कायद्याला विरोध दर्शविण्यासाठी त्या वर्षाच्या नियोजित प्रोव्हिन्शियल काँग्रेसच्या अधिवेशनास उपस्थित राहू नये, अशा आशयाची पत्रे गावोगावी पाठविली. या गोष्टीचे आगरकरांना अतीव दुःख झाले आणि खेदपूर्वक त्यांनी लिहिले की, ''काही लोक फक्त मतभिन्नतेमुळे, उपयुक्त सार्वजनिक संस्थेच्या नाशास कारणीभूत होणाऱ्या शक्तींशी हातमिळवणी करू शकतात हा विचारच मुळी धक्कादायक आहे. सामाजिक प्रश्नांच्या चर्चेत जर एवढे मतभिन्नत्व आपण सहन करून शकत नाही तर आपण प्रगत असल्याच्या वल्गना म्हणजे ढोंगाशिवाय दुसरे काही नाही. अशामुळे सार्वजनिक कर्तव्यांच्या पालनासाठी स्वाभिमानी लोकांनी आपला वेळ व शक्ती खर्च करावी अशी अपेक्षा करणे व्यर्थ आहे.''[४१]

संदर्भ

१. तपशिलासाठी पहा, चार्ल्स हिमसाथ, 'द ओरिजिन अॅन्ड इनॅक्टमेंट ऑफ द इंडियन एज ऑफ कन्सेंट बिल, १८९१', *द जर्नल ऑफ एशियन स्टडिज,* खंड एकवीस, नं. ४, ऑगस्ट १९६२, पृ. ४९१-५०४; रिचर्ड टकर, *रानडे अॅन्ड द रुट्स ऑफ इंडियन नॅशनॅआलिझम,* पॉप्युलर प्रकाशन, बॉम्बे, १९७७, पृ. २२५-२३५; *कलेक्टेड वर्क्स ऑफ सर आर. जी. भांडारकर,* (यापुढे कव) खंड २, पृ. ५४५-५८०.

२. इ. स. १८६० साली पारित झालेल्या संमतिवयाच्या कायद्यानुसार मुलींचे लग्नाचे वय १० वर्षे असे संमत करण्यात आले होते व त्यानुसार त्या वयाखालील मुलीशी झालेला संभोग हा बलात्कार समजला गेला.

३. 'अर्थशास्त्रदृष्ट्या बालविवाहाचा विचार', *केसरी,* १० मे १८८१ आणि 'बालविवाहापेक्षा सतीच बरी', *केसरी,* ७ जून १८८१.

४. *द स्टेट्समन* (लंडन), खंड ३, नं. ९, १ एप्रिल १८८१ याचा दुसरा लेख खंड ४, नं. १३, १ जून १८८१ मध्ये आला. आगरकरांनी आपल्या पहिल्या लेखाचा उल्लेख केलेला आहे. तसेच 'वादे वादे जायते तत्त्वबोधः', *केसरी,* १६ डिसेंबर १८८४ च्या लेखात सुद्धा याचा उल्लेख आहे.

५. 'बालविवाह बंद करण्याच्या कामात सरकारने हात घालावा काय?', *केसरी,* २३ ऑगस्ट १८८१

६. या सभेत भाषण करणाऱ्यांमध्ये महादेव गोविंद रानडे, लोकहितवादी गोपाळ हरी देशमुख, बी. एन. देव, नारायण घमंडे, म. मो. कुंटे, म. ब. नामजोशी प्रभृति होते.
७. 'बालविवाह निषेधार्थ पुण्यांत सभा', *केसरी,* २४ मे १८८१.
८. 'द इव्हिल इफेक्ट्स ऑफ चाईल्ड मॅरेज : हाऊ टु बी प्रीव्हेंटेड' नं. १ व २, *मराठा,* २२ आणि २९ मे १८८१.
९. वि. मो. महाजनींनी आगरकरांना लिहिलेले पत्र, ४ मार्च १८८३, *आगरकर पेपर्स* (*आप.*).
१०. मुंबई इलाख्यातील ज्या लोकांची मते मागविली, त्यांची यादी पुढील फाईलमध्ये सापडते. *महाराष्ट्र राज्य पुरातत्त्वविभाग* / ज्युडिशियल डिपार्टमेंट / १८८६ / व्हॉल्युम नं. ५३ / कंपायलेशन नं. ३७९.
११. एन. जी. चंदावरकर, *स्पिचीस ॲन्ड राइटींग्स ऑफ सर एन. जी. चंदावरकर,* तत्रैव, पृ. २९.
१२. *द टाईम्स ऑफ इंडिया,* २४ ऑगस्ट १८८४.
१३. 'जुनी रड' *केसरी,* २ सप्टेंबर १८८४.
१४. या चर्चेत त्या वेळच्या *केसरी-मराठा*च्या संपादकीय सहकाऱ्यांना न पटणारी मते मांडण्याचे विचारस्वातंत्र्य आगरकरांना नव्हते. म्हणून त्यांना या विषयावर लिहिताना 'लिहून आलेला मजकूर' या सदराखाली आपली मते छापावी लागली. असे लिहिल्याने लेखकाची मते ही संपादकीय मंडळाच्या सदस्यांच्या मताशी सहमत नाहीत, हे स्पष्ट होते.
१५. 'मि. मलबारीज नोट्स ऑन इन्फंट मॅरेज ॲन्ड एनूफोर्सड विडोहूड', *मराठा,* २४ आणि ३१ ऑगस्ट १८८४; 'जुनी रड', *केसरी,* २ सप्टेंबर १८८४.
१६. *मराठा,* २१ सप्टेंबर १८८४.
१७. 'कायदाच पाहिजे - १', *केसरी,* ९ सप्टेंबर १८८४.
१८. *कित्ता.*
१९. 'समाजोन्नतीचा आढावा', *केसरी,* १२ मार्च १८८५.
२०. 'कायदाच पाहिजे - २' *केसरी,* १६ सप्टेंबर १८८४; 'वादे वादे जायते तत्त्वबोध:', *केसरी,* १६ डिसेंबर १८८४; बेकायदावाल्यांचे असंबद्धत्व', *सुधारक,* २७ जानेवारी १८९०.
२१. *कित्ता.*
२२. 'कायदाच पाहिजे - २', *केसरी,* १६ सप्टेंबर १८८४.

२३. 'बेकायदावाल्यांचे असंबद्धत्व', *सुधारक,* २७ जानेवारी १८९०.
२४. 'पोस्टस्क्रिप्ट'मध्ये *द मॅन व्हर्सिस द स्टेट,* पृ. १०८.
२५. 'सामाजिक सुधारणा व कायदा', *अवा* - १, पृ. २८८.
२६. *सुधारक,* ९ फेब्रुवारी १८९१, *रिपोर्ट ऑन द नेटिव्ह पेपर्स*मध्ये, १४ फेब्रुवारी १८९१, पृ. ६-७
२७. 'कायदेवाल्यांची बाजू', *केसरी,* २ डिसेंबर १८८४; 'डोळे उघडून वाचा', *सुधारक,* १७ नोव्हेंबर १८९०; *सुबोध पत्रिके*त छापलेल्या वैद्यकीय अहवालातील निष्कर्ष त्यांनी आपल्या मतपुष्ट्यर्थ दिले.
२८. रा. गो. भांडारकर, 'अ नोट ऑन द एज ऑफ मॅरेज ॲन्ड इट्स कंझुमेशन-अकॉर्डिंग टू हिंदू रिलिजिअस लॉ विथ फोर ॲपेंडायसिस', *कलेक्टेड वर्क्स,* (कव) खंड २, पृ. ५४५, टिळकांचे उत्तर, पृ. ५८०.
२९. 'विवाहकाळ व संभोगकाळ', *सुधारक,* २ फेब्रुवारी १८९१.
३०. याबद्दलची सविस्तर चर्चा 'पंडिता रमाबाईंच्या शारदासदनाचे गो. ग. आगरकरकृत बुद्धिप्रामाण्यवादी समर्थन' या उपप्रकरणात केली आहे.
३१. का. त्र्यं. तेलंग, *सिलेक्टेड रायटिंग्स ॲन्ड स्पिचीस,* व्हॉल्युम १, मनोरंजन प्रेस, बॉम्बे, १९१६, पृ. २९९.
३२. *कित्ता,* पृ. २७०.
३३. 'आधी कोण? राजकीय की सामाजिक', *केसरी,* २ मार्च १८८६, *केसरी,* १५ सप्टेंबर १८८६ यांचा उल्लेख न. चिं. केळकरांनी सुद्धा केला आहे, *लोकमान्य टिळकांचे चरित्र,* खंड १, पृ. १७९.
३४. 'सामाजिक सुधारणेस अत्यंत अनुकूल काल, सांप्रत काल - १ व २', *सुधारक,* २४ आणि ३० मार्च १८९०.
३५. म. गो. रानडे, *रिलिजियस ॲन्ड सोशल रिफॉर्म : अ कलेक्शन ऑफ एसेज ॲन्ड स्पिचीस,* एम. बी. कोळसकर (संपा.) बॉम्बे, १९०२, पृ. २८१. रानड्यांनी लिहिले की, "जेव्हा तुम्ही राजकीय हक्काच्या तुलनेत खालच्या पातळीवर असता तेव्हा तुमची सामाजिक स्थिती चांगली असू शकत नाही. तसेच तुमची समाज व्यवस्था विवेक व न्याय या तत्त्वांवर आधारित नसेल तर राजकीय हक्क व विशेषाधिकार वापरण्याची योग्यता तुमच्यात नसते. जेव्हा तुमची सामाजिक व्यवस्था अर्धवट असते तेव्हा तुमची आर्थिक व्यवस्था चांगली नसते. तुमचे धार्मिक आदर्श खालच्या पातळीवरचे आणि दयायाचना करणारे असतात तेव्हा तुम्ही सामाजिक, आर्थिक अथवा राजकीय क्षेत्रांत यश प्राप्त करू शकत नाही. हे परस्परावलंबन म्हणजे एक

अपघात नसून तो आमच्या सृष्टीचा नियम आहे.'' पृ. एकोणचाळीस (अनुवाद लेखकाचा).

३६. 'शहाण्याचा मूर्खपणा आणि आमचे प्रेतसंस्कार', *अवा* - १, पृ. १४९.

३७. रा. गो. भांडारकर, *कव*, खंड २, पृ. ५०१-०२.

३८. 'इष्ट असेल ते बोलणार, साध्य असेल ते करणार', *अवा* - १, पृ. १२७-२८.

३९. 'अशी वेळ कधी आली नव्हती', *अवा* - १, पृ. १२२-२३.

४०. *रिपोर्ट ऑन द नेटिव्ह न्युजपेपर्स*, ११ एप्रिल १८९१; सदर संमतिवयाचा कायदा रद्द होईपर्यंत लोकांनी इंग्रजी कापड वापरू नये असे आवाहन *पुणे वैभव*ने केले.

४१. *रिपोर्ट ऑन द नेटिव्ह न्युजपेपर्स*, ९ मे १८९१, पृ. ९-१०.

ब
स्त्रियांच्या स्वातंत्र्याबाबत

आगरकरांच्या स्त्रीविषयक विचारधारेतील एक इतके परिचित नसलेले वैशिष्ट्यपूर्ण अंग म्हणजे दांभिक परंपरांच्या, कालबाह्य आणि अनिष्ट प्रथांच्या बेड्या मोडण्यात मुख्य भूमिका स्त्रियांचीच असावी, असे आगरकरांना वाटत होते. स्त्रियांच्या हृदयातील आजपर्यंत कोंडल्या गेलेल्या असंतोषाला न्याय मिळावा तसेच त्यांच्या प्रश्नांना मोकळेपणाने वाचा फोडावी आणि समता, विवेक आणि नैसर्गिक न्यायाच्या आधारावर त्यांच्या मागण्यांची तजवीज व्हावी असे त्यांना अपेक्षित होते. या हेतूनेच त्यांनी *सुधारकात* केवळ स्त्री लेखकांसाठी 'सुशिक्षित स्त्रियांचे लेख' नावाचे विशेष सादर सुरू केले. सौ. काशिबाई कानिटकरांसारख्या लेखिकांनी त्यास त्वरित प्रतिसाद दिला.[१] तथापि, *सुधारक*चे सगळे अंक उपलब्ध नसल्यामुळे या बाबतीतला सर्वसाधारण प्रतिसाद कसा होता, याचे अचूक निदान करणे अशक्य आहे. तरीही, तत्कालीन समाजावर आपले खोलवर ठसे उमटविणाऱ्या असामान्य व्यक्तिमत्त्वाच्या स्त्रियांबद्दल सामान्य जनांस ओळख करून देऊन लोकशिक्षण करण्याची संधी त्यांनी कधीही सोडली नाही. अशाच प्रकारे त्यांनी लेखमाला लिहून लोकांपुढे मांडलेले उदाहरण म्हणजे फ्रान्सिस एलिझाबेथ कॅरोलिन विलार्ड (१८३९-१८९८) या असामान्य स्त्रीचे चरित्र व कार्य. ही धडाडीची अमेरिकन स्त्री सुधारक व शिक्षणतज्ज्ञ होती. मद्यपानबंदी, स्त्रियांचे मताधिकार आणि स्त्रियांसाठी सुधारित औद्योगिक नियम, होण्याविषयी तिने स्वत:स वाहून घेतले होते. अन्य

लोकांनी तिच्या जीवनापासून व कार्यापासून धडा घ्यावा असे हे उदाहरण होते.[२]

व्यक्ती ही आगरकरांच्या मते स्वयंभू गोष्ट होती. त्यासाठी जातपात, धर्म आणि स्त्री-पुरुष या भेदभावांपलीकडे जाऊन सर्व व्यक्तींना आपल्यातील नैसर्गिक सामर्थ्याचा विकास करून घेण्याची समान संधी उपलब्ध झाली पाहिजे. समान संधीचे हे तत्त्व आगरकरांच्या सामाजिक न्यायाच्या संकल्पनेत आपल्याला आढळते.

म्हणूनच आगरकरांचा 'स्त्रीदास्यविमोचन' हा मर्मभेदक लेख थॉमस हक्सलेच्या पुढील अवतरणाने सुरू होतो यात आश्चर्य वाटू नये. ते अवतरण असे आहे : 'निसर्गाने स्वाभाविकपणे लादलेल्या ओझ्यापेक्षा एक कणभरही जास्त ओझे लादले जाऊ नये; तसेच असमतेत अन्यायाची भर पडू नये हे पहाणे मनुष्याचे कर्तव्य आहे.''[३] या दृष्टिकोनातूनच विधवाविवाह, केशवपन, घटस्फोट, स्त्रीशिक्षण व कुटुंबनियोजन आणि यां सारखे इतर प्रश्न समजून घेऊन त्यांचे मोजमाप केले गेले पाहिजे, असे त्यांनी प्रतिपादन केले.

आगरकरांनी विधवाविवाहाचा पक्ष उचलून धरला आणि या संदर्भातील विष्णुशास्त्री परशुराम पंडित यांच्या कार्याची प्रशंसा केली.[४] बुद्धिनिष्ठ तत्त्वांच्या आधारे विधवाविवाहाचा पुरस्कार केल्याबद्दल विष्णुशास्त्री पंडितांना महाराष्ट्राचे ईश्वरचंद्र विद्यासागर संबोधले जाई.[५] जरी पुनर्विवाहाच्या सुधारणेची सशास्त्रता पटवून देण्यासाठी शास्त्राधार द्यावयाच्या पद्धतीच्या परिणामकारकतेवर आगरकरांचा विश्वास नव्हता, तरी विष्णुशास्त्री पंडितांबद्दल आगरकरांना अतीव आदर होता कारण त्यांच्या आचार-विचारांत थोडासुद्धा फरक नव्हता. *ज्ञानदीप* मासिकात लिहिलेल्या पुनर्विवाह चळवळीचा इतिहास त्यांनी परत '*सुधारका*'त उद्धृत केला आणि याबाबतीत विष्णुशास्त्री पंडितांच्या कामाचे कौतुक केले. १८६५ मध्ये पंडितांनी पुनर्विवाहोत्तेजक मंडळीची स्थापना केली.मार्च १८७० मध्ये शंकराचार्यांनी नेमलेल्या प्रतिनिधींपुढे पुनर्विवाहाच्या सशास्त्रतेबाबत त्यांच्यात व नारायणशास्त्री गजेंद्रगडकर यांच्यामध्ये झालेल्या प्रसिद्ध वादविवादात विष्णुशास्त्र्यांनी सुधारकांची बाजू मांडली होती. केवळ उपदेशापेक्षा कृती महत्त्वाची आहे असे मानणाऱ्या सनातन्यांच्या पुढाऱ्यांनी, ज्यांनी स्वत: विधवेशी लग्न करून असामान्य धैर्य दाखविले त्या विष्णुशास्त्री पंडितांचे अनुकरण करावे, आणि प्रत्येकवेळी महादेव गोविंद रानड्यांकडे विधवेशी पुनर्विवाह करण्याचे धैर्य नाही म्हणून बोट दाखवू नये, असे आगरकरांनी सांगितले.[६]

आगरकरांचे बालपण तीन विधवा आत्यांच्या बरोबर गेल्याने विधवेच्या दुःखाची कल्पना त्यांना अगदी जवळून होती. त्यांनी संपादिलेल्या वृत्तपत्रांतून त्यांनी विधवेच्या दुःखाच्या हृदय हेलावणाऱ्या कहाण्यांची माहिती दिली. मुंबईतील कपोल

भाटिया समाजातील रेशमाचे व्यापारी शेट माधवदास रघुनाथदास यांनी २ मे १८७१ रोजी त्यांच्या समाजाने घातलेल्या बहिष्कारास न जुमानता धनकुंवर नावाच्या विधवेशी लग्न केले. त्यांच्या विवाहाची माहिती देणारे शेट माधवदास यांचे आत्मचरित्र आगरकरांनी मुद्दाम लेखमालिकेत प्रसिद्ध केले.[७] १८९६ मध्ये निधन होईपर्यंत शेट माधवदासांनी जवळजवळ साठ पुनर्विवाह जोडले, इतकेच नाहीतर नवपुनर्विवाहित दांपत्यांना आर्थिक मदतसुद्धा केली. शेट माधवदासांसारख्या उत्कृष्ट उदाहरणाचे अनुकरण सर्वांनी करावे असे आगरकरांना वाटे. शांताबाई नावाच्या आपल्या विधवा मुलीचा विवाह गोपाळ व्यंकटेश पाणंदीकर यांच्याशी लावल्याबद्दल त्यांनी डॉ. भांडारकरांचीसुद्धा प्रशंसा केली.[८] या पुनर्विवाहाने सारस्वत समाजात खूप खळबळ माजविली परंतु सनातन्यांच्या सामाजिक बहिष्काराला भांडारकर बळी पडले नाहीत. तथापि आपल्या वृद्ध वयात एका तरुण विधवेशी लग्न केल्याबद्दल रावसाहेब र.ना.मुधोळकरांवर आगरकरांनी खूप टीका केली.[९] अशा लग्नाने सुधारणेच्या चळवळीची पिछेहाट होते, असे त्यांचे मत होते. आंतर-जातीय विवाहाबद्दल त्यांना आक्षेप नव्हता आणि खूप वादग्रस्त झालेल्या शेणवी सारस्वत व्ही. साखळकरांनी यमुनाबाई या ब्राह्मण विधवेशी केलेल्या लग्नाचे त्यांनी समर्थन केले.[१०]

सामाजिक तिरस्काराला न जुमानता फर्ग्युसन महाविद्यालयातील त्यांचे सहकारी धोंडो केशव कर्वे यांनी गोदूबाईंशी केलेल्या लग्नात आगरकरांनी केलेल्या सक्रिय पाठिंब्याचे इथे परत एकदा स्मरण करणे जरुरीचे आहे.[११] कर्व्यांचे मित्र नरहरीपंत जोशी यांची बहीण गोदूबाई, ही पंडिता रमाबाईंच्या शारदासदनाची निवासी होती. त्यांच्या लग्नाच्या आमंत्रणपत्रिकेवर आगरकर आणि रामचंद्र भिकाजी जोशी यांचे नाव होते यात आश्चर्य नाही.[१२] या लग्नाचा सोहळा ११ मार्च १८९३ रोजी तीस पेक्षा जास्त, उच्चजातीतील स्त्रियांच्या उपस्थितीत भांडारकरांच्या घरी पार पाडला.

अशा पुनर्विवाहित जोडप्यांना समाज बहुधा दूरच ठेवतो, याची कल्पना असल्याने अशा जोडप्यांचे मेळावे भरविण्याची आगळीच प्रथा धोंडो केशव कर्व्यांनी सुरू केली. त्या समदु:खी जोडप्यांमध्ये परस्परसंबंध वाढावा, हा अशा कुटुंबमेळ्यांचा उद्देश होता. कर्व्यांनी मेहेंदळे बाग येथे २१ मे १८८४ रोजी भरवलेल्या पुनर्विवाहित जोडप्यांच्या पहिल्या मेळाव्याचे अध्यक्षपद भूषवून आगरकरांनी अशा प्रयत्नांना सक्रिय पाठिंबा दर्शविला.[१३]

असंमत वैधव्य आणि केशवपनाची प्रथा जरी उच्च ब्राह्मण जातीतच रूढ होती, तरी व्यक्तीच्या नैसर्गिक हक्काच्या तत्त्वांचे उल्लंघन करणारी होती आणि त्यामुळे ती मोडून काढणे जरुरीचे होते. 'उत्तम न्हाविणी पाहिजेत' हा लेख 'लिहून

आलेला मजकूर' या सदराखाली छापताना आगरकरांना स्वत:चेच विचार त्यात आढळून आले. विधवांचे केशवपन ही 'मनुष्याच्या सदसद्विवेकबुद्धीच्या अवनतीचे तऱ्हेवाईक उदाहरण' आणि 'उच्चवर्गीय म्हणवून घेणाऱ्या लोकांची लज्जास्पद कृती' आहे असे सांगून उपरोधाने असे सुचविले होते की, ब्राह्मण न्हाविणींची सोय केल्यास विधवांचे दु:ख अंशत: कमी होईल.[१४] लक्षात घेण्यासारखी बाब म्हणजे केशवपनाच्या प्रथेविरुद्ध निषेध करण्यासाठी नापित समाजाच्या सदस्यांनी मुंबईत तीन सभा घेतल्या. २३ मार्च १८९० रोजी भरलेल्या नापितांच्या पहिल्या सभेस पाचशे अधिक लोक ग्रामीण भागातून आले होते. न्हाव्यांनी केशवपनासारखे काम करू नये याबाबत त्यांच्यात एकमत व्हावे म्हणून त्यांची सभा भरवल्याबद्दल आणि या प्रथेविरुद्ध मोहीम उघडून भरीव कामगिरी केल्याबद्दल महात्मा फुल्यांचे निकटचे सहकारी आणि *दीनबंधू* या सत्यशोधक समाजाच्या मुखपत्राचे संपादक, कृष्णराव प्रभाकर भालेकर (१८५०-१९१०) यांची आगरकरांनी खूप प्रशंसा केली. जरी कायद्याने विधवांना पोलिसांचे संरक्षण मिळू शकत असले, तरी प्रत्यक्षात तसे कधी घडत नसे. बळजबरीने केशवपन करण्याची प्रथा तीर्थक्षेत्री सरसकट आढळत असे. गाणगापूर तीर्थक्षेत्री झालेल्या अशाच प्रकारच्या बळजबरी व भयानक घटनेचा वृत्तांत आगरकरांनी १८ जानेवारी १८९३च्या *सुधारकात* छापला. तीर्थक्षेत्री अशा दुर्दैवी विधवांच्या संरक्षणार्थ स्वयंसेवी संस्था स्थापण्याची गरज आहे असे त्यांनी सुचविले.

परस्पर-संमतीने लग्न आणि पतिपत्नींमधील परस्पर आदर यांमुळेच संपन्न वैवाहिक जीवन उपभोगता येते अन्यथा दोघे एकमेकांच्या मार्गातील अडथळे होऊ शकतात, असे आगरकरांचे प्रांजळ मत होते. म्हणून बालविवाह झालेल्या जोडीदारांना प्रौढावस्थेत आपले लग्न विसंगत वाटू लागले तर त्यांना घटस्फोट घेण्याचा हक्क आहे, असे मत त्यांनी मांडले.[१६]

१८८४ च्या पूर्वार्धात नानाभाई दांडेकर, म. गो. रानडे, रा. गो. भांडारकर, शंकर पांडुरंग पंडित यांसारख्या सुधारकांनी नेटीव्ह मुलींच्या शिक्षणासाठी एका हायस्कुलाची स्थापना पुण्यात केली. त्यातून मुलींना माध्यमिक व उच्च शिक्षण त्यांना द्यायचे होते.[१७] गर्ल्सस्कूलच्या उद्घाटन समारंभाच्यावेळी नानाभाई दांडेकरांनी मुलींच्या अभ्यासक्रमाचे स्वरूप स्पष्ट केले. ''नियमित अभ्यासाचे माध्यम देशी भाषेतून होईल आणि त्यासाठी देशी भाषांचे पर्याप्त तसेच संपूर्ण ज्ञान अभ्यासक्रमात दिले जाईल. जोडीला बहुसंख्य मुलींना पुरेसे इंग्रजीचे ज्ञान होण्यासाठी ते क्रमाक्रमाने वाढविले जाईल.'' जरी शाळेच्या प्रवर्तकांनी ती सुरू करण्यामागील हेतू स्पष्ट केला असला तरी दुर्दैवाने स्त्रीशिक्षणाच्या स्वरूप व

आशयाबाबत गप्प राहणेच त्यांनी पसंत केले. त्यामुळे वर्तमानपत्रांतून त्याची गरमागरम चर्चा होण्यास निमित्त मात्र झाले. मलबारींच्या 'बालविवाह आणि असंमत वैधव्य' या विषयावरील टिप्पणीमुळे काही काळ या चर्चेस विश्राम मिळाला. पण १८८७ मध्ये शाळेच्या प्रवर्तकांनी गर्ल्स हायस्कुलच्या कार्याबद्दलचा अहवाल छापला, तेव्हा या चर्चेला नव्याने उधाण आले. संमतिवयाच्या विधेयकाच्या विरोधकांनी या चर्चेचा उपयोग सदर वादविवादातील आणखी एक आघाडी असा केला. शाळेच्या व्यवस्थापकांचे या शिक्षणाबद्दलचे मौन या वादाच्या तीव्र प्रतिक्रियेला कारणीभूत झाले. फक्त सनातनी सोडले तर टिळक धरून सर्वांनी या कार्यक्रमाची प्रशंसा केली. पण त्यांचे मतभेद स्त्रीशिक्षणाच्या गुणावगुणांबद्दल नव्हते तर ते व्यवस्थापन आणि अभ्यासक्रमाच्या आशयाबद्दलच्या भिन्न समजुतीमुळे झालेले होते. संमतिवयाच्या वादविवादाप्रमाणेच हा वादसुद्धा प्रामुख्याने आगरकर-टिळकांमधील भिन्न विचारसरणीमुळे होता. दोघांनीही आपापली मते ठामपणे *केसरी* व *मराठ्यातून* मांडली.

स्त्रीशिक्षणाच्या स्वरूपाबद्दलची टीका मुख्यत्वे टिळकांनी केली. हे शिक्षण हिंदु सामाजिक चालीरितींशी मिळतेजुळते असायला हवे, या समजुतीने टिळकांनी सांगितले की, समाजातील स्थान बदलण्यापेक्षा पारंपरिक भूमिका पार पाडताना वैवाहिक व घरगुती जीवनातील त्यांच्या जबाबदाऱ्या सांभाळण्यासाठी हे शिक्षण उपयुक्त व्हावे. हे शिक्षण घेणाऱ्या मुलींचे लग्न नहाण येण्यापूर्वी होत असल्याने[१९] त्यांच्या सासरच्या घराचे 'स्त्रीशिक्षणाची सर्वांत उत्कृष्ट कार्यशाळा' असे त्यांनी वर्णन केले.[२०] शाळेची उद्दिष्टे ठरविताना चालकांनी प्रचलित सामाजिक स्थितीचे भान ठेवले नाही, असे मत टिळकांनी व्यक्त केले.[२१]

राष्ट्राच्या उभारणीतील या प्रयत्नाबद्दल आगरकरांनी शाळेच्या प्रवर्तकांचे अभिनंदन केले. त्यांनी विश्वास व्यक्त केला की, याबाबतीत फक्त कायदा करणेच महत्त्वाचे नसून स्त्रियांची बौद्धिक पातळी उंचावून त्यांच्या मनात न्याय व सन्मान यांची भावना निर्माण करूनच मुक्ती साधता येईल. स्त्रीशिक्षणाने मुलामुलींच्या लग्नाचे वय वाढेल, लग्नात संमति तत्त्वाचे अवलंबन होईल आणि भारतीय लोकसंख्येचा अर्धभाग असलेल्या स्त्रीवर्गाच्या बौद्धिक शक्तीचा योग्य उपयोग करून घेता येईल, असे आगरकरांना वाटले. याबाबत टिळकांच्या प्रखर टीकेचा उल्लेख त्यांनी 'परशुरामावतार' असा केला.[२२] नियोजित स्त्रीशिक्षणाने हिंदु समाजावर अनिष्ट परिणाम होतील, या मुद्द्याचे त्यांनी खंडन केले. देशी भाषेतून खरे ज्ञान प्राप्त करता येते आणि इंग्रजी भाषेतील प्रावीण्य मिळविण्यासाठी विशेष भर दिला जाऊ नये हे आगरकरांनी तत्त्वत: मान्य केले.[२३] पण ब्रिटिश वासाहतिक अमलामुळे निर्माण

झालेल्या परिस्थितीत इंग्रजीचा अभ्यास अपरिहार्य व जरुरीचा आहे. मुलींना फक्त कामचलावू व जुजबी ज्ञान देऊन चालणार नाही, तर मॅट्रिक्युलेशनपर्यंत जे विषय मुलगे अभ्यास करतात, तेच विषय मुलींनाही शिकवणे योग्य आहे, याबद्दल आगरकरांनी आग्रह धरला.[२४] स्त्रीशिक्षणाचा पाया भक्कम करण्यासाठी शाळेच्या संस्थापकांनी युरोपियन स्त्रियांना जास्त पगारावर नोकरीस ठेवावे म्हणजे अशाप्रकारचे शिक्षण घेणाऱ्या स्त्रिया पुढे आपल्या भगिनींना शिक्षण द्यायला कार्यक्षम होतील.[२५] स्त्रीशिक्षणाच्या प्रवर्तकांनी इंग्रजी भाषेचे शिक्षण मुलींना खालच्या वर्गात दिले जाणार नाही, हे पूर्वीच स्पष्ट केल्याने, *मराठा* वृत्तपत्रातील शाळेच्या संस्थापकांविरुद्धची टीका अप्रशस्त आहे हे त्यांनी दाखवून दिले.[२६] मुलामुलींना सम-अभ्यासक्रम असणे म्हणजे सार्वजनिक पैशांचा योग्य विनियोग नव्हे हे टिळकांचे मत खोडून काढताना, अशाप्रकारचा प्रश्न उपस्थित करावयाचा हक्क या स्वघोषित पुढाऱ्यांना दिला कोणी, असा सवालही आगरकरांनी केला. मुलींनी कशा प्रकारचे शिक्षण घ्यावे हे ठरविण्याची संपूर्णत: जबाबदारी फक्त त्यांच्या आप्तेष्टांची आहे, याची त्यांनी आठवण करून दिली.[२७] कुठल्याही प्रकारची असंदिग्धता, संशय व अप्रशस्त टीकेला वाव देत असल्याने याबाबतचे तपशील जाहीर न केल्याबद्दल गर्ल्स हायस्कूलच्या प्रवर्तकांना आगरकरांनी धारेवर धरले.

या प्रश्नावरील आगरकरांनी मांडलेल्या विचारांवर *एडिन्बरो रिव्ह्यु*मध्ये सिडने स्मिथ यांनी लिहिलेल्या 'फिमेल एजुकेशन' या लेखाचा छाप आहे, हे अगदी ठळकपणे आपणांस दिसून येते.[२८] स्मिथने हा लेख लिहिला त्यावेळची इंग्लंडमधील परिस्थिती आणि हिंदुस्थानची सांप्रत सामाजिक स्थिती यांत साधर्म्य आहे आणि त्यामुळे स्मिथने स्त्रीशिक्षणाच्या समर्थनार्थ दिलेली कारणे भारतीय समाजालासुद्धा तशीच लागू पडतात, असे मत आगरकरांनी मांडले. म्हणून स्त्रीशिक्षणाच्या विरोधकांनी घेतलेल्या आक्षेपांना उत्तर देताना स्मिथची मते देऊन त्याबाबतची आपली सहमती त्यांनी दाखविली. तसेच जॉन स्टुअर्ट मिललिखित *द सब्जेक्शन ऑफ विमेन* या पुस्तकाचा आगरकरांवरील प्रभाव जाणविण्यासारखा आहे.

आगरकरांच्या मते 'स्त्री-पुरुषांतील बौद्धिक क्षमतेत स्वभावात: मोठा फरक आहे' असे अगदी सामान्यपणे मांडला जाणारा मुद्दा हा केवळ 'कपोलकल्पितच' आहे. रोजच्या गोष्टीत अशाप्रकारचा फरक दिसून आला असेल तर तो शारीरिक फरकांमुळे नसून 'ते परस्परांच्या व्यवसायवैचित्र्याचे फळ होय'.[२९] जर स्त्रियांचा बौद्धिक विकास गौण महत्त्वाचा समजला गेला आणि विकासाच्या कुठल्याही संधीपासून त्यांना वंचित केले तर त्यांच्या प्रगतीची शक्यता सर्वतोपरी नष्ट होईल.

शिक्षणामुळे स्त्रीजातीतील स्वाभाविक मर्यादशीलता परिणामत: नष्ट होईल, या आरोपातील सत्यतेबद्दल आगरकरांना शंका वाटली. ''शिक्षणापासून स्त्रियांवर जे अनिष्ट परिणाम घडतात अशी समजूत आहे त्यांपैकी एक असा आहे कीं, त्याच्या योगानें स्त्रिया बढाईखोर व छांदिष्ट होतात; आणि त्यांच्या ठायीं साहजिक असणाऱ्या विनयमर्यादादि गुणांचा अतिक्रम करून, त्या आपल्या ज्ञानाचा तोरा मिरवून पुढें पुढें करतात, व गर्विष्ठ होतात.'' या आक्षेपास त्यांनी उत्तर दिले की यांत तथ्यांश आहे असे जरी मानले तरी ज्ञानविस्तार हाच खरा उपाय होय. ''एक दोघी स्त्रियांस ज्ञान मिळाले तर मात्र त्या गर्विष्ठ होण्याची भीती आहे; पण तेंच ज्ञान पुष्कळ स्त्रियांस प्राप्त झाले म्हणजे अर्थातच गर्वास जागा रहाणार नाही.''[३०] बायकांस एकदा विद्येची गोडी लागली की त्यांचे संसाराकडे तसेच कौटुंबिक जीवनाकडे दुर्लक्ष होईल हा आक्षेप शुद्ध 'भ्रममूलक' आहे.[३१] तसेच, ज्ञानाने जर काही वाईट परिणाम होत असतील तर ते स्त्रीपुरुषांसाठी सारखेच खोडसाळ आहेत आणि म्हणून गर्विष्ठपणाबद्दल आणि छांदिष्टपणाबद्दल आपण फक्त स्त्रीजातीलाच दोषी धरू शकत नाही, असे आगरकरांनी लिहिले.

उच्च प्रतीचे शिक्षण दिल्याने स्त्री ही पुरुषाची जोडीदार न राहता स्पर्धक होईल, ही धारणा स्त्रियांना शिक्षण देण्यात मुळातच चूक असल्याने उद्‌भवत नसून पुरुषांच्या अज्ञानामुळे, उद्योगशीलतेच्या अभावामुळे, पुरुषी गर्वामुळे आणि काहीशा अर्थाने त्यांच्या मत्सरामुळे उद्‌भवते. आगरकरांनी उपहासात्मक लिहिले की, या सर्व आक्षेपांचा सूर असा आहे की ''अज्ञान हे सुधारणेचे एक मोठे साधन होय.'' 'स्त्रियांचा संबंध नेहमी घराशीच असल्यामुळे त्यांना बाह्य जगाची थोडीच ओळख असते व साधारणपणे त्यांना एकांतवासात आयुष्य कंठावे लागते; व कधी कधी पुरुषांकडून त्याना हालअपेष्टा सोसाव्या लागत असून त्याबद्दल कोठे कुरकुर करण्यासही जागा नसते', म्हणून आगरकरांना वाटले की हे जर पुरुषांच्या ध्यानात आले तर स्त्रियांचे समाधान हे त्यांना दिलेल्या शिक्षणाच्या इयत्तेप्रमाणे वाढणार आहे, हे पुरुषास लवकरच कळेल, 'विनय, मर्यादा, सभ्यता वगैरे सर्व सद्‌गुण शिक्षणाचेच फळ होत.'[३२]

स्त्रीशिक्षणाचा मूळ उद्देश स्त्रियांना वेगवेगळ्या गोष्टी संपादन करण्यास प्रोत्साहित करणे एवढाच नसून 'त्यांच्या स्वत:च्या सुखात व कुटुंबसुखात भर पडावी एवढाच' आहे हे आगरकरांनी स्पष्ट केले. स्त्रियांना काही उद्योग नसेल आणि त्या ज्ञानाच्या शाळेमधून काही शिक्षण न घेता बाहेर पडल्या तर त्यांना दैनंदिन घडामोडींच्या शाळेपासून काहीच शिक्षा प्राप्त होऊ शकणार नाही. यावरून बायकांना जर

नोकऱ्या व इतर धंदे करावयाचे नाहीत तर त्यांस शाळेत जाऊन काय करावयाचे ही समजूत अगदी चुकीची आहे, हे सिद्ध होते.[३३]

स्त्रीशिक्षणाचा एकंदर रोख ज्या गोष्टींमुळे त्यांचे जगणे सुसह्य होईल आणि 'आजारीपण फारसे जड जाऊं नये, आपल्या आयुष्याचे दिवस विशेष महत्त्वाचे आणि उपयुक्त असे व्हावे, व मरणकाल भीतिप्रद होऊ नये'', अशा सवयी लावून घेण्यासाठी आहे हे आगरकरांनी स्पष्ट केले.[३४] स्त्रियांस चांगले शिक्षण मिळू लागले असता पुरुषांच्या शिक्षणासही मदत होणार आहे, कारण आईच बाल्यावस्थेत मुलांचे आयुष्य घडवत असते. 'तसेच वृद्धावस्थेत मनुष्यास मान मिळून त्याचा आदर होण्यास ज्ञानासारखी दुसरी कोणतीच चीज नाही.'[३५]

स्त्रियांस शिक्षण दिले असता त्या अधार्मिक व अनीतिमान होतील, या सनातन्यांच्या भीतीचा आगरकरांनी उपहासच केला.[३६] ते म्हणाले की, यावरून एकच निष्कर्ष काढता येईल की, धार्मिक तत्त्वे गुप्तच ठेवणे चांगले, नाहीतर एकदा स्त्रियांना शिक्षण मिळाले की, धार्मिक चालीरितींमधील दांभिकता आणि भ्रामकता त्यांना कळून चुकल्याशिवाय राहणार नाही. जर नैतिक नियम खऱ्या ज्ञानाचेच फळ असतील आणि सुख वृद्धिंगत करणे हाच त्यांचा उद्देश असेल, तर शिक्षणाने स्त्रियांना सगळ्या प्रश्नांकडे पाहण्याची योग्य दृष्टी लाभेल. ''ज्ञान ही एक शक्ति आहे, व जसे इतर शक्तीपासून योजकांच्या मूर्खपणामुळे प्रसंगविशेषी अहित होते तसे या शक्तीपासूनही होईल हे उघड आहे.'' असे मत त्यांनी मांडले.[३७] या सर्व कारणांसाठी एका विपरीत उदाहरणावरून स्त्री आपल्या शिक्षणाचा दुरुपयोग करील आणि म्हणून स्त्रियांना शिक्षण मुळीच देऊ नये, असा आग्रह धरणे अविचाराचे आहे हे त्यांनी दाखवून दिले.

स्त्रियांनी उच्चशिक्षण घ्यावे इतकेच नव्हे, तर पुरुषांसारखेच स्वतंत्र व्यवसायही त्यांनी करावेत, असे आगरकरांनी प्रतिपादन केले. बालविवाह हा स्त्रीशिक्षणातील प्रमुख अडथळा असल्याने विवाहसंस्थेत आमूलाग्र बदल झाले पाहिजेत; यासाठी संपूर्ण शिक्षण होईपर्यंत मुलीचे लग्न करू नये अथवा तिच्या सासरच्या लोकांनी तिचे शिक्षण पूर्ण होईपर्यंत तिला मातृत्वाच्या जबाबदारीत जखडू नये, असे मत त्यांनी व्यक्त केले.

जेव्हा समाजातील काही माणसे झटत राहतील तेव्हाच माध्यमिक व उच्च शिक्षण मुलींना मिळू शकेल, अशी आगरकरांची ठाम धारणा होती.[३८] धोंडो केशव कर्वे आणि त्यांच्या स्त्री-विद्यापीठाची कल्पना आगरकरांनी बऱ्याच आधी अपेक्षिली होती. त्यांनी असे प्रतिपादन केले की, स्त्रीशिक्षणामुळे कशा प्रकारचे सुख संपादन करावयाचे याबद्दलची उद्दिष्टे आणि साधने यांची जाणीव स्त्रियांमध्ये

निर्माण होईल. आणि ती झाल्याबरोबरच अमाप मुले पैदा केल्याने होणाऱ्या यातनांपासून स्त्रिया मुक्त होतील. महाराष्ट्रीय सुधारकांपैकी गर्भरोधक साधनांच्या वापराने कुटुंबनियोजन करण्याचा आग्रह धरणारे आगरकर हे पहिले होते.[३९] ही संकल्पना तत्कालीन इंग्लंडमध्ये 'नेओ-माल्थुशियन्स' विचाराच्या लोकांनी लोकप्रिय केली होती. या विषयास हिंदुस्थानात लोकमान्यता दिली ती प्राध्यापक रघुनाथ धोंडो कर्वे यांच्या आग्रही प्रतिपादनाने. आगरकरांचे असे मत होते की, ज्या दिवशी स्त्रियांना बाळंतपणे कधी आणि कितीदा हे ठरविण्याचे स्वातंत्र्य मिळेल, तेव्हा ती स्त्रीमुक्तीतील पहिली पायरी असेल. याचाच अर्थ वैवाहिक जीवनातील संमतीचे स्वातंत्र्य असा होतो.

स्त्रियांना अशाप्रकारचे शिक्षण द्यावे की ज्यामुळे घरगुती कामांत त्यांना मदत होईल, असे स्त्रीशिक्षणविरोधकांचे म्हणणे होते. या प्रतिपादनात आगरकरांना मालक-सेवक संबंध व 'पुरुषांचे वर्चस्व' कायम ठेवण्याचा प्रयत्न असल्याचे दिसून आले. भांडारकरांप्रमाणेच आगरकरांनी लिहिले की, कुठल्याही कारणाखाली स्त्रियांना शिक्षणापासून वंचित ठेवणे म्हणजे त्यांच्या बौद्धिक शक्तीचा अपव्यय असून पुरुषवर्गाची शुद्ध 'सुल्तानी दांडगेशाही' आहे.[४०]

ज्यांनी त्याकाळी मुलामुलींच्या सह-शिक्षणाचा पुरस्कार केला त्या थोड्या सुधारकांपैकी आगरकर हे एक होते. सह-शिक्षणाने अनीती पसरेल ही भीती त्यांनी धुडकावून लावली, उलट अशा प्रकारचे शिक्षण दोघांनाही हितावह असेल आणि अशा शंका बोलणे म्हणजे निव्वळ असमंजसपणा आहे, असे सांगितले. स्वैर अनीती समाजाच्या अहितास कारणीभूत होते, हे जरी मान्य असले तरी ''ते हित साधण्यासाठी बायकांस मागल्यादारी कोंडून घालण्याची आवश्यकता आहे, किंबहुना तसे केल्याने नीतीचे रक्षण होणारच आहे, असे आमच्याने म्हणवत नाही.''[४१] संमिश्र समाज पद्धतीमुळे पुरुषवर्गातील लोकांच्या बोलण्यात व वागण्यात जास्त सभ्यता येऊ शकते. अर्थात या गोष्टीचा अभाव भारतीयांत प्रकर्षाने आढळून येतो. सह-शिक्षणाविरुद्ध जे आक्षेप आहेत ते सर्वसाधारणपणे तीन समजुतींवर आधारित आहेत : १. मुलांमुलींच्या शारीरिक गरजा भिन्न असल्याने समतेचे तत्त्व साध्य होणे शक्य नाही; २. 'मुलांच्या दांडग्या वर्तनाचा मुलींच्या मर्यादशील वर्तनावर दुष्परिणाम होतो;' आणि ३. 'अल्पवयांत मुलगे व मुली वारंवार एकत्र येऊ लागतील तर त्यांच्या विषयवासना लौकर जागृत होऊन त्यांचे दु:खकारक परिणाम त्यांच्या वर्तनावर घडू लागतील. या आक्षेपांतील थोडासा तथ्यांश आगरकरांनी मान्य केला, पण असे प्रकार क्वचितच फक्त एकत्र शिक्षणाच्या अयोग्य व्यवस्थापनामुळेच होऊ शकतील. वर्गात मुलींच्या अस्तित्वामुळे मुलांच्या

दांडगेपणाच्या वर्तनाला आळा बसेल. 'मुलगे आणि मुली यांस एकेच ठिकाणी पढवावयाचें असलें म्हणजे उभयतांस समजेल अशा शिक्षण पद्धतीचा अंगीकार करणें अवश्य होऊन खुद्द मुलांकरिता शिक्षणाच्या ज्या विलक्षण पद्धती अस्तित्वांत आल्या आहेत त्यांची नि:सत्त्वता आणि एकदेशीयता व्यक्त होते. मुलगे आणि मुली नेहमी एकत्र वागल्यानें त्यांच्या विषयवासनेवर अपायकारक परिणाम न घडतां उलट ती मुलंमुली शांत व गंभीर होतात, आणि उभयतांच्या मैत्रीचा पाया कोणत्याही बाह्यांगावर न घालतां अंतरंगाची चांगली परीक्षा करून त्यावर तो घालण्याचा त्यांचा कल होतो", असे मत आगरकरांनी व्यक्त केले.^{४२} आगरकरांच्या स्त्रीशिक्षणावरील विचारांनी धोंडो केशव कर्वे व गोपाळ कृष्ण देवधरांना बऱ्याच अंशी प्रभावित केले.

सप्टेंबर १८९२ मध्ये बडोदे संस्थानच्या शिक्षण समितीने सक्तीचे शिक्षण, स्त्री-शिक्षण व तत्सम विषयांबाबत काही प्रश्न उभे केले. त्याबद्दल आगरकरांनी सूचना करणारे काही लेख लिहिले. शिक्षण हेच सामाजिक अनिष्टाचा आणि 'सर्व प्रतिकूल मतांचा नाश करणारा विद्रावक रस आहे", अशी आगरकरांची ठाम धारणा होती. म्हणून शिक्षणाचे महत्त्व पटवून देण्यासाठी त्यांनी १८४७ साली ब्रिटिश हाऊस ऑफ कॉमन्समध्ये मेकॉलेने केलेल्या भाषणातील भाग उद्धृत केला: 'विल्यम पेनने (पेन्सिल्वानिया स्टेटमधील क्वेकर चळवळीचा प्रणेता) स्थापन केलेल्या वसाहतीस 'लोकांना सुशिक्षित करा' अशी पहिली ताकीद दिली; 'लोकांना सुशिक्षित करा' असा संदेश जॉर्ज वॉशिंग्टन याने आपण वाचविलेल्या राष्ट्रास दिला; 'लोकांना सुशिक्षित करा' असा अव्याहत आग्रहाचा उपदेश जेफर्सनने दिला."^{४३} या विचाराशी संपूर्ण सहमती असल्याने आगरकरांनी मुलांमुलींसाठी सक्तीच्या शिक्षणाचा पुरस्कार केला; एवढेच नव्हे तर यात कुचराई करणाऱ्या पालकांना शिक्षा करावी अशी मागणी केली. निरंतर प्रगतीचे एकमेव साधन म्हणजे 'सार्वजनिक शिक्षण'. म्हणून कुठल्याही आर्थिक अडचणी असल्या तरी प्रत्येक सरकारने, मग ते आपले असो किंवा इंग्रजांचे असो, शिक्षणाच्या खर्चाची जबाबदारी घेतली पाहिजे. आगरकरांनी स्पष्ट केले की, 'सार्वजनिक शिक्षण' म्हणजे उच्च किंवा तांत्रिक शिक्षण नव्हे तर अशाप्रकारचे प्राथमिक शिक्षण, जे जीवनातील रोजच्या व्यवहारात गरिबांना व श्रीमंतांना उपयुक्त आणि बुद्धिविकासक असेल. अर्थात ते अधार्मिक तसेच व्यावसायिक नसलेले असावे. अशाप्रकारचे शिक्षण सक्तीचे करण्याबद्दलची मागणी करताना आगरकरांचा दृष्टिकोन फक्त उपयुक्ततावादी नसून क्षितिजाच्या विस्ताराबद्दलचा होता. एका विशिष्ट वयात मुलामुलींना शाळेत न पाठविल्यास पालकांना शिक्षा करणारा कायदा असावा, अशी त्यांनी मागणी केली. केवळ युक्तिवादासाठी त्यांनी शिक्षणामुळे नीतिमत्ता

उंचावत नसेल असे अंशत: मान्य केले, पण त्यामुळे सामाजिक जाणिवेची पातळी नक्की उंचावेल ही त्यांना खात्री होती. लोकांनीच शिक्षणाची जबाबदारी उचलल्यास सरकारी हस्तक्षेपाची गरज नाही आणि तसे होत नसेल तर सर्व आर्थिक साहाय्याची जबाबदारी सरकारचीच असेल, असे त्यांचे मत होते.

संदर्भ

१. *सुधारक,* १२ नोव्हेंबर १८८८, १६ सप्टेंबर १८८९, ३ मार्च १८९०, २४ नोव्हेंबर १८९०; उदाहरणार्थ, या सदरात काशिबाई कानिटकर यांचे संपादकांस पत्र. २ मार्च १८९१.

२. 'मिस फ्रान्सिस ई. विलार्ड', *सुधारक,* १२, १९, २६ डिसेंबर १८९२. फ्रान्सिस एलिझाबेथ कॅरोलाईन विलार्ड (१८३९-१८९८), अमेरिकन सुधारक, हिचा जन्म चर्चव्हिल, न्यूयॉर्क येथे २८ सप्टेंबर १८३९ रोजी झाला. इव्हानस्टन, ईलियोनॉस येथील नॉर्थवेस्टर्न फिमेल महाविद्यालयात तिचे शिक्षण झाले. १८७४ मध्ये एक यशस्वी शिक्षक म्हणून असलेली कारकीर्द सोडून नॅशनल विमेन्स ख्रिश्चन टेंपरन्स युनियनची ती सेक्रेटरी बनली. मद्यपानबंदी मोहिमेतील अविश्रांत काम करणारी एक म्हणून ती प्रसिद्ध होती. १८७९ मध्ये वरील युनियनची ती अध्यक्षा झाली. १८८३ मध्ये तिने वर्ल्ड्स विमेन्स ख्रिश्चन टेंपरन्स युनियन स्थापन केले. स्त्रियांच्या मताधिकारासाठी तिने अव्याहत कार्य केले. *विमेन अ‍ॅन्ड टेंपरन्स* (१८८३) आणि *ग्लिम्पसेस ऑफ फिफ्टी इयर्स* (१८८९) नावाची पुस्तके तिने लिहिली.

३. थॉमस एच. हक्सले, 'इमॅन्सिपेशन : ब्लॅक अ‍ॅन्ड व्हाईट', मध्ये - *ले सर्मन्स, अ‍ॅड्रेसिस अ‍ॅन्ड रिव्ह्युज,* १८७०. 'स्त्रीदास्यविमोचन', *केसरी,* २७ ऑक्टोबर १८८२, *केनिनि,* भाग १, पृ. १३०-१३१, हा लेख हक्सलेच्या वरील लेखाचा तंतोतंत अनुवाद आहे.

४. विष्णु परशुराम पंडित (१८२७-१८७६), लेखक आणि सामाजिक सुधारक. ते संस्कृत व इंग्रजी भाषेत प्रवीण होते. सरकारी शाळेमध्ये शिक्षकाची नोकरी ते करीत असत. मॅक्डोनॉल्डलिखित *क्रॉनिकल ऑफ नाना फडणीस* वर आधारित त्यांनी *नाना फडणीसांची संक्षिप्त बखर* (१८५९) लिहिली. तसेच मरेच्या *हिस्टरी ऑफ ब्रिटिश इंडिया* या पुस्तकाचा अनुवाद *हिंदुस्थानचा इतिहास* या नावाने केला. १८६४ मध्ये सरकारी शाळेतील नोकरी सोडून *इंदुप्रकाश* या वृत्तपत्राचे संपादकत्व

स्वीकारले. त्यांनी विधवाविवाह, बालविवाह प्रतिबंध, केशवपन आणि अशाच संलग्न विषयांत समर्पित भावनेने भरीव कामगिरी केली. परंपरागत सुधारणेचा पक्ष त्यांनी घेतला आणि समाज सुधारणेच्या चळवळीत शास्त्राधार दाखविण्यासाठी खूप अभ्यासपूर्ण पुस्तके लिहिली.

५. विधवाविवाह चळवळीच्या तपशीलवार माहितीसाठी पहा, स. ग. मालशे आणि नंदा आपटे, *विधवाविवाहाची चळवळ,* स्त्री संशोधन केंद्र, मुंबई, १९७८; 'न करत्याचा वार शनिवार', *अवा-१,* पृ. ३०९-१०.

६. *कित्ता.* पृ. ३०९-३१०.

७. एका विधवाविवाहाची कहाणी, १८९२. आगरकरांनी आणि सी. ग. देवधरांनी ही कहाणी इंग्रजीमधून अनुवाद करून मराठीमध्ये *सुधारकात* लेखमालेत छापली. १९०७ मध्ये रानडे स्मृति मालिके अंतर्गत त्याचे पुस्तक करण्यात आले. शेट माधवदास रघुनाथदास यांचे धनकुंवर या विधवेशी २ मे १८७१ रोजी लग्न झाले. या लग्नाची पूर्ण तयारी शेटजींचे मित्र आणि प्रसिद्ध सुधारक कर्सनदास मुळजी यांनी केली होती. या लग्नास जे मान्यवर हजर होते, त्यांत पुढील मंडळी होती : नाना मोरोजी, म. गो. रानडे, बाळ मंगेश वागळे, डॉ. आत्माराम पांडुरंग, भाई शंकर नानाभाई, ज. स. गाडगीळ, के. एन. काब्राजी, मुळजी ठाकरसी, मामा परमानंद, भास्कर हरी भागवत, रा. गो. भांडारकर, विष्णू परशुराम पंडित, दादोबा पांडुरंग, वामन बाबाजी नवरंगे आणि बरीच मंडळी. या जोडप्यावर कपोल भाटिया समाजाने सामाजिक बहिष्कार घातला होता आणि त्यामुळे त्यांना त्यांच्याच जातीच्या पुढाऱ्यांमुळे खूप हालअपेष्टांना तोंड द्यावे लागले. आपल्या उर्वरित आयुष्यात शेट माधवदासांनी वीस अधिक पुनर्विवाहांस पैशाने तसेच नैतिक पाठिंबा देऊन मदत केली. या पुनर्विवाहाची माहिती बी. एन. मोतीवाला यांनी सुद्धा दिली आहे. *कर्सनदास मुळजी - अ बायोग्राफिकल स्टडी,* बॉम्बे, १९३५, पृ. २०७-२२३.

८. *सुधारक,* संपादकीय टिप्पणी, ११ मे १८९१. गोपाळ व्यंकटेश पाणंदीकर यांचा विवाह शांताबाईंशी ११ मे १८९१ रोजी झाला. या पूर्वी तिचा प्रथम विवाह डॉ. भाऊ दाजी लाड यांच्या मुलाशी झाला होता. तसेच, 'भांडारकर आणि त्यांचे टीकाकार', *सुधारक,* १२ ऑक्टोबर १८९१.

९. 'रा. ब. मुधोळकर यांचा विवाह', *सुधारक,* २२ मे १८९३.

१०. 'हळू हळू हे ही समाजास संमत होईल', *सुधारक,* १७ एप्रिल १८९३. तसेच, *सुधारक,* १३ मार्च १८९३.

११. दि. धों. कर्वे, *धोंडो केशव कर्वे - आत्मवृत्त व चरित्र,* हिंगणे स्त्रीशिक्षण संस्था, पुणे, १९५८, पृ. १४६. कर्व्यांनी स्थापन केलेल्या विधवाविवाहोत्तेजक मंडळीच्या सदस्य, सल्लागार व विश्वस्तांच्या यादीत आगरकरांचे नाव आहे.

१२. रामचंद्र भिकाजी जोशी (१९५६-१९२७), व्याकरणकार तसेच भाषाकार, हे रत्नागिरी जिल्ह्यातील मुरुड गावचे. मुलांसाठी अनेक उपयुक्त पुस्तके त्यांनी लिहिली. १९१९ मधील *मराठी भाषेची घटना* ही रा. भि. जोश्यांची सर्वांत प्रसिद्ध लेखनकृती.

१३. आगरकरांव्यतिरिक्त पहिल्या कुटुंबमेळ्यात चिं. न. भट, व्ही. जी. भानू, व्ही. बी. पटवर्धन, रा. भि. जोशी व सीताराम गणेश देवधर यांचीही उपस्थिती होती.

१४. *केसरी,* ३० जून १८८५. हा लेख पत्ररूपात आहे व संपादकाने हा लेख छापल्याबद्दल त्या लेखाचा कर्ता त्यास सुरुवातीस धन्यवाद देतो. या लेखातील विचार आगरकरांनी लिहिलेल्या बऱ्याच लेखांमध्ये प्रतिबिंबित झालेले आहेत. उदाहरणार्थ, 'शहाण्यांचा मूर्खपणा अथवा आमचे प्रेतसंस्कार', *अवा-१,* पृ. १४६-४८; 'वल्लभोपासना', *अवा-१,* पृ. ९०-९३; 'हे पतिप्रेम की पुरुषवर्गाची निर्घृणता', *अवा-२,* पृ. ३९३-९८.

१५. अजून तरी सावध व्हा', *सुधारक,* ३ मार्च १८९०. कृष्णाजी प्रभाकर भालेकर हे महात्मा फुल्यांचे निकटचे सहकारी होते.

१६. 'विवाहकरण अथवा घटस्फोट', *अवा-२,* पृ. ७८-८१; 'घटस्फोट अथवा काडीमोड' - २', *सुधारक,* १६ डिसेंबर १८८९.

१७. पुण्यांत नवीन चळवळ, *केसरी,* २९ जुलै १८८४. याबाबतीत त्या वर्षी जुलैमध्ये एक जाहीर सभा भरली होती. तीत रानडे व भांडारकर यांची भाषणे झाली. त्यात शंकर पांडुरंग पंडितानी स्त्रीशिक्षणावर एक निबंध वाचला. त्या वेळचे गव्हर्नर जेम्स फर्ग्युसन यांनी मुलींची शाळा काढण्याबाबतची घोषणा ९ ऑगस्ट १८८४ रोजी केली. प्रत्यक्षात तिचा उद्घाटन समारंभ २९ ऑगस्ट १८८४ रोजी संपन्न झाला.

१८. 'द न्यु गर्ल्स हायस्कूल' *मराठा,* ५ ऑक्टोबर १८८४.

१९. *कित्ता,* तसेच 'स्त्रीशिक्षणाची दिशा', *केसरी,* ६ मार्च १८८७.

२०. कित्ता, नं. ३, *लोकमान्य टिळकांचे केसरीतील लेख,* खंड ४, पृ. ७८.

२१. 'फिमेल हायस्कूलातील शिक्षणक्रम', *केसरी,* २७ सप्टेंबर १८८७,

लोकमान्य टिळक लेख संग्रह, खंड ४, पृ. ७१. टिळकांनी याबाबतचे आपले विचार २८ सप्टेंबर ते २५ ऑक्टोबर १८८७ या काळात *केसरी*तील चार लेखांत व्यक्त केले आहेत.

२२. 'फिमेल हायस्कूलातील शिक्षणक्रम : केसरीकाराचा परशुरामावतार', *केसरी* १ नोव्हेंबर १८८७. या लेखाच्या प्रकाशनाच्या एक आठवड्यापूर्वी आगरकरांनी *केसरी*चे संपादकत्व सोडले होते; म्हणून त्यांना हा लेख, 'लिहून आलेला मजकूर' या सदराखाली लिहावा लागला.

२३. 'गैर समज', *केसरी,* १२ ऑगस्ट १८८४.

२४. *केसरी,* १९ ऑगस्ट १८८४.

२५. 'कंटकेनैव कंटकम्', *केसरी,* १९ ऑगस्ट १८८४.

२६. 'स्त्रीशिक्षणावर शेवटचे दोन शब्द', *केसरी,* १६ सप्टेंबर १८८४.

२७. *कित्ता.*

२८. *द वर्क्स ऑफ रेव्ह. सिडने स्मिथ,* खंड १, चौथी आवृत्ती, १८४८, लाँगमन्स, लंडन, पृ. ३६२-८२.

२९. *कित्ता,* पृ. ४३०.

३०. *कित्ता,* पृ. ४३१-३२.

३१. *कित्ता,* पृ. ४३२-३३.

३२. *कित्ता,* पृ. ४३४-३५.

३३. *कित्ता,* पृ. ४३६.

३४. *कित्ता,* पृ. ४३७.

३५. *कित्ता,* पृ. ४३८.

३६. *कित्ता,* पृ. ४३९.

३७. *कित्ता,* पृ. ४४०.

३८. 'स्त्रियांस वरिष्ठ प्रतीचे शिक्षण द्यावे किंवा नाही?', *सुधारक,* ३१ ऑक्टोबर १८९२.

३९. 'स्त्रीदास्यविमोचन', *केनिनि,* पृ. १२९-१३२.

४०. *अवा-१,* पृ. २०४.

४१. स्त्रीपुरुषांना एकच शिक्षण द्यावे, व तेही एकत्र द्यावे', *अवा-१,* पृ. २०१-२०८.

४२. *कित्ता,* पृ. २०७-२०८.

४३. 'स्त्रीशिक्षणाबद्दल सक्ती करावी काय?' *अवा-१,* पृ. १८४.

क
जातिव्यवस्था

भारतीय इतिहासातील जातिव्यवस्थेसारख्या गुंतागुंतीच्या प्रश्नाबाबत आगरकरांचा दृष्टिकोन धर्मनिरपेक्ष आणि वैज्ञानिक होता. हर्बर्ट स्पेन्सरच्या 'सामाजिक संरचना आणि कार्ये'[१] या सिद्धांताद्वारे हिंदुसमाजातील जातिव्यवस्थेच्या उगमाचा आढावा घेताना त्यांनी 'सामाजिक स्थिती आणि गति' या *सुधारका*तील लेखातून स्पष्ट लिहिले की,

> ''जरी प्रारंभी वनस्पतींचीं आणि प्राण्यांचीं शरीरें एकाच द्रव्याचीं झालेली असतात, तरी जसजशीं तीं परिणत होत जातात तसतशीं त्यांत निरनिराळीं इंद्रियें आणि अवयव उत्पन्न होतात, इतकेंच नाहीं तर त्या इंद्रियांचें आणि अवयवांचें पोषण करणारे जे रंध्राकार सूक्ष्म रक्तबिंदू तेही जेथल्या तेथेंच उपयोगी पडण्यासारखे उत्पन्न होतात... हा स्थानस्थितीचा नियम सामाजिक शरीरासही लागू आहे. समाजाच्या आद्य स्थितींत श्रमविभाग फार संकुचित असल्यामुळें, त्याचे घटकवर्ग फार थोडे असतात; पण तो जसजसा परिणत होत जातो तसतशी त्या वर्गाची संख्या वाढत जाते इतकेंच नाही, तर या वर्गांत जन्मास येणारे लोक साहजिकपणें त्यासच धरून राहतात; आणि या कारणामुळें समाजाची वाढ जों जों अधिकाधिक होत जाते तों तों त्यांत आपल्या देशांतील जातिभेदासारखे एकमेकांपासून अलग राहणारे अनेक वर्ग उत्पन्न होतात. अशा रीतीनें अस्तित्वात आलेल्या वर्गातील व्यक्तीस त्यातच रहाणे सुखावह व बऱ्याच अंशी हितावह असते. क्रमागत धंदा फार श्रम न पडतां येतो. सारांश, मन आणि शरीर यांची उपजत स्थिती आणि उपजल्यावर त्यांवर बाह्य गोष्टीचे जे परिणाम घडत असतात, त्यामुळें ज्याला त्याला आपली जात, धंदा व आचार बरा वाटत असून समाधान होत असते... यामुळें जातींचे बंध फार दृढ होत जातात. आतल्यांस बाहेर जातां येत नाही, किंवा जाण्याची इच्छा नसते. बाहेरच्यास आंत येतां येत नाहीं किंवा येण्याची इच्छा असत नाही. आपल्या देशांत जातींचें जे प्रचंड बंड माजलें आहे, व जे परकीयांच्या टीकेस पात्र झाले आहे, त्याचे हे इंगित आहे...''

स्पेन्सरच्या या सिद्धांतावरून आगरकरांनी निष्कर्ष काढला की समाजाच्या उत्क्रांतीतील काही अवस्था, समाजव्यवस्थेतील वर्ण तसेच जातिव्यवस्थेचा उदय

होणे अपरिहार्य आहे. ''जो कोणी या प्रश्नाचा निरभिमानबुद्धीने विचार करील त्यास असें दिसून येईल कीं, प्रत्येक समाजाच्या विशिष्ट स्थितींत आमच्या देशांतील वर्णव्यवस्थेसारखा किंवा जातिभेदासारखा लोकविभाग अस्तित्वांत आल्याशिवाय रहात नाहीं. एका लोकांनी दुसऱ्या लोकांस जिंकून त्यास आपले गुलाम करणे व त्यास विशिष्ट धंदे करावयास लावणे, किंवा लढाई होऊन जेते व जित असा भेद उत्पन्न न होतां, शुद्ध श्रमविभागापासून सहजगत्या उत्पन्न होणाऱ्या व्यवसायभिन्नत्वामुळे जातिभेद बहुश: उत्पन्न होतो. ज्याला आपण सुधारलेला म्हणू असे कोणतेही नवे किंवा जुने लोक घ्या, त्यांत जातिभेदाचा प्रकार या नाहीं तर त्या रूपानें आढळल्याशिवाय रहाणार नाही. विशेष कारणांमुळें कोठें तो अत्यंत क्षीण असेल, कोठे पराकाष्ठेच्या सक्तीचा असेल. पण प्रत्येक सुधारलेल्या देशांत तो थोडाबहुत तरी दृष्टीस पडल्याशिवाय राहणार नाही... ज्यांना **ट्रेड् गिल्ड्स** किंवा **क्रॅफ्ट गिल्ड्स** म्हणून म्हणत, ते आमच्यातील जातीसारखेच व्यावर्तक वर्ग नव्हेत काय?''[२] अशीही आगरकरांनी पृच्छा केली.

भारतीय संदर्भात जातिव्यवस्थेचा सामाजिक ताठरपणा व स्थितिशीलता ही सामाजिक प्रगतीच्या मार्गातील सर्वांत मोठा अडथळा असल्याने आगरकरांनी त्याचे अनिष्ट परिणाम अत्यंत स्पष्ट शब्दांत व्यक्त केले :

''जातीमुळें आपला देशाभिमान किती संकुचित झाला आहे; जातीमुळें ज्ञान, कला, शास्त्रें वगैरे जेथल्या तेथें कशीं कोंडल्यासारखीं झालीं आहेत; जातींमुळें धर्मविचारांत व आचारांत किती मतभेद उत्पन्न होऊन तो परस्पर वैरास, छलास, व मत्सरास कारण झाला आहे; जातीमुळें अन्नव्यवहार, विवाह वगैरेंच्यासंबंधानें किती गैरसोय झाली आहे; जातींमुळें परद्वीपस्थ व परधर्मीय लोकांपासून अलग रहावें लागत असल्यामुळें केवढें नुकसान होत आहे; जातींमुळें आमची भूतदया, आमचें बंधुप्रेम, आमची उदारता, धर्मबुद्धि, आमची परोपकार-रति, आमचे विचार यांचें क्षेत्र किती मर्यादित झालें आहे, याची या 'धीर' सुधारकांच्या मनांत खरी कल्पना कधीच येत नाहीं काय?... येथे ज्या प्रकारचा जातिभेद रूढ आहे त्या प्रकारचा जातिभेद वृद्धिंगत न होता जितका क्षीण होत जाईल तितका बरा, असे कोणीही समंजस मनुष्य कबूल करील...''[३]

आगरकरांनी हे दाखवून दिले की, आज जरी या जातिव्यवस्थेपासून अनिष्ट आणि वाईट परिणाम भोगावे लागत असले तरी, सगळ्या सामाजिक संस्थांप्रमाणे

या व्यवस्थेने प्रस्थापित आचार व्यवस्थितपणे नियमन करून समाजास एक प्रकारचे स्थैर्य प्राप्त करू दिले. ''जो तो क्रमागत अथवा अन्वयागत आलेला मार्ग आनंदानें आचरतों; फायद्यासाठीं एक वर्ग दुसऱ्या वर्गाची प्रतिस्पर्धा करीत नाहीं; वर्गावर्गांवर वर्गाचा दाब असतो... सारांश, परंपरागत दोषांचें किंवा गुणांचें संरक्षण होऊन समाजसंनिधानांत बिघाड न होऊं देण्यास जातीसारखे दुसरें साधन नाहीं. प्रत्येक व्यक्ति आपापल्या जागीं खिळली जाऊन आपापले कार्य नीटपणी बजावितें. त्यामुळें जाति या सामाजिक संनिधानाचे स्थितितत्त्व होते असें म्हणण्यास हरकत नाही.''[४] सामाजिक उत्क्रांतीमध्ये जातिव्यवस्था ही एक अपरिहार्य ऐतिहासिक वाढ आहे, अशी त्यांची समजूत होती. हिंदुशास्त्रांत जातिव्यवस्थेचा उगम ईश्वरप्रणीत असल्याचे जे सांगितले जाते, ते आगरकरांना संपूर्ण अमान्य होते. तसेच त्यांनी जोतिराव फुले यांचा आक्षेप की, जातिव्यवस्था ही स्वार्थी आणि धूर्त ब्राह्मणांनी आपले सामाजिक वर्चस्व राखण्यासाठी तयार केली, हा धुडकावून लावला. याबद्दल त्यांनी लिहिले की,

> ''ज्यांना समाजघटना कशी होत जाते हें ठाऊक नाहीं, अशा अप्रबुद्ध भोळ्या लोकांनीं ब्राह्मणक्षत्रियादि चातुर्वर्ण्याची उत्पत्ति ब्रह्मदेवाचे तोंड, हात, पाय व ऊर यांपासून झाली, असें म्हटल्यास त्यांस फारसा दोष देतां येत नाही, किंवा रेव्हरंड जोतिबासारख्यांनीं दुराग्रहामुळें किंवा अविचारामुळें हिंदुस्थानातील वर्णव्यवस्था अप्पलपोट्या ब्राह्मणांनी केली आहे, असें प्रतिपादिल्यास अशांच्या तोंडाला हात लावण्याची सोय नाहीं... जातिभेदामुळें आजपर्यंत आमचें जें नुकसान झालें आहे, व सध्या होत आहे तें आम्ही जाणून आहों, व तो उत्तरोत्तर क्षीण होत गेला पाहिजे, असें कबूल करण्यास आम्ही तयार आहों; तथापि ब्रह्माच्या तोंडातून ब्राह्मण उद्भवले, किंवा स्वार्थसाधू 'भटां'नी कुणब्यांस अज्ञानांत किंवा दास्यस्थितीत लोळत ठेविले, असे वेडगळपणाचें किंवा दुराग्रहाचें बरळणें मात्र आम्हांस मान्य नाही.''[५]

हिंदूंच्या सामाजिक घडीचे जातिव्यवस्थेमुळे किती अपरिमित नुकसान झाले आहे, याची जाणीव आगरकरांना होती. त्याचे परिमार्जन व्हावे हा त्यांचा उद्देश होता. एका अग्रलेखात त्यांनी जातिव्यवस्थेवर प्रखर टीका केली :

> ''आमची जातिव्यवस्था, तिच्या सर्व अलवचीकपणा व अन्यायासहित, एका वर्गाची दुसऱ्या वर्गाबरोबरची सहानुभूती कमी करणारी आहे. काही माणसे जन्मजात अशुद्ध व शापग्रस्त असतात आणि त्यांचा स्पर्श सुद्धा दूषित करणारा असल्याने टाळला पाहिजे, असा

नाशकारक सिद्धांत ह्या व्यवस्थेमुळे रुजविला जातो. यातील सर्वांत दु:खदायक भाग असा की या 'अशुद्ध व शापग्रस्त' प्राणिमात्रांना आजपर्यंत दास्यत्वात इतके जखडून ठेवले गेले आहे की असलेल्या अवस्थेतच त्यांना समाधान वाटते. म्हणूनच उच्च जातीच्या लोकांबरोबर समानतेच्या तत्त्वावर हक्क सांगण्याचा विचारच ते करू शकत नाहीत. आमची आजची सामाजिक सुधारणेबाबतची चळवळ ही फक्त ब्राह्मण व तत्सम वर्गापुरतीच आहे... जेव्हा या भारतातील करोडो लोक अज्ञान, गरिबी आणि मानसिक हीनतेत खितपत पडले आहेत आणि त्यांना मनुष्य म्हणून मानाने जगण्याची समज नाही, तेव्हा जगातील सर्व देशांच्या पंक्तीत तो बसण्याची अपेक्षा करणे व्यर्थ आणि फोल आहे. जिथे नव्वद पेक्षा जास्त टक्के लोकसंख्या अभूतपूर्व अज्ञानात ठेवली जाते, आणि थोडीच माणसे पवित्र आणि महत्त्वाच्या ज्ञानाची मक्तेदारी स्वत:कडे असल्याचे गर्वाने सांगून आपल्या दुर्दैवी भाऊबंदांच्या हृदयांवर जुलमी राज्य करतात, अशाप्रकारच्या राष्ट्रीय व्यवस्थेचा प्रत्येक देशप्रेमी नागरिकाने धिक्कार केला पाहिजे. याबाबतीत हिंदुसमाजाचा खालपासून वर पर्यंतचा संपूर्ण डोलारा सडलेला आहे, आणि १७८९ मधील फ्रेंच राज्यक्रांतीसारख्या एका प्रचंड प्रयत्नानेच तो नाश करून जमीनदोस्त करता येईल. तसे करून, आमचा समाज धरून प्रत्येक समाजातील, महत्त्वाच्या व चांगल्या गोष्टी एकत्रित करण्याच्या ध्येयाने एका नवीन समाजाची उभारणी करता येईल...''[६]

आगरकरांना समता व सामाजिक न्याय या तत्त्वांवर आधारित समाज अभिप्रेत होता.[७] ''ज्ञान संपादून ब्राह्मणेतर वर्णांनीं त्यास संपादनीय वाटत असतील ते ब्राह्मणांचे हक्क संपादावे, व ब्राह्मणांनी तसे करण्यास त्यास मदत करावी; तसेच आजमित्तीस ब्राह्मण लोकांस जे धंदे त्याज्य वाटत आहेत ते त्यांनीं करावयास लागावें आणि तसें करण्यात त्यास ब्राह्मणेतर जातींनीं साहाय्य करावें; व याप्रमाणे उभय पक्षांकडून देवघेव होऊं लागून सर्वत्र एकोपा व खरी बंधुप्रीति यांची स्थापना व्हावी...'' असे आवाहन आगरकरांनी केले.[८] सामाजिक एकता, प्रगती आणि बंधुत्वाची भावना फक्त तिरस्काराने नव्हे तर एकमेकांतील सहकार्यानेच साध्य होईल अशी त्यांची समजूत होती.

खालच्या जातींना पाशवी वागणूक देण्याच्या ब्राह्मणी प्रवृत्तीबद्दल आगरकरांनी त्यांची कडक शब्दांत कानउघाडणी केली. एकीकडे सर्व उपयोगी आणि आवश्यक मानवी सेवांसाठी खालच्या जातींवर ब्राह्मण अवलंबून असतात आणि तरीही त्यांना

अस्पृश्य मानून त्यांची छायासुद्धा अशुद्ध करणारी आहे, असे समजून टाळतात, या वागण्याचे 'केवढा हा पक्षपात' असे वर्णन त्यांनी केले. पाळीव प्राण्यांनासुद्धा दयाळू वृत्तीने वागविले जाते. खालच्या जातींतील लोकांना त्यापेक्षाही अमानुषरीत्या वागविणाऱ्या ब्राह्मणी असंवेदनशीलतेचा त्यांनी धिक्कार केला. अशा वागणुकीचे 'अनंत आणि ईश्वरी निर्मिती' असे म्हणून समर्थन करणे म्हणजे 'मनुष्याच्या विचारीपणास लांछनास्पद अशी दुसरी गोष्ट नाही', असे आगरकरांनी लिहिले.[९]

खालच्या जातीच्या लोकांनी विहिरीतून पाणी घेतल्याबद्दल जेव्हा पुण्याच्या काही सनातनी ब्राह्मणांनी आक्षेप घेतला, तेव्हा त्यांच्या प्रतिगामी वृत्तीचा आगरकरांनी निषेध केला. 'शहाणे असाल तर आमचे ऐका' असा इशारा देत आगरकरांनी सवाल केला की, 'नगरसारख्या इतर ठिकाणी एकाच हौदावर ब्राह्मण व शूद्रच नव्हे, तर मुसलमानही पाणी भरीत असून त्यांचें ब्राह्मण्य जर अद्याप सोळा आणे कायम आहे, तर मग शूद्राच्या शिंतोड्यानें पुण्याचें ब्राह्मण्य तेवढें हिणकस कां ठरावें?... ब्राह्मणेतरांनीं केलेले पोहे, चुरमुरे व दुसरेही अनेक पदार्थ भक्षण करणारे, प्रत्यक्ष ख्रिस्त्याच्या घरचा चहा पिणारे व या सर्वांशी संसर्ग ठेवणारे सहस्रश: लोक नुसत्या ब्राह्मण या नावाखालीं जर ब्राह्मणांच्या हौदावर पाणी भरीत आहेत, व त्यांचा संसर्ग जर धर्माभिमान्यांस खपतो, तर शूद्रांनीच तेवढे काय पाप केलें आहे?''[१०]

ब्राह्मण आणि शूद्र यांच्यातील गंभीर संघर्ष टाळावा म्हणून आगरकरांनी ब्राह्मणांना आगाऊ इशारा दिला की आपल्या वागणुकीत योग्य बदल करण्यावाचून त्यांना पर्याय नाही. याबद्दल आगरकरांनी लिहिले की,

> ''ब्राह्मण ईश्वराच्या मुखापासून झाला म्हणून तो श्रेष्ठ व आपण ईश्वराच्या पायापासून उत्पन्न झालों तेव्हां आपण नीच, अशी जोपर्यंत शूद्रादि वर्गांची समजूत होती तोपर्यंत ते अज्ञानानें ब्राह्मणाची पूजा करीत असत; व ब्राह्मणास त्याच्या विरुद्ध म्युनिसिपालिटीजवळ दाद मागण्याचा प्रसंग आला नव्हता... तेव्हा ब्राह्मण लोक आपले जन्मसिद्ध वर्चस्व त्यांच्यावर स्थापूं पहातील तर हातपाय हलविल्याशिवाय ते खचितच रहाणार नाहीत... सोवळेंओवळें व तद्विषयक मूढ कल्पना याचे साम्राज्य होते तेव्हा त्यांनी वाटेल तसा जुलूम केला. ब्राह्मणांस श्रेष्ठ पद दिलें व शूद्रांस नीच ठरविलें, खऱ्या ज्ञानाचा लोप केला व घोकंपट्टीस उत्तेजन दिलें; धर्मविचारांची व मनाची फारकत करून टाकली, व त्यांचें सारें रहस्य शरीराच्या बाह्य कवायतींत आणून सोडलें. आता यापुढें ही अविचाराची बेबंद पातशाही चालावयाची नाहीं. आतां अमक्याच्या पोटीं

अमक्याचा जन्म झाला म्हणून तो श्रेष्ठ ही कल्पना आर्ष मानली जाणार व बुद्धिबलानें जो पुढें सरेल तोच श्रेष्ठ ठरेल. या जबरदस्त विचारओघाची गति अविचारबांधानें थांबू शकणारी नाहीं.''[११]

ब्राह्मण जातीपुढे असलेली शूद्र वर्गांची केविलवाणी शरणागती यास अंशत: ज्ञानाचा अभाव व मुख्यत: त्यांना निरंतर अज्ञानात ठेवण्याचा ब्राह्मणी कपटीपणा कारणीभूत आहे, असे मत आगरकरांनी मांडले. इंग्रजी शिक्षणामुळे शूद्र जातींमध्ये मनुष्याच्या प्रतिष्ठेबद्दल एक नवीन जाणीव निर्माण झाली आहे. परिणामत: ते ब्राह्मणास 'भूदेव' मानण्यास तयार होणार नाहीत, तसेच ब्राह्मण वर्गाची सेवा करणे हा आद्यधर्म आहे, असेही समजणार नाहीत. जुन्या विचारांवर विश्वास ठेवण्यासाठी त्यांच्यावर कुठल्याही प्रकारची बळजबरी केल्यास ती प्रतिविरोधक कृती होईल व त्यामुळे ते बंड करतील. आज त्या बंडाचे स्वरूप जरी न दिसण्यासारखे असले तरी, जेव्हा जास्त शूद्र लोक उदारमतवादी शिक्षण घेतील, तसतशी दोघांमधील दरी प्रकर्षाने दिसू लागेल. ''या बंडास यापूर्वीच सुरुवात झालेली आहे. परंतु या वर्गात अद्याप विद्येचा प्रसार झालेला नसल्यामुळें त्याचें पूर्ण स्वरूप अजून भासूं लागलें नाहीं. विद्येचा जसजसा अधिक प्रसार होत जाईल तसतसें शूद्रादि वर्गांस हल्लींचें वैषम्य अधिकाधिक टोचूं लागून तें नाहींसें करण्यास तें जारीनें प्रयत्न केल्यावाचून रहाणार नाहीत. हौदावरून ब्राह्मणादिकांची जी आज अवहेलना होते ती या भावी बंडाचीच सूचक होय.''[१२] वरील विश्लेषण हे जोतीराव फुले व त्यांच्या सत्यशोधक समाजाच्या आद्य कार्याची आगरकरांनी अप्रत्यक्षरीत्या दिलेली स्पष्ट कबुली असल्याचे दर्शक आहे. तसेच ते विसाव्या शतकातील दलित चळवळीच्या उदयाचे भाकीत आहे.

सार्वत्रिक शिक्षणात आगरकरांना जातिव्यवस्थेवर उपाय असल्याचे दिसले.[१३] इंग्रजी शिक्षण त्यांना पसंत होते, कारण हिंदुशास्त्रविद्येसारखे ते फक्त उच्च जातींसाठीच नव्हते तर सर्व जातींना खुले होते म्हणून. तसेच पाश्चात्त्य संस्कृतीतील वैशिष्ट्यपूर्ण उदारमतप्रवाहांची त्यामुळे ब्राह्मण व ब्राह्मणेतरांना ओळख होईल म्हणून.

आगरकर शूद्रवर्गातील लोकांचे ख्रिस्ती धर्मात धर्मांतर करण्याविरुद्ध होते. पंचहौद मिशन चहा प्रकरणात त्यांनी हिंदु समाजातील जातींच्या संकुचिततेबद्दल, परिणामत: एकमेकांच्या पृथक अस्तित्वाबद्दल टीका केली. अतिशूद्रांना समाजातील मुख्य प्रवाहापासून दूर लोटल्याबद्दल, आणि त्यामुळे त्यांचा ओघ ख्रिस्तीधर्माकडे लागल्याबद्दल सनातनी ब्राह्मणांना त्यांनी दोष दिला. ख्रिश्चन मिशनऱ्यांचे विचार ब्राह्मणांच्या मूर्ख विचारांपेक्षा अधिक प्रगत नसल्याने, अनिष्ट जातिव्यवस्थेविरुद्धचा

उपाय म्हणून ख्रिस्ती श्रद्धेत धर्मांतर करणे हा चुकीचा मार्ग असल्याचे मत त्यांनी मांडले. "आमच्यांतील अतिशूद्र लोकांस आम्ही अगदीं दूर टाकल्यामुळें त्यांची एकसारखी ख्रिस्ती धर्माकडे धाव चालू आहे, ही गोष्ट आम्हांस अत्यंत उद्वेगजनक आहे, व या लोकांस आम्ही जवळ घेवूं लागून त्यांचा तिकडील ओघ परत फिरेल तो सुदिन असे आम्हास वाटत आहे!..."[१४] अशी आशा आगरकरांनी व्यक्त केली. पण ब्राह्मणांची अतिशूद्रांबरोबर वागणूक पूर्वीसारखीच राहिली तर अतिशूद्रांना आपल्या कळपांत घ्या, अशी मिशनऱ्यांना अतिशय दु:खाने व शरमेने उघडपणे विनंती करावी लागेल.[१५] मिशनऱ्यांशी केलेली अनावश्यक जवळीक जरी त्यांना पसंत नव्हती, तरी शूद्रांच्या हातचा चहा घेण्यात काहीही गैर नाही असे आगरकरांनी नि:संकोच स्पष्ट केले. "इतकेच नाहीं, तर आमच्या नीच मानलेल्या महारांची स्थिती सुधारून त्यांची व वेदशास्त्रसंपन्न ब्राह्मणांची एक पंगत झालेली जर आम्हास पाहाता येती, तर आम्ही स्वतांस मोठे कृतार्थ मानलें असतें, ही गोष्ट आमच्या देशबांधवांपासून आम्ही चोरून ठेवीत नाही", असेही सांगितले.[१६]

शूद्रजातीतील लायक लोकांची वरिष्ठ प्रशासकीय अधिकारांच्या जागांवर नियुक्ती करावी याला आगरकरांचा पाठिंबा होता. होळकर व गायकवाडी संस्थानांतील काही एतद्देशीयांनी तेथील सरकार मराठा जातीच्या लोकांना नोकरीत मर्जी दाखविते असा आरोप केला, तेव्हा बौद्धिक व कारकुनी कामांतील ब्राह्मणांच्या श्रेष्ठत्वाचा खोटा दावा त्यांनी उडवून लावला. योग्य प्रकारचे प्रोत्साहन व संधी दिल्यास शूद्रसुद्धा उत्कृष्टता प्राप्त करू शकतील असा विश्वास त्यांनी व्यक्त केला. सदर परिस्थिती युरोपियन व एतद्देशीयांत फरक केला जाणाऱ्या इलबर्ट बिलाच्या विरोधकांसारखी आहे हे त्यांनी दाखवून दिले. समाजातील उच्च प्रकारची कामे करण्याचा अधिकार एकाच वर्गाकडे ठेवून इतरांना हलाखीत जगायला लावणारी समाज व्यवस्था म्हणजे 'शूद्रांची सांस्कृतिक गुलामगिरी' आहे, तसेच 'राष्ट्रीय बुद्धिमत्तेचा अपव्यय आहे.'[१७] जेव्हा पात्रता नसताना जातीच्या आधारे लोकांना नियुक्त केले जाते, तेव्हा अशाप्रकारचा अपव्यय होतो. जरी आगरकरांनी गुणवत्तेच्या निकषावर नियुक्त्या व्हाव्या या तत्त्वाचा पुरस्कार केला, तरी 'शूद्रजातींच्या बाजूने थोडासा कल असणे स्वाभाविक आहे आणि तसे झाल्यांस ब्राह्मण वर्गाने विरोध करण्याची गरज नाही' असे मत त्यांनी दिले.[१८]

आगरकर संपादक असताना *केसरी* फुल्यांच्या कार्याबद्दल चिकित्सक होता. फुल्यांविरुद्धची *केसरी*तील सर्वप्रथम टीका विष्णुशास्त्री चिपळूणकरांनी केली होती. ख्रिश्चन मिशनऱ्यांचे बाहुले असल्याचा आरोप त्यांनी फुल्यांवर केला. ब्राह्मणांच्या वर्चस्वाचे समर्थन करताना चिपळूणकरांनी उपहासात्मक लिहिले की, "ज्या

कोणाला ब्राह्मणशाही व ब्राह्मणी वर्चस्व पसंत नाही ते नवीन धर्म काढायला स्वतंत्र आहेत''.[१९] आपल्या सार्वजनिक जीवनातील पहिल्या काळात टिळकही या विचारसरणीपासून वेगळे नव्हते. याउलट आगरकरांनी १८८२ मध्येच समतेच्या तत्त्वाचा पुरस्कार केला आणि जन्मावर आधारित श्रेष्ठता नाकारली.

तथापि, आगरकर संपादक असताना *केसरीने* जातिव्यवस्था या विषयाबद्दल सर्वसाधारणपणे अनास्थाच दाखविली. किंबहुना हा विषय त्यांच्या पत्रकारितेच्या उद्दिष्टांत महत्त्वाचा नव्हता. *सुधारक* पत्रातसुद्धा जोतीराव फुले आणि त्यांच्या सत्यशोधक समाजाच्या कामाची विशेष दखल घेण्यात आली नाही. म्हणून, बऱ्याच संशोधकांनी, प्रथम *केसरी* व नंतर *सुधारक* पत्रांच्या अनास्थेचे कारण म्हणजे ब्राह्मणवादावर व त्यांच्या सांस्कृतिक वर्चस्वावर फुल्यांनी केलेल्या प्रखर टीकेबद्दल असलेला ब्राह्मणी संपादकांचा तिटकारा, असा अर्थ लावला. तथापि आगरकरांच्या विचारांचे सूक्ष्म निरीक्षण केले असता दोन गोष्टी जाणवतात : एक म्हणजे, शूद्रांच्या स्थितीबद्दल फुल्यांशी त्यांचे तात्त्विक मतभेद नव्हते; आणि दुसरे, या प्रश्नांबाबत त्यांची मते त्यांच्या सहकाऱ्यांपेक्षा भिन्न होती.[२०] एकोणिसाव्या शतकात बहुतेक सुधारकांना सुधारणा पारंपरिक धर्तीवर हवी होती. मूलगामी बदल नव्हे तर त्यांना अंशात्मक बदल हवा होता. रानडे-भांडारकर यांच्या मार्गदर्शनाखाली प्रार्थना समाजाची विचारसरणी सर्वमान्य हिंदुधर्मापेक्षा वेगळी होती. ''ईश्वराचे जनकत्व व मनुष्याचे विश्वबंधुत्व' हे त्यांचे मार्गदर्शक तत्त्व होते. भांडारकरांच्याच भाषेत सांगायचे झाले तर हे तत्त्व म्हणजे केवळ 'जातीजातींतील सर्व भेदभाव नष्ट करणे' नव्हे तर, 'सामाजिक उच्चनीचभावाचे उच्चाटन करणे' ही होते.[२१]

या उलट, फुल्यांच्या मते सर्व ब्राह्मणी धर्मशास्त्रे - *श्रुती, स्मृती, पुराणे* व *भगवद्गीता* - ब्राह्मणांचे वर्चस्व अबाधित राखण्यासाठी आणि दीन-दलित वर्णांना कायमचे सामाजिक दास्यात ठेवण्याच्या हेतूने रचली गेली होती. हिंदूंची मानसिकता, त्यांच्या सामाजिक संस्था, प्रथा व चालीरितींवर अधिकार चालविणाऱ्या प्रबळ ब्राह्मणवादी विचासरणीचा फुल्यांनी धिक्कार केला. ही विचारधारा बदलून समता आणि विवेकवाद या तत्त्वांवर आधारित एक पर्यायी विचारधारा त्यांना हवी होती. मनुष्याची प्रतिष्ठा हे त्यांच्या विचारधारेचे केंद्रस्थान होते. प्रचलित प्रबळ विचारधारेच्या बाहेर जरी त्यांनी स्वत:ला ठेवले असले तरी हिंदु धर्माबाहेर ठेवले नव्हते. ब्राह्मणेतरांना एक वेगळी ओळख मिळवून देताना संस्कृतीकरणाची प्रक्रिया त्यांनी नाकारली, इतिहासाचे नवे अर्थ लावले आणि ब्राह्मणवादी वर्चस्वाचे गोडवे गाणारी सर्व मिथके त्यांनी झुगारून दिली.

ब्राह्मण व ब्राह्मणवादाविरुद्ध आगरकरांची टीका तितकीच प्रखर होती, पण ती फुल्यांसारखी बोचरी नव्हती. आगरकरांनी सनातनी ब्राह्मणांना त्यांच्या अयोग्य विचारांबद्दल आणि दुराग्रही वागणुकीबद्दल दोष दिला; प्रार्थना समाजाने अवलंबलेल्या सामाजिक परिवर्तनाच्या पद्धतीच्या सामर्थ्याबद्दल शंका व्यक्त केल्या; आणि स्वार्थापोटी ब्राह्मणांनी जातिव्यवस्था अमलात आणली, या फुल्यांच्या आरोपाचा 'दुराग्रही व अविवेकी' असा उल्लेख केला. त्यांच्या मते प्रार्थना समाजिस्टांनी आणि फुल्यांनी जातिव्यवस्था अस्तित्वात आणणारे सामाजिक उत्क्रांतीतील घटक जाणून घेण्यात चूक केली.[२२]

या विषयावरील आगरकरांचा दृष्टिकोन भावनात्मक नसून शुद्ध विवेकवादी होता. ब्राह्मणी प्रभाव हळूहळू संपुष्टात येईल, असे त्यांना वाटे. पण फुल्यांना 'रेव्हरंड' असे संबोधताना त्यांनी फुल्यांची बरोबरी ख्रिश्चन मिशनऱ्यांबरोबर केल्याचे जाणवते. इथे बुद्धिप्रामाण्यवादी आगरकर, फुल्यांच्या 'आर्त मनोवेदना' ओळखण्यात कमी पडलेले दिसतात. आगरकरांना फुल्यांच्या लिखाणाची पूर्ण ओळख असण्याबद्दल शंका येते आणि त्यांचे सत्यशोधक समाजाबद्दलचे वाचन जुजबी असल्याचे जाणवते.

तथापि, सनातनी ब्राह्मणांची कर्मठपणाची प्रवृत्ती आणि ब्राह्मणशाहीविरुद्ध फुल्यांची धारदार टीका या दोन्हींमुळे समाजातील एक वर्ग दुसऱ्या वर्गापासून फारकत घेत असल्याचे आगरकरांना दिसून आले. अशा सामाजिक औदासीन्यामुळे संपूर्ण हिंदु समाज दुभंगला जाईल आणि त्याची परिणती हिंसक संघर्षात होईल, अशी भीती त्यांना वाटली. कुठल्याही प्रकारचा हिंसक बदल त्यांना टाळायचा होता. मनुष्याची प्रतिष्ठा, सामाजिक समता आणि नैसर्गिक न्याय या, अठराव्या व एकोणिसाव्या शतकांतील युरोपियन उदारमतवादी विचारवंतांनी पुरस्कृत केलेल्या तत्त्वांवर आधारित एक नवीन एकसंध समाज निर्माण व्हावा, असा आगरकरांचा प्रयत्न होता.

संदर्भ

१. हर्बर्ट स्पेन्सर, *द प्रिन्सिपल्स ऑफ सोशॉलॉजी,* खंड १, पृ. ४७१, ४७४, ४८०-८२; 'सामाजिक स्थिती आणि गति', *अवा-२,* पृ. २६५-६६, *सुधारक,* ९ जून १८९०.

२. *कित्ता,* पृ. २६७-६८.

३. 'जात कां करीत नाही?', *अवा-१,* पृ. १११.

४. 'सामाजिक स्थिती आणि गति', *सुधारक,* ९ जून १८९०.

५. *कित्ता.*
६. *सुधारक,* ९ नोव्हेंबर १८९१; इकडेही उद्धृत, *रिपोर्ट ऑन द नेटिव्ह न्युजपेपर्स,* १४ नोव्हेंबर १८९१, पृ. ८-९.
७. 'हा विनोद चांगला नाही', संपादकीय टिप्पण, *सुधारक,* ५ जून १८९३.
८. 'सामाजिक स्थिती...', *तत्रैव,* पृ. २६७.
९. 'सोवळ्या-ओवळ्यांची पुरवणी', *अवा-१,* पृ. ६५.
१०. 'शहाणे असाल तर ऐका', *सुधारक,* ६ फेब्रुवारी १८९३, *अवा-२,* पृ. ४३९.
११. *कित्ता,* पृ. ४३९-४१.
१२. 'आणखी एक मुद्दा', *सुधारक,* १३ फेब्रुवारी १८९३; *अवा-२,* पृ. ४४८.
१३. *सुधारक,* ९ नोव्हेंबर १८९१; उद्धृत, *रिपोर्ट ऑन द नेटिव्ह न्युजपेपर्स,* १४ नोव्हेंबर १८९१, पृ. ८-९
१४. 'इति चहाग्रामण्य प्रकरणं समाप्तम्', *अवा-२,* पृ. ७४, *सुधारक,* ६ मे १८९२.
१५. 'हाच खरा उपाय', *सुधारक,* २८ मे १८९२. जातिव्यवस्थेपासून मुक्ती मिळण्याचा एकच उपाय म्हणजे ख्रिस्ती होणे या दिवाण बहाद्दूर श्रीनिवास राघव अयंगार, इन्स्पेक्टर जनरल ऑफ रजिस्ट्रेशन, यांनी सादर केलेल्या अहवालास उद्देशून आगरकरांनी ही टिप्पणी केली.
१६. 'इति चहा...', *तत्रैव,* पृ. ७४.
१७. संपादकीय टिप्पणी, *केसरी,* २५ सप्टेंबर १८८३.
१८. *कित्ता.*
१९. 'ज्याचा त्याचा ब्राह्मणांवर कटाक्ष', *केनिनि,* खंड २, पृ. २७७-८२.
२०. १८८२ मध्ये चिपळूणकरांनी टीका करूनसुद्धा फुल्यांना आगरकर-टिळकांबाबत खूप आदर होता. बर्वे अब्रू नुकसानी खटल्यात त्यांनी बापूशेट उरवणे मार्फत जामिनाची सोय केली व जशी डोंगरीच्या तुरुंगातून दोघांची सुटका झाली तेव्हा लागलीच त्यांचा सत्कार भायखळा येथे सत्यशोधक समाजातर्फे झाला.
२१. ज. वि. नाईक, "आर. जी. भांडारकर्स कन्सेप्ट ऑफ सोशल रिफॉर्मर", *इंडिया - पास्ट अॅन्ड प्रेझेंट,* व्हॉ. ४, नं. १, १९८७, पृ. ५२.
२२. *अवा - २,* पृ. २६६-६७.

ड
शारदासदनाबाबतचा वादंग

समानता आणि विवेक यांच्या आधारावर स्त्री-मुक्ती करू पाहणाऱ्या पंडिता रमाबाई (१८५८-१९२२) या एक महान कार्यकर्त्या होत्या. काही कारणांमुळे त्यांनी स्वत: ख्रिस्ती धर्म स्वीकारला असला तरी सामाजिक सुधारणेच्या बाबतीत त्यांची भूमिका निर्विवादपणे धर्मनिरपेक्ष आणि मानवतावादी होती. अमेरिकेच्या आर्थिक मदतीच्या साहाय्याने इ. स. १८८९ मध्ये त्यांनी 'शारदासदना'ची स्थापना केली. निराधार विधवांच्या उद्धारासाठी मानवतावादी आणि धर्मनिरपेक्ष भूमिकेतून कार्य करण्याच्या उद्दिष्टातूनच ही संस्था आकारास आली.

हिंदु रूढिवादाविरुद्ध रमाबाईंनी बंडखोर भूमिका घेतली. त्यांची शिकवण परंपरेच्या विरोधाची ठरली. रूढिवाद्यांचे पुढारी बाळ गंगाधर टिळक आणि त्यांच्या अनुयायांनी, 'शारदासदना'चा वापर रमाबाई धर्मांतरासाठी करीत असल्याचा आरोप केला. पंडिता रमाबाई आणि त्यांच्या शारदासदनावरील हा तीव्र हल्ला निंद्य होताच आणि तो तारतम्य सोडून केलेला होता. 'संमतिवयाचा कायदा' संमत करण्यात जे सुधारक यशस्वी झाले होते त्यांना कमी लेखण्यासाठी ही एक संधीच होती.

सुधारकांपैकी महात्मा जोतिबा फुले हे रमाबाईंच्या कार्याबद्दल उघडपणे वाखाणणी करणारे सर्वांत पहिले सुधारक.[१] मात्र शारदासदनाच्या वाईट दिवसांत रमाबाईंना पाठिंबा देण्यासाठी ते हयात नव्हते. न्यायमूर्ती महादेव गोविंद रानडे, डॉ. रा. गो. भांडारकर आणि प्रार्थना समाजी मित्रांनी रमाबाईंच्या उद्दिष्टांना सक्रिय पाठिंबा दिला. मात्र सनातन्यांचा हल्ला जेव्हा अधिक प्रखर झाला तेव्हा ते रमाबाईंच्या पाठीशी उभे राहिले नाहीत. अशा वेळी रमाबाई व त्यांच्या सामाजिक ध्येयांचा उघड उघड पुरस्कार करण्यासाठी पुढे आलेले एकमेव सुधारक म्हणजे गोपाळ गणेश आगरकर. सदर लेखन हे आगरकरांच्या '*सुधारक*'मधील लिखाणावर तसेच त्यांचे मामा सदाशिवराव भागवत यांच्याशी झालेल्या वैयक्तिक पत्रव्यवहारावर आधारित आहे. शारदासदनासंबंधी वेगवेगळ्या परिस्थितींत आगरकरांच्या भूमिकेचे जे दर्शन घडले त्याचे विश्लेषण करण्याचा हा प्रयत्न होय.

उच्चवर्णीय तरुण विधवांना आश्रय देणे, त्यांनी शिक्षिका बनावे म्हणून त्यांना प्रशिक्षण देणे, काही उद्योगव्यवसाय करण्याची क्षमता त्यांच्या ठायी निर्माण करणे जेणे करून गरज पडल्यास, प्रतिष्ठितपणे व स्वावलंबनाने त्या जगू शकतील, ही शारदासदनाची उद्दिष्टे होती. आगरकरांनी या उद्दिष्टांची प्रशंसा केली.

विधवाविवाहांना उत्तेजन देणे ही शारदासदनची सर्वप्रथम आस्थेची बाब नव्हती. स्त्रियांना मानसिक दृष्ट्या खंबीर बनविणारे, त्यांना वरदायी ठरणारे आणि अर्थातच त्यांच्या कुटुंबीयांना जाचक न ठरणारे शिक्षण देणे हे शारदासदनाचे मूलभूत ध्येय होते.[२] विधवाविवाहास प्रोत्साहन देणे हे सदनाचे मुख्य ध्येय नव्हते. अमेरिकन आर्थिक मदतीवर सदनाची स्थापना झाली असली तरी रमाबाईंनी हे स्पष्ट केले होते की, ही संस्था नेहमीच ख्रिस्ती व परदेशीयांवर अवलंबून राहणार नाही, ''विधवांना मदतीचा हात देण्याची आवश्यकता जेव्हा माझ्या देशबांधवांना पटेल तेव्हा ते ही चळवळ आपल्या हाती घेतील अशी मला आशा आहे'' असे रमाबाईंनी म्हटले होते.[३] शारदासदनाने प्रारंभापासूनच निवासी मुलींना विचाराचे, आचाराचे व धार्मिक श्रद्धेचे पूर्ण स्वातंत्र दिले होते.

रमाबाईंच्या ध्येयाने आगरकर इतके प्रभावित झाले की त्यांनी आपले मामा सदाशिव भागवत यांना अशी शिफारस केली, की त्यांनी विधवा मुलीला म्हणजेच वेणू नामजोशीला शिक्षणासाठी शारदासदनात पाठवावे. आगरकर लिहितात - ''केवळ शिक्षणच तिचे आयुष्य सुसह्य बनवू शकेल... मला वाटते की, वेणूच्या शिक्षणाची जबाबदारी त्या थोर महिलेवर आणि तिच्या सारख्या थोर अमेरिकन स्त्रियांवर सोपवावी...''[४] मामांनी वेणूला शारदासदनात ठेवण्यास मान्यता दिल्यावर आगरकर उत्तरादाखल लिहितात - ''वेणूला शारदासदनांत पाठविण्याचा निर्णय आपण घेतला याचा मला आनंद झाला आहे. उच्चवर्णीय विधवांसाठी असलेल्या पंडिता रमाबाईच्या या आधारगृहापेक्षा अधिक चांगली संस्था या देशांत असू शकेल असे मला वाटत नाही. ही संस्था म्हणजे शिस्त, वात्सल्य आणि उद्योगशीलता यांचा आदर्श नमुना आहे...''[५] *केसरी*मधील टीकेने आपण दिशाभूल करून घेऊ नये असेही त्यांनी सूचित केले. आपल्या वस्तुनिष्ठ भूमिकेतून त्यांनी आपल्या मामांना असेही सुचविले की - ''सदनाविषयी माझे मत कदाचित पक्षपाती असू शकेल. म्हणून रमाबाईंच्या हाती वेणूला सोपविण्यापूर्वी तुम्ही स्वत: व्यक्तिश: समाधान करून घ्या. कुणा विचारी हिंदु विधवेला हवेसे वाटेल असेच ते सदन आहे ही गोष्ट, तुम्ही स्वता: त्या संस्थेला दोन-तीनदा भेट देण्याने हे सदन प्रबुद्ध हिंदु विधवांसाठी कसे असायला हवे या बद्दलची खात्री तुम्हाला पटू शकेल.''[६]

इ. स. १८९१ मध्ये '*पुणे वैभव*'ने रमाबाईंविषयी अधिक्षेपात्मक लिखाण केले. सदनाच्या चाहत्यांनी त्या वृत्तपत्रावर खटला भरला. आगरकरांनी या खटल्याला पाठिंबा दिला.[७] मार्च १८९३ मध्ये आगरकरांनी एक महत्त्वपूर्ण भूमिका बजावली. फर्ग्युसन महाविद्यालयाचे आपले एक सहकारी व मित्र धोंडो केशव कर्वे यांचा

विवाह शारदासदनामधील पहिली बालविधवा गोदूबाई जोशीबरोबर जमविण्यात त्यांनी पुढाकार घेतला.[८]

सामाजिक सुधारणेच्याबाबतीत जनसामान्यांना शिक्षित करण्याच्या रमाबाईंच्या प्रयत्नांची आगरकरांनी नेहमीच प्रशंसा केली.[९] रमाबाईंनी राष्ट्रीय सभेला तसेच १८८९ च्या सामाजिक परिषदेला उपस्थित राहणे हे स्त्रियांच्या मुक्तीसाठी लोकांचा पाठिंबा मिळविण्यासाठी आवश्यकच ठरू शकेल म्हणून त्या कृतीचीही त्यांनी वाखाणणी केली.[१०] सुधारकांनी मांडलेल्या संमतिवयाच्या विधेयकाला (१८९१) रमाबाईंनी पाठिंबा दिला हेही त्यांना आवडले.

नोव्हेंबर १८९० मध्ये गव्हर्नरच्या कार्यकारी मंडळाचा एक सदस्य लायोनेल अॅशबर्नर याने *नॅशनल रिव्ह्यु* मध्ये एक लेख लिहिला. या लेखात अॅशबर्नरने लग्नविषयक सर्व हिंदुधर्मशास्त्रांतील अनुज्ञा वगैरेंचा धिक्कार केला आणि हिंदु विधवांचा 'स्वैर स्वेच्छाचरणी' असा हलकट उल्लेख केला.[११] उत्तरादाखल आगरकरांनी दोन लेख लिहिले व अॅशबर्नरच्या शिवराळ भाषेबद्दल आणि सरसकट विधाने करून अनुमान काढण्याबद्दल त्याला फैलावर घेतले.[१२] न्यायमूर्ती काशिनाथ त्र्यंबक तेलंग यांनी '*सुधारका*'च्या संपादकाला 'शंकित' या टोपणनावाने पत्र लिहून आगरकरांच्या सडेतोड उत्तराबद्दल त्यांचे अभिनंदन केले. या संदर्भात लिहिताना त्यांनी *मनुस्मृती* आणि *गोभिलगृहशास्त्र* यांसारखे ग्रंथ केवळ विधवांच्या बाबतीतच नव्हे, तर विवाहित स्त्रियांच्या बाबतीतही अवमानकारक कसे आहेत हे दाखवून दिले. संमतिवयाच्या विधेयकाचे विरोधक शास्त्रांची या प्रकारची मते स्वीकारतात का? आणि अशा शास्त्रांचा फोलपणा उघडकीस आणावा काय? अशी संपादकाकडे पृच्छाही तेलंगानी केली. पुण्याच्या उच्चवर्णीय जागृत स्त्रिया ज्या संमतिवयाच्या विधेयकाविरुद्ध सरकारकडे अर्ज पाठविण्याचा विचार करीत आहेत त्या, शास्त्रांची या तऱ्हेची मते मानतील काय? असाही प्रश्न टाकला.[१३]

पंडिता रमाबाईंनी या 'शंकित'ला उत्तर दिले, ते असे की, हिंदुशास्त्रे आणि आधुनिक शंकराचार्य यांनी स्त्रियांना केवळ वासना व मनोरंजन यांचे साधन मानले आहे. सर्व पापांचे मूळ मानले आहे. त्यांनी स्त्रियांचा उल्लेख भुलविणाऱ्या, व्यभिचारिणी, स्वैरिणी आणि कपटी या विशेषणांनी केला आहे. स्त्रियांबाबत अवमानकारक असे लिखाण म्हणून रमाबाईंनी *मनुस्मृती, ऋग्वेद, दक्षस्मृती, महाभारत, भागवत पुराण, बृहत्पराशरसंहिता,* या प्राचीन तसेच विनायकशास्त्री वेलणकर लिखित *वेदोक्त विधवास्त्रीधर्म प्रकार* आणि व्यंकट रंगो कट्टी यांच्या *विधवाविवाह अनाचार* यांसारख्या आधुनिक साहित्यातील उताऱ्याच्या उतारे उद्धृत केले. त्या प्राचीन महर्षींनी स्त्रियांना दिलेली दूषणे 'महामहोपाध्याय' टिळक,

रामशास्त्री आपटे, डॉ. के. आर. कीर्तिकर यांसारख्या आधुनिक महर्षींनाही स्वीकारार्ह वाटावीत याबद्दल रमाबाईंनी आश्चर्य व्यक्त केले. सवंग लोकप्रियता मिळविण्यासाठीच हे 'आधुनिक महर्षी' शास्त्रांचा आग्रह धरीत आहेत, असे त्यांचे मत झाले होते.

'नि:शंक' या टोपणनावाने '*सुधारका*'त लिहिलेल्या आपल्या साडेसहा कॉलमी पत्रात रमाबाईंनी हिंदुशास्त्रांचा पोकळपणा उघडकीस आणला. टिळक, आपटे आणि कीर्तिकरांनी समाजसुधारणेबाबत प्रतिगामी विचार केल्याबद्दल रमाबाईंनी त्यांचा उपहास केला. प्राचीन शास्त्रांतील स्त्रीविषयक असभ्य उल्लेखांबद्दल तेलंग 'शंकित' असतील तरी रमाबाई मात्र त्याबद्दल 'नि:शंक' होत्या.[१४] प्राचीन शास्त्रकारांनी जर स्त्री-पात्रांच्या मुखी ग्राम्य भाषा वापरलेली आहे तर मग पुण्याच्या उच्चवर्णीय स्त्रियांची कृती मुळीच आश्चर्यकारक नाही, असे रमाबाईंनी लिहिले.

शास्त्रार्थ, विद्वत्ता या बाबतीत रमाबाई अजोड होत्या. त्यांच्या विद्वत्तापूर्ण उपरोधापुढे टिकाव न लागल्याने टिळकांनी रमाबाई, 'शारदासदन' व त्यांचे पाठीराखे यांवर शिवराळ हल्ला चढविला. प्रारंभापासून रमाबाईच्या अंत:स्थ हेतूंबद्दल साशंक असणाऱ्या टिळकांनी आता, रमाबाई शारदासदनाचे धार्मिक संस्थेत रूपांतर करीत असल्याचा आरोप केला. रानडे व त्यांचे प्रार्थना समाजातील सहकारी शारदासदनाला पाठिंबा देत असल्याबद्दल त्यांच्यावरही हल्ला चढविला, सदनात एखादेही धर्मांतर झाले तर त्याची सर्वतोपरी जबाबदारी त्यांच्यावर राहील अशी समजही दिली. मिशनऱ्यांच्या कारवायांबद्दल त्यांच्यावरही हल्ला चढविला. स्त्री-शिक्षणाच्या बुरख्याआड दडलेल्या मिशनऱ्यांच्या समर्थकांना त्यांनी हिंदुसमाजाचे, हिंदुधर्माचे आणि स्त्री-शिक्षणाचे शत्रू म्हणून संबोधले.[१५] शारदासदनावरील आपल्या आरोपांचे समर्थन करण्यासाठी टिळकांनी, सदनाची पूर्वीची एक कर्मचारी कृष्णाबाई हिने दाखल केलेले धर्मांतरविषयक आरोप प्रसिद्ध केले. कृष्णाबाईच्या उर्मटपणाबद्दल व बेशिस्तपणाबद्दल रमाबाईंनी तिची सदनातून हकालपट्टी केली होती.[१६] अमेरिकेत असताना, रमाबाईंनी तेथील वृत्तपत्रांतून केलेल्या लिखाणातील पाच उतारे, रमाबाईंच्या धर्मांतराचा अंत:स्थ हेतू सिद्ध करण्यासाठी, लेखी पुरावा म्हणून १४ जुलै १८९१ रोजी टिळकांनी प्रसिद्ध केले.[१७]

प्रारंभी आगरकरांनी शारदासदनाविरुद्धच्या प्रचाराची फारशी गंभीर दखल घेतली नाही. काही काळाने हे वादळ शमेल असे त्यांना वाटले. पण जेव्हा, रमाबाई व सदनाविरुद्धची टीका वाढत्या प्रमाणावर निर्भर्त्सना करणारी बनली तेव्हा सदनाची बाजू मांडण्यासाठी त्यांनी लेखणी हाती घेतली. अज्ञेयवादी आगरकरांनी प्रारंभीच स्पष्ट केले की, ते ख्रिस्ती धर्माचा द्वेष करीत नाहीत किंवा वैदिक धर्मापेक्षा

त्याला कमी लेखत नाहीत. ख्रिस्तीधर्मातच हिंदुस्थानची मुक्ती आहे हा मिशनऱ्यांचा दावाही त्यांनी उडवून लावला. मात्र, रमाबाई धर्मांतरित ख्रिस्ती असल्यामुळेच त्यांच्या उदात्त ध्येयाबद्दल संशय बाळगला जावा, हे त्यांना शहाणपणाचे वाटले नाही. रमाबाईंवरील अन्यायपूर्ण टीका म्हणजे संमतिवयाच्या संदर्भातील मतभेदांचा परिणाम होता. रमाबाई व त्यांच्या सदनाचा जाणीवपूर्वक छळ मांडल्याबद्दल त्यांनी *केसरी, पुणे वैभव, शिवाजी* व *जगद्धितेच्छू*, ज्यांना ते 'क्षुद्र-जंतू' म्हणत - अशा वृत्तपत्रांचा निषेध केला.[१८]

आगरकरांच्या दृष्टीने सदनाविरुद्धचे खरे आरोप तीन होते. १. शारदासदन सुरू करण्यामागे रमाबाईंचा मुख्य उद्देश धर्मांतर हा असणे, २. सल्लागार मंडळाच्या विचारांचा रमाबाईंनी पूर्ण अनादर करणे आणि, ३. प्रार्थना सभागृहाची दारे उघडी ठेवण्यास असलेली बंदी न मानणे.

यांपैकी पहिला आरोप आगरकरांनी संपूर्णतया अमान्य केला. कृष्णाबाईंचे आरोपपत्रच खोटे व बिनबुडाचे म्हणून नाकारले. २० जुलै १८९१ च्या *सुधारकात* सदनाची बाजू मांडताना, कृष्णाबाईचे आरोपपत्र आकसपूर्ण व अविश्वसनीय असल्याचे सांगून *केसरीने* केवळ शब्द वळवून त्यांना घटिताचे रूप दिल्याचे म्हटले. या उलट, शारदासदन सारखी संस्था सुरू करण्यामागील रमाबाईंचा उद्देश हा केवळ तरुण हिंदु विधवांना शिक्षण देऊन स्वावलंबी बनविणे एवढाच होता, मिशनरी कार्याकडे वळण्याची इच्छा त्यामागे नव्हती हे सिद्ध करण्यासाठी आगरकरांनी शारदासदनाच्या रक्षणार्थ २० जुलै १८९१ च्या *सुधारकात* विपुल पुरावे दिले. यामध्ये सप्टेंबर १८८७ चा *लंडन टाईम्स*, न्यूयॉर्कचे *ख्रिश्चन इव्हेंजेलिस्टला* व बोस्टनच्या *इव्हनिंग ट्रान्सस्क्रिप्ट* ला १८ ऑगस्ट १८८७ रोजी रमाबाईंनी दिलेले उत्तर आणि १८९० सालचा *शारदासदनचा वार्षिक अहवाल* यांतील अनेक उतारे त्यांनी उद्धृत केले. रमाबाईंचा हेतू तरुण हिंदु विधवांना शिक्षण देऊन त्यांना स्वतःच्या पायावर उभे राहण्यास शिकवावे हा होता, असे आगरकरांना त्यातून दाखवायचे होते. त्यातून फक्त मिशनरी काम करण्याची इच्छा नव्हती तर शुद्ध धर्मनिरपेक्ष तत्त्वावर आधारित, हिंदु तरुण स्त्रियांची मने ज्ञानाने प्रबुद्ध करून आपल्या हिताबद्दल व सुधारणेबद्दल सर्व विषयांबाबत विचार करावयास शिकवणे अशासंबंधीचा एक धाडसी प्रयत्न होता, असे आगरकरांचे मत झाले. *द हाय कास्ट हिंदू वुमन* या रमाबाईंच्या पुस्तकाला प्रस्तावना लिहिताना डॉ. श्रीमती रॅचेल बोड्लीने जे मत व्यक्त केले होते ते बहुदा औपचारिक असून त्यातून काही वेगळा अर्थ गर्भित नसावा.[१९] आगरकरांनी जेव्हा हे सर्व उतारे उद्धृत केले तेव्हा एका मोठ्या वृत्तपत्रीय लेखात पण कमीतकमी शब्दांत जे त्यांना सत्य आणि खरे आहे असे वाटले ते सर्वांपुढे आणावे हा त्यांचा उद्देश होता.

आगरकरांच्या मते टिळक, रमाबाईंच्या त्यांच्या सल्लागार मंडळाशी असणाऱ्या मतभेदांचे भांडवल करीत होते. १८८९ ते १८९३ या काळात पंडिता रमाबाईंवर सातत्याने एक आरोप करण्यात येत होता आणि तो म्हणजे रमाबाई ॲडव्हायझरी बोर्डाच्या सल्ल्यांचे उल्लंघन करतात आणि स्वत:च्या आवडीप्रमाणे वागतात. ज्यावेळी अमेरिकेतील रमाबाई असोसिएशनची प्रतिनिधी, मिस सारा डी. हॅमूलिन नोव्हेंबर १८८९ मध्ये भारतात आली तेव्हा हे ॲडव्हायझरी बोर्ड रमाबाईंच्या सल्ल्याने स्थापन करण्यात आले होते.[२०] या सल्लागार मंडळातील बहुसंख्य सदस्य हे प्रार्थनासमाजी होते. १८८९-९० या काळात जरी *केसरी*तून सदनात धर्मांतर करवण्यात येत असल्याचे आरोप करण्यात आले आणि त्यामुळे त्यांच्यात द्विधा मन:स्थिती निर्माण झाली तरी त्याकडे दुर्लक्ष करून सल्लागार मंडळाने सदनास पाठिंबा दिला. रमाबाईंनी *केसरी*तील आरोपांचे खंडन केले आणि त्यांनी सल्लागार मंडळास कळविले की, हिंदू किंवा ख्रिस्तीधर्माबाबत सर्व मुलींना पूर्ण धार्मिक स्वातंत्र्य देण्यात आले आहे. म्हणून त्यांनी परवानगी दिली की, कोणतीही मुलगी आपल्या पालकांच्या संमतीने, हिंदू किंवा ख्रिस्ती धर्माचा अभ्यास शाळेबाहेर करू शकते. यावर १३ फेब्रुवारी १८९० रोजी 'बॉम्बे ॲडव्हायजरी बोर्डा'तून एक ठराव संमत करण्यात आला[२१] आणि त्या ठरावानुसार लक्ष्मी प्रकरणाचे निराकरण झाले.[२२]

पंडिता रमाबाईंबद्दल संशय निर्माण होण्यास कारण ठरली ती मिस सारा हॅमूलिनची अतिउत्साही वक्तव्ये. तिने बॉम्बेच्या सल्लागार मंडळास सांगितले की, "प्रार्थनेच्या वेळी सभागृहाची दारे उघडी ठेवणे हे अत्यंत प्रभावी धार्मिक सूचन होय..."[२३] आणि अतिउत्साहाने पुणे ॲडव्हायझरी बोर्डासमोर म्हटले की, "रमाबाई लोकांची फसवणूक करेल, आणि म्हणून, तिच्यावर बोर्डाने कडक नजर ठेवली नाही तर ती सरळ गोष्टी करणार नाही." या वक्तव्यांमुळेच प्रथम बॉम्बे ॲडव्हायझरी बोर्ड आणि नंतर पुणे ॲडव्हायझरी बोर्डाला[२४] रमाबाईंच्या व्यक्तिगत सुज्ञतेवर अतिक्रमण करण्याची गरज भासली. याबद्दल रमाबाईंच्या हताश भावना अमेरिकेतील मैत्रिणीस लिहिलेल्या त्यांच्या खासगी पत्रातून व्यक्त झालेल्या दिसतात. त्या लिहितात -

> "जर आमच्या संस्थेचा प्रतिनिधी माझ्या कृत्यांचा असा अर्थ लावीत असेल तर ॲडव्हायझरी बोर्डाचे हिंदु सदस्य याहून वेगळे काही करू शकतील हे अपेक्षिणेही योग्य नव्हे !... मी खरोखरच दोन्ही बाजूंनी आगीत सापडले आहे. शाळा धर्मनिरपेक्ष असावी हा माझा प्रामाणिक उद्देश आहे. उच्चवर्णीय हिंदु विधवांना कोणत्याही धार्मिक संस्थेकडून

फायदा होणार नाही हे जाणून असल्याने, मी त्यांच्यावर धार्मिक बंधने लादली नाहीत. शाळेच्या खोलीत मी कधीही ख्रिस्ती प्रार्थना म्हटलेली नाही. मात्र मी निवासी शिक्षक असल्याने आणि माझ्या स्वत:च्या व माझ्या मुलीच्या वैयक्तिक श्रद्धेसाठी...''[२५]

पुणे ॲडव्हायझरी बोर्डाने लक्ष्मी प्रकरणाकडे वेगळ्या नजरेने पाहिले. लक्ष्मीस सासरी वाईट वागणूक दिल्यामुळे तिच्या आई-वडिलांनी तिला सदनात आणले. पुढच्या छळापासून तिला मुक्ती मिळावी ह्या हेतूने त्यांनी रमाबाईस लक्ष्मीस ख्रिश्चन धर्माची दीक्षा देण्याची विनंती केली. तरी तसे न करता मुंबई सल्लागार मंडळाच्या संमतीने झनाना मिशन येथे तिला धार्मिक शिक्षण देण्याची व्यवस्था रमाबाईंनी केली. पण विद्यार्थिनींना शाळेबाहेरही पालकांच्या लेखी संमतीने देखील, ख्रिस्ती धर्माची शिकवण देण्यास हरकत घेण्यात आली. बोर्डाने रमाबाईंना, लक्ष्मीला शारदासदनात दाखल करून घेऊ दिले नाही. तडजोड म्हणून तिला 'पंचहौद मिशन'च्या शाळेत दाखल केले. ख्रिस्तीधर्माचा अभ्यास निर्विवादपणे बंद करण्याची हिंदुत्ववाद्यांची मागणी रमाबाईंना अन्यायकारक वाटली. आपले कार्य प्रथमत: शैक्षणिक आहे याची पूर्ण जाणीव ठेवूनही, मुलींची व त्यांच्या पालकांची इच्छा असतानाही, मुलींना मिशनऱ्यांकडे न पाठविण्याच्या प्रतिज्ञेत स्वत:ला बांधून घेण्यास रमाबाईंनी नकार दिला. विधवांच्या प्रवेशाबद्दलच्या सल्लागार मंडळाच्या संपूर्ण नियंत्रणाला त्यांनी आक्षेप घेतला नाही, उलट त्याचे स्वागतच केले, मात्र ही पूर्ण नियंत्रणाची मागणी आपल्या उदात्त हेतूंबद्दल संशय व्यक्त करणारी वाटली. या उद्वेगाने त्यांनी 'अमेरिकन असोसिएशन'ला आपला राजीनामा स्वीकारण्याची विनंती केली. 'अमेरिकन असोसिएशन'ने रमाबाईंवरील आपल्या विश्वासाला पुन्हा एकदा पुष्टीच दिली. मार्च १८९१ मध्ये मिस हॅमूलिन अमेरिकेस परत गेली. आपण 'अमेरिकन असोसिएशन'चे प्रतिनिधी असल्याचे प्रतिपादन करताना तिने निष्कारण सल्लागार मंडळाचे महत्त्व वाढवून ठेवले. सल्लागार मंडळाचे सभासद आणि स्वत:च्या कल्पना या दोहोंच्या कचाट्यात सापडल्यावर मिस हॅमूलिनने धरसोड वृत्ती दाखविली. तिने रमाबाईंना खलपात्र ठरविले आणि परिणामी सदनाचे नुकसान केले. १८९१ मध्ये न्यायमूर्ती रानडे आणि डॉ. भांडारकर वगळता मंडळाच्या सर्व सदस्यांनी मंडळाचा राजीनामा दिला.

*केसरी*ची खरमरीत टीका आणि सल्लागार मंडळाची अधिकाराची व अडवणुकीची वृत्ती यांमुळे रमाबाईंची बाजू घेण्यास आगरकर उद्युक्त झाले. सल्लागार मंडळाचा अधिकार रमाबाईंना सल्ला देण्यापलीकडे असू नये, त्यांनी उथळ हरकती घेऊ नयेत आणि सदनाचे धर्मनिरपेक्ष स्वरूप कायम राहावे असे आगरकरांचे मत

झाले.[२६] काही सदस्यांनी तरुण विधवांच्या अन्न व वस्त्रांवर रमाबाईंनी केलेल्या खर्चाला हरकत घेतली.[२७] मानवतावादी भूमिकेतून आगरकरांनी रमाबाई हिंदु विधवांना देत असलेल्या वागणुकीचे पूर्ण समर्थन केले. त्यांच्या मते सनातनी ही गोष्ट विसरले की, सदन ही प्रथमत: एक शैक्षणिक संस्था आहे व सरकारी शाळांतून लावलेली पुस्तकेच तेथे शिकविली जातात. मुळात मुलींना उदारमतवादी शिक्षण दिल्याने हिंदु समाजातील धार्मिक जुलूम, अंधश्रद्धा व जातीविषयक संकुचित वृत्ती विरुद्ध त्यांच्या मनांत तिरस्कार निर्माण होणे साहजिक आहे असे आगरकरांचे मत होते. यापुढे जाऊन सल्लागार मंडळाच्या सदस्यांनी रमाबाईंना पितृवत प्रेमाने वागविण्याची गरजही त्यांनी व्यक्त केली.[२८] रमाबाईंविषयी संशय घेताना बहुतेक सनातन्यांनी मिस सारा हॅमूलिनवर आणि ''रमाबाई ख्रिश्चन जरी झाली असली तरी तिने हिंदुधर्म सोडला नाही...'' असे लिहिलेल्या अहवालावर विश्वास ठेवला आहे, हेही त्यांनी निदर्शनास आणून दिले.[२९] सत्य आणि न्यायाची तत्त्वे धुडकावून लावण्याचा आरोप त्यांनी *केसरी*वर केला. मिस हॅमूलिनचे म्हणणे उचलून धरताना *केसरी*ने रमाबाईंच्या कृतीतील सत्यही पारखून घ्यायला हवे होते, असे त्यांचे मत पडले. रमाबाईंविरुद्धचे हिंदुत्वविरोधाचे आरोप आगरकरांच्या दृष्टीने बिनबुडाचे होते. मुलीने स्वत: वा तिच्या पालकांच्या इच्छेनुसार चर्च किंवा अन्य धार्मिक स्थळी जाण्यास रमाबाईंनी हरकत घेतली नव्हती हेही त्यांनी निदर्शनास आणून दिले. ख्रिस्ती दात्यांच्या खर्चावर चालणाऱ्या सदनात रमाबाई मूर्तिपूजेला प्रोत्साहन देऊ शकत नाही यावर ते सहमत झाले.

*केसरी*च्या उलट त्याचे सहवर्तमानपत्र *मराठा* हे बातमी देण्याबाबत अधिक संतुलित होते. मात्र रमाबाईंनी स्वत:च्या धर्माविरुद्ध द्वेष शिकविला या *मराठा*च्या मताशी आगरकर मुळीच सहमत झाले नाहीत. सदनाविरुद्धच्या तक्रारी मुलींच्या आई-बापांकडून किंवा पालकांकडून येण्यास त्यांनी संमती दर्शविली. उदारमतवादी शिक्षणाने निर्माण होणारी हिंदुधर्मवेडाची नाराजी आणि रमाबाईंबद्दलचा मतभेद या दोन्ही गोष्टी स्वतंत्र शारदासदन सुरू करून टाळता येतील, असेही त्यांनी सुचविले.[३०]

टिळकांच्या निर्दयी हल्ल्याविषयी खेद व्यक्त करताना आगरकर आपल्या मामांना लिहितात - ''टिळकांसारखा बुद्धिमान माणूस इतर उद्देशांबरोबरच वाहून जातो आणि स्वत:च्या आधिकारांत येणाऱ्या प्रत्येक गोष्टीने एका फार महत्त्वाच्या संस्थेची नालस्ती करतो हे दुर्दैवाचे आहे. त्यामुळे शहरातील प्रत्येक चांगल्या व्यक्तीला त्यांनी आपला शत्रू बनविला आहे.''[३१]

जुलै १८९३ मध्ये *केसरी*त धर्मांतराचा खात्रीलायक पुरावा आला. *केसरीने* म्हटले की, शारदा गद्रेला धर्मांतरित करण्याचा प्रयत्न तिच्या आई-वडिलांना

अतीव दुःखद ठरला आहे.[३२] आणि एका गुजराती विधवेचे, गोमतीबाईचे प्रत्यक्ष धर्मांतर झाले आहे.[३३] *केसरीत* असेही म्हटले गेले की, सदनातील अनेक मुली ख्रिस्ती प्रार्थनेला नियमितपणे हजर राहतात,[३४] ख्रिस्ती धर्माकडे झुकणाऱ्या मुलींची संख्या चिंताजनक आहे. धार्मिक तटस्थतेपासून आपण दूर झाल्याचे रमाबाईंनी नाकारले. मात्र ती गोष्ट न्यायमूर्ती रानडे, डॉ. भांडारकर आणि सी. एन. भट यांसहित कोणालाच पटली नाही. १४ ऑगस्ट १८९३ ला त्या सर्वांनी सदनाच्या सल्लागार मंडळाचा राजीनामा दिला.[३५] यासंदर्भात नेमकी माहिती मिळविण्यासाठी आगरकरांनी त्यांच्या एका जवळच्या मित्राला रमाबाईंची मुलाखत घेण्यास पाठविले. ऑगस्टच्या एकवीस तारखेस *सुधारकात* ती मुलाखत व सोबत रमाबाईंचे एक दीर्घ स्पष्टीकरणात्मक पत्र प्रसिद्ध झाले. या दोहोंतही, सदनाविरुद्धच्या धर्मांतराच्या विशिष्ट आरोपांना उत्तर देण्याचे रमाबाईंनी टाळले. सदनातील मुलींना धार्मिक स्वातंत्र्य दिल्याचा त्यांनी पुनरुच्चार केला, मात्र, या मुलींना ख्रिस्ती प्रभावाखाली न आणण्याच्या वचनाने बांधले जाण्याचे त्यांनी निःसंदिग्धपणे नाकारले. ''जर हिंदु समाजाला सदनाकडून पूर्ण हिंदुरूपाची अपेक्षा असेल तर त्याने हिंदू रमाबाई शोधावी'' असेही स्पष्टपणे नमूद केले.[३६]

यामुळे आगरकरांच्या विश्वासाला धक्का बसला व त्यांचा भ्रमनिरास झाला. रमाबाई आणि त्यांच्या टीकाकारांमधील संघर्ष, हा धार्मिक स्वातंत्र्य व धर्मनिरपेक्षतेकडे बघण्याच्या वेगळ्या जाणिवेतून झाला असल्याचे त्यांना कळून चुकले. एका मर्मभेदक संपादकीय टिप्पणीत ते म्हणतात की, ''जर पंडिता रमाबाईंच्या प्रयत्नाला यश यावयाचे असेल तर सदनातील मुलींना त्यांच्या स्वतःच्या धार्मिक श्रद्धा बाळगण्याचे स्वातंत्र्य आहे, केवळ एवढेच म्हणून चालणार नाही. त्यामुळे धर्मांतराच्या शक्यतेविषयी संशय दूर होत नाही. सदनातील कोणत्याही मुलीला उघडपणे किंवा गुप्तपणे धर्मांतरास उद्युक्त केले जाणार नाही हे स्पष्टपणे नमूद केले पाहिजे.'' अशाप्रकारच्या ठरावास बांधून घेण्याचे बळ किंवा इच्छाही रमाबाईंना नाही हे रागाने नव्हे तर अतीव खेदाने लिहिले.[३७] यामुळे रमाबाईंनी 'उत्तम मित्र व मार्गदर्शकांच्या सहानुभूतीस' वंचित होऊन स्वतःस एकाकी पाडले आहे, याचा उल्लेखही त्यांनी सखेद केला. आगरकर रमाबाईंचे अंध पाठराखे नव्हते हेच यातून स्पष्ट झाले. रमाबाईंनी विधवांच्या समस्यांपेक्षा, धर्मांतराच्या प्रश्नाकडे विशेष लक्ष पुरविले याबाबतीत त्यांनी रमाबाईंना मुळीच माफ केले नाही. ''हिंदु विधवा स्त्रियांचे फार मोठे दुर्दैव'' असाच या प्रकरणाचा उल्लेख केला.

जोवर परदेशीयांनी उदार मनाने मदतीचा हात पुढे केला नाही तोवर हिंदु समाजाने विधवांची पूर्ण उपेक्षाच केली हे आगरकरांचे प्रामाणिक मत होते. ही बाब

म्हणजे ''भारताच्या इतिहासाला लागलेला काळिमा, हिंदूंना लज्जास्पद गोष्ट होय'',[३८] असे त्यांना जाणवले. स्वत:ला सनातन्यांचे ''प्रबुद्ध व ज्ञानी पुढारी'' असे म्हणवणाऱ्यांनी आनुषंगिक बाबतीत शारदासदनाचे भवितव्य मोठ्या गर्वाने वर्तविले. परंतु जेव्हा आर्थिक मदतीची गरज भासली तेव्हा सुधारकांकडे बोट दाखविले, या सुशिक्षित म्हणवून घेणाऱ्या लोकांच्या वृत्तीचा आगरकरांनी धिक्कार केला.

रमाबाईंविरुद्ध इतकी टीका येऊन सुद्धा कोणतेही वैयक्तिक किंवा संस्थात्मक प्रयत्न हिंदु समाजावर शारदासदनासारखी आपली छाप पाडू शकतील असे न वाटल्याने सदनाचे स्तुत्य प्रयत्न आगरकरांना महत्त्वपूर्णच वाटत राहिले. त्यांच्या मते रमाबाई धैर्य व बळ यांचे जिवंत उदाहरण होते. स्त्रीला चांगले शिक्षण मिळाले तरच असे धैर्य व बळ येते असे त्यांना वाटले. रमाबाईंच्या ठायी त्यांना केवळ हिंदु विधवांचा उद्धारच दिसला नाही तर आणखी काही रमाबाई निर्माण करण्याचे सामर्थ्यही जाणवले. सदनासंदर्भात रमाबाईंकडून फार गंभीर नियमोल्लंघन झाले आहे असे त्यांना वाटले नाही. ते लिहितात - 'सल्लागार मंडळाच्या सदस्यांच्या राजीनाम्यात उल्लेखिलेल्या दोन, तीन घटना या निश्चितच सदनातील त्यांच्या आधिपत्याखाली असलेल्या मुलींच्या पालकांच्या मनात अस्वस्थता आणि चलबिचल निर्माण करण्याजोग्याच होत्या, हे रमाबाईंनी मान्य करायला हवे.''[३९] रमाबाईंनी या बाबतीत संशयातीत असले पाहिजे असे प्रतिपादन करून आगरकर लिहितात, ''तशा चांगल्या स्थितीत रमाबाईंना राहता येत नाही किंबहुना राहायचे नाही.''

हिंदुसमाजाचे शामळू स्वरूप, या प्रकरणातील टिळक, वासुकाका जोशी आणि त्यांच्या सारख्यांची विजयी वृत्ती, सुधारकांचा भ्रमनिरास आणि अशा उदात्त गोष्टींत पंडिता रमाबाईंची उदासीनता लक्षात घेऊन आगरकरांनी आग्रहाने प्रतिपादन केले की, समाजातील सर्व घटकांनी त्यांच्यातील मतभेदांना तिलांजली देऊन विधवांना असाहाय्य स्थितीतून बाहेर काढण्यासाठीचा विचार करावा आणि हिंदु शारदासदनाची स्थापना करावी.[४०]

शारदासदनाविषयीच्या आगरकरांच्या दृष्टिकोनात क्रमश: होणारा बदल सदाशिवराव भागवत या त्यांच्या मामांबरोबरील पत्रव्यवहारात दिसून येतो. १८९३ च्या जानेवारीत आपल्या मामा आणि मामींना भरवसा देत त्यांनी लिहिले - ''रमाबाई तुमच्या मुलीच्या धार्मिक भावनेला किंचितही धक्का लावणार नाहीत... अन्यत्र कोठेही असण्यापेक्षा ती (वेणू) सदनाच्या आश्रयाखाली आनंदी आहे.''[४१] २० एप्रिल १८९३ च्या आपल्या पत्रात त्यांनी लिहिले की, ''शारदासदन व

त्याच्या प्रमुख, महान पंडिता रमाबाई यांच्या प्रभावाखाली वेणूला किमान एक-दोन वर्षे राहू द्यावे.'' पुढे ताजा-कलम लिहून म्हटले की, या रमाबाईंची प्रत्यक्ष भेट घ्यायचे मी ठरविले आहे. त्यांची भेट झाल्यावर मी तुम्हांला अधिक लिहू शकेन. २४ ऑगस्ट १८९३ चे पत्र आगरकरांच्या दृष्टिकोनातील बदल दर्शविणारे तर आहेच, शिवाय ते सदनातील धर्मांतराविषयी अंतर्गत माहिती देणारे आहे. ही माहिती *सुधारकात* न दिलेली अशी आहे. आगरकर आपल्या मामांना लिहितात-

> ''मी तुम्हाला यापूर्वीच का लिहिले नाही त्याला एक मोठे कारण आहे. मिळालेली सर्व माहिती नुसार मला *सुधारकांत* लिहावयाचे आहे आणि मी ते गेल्या दोन अंकात केले आहे. तरीही अफूव्यापारविरोधी मोहिमेतील सुंदराबाई एक नामांकित ख्रिस्ती स्त्री गेले काही महिने रमाबाईंबरोबर राहत आहे. शारदासदनांत आज जो धर्मांतराचा उत्साह दिसून येतो तो या बाईच्या अतीव उत्साहामुळे आहे. तिच्याबद्दल दाखविल्या जाणाऱ्या बेसुमार आस्थेस रमाबाई याला जबाबदार आहेत असे समजले जाते कारण त्या त्यांच्या मित्रांच्या कृतीवर का पांघरुण घालता आहेत हे सांगणे कठिण आहे... सदनांतील घडामोडींनी जे दुर्दैवी वळण घेतले आहे त्यामुळे मी व्यथित झालो आहे.''[४२]

पुढे ते लिहितात - ''वेणूच्या बाबतीत चिंता करू नये. वेणूने आपला धर्म बदललेला नाही, असे कधी करावे हे तिच्या मनांतही नाही.'' आगरकरांनी ज्या ख्रिस्ती स्त्रीचा उल्लेख केला ती सुंदराबाई पवार ही होती व ती धर्मांतराबाबत खूप आग्रही होती. पण तरीही तरुण विधवांच्या जबाबदारीने आगरकर अधिक चिंतित झालेले दिसतात. वेणूबद्दल आपल्या मामांची काही वेगळी योजना आहे काय याचीही त्यांनी चौकशी केली आहे. या संदर्भात ते लिहितात - ''तिने ज्ञानाची गोडी चाखली आहे. आता जर तुम्ही तिचे शिक्षण थांबविले तर आहे त्यातून तिचे आयुष्य आत्यंतिक दु:खी होईल. इकडील गर्ल्स हायस्कूलमध्ये ती आपले शिक्षण पुढे चालू ठेवू शकते.''[४३]

शारदासदनाची बाजू घेतल्याबद्दल, पुण्याच्या काही वृत्तपत्रांनी आगरकर व *सुधारक* पत्र यांच्याविषयी खोडसाळपणे लिहिले. धर्मांतराचा कळवळा असणारे, असा आरोप आगरकरांवर केला. आगरकरांनी, या संपूर्ण प्रकरणात त्यांचे वर्तन विवेकशून्य व असुसंगत होते, या आरोपाचे खंडन केले. आपल्या सडेतोड उत्तरात त्यांनी म्हटले - ''जर आमचा विश्वास ख्रिश्च्यानिटीवर असता तर या देशांत तिचा प्रचार करण्यास आम्ही जराही मागेपुढे पाहिले नसते.''[४४]

या संपूर्ण प्रकरणात अखेरपर्यंत आगरकरांचा दृष्टिकोन आशावादी राहिला. २७ सप्टेंबर १८९३ च्या, आपल्या मामांना लिहिलेल्या पत्रात त्यांनी रमाबाईंबद्दल अविश्वास, कणव व स्वत:ची उद्विग्नता व्यक्त केली आहे. मात्र त्यात द्वेषबुद्धी नाही. ते लिहितात -

''पंडिता रमाबाईंनी धार्मिक ताटस्थ्याची अथवा उदासीनतेची आपली भूमिका सोडली व काही मर्यादेपर्यंत सक्रिय प्रचारकाची भूमिका केली याचे मला दु:ख होते. परंतु त्यांचे कट्टर विरोधक ज्या निर्दयतेने त्यांचा निषेध करतात, ते मला योग्य वाटत नाही. त्यांच्याबद्दल जे काही सांगितले जाते आहे या व्यतिरिक्त तुम्ही लवकरच ऐकाल की अनेक असाहाय्य विधवा शिक्षण व आश्रयासाठी तिथे येतील.''[४५]

आगरकरांच्या धर्मनिरपेक्ष व बुद्धिवादी समर्थनातूनच धोंडो केशव कर्व्यांना अनाथ बालिकाश्रम व गोपाळ कृष्ण देवधरांना सेवासदनाच्या निर्मितीस प्रेरणा मिळाली.

संदर्भ

१. धनंजय कीर व स. ग. मालशे (संपा.) *महात्मा फुले समग्र वाङ्मय,* महाराष्ट्र राज्य साहित्य आणि संस्कृती मंडळ, मुंबई, तिसरी सुधारित आवृत्ती, १९८८, सत्सार यामध्ये, अंक १ आणि २, पृ. २९३-३२०.

२. 'शारदासदनाचा वार्षिक अहवाल. १८९०', *सुधारक,* २० जुलै १८९१.

३. *ख्रिश्चन इव्हेन्जेलिस्ट* या वृत्तपत्रातील रमाबाईंचे पत्र, *सुधारक,* २० जुलै १८९१.

४. आगरकरांचे सदाशिवराव भागवत यांना पत्र, २५ नोव्हेंबर १८९०, *आगरकर / महाजनी पत्रव्यवहार* (*यापुढे आप*).

५. आगरकरांचे सदाशिव भागवत यांना पत्र, २ सप्टेंबर १८९१, *आप.*

६. *तत्रैव.*

७. देवदत्त नारायण टिळक, *महाराष्ट्राची तेजस्विनी पंडिता रमाबाई,* नागरिक प्रकाशन, नाशिक, १९६९, पृ. २७९, फिर्यादीतर्फे सादर केलेल्या साक्षीदारांत चिं. न. भट, डॉ. रा. गो. भांडारकर व तेव्हाचे शिक्षण निरीक्षक कर्कहॅम हे होते.

८. यशोदाबाई आगरकर, 'गोपाळराव आगरकर यांच्या आठवणी', दत्त नारायण आपटे (संपा.) *स्त्री,* सप्टेंबर १९३८, पृ. १०३; गो. ग. आगरकरांच्या पत्नी यशोदाबाई आपल्या आठवणींत सांगतात की, धों. के. कर्वे गोदूताईचे बंधू नरहरी जोशी यांच्या परिचयाचे होते. जेव्हा

कर्व्यांनी गोदूताईंशी लग्नाचा विचार प्रकट केला तेव्हा नरहरीपंतांनी पं. रमाबाईंना भेटून लग्नाबाबतची बोलणी करावी असे सांगितले. गोदूबाई रमाबाईंची आवडती विद्यार्थिनी होती, तसेच तिच्या भवितव्याची काळजी त्यांना असल्याने त्यांनी कर्व्यांना गोदूबाईंच्या नावे रु. २०००/- बँकेत ठेवण्यास सांगितले. कर्व्यांनी जेव्हा एवढी रक्कम जमा करावयाची असाहाय्यता दर्शविली, तेव्हा रमाबाईंनी त्यांस पुण्यातील दोन प्रतिष्ठित व्यक्तींच्या वैयक्तिक जामिनाची अपेक्षा केली. कर्व्यांबद्दल हमी देणाऱ्या दोन व्यक्तींतील एक आगरकर होते. कर्व्यांच्या लग्नाच्या निमंत्रणपत्रिकेवर सुद्धा आगरकरांचे नाव होते.

९. १८८९-९० या काळात पं. रमाबाईंनी महाराष्ट्रभर मद्यपान, धूम्रपान, स्त्री-शिक्षण, केशवपन, शास्त्रांची अशास्त्रीयता व परदेश-गमन या विषयांवर अनेक व्याख्याने दिली. या व्याख्यानांना 'पुराणे' म्हणत.

१०. दे. ना. टिळक, *उपरोक्त,* पृ. १५४-५६.

११. लायोनेल अॅशबर्नर, 'रिफॉर्म ऑफ द मॅरेज लॉज इन इंडिया', *नॅशनल रिव्ह्यू,* खंड १६, नोव्हेंबर १८९०, पृ. ३६७; या लेखात त्यांनी लिहिले की, ''हिंदु विधवेस स्वैर वागण्यास समाजाने मुभा दिलेली आहे, व खुद्द ती आपले 'बोहेमिअन' स्वातंत्र्य सोडून देण्यास कुठल्याही परिस्थितीत तयार नाही.''

१२. *आगरकर वाङ्मय,* म. गो. नातू व दि. य. देशपांडे (संपा.) खंड १, 'मि. अॅशबर्नर आणि हिंदु अनाथ विधवा', पृ. ३९८-४०१, *सुधारक,* २९ डिसेंबर १८९०, अंक १०, आणि 'आणखी एक शहाण्याचा कांदा', *सुधारक,* १२ जानेवारी १८९१.

१३. *सुधारक,* १६ फेब्रुवारी १८९१; आगरकरांनी विष्णू मोरेश्वर महाजनींना लिहिलेल्या पत्रात 'शंकिता'चे पत्र जस्टिस काशिनाथ त्र्यंबक तेलंग यांचे आहे असा स्पष्ट उल्लेख आहे. पत्र दि. ३ मार्च १८९१, *आप.*

१४. *सुधारक,* १६ फेब्रुवारी १८९१; आगरकरांनी दि. ३ मार्च १८९१ रोजी वि. मो. महाजनींना लिहिलेल्या पत्रात 'नि:शंका'ने 'शंकिता'स दिलेले उत्तर पं. रमाबाईंचे असल्याचे स्पष्ट लिहिले आहे. *आप.*

१५. नरसिंह चिंतामण केळकर, *लोकमान्य टिळक यांचे चरित्र,* भाग १, पुणे, १९२३, पृ. ३१९-३२६; हे आरोप १६ जून १८९१ च्या *केसरीत* करण्यात आले होते. २३ जून १८९१ च्या अंकात ते परत उद्धृत करण्यात आले.

१६. *तत्रैव,* 'सदनातील बाई आणि कोठीवरील बाई', *केसरी,* ७ जुलै १८९१.

१७. न. चिं. केळकर, *उपरोक्त*; *सुधारक*, २० जून १८९०, जे पाच दाखले सादर केले होते ते असे - १. *दि हाय-कास्ट हिंदू वूमन*, या पुस्तकास लिहिलेली डॉ. राशेल बोड्ली, डीन, वुमन्स मेडिकल कॉलेज, फिलाडेल्फिया, यांची प्रस्तावना; २. रोशेल (Roschell), अमेरिका, येथे रमाबाईंनी दिलेल्या भाषणाचा वृत्तांत एका नगण्य स्थानीय वृत्तपत्राने उद्धृत केलेला होता तो; ३. *ख्रिश्चन इव्हेंजेलीस्ट* या वृत्तपत्रात 'फिबे' नावाखाली लिहिलेला लेख: ४. सौ. चॅपमनने लिहिलेल्या रमाबाईंच्या चरित्रातील उल्लेख; ५. *ख्रिश्चन इलस्ट्रेटेड विकली*मधील एक वृत्तांत. न. चिं. केळकरांनी यांतील फक्त दोघांचाच उल्लेख केला आहे.

१८. शारदासदन आणि त्यांचे दुष्ट निंदक', *सुधारक*, ६ जुलै १८९१.

१९. 'शांतपणाने विचार करा', *सुधारक*, २० जुलै १८९१, अंक ३९, आगरकरांनी उत्तरादाखल उद्धृत केलेले दाखले असे होते; १) पंडिता रमाबाईंनी जस्टीस स्कॉट यांची सूचना धुडकावून लावली ती अशी होती की, रमाबाईंनी जास्त भर विधवा शिक्षणापेक्षा विधवाविवाहावर द्यावा. यावर त्यांनी, आपले उद्दिष्ट विधवा शिक्षण व विधवा-स्वावलंबन असल्याचे उत्तर दिले; २) *ख्रिश्चन इव्हेन्जेलीस्ट* मधील रमाबाईंचा लेख. त्यात त्या म्हणतात की, त्यांचा प्रयत्न हा मिशनरी आस्थेतून नसून मानवी सेवाधर्मातून प्रवृत्त झालेला आहे; ३) दिनांक ८ फेब्रुवारी १८८८ रोजी छापलेला *बोस्टन इव्हनिंग ट्रान्सस्क्रिप्ट* मधील लेख. त्यात रमाबाईंनी 'फिबे'ला दिलेल्या उत्तरास पुष्टी व योग्यता दर्शविली होती; ४) शिकागो येथील दि. १८ ऑगस्ट १८८७ च्या *ओपन कोर्ट* या वृत्तपत्रातील दाखला. यात रमाबाईंच्या धर्मनिरपेक्षतेबद्दल विश्वास प्रकट केला होता, व डॉ. राशेल बोड्लींचे उद्गार हे एक औपचारिक बोलणे असून त्याशिवाय काही अभिप्रेत नाही असे लिहिले होते; ५) १८९० सालातील दाखला, ज्यात सदनाची ध्येये व उद्दिष्टे यांचा स्पष्ट निर्देश केला होता. शेवटी कोणास शंका-कुशंकांचे निरसन करवून घ्यावयाचे असल्यास रेव्हरंड हेल, अमेरिकेतील रमाबाई असोसिएशनचे अध्यक्ष, यांच्याशी पत्रव्यवहार करावा असे आगरकरांनी सुचविले.

२०. न. चिं. केळकर, *उपरोक्त*, पृ ३१९-२०; केळकरांनी मुंबई ॲडव्हायझरी बोर्डाच्या सदस्यांची दिलेली नावे अशी - न्यायमूर्ती रानडे, डॉ. रा. गो. भांडारकर, लोकहितवादी गो. ह. देशमुख, लालशंकर ओमियाशंकर, शंकर

पांडुरंग पंडित, महिपतराम रूपराम, न्यायमूर्ती तेलंग, डॉ. आत्माराम पांडुरंग, डॉ. सदाशिव वामन काणे, व सदाशिव पांडुरंग केळकर.

२१. *द लेटर्स अॅन्ड करस्पॉन्डन्स ऑफ पंडिता रमाबाई,* ए. बी. शहा (संपा.) महाराष्ट्र राज्य साहित्य व संस्कृती मंडळ, मुंबई, १९७७, पृ. २६६.

२२. *कित्ता,* लक्ष्मीचा नवऱ्याच्या घरी शारीरिक छळ करण्यात आला होता म्हणून तिच्या पालकांनी तिला शारदासदनात आणले होते. ख्रिस्ती धर्मांतर केल्यास तिचा यापुढील छळ थांबेल या विचाराने तिच्या पालकांनी तशी रमाबाईंकडे गळ घातली. उलट धर्मांतर न करता, रमाबाईंनी लक्ष्मीच्या धार्मिक शिक्षणाची सोय झनाना मिशनमध्ये केली, ज्यास अॅडव्हायझरी बोर्डाची हरकत नव्हती. पण शारदासदन पुण्यास हलविण्यात आल्यानंतर तेथील अॅडव्हायझरी बोर्डाने लक्ष्मीस सदनात राहू देण्यास हरकत घेतली. रमाबाईंना ही हरकत मान्य नव्हती, कारण लक्ष्मीस कोणत्याही प्रकारचे धार्मिक शिक्षण त्या सदनात देत नव्हत्या व मुंबई अॅडव्हायझरी बोर्डाने लक्ष्मीस झनाना मिशन मध्ये ख्रिस्ती धर्माचे शिक्षण देण्याची मुभा दिली होती. लक्ष्मीस नंतर पंचहौद मिशन येथे ठेवण्यात आले.

२३. *कित्ता,* पृ. २६९.

२४. पुणे अॅडव्हायझरी बोर्डाच्या सदस्यांची नावे जी उपलब्ध आहेत ती अशी : न्यायमूर्ती रानडे, डॉ. रा. गो. भांडारकर, कृ. ल. नूलकर, गणेश गोविंद गोखले. रमाबाईंच्या पत्रावरून पुण्यातील बरेच प्रतिष्ठित पुरातनवादी या बोर्डाचे सदस्य असल्याचे दिसते.

२५. *लेटर्स अॅन्ड करस्पॉन्डन्स,* उपरोक्त, पृ. २६४-६५, ''रमाबाईचे अमेरिकेतील एका मित्रास पत्र''. १५ सप्टेंबर १८९१. मुंबई व पुणे अॅडव्हायझरी बोर्डाबरोबर झालेल्या रमाबाईंच्या झगड्याची माहिती हे पत्र देते.

२६. *सुधारक,* ६ जुलै १८९१.

२७. हिंदु विधवा ही तिच्या घराण्यास शाप आहे अशी समजूत त्या काळातील सर्वसाधारण ब्राह्मणवर्गाची होती. तिला हलक्या प्रतीचे वस्त्र नेसावे लागत असे. तसेच चटईवर झोपावे लागून अर्धपोटी ठेवले जात होते. सक्तीने तिचे केशवपन दरमहा करीत.

२८. *सुधारक,* ६ जुलै १८९१.

२९. *सुधारक,* २० जुलै १८९१.

३०. *सुधारक,* ''शारदासदन व मराठा'', १३ जुलै १८९१.

२१८ / गोपाळ गणेश आगरकर

३१. आगरकरांचे सदाशिवराव भागवत यांना पत्र, सप्टेंबर २, १८९१, *आप.*

३२. *लेटर्स अॅन्ड करस्पॉन्डन्स, उपरोक्त,* पृ. २९५-२९७; फेब्रुवारी १८९३ मध्ये शारदा गद्रे आजारी पडली. स्त्री-डॉक्टरांकडून वैद्यकीय चिकित्सा करण्यासाठी तिला कामा हॉस्पिटल, मुंबई येथे नेण्यात आले. तिथे मिसेस प्राऊच या, एका मिशनऱ्याच्या पत्नीने शारदेस ख्रिस्ती धर्मात बाटवण्याचे प्रयत्न केले. यास रमाबाईंची मूक संमती होती. हॉस्पिटलमधील सहा आठवड्यांच्या वास्तव्यानंतर सदनात जेव्हा शारदा परतली तेव्हा तिचा कल ख्रिस्ती धर्माकडे झाला होता. तिच्या पालकांनी यावर तीव्र नापसंती व्यक्त केली.

३३. *सुबोध पत्रिका,* ''शारदासदनातील एक मुलगी ख्रिश्चन झाली'', २४ सप्टेंबर १८९३. हा लेख *केसरी*तील हकीकतीवर आधारित आहे.

३४. *सुबोध पत्रिका,* २७ ऑगस्ट १८९३.

३५. *सुधारक,* २१ ऑगस्ट १८९३; चिं. न. भट यांचे नाव रमाबाईंनी १८९३ च्या सुरुवातीला अॅडव्हायझरी बोर्डचे सदस्य म्हणून सुचविले होते. भट पं. रमाबाईंना हिशेब ठेवण्यास मदत करीत. रमाबाईंच्या सूचनेस अमेरिकेतील रमाबाई असोसिएशनने मान्यता देण्यापूर्वीच चिं. न. भट यांनी राजीनामा दिला. न्या. रानडे, डॉ. भांडारकर व भट यांच्या राजीनाम्याचे पत्र, ऑगस्ट २१, १८९३ च्या *सुधारका*त उद्धृत केले होते.

३६. *तत्रैव.*

३७. *तत्रैव,* ''शारदासदन वन्स मोर टू द फ्रंट'' (इंग्रजी लेख).

३८. *सुधारक,* सप्टेंबर ११, १८९३.

३९. *सुधारक,* ऑगस्ट २१, १८९३.

४०. *सुधारक,* सप्टेंबर, ११, १८९३.

४१. आगरकरांचे सदाशिवराव भागवत यांना पत्र, जानेवारी २६, १८९३, *आप.*

४२. सुंदराबाई, ज्यांचा आगरकरांनी 'ओपिअम सेलेब्रिटी' असा उल्लेख केला, त्या सुंदराबाई पवार या होत. त्या ख्रिश्चनधर्मीय पण पूर्वीच्या कुणबी समाजातील होत्या. त्यांच्या वडिलांनी ख्रिश्चन धर्म स्वीकारला होता. सुंदराबाई एक अत्यंत कार्यक्षम व धडाडीची स्त्री होती. अफू-विरोधी मिशनऱ्यांच्या कार्यासंबंधाने त्या बऱ्याचदा इंग्लंडला जाऊन आल्या होत्या. रमाबाई अमेरिकेहून परतल्यावर वयाने मोठ्या असलेल्या सुंदराबाई त्यांना भेटल्या. शारदासदन मुंबईस असताना तेथील निवासी मुलींना त्या भेटत असत. १८९२ मध्ये त्या रमाबाईंच्या बरोबर पुण्यात शारदासदनात राहून

सक्रिय काम करू लागल्या. सदनातील प्रत्येक बाबतीत त्यांचे महत्त्व वाढले. सुंदराबाईंनी अविवेकीपणाने सदनातील मुलींवर ख्रिश्चन धर्म लादण्याचा प्रयत्न करून खूप अडथळे निर्माण केले. शेवटी १८९५ साली रमाबाईंनी तिला सदन सोडावयास लावले, पण तो पर्यंत सदनाची अपरिमित हानी झाली होती. जास्त माहितीसाठी पहा, केट स्टोरी, *सुंदराबाई पवार यांचे चरित्र व कार्य,* मराठी अनुवाद एल. पी. पडघमल व एस. टी. रामटेके, कोल्हापूर, तारीख नाही.

४३. आगरकरांचे दत्तोपंत भागवत यांना पत्र, २४ ऑगस्ट १८९३, *आप.*; हे पत्र दत्तोपंतांनी त्यांचे ज्येष्ठ बंधू व वेणूचे वडील, सदाशिव भागवत यांना दाखवावे अशी विनंती आगरकरांनी केली होती.

४४. "हिंदु शारदासदन अस्तित्वात येणे शक्य नाही काय?" *सुधारक,* सप्टेंबर ११, १८९३

४५. *आप.,* २७ सप्टेंबर १८९३

इ
पंचहौद मिशन चहाग्रामण्य प्रकरण

या भागात संमतिवयाच्या विधेयकाच्या वादविवादासंदर्भात (१८८४-१८९१) झालेल्या पंचहौद मिशन चहाग्रामण्य प्रकरणाबाबत चर्चा येते. या प्रकरणाचे प्रतिसाद महाराष्ट्रातील उच्चवर्गीय समाजात उमटले. या अनुषंगाने जातीजातींतील दुराग्रह तसेच एकोणिसाव्या शतकातील सुधारकांच्या आचार-विचारांतील तफावत आणि त्यामुळे होणारे सामाजिक तणाव यांवर प्रकाशझोत टाकण्याचा प्रयत्न केला आहे. जास्त महत्त्वाचे म्हणजे सामाजिक सुधारणेतील वेगवेगळ्या विचारपंथांनी अवलंबिलेल्या सुधारणेच्या मार्गांची कल्पना या प्रकरणावरून येते.

या प्रकरणाच्या प्रमुख घटनांची थोडक्यात नोंद प्रथम घेता येईल. १८९० मध्ये १४ ऑक्टोबर रोजी व्यवसायाने पोस्टमास्तर असलेल्या गोपाळराव जोशी यांनी पुण्याच्या पंचहौद मिशन स्कूलमध्ये व्याख्यानाचा एक कार्यक्रम आयोजित केला. गोपाळराव जोशी विक्षिप्तपणासाठी आणि त्यांच्या विचित्र विनोदबुद्धीसाठी प्रसिद्ध होते.[१] पुणे येथील पंचहौद मिशन स्कूल हे रेव्हरंड रेव्हिंग्टन यांच्या अध्यक्षतेखाली असलेले अँग्लीकन मिशनऱ्यांचे केंद्र होते. या कार्यक्रमाला पुण्यातील ५२ मान्यवर मंडळी हजर होती. त्यांत न्यायमूर्ती रानडे, गोविंदराव कानिटकर आणि चिं. न. भट यांच्यासारखे प्रार्थना समाजिस्ट; बाळ गंगाधर टिळकांसारखे सनातन्यांचे पुढारी

व गोपाळ कृष्ण गोखले, वै. का.राजवाडे यांच्यासारखे इतरही होते. या प्रसंगी मिशनमधील सिस्टर्सनी (नन्सनी) चहा आणि बिस्किटे देऊन पाहुणचार केला. जातपातीच्या सामाजिक निर्बंधामुळे चहा घेणे अवघडल्यासारखे झाले तरी चहा नाकारून आपण सनातनी असल्याचे त्यांना दाखवायचे नव्हते. म्हणून काहींनी चहा घेतला तर इतरांनी चहाचा कप जरी हातात घेतला तरी त्यांनी त्याचे प्राशन केले नाही. या घटनेला सहा महिने उलटून गेले तरी कोणी त्याची दखल घेतली नाही.

संमतिवयाचे विधेयक १९ मार्च १८९१ मध्ये मंजूर होऊन काही दिवस लोटल्यावर गोपाळराव जोशींनी सनातन्यांचे मुखपत्र असलेल्या *पुणे वैभव* मध्ये पंचहौद मिशनमधील कार्यक्रमाबद्दल एक वृत्तांत छापला. त्यात त्यांनी चहा घेतलेल्या मान्यवर लोकांची नावे छापली. आपण जातपात मोडली हे दाखवायला हेतुपुरस्पर तिथे गेल्याचा आरोप त्यांनी सुधारकांवर केला. एवढेच नाही तर मिशनऱ्यांच्या हातचा चहा घेऊन हिंदु धर्माची पायमल्ली करण्यात त्यांनी ख्रिश्चन मिशनऱ्यांबरोबर हातमिळवणी केली असा त्यांवर आरोपही केला. अशाप्रकारे या गोष्टींचा जाहीर गौप्यस्फोट करताना गोपाळरावांना दोन हेतू साध्य करावयाचे होते ते म्हणजे : १. बहिष्कार घालण्याच्या सनातन्यांच्या धमकीतील पोकळपणा त्यातून दाखविता येईल, आणि २. जर सुधारकांनी माफी सादर केली, तर सुधारकांची दांभिकता उघडकीस आणता येईल.

समाजसुधारणेच्या विरोधकांनी या प्रकरणाचा सुधारकांना खिंडीत पकडण्याची संधी म्हणून वापर केला व सर्व घटनांचा फाजील बाऊ केला. दोषींना प्रतिबंधक शिक्षा व्हावी अशी सनातन्यांतील कर्मठांनी आरडाओरड केली. त्यात त्यांचा एकच उद्देश होता की, सुधारकांची अवहेलना करून त्यांच्या उद्दिष्टांची टिंगल करणे. सनातन्यांनी जाहीर सभा घेऊन चहा घेतलेल्यांना वाळीत टाकले. याचा सुधारकांना राग आला. त्यांनी सनातन्यांची कानउघाडणी करण्याचे ठरविले आणि जमावाने हातात घेतलेल्या कायद्याप्रमाणे सनातन्यांच्या स्वघोषित पुढाऱ्यांनी चालविलेल्या न्यायासनाकडून हा वाद काढून धर्मसत्तेसारख्या न्यायासनाकडे जाण्याचे ठरविले. सनातन्यांचे एक अध्वर्यू बाळासाहेब नातू आणि दहा इतर लोकांनी हे प्रकरण निवाड्यासाठी शंकराचार्यांकडे नेले. यावर शंकराचार्यांनी दोन प्रसिद्ध शास्त्र्यांची समिती नेमली. या समितीची चौकशी सहा महिन्यांपेक्षा जास्त चालली. या प्रकरणात शेवटी चौकशीसाठी बोलविण्यात आलेल्या लोकांची संख्या बेचाळीस होती.

शंकराचार्यांचा निवाडा करण्याचा हक्क ज्यांनी अमान्य केला आणि चौकशी समितीची दखल घेतली नाही, ते अत्यंत सुदैवी ठरले. या वर्गातील सोळा लोकांत

गोपाळ कृष्ण गोखले होते. काहींना त्यांच्यासारखाच प्रतिकार करायचा होता पण सामाजिक दडपणाखाली तसे ते करू शकले नाहीत. या प्रकरणामुळे महाराष्ट्रातील लोकांची उत्कंठा शिगेला पोचली. त्याचे मुख्य कारण टिळक व रानडे या दोघांनाही धर्मपीठासमोर यावे लागले.

टिळक हे सामाजिक प्रश्नांत पुराणमतवादी व सुधारणेबाबत मंडलिकांच्या 'सुधारणा आंतरिक प्रेरणेने झाली पाहिजे' असे म्हणणाऱ्या पंथाचे.[२] संमतिवयाच्या वादविवादात त्यांनी सरकारने सामाजिक कायदे करावयाच्या विरोधात भूमिका घेतली होती. अनिच्छा असलेल्या समाजावर समाजबाह्य घटकांद्वारे सक्तीची सुधारणा लादण्याच्या सुधारकांच्या प्रयत्नास त्यांनी विरोध केला होता. त्यामुळे चहा प्रकरणात त्यांनी घेतलेली भूमिका अपेक्षितच होती. सर्वप्रथम शंकराचार्यांकडे हे प्रकरण नेण्याचे त्यांनी स्वागतच केले; तरी धार्मिक अनुज्ञा मान्यता देतात त्यापेक्षा जास्त, विशेषत: आकसाने उद्युक्त झालेल्या कर्मठ सनातन्यांच्या दुष्टवृत्तीमुळे ते रागावले होते. कमिशनने आपला निर्णय प्रत्येक व्यक्तीबाबत वेगळा दिल्याने, आपण बनारस येथेच शास्त्रांच्या नियमानुसार स्वत:हूनच प्रायश्चित्त घेतले असे टिळकांनी चौकशी समितीस सांगितले. उरलेले काही विधी पुण्यात केले होते. त्यांच्या या सांगण्यावर कमिशनने विश्वास ठेवला आणि त्या व्यतिरिक्त अन्य शिक्षा त्यांना दिली नाही. टिळकांचे मतभेद प्रामुख्याने समितीपुढे सादर केलेल्या दस्तऐवजांच्या स्वरूपाबद्दल होते.[३] या प्रकरणात ज्या सुधारकांची पूर्वी टिंगल केली त्यांच्याबरोबर राहून टिळकांनी स्वत:लाच अनपेक्षितरीत्या पेचात टाकले. पण सुधारकपक्षाच्या होणाऱ्या चेष्टेने त्यांची करमणूक झाली. म्हणून टिळकांच्या *केसरी*ने या प्रकरणात थोडी मवाळ भूमिका घेतली. किंबहुना, जर टिळक सुधारकपक्षाच्या लोकांबरोबर गोवले गेले नसते तर त्यांना वेगळ्या रंगात बघता आले असते.[४]

१८७० च्या विधवाविवाह प्रकरणात बहिष्कृत झालेल्या न्यायमूर्ती रानड्यांनी या प्रकरणात प्रायश्चित्त घेण्यास जवळजवळ एक वर्ष नकार दिला. पण मे १८९२ मध्ये कितीही टीका होत असली तरीही शंकराचार्यांपुढे नमते घेऊ इच्छिणाऱ्या सात अन्य लोकांना[६] सामील होण्याचे त्यांनी ठरविले. त्यांनी घेतलेल्या प्रायश्चित्तामुळे सगळ्या सुधारकांवर खूप टीका झाली. सुधारणेच्या प्रयत्नांना हा एक मोठा धक्काच होता. याबाबतची सर्वांत प्रखर टीका प्रार्थना समाजाचे मुखपत्र असलेल्या *सुबोध पत्रिके*त आली.

'विश्वासघात' असा त्यांच्या कृतीचा उल्लेख त्यांत करण्यात आला होता. ''सुधारणेस झालेली बद्धकोष्ठता'' असा उल्लेख करणारी अनेक टीकात्मक पत्रे

सुधारक पत्रात लिहून आली.[७] *पुणे वैभव, जगद्धितेच्छू* आणि सनातन्यांची इतर वृत्तपत्रे सुधारकांवर तुटून पडली. त्यांनी सुधारकांच्या वागणुकीतील भिन्नता उघडकीस आणली.

बॉम्बे गॅझेट मध्ये लिहिलेल्या संपादकीय लेखास उत्तरादाखल रानडे यांनी २६ मे १८९२ रोजी लिहिलेल्या पत्रात या प्रकरणातील त्यांची भूमिका स्पष्ट केली.[८] १८७० मधील विधवाविवाहासंदर्भात त्यांची भूमिका उद्धृत करताना त्यांनी लिहिले की, ''मी आणि माझ्या मित्रांनी शास्त्री लोकांनी दिलेला निकाल स्वीकारला तो जातीच्या लोकांना दुखवण्याच्या भीतीने नव्हे...'' प्रायश्चित्तापेक्षा इतर सामाजिक प्रश्न फार महत्त्वाचे होते. ''बहुसंख्य सनातन्यांशी आमचे सदाचेच वैर आहे'', असे लिहून त्यांनी पुढे सूचित केले की, ''थोड्या बहूत खाजगी स्वरूपाच्या काही इतर गोष्टी होत्या ज्या मला उघडपणे सांगण्याचे स्वातंत्र्य नाही.'' या प्रश्नाबद्दल त्यांनी हिराबाग सभेत बोलताना सूचित केले की, त्यांच्या स्वतःच्या द्विधा मनःस्थितीत सर्वसाधारण भारतीय समाजाचीच अवस्था प्रतिबिंबित होते. ''ज्यावेळेस दोन जीवन आदर्श, दोन संस्कृती, दोन विचारांच्या पद्धती, यांचा प्रभाव आपल्यावर बळजबरीने पडतो, तेव्हा अशा कठीण अडचणीतून संघर्षांना सामोरे जावे लागते आणि अशा वैकल्पिक मार्गांतून आपल्याला निवड करावी लागते... आम्ही जुन्याला कवटाळून बसतो तसेच सद्य वास्तवाकडे ओढले जातो. दोघांचाही आपल्यावर तितकाच हक्क आहे, आणि दोघांशीही अचानकपणे व शेवटी न तोडता आपण दोघांच्यामध्ये सर्वात चांगला समेट घडवून आणण्यासाठी झटतो.''[९] तरीसुद्धा सुधारकांना रानड्यांनी दिलेले स्पष्टीकरण स्वीकारणे कठीण वाटले.

सुधारणेबाबत सर्व शक्य मार्गांचे अवलंबन करण्याची रानड्यांची तयारी होती. एका विशिष्ट प्रश्नावर कायदा करण्याची आवश्यकता दिसल्यास त्याला त्यांचा पाठिंबा असे, अथवा कोणाला वाटले की स्वतःचीच मदत असावी, तर त्या गोष्टीलाही पाठिंबा असे. जातीच्या पुढाऱ्यांची मदत मिळणार असेल, तर ती संधी गमावण्याची त्यांची तयारी नसे.[१०] शास्त्रीवर्गाबद्दलचा त्यांचा सकारात्मक दृष्टिकोन त्यांनी तेलंगांना लिहिलेल्या पत्रात दिसून येतो :

''सर्व धर्मविषयक अधिकारी वर्ग सुधारकांचा उघड-उघड शत्रू आहे असे समजणारी भूमिका ही वास्तविक जीवनात कोणीही एका क्षणासाठी सुद्धा घेणार नाही. ह्या अधिकारी वर्गाचा सुद्धा उपयोग आहे. त्यांच्याकडे दुर्लक्ष करून अथवा त्यांना उपहासाने वागवून कोणताही मोठा अथवा चांगला हेतू साध्य करू शकणार नाही. काही गोष्टीत आपण ताठ उभे राहायला पाहिजे. पण फक्त मजेखातीर सर्व गोष्टीत उभे

राहण्याचे कारण नाही. अशाप्रकारच्या सार्वजनिक हिताच्या गोष्टी मला हेलकावून जातात... जरी स्वामी मला सर्व बाबतीत मदत करण्यास तयार नसतील, तरी त्यांची बाजू ऐकण्यासारखी आहे हे समजून आणि त्यातून एक प्रामाणिक तोडगा काढण्यासाठी हवी असलेली मानसिकता ठेवून त्यांस भेटले पाहिजे."[११]

रानड्यांची कृती दोन हेतूंनी प्रेरित झाली होती : १. धार्मिक पुढाऱ्यांच्या मागण्यांपुढे नमते घेऊन सुधारणेसाठी जास्तीत जास्त मदत त्यांच्याकडून रानड्यांना मिळवायची होती. आणि पंचहौद मिशन प्रकरणात त्यांना टिळकांच्या सामाजिक दर्जाचा उपयोग करून घ्यायचा होता. २. स्वत:चे दैनंदिन जीवन न बदलता प्रायश्चित्त घेऊन बहिष्काराचा फोलपणा त्यांना दाखवून द्यायचा होता. असे करून सनातनी कंपूत एक खळगी तरी पाडावयाची होती.[१२]

गोपाळ गणेश आगरकरांनी या प्रश्नावर एक वेगळाच मतप्रवाह मांडला.[१३] त्यांचा दृष्टिकोन बुद्धिप्रामाण्यवादी व संयमी आणि त्यांचा सूर मध्यम प्रतीचा होता. या प्रश्नावरचा वादविवाद संमतिवयाच्या धर्तीवर असला पाहिजे अशी अपेक्षा करून, लवाद शंकराचार्यांच्या पुढे नेणे ही प्रतिगामी कृती आहे; तसेच सनातन्यांचे या प्रकरणातील वर्तन म्हणजे "चोरटा जुलूम" आहे, असा उल्लेख त्यांनी केला.[१४] सनातन्यांचे वर्तन हे सामाजिक सत्यस्थितीबद्दलच्या त्यांच्या अज्ञानाचे, लबाडीचे व अंधश्रद्धेचे फळ आहे, म्हणूनच आत्मघातकी आहे. उत्क्रांतीच्या प्रक्रियेत सामाजिक व धार्मिक विचारांनी व संस्थांनी बदलावयास हवे, इतकेच नव्हे तर काळाच्या गरजेनुसार सामाजिक निर्बंधही बदलले पाहिजेत. जर यात एकमेकांशी जबर संघर्ष नसेल तर हे संक्रमण सहज होते. अशा परिवर्तनाचे आकलन व्हायचे असेल तर कालबाह्य शास्त्रांबद्दल डोकेफोड करण्यापेक्षा पाश्चात्त्य उदारमतवादी शिक्षणाने लोकांची मने प्रबुद्ध केली पाहिजेत.[१५] १७८९ पूर्व काळातील फ्रेंच सामाजिक उमराव वर्गाने केलेल्या सरसकट जुलमाचे उदाहरण देऊन आगरकरांनी सर्वमान्य वचन उद्धृत केले की, "वाजवी पेक्षा अधिक जुलमातूनच क्रांतीचा जन्म होतो." म्हणून त्यांनी क्रांतिकारी बदल थोपविण्याबद्दल सनातन्यांना विनंती केली.[१६] १८७० साली विष्णुशास्त्री पंडितांवर घातलेल्या बहिष्कारावरून सनातन्यांनी धडा घ्यायला हवा की, गुन्हेगारामध्ये सुधारणा घडवून आणण्याच्या हेतूने त्यास शिक्षा द्यायला हवी. या तत्त्वाचा त्यांच्या दृष्टिकोनात पूर्ण अभाव असलेला दिसून येतो, हे आगरकरांनी सांगितले.[१७] या प्रकरणातील सत्यार्थाबद्दल निर्णय देण्यासाठी शंकराचार्यांनी नेमून दिलेल्या प्रतिनिधींच्या हाती लवाद सोपविण्याबद्दल आगरकरांनी

उपहासच केला. प्रायश्चित्त घेऊन धार्मिक अनुज्ञा मोडण्याची किंमत ठरविणे हा मुख्य प्रश्न असल्याचे त्यांनी मांडले.१८

ख्रिश्चन मिशनऱ्यांचे विचार अज्ञानी हिंदु ब्राह्मण सनातन्यांपेक्षा कमी अक्कलशून्य नाहीत, अशी जरी आगरकरांची धारणा असली तरी सनातन्यांच्या निग्रही वर्तनाने उदारमतवादी ब्राह्मण तसेच अज्ञानी अतिशूद्रांत दुरावा निर्माण होईल; परिणामत: ते ख्रिस्ती धर्माकडे ओढले जातील, असा इशारा त्यांनी दिला.१९ आगरकरांनी आपली मते जरी निर्भीडपणे मांडली तरी त्यांच्यात फुल्यांच्या लिखाणातील बोचरेपणा नव्हता. त्यांच्या मते बहिष्काराचे व प्रायश्चित्ताचे दिवस संपले होते, म्हणून बहिष्कार घालणारेच सामान्य जनतेकडून बहिष्कृत होण्याच्या मार्गावर आहेत. तसेच त्यांनी आग्रही सुधारकांना विनंती केली की, प्रायश्चित्त घेतलेल्यांना आपल्यातून बाहेर घालवून देऊ नका, उलट ते कुठल्या परिस्थितीत आहेत हे समजून घ्या.२०

रानड्यांवर टीका करण्याबद्दल लोकांना दोष देणे बरोबर नाही, कारण त्यांच्या कृतीने त्यांची निराशाच झाली आहे. रानड्यांनी घाईघाईत किंवा विनाहेतू प्रायश्चित्त घेण्याचा निर्णय घेतला, असे आगरकरांना वाटले नाही. आपल्या मित्रांना वाळीत टाकले जाण्यापासून वाचविण्याच्या हेतूने रानड्यांनी प्रायश्चित्त घेतले असेल तर त्यांनी या संपूर्ण प्रश्नाला वाजवीपेक्षा जास्त महत्त्व दिले, असे म्हणावे लागेल. त्यांच्या प्रायश्चित्त घेण्याने सुधारणेची अवनती झाली नाही, तसेच सनातन्यांवर सकारात्मक प्रभावही पडला नाही. जर प्रायश्चित्त न घेता नव्या जातीची स्थापना होणार असती, तर प्रायश्चित्त घेणे ही सुधारणेची आदर्श पद्धत आहे, असे आगरकरांनी सांगितले. पण पूर्व अनुभवावरून त्यांना क्षणभरही वाटले नाही की, रानड्यांनी प्रायश्चित्त न घेण्याने तसा परिणाम कधी झाला असता.

पुढाऱ्यांच्या जीवनात आचार-विचारांत फरक असू नये, अशी जरी आगरकरांची इच्छा होती तरी रानड्यांना प्रायश्चित्त घेतल्याबद्दल दोष देणे अविचाराचे होईल, कारण गौतम बुद्ध किंवा मार्टिन ल्युथर यांनी दाखविलेल्या दृढ निष्ठेचा आणि असामान्य धैर्याचा त्यांच्यात अभाव होता. रानड्यांनी जेव्हा शेवटी प्रायश्चित्त घेतले, तेव्हा त्यांच्या कृतीचा निर्देश 'हे गूढ कोडे आहे' असा आगरकरांनी केला.२१ ज्या मिस ओशियाच्या प्रकरणाने आयरिश पुढारी चार्ल्स स्टीवर्ट पार्नेल गोत्यात आला व अशाच प्रकारच्या प्रकरणात सर चार्ल्स डिल्कसारखा पुढारीही सापडला, यांची उदाहरणे उद्धृत करून आगरकरांनी दाखवून दिले की, पुढाऱ्यांनी सावधानता बाळगली पाहिजे, अन्यथा त्यांचे दुर्गुण सार्वजनिक तपासणी करताना वाजवीपेक्षा जास्त दर्शविले जातात. आगरकरांचे

शेवटचे निरीक्षण फार महत्त्वाचे आहे : ''त्यांना वाटत आहे त्याप्रमाणे या प्रायश्चित्तापासून चांगले परिणाम घडून आले आणि इष्ट सुधारणांचें पाऊल या 'तडजोडी' पासून अधिक झपाट्याने पुढे पडत गेले, तर सध्या ज्या गोष्टीबद्दल त्यांना दोष देण्यात येत आहे, तीच गोष्ट त्यांच्या चिरकाल स्तुतीस कारण होईल; पण तसे न झाले तर त्यांच्या चरित्र-लेखकास मोठ्या कष्टाने व दुःखाने या ग्रामण्यप्रकरणाचा उल्लेख करावा लागेल हे निर्विवाद आहे!''[२२] आगरकरांच्या दृष्टीने रानड्यांनी महत्त्वाच्या ऐतिहासिक कामगिरीची संधी वाया घालविली. तरीसुद्धा रानड्यांची कृती सुधारणेच्या चळवळीत एक पाऊल पुढे आहे, पण हा सुधारणेचा 'गौण' मार्ग आहे हे त्यांनी मान्य केले. जॉन स्टुअर्ट मिल यांनी लिहिलेल्या पुढील विचारांवर त्यांचा विश्वास होता : ''एक फक्त न जुळवून घेण्याचे उदाहरण, प्रथेपुढे गुडघे न टेकण्याची कृती सुद्धा एक प्रकारची सेवा आहे.''[२३] बहिष्कारामुळे होणारा त्रास सहन करून त्यातील फोलपणा सिद्ध करणे हा सुधारणेचा प्रशस्त मार्ग होय असे आगरकरांचे मत होते. 'ही सुधारणेची दिशा नव्हे' या अग्रलेखात आगरकरांनी या प्रश्नावरील आपले विचार स्पष्ट केले :

> ''विचारानें योग्य वाटणाऱ्या सुधारणांचा लोकांस परिचय करून द्यावा; त्यांचें शंकासमाधान करावें व आपापल्या स्थित्यनुरूप प्रचार पाडावा हाच प्रशस्त मार्ग होय. केवळ धर्मपुस्तकांच्या सुतानें सुधारणा गांठूं म्हटलें तर तें साधणें नाही. लोकांची समजूत पाडण्याकरितां साधेल तेव्हा पोथ्या त्यांच्यापुढें उघडा, पण कमिशने नेमण्याचे प्रसंग आणून पोथ्यांचा कायमचा अर्थ ठरवून टाकण्याच्या भानगडीत मात्र पडूं नका. पुनर्विवाहाच्या शास्त्राशास्त्रतेविषयी वर्तमानपत्रांतून, व्याख्यानांतून व पुस्तकांतून वाद चालला होता तो तसाच ठेवला असता, व पंच नेमून त्याचा निर्णय करण्याच्या कोणी खटपटीत पडलें नसते, तर आमच्या मतें आज पुनर्विवाहाचा पक्ष पुष्कळ पुढें सरकला असता. परदेशगमनाचीही गोष्ट तीच आहे. अशा गोष्टींची युक्तता विचारानें ठरवायची. ती शास्त्रानें ठरवूं पहाण्यांत कांहीं अर्थ नाही... तेव्हा अशा प्रश्नासंबंधाने धर्मगुरूकडून निर्णय करून घेण्याचा विचार सोडून देऊन, साधेल त्यानें प्रचार पाडण्यास सुरुवात करावी, व लोकांस बनविण्याचा आपला क्रम चालू ठेवावा. म्हटले आहे : 'शास्त्राद्रूढिर्बलीयसी.''[२४]

एकंदरीत या विश्लेषणातून असे दिसून येते की, हा सगळा गोंधळ संमतिवयाच्या वादविवादाचा परिणाम होता. सुधारणेच्या पद्धतीबाबत या प्रकरणाचे महत्त्व अनन्यसाधारण होते. आधीच्या प्रश्नाप्रमाणे या प्रकरणातसुद्धा दिसून येते ती

सामाजिक परिस्थितीबद्दलची सनातन्यांची निग्रही व शत्रुत्वाची प्रवृत्ती; सुधारणा आंतरिक प्रेरणेतून अथवा कमीत कमी विरोध पत्करून झाली पाहिजे असे म्हणणारे पुराणमतवादी; शास्त्रांचे प्रामाण्य मिळवून सुधारणा करण्याच्या पद्धतीतील फोलपणा; स्वत:च्याच इच्छाशक्तीवर सुधारणेची वाटचाल व्हावी याबद्दलची असमर्थता.

सुधारणावादींच्या गटामध्ये खळबळ उडवून देण्यात सनातन्यांनी विकृत आनंद घेतला. सर्व प्रयत्न करूनही रानड्यांना अपेक्षित यश मिळाले नाही. चंदावरकरांनी अतिशय योग्य शब्दांत उल्लेख केला : ''त्यांनी (रानड्यांनी) चूक केली असेल तर त्या चुकीचे कारण त्यांचा आत्मा शांत होता आणि त्यांचे अंत:करण उदार होते म्हणून.''[२५] जरी वरकरणी हे अगदी साधे प्रकरण असले तरी जो सामाजिक तणाव निर्माण झाला, त्यामुळे लोकांचे शिक्षणच झाले. दोन परस्परांशी न जुळणाऱ्या शैक्षणिक पद्धतीतील - पाश्चात्त्य उदारमतवादी व हिंदु शास्त्रावर आधारित - हा लढा होता.

संमतिवयाचा कायदा होणे हा रानड्यांच्या जीवनातील सर्वोच्च बिंदू आहे असे मानले तर पंचहौद मिशन चहाग्रामाण्य ही महाराष्ट्रातील वैचारिक व सामाजिक चळवळीतील त्यांची पक्कड सैल होत जाण्याच्या प्रक्रियेतील पहिली पायरी म्हणावी लागेल. जनमतावरील रानडे यांच्या कमी होत जाणाऱ्या पकडीमुळे होणारी पोकळी भरून काढणे आवश्यक होते. यात रानड्यांचा तोटा व टिळकांचा नफा होता.

या प्रकरणात आगरकरांच्या बुद्धिवादी व धर्मनिरपेक्ष भूमिकेस पुष्टीच मिळाली: 'विनाकारक तंटे माजून इतर संस्था कमकुवत होऊ नयेत या उद्देशानें बेचाळिसांपैकीं कांहींनी प्रायश्चित्तें घेतलीं. पण तेणेकरून तंटा तर मिटला नाहीच, पण सुधारक आपणास भ्याले असे समजून दुसरा पक्ष मात्र अधिकच थेर करू लागला. हे त्यांचें थेर बंद करण्याचा उत्तम उपाय म्हटला म्हणजे त्यांच्याकडे कोणी पाहू नये हाच होय.''[२६]

संदर्भ

१. गोपाळ विनायक जोशी, महाराष्ट्रातील पहिल्या स्त्री-डॉक्टर आनंदीबाई जोशी यांचे पती. सनातनी तसेच सुधारकांपैकी मान्यवरांची खिल्ली उडविणे व त्यांची निर्भर्त्सना करणे यांसाठी ते प्रसिद्ध होते. त्यांच्या शोधक बुद्धीतून काढलेल्या यादीत त्या दिवशी गैरहजर असलेल्यांची नावेसुद्धा होती. यासाठी *पुणे वैभव*वर दावा ठोकण्यात आला आणि त्याच्या संपादकांस २०० रुपयांचा दंडही झाला.

२. विश्वनाथ नारायण मंडलिकांच्या दृष्टीने सुधारणेची योग्य पद्धती म्हणजे 'स्वामी, धर्मगुरू, जातीतील शास्त्रीवर्ग यांच्या जवळ जाणे, हळुवारपणे त्यांची मने वळवून सुधारणेच्या बाजूने त्यांना आणणे. त्यांना न दुखविता व न उपद्रव करता, त्यांचा विश्वास संपादन करून सुधारणेच्या कामात त्यांचे सहकार्य, सहानुभूती व मदत घेणे.'' एन. जी. चंदावरकर, *द स्पिचीस अॅन्ड रायटिंग्स ऑफ सर नारायण जी. चंदावरकर,* एल.व्ही. कायकीणी (संपा.) मनोरंजक ग्रंथ प्रसारक मंडळी, बॉम्बे, १९११, पृ. ३४. (अनुवाद लेखकाचा.)

३. बा. गं. टिळक, *लोकमान्य टिळकांचे केसरीतील लेख,* भाग ४, केसरी-मऱ्हाटा संस्था, पुणे, १९३०, पृ. १२७-१३०.

४. न. चिं. केळकर, *लोकमान्य टिळक यांचे चरित्र,* भाग १, पुणे १९२३, पृ. २८८-८९.

५. पांडुरंग विनायक करमरकर यांचा पुनर्विवाह प्रभाकर कृष्ण परांजपे यांची कन्या वेणूबाई हिच्याशी १८६९ मध्ये होण्यापूर्वी विठू अण्णा दफ्तरदार या सनातन्यांच्या पुढाऱ्याने विधवाविवाह चळवळीच्या विरोधात मोहीम उघडली होती. *ज्ञानप्रकाश*मधून त्यांनी त्यावेळचे विख्यात सुधारक विष्णू परशुराम पंडित यांना शास्त्राधाराच्या प्रामाण्याबद्दल, शंकराचार्यांनी नियुक्त केलेल्या प्रतिनिधींच्या समोर वादविवाद करण्यासाठी आवाहन केले. पंडितांनी हे आवाहन स्वीकारले व प्रत्यक्ष वादविवाद २८ मार्च ते ५ एप्रिल १८७० या काळात शंकराचार्यांनी नियुक्त केलेल्या गोपाळशास्त्री कऱ्हाडकर आणि त्यांचे दहा सहकारी यांच्या समक्ष झाला. या वादविवादात विष्णुशास्त्री पंडितांना मदत करण्यासाठी रानडे आणि भांडारकर होते. सुधारकपक्षाच्या दुर्दैवाने त्यांच्या बाजूला असलेले विनायकशास्त्री माटे यांनी ऐन वेळेला आपली बाजू पलटली. परिणामत: वादविवादात सुधारक पक्षाचा पराभव झाला. तथापि अशा प्रकारचा वादविवाद परत कधी वास्तवात झाला नाही. सुधारकपक्षाचा जरी पराभव झाला, तरी सदर विषयावर जनमत होण्यास त्यामुळे खूप मदत झाली. सनातन्यांनी विष्णुशास्त्री व त्यांच्या सहकाऱ्यांवर बहिष्कार टाकला, पण त्याला काही त्यांनी दाद दिली नाही. हा काही कमी महत्त्वाचा विजय नव्हता.

६. सी. ग. देवधर, *जीवनवृत्तांत,* सातारा, १९२७, पृ. १२७. ज्या आठ लोकांनी मे १८९२ मध्ये शंकराचार्यांकडे प्रायश्चित्त मागण्यासाठी अर्ज केला, ते असे होते : म. गो. रानडे, वि. म. भिडे, चिं. न. भट,

गोविंदराव व. कानिटकर, सी. ग. देवधर, वामनराव रानडे, वामनराव परांजपे, आणि राघोपंत नगरकर

७. 'डी. जी. पी.' असे सही केलेले पत्र बहुदा दामोदर गणेश पाध्ये यांचे असावे, *सुधारक,* १८ मे १८९२. या प्रकरणात रानडे यांच्या कृतीवर न टीका केल्याबद्दल *सुधारका*च्या संपादकांवर टीका करणारी बरीच पत्रे होती.

८. *बॉम्बे गॅझेट,* २५ मे १८९२.

९. रिचर्ड पी. टकर, *रानडे अॅन्ड द रुट्स ऑफ इंडियन नॅशनॅलिझम,* पॉप्युलर प्रकाशन, बॉम्बे, १९७७, पृ. २४९. अशाच आशयाचे विधान त्यांनी नंतर काशिनाथ त्र्यंबक तेलंगांबद्दल केले : 'तेलंगांच्या अडथळे असलेल्या कारकिर्दीबद्दलचे नैतिक कुतूहल हे दोन संस्कृतींमधील जे दुभंगलेले आणि संघर्षपूर्ण जीवन आपण जगतो, त्यात आहे.'' एन. जी. चंदावरकर, *तत्रैव,* पृ. २९ (अनुवाद लेखकाचा).

१०. सी. ग. देवधर, *तत्रैव,* पृ. १३६

११. नरहर रघुनाथ फाटक, *न्यायमूर्ती महादेव गोविंद रानडे यांचे चरित्र,* नीळकंठ प्रकाशन, पुणे, दुसरी आवृत्ती, पृ. ३१७.

१२. सी. ग. देवधर, *तत्रैव.*

१३. आगरकरांना या प्रकरणात रस असण्याचे कारण म्हणजे रानडे त्यात होते एवढेच नव्हे, तर फर्ग्युसन महाविद्यालयातील त्यांचे सहकारी गोपाळ कृष्ण गोखले, वासुदेवराव केळकर, वैजनाथ का. राजवाडे आणि पूर्व-सहकारी टिळक व पी. एन. पाटणकर आणि मित्रवर्यांतील सीताराम गणेश देवधर व कादंबरीकार हरी नारायण आपटे या प्रकरणात गोवले गेले होते.

१४. 'बहिष्कृतांनी बहिष्कार घालावा हा चमत्कार नव्हे काय?', *सुधारक,* ३१ ऑगस्ट १८९१.

१५. 'बंधने कोण ठरविणार आणि त्यांचा अंमल कोण करणार?', *सुधारक,* ३ ऑगस्ट १८९१.

१६. 'आपल्या हाताने आपल्या हातावर दगड', *सुधारक,* २४ ऑगस्ट १८९१.

१७. *अवा-२, तत्रैव,* पृ. ५९-६०.

१८. *कित्ता,* पृ. ५३.

१९. *सुधारक,* १६ मे १८९२.

२०. *अवा-२,* पृ. ८७-८९.

२१. 'हे गूढ कोडे आहे', *सुधारक,* १३ जून १८९२.

२२. *कित्ता,* पृ. ३९१.

२३. जॉन स्टुअर्ट मिल, *ऑन लिबर्टी,* करेन व्ही. शिल्ड्स (संपा.), द लिबरल आर्ट्स प्रेस, न्यूयॉर्क, १९५६, पृ. ८१.

२४. ही सुधारणेची दिशा नव्हे', *सुधारक,* २१ नोव्हेंबर १८९२.

२५. एन. जी. चंदावरकर, *तत्रैव,* पृ. ३५०.

२६. *सुधारक,* २१ नोव्हेंबर १८९२.

फ

१८९३-९४ मधील हिंदु-मुस्लीम यांतील दंगे

महाराष्ट्रातील जमातवादाचा प्रश्न प्रामुख्याने पुढे आला तो प्रथम ११-१४ ऑगस्ट १८९३ मधील मुंबईतील दंगे व त्यानंतर त्याला प्रतिसाद म्हणून सप्टेंबर १८९३ मध्ये झालेले येवल्यातील दंगे व १२-१४ सप्टेंबर १८९४ मधील पुण्यातील दंगे यांमुळे. तत्कालीन राजकीय पुढाऱ्यांनी, प्रशासकीय अधिकाऱ्यांनी तसेच इतिहासकारांनी या दंग्यांची अनेक कारणे दिली आहेत. पण त्यांचे सर्वांत व्यावहारिक व विवेकवादी विवेचन आगरकरांच्या लिखाणांत आढळून येते. प्रभास पट्टण येथील प्रकार, गोरक्षण चळवळ व 'मशिदीपुढे वाजविली जाणारी वाद्ये'यांसारखे अनेक वेळा मांडले जाणारे मुद्दे, या सर्वांपलीकडे जाऊन आगरकरांनी दंगलीच्या कारणांचा शोध घेतला. १८५१ व १८७४ मधील दंगे मुस्लीम-पारश्यांत झाले. पण मुंबईतील हिंदु-मुस्लिमांतील दंगे त्यांपेक्षा अतिशय भीषण होते. प्रथम गुजराथ मधील प्रभास पट्टण येथे दंगल सुरू झाली. तेथील धर्माभिमान्यांच्या नैतिक व आर्थिक मदतीसाठी हिंदू व मुस्लीम व दोघांच्याही जाहीर सभा मुंबईत भरविण्यात आल्या. शेवटी जमातवादी तणाव आटोक्यात आणण्यासाठी प्रशासनाला लष्करी कायदा पुकारावा लागला. मुंबईतील अँग्लो-इंडियन वृत्तपत्रांनी, विशेषतः *टाईम्स ऑफ इंडिया*ने आरडाओरड केली व हिंदूंना सरसकट दोषी ठरविले. दंगलीसाठी त्यांनी गोरक्षण चळवळ व हिंदूंचे प्राबल्य असलेली भारतीय राष्ट्रसभा ही कारणे पुढे केली. स्वमता पुष्ट्यर्थ अँग्लो-इंडियन वृत्तपत्रांनी प्रभारी पोलीस कमिशनर आर. एच. व्हिन्सेंट आणि मुंबईचे म्युनिसिपल कमिशनर एच. ए. ॲक्वर्थ तसेच अन्य काही अधिकाऱ्यांची मते छापली. अँग्लो-इंडियन वृत्तपत्रांच्या खोडसाळ कृत्याचा आगरकरांनी निषेध केला. *टाईम्स*ने सादर केलेल्या 'दुराग्रही व अप्रयोजक' हकीकतीची निंदा केली आणि साऱ्या घटनांची छाननी न करता अशाप्रकारे घाईघाईने हिंदूंवर दोषारोपण करणे विरुद्ध-प्रतिकारात्मक होईल असा इशाराही

दिला.[१] गोरक्षा चळवळ व मुंबईतील हिंदूंच्या सभा मुस्लिमांना प्रकोपित करण्यास कारणीभूत होत्या, हे *टाईम्स*चे म्हणणे बिनबुडाचे आहे. आगरकरांचे लिखाण जरी गोरक्षा चळवळीबाबत टीकात्मक होते, तरी जोपर्यंत त्या चळवळीच्या प्रवर्तकांचे वर्तन बेकायदेशीर नाही, तोपर्यंत तिला थांबविता येणार नाही, हे त्यांनी सांगितले. त्या चळवळीविरुद्ध मुस्लिमांच्या रागाचे कुठल्याही प्रकारचे समर्थन करणे म्हणजे नालस्ती करण्याचा प्रयत्न आहे. मुस्लिमांबाबतच्या अशा पक्षपाती धोरणामुळे त्यांना प्रोत्साहन मिळेल; एवढेच नव्हे तर त्यामुळे आगीत तेल ओतल्यासारखे होईल. यावर सर्वांत तातडीने करण्याजोगा उपाय म्हणजे अपराध्यांना कडक शिक्षा केली पाहिजे.[२] जातीय सलोखा उत्पन्न होण्यासाठी मुंबईत लॉर्ड हॅरीस यांच्या अध्यक्षतेखाली हिंदू, मुस्लीम, पारशी व युरोपियनांची एक जाहीर सभा आयोजित करण्यात आली होती. या प्रयत्नाचे आगरकरांनी कौतुक केले आणि याबाबत लॉर्ड हॅरीस यांनी पुढाकार घेतल्याबद्दल त्यांना धन्यवाद दिले.[३]

जेव्हा सामाजिक ऐक्याचे प्रदर्शन करण्यासाठी मवाळ भारतीय पुढारी एकत्र आले, तेव्हा टिळकांनी आणि त्यांच्या पुण्यातील पाठीराख्यांनी स्वतंत्रपणे बैठक भरविण्याचा आग्रह धरला. अँग्लो-इंडियन वृत्तपत्रे, आर. एच. व्हिन्सेट[४] व एच. ए. ॲक्वर्थ[५] यांच्या पूर्वग्रहदूषित वक्तव्यांचा समाचार घेण्यासाठी टिळकांचा वेगळा प्रयत्न होता. या प्रयत्नांना गोपाळ कृष्ण गोखले आणि मुंबईतील फिरोजशहा मेहता, दिनशा वाच्छा, न्यायमूर्ती रानडे हे पुढारी, तसेच पुण्यातील टिळकांचे सहकारी ए. व्ही. काथवटे व दाजी आबाजी खरे यांचाही विरोध होता. अशा प्रसंगी स्वतंत्र हिंदूंची सभा घेण्याची कल्पना सहन करण्यापलीकडे आहे, असे सांगून फिरोजशहा मेहतांनी व्हिन्सेट आणि इतरांच्या वक्तव्याबद्दल टिळकांना प्रश्न विचारला : ‘‘यांच्यावर टीका करून तुमची शक्ती व सामर्थ्य खर्च करण्याइतकी त्यांची लायकी आहे असे तुम्हांला वाटते का?’’[६]

विरोधाला न जुमानता हिंदूंची स्वतंत्र सभा १० सप्टेंबर १८९३ रोजी पुण्यात शनिवार-वाड्यासमोर भरली. टिळक, महादेव बल्लाळ नामजोशी व बाळासाहेब नातू यांनी ही बोलावली होती. किंबहुना पुण्यातील व मुंबईमधील एकत्रित मवाळ नेतृत्वाविरुद्ध हा टिळकांचा पहिलाच संघर्ष होता. पुण्यातील या सभेवर अतिशय कडक टीका आगरकरांनी *सुधारका*तून केली. अशाप्रकारची ‘जंगी जाहीर सभा’ आयोजित करण्याच्या टिळकांच्या प्रयत्नाचा आगरकरांनी उपहासच केला आणि संख्या व बुद्धी एकत्रित जात नाही, याची आठवण करून दिली. वस्तुस्थितीची माहिती देणारी व टिळकांची हट्टी वृत्ती उघडकीस आणणारी गोखल्यांनी लिहिलेली दोन प्रदीर्घ पत्रे आगरकरांनी *सुधारका*त छापली. टिळकांचे नाव न घेता त्यांनी

लिहिले की, या सर्व प्रकारास स्वत:ची मान्यता वाढविणारी अहंकारी वृत्ती कारणीभूत झालेली आहे. जर जातीय सलोखा उत्पन्न करण्यासाठी 'स्वतंत्रपणे चर्चा' व्हावी या एकाच उद्देशाने ही सभा भरविण्यात आली असेल, तर सदर सभेस सद्हेतू बाळगणाऱ्या मुस्लिमांना आमंत्रित करण्याचा व त्यांची मान्यता घेण्याचा प्रयत्न का केला नाही, असा प्रश्न आगरकरांनी विचारला. जर ही सभा व्हिन्सेट व अॅक्वर्थ यांच्या वक्तव्यांचा समाचार घेण्यासाठी भरविली होती, तर त्या सभेच्या कामकाजात त्या व्यक्तींची नावेही का घेण्यात आली नाहीत? सभेची उद्दिष्टे आणि वास्तविक कामकाज यांतील दांभिकता उघडकीस आणून आगरकरांनी दाखवून दिले की, सुरवातीपासून शेवटपर्यंतचे सर्व कामकाज तिरस्करणीय व आयोजन करणाऱ्या पुढाऱ्यांना लज्जास्पद होते. टिळकांवरील त्यांचे शेवटचे भाष्य असे होते :

> "संमतिबिलासारख्या बिलाचा वाद निघाला असता सामान्य लोकांस खूप चिथवून देऊन त्यांनी आरंभिलेल्या माऱ्यामाऱ्यांची गंमत पहात बसणें किंवा डेक्कन एज्युकेशन सोसायटीसारख्या सोसायटीस रसातळास पोहोचविण्याचा प्रयत्न करणें असलीं कामें करण्यास हे मनुष्यांचे अमानुष पुढारी सहज सिद्ध होतील इतकेंच नाही, तर आपला क्रोधाग्नि शमविण्यासाठी ते तुमच्या प्रांतिक सभांची, सार्वजनिक सभांची, राष्ट्र सभांची आणि सामाजिक परिषदांची वाट लावण्यास मागें पुढें पहाणार नाहीत! वाचकहो, आज हें लिहिणें तुम्हास अतिशयोक्तींचें किंवा फाजील तीव्रतेचे वाटत असल्यास तुम्ही आम्हांस सध्या क्षमा करा; ज्याप्रमाणें पुण्याच्या बऱ्याच समंजस लोकांस त्यांच्या अन्वर्थकतेचा प्रत्यय येऊन चुकला आहे त्याप्रमाणें थोड्या दिवसांत तो तुम्हांसही येईल, अशी खात्रीपूर्वक आम्ही तुमची शहानिशा करतो."[७]

आगरकरांची ही टिळकांवरची कडवट टीका डेक्कन एज्युकेशन सोसायटीमधील त्यांच्या स्वत:च्या अनुभवामुळे, सावर्जनिक सभेतील सचिवपदावरून गोखल्यांशी झालेला वाद, पंडिता रमाबाई आणि त्यांच्या शारदासदनावर टिळकांनी केलेली बोचरी टीका,या सर्व गोष्टींमुळे आलेल्या उद्वेगामुळे बहुधा असावी. वैचारिकदृष्ट्या अशा नाजूक प्रश्नांवर आग्रही हिंदु भूमिकेचा आगरकरांना तिटकारा होता. या सर्व त्यांच्या कडवटपणाशिवायही मान्य करावे लागते की, भारतीय राष्ट्रीय चळवळीतील नंतरच्या घटना टिळकांबद्दलच्या या तीव्र अभिप्रायांच्या सत्यतेची साक्ष देतात. टिळक अशा बऱ्याच संस्थांच्या अंतास कारणीभूत झाले.

या विषयावरील आगरकरांच्या संयमी विचारांचे दर्शन आपल्याला त्यांच्या पुढील लेखांतून होते : हिंदू व मुसलमान यांचे ऐक्य कशाने होईल?' आणि 'हिंदू

व मुसलमानांत तंटे का होतात?'[८] याहून महत्त्वाचे म्हणजे या तंट्यानी हिंदू व मुसलमान समाजांवर काय परिणाम होतील याबद्दल आगरकरांना चिंता वाटत होती. इतके नव्हे तर या सर्वाचा भारतीय स्वातंत्र्य लढ्यावर होणारा परिणामही किंबहुना त्यांच्या मते जास्त महत्त्वाचा होता. सर्वप्रथम, हिंदू व मुस्लीम हे धर्मांध आहेत व त्यांची प्रगती होणे अशक्य आहे, अशा युरोपियनांनी केलेल्या निराधार प्रचाराविरुद्ध आगरकरांनी लिहिले. हिंदु-मुस्लिमांतील तंटा दुःखदायक असून तो सोडविण्यासाठी उपाय योजिले पाहिजेत, असे सांगून अशाप्रकारचे तंटे कुठल्याही समाजात असणे, तो भारतीय असो किंवा युरोपियन असो, स्वाभाविक आहे. किंबहुना त्या दोघांतील जित-जेत्यांचा पूर्वसंबंध या कधीकधीच्या तंट्यास कारणीभूत असेल.[९] वास्तविक पाहता ख्रिश्चनांच्या धर्मांधतेमुळे युरोपात भारतापेक्षा जास्त रक्तरंजन झाले आहे. म्हणून हिंदू आणि मुस्लिमांची राजकीय हक्क संपादन करण्यास अविश्वासू व अपात्र अशी सरसकट बदनामी करणे म्हणजे ''निष्कारण मानसिक उपहास' करणे होय.[१०] लॉर्ड सॅलिसबरींसारख्या अधिकाऱ्यांनी केलेल्या दुराग्रही उद्‌गाराविरुद्ध आगरकरांची ही प्रतिक्रिया होती. अवाजवी मते व्यक्त करण्यापेक्षा प्रशासनाने कुठलाही भेदभाव न करता दोन्ही समाजांतील अज्ञान व गरिबी दूर केल्यास जास्त ऐक्य प्राप्त होणार आहे, अशी सूचना त्यांनी केली. प्रशासनाकडून निःपक्षपातीपणाची अपेक्षा करून, दंगेखोरांना कठोर शासन व्हावे, अशी मागणी केली. वेळ पडल्यास बळाचा वापर करून त्यांना वठणीवर आणले पाहिजे,[११] हे सांगताना त्यांनी स्पष्ट केले की, चौकशी समितीतील अधिकाऱ्यांनी दूरदृष्टी दाखवून योग्य न्याय करताना उदारता, सत्यता व निःपक्षपातीपणा दाखविला पाहिजे. जातीय विकोपाच्या कारणांची चिकित्सा करताना आगरकरांनी दाखवून दिले की, दोन्ही समाजांत आचार-विचारांत कितीही मूलभूत फरक असले तरी, या सर्व वेगवेगळ्या प्रकारच्या लोकांत सहकार्याची भावना अस्तित्वात आहे. स्वतःच्या हाती सत्ता असताना मुस्लिमांनी हिंदूंचा संपूर्ण नाश केला नाही की हिंदूंनी मुस्लिमांचा नाश केला नाही, ही हकीकतच त्या सहकार्याच्या भावनेची दर्शक आहे. आगरकरांनी मान्य केले की, पूर्वी या दोन्ही समाजांत जातीय तंटे झाले असतील व इंग्रज इथे आले नसते तरी ते भविष्यात झाले असते. पण त्यांना मोकळे सोडल्यास ते एकमेकांचा नाश करतील, असा निष्कर्ष काढायला काहीही पुरावा नसल्याचे आगरकरांनी सांगितले. आपल्या भरभराटीच्या काळात दोघांनीही असे कधी केले नाही, ही गोष्ट ध्यानात ठेवायला हवी. त्यांच्या मते हिंदु-मुस्लीम समाजांतील आचार-विचारांतील भिन्नता ही हिंदू व ख्रिश्चन धर्मांतील भिन्नतेइतकीच स्वाभाविक आहे. ज्या प्रश्नांची चर्चा करण्याचा प्रयत्न त्यांनी केला तो म्हणजे, मुस्लिमांच्या इतक्या प्रदीर्घ आधिपत्यापेक्षा

शंभर वर्षांचे ब्रिटिश सत्तेचे आधिपत्य हिंदूंना अधिक मान्य का आहे? या मान्यतेची, ब्रिटिशांची श्रेष्ठ शिक्षणपद्धती व प्रगतिशील सामाजिक उत्कर्ष ही कारणे त्यांना वाटली.[१४]

धर्मविचार आणि आचार, सामाजिक चालीरिती, भाषा व परंपरा, अशा प्रकारचे विविध फरक असूनसुद्धा त्या दोघांचे अविरत एकत्रित अस्तित्व बहुधा मुस्लीम व हिंदु-मराठा राज्यकर्त्यांनी त्यांच्यातील मतभेद कमी करण्याच्या दृष्टीने केलेल्या थोड्याफार सकारात्मक प्रयत्नांमुळे असेल. औरंगजेब त्याला कदाचित अपवाद असावा. गोरक्षा चळवळ आणि राष्ट्रीय सभेसारख्या क्षुल्लक कारणांवर दोषारोप करून मने कलुषित करण्याच्या अँग्लो-इंडियन वृत्तपत्रांच्या आणि युरोपियन अधिकाऱ्यांच्या विचारपूर्वक प्रयत्नांचा आगरकरांनी निषेध केला.[१६] हिंदु बांधवांच्या भावना दुखावल्या जातील, अशाप्रकारे मुस्लिमांनी गोहत्या करू नये, तसेच हिंदूंनी मुस्लिमांच्याबद्दलचे दुराग्रह सोडावेत, अशी विनंती दोघांनीही करून आठवण करून दिली की, मुस्लिमांसारखेच ख्रिश्चनही गोमांस खाणारे आहेत. यासाठी फक्त मुस्लिमांनाच आपल्या टीकेचे लक्ष बनविणे व्यर्थ आहे. उलट हिंदूच गोहत्येसाठी जबाबदार आहेत. जोपर्यंत मुसलमान आणि ख्रिश्चन लोक हिंदूंच्या गाई बळजबरीने हत्येसाठी घेऊन जातात हे सिद्ध होत नाही, तोपर्यंत त्या लोकांना दोष देण्याचा प्रयत्न करणे 'शुद्ध मूर्खपणा'[१७] आहे, असा युक्तिवाद त्यांनी केला. याउलट हिंदूच आपल्या दुर्बल गाई खाटीकखान्यात नेतात आणि त्यात काही गैर आहे, असे आगरकरांना वाटले नाही. जोपर्यंत हिंदू आणि मुस्लीम दुसऱ्या देशांत गाई व डुक्कर यांची हत्या थांबवू शकत नाहीत, तोपर्यंत फक्त भारतातच धर्माच्या नावाखाली त्यांचे रक्षण करणे व्यर्थ आहे. यामध्ये सर्वांत चांगला उपाय म्हणजे एकमेकांच्या भावना न दुखवता या प्राण्यांची कत्तल करणे. हिंदूंनी याबाबतीतील संकुचित भावना सोडून दिल्या पाहिजेत, अशी विनंती त्यांनी केली आणि व्यावहारिक व उपयुक्ततावादी दृष्टिकोन घ्यावा, असे सांगितले.

सरकार मुस्लीमधार्जिणे असल्याचा वेळोवेळी केला जाणारा आरोप आगरकरांनी धुडकावून लावला आणि त्याचा उल्लेख 'शुद्ध बाष्कळ भाष्य' असा केला.[१८] अशाप्रकारचा पक्षपात मुस्लिमांच्या बाजूने झाला असेल तर त्या पक्षपाती अधिकाऱ्यांविरुद्ध तक्रार केली पाहिजे. पण त्यासाठी मुस्लिमांच्या विरुद्ध झगडणे निश्चित चुकीचे आहे. तसेच काही मोजक्या युरोपियन अधिकाऱ्यांच्या वाईट वर्तनामुळे, खालावत जाणाऱ्या जातीय अवस्थेला संपूर्ण अधिकारी वर्गास वेठीस धरणे साफ चुकीचे आहे.[१९] त्यांच्या मते, प्रशासनाची कृती सर्वसाधारणपणे नि:पक्षपातीच होती. १८९४ सालच्या पुण्यातील दंग्यांत त्यावेळचे मॅजिस्ट्रेट ओमॅनी

यांनी निर्भीडपणा, संयम आणि नि:पक्षपातीपणा दाखविल्याबद्दल आगरकरांनी त्यांची खूप प्रशंसा केली.[२०] पण मॅक्‌फर्सनच्या हाताखालील पोलिसांनी तशाच प्रकारचे शहाणपण दाखविले असते तर पुण्यातील गणपती मिरवणुकीत झालेल्या दुर्दैवी घटना टाळता आल्या असत्या, अशी खंतही व्यक्ती केली. जरी आगरकरांनी पुण्यातील पोलिसांना आगाऊ अपेक्षिण्यात आणि त्याबद्दल प्रतिबंधक उपाय न योजण्याबाबत, त्यांच्या निष्ठुरपणाबद्दल व निष्काळजीपणाबद्दल दोष दिला तरी, झालेल्या चुकीबद्दल सर्व प्रशासनास दोष देण्यास ते तयार नव्हते.[२१]

एकमेकांतील सलोख्याची निकड दाखवून देताना, हिंदु-मुस्लिमांनी एकमेकांशी शत्रुत्व करण्यास काही कारण नाही, असे आगरकरांना वाटले. तसे मुस्लिमांना वाटण्यास हिंदुधर्म धर्मांतरावर आधारित प्रचारकी स्वरूपाचा नाही तसेच हिंदूंमध्ये मुस्लीम राज्यकर्त्यांसारखे शौर्याचे पाठबळही नव्हते. ''हिंदूंच्या अंगात ज्याची उणीव दृष्टीस पडते असा कोणता गुण म्हणाल तर 'निश्चयी धाडस' किंवा 'धाडसी निश्चय' हा होय.''[२२] याउलट अधिक चांगल्या प्रतीच्या लढाऊ लोकांपुढे त्यांनी दुबळेपणाने नमते घेतले. खरोखर पूर्वी बळजबरीच्या धर्मांतराला विरोध केल्याबद्दल आणि सद्यकाळात उदारमतवादी शिक्षणपद्धती स्वीकारण्यासाठी त्यांना दोष देता येणार नाही.

गतकाळातील वैभवाचा वृथा अहंकार सोडून द्यावा आणि हिंदूंवर दमदाटी करण्याचा प्रयत्न करू नये, असे आगरकरांनी मुस्लिमांना सांगितले. तसेच, मुस्लिमांचा तिरस्कार करण्यात आणि त्यांच्या गतकाळातील वाईट कृत्यांची उजळणी करून त्यांना चिथावण्यात काही शहाणपणा नाही, असे हिंदूंना सांगितले. बदललेल्या परिस्थितीत परधर्मीय व परप्रांतीय अशा राजवटीच्या आधिपत्याखाली राहण्याचे प्राक्तन हिंदू व मुस्लीम या दोघांच्या वाट्याला आले आहे. म्हणून, राष्ट्रीयसभेसारख्या राजकीय संस्थांमध्ये हिंदूंशी मुस्लिमांनी ऐक्याने वागण्यातच शहाणपणा आहे. राष्ट्रीय सभा ही निव्वळ उच्चवर्गीय हिंदूंची संस्था आहे असे म्हणणे काल्पनिक असून 'शुद्ध कल्पनाशक्ती' आहे. राजकीय हक्क-संपादनाच्या लढ्यात हिंदूंशी ऐक्य साधण्यासाठी त्यांनी पारश्यांचे अनुकरण करावे. इंग्रजी प्रशासनाचे आंतरिक हेतू वेगळे असल्याने त्यांच्या कृपेने मुस्लिमांची सुधारणा होणार नाही. अज्ञान व गरिबी ही दोन प्रमुख कारणे दोघांच्या दयनीय परिस्थितीस कारणीभूत असल्याने त्यांनी ऐक्य साधले तर येणाऱ्या काळात ते नेत्रदीपक प्रगती करू शकतील, असा शेवटी त्यांनी सल्ला दिला.[२३]

लंडन *टाईम्स* व *स्पेक्टेटर* या वृत्तपत्रांमध्ये काही दुराग्रही मुस्लिमांनी मने भडकविणारी पत्रे लिहिली. ती पत्रे मुंबईतील अँग्लो-इंडियन वृत्तपत्रांनी परत

छापली. अशाप्रकारचा प्रयत्न विरोधी-प्रतिनिधी उत्पन्न करणारा आहे असे खेदपूर्वक आगरकरांनी सांगितले. इंग्रजी वृत्तपत्रांनी यासाठी छापायला जागा दिलीच कशी, याबद्दल आगरकरांनी आश्चर्य व्यक्त केले.[२४] बऱ्याचदा अशाप्रकारच्या लिखाणास काही कर्मठ व सनातनी मुस्लिमांची व युरोपियनांची फूस असे. त्यांचा युक्तिवाद असा होता : मुस्लीम हे जन्मत: शूर आहेत व स्वभावाने लढवय्ये आहेत; हे गतकाळातील राज्यकर्ते असल्याने त्यांच्या बाजूने इंग्रजी सरकार भेद करणारी वागणूक देणे स्वाभाविक आहे; मुस्लिमांनी कायदे कौन्सिलात प्रमाणबद्ध प्रतिनिधित्व नव्हे तर समप्रतिनिधित्वाची केलेली मागणी योग्यच आहे; राष्ट्रीय सभा ही उच्चवर्णीय हिंदु संस्था आहे, तिचे वर्चस्व मुसलमानांना धोकादायक आहे; आणि त्यांनी आरोप केला की, हिंदूंनीच मुस्लिमांना जाणूनबुजून अज्ञानात ठेवले आहे.[२५] अशाप्रकारचे विषारी लिखाण दोन्ही समाजांत फक्त असंतोष निर्माण व्हावा या उद्देशाने लिहिले जात असे.

अशाप्रकारचे आरोप ''निव्वळ दुराग्रह व अविचारीपणा'' दाखविणारे आहेत, असे सांगून आगरकरांनी ते उडवून लावले.[२६] ''कृती आणि प्रतिकृती ही केव्हाही समप्रमाणात असते'' हे सांगून ''पाण्यांत राहून माशाशी वैर काय कामाचे?'' या अग्रलेखात त्यांनी इशारा दिला की, ''मुसलमान लोकांनी आपल्या कित्येक विघ्नसंतोषी जातभाईंच्या चिथावणींवरून किंवा सरकार आपल्याच तर्फेचे आहे अशी कित्येक खालच्या अधिकाऱ्यांच्या वर्तनावरून आपली खोटीच समजूत करून घेऊन हिंदूंचे वैर संपादण्याचा जो आत्मघाती प्रयत्न चालविला आहे, त्यास जर वेळीच आळा घातला जाणार नाही तर या वैराग्नीपासून काय भयंकर परिणाम होतील हे निश्चयाने सांगणे कठीण आहे... मुसलमानांनी आपल्या वर्तनाची दिशा लवकर बदलली नाही तर या प्रत्याघाताचे स्वरूप उत्तरोत्तर अधिकाधिक भयंकर होईल याबद्दल आम्हास संशय नाही.''[२७]

दुसऱ्या बाजूला काही लोकांच्या अडमुठेपणासाठी संपूर्ण मुस्लिम समाजास दोष लावणे अविचारीपणाचे राहील असे प्रांजळ मत आगरकरांनी दिले. शिक्षणाचा अभाव आणि त्यापासून उद्भवणारी गरिबी या दोन मुख्य कारणांमुळे मुसलमान लोक वारंवार चुकीच्या माहितीस बळी पडतात.[२८]

प्रबुद्ध मुस्लीम पुढाऱ्यांनी खोडसाळ धर्मबांधवांपासून दूर राहण्यासाठी लोकांची मने वळविली पाहिजेत, अशी आगरकरांनी सूचना केली. ''तुम्ही उभयतांनी सख्ख्या भावांप्रमाणे वागण्यांतच तुमचे कल्याण आहे. या करता इस्माईलखानसारख्यांचा नाद सोडून आ. मि. बद्रुद्दिन तय्यबजीसारख्यांच्या तंत्राने वागू लागा, म्हणजे थोड्या काळात सर्व काही ठीक चालू लागेल,'' अशी आशाही व्यक्त केली.

धर्मांधता, अज्ञान, गरिबी आणि दोन्ही समाजांतील पुढाऱ्यांचे असमंजस वर्तन ही जातीय तंट्यांची मुख्य कारणे आहेत, हे आगरकरांनी स्पष्ट केले. लोकांच्या सदसद्विवेकबुद्धीस आवाहन केल्यास त्यांच्यातील दुराग्रह नाहीसा करता येईल. हे सांगत असताना, या दंग्यांपासून उद्भवलेले नैतिक, सामाजिक, राजकीय आणि आर्थिक परिणाम आणि यामुळे निर्माण झालेले मूलगामी प्रश्न ''या तंट्याचा परिणाम काय? शुद्ध नुकसान'' या अग्रलेखात आगरकरांनी उपस्थित केले :

> तुम्ही हे तंटे कोणत्याही हेतूनें करीत असा, त्यामुळें तुम्ही आपलें व आपल्याबरोबर चांगल्या लोकांचे अतिशय नुकसान करीत आहां. नानाप्रकारचे उद्योग करून व विद्या संपादून आपलें सुख वाढविण्याकडे लावणें हे शहाणपण कीं आगी लावण्यात, माऱ्यामाऱ्या करण्यात, व एकमेकांचे खून पाडण्यात घालविणे हे शहाणपण? प्रभासपट्टण, मुंबई, येवले वगैरे ठिकाणच्या अविचाराबद्दल जी अद्दल घडली तिने अजून तुमचे डोळे उघडत नाहीत काय? ... घरदार व बायकापोरे सोडून काळ्या पाण्यावर जाणे ही गोष्ट तुम्हांस प्रशस्त वाटते काय? अरे, तुमच्या अकला गेल्या कुठे? ज्यांना पोटभर अन्न न मिळाल्यामुळे भूक भागत नाहीं; अंगभर वस्त्र न मिळाल्यामुळें उन्हाचें व थंडीचें निवारण करता येत नाही, व रहाण्याला थारा नसल्यामुळे रात्री डोकें कोठें द्यावें हे समजत नाही - अशा लोकांनी आपल्या दुर्वर्तनाने आपणावर व इतरांवर नसत्या करांचा बोजा लादून घ्यावा ही किती शोचनीय गोष्ट आहे बरे? तुमच्या पशुतुल्य किंबहुना त्याहूनही निंद्य अशा वर्तनामुळे नवीन पोलीसांचा बोजा चांगल्या लोकांच्या डोकीवर बसला, उद्या लष्कराचाही थोडाबहुत खर्च तुम्हांस कशावरून द्यावा लागणार नाही?... तुमच्या विचारशून्यतेमुळे चांगल्या लोकांचे विचारस्वातंत्र्य व आचारस्वातंत्र्य नाहीसे व्हावे याची तुम्हांस शरम वाटत नाही काय?.... हिंदूने मुसलमानाशीं व मुसलमानाने हिंदूशीं कोणताही व्यवहार ठेवणे चांगलें नाहीं असें वाटूं लागल्यास त्यांत दोघांचेंहीं व्यापारदृष्टीनें जें नुकसान होणार आहे तें कशानेंही भरून येणार नाहीं... याशिवाय एकमेकांच्या मनांत एकमेकांविषयीं जबरदस्त कांक्षा वागू लागली म्हणजे आपली मालमत्ता, आपली मुलेंबाळें, आणि आपले जीव धोक्यात आहेत अशी भीति रात्रंदिवस सर्वांना वाटणार आणि सर्वांच्याच सुखावर पाणी येणार...[३०]

एवढे लिहून शेवटी असे लिहिले की, "या करितां आता तरी विचार करूं लागून हें रण पूरे करा आणि पूर्ववत मित्र व्हा येवढें हात जोडून सांगणें आहे."

आगरकरांना खात्री होती की सामान्यज्ञान असलेला कुठलाही मनुष्य वरील प्रश्नांची उत्तरे सकारात्मकच देईल. सर्व दंगेखोर हे दोन्ही समाजांतील आर्थिकदृष्ट्या दुर्बल वर्गातील आहेत, या वस्तुस्थितीत आगरकरांना खरा उपाय सापडल्याचे वाटले. तो म्हणजे धर्मनिरपेक्ष सामाजिक नीतिमत्ता व चांगल्या जीवनासाठी परस्पर सलोखा याबद्दलच्या भावना फक्त उदारमतवादी शिक्षणातूनच रुजविता येतील. तसे झाल्यास वसाहतवादाविरुद्ध एकत्रित लढा देता येईल. शेवटी दोन्ही समाजांत जातीय सलोखा निश्चित होईल अशी जरी आगरकरांना खात्री होती, तरी तो सलोखा फक्त दोन्ही समाजांतील पुढाऱ्यांचा दूरदृष्टीपणा, आत्मसंयम व सामाजिक हिताची कळकळ यांवरच निर्भर राहील असे त्यांनी सांगितले.[३१]

संदर्भ

१. 'मुंबईचा भयंकर दंगा आणि अँग्लो-इंडियन पत्रकर्ते', *सुधारक,* २१ ऑगस्ट १८९३.

२. *कित्ता.*

३. 'गेल्या गुरुवारी मुंबईस भरलेली सभा', *सुधारक,* ११ सप्टेंबर १८९३, ही सभा ७ सप्टेंबर १८९३ रोजी टाऊन हॉलमध्ये भरली होती.

४. आर. एच. व्हिन्सेंट हे मुंबईचे तत्कालीन (१८९३-१८९८) पोलीस कमिशनर होते. अधिक माहितीसाठी पहा, एस. एम. एडवर्ड्स, *द बॉम्बे सिटी पोलीस - अ हिस्टॉरिकल स्केच १६७२-१९१६,* ऑक्सफर्ड युनिव्हर्सिटी प्रेस, लंडन, १९२३, पृ. ९०-१०६.

५. एच. ए. अॅक्वर्थ हे मुंबईचे तत्कालीन म्युनिसिपल कमिशनर होते.

६. या सभेबद्दलचा पत्रव्यवहार व खाजगी बैठकी गोखले, टिळक व मेहता यांच्यात झाल्या. मुंबईत जाऊन मेहतांना या सभेबद्दल चुकीची माहिती दिली, असा आरोप गोखल्यांवर टिळकांनी केला. या सर्व प्रकरणाचा उद्वेग येऊन वस्तुस्थिती सांगणारी व टिळकांच्या आरोपांचे खंडन करणारी दोन पत्रे गोखल्यांनी *ज्ञानप्रकाशात* दि. १९ व २० सप्टेंबर १८९३ या दिवशी लिहिली. ही दोन्ही पत्रे आगरकरांनी *सुधारकात* २५ सप्टेंबर १८९३ रोजी परत प्रकाशित केली. अँग्लो-इंडियन वृत्तपत्रे व इंग्रजी प्रशासकीय अधिकारी यांच्या पक्षपाती धोरणाविरुद्ध मवाळ नेतृत्वाने आत्मसंतुष्ट वृत्ती दाखविण्याची

गरज नाही तसेच हिंदूंनी आग्रही भूमिका घेतली पाहिजे, असे प्रतिपादन करणारे उत्तर टिळकांनी *केसरीत* छापले.

७. 'या उघडपणे बोलावयाच्या गोष्टी नव्हेत', *सुधारक,* २५ सप्टेंबर १८९३.

८. *सुधारक,* २ व १६ ऑक्टोबर १८९३.

९. 'रास्त गोष्टीस भितो कोण?', *सुधारक,* ११ जून १८९४.

१०. 'हिंदू व मुसलमान ह्यांचे ऐक्य कशाने होईल?', *सुधारक,* १८ सप्टेंबर १८९३.

११. 'हिंदू व मुसलमानांत तंटे का होतात? - २', *अवा-२,* पृ. ४७०.

१२. *अवा-२,* पृ. ४५२.

१३. *तत्रैव, सुधारक,* २ ऑक्टोबर १८९३.

१४. *कित्ता.*

१५. *कित्ता.*

१६. *कित्ता,* पृ. ४५७.

१७. *कित्ता,* सुद्धा, 'रास्त गोष्टीस भितो कोण?', *सुधारक,* ११ जून १८९४.

१८. *सुधारक,* २ ऑक्टोबर १८९३.

१९. 'या तंट्यांचा परिणाम काय? शुद्ध नुकसान', *सुधारक,* १६ जुलै १८९४.

२०. पुण्यातील १८९४ च्या दंग्यांबाबत मुंबई सरकारने जो अहवाल नंतर सादर केला, तो पाहता आगरकरांच्या ओमॅनीबद्दलच्या मतास पुष्टीच मिळते. *महाराष्ट्र स्टेट आर्काईव्हज* / १८९४ / *ज्यु. डि.* / व्हॉ. २०३ / ६०३. तथापि पुण्याचा तत्कालीन पोलीस सुपरिंटेंडंट, मॅक्फर्सन याने दंगलीची कारणे दिली ती अशी : गोरक्षा चळवळ, मशिदी पुढे वाद्ये वाजविणे, मेळा सिंगिंग - पार्टीची गाणी. ॲक्टींग कमिशनर, सेंट्रल डिव्हीजन, मुंबई सरकार, डब्ल्यू. पोर्टस यांनी मॅक्फर्सनचीच री ओढली.

२१. 'झालेल्या दंग्यासंबंधाने दोन शब्द', *सुधारक,* १७ सप्टेंबर १८९४.

२२. 'अशाने निभाव कसा लागेल?', *सुधारक,* ३० ऑक्टोबर १८९३.

२३. 'हिंदू व मुसलमान यांचे ऐक्य कशाने होईल?', *सुधारक,* १८ सप्टेंबर १८९३.

२४. 'हे विचारीपणाचे कृत्य नव्हे', *सुधारक,* २३ ऑक्टोबर १८९३. *लंडन टाईम्स*मधील मुख्य लेख एच. एम. इस्माईल खान यांनी सप्टेंबर १८९३ मध्ये लिहिला होता. त्यातील तीव्र निर्भर्त्सना व दुराग्रह दर्शविणारे विचार काझी शियाबुद्दीन यांनी मुंबईत परत मांडले होते.

२५.   'हिंदू व मुसलमानांतील तंटे का होतात? - २', *सुधारक,* १६ ऑक्टोबर
      १८९३.

२६.   'हे विचारीपणाचे कृत्य नव्हे', *सुधारक,* २३ ऑक्टोबर १८९३.

२७.   'पाण्यांत राहून माशाशी वैर काय कामाचे?', *सुधारक,* ९ जुलै १८९४.

२८.   *सुधारक,* २ ऑक्टोबर १८९३.

२९.   'अशाने निभाव कसा लागेल?', *सुधारक,* ३० ऑक्टोबर १८९३.

३०.   'या तंट्यांचा परिणाम काय? शुद्ध नुकसान', *सुधारक,* १६ जुलै १८९४.

३१.   *सुधारक,* २३ ऑक्टोबर १८९३.

□□□

६

धर्म व नीतिमत्ता : साशंकवादाचा एक अभ्यास

"जें नाहीं तें अस्तित्वांत कधीं येत नाहीं, व जें आहे त्याचा अभाव कधींहीं होत नाहीं. तस्मात् विश्वाचें आदिकारण अव्याख्येय परब्रह्म असो किंवा अतर्क्य स्वयंभू तेज असो - त्याला कोणी उत्पन्न केलें नाहीं, व तें कधीं नाहीसें होत नाहीं. तें नित्य आहे. त्याची पूर्ण विचारशून्यता ही पूर्ण अद्वैतावस्था आणि त्याला विचार येणे ही त्याची क्लेशात्मक द्वैतावस्था होय. पहिल्या इतकीच दुसरी अपरिहार्य आहे."

"नासतो विद्यते भावो नाभावो विद्यते सत:" - या *भगवद्गीते*तील उक्तीचा अर्थ खुद्द आगरकरांनी 'अर्वाचीन अद्वैत' या लेखात केला तो वरील प्रमाणे आहे. *सुधारक,* १ ऑक्टोबर १८९४

६ धर्म व नीतिमत्ता : साशंकवादाचा एक अभ्यास

आगरकरांच्या धर्मविषयक कल्पना प्रामुख्याने त्यांच्या सामाजिक तत्त्वज्ञानातून विकसित झाल्या होत्या. अठराव्या व एकोणिसाव्या शतकांतील पाश्चात्त्य विचारवंतांनी व इतिहासकारांनी मांडलेल्या कल्पनांचा भारतीय संदर्भात समर्पकपणे त्यांनी स्वीकार केला. या विचारवंतांनी अशास्त्रीय विषयांत वापरलेली वैज्ञानिक पद्धत, तसेच सर्व समस्या आणि त्यांच्या धार्मिक व सामाजिक अभिव्यक्तींबाबत (manifestations) विवेक व तर्कशक्तीला मार्गदर्शक तत्त्व म्हणून दिलेल्या प्राधान्याचे आगरकरांना विशेष आकर्षण वाटले.

आगरकर एक संशयवादी व अज्ञेयवादी असल्याने ते धर्मविरोधी असल्याचे सर्वसाधारणपणे मानले जाते.[१] धर्मासंबंधी त्यांचे विचार *केसरी, मराठा* व *सुधारकां*तील त्यांच्या लिखाणातून समजून घेता येतात. हे लिखाण त्यांनी १८८१ ते १८९५ या कालखंडात केले आहे. मूलत: सर्वसाधारण वाचकाला शिक्षित करणे हा उद्देश असलेल्या या वृत्तपत्रीय लिखाणाविषयी जितका सखोल विचार व्हायला हवा तितका संशोधकांनी केलेला नाही. आगरकरांनी धर्माकडे केवळ उत्क्रांतिवाद आणि इतिहासाच्या नजरेने पाहिले नाही तर मानवी आणि बुद्धिनिष्ठ समाज घडवून आणण्यासाठी मानसशास्त्रीय आणि सामाजिक उपयुक्ततेच्या दृष्टिकोनातून धर्म समजून घेण्याचा त्यांनी प्रयत्न केला.

धर्माचे सर्वसाधारण स्वरूप आणि विशेषत: हिंदु धर्माची विचारसरणी विवेकवादी दृष्टिकोनातून तपासण्यामागे त्यांचे प्रयोजन खालीलप्रमाणे होते : १. हिंदु धर्मविचारांचा ऐतिहासिक मागोवा घेऊन सांप्रत हिंदु समाजावर अनिष्ट परिणाम करणारे रितीरिवाज व इतर संस्कारांची कालबाह्यता निदर्शनास आणणे आणि २. स्वातंत्र्य, न्याय, समता, धार्मिकता आणि विवेक या तत्त्वांवर आधारित बुद्धिवादी

तपासणीची ओळख सामान्य जनतेस करून देणे, तसेच धर्माच्या उपयुक्ततावादी कार्यावर प्रकाश टाकणे. समकालीन कोणत्याही समाजसुधारकाचे विचार आगरकरांइतके साशंकवादी नव्हते. 'धर्मनिरपेक्ष' विचारांवर आधारित समाज निर्माण करणे; सामाजिक नीतिमत्तेवर होणारा धर्माचा जुलमी पगडा हळूहळू नाहीसा करणे; धर्माव्यतिरिक्त नीतिशास्त्र एक स्वतंत्र शास्त्र म्हणून विकसित करणे, आणि सत्याप्रत पोहोचण्यासाठी आवश्यक तर्कशक्ती व वैज्ञानिक वृत्ती बिंबविणे, हा त्यामागील प्रमुख हेतू होता.

धर्म संकल्पना, रूढी व चालीरितींची ऐतिहासिक उत्पत्ती आणि या संबंधाने निर्माण झालेल्या विशिष्ट वर्गांबाबत आगरकरांच्या विचारांवर हर्बर्ट स्पेन्सरचा प्रभाव होता हे सर्वज्ञात आहे. परंतु जॉन स्टुअर्ट मिलचा प्रभाव सर्वाधिक होता. त्यांनी त्याला स्वत: *'गुरू'* असे संबोधले; इतकेच नव्हे तर मिलचे विचारही आपलेसे केले. डेव्हिड ह्युमच्या 'साशंकवादी' विचारांतील परमोच्च अवस्था एकोणिसाव्या शतकात मिलच्या विचारांत सापडते. मिलप्रमाणे या वैचारिक पठडीतील इतर अनेकांनी जुन्या सनातनी धर्माइतकाच नैसर्गिक धर्म असमर्थनीय असल्याचे दाखविण्याचा प्रयत्न केला. तर्कशास्त्र आणि सामान्य ज्ञानाच्या निकषावर नैसर्गिक धर्मावर केलेल्या टीकेवर मिल समाधानी नव्हता, तर त्याने विगामी तर्कशास्त्राच्या पद्धतीने धार्मिक सिद्धांतांचे सत्यासत्य पारखण्याचाही प्रयत्न केला. मिल आणि एकोणिसाव्या शतकातील इतर विचारवंतांनी वैज्ञानिक पद्धतीतून अवैज्ञानिक प्रश्न सोडविण्याचा प्रयत्न केला, तरी पूर्ण संशयवादावर भिस्त ठेवण्यास ते तयार नव्हते. आपल्या 'गुरू'प्रमाणे आगरकरांनीही संपूर्ण संशयवादावर विश्वास ठेवला नाही.

आगरकर रूढार्थाने धार्मिक नव्हते; त्यांनी धार्मिक श्रद्धा स्वीकारल्या नाहीत तशाच त्या नाकारल्याही नाहीत. त्यांची धर्माबाबतची पाखंडी मते पारंपरिक समाजव्यवस्थेला विघातक आहेत,[२] अशी त्यांच्या सहकाऱ्यांची समजूत असल्याने *केसरी*चा संपादक या नात्याने तशाप्रकारची मते मांडण्यास आगरकरांना मज्जाव होता. त्यांनी आयुष्यभर धार्मिक विधी पाळण्याचे कटाक्षाने नाकारले. आईच्या निधनानंतर त्यांनी परंपरागत अंत्यसंस्कार विधी करण्यास नकार दिला व प्रथेनुसार क्षौरही करवून घेतले नाही. तरीही धर्माची ताकद त्यांनी कमी लेखली नाही. धर्माधिकाऱ्यांना समाजात किती मान व अधिकार असतो, हे ते विसरले नव्हते. हिंदु विचारसरणी सामाजिकदृष्ट्या मोठ्या अडचणीची असली तरी ती वैयक्तिक गरज असल्याची त्यांना खात्री पटली होती. तर्कशास्त्रदृष्ट्या बहुतेक धर्मसिद्धांत असमर्थनीय आहेत[३], आणि सर्व प्रसंगी, विशेषत: संमतिवयाचा वादविवाद, चहा ग्रामण्य प्रकरण व इतर प्रश्नांत, लोकाग्रणी आणि धर्माग्रणी - शास्त्रीवर्ग व

शंकराचार्य हे दोघेही - ही सर्व मंडळी समाजाच्या 'जैसे थे' (status quo)[४] स्थितीस दैवी प्रमाण मानून धर्माचा वापर करताहेत असे त्यांना दिसून आले. तरीही, धार्मिक सिद्धांत कितीही चुकीचे असले तरी ती मनुष्याची एक मानसिक गरज असल्याचे मान्य करण्यावाचून गत्यंतर नाही, कारण त्या व्यतिरिक्त माणसाच्या नैतिक आचाराला आधार नसेल व या इहलौकिक जीवनातील कठीण प्रसंगांना तोंड देण्याची उमेद मिळणार नाही, अशी त्यांची समजूत होती.[५]

आगरकरांच्या धार्मिक विचारांची बैठक त्यांच्या सामाजिक तत्त्वज्ञानातून तयार होते, हे लक्षात घेणे आवश्यक आहे. ज्याला समाजात प्रगती घडवून आणायची आहे, अशा समाज-तत्त्वज्ञाने (social philosopher) ज्या काही मूलभूत संघर्षांकडे दुर्लक्ष करून चालत नाही, असे प्रश्न सोडविण्याचा त्यांनी प्रयत्न केला. त्यांतील काही संघर्ष होते ते असे : स्वातंत्र्य आणि सत्तेमधील संघर्ष; बुद्धी आणि भावना; वैयक्तिक परिपूर्णतेचा सिद्धांत आणि वाईट गोष्टींचे अस्तित्व.[६] जसे मिलच्या बाबतीत तसेच आगरकरांच्या बद्दल बोलायचे झाल्यास तो संघर्ष सामान्य माणसाच्या सारासार विचारशक्तीवरील त्यांच्या अविश्वासात[७], एक भावनिक आधार म्हणून हिंदु धर्माच्या अपुरेपणाबद्दलच्या त्यांच्या अनिश्चिततेत, आणि शेवटी, 'एक अस्पष्ट साध्य ईश्वरवाद'[८] स्वीकारण्याबाबत होता. त्यांचा स्वीकार तो सिद्धांत बौद्धिकदृष्ट्या समर्थनीय आहे म्हणून नव्हे तर तो भावनिकदृष्ट्या आश्वासक असल्यामुळे होता.

आगरकरांना स्वातंत्र्य, बुद्धी आणि मनुष्याची वैयक्तिक पूर्णता या विचारांचे फार महत्त्व होते. असाधारण विषय हाताळण्याचे धैर्य, आग्रही मतमांडणी असलेल्या आगरकरांच्या लेखांमध्ये मुक्त-वादविवाद आणि सामाजिक सुधारणांस प्रोत्साहन देणारी कळकळ अभिव्यक्त होते. महाकठीण ध्येय संपादन करण्यासाठी खालील कामे त्यांनी शिरावर घेतली : १. धार्मिक स्वातंत्र्यविरोधी विधाने करण्यात हशील नाही हे लोकांना पटवून देणे; २. नास्तिकवादी तत्त्वे जितकी खोडसाळ असल्याचे दाखविले जाते, तशी ती खरोखर आहेत का हे ठरविणे; ३. कर्मठ व सामान्यत: स्वीकारलेले धर्मसिद्धांत हे प्रचलित व्यवस्थेस विध्वंसक म्हणून दडपलेल्या तत्त्वांपेक्षा जास्त हानिकारक आहेत का हे पाहणे; ४. इतर धर्मांच्या तुलनेत हिंदुधर्म श्रेष्ठ नाही आणि खोटेपणा सर्व धर्मांत सारखाच आहे, हे दाखवून देणे; ५. अशिक्षित मंडळींनी नास्तिकवाद किंवा एकेश्वरवाद स्वीकारण्याची शक्यता फार कमी असल्याचे दाखवून देणे; ६. धर्म आणि अध्यात्मशास्त्र यांचे दृष्टिकोन भिन्न असून, एकातील प्रगती याचा अर्थ दुसऱ्यातही प्रगती असा नव्हे; हे दर्शविणे; ७. धार्मिक छळाच्या समर्थनार्थ केलेल्या कोणत्याही युक्तिवादाचे खंडन करणे; आणि शेवटी,

८. नीतिशास्त्र हे स्वतंत्र शास्त्र असून धर्माखेरीज त्याचे अस्तित्व शक्य आहे, हे मनावर बिंबवणे.

कोणत्याही सार्वजनिक प्रश्नातील सत्य उमजून घेण्यासाठी मुक्त-चर्चा हे सर्वोत्तम साधन आहे, अशी आगरकरांची ठाम समजूत होती. म्हणून धर्माबाबत याच पद्धतीचा का वापर करू नये याचे त्यांना कोडे होते.[९] कायद्यांचा उगम ईश्वरप्रणीत मानणे मूर्खपणा आहे व कायद्याच्या अनुज्ञा लोकाधिकारापासून प्राप्त होतात, 'देवाच्या वैभवा'मुळे नव्हे, असे त्यांनी सूचित केले. कायद्याच्या अपौरुषेयत्वावर विश्वास ठेवणे म्हणजे ''भरकटलेल्या धर्मभक्तांच्या, संभ्रमात पडलेल्या मनाची बौद्धिक भ्रष्टता'' आहे, अशी त्यांनी संभावना केली. कायदा हा बहुसंख्य लोकांनी मान्य केलेला हुकूम असून शिक्षेच्या भयाखाली राज्यातील प्रत्येक माणसाने त्याचे पालन करणे हे त्याचे कर्तव्य आहे; तो मनुष्य-रचित सत्तेने मानवी हितासाठी केलेला असून ईश्वरी इच्छेशी अथवा प्रयोजनाशी त्याचा काही संबंध नाही.[१०] मानवी न्यायप्रधान कायद्यांचे अधिष्ठान ईश्वरी न्यायतत्त्व आहे हे मिथक आगरकरांना हास्यास्पद वाटले. ''ईश्वराचे कायदे न्यायी असल्याचे दिसत नाही; कारण नित्याच्या जगात ज्या अनेक दु:खांना सामोरे जावे लागते, यावरून ईश्वराचा कायदा परिपूर्ण ठरवून त्यावर मानवी नियम बेतल्याचे समजणे व्यर्थ आहे,'' असे त्यांनी लिहिले. ''भोळ्याभाबड्या भक्तांनी त्याच्यावर अतिशयोक्त भरमसाठ गुणविशेषांची केलेली खैरात खुद्द ईश्वरसुद्धा नाकारेल,'' अशी टीका त्यांनी केली.[११] हिंदु धर्मविचारांत आणि सामाजिक आचारांत जेवढे काही खरोखर निर्दोष व हितावह आहे त्याला कशाचीही भीती नाही. मनू किंवा पाराशर यांच्या आधाराशिवाय ते अढळ राहणार आहे. पण जे काही सदोष व अहितकारक आहे, निदान सध्याचे स्थितीत ज्याच्या अपकारित्वाबद्दल संशय नाही, ते सारे पाश्चिमात्त्य ज्ञानकुंडात जळून खाक होणार!'' हे स्पष्ट केले.[१२]

आगरकरांच्या मते समाजाचे नियंत्रण जुन्या प्रतिष्ठित वर्गाच्या हाती राहू देणे त्यांना जुलमी होऊ देण्यासारखे आहे; आणि शास्त्री व शंकराचार्य वर्ग सारख्या धर्माग्रणींच्याकडे समाजाची सूत्रे सोपविल्यास प्रगतीत अडथळा निर्माण करण्यासारखे होईल. असंमत वैधव्य, विधवा केशवपन, परदेशगमनावरील बंदी, यांसारख्या अनेक अनिष्ट सामाजिक चालीरिती न पाळल्याबद्दल सामाजिक बहिष्कार व ग्रामण्यासारख्या घटना; तसेच, संमतिवयाच्या विधेयकास दर्शविलेला विरोध, पंचहौद मिशन चहा प्रकरण व समाज सुधारकांची होणारी टिंगल पाहून त्यांची याबाबतची मते पक्की झाली होती. म्हणूनच त्यांनी 'मुक्त-चर्चा' घडली पाहिजे हे आपल्या पत्रकारितेचे ध्येय ''सुधारक काढण्याचा हेतू'' या अग्रलेखात स्पष्ट केले :

''समाजाचें कुशल राहून त्यास अधिकाधिक उन्नतावस्थेत येण्यास जेवढीं बंधनें अपरिहार्य आहेत तेवढी कायम ठेवून बाकी सर्व गोष्टीत व्यक्तिमात्रास (पुरुषास व स्त्रीस) जितक्या स्वातंत्र्याचा उपभोग घेतां येईल तितका द्यावयाचा, हें अर्वाचीन पाश्चिमात्य सुधारणेचें मुख्य तत्त्व आहे, व हें ज्यांच्या अंत:करणात बिंबलें असेल त्यांना आमच्या समाजव्यवस्थेंत अनेक दोषस्थलें दिसणार आहेत, हे उघड आहे. हीं दोषस्थलें वारंवार लोकांच्या नजरेस आणावी, तीं दूर करण्याचे उपाय सूचवावे, आणि युरोपीय सुधारणेत अनुकरण करण्यासारखे काय आहे, तें पुनः पुनः दाखवावे, यास्तव हे *सुधारक* पत्र काढले आहे...''[१३]

नैतिक आचरणासाठी हिंदु विचारसरणी एक धर्म म्हणून आवश्यक आहे, असे दर्शविण्याचा आगरकरांचा प्रयत्न होता. *ॲनॉलॉजी ॲन्ड सर्मन्स*मधील जोसेफ बटलरची गृहीतके असमाधानकारक आहेत आणि 'बटलरच्या युक्तिवादाची पद्धत बऱ्याच प्रमाणात नैतिक व आध्यात्मिक प्रश्नांबाबत सनातनी ब्राह्मणांच्या पद्धतीशी मिळतीजुळती आहे,'' या प्रा. सेल्बीच्या मताशी आपली सहमती असल्याचे त्यांनी सांगितले.[१४]

नीतिशास्त्रास एक स्वतंत्र शास्त्रीय शाखा म्हणून मान्यता आणि धर्माच्या शिकवणीतून तिची मुक्तता या वाटचालीचे श्रेय आगरकरांनी सतराव्या शतकातील साशंकवादी चळवळीला दिले. याबाबत हेन्री बकलचे म्हणणे ते उद्धृत करतात: ''संशयवादामुळे गेल्या दोन शतकांत प्रत्येक साध्य विषयाची चौकशी शक्य झाली आहे, प्रत्येक उपयुक्त व तात्त्विक (speculative) ज्ञानात सुधारणा झाली आहे, श्रीमंत वर्गाची सत्ता कमी झाली आहे, आणि त्यामुळे स्वातंत्र्य निश्चित पायावर रचले जाऊन, सरदार वर्गाच्या हुकूमशाहीला आळा व पुरोहितवर्गाचे दुराग्रह कमी झाले आहेत.'' जेव्हा धर्मशास्त्रातीत विवेकमान्य तत्त्वांवर नीतिशास्त्राची उभारणी करण्याचे प्रयत्न झाले, तेव्हा ख्रिस्तीधर्मशास्त्राच्या संरक्षणार्थ बटलर सरसावला आणि म्हणूनच त्याने धर्म व नीतिशास्त्र यांच्यातील संबंध दाखवून दिला. उत्क्रांतिवादाचा सिद्धांत आणि तुलनात्मक वैज्ञानिक शास्त्रांचा प्रसार होईपर्यंत अज्ञेयाबद्दलच्या बटलरच्या गृहीतकांचा अंमल राहिला. आनुवंशिकता आणि संगती यांमुळे अंतर्ज्ञानी (intuitive) गुणधर्म कसे अवतीर्ण होतात, हे उत्क्रांतीच्या सिद्धांतामुळे स्पष्ट झाले. ''जुन्या काळात धर्म व नैतिकता यांची सांगड कशी घातली गेली हे इतिहास दाखवून देतो, तर उत्तरोत्तर काळात जशी बौद्धिक प्रगती होत जाते, तसे त्यांची सांगड कमी होते'', असे आगरकरांनी लिहिले.[१५] याप्रमाणे, ''नीतिशास्त्र आणि धर्म यांमधील अन्योन्यसंबंधाची शेवटी फारकत होईल, व एक स्वतंत्र शास्त्र म्हणून नीतिशास्त्रास मान्यता मिळेल,'' असे ते म्हणाले, स्पेन्सरप्रणीत

'सामाजिक एकत्रीकरण व पृथक्करणाच्या' सिद्धांताशी आगरकरांचे वरील विचार सहमत आहेत.[१६] १८८१ मध्ये सार्वजनिक जीवनाच्या सुरुवातीची आगरकरांची ही मते, त्यांच्या सर्व लिखाणात दिसून येतात.[१७]

धर्मविरोधी विचारांच्या प्रसारामुळे 'चांगल्या न्यायी व्यवस्थेच्या निर्भयतेचे तत्त्व व खाजगी नैतिकता' रसातळाला जाते असे सर्वसाधारणरीत्या प्रचलित असलेल्या मतावर आगरकरांनी हल्ला केला. 'धर्माबद्दलची अश्रद्धा, ग्लानी व उदासीनता' यांच्या प्रसाराबद्दल सनातन्यांच्या ओरडण्यात काही हशील नाही, आणि इंग्रजी शिक्षित तरुणांच्या अनैतिक आचाराबद्दलची भीती जुनी असून तशाप्रकारची ओरड *महाभारत* व *रामायणा*तही सापडते, असे लिहिले.[१८]

इंग्लंडच्या संसदेला निवडून आल्यानंतर देवाच्या नावे शपथ घेण्यास नकार दिल्याबद्दल ब्रॅडलॉ याला संसदेचा सभासद होण्यास धर्ममार्तंडांनी जेव्हा आक्षेप घेतला, तेव्हा आगरकरांनी '*मराठी*त 'ब्रॅडलॉ विरुद्ध हेन्री एडवर्ड,'[१८] द कार्डीनल आर्चबिशप ऑफ वेस्टमिन्स्टर' या लेखात त्यांच्या असहिष्णुतेवर हल्ला चढविला. अशाच रितीने धार्मिक विचारांतील सत्य वैज्ञानिक तपासणीला देण्यासाठी केलेल्या प्रयत्नाप्रति हिंदु धर्मपंडितांनी दाखविलेल्या असहिष्णुतेवर हल्ला चढविला. त्यांनी कर्मठवाद्यांना सांगितले की, 'आस्तिक व नास्तिक मंडळी ही दोन्हीही ईश्वराचीच मुले आहेत, तेव्हा नास्तिकवाद्यांना जन्म देण्यात व नास्तिकवाद पसरविण्यात ईश्वराचा काही हेतू असणार.' ब्रॅडलॉच्या विरोधकांबद्दल त्यांनी लिहिले, "इतक्या प्रगत आधुनिक काळात युरोपातील अति-उदारमतवादी आणि प्रगत राष्ट्रांत अशाप्रकारचा धार्मिक छळ व्हावा ही अतिशय दु:खदायक गोष्ट आहे." ते पुढे म्हणाले, "आणखी किती काळ, अंधारात चाचपडणाऱ्या मानवतेने स्वत:ला अशा दिपवून टाकणाऱ्या भोंदूंच्या व फाजील शिष्टाचाराच्या वर्चस्वापुढे किती झुकू द्यायचे हे अशा घटनांपासून सांगणे कठीण आहे."[१९]

डेक्कन महाविद्यालयाच्या प्राध्यापक सेल्बींनी लिहिलेल्या *'बटलर्स मेथड ऑफ एथिक्स'* या छोटेखानी पुस्तकाचे सटीक परीक्षण न्यायमूर्ती म. गो. रानड्यांनी *क्वार्टरली जर्नल ऑफ द सार्वजनिक सभा* (पुणे)मध्ये केले. त्यात त्यांनी प्राध्यापक सेल्बींवर नास्तिक मतांची शिकवणूक करत असल्याचा आरोप केला : "... डेक्कन कॉलेजच्या तरुण विद्यार्थ्यांवर त्यांच्या संवेदनशील वयात ते संशयवादाचे संस्कार करीत आहेत..."[२०] सेल्बींचे समर्थन करीत आगरकरांनी लिहिले, "तर्कशास्त्र व नीतिशास्त्राचे एक नामवंत प्राध्यापक असलेले सेल्बी विद्यार्थ्यांच्या मनात विसंगत विचारांना थारा देऊ शकतील, हे असंभवनीय आहे. आपल्या पुराणांतील अंधश्रद्धांना कवटाळून अंधारात चाचपडणारा विद्यार्थी सोडला तर इतर कोणीही

बटलरच्या विधानांवर समाधानी असणार नाही.'' ''बुद्धधर्माच्या शिकवणुकीच्या अनुभवाने दाखवून दिले आहे की, हिंदु मन खंबीर असून नास्तिक विचारांचा राष्ट्रीय मनावर काही परिणाम होत नाही'', या रानड्यांच्या विधानाला उत्तर देताना आगरकरांनी टोमणा मारला, ''हा त्यांचा दृढ विश्वास असेल तर एखाद्या प्राध्यापकाच्या किंवा कोणाच्याही नास्तिक सिद्धांतांना त्यांनी इतके कशाला घाबरायचे?''[२१] डेक्कन कॉलेजात ९ व १० मे १८८५ रोजी झालेल्या वार्षिक स्नेहसंमेलनाच्या निमित्ताने झालेल्या 'धर्म, विज्ञान व तत्त्वज्ञान' या विषयावरील वादविवादात विविध विरोधी मते मांडली गेल्याने अप्रियता व कटुता दिसून आली. एका बाजूला रानडे व भांडारकर आणि दुसऱ्या बाजूस आगरकर व टिळक यांनी नीतिबद्ध आचार घडविण्यात 'धर्म, विज्ञान व तत्त्वज्ञान यांचे स्थान' या विषयावर परस्परविरोधी मते मांडली. झालेल्या घटनेचे समालोचन करताना आगरकरांनी खेदपूर्वक लिहिले : ''अशा दु:खद घटनेचा विचार करताना हे दिसून येते की, अतिशय संयमी मंडळी देखील इतक्या सहजपणे आपले मानसिक संतुलन घालवितात, आणि विज्ञान व तत्त्वज्ञानातील नवशिक्यांनासुद्धा माफ करता येणार नाहीत, अशा घोडचूका सहज करतात, ज्याच्या मुळे साध्या सत्यांचा केलेला विपर्याससुद्धा त्यांना दिसत नाही.''[२२] यांत आगरकरांना भावना व बुद्धीतील एक जुना संघर्ष दिसून आला. ''अशाच प्रकारच्या संघर्षात आणि जे दुर्मिळ नाहीत'', आगरकरांनी लिहिले, ''एक अप्रिय सत्य शोधण्याच्या कामात भावनांचा उद्रेक विवेकापेक्षा किती सामर्थ्यवान असू शकतो हे दिसून येते.''[२३] आगरकरांनी अशा सामाजिक द्वंद्वविकासातील वैचारिक संघर्षाचे स्वागतच केले कारण त्यामुळे धर्मातील अशुद्ध भाग नाहीसा होऊन मानवी सुखाला चालना मिळते.

सनातनी तसेच सुधारकांच्या आचारविचारांतील दुभंगलेपणा जो दिसून येतो त्यावरून आगरकरांनी निष्कर्ष काढला की धर्म, शिक्षेची भीती व लज्जा, आणि या सर्वांहून अधिक म्हणजे सनातनी सार्वजनिक मताचा प्रभाव अशा वर्तनास कारणीभूत आहे.[२४] तसेच, सचोटी आणि इतर सद्गुण, धर्म सिद्धांतापेक्षा शिक्षेचे भय व लज्जा यांवर अवलंबून असतात.

धर्माच्या नकारामुळे माणसाचे नैतिक अध:पतन होत नसल्याची[२५] खात्री असल्यामुळे आगरकरांनी, हिंदुधर्माचे जतन करण्यासाठी छळ करण्याची गरज नसल्याचे दाखवून दिले. तसेच, दैनंदिन संध्या, न्हाणावली व गर्भाधानासंबंधीचे मूर्ख विधी, विधवांना दिली जाणारी अमानवी वागणूक, सोवळ्याओवळ्याच्या कल्पना, होळी सारखे बीभत्स सण, मूर्खपणाचे अंत्यविधी संस्कार, वेगवेगळ्या कारणांसाठी लादले जाणारे सामाजिक बहिष्कार, आणि इतर चालीरिती हिंदु धर्माच्या

संरक्षणार्थ अनावश्यक आहेत.[२६] अशा संकल्पनेत आगरकरांची एक निश्चित विचारधारणा होती, जर हिंदु विचारसरणी योग्य व सत्याची असेल तर अपायकारक तत्त्वांसमोर ती पराजित होऊ शकत नाही. समाजाचे त्रिकालाबाधित नियम नसतात, प्रत्येक सिद्धांताची उपयुक्तता स्थल-कालाबरोबर बदलत असते, अशी त्यांची ठाम समजूत होती. हिंदुधर्माचा अंतिम विजय हा त्यातील गुणांमुळे नव्हे तर लोकांच्या मानसिक गरजेमुळे होईल. खरे-खोटे काय हे समजण्याची क्षमता नसलेल्या मनुष्यापुढे जर सत्य आणि असत्य सिद्धांत मांडले तर तो पूर्वपरिचित सिद्धांतांची निवड करेल अथवा त्या वेळेस त्याच्या भावनेला जे पटेल ते निवडेल, हे त्यांना दाखवून द्यायचे होते.[२७]

हिंदुधर्माची भावनेसंबंधी असलेली अनुकूलता का आहे याचे विश्लेषण आगरकरांनी केले आहे. त्यांच्या मते, नास्तिकवादात पुढील जन्मातील अनुग्रहांचा अंतर्भाव नसणे हे कारण सामान्य माणसास तो नाकारण्यासाठी पुरेसे आहे. तसेच, सत्यासत्यातील फरक करण्याची क्षमता नसलेले लोक धर्मविरोधी तत्त्वांच्या बाजूने मतांतर करण्यास अयोग्य असतात. शिक्षणाचे संस्कार न झालेल्या लोकांचे मन खात्रीलायक व मूर्त गोष्टींचा ध्यास घेते ज्या त्यांना नैसर्गिक व साक्षात्कारी धर्मांत सापडतात, काल्पनिक व साशंकवादाने प्रेरित शंकांमध्ये नव्हे. अशा म्हणण्याचा मथितार्थ एवढाच होता की, छळवादाने हिंदुधर्माला फायदा न होता उलटपक्षी धर्मविरोधी अनुयायांना अधिक कार्यक्षम व निर्भीड बनवेल. म्हणून आगरकरांनी शास्त्रीवर्गाला सल्ला दिला की, नास्तिक लोकांवर टीका न करता आणि नवशिक्षित तरुणांमध्ये धर्मविषयी दिसणाऱ्या उदासीनतेविषयी आगपाखड न करता धार्मिक सिद्धांत बुद्धीच्या निकषांवर तपासून घेऊन त्यांत आधुनिक समाजाच्या गरजा लक्षात घेऊन योग्य ते फेरफार केले, तरच त्यांचा धर्मावर विश्वास पुन्हा संपादन करता येईल.[२८]

जे समाजाच्या ऐहिक व आध्यात्मिक बाजूवर सत्ता चालवितात, अशा शास्त्री-शंकराचार्य आणि ब्राह्मण वर्गाचे याच्यात संगनमत झाल्याने समाजाची अवनत अवस्था होऊन समाज फक्त बेजबाबदार थोड्यांच्या म्हणजेच सनातन्यांच्या पुढाऱ्यांच्या हाती जातो.[२९] धर्माग्रणी व रूढी यांच्यात एक घनिष्ट संबंध असतो, ज्यावर एकमेकांचे अस्तित्व किंवा उपजीविका अवलंबून असते, हे आगरकरांना जाणवले. अशा धर्माचे व कर्मठ शास्त्रीवर्गाचे समाजातील वर्चस्व म्हणजे लोकांनी आपली बुद्धी गहाण ठेवण्यागत आहे; याला आगरकरांनी एका प्रकारची 'धार्मिक गुलामगिरीच'[३०] म्हटले. या दयनीय परिस्थितीतून बाहेर पडण्यासाठी शास्त्रीवर्गाची ऐहिक क्षेत्रातील मक्तेदारी मोडून काढली पाहिजे, तरच सद्गुणी व सुशिक्षित

लोकांच्या मताला वाव मिळेल व सार्वजनिक मतावर प्रभाव टाकण्याची त्यांना संधी मिळेल.[३१]

आगरकरांचे भांडण प्रत्यक्ष धर्माशी नव्हते तर एकोणिसाव्या शतकातील सामाजिक संबंधाने अभिव्यक्त झालेल्या हिंदुधर्माशी होते. हिंदु धर्मशिकवणीच्या खरेखोटेपणाविषयीचे प्रश्न त्यांनी उपस्थित केले नाहीत. उलट, ज्या सामाजिक चालीरितींचे परिणाम अनिष्ट आहेत, त्या सुधारण्यात त्यांना रस होता. किंबहुना, हिंदुधर्मातील खोटेपणाची सत्यता पटली म्हणून त्यांनी आस्तिकता सोडली की धर्मशास्त्रांतील प्रश्नांशी त्यांना काही कर्तव्य नव्हते, हे सांगणे कठीण आहे. वस्तुत: आगरकरांचा मतभेद धर्मश्रद्धेशी नसून धर्मातील दुराग्रहीपणा विषयी होता.

मुक्त-विचारांच्या बाजूने आगरकरांनी घेतलेल्या आग्रही भूमिकेचा अर्थ असा नव्हे की, धर्म व समाज यांच्यातील संबंधाविषयी त्यांना बिलकूल चिंता नव्हती. तत्कालीन शास्त्रीवर्गाचा सामाजिक प्रभाव त्यांच्या आध्यात्मिकतेला झाकून टाकतो अशी खात्री वाटल्यामुळे शास्त्री-कर्मठ ब्राह्मण यांच्या युतीचा अंत व्हावा असे त्यांना मनोमन वाटे. या सर्व समस्येमागे खरा संभ्रम त्यांच्या मते मूलत: स्वातंत्र्य आणि सत्ता यांमध्ये होता.[३२]

भारतातील इंग्रजी शिक्षणाच्या प्रसारामुळे, विशेषत: सुशिक्षितांमध्ये ''वैज्ञानिक उपयुक्ततावादी चळवळ'' सुरू झाल्याचे आगरकरांना प्रकर्षाने जाणवले.[३३] भारतातील एकोणिसाव्या शतकातील धार्मिक चळवळ व अठराव्या शतकातील युरोपातील चळवळीतील साधर्म्य दाखविताना, भारतातील सुधारणेची चळवळही विशेषत: उच्चभ्रू वर्गाशी मर्यादित राहील, असे मत त्यांनी मांडले. कनिष्ठ वर्गाची हलाखीची परिस्थिती आणि त्यांच्या मोठ्या संख्येमुळे त्यांना चालीरितींच्या धार्मिक जुलमाबद्दल विवेकाने विचार करणे शक्य होत नाही. आर्थिक परिस्थितीच्या आड येणाऱ्या प्रथांमुळे व अडाणीपणामुळे सर्व प्रथांच्या मागे ईश्वरी आज्ञा आहे, असे ते मानतात. म्हणूनच वरच्या वर्गाला फाजील धर्माभिमानापासून मुक्त करणे हे सर्वप्रथम अगत्याचे आहे, असे आगरकरांचे मत होते.[३४]

*तुहफत-उल्-मुवाहीदीन*मध्ये राजा राममोहन राय यांनी लिहिल्याप्रमाणे आगरकरांचेही मत होते की, सर्व धर्मांत खोटेपण सारखेच आहे[३५] : ''इतर धर्मांप्रमाणेच ख्रिश्चन धर्माचा पूर्वेतिहास देखील दुर्बोधतेत दडलेला आहे.'' धर्मांतराची कल्पनाच त्यांना सपशेल मान्य नव्हती. धर्मांतराला भुलून गेलेल्यांना त्यांनी दाखवून दिले की, ''युरोपखंडातसुद्धा ख्रिस्ती धर्माला अनेक प्रकारच्या टीकेस सामोरे जावे लागत आहे व हा धर्म वैज्ञानिकांचे व विचारवंतांचे शंकानिरसन करण्यास अयशस्वी झालेला आहे... आज तो सरकार व अंधश्रद्ध गरीब जनतेच्या

मदतीनेच उभा आहे, हेच एक धर्मव्यवस्था म्हणून त्याच्या असमाधानकारकतेचे दर्शक आहे.''[३६] संशयखोरवृत्तीच्या प्रगत युरोपियनांना त्यांच्या चौकसपणामुळे धर्मांतर करावेसे वाटले नाही, हे आगरकरांनी लक्षात आणून दिले.[३७]

हिंदुधर्मविचार बदलून ख्रिश्चन धर्म प्रचलित होईल, असा ख्रिश्चन मिशनऱ्यांचा विश्वास मूर्खपणाचा आहे, असे आगरकरांनी लिहिले.[३८] ख्रिश्चन धर्मप्रसार धर्मसिद्धांतातील आंतरिक चांगलेपणामुळे नसून त्यांच्या अव्याहत लोकोपयोगी कामामुळे आहे. तसेच हिंदुधर्मात नवचैतन्य निर्माण करायचे असेल तर वेदकालीन समाज व धर्म अपौरुषेय समजून गोडवे गाऊन नव्हे तर लोकोपयोगी कामे केली पाहिजेत.[३९]

इतर धर्मांच्या तुलनेत हिंदुधर्म श्रेष्ठ असल्याचा दावा आगरकरांनी खोडून काढला. डेक्कन कॉलेजच्या वार्षिक संमेलनात भाषण करताना न्यायमूर्ती रानडे यांनी ख्रिश्चन धर्म व त्यांच्या जुन्या व नव्या धर्मचिंतकांना उद्देशून अनादरयुक्त वक्तव्य केले व एक चांगली धर्मव्यवस्था निर्माण केल्याबद्दल आर्यपूर्वजांची नको तितकी स्तुती केली तेव्हा उत्तरादाखल आगरकरांनी लिहिले, ''ज्यांची राजकीय, सामाजिक व बौद्धिक परिस्थिती असमाधानकारक आहे, अशा एका अवमानित व रसातळाला गेलेल्या राष्ट्राबाबतीत, त्यांच्या गतविजयांच्या स्मृतींना, गतकाळातील चांगल्या आठवणींना उजाळा देऊन त्याद्वारे थोडे समाधान व प्रेरणा मिळवणे क्षम्य आहे. कारण त्याखेरीज ते अगदीच निराधार होतील. मात्र जेव्हा विवेकाला धरून मुद्दा मांडावयाचा असतो व आपले व्यवहारी वर्तन त्याच्या चांगलेपणावर आधारित असते, तेव्हा आम्हांला वाटते की, अशा दूषित अथवा रोगट भ्रमातून जितक्या लवकरात बाहेर पडू तितके योग्यच. स्वधर्माला अतिशय निर्दोष समजून लवकर आपण ते सर्व दोष असूनसुद्धा ज्या धर्माला, विशेषत: प्रगत समाजातील कोट्यवधी अनुयायी आहेत त्या (ख्रिश्चन) धर्माला, जगातील कुठल्याही अन्य धर्माने तुच्छ लेखण्यात हशील नाही असे आम्हांला वाटते.'' म्हणून, आगरकर म्हणाले की ''अशा वल्गना स्वत:च्या आत्मसंतुष्टतेची फाजील स्तुती करणाऱ्या असतील, पण त्या आपल्या सुज्ञतेबद्दल चांगले बोलणाऱ्या नाहीत.''[४०]

हिंदुधर्मातील तत्त्वज्ञान व अध्यात्मविद्या यांत कित्येक शतकांपूर्वी खूप प्रगती झाली असा मोठा दावा जरी केला, तरी त्यावरून तो अन्य धर्मांच्या तुलनेत उच्च प्रतीचा आहे, असा निष्कर्ष काढता येणार नाही. आगरकरांच्या मते, धर्म व आदितत्त्वमीमांसा (metaphysics) यांमधील संबंध प्रत्यक्ष तसेच व्यावहारिकही नव्हता. या दोहोंतील फरक स्पष्ट करताना त्यांनी दाखवून दिले की, धर्म ही श्रद्धेची बाब बनली आहे तर अध्यात्मशास्त्र आपले तार्किक स्वरूप राखून ठेवते.

अध्यात्मविद्येतील प्रगती म्हणजे धर्मातील प्रगती नव्हे व ही प्रगती धर्माच्या प्रगतीची अचूक निदर्शक मानता येणार नाही.[४१] ''अध्यात्मविद्येशिवाय धर्म राहू शकतो, सर्वसाधारण लोक धर्मावर विश्वास ठेवतात ते त्यातील साक्षात्कारी अथवा पारलौकिक स्वरूपामुळे; आदितत्त्वमीमांसा त्यांना कळण्यास फारच किचकट असते. अशाच प्रकारे काही लोक आदितत्त्वमीमांसेत फार प्रगती करूनसुद्धा धर्माच्याबाबतीत फार उदासीन असतात. अलीकडील काही मोठ्या तत्त्वज्ञांच्या व आदितत्त्वमीमांसा प्रवीणांच्या बाबतीत असे घडून आलेले दिसते.''[४२]

आगरकरांनी धर्माची केलेली समीक्षा कुतूहलशून्य व उत्साहहीन नव्हती. मानवी मनावर अनंतकालापासून धर्माचा पगडा प्रचंड आहे, हे ते जाणून होते. त्यांच्या मते नैसर्गिक धर्म (अनंतकालापासून चालत आलेले व अ-ऐतिहासिक) तसेच बौद्ध व ख्रिश्चन धर्मांसारख्या साक्षात्कारी (दैवी शक्तीने आविष्करण केलेल्या) धर्मांनी अनंतकालापासून ईश्वराची नीतीशी घालून दिलेली सांगड मानवी मनात टिकून आहे. म्हणूनच, जर माणसाच्या मनातील 'धर्मा'बद्दलची व 'धार्मिकते'ची कल्पना नियंत्रित करता येईल अथवा करायची असल्यास, त्यांस चित्त गुंतून जाईल अशा विविध विषयांची गरज आहे, जेणे करून ईश्वर व धर्म यांसारख्या विषयांवर विचार करण्यास त्याला वेळ राहणार नाही. असे विषय विज्ञानच पुरवते आणि त्यामुळे धर्मविरोधी व ईश्वरविरोधी चळवळीचा उदय झाला आहे.[४३]

गॅलिलिओ व बेकनच्या काळापासून उदयास आलेल्या वैज्ञानिक पद्धतीने माणसाच्या विचारशक्तीमध्ये सृष्टीबाबत विलक्षण कुतूहल निर्माण केले आहे. धर्मशास्त्र हे कमी अथवा जास्त अर्थाने पारलौकिक (supernatural) तत्त्व आहे, जे बऱ्याचदा सृष्टी व सृष्टीच्या नियमनामागील शक्ती असल्याचा दावा करते, तसेच सृष्टीच्या विद्यार्थ्याला माहीत नसलेल्या व ज्या गोष्टी विज्ञान आदराने किंवा अनादराने बाजूला सारते, अशा कित्येक गोष्टी ज्ञेय असल्याचा दावा करते.[४४] ''पूर्वी धर्म, धर्मशास्त्र आणि तत्सम पद्धतींचे विवेकाच्या प्रांतावर आधिपत्य होते, पण त्यांना अंतर्ज्ञान व भावनेच्या अगम्य प्रांताचाच आसरा घ्यावा लागत आहे. धर्मशास्त्राच्या (theology) ऐवजी आज उत्क्रांतिवाद आला आहे. अंतर्ज्ञानाला आता कोणी वाली राहिला नाही आणि ती माणसाला मिळालेली *दैवी देणगी* नसल्याचे कळून चुकले असून ती सूक्ष्मजीव व सभोवतालच्या गोष्टी यांच्यातील परस्परसंबंधातून सर्वांत लहान ते मोठ्या प्रकारांत होणाऱ्या उत्क्रांतीद्वारे निसर्गतः निर्माण होते.'' म्हणूनच, धर्म व विज्ञान यांचा संघर्ष अव्याहत चालू राहिला पाहिजे, असे आगरकरांचे मत होते.[४५]

या त्यांच्या निरीक्षणानंतर डॉ. भांडारकर व न्या. रानडे यांनी धर्माच्या रक्षणार्थ केलेल्या समर्थनाकडे आगरकर वळले. माणसात उच्च मूल्ये रुजविण्यासाठी, त्याच्यातील पाशवी वासना काढून टाकण्यासाठी आणि माणसाच्या भावनिक स्वभावाला योग्य वळण देण्यासाठी धर्माची आवश्यकता आहे, असे भांडारकरांनी प्रतिपादन केले होते. न्या. रानड्यांनी, माणसाला दुःखात यातना व कष्ट सोसण्यासाठी, तसेच प्रसंगी नैराश्य सहन करण्यासाठी धर्म उपयोगी येतो, यावर विशेष भर दिला. आगरकरांच्या मते, "धर्माचा पाया माणसाच्या उपयुक्ततेच्या आधारावर रचणे, मग ती कितीही उच्च प्रतीची असो, पूर्वी उच्च पातळीवर असलेल्या धर्माला कमीपणा आणण्यासारखे आहे, एका अर्थी जबरीने लस टोचणी कार्यक्रमासारख्या मानवी संस्थांच्या पातळीवर जणू आणण्यासारखे आहे."[४६]

किंबहुना युक्तिवादाने असेल, रानडे-भांडारकरांनी धर्माच्या उपयुक्ततावादी गुणधर्माची आणि ईश्वराची अतुलनीय शक्ती व परोपकारिता यांची सांगड घालण्याचा जो प्रयत्न केला, त्यातील विरोधाभास दाखवून देण्याचा आगरकरांनी प्रयत्न केला. 'हिंदु विचारसरणी बुद्धीला पटली पाहिजे हृदयाला नव्हे, म्हणजेच तिला पूर्वप्रतिष्ठा टिकवून धरता येईल,' असे म्हणताना आगरकरांना बहुधा असे अभिप्रेत आहे की, भावनेला चुचकारणारे अतिशयोक्त गुणधर्म ईश्वराला न चिकटवता, धर्माच्या उपयुक्त गोष्टींवर आणि विवेकाच्या निकषांवर तपासून घेण्यावर भर देणे; अध्यात्मशास्त्राचे वादविवादात्मक स्वरूप राखणे.

या युक्तिवादातून आगरकरांनी ज्या प्रश्नांना उत्तरे दिली आहेत, ते प्रश्न असे : १. मानवी जीवनाशी संबंधित असलेल्या गोष्टींतून धर्माला मुक्त कसे करावयाचे? विज्ञान व तत्त्वज्ञान यांच्या, धर्मावर अंतिम विजयाची अपेक्षा करणे शक्य आहे का? आणि जर ते शक्य असेल तर त्या अवस्था कशा साध्य करायच्या? भावनाप्रधान स्वभावाचा आसरा घेणाऱ्या धर्माला भावनेच्या कचाट्यातून बाहेर काढल्यास धर्मावर विज्ञान व तत्त्वज्ञान विजय मिळवू शकतील, अशी आशा आगरकरांना होती. "हे साकार करण्यासाठी अधिक चांगल्या गोष्टी नजरेसमोर असायला हव्यात, अथवा आणाव्या लागतील, त्यामुळे उच्च सद्गुणांची राखण तसेच वाढ होईल आणि जीवनातील दुःखाचे निवारण होऊन नावापुरता दिलासाही मिळू शकेल."[४७] सर्व देशभर विज्ञान व तत्त्वज्ञानांची सत्ये फैलावल्यासच वरील परिस्थिती निर्माण होईल, शारीरिक व मानसिक सुखात समतोलपणा येईल व माणसाच्या आनंदात भर पडेल.

धर्मविचारांचा माणसाच्या मनावर फार मोठा प्रभाव असतो तो, त्यांच्या तर्कसंगत असण्यामुळे नव्हे तर, व्यक्ती व राष्ट्र त्यांवर श्रद्धा ठेवते म्हणून. हिंदूंच्या

नरक या कल्पनेचा वचक आधुनिक समाजापेक्षा इतका जास्त आहे की, त्या भीतीपोटीच माणसे चांगली वागतात. म्हणून आगरकरांनी सुचविले की, धार्मिक सिद्धांतांची विभागणी 'तर्कसंगत' आणि 'अंधश्रद्धायुक्त' अशा वर्गांत न करता 'कालोचित' व 'कालबाह्य' या वर्गांत करावी. सुधारकांचे कर्तव्य फक्त 'अंधश्रद्धेचे निर्मूलन असे न राहता धर्मातील कालबाह्य भाग काढून टाकणे हे आहे.' 'कालबाह्य' या शब्दाची फोड त्यांनी व्यक्तीच्या तसेच समाजाच्या शारीरिक, नैतिक व राजकीय प्रगतीला मारक असलेले सर्व काही, अशी केली.

या त्यांच्या भूमिकेतून आगरकरांनी कमीत कमी वेळात व फारशी शक्ती वाया न जाऊ देता निरुपयुक्त भाग कसा काढता येईल या बद्दल काही सूचना केल्या. प्रत्येक नवा धर्म हा जुन्यामध्ये सुधारणा केलेला असल्याने त्यात कालानुरूप उपलब्ध ज्ञानानुसार चांगले भरून, जे जे वाईट आहे ते टाळणे, हा एक धर्म सुधारणेचा मार्ग. पण सांप्रत काळात नवीन धर्म निर्माण होण्याची शक्यता त्यांनी नाकारली ती एका साध्या कारणासाठी, ''मानवीकृतीमुळे कुठलाही धर्म प्रस्थापित झाला नाही. उत्स्फूर्तता, साक्षात्कार, चमत्कार यांसारख्या हजारो गोष्टी सर्वसाधारण माणसाला नव्या धर्माकडे प्रवृत्त करण्यास गरजेच्या असतात.'' या संबंधात फ्रान्सच्या राज्यक्रांतीनंतर ला-रेव्हिलेर-लॅपॉ (La Reveilllere-Lapeaux) याने नवीन धर्म सुरू करण्याबाबत केलेल्या प्रयत्नाबद्दल आगरकरांनी माहिती दिली. तत्कालीन सुशिक्षितांचीसुद्धा त्या प्रयत्नाला मान्यता होती. त्याची ही धर्मव्यवस्था, 'सौंदर्य, सत्य, न्याय व अनेक धर्मांमधून घेतलेल्या अशा अनेक आकर्षक बोधवचनांनी' बांधलेली होती. 'विश्वकर्त्याच्या स्तुतिपर कवने गाणे, तसेच पाश्चिमात्य आणि पौर्वात्त्य साधुसंतांच्या व जुन्या-नव्या विचारवंतांच्या लिखाणातील वेचे वाचून दाखविणे हा त्या धर्माचा मुख्य कार्यक्रम होता.[४८] जेव्हा हा प्रयत्न फसला तेव्हा टेलिरॅन्डने[४९] लॅपॉचे सांत्वन केले आणि उपदेश केला. आगरकरांनी लिहिले, की ''यातून एकच मार्ग आहे, तू ख्रिस्तासारखे सुळावर जा आणि तिसऱ्या दिवशी उत्थान कर.'' त्यांनी पुढे लिहिले, ''वरील ऐतिहासिक घटनेवरून भारतातील नवीन धर्म-प्रचारक धडा घेतील.'' ब्राह्मोसमाज, प्रार्थना समाजासारख्या काही संप्रदायांचे अपयश डोळ्यांसमोर ठेवून आगरकरांनी हे लिहिले होते.[५०] अशा नीट आखलेल्या व तथाकथित दैवी अनुज्ञाप्राप्त धर्माचे आकर्षण ना सामान्यांना असते, ना प्रतिष्ठितांना असू शकते. दैवी अंगरखा नसताना रानड्यांना वेगळीच कल्पना सुचली, ती म्हणजे आर्यांच्या धर्मातून काही नेमके वेचून काढून त्याला पुनरुज्जीवन देण्याचा प्रयत्न करणे. आगरकरांनी त्याला 'दुरुस्तीचा भव्य खटाटोप' असल्याचे म्हटले.[५१]

असे पुनरुज्जीवन करण्याचा प्रयत्न मुळातच चुकीचा असल्याची आगरकरांची समजूत होती. हिंदु धर्माचे विश्लेषण त्यांनी पुढील प्रमाणे केले : ''रानटी अवस्थेपासून सुसंस्कृततेपर्यंत आर्यकालीन समाज ज्या ज्या अवस्थेमधून गेला, त्यांच्या धार्मिक श्रद्धा तेव्हापासून संक्रमित होऊन त्यांचा गोंधळात टाकणारा आलेख म्हणजेच हिंदुधर्म. त्यातील तेहतीस कोटी देवदेवतांचा अनाकलनीय असा अनेक-देवतावाद. त्या देवता खनिज, वनस्पती, प्राणी अशा निसर्गाच्या वेगवेगळ्या घटकांमधून निर्माण झाल्या आहेत, त्यात मग आधिभौतिक देवतांची भर घालावी लागते. अर्धदेवता, अर्धमानव, भूतपिशाच आणि अनेक व परस्परविरोधी, देवतांना खूष ठेवण्यासाठीच्या चालीरिती, या सर्वांचे सहअस्तित्व असून त्यात अद्वैतवादही समाविष्ट आहे. अद्वैत विचारसरणीत जीवात्मा विश्वात्म्याबरोबर एकरूप होत असल्याची धारणाही आहे. याचाच अर्थ प्रत्येक प्रकारच्या श्रद्धेला त्यात स्थान व मान्यता आहे. पृथ्वीतलापासून स्वर्गापर्यंत ते एक प्रचंड जाळे विणले गेले आहे, त्यातल्या खालच्या व वरच्या क्षेत्रांत स्वबुद्धीच्या कुवतीनुसार आपण जे समजण्याचा प्रयत्न करतो, त्यात अपरिहार्यपणे अडकले जातो...''५२ अशा धर्माचे पुनरुज्जीवन व आचरण करण्याबाबतचे रानड्यांचे प्रतिपादन केवळ चुकीचेच नव्हे तर ते आत्मघातकी आहे. ''सांप्रत धर्मव्यवस्थेतील सिद्धांताचा व चालीरितींचा एक भाग, दुसऱ्या उर्वरित भागास दुर्बल न लेखता, अनुपयुक्त असल्याने धिक्कारून व दडपून टाकायचा, दोन्हीही भागांच्या समर्थनार्थ दीर्घ काळापासूनच्या परंपरा आहेत.'' प्रार्थना समाजातील लोकांना कौतुकास्पद व जोपासना करावीशी वाटणारी धार्मिक वृत्ती, ही ऐतिहासिक सत्ये तपासून घेण्यासाठी आवश्यक अशा जिज्ञासूवृत्तीच्या अगदी विरुद्ध आहे, असे आगरकरांनी लिहिले. म्हणून त्यांचे म्हणणे होते, ''जुन्या धर्मातील श्रद्धा, सामर्थ्य, जोमदारपणा, हे सर्व एका बाजूने कायम ठेवायचे, व दुसऱ्या बाजूने धर्माला नवसंजीवनी देण्यासाठी तसेच सत्य जाणून घेण्यासाठी चौकस वृत्तीला प्रोत्साहन द्यावयाचे हे एकाच वेळी शक्य होणार नाही. त्यात परस्परविरोध आहे; आणि जो कोणी या विसंगती दूर करण्याचा प्रयत्न करेल, त्याचे हेतू कितीही स्वच्छ व निर्मळ असले तरी दोघांही बाजूंना त्या प्रयत्नाबद्दल शंकाच वाटेल.''५३

नव्या धर्माची स्थापना करणे अशक्य आणि जुन्या धर्मात दुरुस्ती करीत राहणे फारसे फायदेशीर नसल्याने, धर्माच्या संबंधाने तटस्थ राहणे, हाच उत्तम मार्ग आहे. धर्माच्या विरोधात सरळ सरळ उठाव करणे आगरकरांना मान्य नव्हते कारण त्यामुळे लोकांचा विवेक लुळा पडून त्यांच्या भावना भडकू शकतात, मात्र विज्ञानाचे ज्ञान असणे हे त्या विरोधात भूमिका घेण्यास पुरेसे आहे. ''परिस्थिती परिपक्व नसता

अशी कृती करणे हे धोकादायक असते.'' म्हणून धर्मसुधारणेच्या बाबतीत उत्तम उपाय म्हणजे 'उदासीनता' असे आगरकरांनी सुचविले.[५४]

आगरकरांच्या मते, ''धार्मिक उदासीनता'' म्हणजे सुखवाद किंवा चंगळवाद नव्हे. पाश्चिमात्य साशंकवाद्यांबद्दलचे अर्धवट ज्ञान हे पाश्चात्त्यांच्या अंधानुकरणास कारणीभूत झाले आहे. आगरकरांनी धर्माच्या दोन बाजूंकडे लक्ष वेधले : १. ईश्वराची पूजा हेच धर्मशास्त्राचे अंतिम सत्य आहे असे मानणे. २. वैयक्तिक व सामजिक नीतीबद्दलच्या चुकीच्या कल्पना असतील तर वरील दोन्ही अंगांबद्दल एक प्रकारची ग्लानी निर्माण होते. ''एक शास्त्र म्हणून नीतिशास्त्र धर्माशिवाय अस्तित्वात येऊ शकते'', आणि ''नास्तिकांचा समाजसुद्धा नीतिबद्ध राहू शकतो.'' पण त्यासाठी नैतिक भीतीने धर्माच्या भीतीची जागा घ्यावयास हवी, किंबहुना अशा प्रकारची स्थिती व्यवहारात अस्तित्वात येणे दुष्प्राप्य आहे.[५५] आध्यात्मिक बंधाच्या भीतीपोटी होणाऱ्या धर्मांधतेला आगरकरांचा आक्षेप होता. मात्र समाज सुरळीत चालावा यासाठी ऐहिक गोष्टींची भीती असणे त्यांना रास्त वाटले. इंग्रजी शिक्षण घेतलेल्या लोकांमध्ये सर्वसंमत मतांबद्दल तीव्र विरोधी भावना, धर्मविषयक अभिमानाचा व नैतिक वागणुकीचा ऱ्हास, यांबद्दल आगरकर अस्वस्थ झाले.[५६] पूर्णपणे धर्मविरोधी (anti-religious) भूमिका घेण्यास ते थोडे कचरले. आधुनिक काळातील वैज्ञानिक वृत्तीचा विकास आणि पाश्चात्त्य शिक्षण पद्धतीचा प्रसार यांमुळे हिंदु समाज 'काहीसा अधांतरी अवस्थेत' आहे. एका बाजूला जुनी व्यवस्था भराभर कोसळत असून दुसऱ्या बाजूला नवी व्यवस्था अजून प्रस्थापित व्हायची आहे. आगरकरांना अशी परिस्थिती धोकादायक वाटली कारण त्यांना अनागोंदीची जास्त भीती वाटली.

आगरकर हे उपयुक्ततावादी आणि मूलतःच एक समाज सुधारक होते. धर्माच्या उपयुक्ततेची चर्चा करताना त्यांनी दोन प्रश्नांची उत्तरे दिली : धर्मश्रद्धेमुळे समाजाला काय फायदा होतो? आणि, मानवी स्वभाव सुधारण्यासाठी व त्यात उदात्तपणा येण्यास धर्माचा किती प्रभाव पडतो? धर्म सिद्धांताबद्दल निश्चितपणे सांगता येणारी एकच गोष्ट म्हणजे त्याबद्दलचे ज्ञान ज्ञेय नाही असे मानले तर, त्यात नवीन असे काहीच नाही. मग संघर्ष आहे तो तर्कशास्त्र आणि नीतिशास्त्र यांच्यातील परस्परसंबंधाबाबतीत. आगरकरांच्या मते, बौद्धिक निकषांवर धर्माचे समर्थन शक्य नसेलही, तरीसुद्धा तो नैतिक दृष्ट्या उपयुक्त असेल. यावरून धर्मसत्तेचा मानवी मनावर किती प्रचंड प्रभाव आहे, हे मानसशास्त्रदृष्ट्या दिसून येते,[५७] तसेच सार्वजनिक नीती ही बुद्धीवर नव्हे तर भावनेवर आधारित असते, याबद्दल आगरकरांना शंका नव्हती. वाईट धर्मरूढींविरुद्ध व चालीरितींविरुद्ध बुद्धिवादी

प्रवृत्ती असावी, असे भावनिक आवाहन आगरकरांनी तरुण सुशिक्षितांना केले, ते या दृष्टिकोनातून पाहावयास हवे.

आपले 'गुरू' जॉन स्टुअर्ट मिल यांच्यापेक्षा काही बाबतींत आगरकरांची मते वेगळी होती. लहान मुलांच्या शिक्षणात सामाजिकदृष्ट्या धर्म परिणामी आहे, असे मिलचे मत होते. याउलट, हिंदुधर्मातील अनेक संप्रदाय, इकडील अनेक धर्म, आणि जातिव्यवस्थेमुळे झालेल्या सभोवतालच्या वातावरणातील वैचित्र्य यांमुळे शाळेत धार्मिक शिक्षण देणे रास्त नाही, असे आगरकरांचे पक्के मत होते.[५८]

दोन

आगरकरांच्या मते, 'काम, क्रोध, मद, मत्सर, दया, अनुकंपा, लोभ वगैरे बऱ्यावाईट मनोवृत्ती जशा मनुष्यात नैसर्गिक आहेत, तशी धर्मवृत्ती किंवा धर्मवासना नैसर्गिक आहे.' तेवढ्यावरून असे समजता कामा नये की, मनुष्याच्या प्रत्येक अवस्थेत ही वृत्ती स्पष्टपणे दिसत असते. ती सूक्ष्मरूपाने होती आणि आपल्या मनातील पाहिजे ती कल्पना अथवा भाव व्यक्त करण्यासाठी शब्दयोजना करून भाषेचा उपयोग करता येऊन संस्कृतीच्या दिशेने मानव प्रगती करू लागला तसे तिला दृश्य स्वरूप येण्यास प्रारंभ झाला. धर्मवृत्ती ही इतर मनोवृत्तींपेक्षा वेगळी असते कारण इंद्रियानुभवापलीकडील प्रांताशी तिचा संबंध असतो. रानटी मनुष्य इंद्रियांद्वारे ज्ञात होणाऱ्या गोष्टींचाच फक्त विचार करू शकतो, परंतु सुधारलेला माणूस अदृश्य गोष्टी मनुष्यजातीवर परिणामकारी आहेत, अशांचे अस्तित्व बुद्धिग्राह्य आहे, असे समजतो. अशा प्रकारचे पारलौकिकाबद्दलचे विचार सृष्टीच्या अनाकलनीयतेतून निर्माण झाले. आगरकरांना वाटले की, हे स्थित्यंतर एकाएकी होत नाही, म्हणून धर्मकल्पनेचा उदय व अनेकेश्वरवादापासून एकेश्वरवादापर्यंतचा विकास आणि त्यांचे 'एका अस्पष्ट अज्ञेयवादा' (a veiled agnosticism)[५९] मध्ये कळसास पोहोचणे, या सर्वांचे विवेचन करणे गरजेचे आहे.

धर्मसंबंधाने आगरकरांवर हर्बर्ट स्पेन्सरच्या *दि प्रिन्सिपल्स ऑफ सोशॉलॉजी* आणि *द नाईंटींथ सेंचुरी* या नियतकालिकातील लेख, यांतील विचारांचा फार प्रभाव होता. स्पेन्सरच्या या विचारांचा "विद्वत्तेची आणि विचाराची अनुपम खाण"[६०] असा त्यांनी उल्लेख केला व त्यांतील बहुतांश विचार त्यांनी आत्मसात केले. हिंदु समाज व हिंदु धार्मिकप्रथा समजून घेण्यासाठी या कल्पनांचा उपयोग करताना आगरकरांनी स्पेन्सरच्या बऱ्याच लेखांचा मुक्त अनुवाद केला.

स्पेन्सरप्रमाणे आगरकरांनी देवाची कल्पना पिशाचकल्पनेपासून निघाली असावी, असे सांगून पुढे लिहिले की, "हा देव प्राणिमात्राचा हंता असल्यामुळें

स्मशानभूमी हें यांचें निवासस्थान होऊन गेलें आहे इतकेंच नाहीं, तर चितेंतील अग्नीशीं शेकत बसणें, जळलेल्या प्रेताची राख अंगाला लावणें, हाडांच्या माळा गळ्यांत घालणें, डोक्याच्या करट्यांचा भांड्याप्रमाणें उपयोग करणे - इत्यादी गोष्टी त्याला अत्यंत प्रिय झाल्या आहेत... किंबहुना *महादेव* हा *महापिशाचच* आहे असें म्हणण्यास हरकत नाहीं... आमच्या तीन मोठ्या देवांपैकीं निदान एकाचें तरी जनन पिशाचकल्पनेपासून झालें असावें, अशी खात्री झाल्यावाचून रहात नाहीं.''[६१] रानटी मनुष्यास काल्पनिक व वास्तविक कार्यांत फारसा फरक करता आला नाही. ''इंद्रियांचे व शरीराचे सर्व व्यापार बंद असतां स्वप्नांतील भास होतात, हें निर्विवाद आहे. पण ज्याला ते होतात तो एकच आहे. जागृतावस्थेंतला मी तोच स्वप्नावस्थेंतला मी. एक मी दुसऱ्या मीला पक्कें ओळखीत असतों! खरा मी कोणता - हा कीं तो - अशी भ्रांति कधींच पडत नाहीं. दोन्हीही एकत्र **मी** आहेत अशी खात्री असते, तथापि ज्या अर्थीं त्या दोघांचे अनुभव अगदीं भिन्न अशा दोन स्थितींत येत असतात, त्या अर्थीं त्या एकाच मीचीं हीं दोन पृथक स्वरूपें असावीं असा प्रथमारंभी मनुष्यांचा स्वाभाविकपणें तर्क होतो... बहुतेक लोक प्रत्येक मनुष्याला दोन प्रकारचे मी, आत्मे किंवा स्वस्वरूपें आहेत, असें मानतात... गाढ झोंप लागली असतां आमचे आत्मे शरीरबंधन क्षणभर एकीकडे झुगारुन देऊन पाहिजे त्या काळांत किंवा पाहिजे त्या ठिकाणीं प्रवेश करतात आणि जागृतावस्थेंत अत्यंत अलभ्य अशा वस्तूंचाही स्वप्नावस्थेंत यथेच्छ उपभोग घेतात हा तर प्रत्येकाचा अनुभव आहे, आणि बऱ्याच अंशीं त्यावर आमच्या अशरीरविकृत आत्म्याची किंवा **मी**ची कल्पना बसविली आहे.''[६२] ''मरण हे झोपेंचा अथवा घेरीचाच एक प्रकार आहे असें वाटून, ज्याप्रमाणें झोंपीं गेलेला किंवा घेरी आलेला मनुष्य फिरून उठतो व आपलें कामकाज करूं लागतो, त्याप्रमाणे मेलेला मनुष्यही पुन: उठेंल असें प्रथमावस्थेंतील मनुष्यास वाटते... आत्म्याला सूक्ष्म व स्थूल अशीं दोन स्वरूपें आहेत, अथवा देहबद्ध आणि देहातीत असे त्याचें दोन प्रकारचें अस्तित्व आहे, अशी एकदा मनुष्याची कल्पना झाली म्हणजे तिच्यापासून अनेक परिणाम घडतात... जिवंतपणीं मनुष्यास जसले विकार होतात तसलेच मेल्यावरही त्याच्या आत्म्यास किंवा तदुत्पन्न पिशाचास होतात असा विश्वास अप्रबुद्ध लोकांत सर्वत्र दिसून येतो. सारांश, आमचा सारा प्रेतविधी व श्राद्धविधी याच कल्पनेचा परिणाम आहे.''[६३] ''मुळ पिशाचाची कल्पना अशरीरी आत्म्यापासून आली; व या अशरीरी आत्म्याची कल्पना स्वप्नांत जागच्या जागीं नाना तऱ्हेच्या सुखदु:खांचा जो भास होतो त्यापासून उत्पन्न होते... झोंपेंतला आत्मा, मृतात्मा, पिशाचात्मा आणि देवात्मा - अशी ही चढती भांजणी आहे.''[६४] याप्रमाणे पूर्वजांच्या पूजेची कल्पना पिशाच पूजेमधून निर्माण झाली, असे आगरकरांनी स्पष्ट केले.

सर्वसाधारण तसेच असाधारण रूपातल्या सर्व देवांची उत्पत्ती ही देवरूपी अथवा ईश्वररूपी मानण्यातून झाली. मुळात देवाची संकल्पना ही अतिमानवी सामर्थ्य असलेला श्रेष्ठ जिवंत अथवा मेलेला माणूस या समजुतीतून झाली. यातूनच दैवीरूपी दोन जीवांची उत्पत्ती झाली - एक, विजयी देवगण आणि विजयी ठरलेल्या व्यतिरिक्त इतर गण यांतील संयोगापासून झालेले; व दुसरे, मृतात्मे व जिवंत माणसे यांच्या मानलेल्या समागमातून निर्माण झालेले.

कालांतराने फक्त नजिकच्या काळातील पिशाचांच्या आराधनेची पद्धत सुरू झाली. पण जिथे, आपल्या मृतात्म्यांची व परंपरेबद्दल माहिती करून दिल्यामुळे नव्या पिढीतील लोकांना होमहवन चालू ठेवण्यास अनुकूल परिस्थिती होती, तिथे कायम अस्तित्वात असलेले पिशाच किंवा आत्म्याची संकल्पना अखेरीस उदयास आली. त्यातूनच बलवान राजास देव मानणे, आणि त्यावर ईश्वरांश, ईश्वरपुत्र, देवानां प्रिय, देवाची छाया अशी विशेषणे लावणे आणि शेवटी साक्षात देव म्हणणे, असा प्रघात पडला. अशा विचारधारणेत देवाचे गुणविशेष आणि माणसाची स्वभाववैशिष्ट्ये यांत फारसा फरक उरत नाही. अशाप्रकारे अलौकिक आणि स्वाभाविक जीव यांतील विरोधाभास दाखविण्यात आला. एकदा स्वप्नाच्या खरेपणाबद्दलचा विश्वास दृढ झाल्यावर त्यातील म्हणजे स्वप्नातील गोष्टी साजऱ्या करण्याचे निमित्त झाले. मृतात्म्यांची अशाप्रकारे सेवा करण्याच्या प्रथेपासून मृत राजाच्या इच्छापूर्तीसाठी साहित्य पुरविण्याचा बदल घडून आला. उत्सवामागून उत्सवात, पिढ्यानूपिढ्या, नवस, प्रार्थना, आराधना किंवा प्रशस्ती करण्याची चाल सुरू झाली आणि यातून पूजेची पद्धत प्रस्थापित झाली.

मानवी देहाच्या स्वाभाविक इच्छा जशा पुरवतो त्याच प्रमाणे मृतांच्याही इच्छा मानवी स्वभावानुसार पुरवायच्या असतात, या धारणेतूनच शिजविलेले अन्न मृतात्म्यांना अर्पण करण्याची प्रथा रूढ झाली. यातूनच नैवेद्य दाखविण्याचा प्रघात सुरू झाला. तथापि, जिवंत व मृत एकाचवेळी जेवणावळीत सहभागी होतात, अशा विश्वासातून 'श्राद्ध' या प्रथेची निर्मिती झाली. मृतात्म्यांपासून दैवीकृपा साध्य करणे तसेच त्यांना त्रास देण्यापासून परावृत्त करणे यासाठीची ही आराधना होती. आगरकरांनी पुढे लिहिले की, "जे पक्ष व जीं श्राद्धें आम्ही मोठ्या भक्तीनें करतों, व जीं न करणारांस आम्ही धर्महीन समजतों, ती सारी अज्ञानापासून उत्पन्न झालीं आहेत... सध्या जीं श्राद्धें व ज्या प्रेतक्रिया होत आहेत त्या एका बाजूनें गूढ अज्ञान आणि दुसऱ्या बाजूनें स्वार्थसिद्धीसाठीं अज्ञ लोकांस अज्ञानांतच राहू देण्याची इच्छा यांची साक्ष देतात."[६५]

लवकरच, जशी जिवंत व्यक्तींच्या सामर्थ्यात विविधता जाणवते, तशा प्रकारचे फरक देवतांच्या शक्तीबद्दल उत्पन्न झाले. सामान्य मृतात्म्यांची आराधना त्यांचे आप्त करताना, प्रसंगविशेषत्वे भयावह व्यक्तींच्या आत्म्यांची आराधना करणे शहाणपणाचे आहे, असे समजले गेले. इतर कोणत्याही कारणापेक्षा वारंवार होणाऱ्या युद्धप्रसंगामुळे अशाप्रकारचे फरक होण्यास विशेष कारण झाले. जसे जिवंत माणसांत उच्चनीचतेचे फरक केले जातात, तशाच प्रकारचा देवता अथवा पिशाच यांच्या सामर्थ्याचा अनुक्रम लावला गेला.[६६] कालांतराने, महापिशाचे अथवा महा देव, दुय्यम दर्जाची पिशाचे अथवा देवता यांच्या संकल्पना निर्माण झाल्या. त्यातूनच मग स्थानिक देवतांची पूजा, सृष्टीतील अपूर्व गोष्टींचे नियमन करणाऱ्या देवतांची पूजा, विविध गुणधर्म असलेल्या बऱ्यावाईट देवता, ग्रामदेवता, कुलदेवता, अशा अनेक गोष्टींची निर्मिती झाली. या नाना प्रकारच्या रूढींच्या सरमिसळीतून पुराणे अथवा मिथककथांची (Mythology) कल्पना आली.

संस्कृतीच्या पुढील टप्प्यांत, पारलौकिक आणि नैसर्गिक यांमधील तफावत प्रामुख्याने स्पष्ट होऊ लागली. मनुष्याच्या शारीरिक गुणविशेषातील भेदभावासारखा फरक मानसिक गुणविशेष आणि असीम दृष्टी व ज्ञान या गोष्टींतही होऊ लागला. मनुष्याच्या भावनिक स्वरूपातही याच प्रकारची बदलप्रक्रिया सुरू झाली. पूर्वी प्रामुख्याने असलेल्या व भाविकांनी जोपासलेल्या पशुतुल्य भावना उत्तरोत्तर कमी होत जातात आणि थोड्याफार मनुष्येतर व भावनारहित गोष्टीच राहतात.

देवदेवतांच्या ठायी कल्पिलेल्या या गुणविशेषांत प्रत्येक काळाच्या सामाजिक गरजेनुसार योग्य फेरफार अविरत आणि पुन्हापुन्हा केला जातो. लढवय्या स्थितीतील समाजात प्रमुख देवतेचा आज्ञाभंग हा सर्वांत मोठा गुन्हा समजला जाऊन त्यास अतिशय कडक व भयंकर शिक्षा फर्मावली जाते. जेव्हा समाजाचे लढवय्ये स्वरूप नाहीसे होऊन त्याची जागा उद्योगशीलता घेऊ लागते, तेव्हा दैवी प्रेम, दैवी क्षमाशीलता आणि कृपा, करुणा अशी रूपे समाजात दिसू लागतात.[६७] म्हणून समाजविकासातील वरची पातळी गाठलेल्यांनी खालच्या सामाजिक स्तरावरच्या लोकांची थट्टा करू नये, असा सल्ला आगरकरांनी दिला.

सांप्रतकाळातील धार्मिक जाणिवेसंबंधाने आज घडून आलेले अनेक बदल अकस्मात संपुष्टात येतील आणि धार्मिक भावना जी मनुष्यात स्वाभाविक असते ती नाहीशी होऊन न भरून काढता येणारी पोकळी निर्माण होईल असे समजणे चुकीचे होईल, अशी आगरकरांची धारणा होती. स्वाभाविक कार्यकारण भावाबद्दलची वाढती मान्यता पौराणिक उत्क्रांतिवादाशी विसंगत आहे. त्यातील श्रद्धा आजच्या प्रगत ज्ञानाशी विरोधी असल्यामुळे त्या कमजोर होतात. निसर्गाच्या विविध

रूपांबद्दलच्या ज्ञानात वृद्धी होते, तसे त्यांचे नियमन करणाऱ्या अशा पूर्वी मानलेल्या पिशाच व गौण देवता यांच्यावरील विश्वास हळूहळू कमी होतो. या कारणास्तव गौण देवता हळूहळू लोप पावतात व देवतांतील पदक्रमाचे संकलन होते. याचा परिणाम म्हणून देवतांबाबतच्या मानवी गुणविशेषांचा लोप होतो व त्यातूनच सर्वशक्तिमान, सर्वज्ञानी, सर्वोत्तम अशा देवतेची संकल्पना उदयास येते. ''शेवटीं साऱ्या देवता दुय्यम प्रतीच्या ठरून त्या सर्वांहून श्रेष्ठ असा एक देवाधिदेव किंवा परमेश आहे, अशी कल्पना होते... दुय्यम प्रतीच्या देवतांचें देवतात्व नाहीसे होऊन सर्वश्रेष्ठ परमेशाच्या कृपेनें सारें विश्व झालें आहे, त्याच्या इच्छामात्रेंकरून अनंत ब्रह्मांडें अस्तित्वांत येतात व लयास जातात; तो सर्वव्यापी आहे; तो अविनाशी आहे; तो निरंतर आहे; तो निर्गुण आहे; तो निराकार आहे, तथापि तो सर्व लहान वस्तूंहून लहान व सर्व थोर वस्तूंहून थोर आहे, वगैरे परस्परांशीं असंबद्ध व परस्परविरोधी अशा गुणांचें स्थान होऊन बसतो; व त्याच्या पुढेंही मनुष्याचा धर्मविचार थोडासा गेला म्हणजे परमेशस्वरूप जीवास अगम्य आहे, अशी बुद्धीची भावना होऊ लागते.''[६८] अधिक प्रगत समाजातील, विशेषत: त्यातील उच्चवर्गीयांमध्ये या वरील प्रक्रियेचे स्वरूप शेवटी मानवीगुणरहित अलौकिक शक्तीत एकीकरण होते.

देवतांसंबंधी कनिष्ठ भावना आता अमान्य होऊन उच्च भावनांचा विकास होतो. अशा बुद्धिविकासामुळे पूर्वी मान्य केलेल्या ढोबळ स्पष्टीकरणाबाबत अविश्वास व अन्यायाबद्दलची चीड निर्माण होते. तथापि, ''ख्रिस्ती धर्मात, मुसलमानी धर्मात, बौद्ध धर्मात, सारांश एकेश्वरी मतापर्यंत जाऊन धडकलेल्या कोणत्याही प्राचीन व अर्वाचीन लोकांच्या धर्मांत कशातरी प्रकारची मूर्तिपूजा अद्यापि थोडीबहुत तरी दृष्टीस पडते!'' तसेच अनेकेश्वरवादही त्यात अस्तित्वात असतो. काही लोकांमध्ये मूर्तिपूजेसारखी वैगुण्यपूर्ण पद्धती दिसत नसली तरी प्रमुख देवतेची अनेक रूपे समजून त्या निराकारी देवतेच्या सगुण रूपांची पूजा होते. अर्थात, कोट्यवधी अज्ञानी लोकांना अशा पूजेचा नैतिक उपयोग प्रामुख्याने होतो. ''पुष्कळांचा विचार जरी निराकार परमेश्वरापर्यंत जाऊन पोहोंचला आहे, तरी तो अद्यापि हवा तितका दृढ झाला नसल्यामुळें, त्यांच्या धर्माचारांतून मूर्तिपूजा पुरतेपणीं निघत नाहीं! यावरून काय सिद्ध होते की, मनुष्यास साकार देवाची कल्पना आधीं सुचते आणि निराकार देवाची कल्पना मागून येते... सारांश, अनेकत्वानंतर एकत्वाची, स्थूलानंतर सूक्ष्माची, जडानंतर चिद्रूपाची, साकारानंतर निराकाराची, इंद्रियगोचरानंतर अतींद्रिय ज्ञानाची, व्यक्तानंतर अव्यक्ताची, व गम्यानंतर अगम्याची कल्पना मनुष्याच्या अधिकाधिक विकास पावत जाणाऱ्या बुद्धीस येणें, हेंच अत्यंत स्वाभाविक आहे,'' असे आगरकरांनी स्पष्ट केले.[६९]

अशाचप्रकारे, आगरकरांनी मूर्तिपूजा[७०], प्राणिपूजा[७१], वनस्पतिपूजा आणि जडवस्तुपूजा[७२] यांच्या उगमाचे विवेचन केले. हर्बर्ट स्पेन्सरप्रमाणे आगरकरांनी दाखवून दिले की, निसर्गपूजा व पिशाचपूजा यांतील फरक त्यांच्यावर लादलेल्या वस्तु गुणधर्माच्या सापेक्षतेवर अवलंबून असतो. असे एकही उदाहरण देता येणार नाही की ज्यात मानवी व्यक्तित्वाशी भव्य निसर्गरूप अथवा तेज - जे भय तसेच आदर निर्माण करते - यांचे तादात्म्य दाखविले गेले नाही. याबाबत आगरकरांनी लिहिले की, ''मूर्तिपूजेचे मूळ मनुष्याच्या स्वभावांतच आहे. जसा लहान मुलाला प्रबुद्ध व अप्रबुद्ध आणि सजीव व निर्जीव यांतला भेद नीटसा कळत नाहीं, त्याप्रमाणेच प्रथमावस्थेंतील प्रौढ मनुष्यांनाही तो कळत नाही... कांहीं गोष्टींविषयीं त्यांचे ग्रह त्या अवकाशांत इतके दृढ होऊन जातात कीं पुढें ते कांहीं केलें तरी नाहींसे होत नाहींत. मूळ वस्तूचे गुण तिच्या प्रतिमेंत उतरतात हा एक अशा प्रकारचा ग्रह होय, व हाच ग्रह प्रधानतः मूर्तिपूजेच्या मुळाशीं आहे. प्रथमावस्थेंतील लोकांना प्रकृति व तिची छाया अथवा प्रतिकृति यांतील भेद बरोबर न समजल्यामुळें लहान मुलांप्रमाणें एकीचे गुण दुसरींत उतरतात असा त्यांचाही समज असतो, आणि म्हणून त्यांना असे वाटतें कीं जर मृत मनुष्याच्या थडग्यावर त्याची प्रतिमा ठेविली तर तींत त्याचें पिशाच शिरेल; कारण त्याला हा आपलाच देह आहे अशी भ्रांति होईल. एकदां अशा प्रकारच्या प्रतिकृतींत मृतांचे आत्मे प्रवेश करतात अशी कल्पना दृढ झाली म्हणजे मृतांच्या प्रेतांप्रमाणेंच त्यांची सेवा ते करू लागतात.''[७३]

तसेच आगरकरांनी देवळे व स्थंडिले (fire-altars); यज्ञ, अभिषेक, सती, क्षौर वगैरे चालीरिती; पंचाक्षरी व देवऋषी या वर्गांबद्दल; तसेच गृहपूजा प्रथा, यांच्या उत्पत्तीचे वर्णन केले.[७४]

तीन

आगरकरांचा परलोकावर तसेच इहलोकापलीकडील जीवनावर विश्वास नव्हता. आत्म्याचे देहांतर व पुनर्जन्म या समजुती त्यांनी नाकारल्या. ''मेलेल्या मनुष्यास जशी पूर्वावस्था नव्हती अशी उत्तरावस्थाही नाही, म्हणजे पूर्वजन्मही नाही व पुनर्जन्मही नाही; या जगांतील सर्व सुखदु:खांचा व इतर अनुभवांचा आरंभ व लय येथेच होतात; सारांश, ज्या ममत्वाचा, अहंतेचा किंवा मीपणाचा, अवबोध एका शरीरावस्थेत होत असतो त्याचा त्या शरीराच्या नाशाबरोबर नाश होतो; मागे होऊन गेलेल्या व पुढे होणाऱ्या कोणत्याही दुसऱ्या शरीराशी त्याचा संबंध नाही इतकेच नाही, तर शरीराचे अधिष्ठान असल्यावाचून तो उद्बुद्धही होत नाही'', असे

त्यांनी स्पष्ट लिहिले, शरीरावाचून आत्म्याच्या अस्तित्वाची कल्पना ही माणसाच्या जीवनाच्या आसक्तीमुळे आणि अल्प ऐहिक जीवनातून जन्म घेते. जॉन स्टुअर्ट मिल, ज्याला बहुतेक लोक नास्तिक व श्रद्धाहीन मानतात, त्यानेही शरीरावाचून आत्मा असणे शक्य आहे असे म्हटले नाही; तसेच ''मनुष्यांची मरणोत्तर स्थिति जिवंतपणांतील स्थितीहून फारशी भिन्न नाहीं हीं कल्पना अद्यपि सर्वत्र दृष्टीस पडते. सुधारलेल्या राष्ट्रांतील मोठमोठ्या विद्वान व्यक्तींना व वर्गांना हिनें अद्यपि सोडलें नाही'',[७५] हे त्यांनी दाखवून दिले. या श्रद्धेवरच सर्व धर्मांचा पाया उभारला गेला आहे, असे आगरकरांना वाटले.

शास्त्रीवर्गापेक्षा व शास्त्रकारांपेक्षा सुशिक्षित समाजावर 'नूतन तर्कऋषींचा' जास्त प्रभाव पडत असल्याने अशाप्रकारच्या विचारांचा ऊहापोह करणे, हेच सत्यशोधनाचे आणि धार्मिक चालीरितींची उपयुक्तता व कालबाह्यता यांचे परीक्षण करण्याचे मुख्य व उत्तम साधन असल्याचे आगरकरांचे मत होते. ''देश, काल, आचार इत्यादी बाह्य उपाधींनीं ज्ञान व सत्य हीं विटाळलीं जात नाहीत. ज्ञानाचा प्रकाश कोणत्याहीं दिशेनें येवो, त्याचे स्वागत केलेच पाहिजे... प्रस्तुत विषयाची चिन्तनिका करितांना आम्ही आंग्लभौम ग्रंथकारांची मदत अर्थात घेणार. कारण ज्ञान जे आहे ते पाटलोणवाल्या गौरकाय पंडितांच्या ग्रंथांपासून होवो, किंवा धोत्रें अथवा वल्कलें परिधान केलेल्या कृष्णकाय आचार्यांच्या ग्रंथांतून मिळो - तें आपणास समदृष्टीनें प्राप्त करून घेतले पाहिजे. आमच्या इकडील शंकराचार्यासारिखा जबरदस्त बुद्धिमत्तेचा ग्रंथकार घ्या, किंवा पाश्चिमात्त्य पंडितापैकीं भट्ट मोक्षमुल्लर, मिल्ल, हर्बर्ट स्पेन्सर, बेन इत्यादी ग्रंथकारापैकी कोणी घ्या - त्यांच्या विचारपद्धति पाहून मान डोलवावीच लागते'', हे त्यांनी स्पष्ट केले.[७६] म्हणून आगरकरांनी ज्या प्रश्नांची उत्तरे शोधण्याचा प्रयत्न केला ते प्रश्न असे होते : नीतिशास्त्र म्हणजे काय? नूतन तर्कऋषींच्या कल्पना काय होत्या व प्रस्तुत काळात काय आहेत? आणि, आधुनिक युगात कशाप्रकारची नैतिक विचारप्रणाली उपयुक्त ठरेल?

धर्मविषयक सर्व मते आगरकरांनी तीन वर्गांत विभागली : पहिल्या वर्गातील लोक दैवी साक्षात्काराने कळवलेला शब्द अस्खलनशील व अंतिम असे मानून ईश्वराची मनोभावे पूजा करतात. प्रत्येक धर्माच्या सर्वसाधारण लोकांस असे वाटते की, ''देवाने स्वत: किंवा आपल्या प्रतिनिधींच्या मुखानें सांगितलेला जों आचार तदनुसार वागणे हीच नीती. दुसऱ्या वर्गातील लोकांची कल्पना अशी आहे की, नीतीचा पाया उपभोग होय. म्हणजे कोणतेहीं वर्तन, कोणताही आचार, कोणतेही करणे, बरेवाईट ठरविणें ते त्याच्या उपयुक्ततेंवर किंवा अनुपयुक्ततेंवर अवलंबून आहे. ज्यात बहुसंख्यकांचे सुख चांगलें व जे एकंदरीत सोईचें, सुखाचें किंवा हिताचें

ते नीतीचे, असे समजावे'' - उपयुक्ततावादी कल्पना. तिसऱ्या वर्गातील लोकांची धारणा असते की ''बरे किंवा वाईट हे स्वयंसिद्ध जगात ठरूनच गेलेले आहें. ते आचार, ते वर्तन, ते करणे सवरणें, बरे किंवा वाईट, म्हणजे नीतीस अनुसरून असणे किंवा नीतीविरुद्ध असणें या गोष्टी आपल्या एकदा या विश्वांत विश्वरचना झाली तेव्हापासूनच ठरलेल्या आहेत.''[७७] तिसऱ्या वर्गातील लोक शास्त्रांच्या अपौरुषेयत्वाबद्दल विश्वास ठेवत नाहीत, याशिवाय आगरकरांना पहिल्या व तिसऱ्या वर्गांतील लोकांत फरक जाणवला नाही. ''नीतीचा मुख्य विषय पाहिला तर वर्तन किंवा आचार होय. व्यवहारात सद्वर्तन, दुर्वर्तन, सदाचार, दुराचार असे शब्द प्रचारात येतात. चांगले व वाईट हे शब्द आपण कसकशा अर्थांने उपयोगात आणतो या गोष्टीचा विचार केला पाहिजे'' म्हणून या दोहोंच्या विचारांची आगरकरांनी बारकाईने तपासणी केली आहे.

वर नमूद केलेल्या पहिल्या वर्गातील लोकांच्या दृष्टीने मानवी जीवनात दु:खभार फार मोठा तर सुख फारच कमी आहे. गौतम बुद्ध, आदिशंकराचार्य, संत तुकाराम व स्वामी रामदास यांच्या शिकवणीत, तसेच शेक्सपिअरच्या *हॅम्लेट* नाटकात हा विचार प्रामुख्याने आढळून येतो. आगरकरांपुढे मूळ शृंगापत्ती (dilemma) आहे ती अशी : जर सामाजिक सुख म्हणजेच व्यक्तीचे हित असेल तर त्यांचा इहलोकी भोगाव्या लागणाऱ्या सुख-दुखांशी काय संबंध आहे? आगरकरांना हा प्रश्न वस्तुत: सारखाच वाटला : भोवताली इतके दु:ख व यातना असताना येतो तो प्रश्न - ''जगावे की मरावे'', ''स्थिती अथवा नाश''. किंबहुना, आगरकर लिहितात, गौतम बुद्धाला हा प्रश्न अधिक भेडसावत होता. दु:ख व यातना या अव्याहत 'तृष्णे'मुळे भोगाव्या लागतात, हे उमजल्याने बुद्धाने अशाप्रकारच्या धर्माचे प्रतिपादन केले की, त्यात सत्कर्मांची नीतिबद्ध आचारांशी सांगड घातली गेली, मूर्तिपूजा तसेच त्यासंबंधीचे रितीरिवाज नाकारण्यात आले, आणि जन्म-मरणाच्या चक्रातून मुक्तता व आत्म्याचा 'नाश' म्हणजेच 'निर्वाण', हेच मानवी जीवनाचे मुख्य ध्येय ठरविण्यात आले. किंबहुना, नास्तिकवादाची कल्पना व विश्वाबद्दलचे औदासीन्य दाखविणारा दृष्टिकोन सर्वसामान्य लोकांस पटण्यासारखा होणार नाही ही व्यावहारिक जाण बुद्धाच्या मनात असल्यामुळे आपल्या शिकवणुकीत त्याने कर्माचा व पुनर्जन्माचा सिद्धांत मांडला. एका बाजूला सत्कर्मांना चांगले फळ व कुकर्मांना शिक्षा व दुसऱ्या बाजूला व्यवहारातील सर्वसामान्य अनुभव, या बाबतच्या प्रस्थापित धर्मकल्पनांपासून दूर असल्यामुळे अशा प्रकारची कर्मसिद्धांताची संकल्पना गौतम बुद्धाने विकसित केली असावी, अशी आगरकरांची धारणा होती.[७८] आगरकरांच्याच शब्दांत सांगायचे झाल्यास, ते असे :

''साधु तुकारामबावांनी म्हटलें आहे 'सुख पहाता जवापाडें, दुःख पर्वता एवढें', रामदासांनीं म्हटलें आहे 'सुख पाहों जातां कोठेंची न दिसे, संसार हा असे दुःखमूळ!! दुःखमूळ जन्म जन आणि नारीं, पहातां संसारी सुख नाही!!' मयुरपंतांनीही अशाच अभिप्रायानें म्हटलें आहे ''सर्व हि अनित्य दुःखचि, लोक जरीं परम हा ममे रुचिर.'' शंकराचार्यांचाही अनुभव तोच 'अर्थमनर्थ भावय नित्यं नास्तिततः सुखलेशः सत्यं.' ... गौतम बुद्धाला सर्व संसार दुःखमय वाटून परलोकाचीही कल्पना त्याला सूचली असावी. कारण प्रसिद्ध नाटककार शेक्सपियर याने आपल्या विकारविलसितात्मक ह्यामलेट या नावाच्या नाटकांत अंक ३ प्रवेश १ या ठिकाणी नायकाकडून जें आत्मगत भाषण करविलें आहे व त्यांत जो अभिप्राय प्रकट केला आहे तसेंच गौतम बुद्धासही वाटलें असावें असें आम्हास वाटतें. कारण बौद्धधर्मांत सदाचारानें वागणारास उत्तमोत्तम बक्षिस किंवा फलश्रुति 'निर्वाण' म्हणजे दुःखमय अशा अनेक जन्मपरंपरेचा उच्छेद सांगितला आहे. दिवा जसा मालवून टाकिला असतां पदार्थांचें दर्शनच असें असंभव तशी जीवनरूप ज्योति मुळींच नष्ट झाल्यावर दुःखाचें भान कोठून राहिल? अशा समजुतीने परलोकाची कल्पना तूच्छ मानून ''नाश'' हीच कल्पना त्यास उत्तम वाटली. हा संसार प्रकृत्याच जर सर्व दुःखमय आहे तर जगावे तरी कशाला - मरणें हेंच योग्य. मनुष्यप्राण्यांनीं सरळ मार्गानें चालावें, आणि सदाचारानें व नीतीनें वर्तावें. कां? तर ज्याचें त्यास व एकंदर अन्य मानवी प्राण्यांस सुख होईल किंवा व्हावें म्हणूनच ना? कीं दुसरा कांहीं हेतु आहे? नाहीं. तर मग हा संसार - हा जीवलोक दुःखमय असतां नीतीनें तरी वागून उपयोग काय?... तेव्हां एकंदरींत अशा अनेक अडचणी मनांत आणून इष्ट स्थिति म्हणजे निर्वाणाची आहे असेंच गौतमबुद्धांस वाटलें असावें.''[७९]

गौतम बुद्ध, आदिशंकराचार्य अथवा संत तुकाराम यांच्या जीवनाबद्दलच्या दृष्टिकोनाबद्दल साशंकवादी असलेल्या आगरकरांपुढे अनेक प्रश्न उपस्थित झाले : जीवन इतके यातना व दुःखमय आहे का? असे असल्यास, मनुष्यास जगण्याची इच्छा का होते? मनुष्याने ऐहिक सुखांच्या प्राप्तीसाठी केवळ नैतिक वर्तनाचा पाठपुरावा करावा की आपल्या सभोवतालच्या लोकांच्या हितासाठी प्रेरित होऊन झटावे? आणि परलोकातही इकडच्या सारखीच दुःखे नसतील यावर कशावरून विश्वास ठेवावा?

दुसऱ्या वर्गातील लोकांना असे वाटते की, जीवनात सुख-दुःखाचे प्रमाण सम आहे. या वर्गाची चिकित्सा करताना आगरकरांनी लिहिले की, ''असे मानले तर सदाचाराचीच प्रवृत्ती अधिक करण्याची अपेक्षा रहात नाही. कारण सुख व दुःख यांचीं प्रमाणें किंवा राशी जर विश्वांत अनादिसिद्ध असून ठरून गेलीं आहेत तर प्राणिमात्रास उदास रहाण्याचा प्रसंग येईल किंवा यावा, म्हणजे कोणी कांहींच करूं नये असे म्हणणे भाग पडेल. सदाचारानेही वागूं नये किंवा दुराचारानेंही वागूं नये अशी ही मध्यस्थ स्थिति प्राप्त होणार. कदाचित दुराचारानेंच निरपेक्षपणानें वागावें असे ही सिद्ध होईल. कां तर, दुराचाराने वागलें असतां जर त्यांत कोणास अपकार किंवा उपकारही होत नाहीं, कोणाचें हित ही नाहीं व कोणाचे अहित ही नाहीं, तर स्वभावतः दुष्टप्रकृति माणसें म्हणतील की आम्हीं आपल्या मनाच्या तृप्त्यर्थ असन्मार्गाचेंच अवलंबन का करू नये?''

शेवटच्या म्हणजे तिसऱ्या वर्गात मोडणाऱ्या लोकांच्या मते आयुष्यात दुःखापेक्षा सुखच अधिक आहे. या विश्वासातूनच दुःख भोगतानादेखील माणूस जीवनाला चिकटून राहतो. असे नसते तर मनुष्याने 'आत्महत्या' केली असती, असे आगरकरांना वाटले. अशी स्वप्नाळू कल्पना व जीवनात अनुभवास येणारा भ्रमनिरास यांमुळे माणूस सत्कर्म करण्यास प्रवृत्त होतो. आगरकरांच्या म्हणण्यानुसार पहिल्या व शेवटच्या वर्गांतील लोकांकडून नैतिक वर्तनाची अपेक्षा ठेवता येते. म्हणूनच सर्वसाधारण लोकांत विश्वास असतो की, या इहलोकी दुःख जरी जास्त असले तरी परलोकांत फक्त सुखच आहे.[८०]

काही गोष्टींमध्ये स्वभावतः मनुष्याला आनंदी करण्याचे गुणधर्म आहेत,असा सामान्य विचार म्हणजे वास्तव नसून त्यात कल्पनाविलास अधिक आहे, असे आगरकरांनी स्पष्ट केले. मानवी शरीर अनुभूतीतून मिळणाऱ्या वेदना व सुख यांच्या संबंधामुळे बुद्धी अशा संकल्पनांना जन्म देते. ''बाह्य सृष्टींतील पदार्थांचे जे धर्म आपण बुद्धिबलानें अनुभवतो ते आपल्या शरीरयंत्रांवर अवलंबून असतात एवढेंच नव्हें, तर त्या धर्मांच्या साहचर्याने सुखात्मक किंवा दुःखात्मक जे जे मनोविकार अनुभवितो तेही आपल्या शरीररचनेवर अवलंबून असतात. एकतर शरीररचनेचा व त्यांचा संबंध व दुसरे सुखदुःखांचे भान आपणास होते ते आपल्या शरीराच्या स्थित्यनुसार होते.''[८१]

हर्बर्ट स्पेन्सर प्रमाणेच आगरकरांची सुद्धा या विश्वात एका 'अनंत शक्ती'च्या (Infinite Energy) अस्तित्वाबद्दलची धारणा होती. स्पेन्सरच्या मते त्या अनंत शक्तीतून सर्व वस्तूंचा उगम होतो... त्या अज्ञेय तत्त्वामुळे जे जे काही आहे त्याचे अस्तित्व ठरते... आणि ईश्वराच्या ठिकाणी ज्या ज्या सगुणविशेषांनी त्याला भूषविले जाते त्यांपैकी कोणतेही गुण त्या 'अज्ञेय शक्तीला' लावता येत नाहीत.[८२]

ऑगस्त कॉम्तपेक्षा वेगळी भूमिका आगरकरांनी घेतली. कॉम्तने आपला सिद्धांत ऐहिक घटनांपुरता मर्यादित ठेवला आणि ऐहिक घडामोडींमध्ये अनुस्यूत असलेल्या गोष्टींकडे त्याने जाणूनबुजून दुर्लक्ष केले, हा 'बौद्धिक आत्मघात' असल्याचे आगरकरांनी प्रतिपादन केले. स्पेन्सर त्या 'अनंत-शक्तीला' 'संपूर्ण अस्तित्व' (All-Being) असे संबोधतो, व त्या 'अज्ञेयाला' 'अंतिम सत्य' (Ultimate Reality) असल्याचे ठरवितो. स्पेन्सरच्या मतप्रणालीत ''अंतिम तत्त्वाची'' (absolute) जाणीव नकारात्मक नसून सकारात्मक आहे, आणि तो त्या जाणिवेचा न नाश पावणारा एक घटक आहे, की जो सर्वकाळी, सर्व स्थितीत असतो आणि जाणिवेच्या अंतापर्यंत त्याचा नाश होत नाही... त्या शक्तीचे स्वरूप घटनातीत असून तिचे आकलन आमच्या मर्यादित वैचारिक चौकटीत करता येत नाही. तरीही ते सर्व विचारांचे आवश्यक विधान आहे, तिच्या अस्तित्वावर विश्वास ठेवणे म्हणजेच अद्‍भुत 'प्रेरणे'वर विश्वास असणे, तथापि सर्वसामान्य जाणिवेचे ते रूप आहे. ज्या शक्तीचा उल्लेख स्पेन्सर 'अनंत-शक्ती' (Infinite Energy) म्हणून करतो ती हिंदु वेदांती तत्त्वप्रणालीतील सगुण विशेषरहित असलेली शक्ती - 'ब्रह्म' या सारखी आहे असे मत आगरकरांनी मांडले. त्यांची वैचारिक भूमिका स्पेन्सर सारखीच आहे : ''जगत्कारण आहे हे आम्हांस कबूल आहे, पण आमच्या सध्याच्या ज्ञानेंद्रियांनीं त्याच्या स्वरूपाचें खरे ज्ञान आम्हांस कधींही होण्याचा संभव नाही... तेव्हा ईशस्वरूप आमच्या सांप्रतच्या ज्ञानेंद्रियांस अगम्य आहे, हा धर्मसंबंधाचा शेवटचा सिद्धांत आहे, असे म्हणण्यास हरकत नाही.''[८३]

आगरकरांनी अज्ञेयवादी[८४] भूमिका स्पेन्सरच्या शब्दांत खालीलप्रमाणे मांडली ती अशी :

> मी पहिल्यांदा कॉम्तचा अज्ञेयवाद आणि *द फर्स्ट प्रिन्सिपल्स* मध्ये नमूद केलेला माझा अज्ञेयवाद यांतील विरोधाभास स्पष्ट करेन. कॉम्त आपल्या अज्ञेयवादात म्हणतो की, ईश्वरशास्त्र (Theology) तसेच सत्त्वरूपमीमांसा (Ontology) यांचा विज्ञानाशी संघर्ष होताना सर्व प्रपादनांचा 'चिरकाल नाही' यात शेवट होतो. या उलट माझा अज्ञेयवाद, त्याच्या सर्व नकारासहित, ठामपणे 'चिरकाल होय' अशा निष्कर्षापर्यंत येतो... माझा अज्ञेयवाद व्यक्तिमत्त्वाच्या प्रश्नाबाबत अनुच्चारित (silent) आहे, कारण आपल्याला माहीत असलेले व्यक्तिमत्त्वाचे गुणविशेष त्या अज्ञेय कार्यकारणाचे गुणविशेष असे मानू शकत नाही. तरीसुद्धा व्यक्तिमत्त्वाबद्दल 'आहे' किंवा 'नाही' असे काहीच विधान करता येत नाही, हे सांगणे कर्तव्य ठरते, आणि निवड करावी लागते ती 'व्यक्तिमत्त्व

आणि त्यापेक्षा काहीतरी खालचे यांमध्ये नसून व्यक्तिमत्त्व आणि त्यापेक्षा काहीतरी उच्च' यांमध्ये, या प्रत्ययात आपल्या बुद्धीला मर्यादा पडतात, हे अगदी नम्रपणे नमूद करावे लागते.[८५]

या पारलौकिक तत्त्वाचे रूप जसजसे वाढत गेले तसे ते अस्पष्ट झाले. त्यामुळे जाणिवेतील शक्तीपासून वस्तुनिष्ठ शक्तीची फारकत होत जाते. विज्ञाननिष्ठ मनुष्यात ही प्रवृत्ती अगदी टोकाला पोहोचते, कारण तो फक्त इंद्रियगोचर वस्तूंचे उघडपणे दिसणारे बदलच नव्हे तर सर्व भौतिक बदल या तत्त्वांच्या आधारे मांडतो. ही शक्ती म्हणजेच 'अंत:स्थ शक्ती' असल्याचे मानले जाते. रानटी माणूस या शक्तीला प्रत्येक बदल घडण्यापूर्वीचे तात्कालिक कारण असल्याचे मानतो. याच शक्तीचा विचार करताना त्याला तिच्यात व्यक्तिविशेष-गुण समाविष्ट असल्याचे वाटते. आणि या शक्तीच्या संकल्पनेतील सगुणरूप वर्ज करता सर्व जगाचे आदिकारण राहते ते म्हणजेच 'ब्रह्म' होय असे आगरकरांनी विशद केले. ''अशा एका सृष्टिचालक जगदात्म्याची कल्पना मनुष्यास फार काळानें व पुष्कळ विचारानंतर प्राप्त झाली आहे, व अजूनही ज्या देशांत व ज्या लोकांत जगदादिकारणाचे अशा प्रकारचें स्वरूप ग्राह्य झालें आहे, अशा देशात व त्या लोकांतही अशा देवांस देवाधिदेव किंवा अशा ईशास परमेश मानण्याचा प्रघात आहे.'' जाणिवेपलीकडील अशा शक्तीच्या अस्तित्वाचे सत्य मान्य करणे ही यातील अंतिम स्थिती होय.[८६] अप्रबुद्ध मनुष्याच्या या परिकल्पन (speculative) प्रक्रियेतील अंतिम निष्पत्ती म्हणजेच भौतिक विश्वात व्यक्त होणारी व मनुष्य जाणिवेत अंतर्भूत असलेली 'ब्रह्म' ही संकल्पना होय. जाणिवेच्या विकासातील धार्मिक जाणीव ही अखेरावस्था असून त्यात सत्यांश नानाविध चुकीने झाकोळलेला असतो.[८७]

चार

अज्ञेयतत्त्वाबद्दल उपस्थित होणाऱ्या अनेक तात्त्विक प्रश्नांची चर्चा आगरकरांनी वृत्तपत्रीय लेखांमधून केली ती सर्वसाधारण वाचकांत चौकस बुद्धी जागृत व्हावी या हेतूने, हे लक्षात घ्यावे लागते. त्या लेखांमधून आगरकरांची धार्मिक मते संपूर्णपणे कळत नसली तरी त्यांच्या संशयवादी विचारसरणीची कल्पना येण्यासारखी आहे. भारतीय तत्त्वज्ञानाबद्दलचे त्यांचे आकलन नीरस व भोळेभाबडे नव्हते, तसेच तत्त्वज्ञानातील प्रश्नाबाबत विज्ञाननिष्ठ पद्धती व बुद्धिवादी तपासणीचा वापर त्यांनी केला, हे त्यातून सिद्ध होते.

ज्या मुद्द्यांवर आगरकरांनी विशेष भर दिला ते असे : विश्वाची दैवी उत्पत्ती चुकीची असून त्याऐवजी त्यांनी उत्क्रांतिवादी विश्वाची संकल्पना स्वीकारली;

विश्वाचा प्रारंभ जड तत्त्वापासून झाला किंवा नाही हे मानवी इंद्रिये तसेच बुद्धीला पडलेले गूढ कोडे आहे. याबद्दल ते लिहितात -

''वेदांत्यांच्या मताप्रमाणें हें विश्व ब्रह्मापासून निर्माण झालें आहे. पण हें ब्रह्म म्हणजे काय? ब्रह्माचें ज्ञान खुद्द ब्रह्मापासून होत नाहीं. तर ब्रह्म जें बनलें आहे त्यापासून होतें. ब्रह्माचें ज्ञान विश्वापासूनच करून घेतले पाहिजे. विश्वाच्या प्रत्येक भागात ब्रह्म भरलें आहे; पण त्याचा आम्हाला जो भास होतो तो विश्वरूपानें होतो; साक्षात ब्रह्मरूपानें होत नाही. पण जर तुम्हांस ब्रह्माचें ज्ञान किंवा भास खुद्द ब्रह्मापासून होत नाहीं, तर तें आहे असें तरी कसें म्हणतां? तें आहे असें म्हणणें अवश्य आहे; कारण विश्वाच्या भासाबरोबर किंवा ज्ञानाबरोबरच त्याचाही भास होतो. विश्व हें बुद्धीला व इंद्रियाला दृश्य आहे. पण या दृश्य वस्तूचा भास होत असतां दुसरा असाही भास होत असतो कीं, ज्या अदृश्य वस्तूचा या विश्वरूप वस्तूसारखा मला भास होत आहे अशी कांहीं अदृश्य वस्तू असली पाहिजे. म्हणजे ब्रह्माचें अस्तित्व शुद्ध अनुमानसिद्ध आहे. त्याच्या अस्तित्वाची व्याख्या करता येत नसून त्याबद्दल बुद्धीची खात्री होते; कारण कोणत्याही गोष्टीची व्याख्या करणें म्हणजे तिचे गुण सांगणें. या रीतीनें ब्रह्माची व्याख्या करूं लागल्यास विश्वाचे गुण सांगावे लागतात; कारण गुणांचे ज्ञान इंद्रियांनी व बुद्धीनें होतें. तेव्हां जेवढें ज्ञान बुद्धीनें व इंद्रियानें होते तेवढ्याला विश्वाचें ज्ञान असें म्हटल्यावर त्याच ज्ञानानें ब्रह्माची व्याख्या करणे हा व्यभिचार आहे इतकेंच नाहीं, तर त्यांच्या योगानें ब्रह्माचा व विश्वाचा अभेद होऊन मूळ कल्पनेंशी विरोध येतो. ही विश्वाच्या व ब्रह्माच्या भेदाची कल्पना अनुमानसिद्ध नाहीं, अनुभवसिद्ध आहे; म्हणजे विश्वाच्या अनुभवाबरोबरच तें अनुभवातीत ब्रह्माहून निराळे आहे असा भास होतो. तेव्हा विश्वगुणांनी ब्रह्माची व्याख्या करण्याचा प्रयत्न करणे हे साहस आहे... तेव्हा त्याची निषेधात्मक व्याख्याच करणे भाग पडते...''[८८]

एक 'शक्ती' निश्चित आहे, भले तिला कोणी 'ब्रह्म' अथवा 'अनंत चिरकाल शक्ती' (Infinite Eternal Energy) अथवा मान्य कोणत्याही नावाने म्हणत असेल;[८९] ती शक्ती अव्याख्येय आहे आणि त्याबद्दलचे ज्ञान अनुमानसिद्ध तसेच सापेक्ष आहे, पण अंतिम नाही. त्याच्या गुणांचा नकारात्मक व निषेधात्मक (निराकार, निर्गुण, निर्विकार) उल्लेख करता येतो व त्याच्या रूपांचा सकारात्मक उल्लेख, म्हणजेच 'सच्चिदानंद स्वरूप', हे माणसाला इंद्रियाद्वारे व बुद्धीद्वारे झालेले

ज्ञेयाबद्दलचे आकलन त्या शक्तीवर लादण्यासारखे आहे. ''ब्रह्म आणि माया (Illusion) ही दोन अनादिसिद्ध स्वतंत्र सामर्थ्ये आहेत असे मानणे जितके कठीण आहे तितकेच ती न मानणे हेही कठीण आहे.'' ''निर्गुणाला गुण कसे येतात? निराकाराला आकार कसा प्राप्त होतो? याचा उलगडा होत नाही. काळोख आणि उजेड, ज्ञान आणि अज्ञान, अथवा जड आणि चंचल ही एकत्र राहू शकतील, किंवा एकच वस्तु एकेकाळी दोन निराळ्या ठिकाणी असू शकेल अशी कल्पना करणे जितके अवघड आहे तितकेच मायेमुळे किंवा दुसऱ्या कोणत्याही कारणामुळे निर्गुणाला सगुणत्व येते असे म्हणणे आहे.''[१०] म्हणून ब्रह्माला मायेची उपाधी होण्यावर विश्वास ठेवणे अवघड आहे; आणि मनुष्याच्या अज्ञेयाबद्दलच्या कल्पनांचा विकास त्याच्या ज्ञेयाबद्दलच्या आकलनापासून विकसित झाल्या आहेत.[११]

स्पेन्सरने विकसित केलेली 'अनंत चिरकाल शक्ती'ची संकल्पना ही वेदांत्यांच्या ब्रह्म संकल्पनेतून त्याचे सकारात्मक व नकारात्मक गुणविशेष वजा केले तर त्याच्याशी मिळतीजुळती आहे हे आगरकरांनी दाखवून दिले. ही संकल्पना पौर्वात्य आणि पाश्चिमात्त्य या दोन्ही विचारवंतांनी स्वतंत्र रीत्या विकसित केली. धर्मशास्त्रातील प्रश्नांबाबत त्यांच्या आकलनातून त्यांनी निष्कर्ष काढला की, अज्ञेयाबद्दलचे सर्व विचार माणसाच्या कल्पकतेतून व सुपीक मनातून निर्माण झाले, आणि अशा विचारांचा कर्ता फक्त तोच आहे. याच दृष्टिकोनातून वेदांतातील ''*अहं ब्रह्मास्मि*'' आणि ''*अहमेव ब्रह्मास्मि*'' ह्या कल्पनांबाबतचे आगरकरांचे विचार समजून घ्यावे लागतात.[१२]

अज्ञेयाबद्दलची आपली भूमिका खालील शब्दांत आगरकरांनी मांडली : ''ज्या विषयीं बुद्धीला तर्क करता येत नाहीं, इंद्रियाला ज्ञान होत नाहीं, आणि वाणीची गति चालत नाहीं - अशा विषयांत किंवा प्रांतांत आपण येऊन ठेपलों. कांहीं वेदांती याच्यापुढें एक मजल जाऊन एका अव्याख्येय ब्रह्माचे किंवा परब्रह्माचे हें तेज मायोपाधीमुळें उत्पन्न झालेले विराट स्वरूप आहे असे कदाचित म्हणतील. त्यांनीं तसे म्हणण्यास आमची कांहीं हरकत नाहीं. पण जर जेथे बुद्धि चालत नाहीं अशा एका प्रदेशात अखेरीस येऊन पडावें लागतें असें आहे तर नव्याण्णवाव्या अथवा शंभराव्या मैलापर्यंत थबकणाऱ्यांत विशेष अंतर आहे असें होत नाहीं. कदाचित भगवद्गीतेंत या प्रश्नाला एकेठिकाणीं जे उत्तर सापडतें तें सर्व वेदांत्यांनीं ध्यानात ठेवण्यासारखे आहे. निदान प्रस्तुत लेखकाला तरी त्याच्या इतकें समाधानकारक उत्तर दुसऱ्या कोठे आढळले नाही. ते उत्तर हे आहे : ''*नासतो विद्यते भावो नाभावो विद्यते सतः*'' त्यांनी स्वतः दिलेला अर्थ असा - ''जें नाहीं तें अस्तित्वांत कधीं येत नाहीं, व जें आहे त्याचा अभाव कधींहीं होत नाहीं. तस्मात विश्वाचे

आदिकारण अव्याख्येय परब्रह्म असो किंवा अतर्क्य स्वयंभू तेज असो - त्याला कोणी उत्पन्न केलें नाही, व ते कधी नाहीसे होत नाही. तें नित्य आहे. त्याची पूर्ण विचारशून्यता ही पूर्ण अद्वैतावस्था आणि त्याला विचार येणें ही त्याची क्लेशात्मक द्वैतावस्था होय. पहिल्या इतकीच दुसरी अपरिहार्य आहे.''[१३]

अशा वैचारिक बैठकीमुळे आगरकरांचे पारलौकिक (supra-mundane) विश्वाशी काही देणेघेणे नव्हते. त्यांना फिकीर होती ती इहलोकाशी - आत्ता आणि इथे. म्हणून हिंदुधर्मातील तत्त्वज्ञानामध्ये अतिशय महत्त्वाच्या असलेल्या प्रश्नांची चर्चा केली : निवृत्ती आणि प्रवृत्ती मधील अन्योन्यसंबंध काय? त्यांच्या मते निवृत्ति-प्रवृत्ती पंथाचे पर्यवसान शेवटी एकाच अंतिम लक्ष्यात आहे, ते म्हणजे मानवी सुख. ''निवृत्तीचा अंगीकार करून वासनांचा बीमोड करण्यापेक्षां प्रवृत्तीचा अंगीकार करून वासना संतुष्ट करणें हीच गोष्ट शेकडा नव्याण्णव मनुष्यांना सहज व सुखावह वाटते. तथापि सुखोपभोगालाही सीमा आहे. ते देखील अनंत कालपर्यंत भोगीत रहाणें अशक्य आहे.'' पण हे सुख संपादन करण्याची कल्पना पुन्हा सापेक्षच आहे. इहलोकातील वासनांचा संपूर्ण त्याग करणे म्हणजे उदासीनता, निरुत्साही असणे, एका प्रकारची अधोगतीच; व त्या वासनांचा संपूर्ण हव्यास धरणे म्हणजे नैतिक भावना हरवून बसणे. परमोच्च भौतिक व नैतिक सुखासाठी व समाजाच्या नैतिक उद्धारासाठी आपल्या नित्य वर्तनात प्रवृत्ती आणि निवृत्ती या दोहोंचेही योग्य मिश्रण असले पाहिजे, असे आगरकरांनी प्रतिपादन केले. ह्या दोन्ही वृत्तींच्या समतोलपणाची व्याख्या करणे कठीण असल्याने त्यांनी आपले म्हणणे ज्या संस्कृत वचनाद्वारे स्पष्ट केले ते असे : ''*अजरामरवत् प्राज्ञो विद्यामर्थंच साधयेत्, गृहीत इव केशेषु मृत्युना धर्ममाचरेत्!!*'' या वचनाचा त्यांनी दिलेला अर्थ असा आहे : ''आपणास जरा व मृत्यु कधींहीं येणार नाहीत अशा समजुतीवर मनुष्यानें विद्या व धन यांचें अर्जन करीत रहावें व जणूं काय मृत्यु आपल्या केशास धरून प्रतिक्षणीं आपणास ओढीत आहे अशा समजुतीनें आपले कर्तव्य बजावण्यास नेहमी दक्ष असावे.''[१४]

आगरकरांनी 'सचेतन की अचेतन?' या लेखात शेवटचा निष्कर्ष मांडला की, ''सर्व सृष्टीचें जनकत्व मनाकडे आहे व तें एक सृष्टि ज्या रीतीनें निर्माण करतें त्याच रीतीनें तें दुसऱ्याही निर्माण करीत असलें पाहिजे. तेव्हा बुद्धि, मन, अथवा विचार याहून दुसऱ्या कशाच्याही अस्तित्वाचा जर आग्रह धरितां येत नाही तर ते सचेतन असले पाहिजें किंवा अचेतन असले पाहिजें असे कधीच म्हणता येणार नाहीं. तथापि, हा भेद करूं नये; पण केला तर निरनिराळ्या प्रकारच्या सृष्टि उत्पन्न करणाऱ्या मनाचें स्वरूप तेंच त्या सृष्टीचेंही स्वरूप असलें पाहिजें असें अनुमान करणें

हें स्वाभाविक नाहीं काय? अर्थात आहे.''[१५] याच दृष्टिकोनातूनच ''अहं ब्रह्मास्मि'' (I am the Creator) हा संस्कृत मधील वाक्प्रचार असल्याचे आगरकरांना वाटले. आणि त्यापुढील पायरी म्हणजे वेदांती विचार अंतर्भूत असलेली जुन्या मराठीतील म्हण - ''आपण बुडाले आणि जग बुडाले.'' (After me the deluge) असे त्यांनी स्पष्ट केले.[१६]

आगरकरांनी जरी धर्माच्या मानसिक गरजेसंबंधाने हा वाद संपुष्टात आल्याचे मान्य केले तरी त्याच्यातील अदितत्त्वमीमांसेची विधाने त्यांना कधीच मान्य नव्हती. आगरकरांना अपेक्षित होता तो इहलोकातीत जगाकडे नेणारा धर्म नव्हे तर या इहलोकातील जीवनात योग्य आदर्श घालून मनुष्याचे मानसिक सामर्थ्य वाढविणारा धर्म. अशा अवस्था प्रामुख्याने ऑगस्त कॉम्तप्रणीत ''मानवतेचा धर्म'' या संकल्पनेत समाविष्ट होतात.[१७] ऑगस्त कॉम्तच्या या संकल्पनेत धर्माची सर्व आवश्यक कार्ये साध्य होऊ शकतात, शिवाय कोणत्याही पारलौकिक धर्मापेक्षा तो श्रेष्ठ प्रतीचा आहे. माणसाच्या मृत्यूनंतरच्या हिताची काळजी करण्यास जखडून ठेवण्यापेक्षा, नैतिक प्रभावांनी, तसेच निःस्वार्थी भावना मनुष्य-आचारात वारंवार परिपाठाने रुजवून मनुष्य स्वभावाची सुधारणा करणे, हे त्याचे ध्येय असेल. कॉम्तचा मानवतेचा धर्म उपयुक्ततावादी असल्याने आगरकरांनी तो अंशतः स्वीकारला; कारण त्यात ज्ञानमीमांसेच्या विचारप्रणालीतील अडचणी नाहीत, त्यात स्वार्थीपणाचा लवलेश नाही. या पंथानुसार धर्मातील उद्दिष्टे साध्य करायची ती परलोकातील कोणत्या अभिलाषेने नव्हे तर मनुष्याच्या इहलौकिक हितासाठी, आणि सर्वशक्तिमान व दयाळू अशा ईश्वराला जगातील वाईट गोष्टींसाठी जबाबदार धरण्याचे नैतिक उल्लंघन त्यात नाही.

''मानवतेच्या दैवीकरणाबरोबर स्वतःचे दैवीकरण'' या कॉम्तने मांडलेल्या विधानांचा प्रभाव, पण काही फरकाने, आगरकरांवर झाला असावा असे वाटते. अशी संकल्पना हिंदु विचारसरणीतील ''अहमेव ब्रह्मास्मि'' (i.e. I am the only Creator) या वचनाशी अगदी जवळीक साधणारी आहे, असे आगरकरांना आढळून आले. तथापि, 'मानवतेतील प्रमुख जीवांच्या' पूजेच्या संकल्पनेबाबत आगरकरांची मते स्पेन्सरने मांडल्याप्रमाणे होती. स्पेन्सरने कॉम्तच्या वरील संकल्पनेचा उल्लेख ''अवनतिकारक धर्म'' (retrogressive religion) असा केला.[१८]

आगरकरांना अभिप्रेत आहे ती सर्वांचे हित जोपासणारी समंजस विचारावर आधारित नैतिकता, ज्यात समुदायासाठी व्यक्तीला अथवा व्यक्तीसाठी समुदायाला बळी देण्याची गरज नाही, तथापि एकीकडे कर्तव्य व दुसरीकडे स्वातंत्र्य आणि

उत्स्फूर्तता यांना समाजात योग्य स्थान दिले जाते. सहानुभूती, औदार्य, आणि आदर्श व सद्गुण यांबद्दलचा कळवळा, अशा श्रेष्ठ स्वभाववैशिष्ट्यांपासून त्या नैतिकतेस अधिष्ठान प्राप्त होते व त्यास लज्जेच्या भावनेची जोड देऊन मनुष्याची सामर्थ्य-पातळी वाढविली जाते. अशी श्रेष्ठ नैतिकता 'बक्षीस अथवा फळाच्या' अपेक्षेच्या प्राधान्यावर अवलंबून असेल. याचे कारण, जसजशी मानवतेची अवस्था सुधारत जाईल, तसतशी माणसे आपल्या जीवनात जास्त सुखी होतील आणि त्यांस नि:स्वार्थी साधनांपासून आनंद प्राप्त करण्याचे सामर्थ्य येईल, तसतसे मृत्यूनंतरच्या जीवनाबद्दलची फाजील अपेक्षा कमी होत जाईल, असे आगरकरांचे ठाम मत होते.

या भावनांना नीतिमत्ता म्हटले गेले तरी तोच खरा धर्म आहे, ज्याची बाह्य सत्कृत्ये हा एक भाग आहे, वस्तुत: तो धर्म नसून ती धर्माची फळे आहेत. किंबहुना भावना आणि इच्छांना आदर्शाचा ध्यास लागेल असे वळण देणे, स्वार्थी इच्छांना मागे टाकून उत्तमोत्तमाच्या दिशेने वाटचाल करणे, हेच धर्माचे सार आहे, हे आगरकरांच्या धर्मविचारांवरून दिसून येते.

ऑगस्त कॉम्तच्या प्रत्यक्षांतवादी (Positivist) धर्माबद्दल आगरकरांचे मत अशा अर्थाने वेगळे होते की 'मानवतेचा धर्म' याचा विचार त्यांनी हिंदुधर्माच्या चौकटीबाहेर केला नाही. मानवतेचे आदर्शीकरण हे सर्वमान्य तत्त्व बनविण्यासाठी त्यांना सामाजिक उलथापालथ नव्हे तर हिंदुधर्म सुधारणा हवी होती. अशाने विश्वबंधुत्वाची आणि मानवी हिताची भावना रुजवून एक प्रकारची मनोवृत्ती अथवा एक प्रकारचे तत्त्व निर्माण होईल की ज्यामुळे प्रत्येक महत्त्वाचे कार्य जे धर्म करते ते साध्य करता येईल, अशी आगरकरांना आशा होती. म्हणून त्यांनी निष्कर्ष काढला की जे असायला पाहिजे ते म्हणजे ''एक पुसटसा ईश्वरवाद'' (a faint possible theism)[११].

आगरकरांच्या निधनानंतर लगेचच खालील लेख *सुधारकात* प्रसिद्ध झाले : 'वृद्धतरुणांचा कलह अथवा धर्म व अज्ञेयवाद' (२९ जुलै १८९५), 'अज्ञेयवाद आहे तरी काय?' (५ ऑगस्ट १८९५), आणि 'अज्ञेयवादाने नीती बिघडेल ती का?' (१२ ऑगस्ट १८९५). हे लेख जरी आगरकरांच्या लेखणीतून उतरले नसले तरी आगरकरी अज्ञेयवादी विचारांशी जुळणारे आहेत व त्यांच्या अज्ञेय-संशयवादी भूमिकेचे त्यांतून स्वच्छ दर्शन होते.

तात्पर्यात, एकीकडे आस्तिकवादी विचारसरणी व दुसऱ्या बाजूस नास्तिकवाद यांपेक्षा वेगळी अशी आगरकरांची वैचारिक भूमिका असून त्यांना एक 'साशंकवादी' म्हणता येईल. त्या सदराखाली खालील विधानांत त्यांचे विचार संक्षिप्त रीत्या मांडता

येतात : हिंदु समाजातील अश्रद्धेला इंग्रजी शिक्षणाचा प्रसार कारणीभूत नाही. धार्मिक अश्रद्धेच्या काळात श्रद्धेच्या संरक्षणार्थ दैवी शक्तीचा उदय होतो हे, मिथक आहे. या विश्वाचा सर्वशक्तिमान निर्माता ही कल्पना अज्ञान, श्रद्धा, इंद्रिय व बुद्धी यांच्या अगम्य ज्ञानातून आणि मनुष्याच्या कल्पना भरारीतून आली आहे. ईश्वराच्या अस्तित्वाबद्दलचा लहानसा पुरावा एक 'धक्का अनुमान' (shock inference) असून तो दाखला मानण्यास अपुरा आहे. साक्षात्काराचा पुरावा म्हणून चमत्काराकडे बोट दाखविणे सपशेल चूक आहे. विश्वाची उत्पत्ती, जीवन आणि मरण, जन्मापूर्वीचे व मरणानंतरचे जीवन यांबाबतचे अंतिम सत्य अनाकलनीय आहे. ईश्वराचे अस्तित्व, स्थल-काल असे विषय अज्ञेय आहेत, आणि त्यांच्या विश्लेषणाचा प्रयत्न करणे म्हणजे दांभिकता होय. नीतिशास्त्र हे ईश्वरीप्रदान नसून मनुष्याच्या उत्क्रांतीमुळे निर्माण झाले आहे. अंतिम सत्याबद्दलचे सर्व धर्मांचे निदान खोटे आहे. ईश्वरशास्त्र आणि सामाजिक नीती यांचे स्वरूप अगदी भिन्न असून धर्मनिष्ठ असणे म्हणजे सामाजिक नीतिबद्ध असणे नव्हे. धार्मिक कारणामुळे जितका छळ केला गेला आहे तितका इतर कोणत्याही कारणाने झालेला नाही. शेवटी, ''अज्ञेयवाद'' माणसाला 'मोक्ष' अथवा नरक यासारख्या खोट्या आशा देत नाही, आणि अज्ञेयवादी माणसे धर्मवाद्यांपेक्षा अधिक नैतिक असू शकतात.

संदर्भ

१. गो. ग. आगरकर, *आगरकर-वाङ्मय* (यापुढे *आवा*), म. गो. नातू व दि. य. देशपांडे (संपा.), खंड १, महाराष्ट्र राज्य साहित्य आणि संस्कृती मंडळ, मुंबई, १९८४, पृ. ४७-४९

२. 'परमहांसिक ब्राह्मधर्म', *केसरी,* २९ मार्च १८८१; याच नावाच्या पुस्तकाच्या संपादकीय परीक्षणात *केसरी* पत्राचे धर्माबाबतचे धोरण स्पष्ट केले आहे, तसेच संपादकाच्या असाधारण धर्म विचारांचा स्पष्ट उल्लेखही केला आहे,तो असा: 'धर्मासंबंधी वाद *'केसरी'*त न करावा, असा सध्या तरी आमचा हेतु आहे; कारण धर्मसंबंधी आमची मते थोडीशी तऱ्हेवाईक असल्यामुळे देशकालमानाचा विचार करता आमचे वाचक व इतर लोक तीं स्वस्थपणे ऐकून तरी घेतील कीं नाहीं, याचा आम्हांस भरंवसा नाही, यासाठीं त्या बिलामतींत आम्हीं सध्यां पडतच नाही.''

३. पत्रकर्त्याच्या स्फुट सूचना, *केसरी,* १७ मे १८८१, ''आम्हास असे वाटते की, 'परमात्मास्वरूपशोध' 'जीवात्मास्वरूपनिर्णय', 'विषयान्तरस्वरूपज्ञान' 'जगदनाद्यन्तत्त्व' वगैरे मानवी बुद्धीच्या पोहोंचाच्या बाहेरचे विषय ज्याचे

त्याजवर सोपवून सर्वसंमत व सर्वांस आकलन करण्यास सुबोध असें जगाचे जे बाह्यकल्याण ते संपादण्याविषयीं सर्वांनी धर्मविषयक परस्पर विरोध टाकून रात्रंदिवस झटावें हें योग्य आहे''; तसेच संपादकीय टिप्पणे, *केसरी,* २३ ऑगस्ट १८८१; 'धर्म', *केसरी,* २७ सप्टेंबर १८८१. हाच विचार नंतर *सुधारकात* बऱ्याच ठिकाणी मांडला आहे. 'एक ब्राह्मण' या पत्रकर्त्यास उत्तर, *सुधारक,* १३ एप्रिल १८९१.

४. 'हा व्यर्थ उपद्व्याप कशाला', *आवा,* खंड २, पृ. ३३२-३३.

५. 'जुनी पिढी व नवी पिढी' - १ व २, *केसरी,* २९ मे व ५ जून १८८३.

६. 'आमचे काय होणार?', *आवा* - १, पृ. १९-३०.

७. 'गुलामाचे राष्ट्र', *आवा* - १, पृ. १६७-१६८.

८. 'द रिलिजिअस फ्युचर ऑफ द वर्ल्ड', *मराठा,* २५ फेब्रुवारी १८८३.

९. *आवा*-१, पृ. १६८.

१०. 'ब्रॅडलॉ व्ही. हेनूरी एडवर्ड, द कार्डीनल आर्चबिशप ऑफ वेस्टमिन्स्टर'', *मराठा,* ९ एप्रिल १८८२.

११. *कित्ता.*

१२. ''इष्ट असेल ते बोलणार व साध्य असेल ते करणार'', *सुधारक,* ८ डिसेंबर १८९०.

१३. 'सुधारक काढण्याचा हेतू', *आवा*-१, पृ. ८; हाच उद्देश अतिशय ठळकरीत्या 'महाराष्ट्रीयांस अनावृत पत्र' या लेखात मांडला, *सुधारक,* २३ फेब्रुवारी १८९१.

१४. ''प्रोफेसर सेल्बी ऑन बटलर'', *मराठा,* १४ जुलै १८८१.

१५. *कित्ता.*

१६. ''द रिलिजिअस फ्युचर ऑफ द वर्ल्ड'', *मराठा,* २५ फेब्रुवारी १८८३.

१७. 'धर्मग्लानीबद्दल उपरति - १, २ व ३', *सुधारक,* ९, २३ मार्च व १३ एप्रिल १८९१. यांतील तिसरा लेख *आगरकर वाङ्मय* मध्ये समाविष्ट केलेला नाही.

१८. *सुधारक,* ९ मार्च १८९१.

१९. *मराठा,* ९ एप्रिल १८८२.

२०. *द मिसेलिनिअस रायटींग्स ऑफ द लेट ऑनरेबल मि. जस्टिस एम. जी. रानडे,* मिसेस रमाबाई रानडेकृत प्रकाशित, द मनोरंजन प्रेस, बॉम्बे, १९१५, पृ. ६५-६९.

२१. ''प्रो. सेल्बी ऑन बटलर्स मेथड ऑफ एथिक्स'', *मराठा,* १९ फेब्रुवारी १८८२.
२२. ''रिलिजन, सायन्स ॲन्ड फिलॉसॉफि - १'', *मराठा,* १७ मे १८८५; या घटनेचा *केसरी*तील, लिहून आलेला मजकूर या सदरातील लेख, १३ मे १८८५.
२३. *कित्ता.*
२४. 'गुलामांचे राष्ट्र', *आवा, तत्रैव.*
२५. 'जुनी पिढी व नवी पिढी - १ व २', *केसरी,* २९ मे व ५ जून १८८३.
२६. *आवा* - १, पृ. १७२; 'शहाण्यांचा मुर्खपणा व आमचे प्रेतसंस्कार', *आवा* - २, पृ. १४१-४२.
२७. *आवा* - १, पृ. १७२.
२८. 'गुलामांचे राष्ट्र', *तत्रैव.*
२९. 'लोकाचार', *केसरी,* ७ एप्रिल १८८५.
३०. *आवा*-२, *तत्रैव,* पृ. ३३३.
३१. 'गुलामांचे राष्ट्र', *तत्रैव.*
३२. 'आमचे काय होणार?' *तत्रैव,* पृ. ३२-३३.
३३. 'द रिलिजिअस फ्युचर ऑफ द वर्ल्ड', *तत्रैव.*
३४. 'धर्मसंग्राम अथवा गृहकलह', *आवा*-२, पृ. ३३७-३८.
३५. राजा राममोहन राय, *तुहफत-उल-मुवाहीदीन समाविष्ट,* द इंग्लीश वर्क्स ऑफ राजा राममोहन राय, जोगेद्रचंद्र घोष (संपा.) खंड ४, कॉस्मो पब्लिकेशन्स, न्यू दिल्ली, १९८२ची प्रत, पृ. ९४५.
३६. 'द रिलिजिअस...', *मराठा,* २५ फेब्रुवारी १८८३.
३७. *केसरी,* ५ जून १८८३.
३८. *केसरी,* २३ ऑगस्ट १८८१ आणि २३ ऑगस्ट १८८३, संपादकीय टिप्पणी.
३९. 'हा व्यर्थ उपदुव्याप कशाला', *आवा*-२, पृ. ३३१-३३.
४०. 'रिलिजन, सायन्स ॲन्ड फिलॉसॉफी -१' (आर. एस. पी.), *तत्रैव.*
४१. 'रिलिजन, सायन्स ॲन्ड फिलॉसॉफी - २', *तत्रैव.*
४२. *कित्ता.*
४३. 'द रिलिजिअस फ्युचर...', *मराठा,* २५ फेब्रुवारी १८८३.
४४. *कित्ता.*
४५. 'आर. एस. पी. - २', *मराठा,* २४ मे १८८५.

४६. *कित्ता.*

४७. *कित्ता.*

४८. 'द रिलिजिअस फ्युचर ऑफ द वर्ल्ड', *मराठा,* २५ फेब्रुवारी १८८३.

४९. चार्लस मॉरीस दी टेलीरॅन्ड (१७५४-१८३८), फ्रेंच मुत्सद्दी व राजकारणी, फ्रान्सच्या राज्यक्रांतीत व नेपोलियनच्या युद्धात तो बराच नावरूपाला आला आणि काँग्रेस ऑफ व्हिएन्नात त्याने महत्त्वपूर्ण कामगिरी केली.

५०. 'द रिलिजिअस...', *तत्रैव.*

५१. 'आर. एस. पी. - २', *तत्रैव.*

५२. 'आर. एस. पी. - १', *तत्रैव.*

५३. 'आर. एस. पी.-२', *तत्रैव.*

५४. *कित्ता.*

५५. 'जुनी पिढी व नवी पिढी - १, २ व ३', *केसरी,* २४ मे १८८३, १२ जून १८८३.

५६. *कित्ता.*

५७. 'जुनी पिढी व नवी पिढी - १ व २' *तत्रैव.*

५८. 'हिंदुधर्माची मूलतत्त्वे', *सुधारक,* 'एक ब्राह्मण मुंबईकर' या पत्रलेखकास संपादकाचे उत्तर, १३ एप्रिल १८९१.

५९. 'आमचे काय होणार?', *सुधारक,* १२, १९ नोव्हेंबर १८८८; आवा - १, पृ. २०-३०. ''पण आमच्या सध्याच्या ज्ञानेंद्रियांनी त्याच्या स्वरूपाचे खरे ज्ञान आम्हास कधीही होण्याचा संभव नाही. येथील कित्येक तत्त्ववेत्त्यांचा विचार येथपर्यंत येऊन ठेपला असून इतर सुधारलेल्या देशांतही अलीकडे हेच मत प्रबल होत चालले आहे. तेव्हा ईशस्वरूप आमच्या सांप्रतच्या ज्ञानेंद्रियांस अगम्य आहे, हा धर्मसंबंधाचा शेवटचा सिद्धांत आहे, असे म्हणण्यास हरकत नाही.''

६०. 'देवता', *आवा-*१, पृ. २२७-२२८.

६१. 'धर्मकल्पना आली कोठून', *आवा-*२, पृ. १८०.

६२. *कित्ता,* पृ. १८४-१८५.

६३. 'आत्मा व पिशाच', *सुधारक,* १२ मार्च १८९४; आवा - २, पृ. १८८-१८९.

६४. 'मूर्तिपूजेचा उद्भव', *सुधारक,* २८ मे १८९४.

६५. 'आत्मा व पिशाच', *सुधारक,* १२ मार्च १८९४; *आवा* - २, पृ. १९०.

६६. *आवा* - १, पृ. २८-२९.

६७. 'देवतोत्पत्ति', *आवा* - १, पृ. २२९-२३३.

६८. 'आमचे काय होणार?', *आवा* - १, पृ. २८-२९.

६९. 'देवतोत्पत्ति', *तत्रैव,* पृ. २३०.

७०. 'मूर्तिपूजेचा उद्‌भव' *आवा* - २, पृ. १९८-२००; 'भेटी, दर्शने व यात्रा', *आवा* - १ पृ. २६५.

७१. 'मूर्तिपूजेचा प्रकार', *सुधारक,* १८ जून १८९४; *आवा* - २, पृ. २०१-२०५.

७२. *कित्ता;* 'मूर्तिपूजेचा उद्‌भव', *सुधारक,* २८ मे १८९४.

७३. *कित्ता; आवा* - २, पृ. १९८-१९९.

७४. 'थडगी व देवळे', *आवा* - २, पृ. १९२-१९४; 'उपायन, कर व बलिदान', *आवा* - १, पृ. २६०-२६१; 'पुजारी व पंचाक्षरी', *सुधारक,* १७ डिसेंबर १८९४.

७५. 'प्रेतक्रिया व प्रेतसंस्कार', *सुधारक,* १९ डिसेंबर १८९२; *आवा* - २, पृ. ४०९-४११.

७६. 'नीतिमीमांसा अथवा नीतीची मूलतत्त्वे', *केसरी,* २५ ऑगस्ट १८८५.

७७. 'नीतिमीमांसा अथवा नीतीची मूलतत्त्वे' - ३, *केसरी,* १५ सप्टेंबर १८८५.

७८. 'प्रेतक्रिया किंवा प्रेतसंस्कार', *सुधारक,* १९ डिसेंबर १८९२; हाच मुद्दा आगरकरांनी 'नीतिमीमांसा अथवा नीतीची मूलतत्त्वे : जगावे की मरावे', नं. ४, *केसरी,* २२ सप्टेंबर १८८५, या लेखात मांडला आहे.

७९. 'नीतिमीमांसा अथवा नीतीची मूलतत्त्वे : जगावे की मरावे', नं. ४, *केसरी,* २२ सप्टेंबर १८८५.

८०. 'नीतिमीमांसा...' - ५, *केसरी,* २९ सप्टेंबर १८८५.

८१. 'नीतिमीमांसा - सुखे व दुःखे यांचा तारतम्य भाव' १ व २, *केसरी,* १५ व २२ जून १८८६.

८२. हर्बर्ट स्पेन्सर, ''रिट्रोग्रेसिव्ह रिलिजन'', *द नाईंटींथ सेंचूरी,* जुलै १८८४, पृ. ४-५.

८३. 'आमचे काय होणार?', *आवा*-१, पृ. ३०.

८४. 'अज्ञेयवाद' ही एक तत्त्वज्ञानातील व धर्मशास्त्रातील कल्पना आहे. थॉमस हक्सले हा या शब्दाचा जनक अहे आणि १८६९ पासून त्याने तो प्रचलित केला. याचा प्रथम वापर एकोणिसाव्या शतकातील धर्म आणि विज्ञान या मधील संघर्षाबाबत करण्यात आला. अज्ञेयवाद्याची वैचारिक भूमिका अशी की, आपल्या ज्ञानेंद्रियाने तसेच अनुभवेंद्रियाने ईश्वराचे अस्तित्व सिद्ध करता

येत नाही, तसेच ईश्वराचे अनस्तित्वही सिद्ध करता येत नाही. जर ईश्वर असेल तर तो असू दे व नसेल तर तो नसू दे, त्याच्याशी मला काहीही कर्तव्य नाही. माझा संबंध आहे तो फक्त इहलोकी जगाशी.

८५. हर्बर्ट स्पेन्सर, 'रिट्रोग्रेसिव्ह रिलिजन', *तत्रैव,* पृ. ७, (अनुवाद लेखकाचा).

८६. 'देवतोत्पत्ति', *तत्रैव,* पृ. २२९.

८७. 'देवोत्पत्तीविषयी शेवटचे चार शब्द', *सुधारक,* १८ जून १८९४.

८८. 'कलह! कलह!! कलह!!!', *सुधारक,* १० सप्टेंबर १८९४.

८९. 'अर्वाचीन अद्वैत', *सुधारक,* १ ऑक्टोबर १८९४.

९०. 'ब्रह्म व माया यांचा कलह', *सुधारक,* १७ सप्टेंबर १८९४.

९१. 'जीवात्मा आणि परमात्मा', *सुधारक,* २४ सप्टेंबर १८९४.

९२. 'देवोत्पत्ती... शब्द', *तत्रैव.*

९३. 'अर्वाचीन अद्वैत', *सुधारक,* १ ऑक्टोबर १८९४. हा भगवद्‌गीतेतील १६व्या अध्यायातील १६ वा श्लोक आहे.

९४. 'निवृत्तिप्रवृत्तीचा शेवट एकच', *सुधारक,* ३ डिसेंबर १८९४.

९५. 'सचेतन की अचेतन?', *सुधारक,* २२ ऑक्टोबर १८९४.

९६. *कित्ता.*

९७. 'ब्रॅडलॉ व्ही. हेन्री...', *तत्रैव,* पृ. ४, या लेखात आगरकर लिहितात, "We hold with August Comte that society cannot exist without religion, nor religion without worship, nor worship without an object and the 'idea of humanity' can best stand in place of that object..."

९८. हर्बर्ट स्पेन्सर, 'रिट्रोग्रेस्सिव्ह रिलिजन', जुलै १८८४ आणि 'लॉस्ट वर्ड्स अबाउट ॲग्नॉस्टिसिझम', नोव्हेंबर १८८४, *द नाईंटींथ सेंचुरी.*

९९. 'द रिलिजिअस फ्युचर ऑफ द वर्ल्ड', *मराठा,* २५ फेब्रुवारी १८८३. आगरकरांचा हा लेख असेच शीर्षक असलेला *द कंटेपोररी रिव्ह्यु* (फेब्रुवारी १८८३) या मासिकातील डब्ल्यू. एस. लिली यांच्या लेखाच्या प्रेरणेने लिहिलेला होता.

□□□

७

एका उदारमतवादी विचारवंताचे राजकीय विषयांवरील चिंतन

''आम्ही अतिशय भरडून टाकणाऱ्या करांच्या ओझ्याखाली पिचलेलो आहोत आणि त्यातून अचूक निष्कर्ष निघतो की : 'अशा करांच्या ओझ्याखाली दबलेले लोक कधीही शौर्यवान व लढवय्ये होऊ शकणार नाहीत.' तुमचे कायदे, तुमची लाभदायक शांतता, तुमच्या करांचे ओझे, आणि काय नव्हे, सर्व सर्व एकच मोठा परिणाम घडविण्याचा कट करतात : भारताचे संपूर्ण निर्लक्ष्करीकरण.''

''द रोमन्स ॲन्ड द इंग्लिश : ॲन ॲप्रिहेन्शन ॲन्ड अ सजेशन'', *मराठा,* ३० जानेवारी १८८१

७ एका उदारमतवादी विचारवंताचे राजकीय प्रश्नांवरील चिंतन

आगरकर हे सच्चे उदारमतवादी होते. एकोणिसाव्या शतकातील युरोपात विकसित झालेल्या उदारमतवादी विचारांशी ते चांगले परिचित होते. हे विचार दोन चळवळी एकत्र येण्याच्या प्रक्रियेतून निर्माण झाले होते - एक म्हणजे इंग्लिश उदारमतवादाकडे जाणारी लोकशाहीप्रणीत बुद्धिवादी स्वरूपाची चळवळ, आणि दुसरी म्हणजे बुद्धिवादी आशय असलेली जास्त व्यक्तिगत उपयोजित ऐतिहासिक दृष्टिकोनाकडे नेणारी फ्रेंच उदारमतवादी.[१] जरी आगरकरांना ब्रिटिश उदारमतवादी विचारांबद्दल व संस्थांबद्दल कौतुक होते, तरी ते आंग्लवादी नव्हते. ते संपूर्णपणे राष्ट्रवादी व देशप्रेमी होते. ब्रिटिश साम्राज्यवादाचे ते टीकाकार होते, आणि भारत परकीय सत्तेच्या गुलामगिरीतून मुक्त झाला पाहिजे, अशी त्यांना कळकळ होती. १८८१ ते १८९५ या काळात झालेले वादविवाद - इलूबर्ट बिल वादविवाद, स्थानिक स्वराज्याबाबतचे विधेयक, सिव्हिल सर्विस परीक्षा एकत्र घेण्याचा वाद, अशा तत्कालीन महत्त्वाच्या राजकीय विषयांवर त्यांनी भाष्य केले होते. तसेच, इंग्लिश साम्राज्यवादाचे स्वरूप आणि त्याचे भारतावर होणारे परिणाम, रशियन साम्राज्यवादी विस्ताराची भीती, संस्थानिक सरकारांची अवस्था, भारतीय राजकीय आंदोलनाचे स्वरूप, आणि तत्सम तत्कालीन राजकारणातील विषय, अशा अनेक विषयांवरही त्यांनी विस्तृत लिखाण केले होते. त्यांचे लेख एककल्ली नव्हते; प्रत्येक विषयाच्या दोन्ही बाजूंचा विचार करून ते समतोल निष्कर्षांपर्यंत येत.

इंग्लंडमधील राजकीय घडामोडींवर आणि आयरिश प्रश्नांबाबत त्यांचे विशेष लक्ष दोन कारणांसाठी असे : एक म्हणजे ब्रिटनच्या अंतर्गत राजकारणावर इंग्लंडमधील ब्रिटिश सरकारचे भारताबाबतचे धोरण अवलंबून असे; दुसरे म्हणजे, ब्रिटिश-आयर्लंड संबंधांवरून भारतीय राजकारणींना ब्रिटिश लोकांचे अंतरंग

समजून घेण्यास सोपे जाऊन इकडील राजकीय आंदोलनाबाबतची दिशा त्यांना त्याप्रमाणे ठरविता येई.

मराठी वाचकांसाठी इंग्रजी नियतकालिकांत आलेले चांगले लेख अनुवाद करून अथवा तसेच्या तसे उद्धृत करून *केसरी* व १८८८ नंतर *सुधारका*तून छापण्याचे धोरण आगरकरांनी ठेवले होते. त्यांनी उद्धृत केलेल्या लेखांपैकी काही लेख पुढीलप्रमाणे आहेत :- डब्ल्यू. एस. ब्लंटने लिहिलेले ''आयडियाज ऑन इंडिया'', आर्मेनियस व्हॅम्बरीचे ''विल रशिया इन्व्हेड इंडिया?'', हर्बर्ट स्पेन्सर लिखित ''पॉलिटिकल ऑर्गनायझेशन'', प्राध्यापक ए. व्ही. डायसीलिखित ''आयर्लंड अॅन्ड व्हिक्टोरिया''. राजकीय साहित्याच्या सखोल परिशीलनातून इंग्लंडमधील ब्रिटिश सरकारचे तसेच ली वॉर्नर, रिचर्ड टेंपल यांसारख्या भारतातील वसाहतवादी ब्रिटिश अधिकाऱ्यांचे मन ओळखता येत असे आणि त्यांची कटुकारस्थाने आगरकरांनी स्वत: संपादन केलेल्या वृत्तपत्रांतून उजेडात आणली.

डिसेंबर १८८५ मध्ये मुंबई येथे भरलेल्या राष्ट्रीय सभेच्या पहिल्या अधिवेशनास आगरकर हे त्यांचे सहकारी वामन शिवराम आपटे यांच्यासमवेत पुण्याचे प्रतिनिधी म्हणून हजर होते. राष्ट्रसभेच्या चळवळीला नेहमीच दृढ पाठिंबा असल्यामुळे त्यांनी *केसरी*तून व *सुधारका*तून आवश्यक प्रसिद्धी केली. १८८८ मध्ये *सुधारक* वृत्तपत्र सुरू केले, तेव्हा विशेषत: राजकीय विषयांवर इंग्रजी स्तंभातून लिहिण्यासाठी त्यांनी गोखल्यांना आमंत्रित केले. ते स्वत: प्रामुख्याने सामाजिक प्रश्नांबाबत लिहीत असत. पण जेव्हा गोखल्यांनी त्यांच्या वाढत्या कामाच्या व्यापामुळे सह-संपादकत्व सोडले, तेव्हा राजकीय विषयांवरसुद्धा ते लिहू लागले. तब्येत चांगली राहत नसल्यामुळे डॉक्टरांच्या सल्ल्यानुसार त्यांना सक्रिय राजकारणात भाग घेता आला नाही. राष्ट्रीय धोरण आणि राष्ट्रहित यांबद्दल वैयक्तिक व राष्ट्रीय पातळीवर विधायक विचार लोकांच्या पुढे मांडणाऱ्या एकोणिसाव्या शतकातील महाराष्ट्रीय विचारवंतांमध्ये आगरकरांचा अग्रक्रम लागतो.

१. इंग्लिश साम्राज्यवाद आणि भारतीय राष्ट्रवाद :

पाश्चात्त्य आणि भारतीयांच्या प्राचीन व अर्वाचीन इतिहासाचा, वसाहतवादाच्या अनिष्ट राजकीय व आर्थिक परिणामांचा व भारतीयांच्या दैववादी वृत्तीचा सखोल अभ्यास करून, आगरकरांनी इंग्लिश साम्राज्यवादाच्या स्वरूपावर आणि परिणामांवर अनेक लेख लिहिले. 'जित आणि जेते' यांमधील संबंधाबद्दल चर्चा करताना आगरकरांनी इंग्रजांचा उदारमतवाद व वसाहतवादी इंग्रजी राज्यकर्ते यांमधील फरक स्पष्ट केला. प्राचीन व आधुनिक साम्राज्यवादाच्या प्रत्येक प्रकाराचा निषेध करताना त्यांनी ठामपणे प्रतिपादन केले की, ''कल्याणकारी साम्राज्यवाद''

नावाची अशी कुठलीही गोष्ट नसते. इंग्रजी सत्तेच्या कल्याणकारक भूमिकेचा आनुषंगिक असा उल्लेख करून आगरकरांनी सांगितले की, परकीय सत्तेमुळे झालेल्या विनाशकारी बाजूचे पारडे तिच्या हितकारी बाजूपेक्षा कितीतरी जड आहे.[२] हा मुद्दा विस्तृत करण्याच्या दृष्टीने त्यांनी प्राचीन रोमन राज्यकर्त्यांचा साम्राज्यवाद आणि आधुनिक इंग्लिश साम्राज्यवाद यांचा एक तुलनात्मक अभ्यास करून त्यांच्यातील साम्यस्थळे व असमान, भिन्न गोष्टी, *मराठ्या*तील ''रोमन्स ॲन्ड इंग्लिश : अ पॅरलल - १ व २'', या दोन लेखांत ''लिहून आलेला मजकूर'' या मथळ्याखाली लिहून दाखवून दिल्या. दोन्ही साम्राज्यवादांचे हे तथाकथित उद्दिष्ट पराजित लोकांना सुसंस्कृत करायचे होते. पराजित लोकांच्या स्वातंत्र्य गमविण्याच्या सांत्वनार्थ दोन्ही जेत्या राष्ट्रांनी ''सुरळीत पण कडक शासन लादले, सार्वजनिक शांतता राखली; आपली कलाकौशल्ये, भाषा व रितीरिवाज यांची माहिती करून दिली. काही अंशी युद्धामुळे झालेल्या हानीचे परिमार्जन करून भरभराट केल्याचा देखावा निर्माण केला.''[३] त्या दोघांत एकच फरक होता तो म्हणजे जित लोकांनी आपापल्या साम्राज्यवादाला जो प्रतिसाद दिला त्यासंदर्भात. प्राचीन रोमन जेत्यांना रानटी टोळ्यांकडून व राष्ट्रांकडून कडवा विरोध सहन करावा लागला; या उलट, इंग्रजांना भारतीय लोक तुलनेने फार मवाळ आणि ''अगदी संन्यासू वृत्तीने'' परकीय सत्ता निमूटपणे मान्य करणारे आढळून आले.

पण दोन्ही जेत्या देशांनी पराजित देशांची परिस्थिती मानहानिकारक करून सोडली; जी परिस्थिती मानवी बुद्धीचा स्वातंत्र्य विकास होण्यास हानिकारक आहे. दोघांनीही राजकीय, आर्थिक व मानसिक दुर्बलता निर्माण केली; ज्यामुळे एतद्देशीयांतील ''चैतन्य आणि मनाचे औदार्यच'' नाहीसे झाले, त्यांचे ''निर्लष्करीकरण'' करण्यात आले आणि त्यांना निव्वळ गुलामगिरी प्राप्त झाली. अन्य सगळ्या साम्राज्यवाद्यांसारखे त्यांनी मनुष्यमात्रांना ''निकृष्ट व हिणकस बनविले.''

अशा प्रकारची तुलना करून आगरकरांनी भारतातील इंग्रजी सत्तेवर कडक ताशेरे ओढले. स्वत:च्या देशात प्रजासत्ताक-राजेशाही पद्धतीचे सरकार चालविणे आणि पराजित देशाबाबत एक साम्राज्यवादी-जुलमी धोरण ठेवणे, ही मुळातच विसंगती आहे. जर इंग्रजांनी सुव्यवस्थित सरकार स्थापून सार्वजनिक सुशांतता प्रस्थापित केली असेल तर ती, त्यांच्याच भाषेत सांगायचे झाल्यास, ''अगदी थोड्या मर्यादित विचारांच्या आणि आचारांच्या स्वातंत्र्याच्या मोबदल्यात होते.'' इंडियन पिनल कोड तयार करण्यासारख्या काही बाबतींत शहाणपणा दाखविल्याबद्दल त्यांनी इंग्रजी राज्यकर्त्यांचे आभार मानले, पण त्याचे परिणाम

राष्ट्रीय चारित्र्य, शक्ती आणि सामर्थ्याचे ''निव्वळ खच्चीकरण'' होण्यात झाले आहे. शिवाय अज्ञान व गरिबीमुळे दास्यत्व आपल्या देशाच्या रक्तात भिनले आहे, आणि त्यातून निर्माण झालेला परिणाम म्हणजे परकीय सत्तेची भीती. या सर्व दुःखात भर म्हणजे अविरत आणि असह्य झालेला ''कायदेशीर जुलूम''.४

भारतातील इंग्रजी सत्तेखाली मिळालेले ''शांततेचे लाभ'' याबद्दलचे सर्व दावे पोकळ आहेत, असे आगरकरांनी सांगितले, आणि त्या ''शांतते''चा उल्लेख बेकनच्या शब्दांत केला - ''शौर्य बायकी झाले आणि रितीरिवाज भ्रष्ट झाले.'' पुढे त्यांनी लिहिले :

''आम्ही अतिशय भरडून टाकणाऱ्या करांच्या ओझ्याखाली पिचलेलो आहोत आणि त्यातून अचूक निष्कर्ष निघतो की : 'अशा करांच्या ओझ्याखाली दबलेले लोक कधीही शौर्यवान व लढवय्ये होऊ शकणार नाहीत.' तुमचे कायदे, तुमची लाभदायक शांतता, तुमच्या करांचे ओझे, आणि काय नव्हे, सर्व सर्व एकच मोठा परिणाम घडविण्याचा कट करतात : भारताचे संपूर्ण निर्लष्करीकरण. शेतीला प्रोत्साहन दिले जात आहे, सर्व उपलब्ध पडीक जमीन लागवडीसाठी आणली आहे; शिरगणतीने दाखविल्याप्रमाणे लोकसंख्या वाढते आहे; नवीन शहरे वसवली जात आहेत आणि विशेषतः रेल्वे लाईनच्या बाजूने जुन्या शहरांचा विस्तार झाला आहे; आणि एतद्देशीय सत्तेच्या नाशाने उत्कर्ष झाल्याचा देखावा तयार करण्यात यश आले आहे. परंतु ही खरी उन्नती नसून हा उत्कर्षाचा फक्त देखावा आहे हे कोणाला दिसत नाही, ही वास्तविकता नसून फक्त एक भ्रम आहे!''५

शांतता व सुव्यवस्था स्थापन करण्याबाबतचे सर्व दावे करूनसुद्धा भूकबळींची संख्या पूर्वीच्या युद्धकाळात मेलेल्या लोकांच्या संख्येपेक्षा जास्त आहे, हे इंग्लिश संसदेने आपल्या 'ब्ल्यू-बूक'मध्ये छापलेल्या आकडेवारीनुसार सिद्ध होते, हे आगरकरांनी दाखवून दिले. ही आकडेवारी जर चांगल्या अथवा वाईट राज्यकारभाराची निदर्शक असेल तर एतद्देशीय सत्ता केव्हाही चांगली होती, हे कोणीही मान्य करेल.६ ब्रिटिश सत्तेखाली भारत आर्थिकरीत्या संपूर्णपणे परतंत्र आणि राजकीय गुलामगिरी असलेला देश झालेला आहे, असा युक्तिवाद आगरकरांनी केला.

आटोपशीर नसलेला भौगोलिक विस्तार, सतत वाढत असलेला लष्करावरील खर्च आणि शिक्षण व न्याय यांसारख्या अत्यावश्यक गोष्टींची हेळसांड, ही राजकीय सत्तेच्या अवनतीची द्योतके आहेत, हे आगरकरांनी स्पष्ट केले. त्यांनी इंग्रजांना इशारा दिला की, ''अति जुलूमाने क्रांती जन्माला येते''.८ याबाबतीत रशियातील

झार अलेक्झांडर दुसऱ्याच्या हत्येपासून सरकारने धडा घ्यावा, असे आवाहनही केले. ‘‘आपल्या प्रजेच्या हिताबद्दल थोडीतरी आस्था रशियन राज्यकर्त्यांनी दाखविली असती तर प्रस्तुत प्रसंग त्यांच्यावर ओढविला नसता. अलेक्झांडरच्या मुलांस याबाबत काहीही फिकीर नसल्यामुळे येणाऱ्या काळांत अधिक रक्तपात होण्याची शक्यता आहे, अशी भीतीही वाटते. लोकांच्या हक्कांबाबत जे संपूर्ण बेफिकीरी दाखवितात त्यांना या घटनेतून ताकीद मिळाली पाहिजे.’’[९] अशाच प्रकारची कारणे १७८९ मधील फ्रान्समधील राज्यक्रांतीस कारणीभूत होती, हेही त्यांनी निदर्शनास आणून दिले.

ली वार्नर आणि त्यांच्यासारखे इतर साम्राज्यवादी जेव्हा ब्रिटिश सत्तेच्या हितकारी परिणामांची तुतारी फुंकतात, तेव्हा ब्रिटिश अमलाखाली असलेल्या लोकांपेक्षा एतद्देशीय संस्थानांतील गैरकारभाराखाली लोक किती सुखी आहेत, हे दाखविणे कठीण नाही हे आगरकरांनी सांगितले. या विचाराच्या पुराव्यादाखल त्यांनी स्पेन्सरच्या लिखाणातून एक उतारा उद्धृत केला.[१०] ‘‘भारतातील आपल्या राजवटीच्या हितकारिकतेबद्दल फुशारक्या मारत असलो तरी, इतके ज्यादा ओझे व निर्बंध त्यांनी घातलेले आहेत की परिणामत: लोकांना बाजूच्या देशात (संस्थानात) राहणे अधिक पसंत आहे; काही भागांतील रयत घरे सोडून निझामाच्या व ग्वाल्हेर संस्थानाच्या प्रदेशांत स्थायिक होत आहेत.’’[११] डॉ. डब्ल्यू. डब्ल्यू. हंटरच्या अहवालातून या मतास पुष्टीच मिळते, हेही आगरकरांनी सांगितले.

आगरकरांना भारतीय राष्ट्रीयत्वाची भावना सर्वत्र आढळणाऱ्या ब्रिटिशाविरोधी विफलता आणि आकांक्षा या भावनेभोवती फक्त केंद्रित झालेली नको होती. परदेशीयांबद्दल वाटणाऱ्या तिरस्काराच्या भावनेतून निर्माण झालेल्या राष्ट्रीयत्वाच्या भावनेमुळे राष्ट्रीय कमतरतेवर उपाय न करता ती झाकून टाकण्याची वृत्ती बळावेल. सकारात्मक राष्ट्रवादाचे संगोपन करायचे असेल तर फक्त आत्मविश्लेषणाने आपल्याला राष्ट्रीय दोष काढून टाकले पाहिजेत. म्हणून आगरकरांनी सकारात्मक राष्ट्रवादाचा पुरस्कार केला आणि ते आपल्या पत्रकारितेचे त्यांनी प्रमुख उद्दिष्ट बनविले. *सुधारका*च्या इंग्रजी जाहीरपत्रकात त्यांनी स्पष्ट केले की,

> या वृत्तपत्राच्या सुधारक अथवा रिफॉर्मर या नावावरूनच त्याचे स्वरूप व ध्येयधोरण स्पष्ट होते... चीनसारख्या प्रामुख्याने अतिपुराणमतवादी असलेल्या देशातसुद्धा जाणीव निर्माण झाली आहे की, जर आपल्याला जगातील अस्तित्वाच्या संघर्षात टिकाव धरायचा असेल तर युरोपियन संस्कृतीतील आवश्यक तत्त्वे आणि काम

> करण्याच्या पद्धतीचा अंगीकार करायला हवा. इतर कोणत्याही आशियाई लोकांपेक्षा आपल्या इतक्या वर्षांच्या इंग्रजी शिक्षणानंतर ही जाणीव अधिक तीव्र असायला हवी. दुर्दैवाने असे राष्ट्रीय दोष झाकण्याची अथवा लपविण्याची तसेच पाश्चात्त्य सभ्यतेतील उत्तम असलेल्या गोष्टींचा अन्वयार्थ चुकीचा लावण्याची वृत्ती आत्ताच्या काळात बळावत चालली आहे. या प्रवृत्तीविरुद्ध लढण्यासाठी, आपल्यातील दोष दाखविणे आणि पाश्चात्त्य संस्कृतीतील कित्येक आवश्यक गुणांचा अंगीकार करणे यातच आपल्या देशाची खरीखुरी मुक्ती आहे...[१२]

वस्तुत: फक्त सामाजिकच नव्हे तर भारताच्या राजकीय कल्याणासंबंधीची आगरकरांची बांधिलकी, त्यांचे राजकीय आंदोलनाबाबतचे ध्येय आणि पद्धती, याबाबतच्या विचारांचे स्पष्ट आणि संक्षिप्त प्रतिबिंब या जाहीरनाम्यात आपल्याला आढळते. या वैचारिक भूमिकेला अनुसरून त्यांनी पुढील प्रश्नांची चर्चा केली : १. भारतीय संदर्भात स्वातंत्र्याचा खरा अर्थ काय? २. भारतीयांत राष्ट्रीयत्वाच्या भावनेचा अभाव का आहे? आणि ३. भारतीय राष्ट्रवादाचे स्वरूप कसे असायला हवे?

मानसिक आणि ऐहिक सुखप्राप्तीसाठी राजकीय स्वातंत्र्य हे अतिशय महत्त्वाचे आणि आवश्यक साधन आहे, अशी आगरकरांची धारणा होती. त्यांची स्वातंत्र्याची संकल्पना फक्त राजकीय जीवनाच्या संकुचित वर्तुळापर्यंत सीमित नव्हती; व्यक्तीच्या आणि समाजाच्या, किंबहुना जीवनाच्या सर्व गुणांवर आणि घटकांवर प्रभाव टाकणाऱ्या व नियंत्रण करणाऱ्या, राष्ट्राच्या चारित्र्यातील सामर्थ्यात त्याचे आंतरिक मूल्य असते. मनुष्याच्या सर्व क्रियांचे नियमन, संवर्धन आणि त्यावर अधिकार करणारी ती एक शक्ती आहे. कुठल्याही विज्ञानातील अथवा आधिभौतिक शास्त्रातील सर्जनशील जोम, कुठल्याही उद्योगांत पुढाकार घेणे; कोणत्याही शाखेतील मानवी कृतीतील प्रगती, या सर्वांचे मूळ स्वातंत्र्यातच आहे, कारण स्वातंत्र्य हे दुसरे काही नसून मनाची उत्स्फूर्त सर्जनशीलता आहे, त्याचबरोबर विकासाचे नियंत्रण करणारा नियमही आहे. आगरकरांना व्यक्तिगत व सामाजिक जुलमापासून स्वातंत्र्य अपेक्षित होते. राजकीयदृष्ट्या स्वतंत्र असलेल्या देशात सामाजिक व धार्मिक स्वातंत्र्य असतेच असे नाही, असे त्यांनी मांडले. भारतामध्ये राजकीय हक्क संपादनाची प्रक्रिया सामाजिक व धार्मिक जुलमाच्या विरुद्ध झगडण्याइतकी कठीण नाही. याचे कारण, ज्या राजकीय सत्तेविरुद्ध आपण झगडतो, ती सत्ता परकीय आहे आणि तुलनेने लोकांना जास्त बेबनाव न करता एकत्रित करता येते. राजकीय परवशता ही सामाजिक व धार्मिक गुलामगिरीचे प्रतिबिंब आहे, असे मत आगरकरांनी प्रतिपादन केले.

आगरकरांच्या मते, राजकीय पारतंत्र्य फक्त अवनतीकारक आहे इतकेच नव्हे तर त्यामुळे समाजाच्या जीवन-तत्त्वाचे अथवा 'चैतन्यसारत्वा'चे शोषण होते.[१३] चैतन्याच्या अभावाने समाज मृतप्राय होतो.[१४]

राजकीय स्वातंत्र्याबद्दलची खरी वृत्ती जोपासली नाही, ते मिळविण्याचे, तसेच त्याचे संरक्षण करण्याची जाणीव लोकांत जर झाली नसेल तर ते अर्थहीन आहे. 'स्वातंत्र्य' या मथळ्याखाली लिहिलेल्या *केसरी*तील अग्रलेखात आगरकर लिहितात:

> ''स्वातंत्र्य हें ऐहिक सर्व सुखांचें आदि साधन. यांवाचून मनुष्याच्या मनाचा व चित्तवृत्तींचा विकास होणे नाहीं, शास्त्रीय व धर्मसंबंधीं तत्त्वशोधनांत त्याच्या बुद्धीची अस्खलित गति होणार नाहीं, जुलूमी राजांच्या पारिपत्यास लागणारी नि:स्पृहता, आवेश व वीर्य त्याच्या हृदयांत उत्पन्न होणार नाहींत... जेव्हा स्वातंत्र्याचें माहात्म्य आमच्या लोकांस कळूं लागेल, स्वातंत्र्याची खरी अभिरुचि लागून तें राखण्याची किंवा मिळविण्याची त्यांस उत्कट इच्छा उत्पन्न होईल, हल्लीं जीं अत्युच्च देवालयें आहेत त्यांहूनही उंच अशी स्वातंत्र्याधिदेवतेची मंदिरें जेव्हां उभारलीं जातील, व तिच्या गंभीर स्तुतिपाठांत इतर सर्व स्तुतिपाठांचे घोष अगदीं अश्राव्य होतील, असा सुदिन ह्या देशास जेव्हां प्राप्त होईल तेव्हां मात्र स्वराज्य अनुभविण्यास आम्ही पात्र होऊं असें आम्हांस वाटतें.''[१५]

आगरकरांच्या मते स्वातंत्र्याची कल्पनाच भारतीय मनास पुष्कळशी परकी आहे. आधिभौतिकशास्त्रात, भाषाशास्त्रात आणि इतर अशाच क्षेत्रांत त्यांची भरीव कामगिरी असूनसुद्धा, आर्यांना स्वातंत्र्याच्या संकल्पनेची जाणीव नव्हती, तसेच ती जोपासावी अशी त्यांना इच्छाही झाली नाही, हे आगरकरांनी सांगितले. या कल्पनेच्या सर्वसाधारण अभावाच्या कारणांचा आढावा घेताना त्यांनी स्वत:च्या देशाबद्दलचे प्रेम आणि धर्माबद्दलचे प्रेम यांत फरक केला. भारतीय इतिहासाच्या संदर्भात धर्मप्रेमाचे पारडे देशप्रेमापेक्षा जास्त जड आहे, असे त्यांना वाटले. या राष्ट्रीय स्वभाववैशिष्ट्याचा उगम त्यांनी बुद्धधर्माच्या उदयास जोडला, कारण त्यानंतर हिंदु लोकांचे पारलौकिक गोष्टीकडे जास्त लक्ष लागले. मध्ययुगीन काळातील उल्लेखनीय धार्मिक तळमळ मुसलमान राज्यकर्त्यांच्या असहिष्णूवृत्तीमुळे झाली. स्वधर्माच्या प्रेमापुढे स्वदेशप्रेम दुय्यम ठरले. शिवाजीचा उदय याच वृत्तीच्या परिणतीचे फळ होते आणि काही प्रमाणात मराठ्यांना एकत्रित करण्यास कारणीभूत झाले. जर भारतीयांत स्वातंत्र्याबद्दलचे प्रेम हा राष्ट्रीय स्वभावधर्म असता, तर समाजाच्या सर्व थरांत आणि सर्व काळांत तो सारखाच आढळून आला असता, असा युक्तिवाद आगरकरांनी केला.

आधुनिक काळातील भारतीय लोकांतील राष्ट्रीयत्वाच्या भावनेचा उगम आणि विकास हा नवीन इंग्रजी शिक्षणामुळे झाला आहे, असे आगरकरांचे मत होते. त्यामुळे ब्रिटिश राजवटीची वाईट बाजू बुद्धिवादी वर्गाच्या लक्षात आली आहे. अशिक्षित आणि सुशिक्षित, गरीब व श्रीमंत, तसेच इतरांत इंग्रजी शिक्षणाच्या झालेल्या प्रादुर्भावाच्या प्रमाणात या राष्ट्रीयत्वाच्या भावनेचा विस्तार आणि आकुंचन स्पष्टपणे अवलंबून आहे. त्यामुळे वृत्तपत्रांतून व सार्वजनिक वादविवादांतून 'लोकशिक्षण' करण्याची अत्यंत आवश्यकता आहे. बुद्धिवादी व धर्मनिरपेक्ष राष्ट्रवादाच्या कल्पना लोकांत रुजविणे हे पत्रकर्त्यांचे कर्तव्य आहे. लोकशाहीवादी उदारमतवादी पुरस्कर्ता या नात्याने आगरकरांनी राजकीय व सामाजिक प्रगतीसाठी बौद्धिक स्वातंत्र्यावर विशेष भर दिला. आगरकरांनी स्वराज्यापासून नागरी हक्क वेगळे केले नाहीत. एक दुसऱ्याला पूरक आहे, तसेच त्याचे रक्षणही करते. राष्ट्राचा उद्धार होण्यासाठी सुधारणेची सर्व अंगे - राजकीय, आर्थिक, सामाजिक व धार्मिक - अविभाज्य आहेत, आणि त्यांच्या सुधारणा एकाच वेळी चालू ठेवल्या पाहिजेत ही भूमिका त्यांनी घेतली. आगरकरांना 'सुधारणा' हा शब्द उन्नती अथवा प्रगती याला समानार्थी होता, त्यात फक्त समाज सुधारणांचाच नव्हे तर राजकीय व सामाजिक सुधारणांचा समावेश होता; व्यक्ती आणि राष्ट्र या दोन्हींचे स्वातंत्र्य एकाच वेळी संपादन करायचे. याबाबतीत आगरकरांची मते टिळकांपेक्षा वेगळी होती. टिळकांनी इतर सगळ्या प्रकारचे स्वातंत्र्य राजकीय स्वातंत्र्यापुढे गौण मानले.

मध्ययुगीन युरोपाप्रमाणेच भारतात धार्मिक संघर्षाआधी राजकीय संघर्ष सुरू होईल, अशी आगरकरांची खात्री होती. धार्मिक संघर्ष जितका प्रखर होईल, तितके राजकीय संघर्षास चांगले राहील. त्यांत जुन्या सरंजामशाहीच्या कल्पनांचा अंत व प्रमाणवचनांच्या जागी विवेक, तसेच बुद्धिवादी चौकसवृत्तीस प्रोत्साहन देणाऱ्या आधुनिक कल्पनांचा अंगीकार करणे, हे आगरकरांना अभिप्रेत होते. राजकीय उपयुक्ततेसाठी यांचा त्याग करायला ते तयार नव्हते.[१६] भारतात सुदृढ सामाजिक व धार्मिक स्थिती निर्माण व्हायची असेल, तर राजकीयसंदर्भात एकोपा साधण्याच्या उच्च ध्येयासाठी आपली धर्माबद्दलची नावड बाजूला ठेवणे त्यांनी पसंत केले असते.

भारत एक दिवस जगाचे नेतृत्व करेल, या रानडे यांनी भक्तिभावाने केलेल्या भाकितावर प्रतिक्रिया व्यक्त करताना आगरकरांचा व्यक्तिगत, राष्ट्रीय व आंतरराष्ट्रीय प्रश्नासंदर्भांतील खास बुद्धिवादी, अगदी व्यवहारी दृष्टिकोन प्रतीत झाला. देदीप्यमान इतिहास असलेले सर्व देश कालांतराने अस्ताला जातात, या जे. डब्ल्यू. ड्रेपरने केलेल्या मूल्यमापनावर रानडे यांनी ५ डिसेंबर १८९२ रोजी प्रार्थना समाज येथे

व्याख्यान दिले. ड्रेपरच्या विचारांशी मतभेद व्यक्त करताना, रानड्यांनी परकीय आक्रमणावर न चुकता मात करण्याच्या भारताच्या क्षमतेचा उल्लेख केला. भारतीयांचा त्यांनी ''निवडलेले लोक'' (chosen people) असा उल्लेख केला आणि येणाऱ्या काळात भारत जगाचे नेतृत्व करेल, अशी भविष्यवाणी केली. भारत परत कधी तरी आपला देदीप्यमान गतकाळ परत संपादन करेल, याबद्दलची शक्यता आगरकरांनी नाकारली नाही, पण रानड्यांच्या भविष्यवाणीबद्दल त्यांनी शंका व्यक्त केल्या. त्यांनी लिहिले, ''जर आम्हाला भारताच्या उज्ज्वल, भवितव्याबद्दल आशा नसती तर हा सांप्रतचा उद्योग केला नसता. तथापि, भारतीय हे 'निवडलेले लोक' आहेत आणि 'नियंत्या'ची वाट पहात बसणे म्हणजे देवाची पातळी खाली आणणे होय.''[१७] आगरकर अशा पोकळ दर्पोक्त्यांविरुद्ध होते, आणि अशाने मानसिक आणि भौतिक आत्मसंतुष्टता निर्माण होईल अशी भीतीही त्यांनी व्यक्त केली.[१८]

निरक्षरता, अज्ञान, आळशीपणा, क्रियाशून्यता व अनैतिहासिकता, या राष्ट्रीय दुर्गुणांवर उपाय करायचा असेल तर जीवनातील आव्हानांना सामोरे जाण्यासाठी लोकांच्या दृष्टिकोनात मूलगामी बदल झाला पाहिजे, असे मत त्यांनी व्यक्त केले. ''राजा कालस्य कारणम्''सारखे प्राचीन वचन, हे सत्तेवरील परावलंबन व दास्यवृत्ती यांचे द्योतक आहे, मग ती सत्ता राजकीय, सामाजिक अथवा धार्मिक असो.[१९] आगरकरांच्या मते प्रभू रामाच्या काळापासून चालू असलेल्या या वृत्तीने भारतीय विचारसरणी हीणकस बनविली आहे. शतके तर सोडाच, पण प्राचीन ग्रीकांनी अशी हीणकस परिस्थिती एक वर्षासाठी तरी सहन केली असती का याबद्दल आगरकरांनी शंका व्यक्त केली.[२०]

याउलट, उद्योगशीलता, वक्तशीरपणा, चिकाटी, सतर्कता, चौकसवृत्ती आणि एकोप्याची भावना या इंग्रजांच्या चांगल्या गुणांचा भारतीयांनी अंगीकार केला पाहिजे, असे आगरकरांना वाटत होते.[२१] पाश्चात्त्य उदारमतवादी विचारांचा अभ्यास केल्यासच भारतीयांच्या मानसिकतेत बदल घडून येईल. आगरकर जरी इंग्रजी वसाहतवादाचे टीकाकार होते, तरी इंग्रजी शिक्षण घेतलेल्या अनेक भारतीयांच्या अंधानुकरण करण्याच्या वृत्तीचा त्यांना तिरस्कार होता. तरीसुद्धा त्यांना वाटले की, भारताची प्रगती व्हायची असेल तर ''ब्रिटिश सरकारशी योग्य निष्ठा - लांगूल चालन नव्हे तर आदरयुक्त - हाच एक सोपा उपाय या देशांत पुढे कधी काळी स्वराज्य स्थापन होण्यासाठी असेल.''[२२] भारतीय आपल्या राजकीय हक्कांसाठी झगडले नाही, तर इंग्लिश पार्लमेंटमधील चर्चा वृत्तपत्रांतील वादविवादापुढे जाणार नाही. इंग्लंडसाठी भारत म्हणजे दुभती गाय आहे आणि ते कुठल्याही किमतीवर त्याला अंतर देणार नाहीत, असे आगरकरांचे ठाम मत होते.[२३]

लोकांना आपल्या लायकीनुसार सरकार मिळते, या विचाराशी आगरकर सहमत होते. कोणालाही राजकीय हक्क, ऐहिक सुखसोयी आणि स्वातंत्र्य दान अथवा भिक्षा म्हणून कोणीही प्रदान करत नाही. आपल्या अव्याहतपणे आणि जाणीवपूर्वक केलेल्या प्रयत्नांनी ते मिळवावे लागतात.२४ एखाद्या उदारमतवादी सरकारने लायक नसलेल्या लोकांना महत्त्वाचे राजकीय हक्क प्रदान केल्यास त्यामुळे चांगल्यापेक्षा हानी होण्याचीच अधिक शक्यता आहे. म्हणून स्वत:ची कीव करत बसणे अथवा आर्थिक दारिद्र्यासाठी आणि राजकीय परवशतेसाठी फक्त इंग्रजी राज्याला दोष देणे यात काही फायदा नाही, असे आगरकरांचे मत होते.

आगरकरांनी ब्रिटिश उदामतवादी व्यक्ती आणि वसाहतवादी राज्यकर्ते यांत फरक केला. विल्यम ग्लॅडस्टन, चार्ल्स ब्रॅडलॉ, लॉर्ड रिपन, जॉन मोर्ले, रॉबर्ट नाईट, जॉन ब्राईट आणि यांसारख्या इतर बऱ्याच इंग्रज उदारमतवाद्यांबद्दल त्यांना खूप कौतुक होते.२५ "ग्लॅडस्टनला दीर्घायुष्य लाभू दे", असे त्यांनी लिहिले, ते त्यांच्या उदारमतवादी विचारसरणीबद्दलच्या कृतज्ञतेमुळे. पण अशाप्रकारचे "भारताचे मित्र" फार थोडेच आहेत, हे ते पक्के जाणून होते. त्यामुळे अशा व्यक्तींच्या सहकार्याने जास्तीतजास्त फायदा करून घ्यावा, असे त्यांनी सुचविले. पण असे करत असताना यातून मिळणारा मोबदला फारच किरकोळ असेल, हे लक्षात ठेवावे. या इंग्रजी उदारमतवाद्यांना लाडीगोडी लावणे, भारताची हलाखीची परिस्थिती त्यांच्या नरजेस आणून देणे, भारतीयांच्या मागण्यांचा सहानुभूतीने विचार करण्यास विनंती करणे, ही भारतातील मवाळ पुढाऱ्यांनी अवलंबलेली पद्धत, राजकीय आंदोलनातील एक बाजू आहे, ती गौण आहे, असे त्यांनी प्रतिपादले.२६

तथापि, इंग्रजी वसाहतवादी राज्यकर्त्यांना आगरकरांनी एकाबाबतीत इशारा दिला. पाश्चात्त्य शिक्षणाचा प्रसार आणि वाढती उन्नत ऐहिक परिस्थिती हे इंग्लंड आणि भारत यांच्यामधील अन्योन्य सहकार्य व मैत्रीचे खरे लक्षण आहे, या त्यांच्या दाव्याचा त्यांनी साफ इन्कार केला. जोपर्यंत दोन्ही देशांतील संबंध "जित आणि जेते" या तत्त्वावर आधारलेले आहेत, तोपर्यंत असमान पातळीवर मैत्री असू शकत नाही.२७ भारतातील इंग्रज राज्यकर्त्यांनी त्यांचा दृष्टिकोन बदलला नाही, तर आर्थिक नाशाबद्दल लोकांत होणाऱ्या अधिकाधिक राजकीय जाणिवेमुळे प्रत्यक्ष संघर्ष लवकर ओढवला जाईल आणि त्याची परिणती शेवटी स्वातंत्र्यात होईल, असे त्यांना वाटत असे.

इच्छित साध्य संपादन करण्यासाठी उद्योगशीलतेतील सातत्य यासारख्या आत्मविकासाच्या खऱ्या साधनांचा काळजीपूर्वक अंगीकार करणे हे यशाचे निश्चित साधन आहे, असे आगरकरांनी सांगितले. त्यांच्या पत्रकारितेची दोन प्रमुख वैशिष्ट्ये

होती : १. प्रशासकीय चुकांकडे सरकारचे लक्ष वेधणे, आणि त्याहूनही महत्त्वाचे, २. लोकांना त्यांच्या सद्यपरिस्थितीची जाणीव करून देणे, त्यांचे दोष दाखवून देणे, आणि हवे असलेले बदल घडवून आणण्यासाठी त्यांच्यात इच्छा निर्माण करणे.[२८]

२. इल्बर्ट बिलाचा वाद

आगरकरांनी *केसरी*तून विस्तृत लिखाण केलेल्या प्रमुख राजकीय विवादांत, इल्बर्ट बिलासंबंधाने झालेला वाद हा एक होता. लॉर्ड रिपनच्या कार्यकारी मंडळातील नवनियुक्त कायदेविषयक सल्लागार सर कोर्टनी इल्बर्ट यांनी ग्रामीण भागातील भारतीय न्यायधीशांच्या विरुद्ध वांशिकभेदावर अपात्र ठरविणारे नियम रद्दबातल करण्याबाबतचे विधेयक मांडले. युरोपियन नागरिकांविरुद्धच्या खटल्यात नि:पक्षपातीपणाने निर्णय देण्यास भारतीय न्यायाधीश असमर्थ आहेत, असा नकारात्मक दृष्टिकोन पूर्वी त्यांच्याबद्दल घेतला होता. या विधेयकातून सुचविण्यात आले की, सेशन सज्ज व जिल्हा मॅजिस्ट्रेट्स यांना आपल्या हुद्द्याच्या नात्याने आपोआप 'जस्टीस ऑफ पीस'चे अधिकार प्राप्त व्हावेत. तसेच सनदी नागरी अधिकारी, वैधानिक नियमानुसार स्थापन केलेल्या मुलकी सेवेतील सभासद, अनियामक प्रांतातील सहाय्यक कमिशनर्स, आणि कॅन्टोनमेंट मॅजिस्ट्रेट्स हे जस्टीस ऑफ पीस या पदासाठी पात्र असतील. या विधेयकाचा त्वरित परिणाम मर्यादितच होता.[२९]

हे विधेयक जेव्हा सर्वांच्या माहितीसाठी छापले गेले, तेव्हा अधिकारी नसलेल्या इंग्रजांची खूप त्रेधा उडाली. यात ''भारतीयांस मोठ्या पदावर चढविण्याचा आणि युरोपियनांना त्यांच्या स्थानापासून पदच्युत करण्याचा'' लॉर्ड रिपन यांचा प्रयत्न आहे, अशी त्यांची समजूत होती. या विधेयकाने वांशिकभेद काढून टाकण्याऐवजी इंग्रजी राज्यकर्त्यांमधील खोलवर दृढ असलेली सुप्त वांशिकभेदाची भावना उफाळून आली. अशा प्रवृत्तींना एक संघटनात्मक रूप देण्यात आले आणि युरोपियन व अँग्लो-इंडियन डिफेन्स असोसिएशन स्थापन करण्यात आले. भारतीयांची निर्भर्त्सना करण्यास युरोपिअन वृत्तपत्रांनी मागेपुढे पाहिले नाही. खरोखरीच हा एक 'गोऱ्यांचा उठाव' होता. २८ फेब्रुवारी १८८३ रोजी युरोपियन प्रशासकीय अधिकारी व अधिकारी नसलेल्या युरोपियनांची कलकत्ता येथील टाऊन हॉल येथे एक सभा भरविण्यात आली. त्यात तत्कालीन नामांकित वकील ब्रॅन्सन यांनी आपल्या प्रखर भाषणात भारतीयांविरुद्ध बेताल भाषा वापरली. अर्थात नंतर त्यांनी माफीही मागितली. या विधेयकाविरुद्धचा हलकल्लोळ वस्तुत: त्यांच्यातील खदखदणाऱ्या असंतोषाचा उद्रेक होता. लॉर्ड रिपनच्या प्रशासनाने मांडलेल्या

स्थानिक-स्वराज्य आणि इतर कायद्यांमुळे या भावनांचा लवकर विस्फोट झाला. अशावेळी इल्बर्ट बिलाने ठिणगी टाकून वणवा पेटवण्याचे काम केले.

याउलट, सुशिक्षित भारतीयांनी जरी ब्रिटिशांपेक्षा कमी आरडाओरड केली, तरी गोऱ्या माणसांच्या या अविवेकी वृत्तीविरुद्ध त्यांचा संताप व्यक्त करण्यात ते मागे नव्हते. युरोपियनांच्या मोठ्या गर्जनांचा आगरकरांनी *केसरीत* उल्लेख ''तिरस्करणीय'' असा केला आणि त्यांना ''इंग्लंड, भारताचे, तसेच साऱ्या मानवतेचे शत्रू'' असे म्हटले. अशी प्रत्येक निर्भर्त्सना पुष्कळदा आत्मघातकी ठरते, हे इतिहासातील दाखल्यावरून दिसून येते, हे आगरकरांनी सांगितले. फ्रेंच राज्यक्रांती, झार अलेक्झांडरचा वध यांसारख्या घटना हे दाखवितात की, दीनदुबळ्यांच्या बाजूने अतिशय नगण्य हक्क सोडण्यास हट्टीपणाने प्रतिकार केल्यास, जनता पुष्कळदा प्रक्षुब्ध होते आणि हिंसात्मक प्रतिकार करण्यास प्रवृत्त होते. युरोपियन आंदोलकांनी या राजकीय धड्यांची आठवण ठेवावी अशी विनंती करताना आगरकरांनी बजावले की, शिक्षणाच्या प्रगतीने व पाश्चात्त्य उदारमतवादी विचारांचा प्रवाह इथे येण्याने सरकारने एतद्देशीयांना जास्त राजकीय हक्क दिले पाहिजेत, अन्यथा त्यांना गंभीर परिणामांना तोंड द्यावे लागेल.

आगरकरांच्या मते हे विधायक असाधारण नव्हते. अचानक घडून आलेल्या कारणांमुळे त्याला महत्त्व प्राप्त झाले होते. या विधेयकाचे महत्त्व त्यातील तत्त्वात असून तपशिलामध्ये नाही.

या विधेयकामुळे उद्भवलेले प्रश्न आगरकरांच्या मते असे होते : कालांतराने संसदेच्या आणि इंग्लंडमधील जनतेच्या प्रशंसेस पात्र होणाऱ्या राणीच्या जाहीरनाम्यातील अटीनुसार भविष्यात भारतावर राज्य करावे का? अथवा प्रतिगामी आणि एतद्देशीयविरोधी धोरण वापरावे? २. वंशभेदावर आधारित गोऱ्या लोकांचे श्रेष्ठतेचे दावे मान्य करावेत का? अँग्लो-इंडियन पुराणमतवादाविरुद्धच्या लढ्यात लॉर्ड रिपन यांची बाजू कशी भक्कम करायची, आणि त्यांना चांगल्या रितीने पाठिंबा कसा दाखवावा, हा डावपेचांचासुद्धा प्रश्न होता.[३२] बहुधा या संभ्रमामुळे भारतातील सुशिक्षित जनमताची प्रतिक्रिया माफक आणि सावधतेची होती.

या विधेयकाच्या रद्दबातलाच्या बाजूने दिलेले मत, म्हणजे गत आणि वर्तमान काळातील चांगल्या अँग्लो-इंडियन मुत्सद्द्यांच्या नेमस्त विचारांनी युरोपियन समाजातील एतद्देशीयविरोधी मतापुढे भविष्य काळात माघार घेणे याची बाह्य व दृश्य खूण आहे, असे समजले गेले. हे विधेयक 'अनावश्यक, अयोग्य आणि हानिकारक''[३३] असल्याचे आक्षेप आगरकरांनी खोडून काढले आणि त्यांनी व्यक्त केलेली भीती ''निराधार आणि निरर्थक'' असल्याचा उल्लेख केला. याउलट,

*बॉम्बे गॅझेट*मध्ये युरोपियनांच्या वांशिक गर्वाविरुद्ध प्रिन्सिपॉल वर्डस्वर्थ यांनी केलेल्या समतोल टीकेची त्यांनी प्रशंसा केली. त्यांनी युरोपियन उदारमतवाद्यांच्या प्रयत्नांचे, विशेषत: ग्लॅडस्टनने संसदेमध्ये केलेल्या प्रतिपादनाचे, कौतुक केले.[३४] ''ग्लॅडस्टन, जॉन ब्राईट व त्यांच्यासारखे इतर, इंग्लंड, भारत व साऱ्या मानवतेचे हितचिंतक आहेत; अनेक मूर्ख आणि अविचारी युरोपियनांनी केलेल्या जखमा अशांच्या एका शब्दाने भरून येतात.''[३५] पण तथाकथित नेमस्त *टाईम्स ऑफ इंडिय*ने व्यक्त केलेली मते ''अर्ध-खुशामत करणारी, अर्ध-कावेबाज, धमकीवजा आणि शाब्दिक खेळ'' आहेत, असे आगरकरांनी स्पष्ट केले.[३६]

गोऱ्या लोकांच्या वर्णश्रेष्ठत्वाबद्दलच्या युक्तिवादाचा आगरकरांनी उपहासच केला. नैतिकतेच्या बाबतीत युरोपियन लोक सामान्य एतद्देशीयांपेक्षा काकणभर चांगले आहेत, हे क्षणभर जरी मान्य केले तरी, सुशिक्षित भारतीय युरोपियनांपेक्षा कमी नैतिक आहेत, असे मान्य करता येत नाही. याबाबतीत भारतातील गोरे कामगार आणि मळेवाले 'कुणबी' यांची बाब सोडूनच द्यावी. अशा वर्णभेदी उपहासाला उत्तर देणे म्हणजे शक्तीचा अपव्यय होय, असेही आगरकरांनी लिहिले.

इल्बर्ट बिलाच्या वादात आणखी एका प्रसंगाची भर पडली, तो प्रसंग म्हणजे, मे १८८३ मधील बाबू सुरेंद्रनाथ बॅनर्जी यांना न्यायालयाचा अवमान केल्याच्या आरोपावरून झालेली शिक्षा. शाळिग्राम मूर्ती खटल्यात त्यांनी जस्टीस नॉरिस यांच्यावर टीका केली होती.[३७] कोर्टात माफी मागूनसुद्धा बाबू सुरेंद्रनाथ बॅनर्जी यांना दोन महिन्यांच्या साध्या कारावासाची शिक्षा झाली होती. भारतातील कानाकोपऱ्यांतून, वर्णद्वेषातून दिलेल्या या कठोर व अन्यायी शिक्षेविरुद्ध भरपूर टीका झाली. रानडे, भांडारकर, आगरकर, टिळक, समस्त वकील मंडळी व विद्यार्थ्यांसहित पुण्यातील सर्व पुढाऱ्यांनी, जाहीर सभा घेऊन व सरकारकडे बॅनर्जींच्या शिक्षेत सूट मिळण्यासाठी व्हाइसरॉयकडे विनंती अर्ज पाठवून आपली सहानुभूती बॅनर्जींना कळविली. सभेतील भाषणात, अशाच प्रकारची कठोर शिक्षा कोल्हापूर अब्रूनुकसानी खटल्यात *केसरी*चे संपादक म्हणून आगरकरांना देण्यात आली होती, याकडे त्यांनी लक्ष वेधले. या सभेचा वृत्तांत छापताना *टाईम्स*ने आगरकरांच्या तोंडी अधिकची वाक्ये घातली होती. जेव्हा आगरकरांनी *टाईम्स*च्या संपादकास पत्र लिहून याचा साफ इन्कार केला, तेव्हा मुंबईच्या युरोपियन वृत्तपत्रकारांनी, आगरकरांविरुद्ध न्यायालयाचा अवमान केल्याबद्दल खटला चालवावा, अशी सूचना केली. *टाईम्स*च्या खोडसाळ वृत्तांताबद्दल *मराठा* व *केसरी* या दोन्ही पत्रांनी *टाईम्स*वर टीका केली. जरी ही गोष्ट तेवढ्यावरच थांबली असली तरी, भारतीयांमधील एकीची निकड प्रकर्षाने जाणवली.

जरी आगरकरांनी *बंगाली*तील लेखांसंदर्भात कायद्यातील तरतुदी न बघितल्याबद्दल बॅनर्जींना दोष दिला, तरी त्यांना दिलेली शिक्षा अन्यायी व कठोर होती, असे त्यांना वाटले. ''कायद्यांत घालून दिलेल्या नियमाइतकीच शिक्षा द्यायला हवी इतकेच नव्हे, पण ती केलेल्या गुन्ह्याच्या मानाने योग्यही हवी. बाबू सुरेंद्रनाथ बॅनर्जी यांच्याबाबतीत कायदा व न्यायाधीश या दोघांचीही चूक आहे'', असे आगरकरांनी लिहिले. अशा अयोग्य शिक्षेमुळे न्यायसंस्थेबद्दल लोकांचा विश्वास कमी होईल अशी भीती व्यक्त करून, अशा कायद्यांच्याबाबतीत तातडीने सुधारणा होण्याची गरज आहे, असे मत त्यांनी मांडले.

आगरकरांच्या मते युरोपियन समाजाची या इल्बर्ट विधेयकाविरुद्धची आरडाओरड आणि बाबू सुरेंद्रनाथ बॅनर्जींना दिल्या गेलेल्या शिक्षेबद्दलचा त्यांचा उघड उद्रेक म्हणजे छुपे वरदानच होते, ते दोन कारणांसाठी. प्रथमत: युरोपियन समाजाचे वर्णभेदी दुराग्रह त्यामुळे उघड झाले; आणि दुसरे म्हणजे, राजकीय आंदोलनात पारंगत करणारा एक राजकीय धडाच भारतीयांना मिळाला. तो धडा म्हणजे राजकीय मागण्या सरकारपुढे मांडण्यासाठी सर्व प्रांतीय आंदोलनांनी एकत्र येण्याची गरज आहे. आपल्या हक्कांच्या संरक्षणार्थ युरोपियन व अँग्लो-इंडियन डिफेन्स असोसिएशन आणि त्यांच्या शाखा स्थापन केल्या यापासून शिकण्यासारखे खूप आहे, असे त्यांनी सांगितले.[३८]

इल्बर्ट बिलासंबंधाने बराच खल झाल्यावर २५ जानेवारी १८८४ रोजी हे विधेयक कायदा म्हणून पारित झाले. त्यातील तत्त्वाची बऱ्याच बाबतींत मोडतोड झाली असली तरी ते संपूर्णरीत्या सोडून देण्यात आले नाही. भारत सरकारने याबाबत काढलेल्या तोडग्याच्या स्वरूपाबद्दल कोणाच्याही मनात संभ्रम नव्हता. व्हाइसरॉय रिपनबद्दल आदर असल्याने भारतीयांनी तो निर्णय निमूटपणे स्वीकारला. बहुसंख्य भारतीय पुढाऱ्यांप्रमाणे आगरकरांचाही विश्वास होता की, लॉर्ड रिपन या व्हाइसरॉयपेक्षा जास्त सद्हेतू असलेला व्हाइसरॉय आणि ग्लॅडस्टनपेक्षा अधिक मोठ्या मनाचा ब्रिटिश पंतप्रधान मिळू शकला नसता.[३९]

आगरकरांच्या मते या तडजोडीमुळे ''गोऱ्याकाळ्यांतील भेदभाव'' नष्ट झाला नाही. या प्रश्नावर तोडगा काढताना एका नव्या स्वरूपातील वर्णभेदास मान्यता दिली गेली. ती म्हणजे युरोपियन गुन्हेगारांना खटल्यात गोऱ्या लोकांची ज्युरी मागण्याचा विशेष अधिकार देण्यात आला. तथापि, वर्णभेदातील नियमबाह्य गोष्टी काढून टाकण्यातील ही पहिली पायरी आहे,[४०] असे त्यांनी लिहिले. सर्वांत महत्त्वाचे म्हणजे भारतीयांनी स्वत:च्या लढाया स्वत:च आणि स्वसामर्थ्यावर लढल्या पाहिजेत आणि त्यासाठी एकजुटीचे प्रयत्न होणे अगत्याचे आहे, हे जाणले

पाहिजे, हे त्यांनी ठासून मांडले. इल्बर्ट बिलावर त्यांचे *केसरीतील* विचार इतके समतोल होते की, *इंडियन स्पेक्टेटर* पत्राने त्यावर लिहिले की, ''पश्चिम भारतातील पुण्याचे *केसरी* हे देशी भाषेतील सर्वांत महत्त्वाचे वृत्तपत्र आहे. हे एका एतद्देशीय पदवीधराने चालविलेले असून ते स्पष्टवक्तेपणासाठी प्रसिद्ध आहेत. त्यांच्या टीकेत औदार्य आणि सरलत्व प्रतिबिंबित होते, यात आश्चर्य नाही.''[४१]

३. स्थानिक स्वराज्य विधेयके

स्थानिक निधि मंडळे व नगरपालिका यांसंबंधी स्थानिक स्वराज्याबाबतची दोन विधेयके जुलै १८८३ मध्ये सरकारी गॅझेटमध्ये छापण्यात आली. तशी विधेयके सादर करण्यामागे आधीच्या १८७३च्या कायद्यातील उणिवा दूर करणे नव्हे तर नगरपालिका व स्थानिक निधि संस्थांत जास्त सभासद निवडलेले असावेत, या ''योग्य आणि चांगल्या'' ठरावाचा समावेश त्या तरतुदीत करणे, हा हेतू आहे, असे त्यात म्हटले होते. यापूर्वी अशा प्रकारची मागणी करणारे शेकडो विनंती-अर्ज सरकारने अमान्य केल्याने आगरकर या विधेयकांच्या हेतूबद्दल साशंक होते. सत्तेचे विकेंद्रीकरण करण्याच्या नावाखाली नगरपालिकेवर अधिक आर्थिक बोजा टाकणे आणि परिणामत: हळूहळू भारतीयांच्या गळी उतरविणे, यासारखा अंत:स्थ हेतू इंग्रजी राज्यकर्त्यांचा असावा, असा आगरकरांना संशय होता. वस्तुस्थितीत, खरी सत्ता जिल्हाधिकारी, कमिशनर्स, आणि गव्हर्नर यांच्या हाती असल्याने; नियुक्त आणि निवडलेल्या सभासदांचे प्रमाण ठरविण्याचा अंतिम व संपूर्ण अधिकार गव्हर्नरच्या हाती असल्याने; लोकांच्या पात्रतेवर निवडल्या जाणाऱ्या सभासदांची संख्या ठरविण्याचा अधिकारसुद्धा गव्हर्नरचाच असल्याने, या विधेयकात उल्लेखलेल्या 'निवडलेल्या' (elected) घटकांबद्दल आगरकर साशंक होते. ''स्वत:च्या प्रशासनाबाबत लोकांना सज्ञान करणे, तसेच प्रशिक्षण देणे यासाठी'' ही बिले आहेत, हा सरकारी दावा म्हणजे 'धूळफेक' आहे आणि त्यात लॉर्ड रिपनच्या उदारमतवादी विचारांना उधळून लावण्याचा प्रशासनाचा डाव आहे, असे त्यांनी लिहिले. तरीसुद्धा, शेवटी ही विधेयके विच्छेदन करून का होईना, ती मांडल्याबद्दल आगरकरांनी सरकारचे अभिनंदन केले.[४२] या विधेयकाच्या मसुद्यावरील तपशीलवार भाष्य आणि त्यावरील आगरकरांनी केलेल्या सूचना, यांवरून लोकशाही प्रक्रियेतून सार्वजनिक हित साध्य करण्याबद्दल त्यांना किती कळकळ होती याबद्दल कल्पना येते.[४३] अठरा वर्षांवरील सर्व स्त्री-पुरुषांना मतदानाचा हक्क असावा, ही महत्त्वाची सूचनाही आगरकरांनी केली.

स्थानिक स्वराज्य संस्थांची कार्यपद्धती यशस्वी होण्यासाठी लोकांना राजकीयदृष्ट्या शिक्षित करणे गरजेचे आहे, अशी आगरकरांची इच्छा होती,

प्रतिनिधिनिक्षिप्त राजसत्तेच्या विरोधात केलेल्या आक्षेपातील सत्यता त्यांनी पडताळून पाहिली. अशाने प्रतिनिधिनिक्षिप्त राजसत्तेच्या संकल्पनेचे स्वरूप, मथितार्थ आणि हेतू समजून घेण्यास मदत होईल व त्याचे मूल्य अतिशय स्पष्टपणे दाखवून देता येईल. हर्बर्ट स्पेन्सरलिखित ''रेप्रेझेंटेटीव्ह ॲन्ड पार्लमेंटरी रिफॉर्म्स: द डेंजर्स ॲन्ड सेफगार्ड्स''[४४] हा लेख आणि जॉन स्टुअर्ट मिलने लिहिलेल्या *कन्सिडरेशन्स ऑन रिप्रेझेंटेटिव्ह गव्हर्नमेंट* या पुस्तकाद्वारे तसेच स्थानिक प्रातिनिधिक संस्थांच्या कार्यपद्धतीबद्दल त्यांचे स्वत:चे निरीक्षण, या सर्व गोष्टींचे आगरकरांनी विश्लेषण केले. कुठल्याही राज्यपद्धतीचे यश हे ती मान्य करण्याच्या लोकांच्या इच्छाशक्तीवर; ती कार्यपद्धती चालविण्यासाठी आवश्यक असलेल्या लोकांच्या कार्यक्षमतेवर अवलंबून असते; आणि ती उद्दिष्टे सफल होण्यासाठी आवश्यक गोष्टी करण्यासाठी 'दृढ इच्छा' आणि 'अक्कल' असावी लागते, हे त्यांनी सांगितले. या पूर्वअटींचा अभाव असला तर कुठलीही राज्यपद्धती अयोग्य ठरेल आणि परिणामत: एकसत्ताक राज्यपद्धतीच्या बाजूने केलेल्या युक्तिवादास पुष्टीच मिळेल.

लोकशाही पद्धतीतील राज्यकारभार चांगल्यारितीने चालण्यासाठी सक्रिय सार्वजनिक सहभाग व रस आवश्यक आहे. त्याचबरोबर निवडलेल्या प्रतिनिधींच्याकडून सार्वजनिक हिताच्या गोष्टी करवून घेण्याची जाणीवपूर्वक सवय लोकांना लागली पाहिजे. ''आमच्या येथे व्यापारांत किंवा राज्यकारभारांत प्रतिनिधींकडून सार्वजनिक कामे करवण्याची चाल पडलेली नाही'', याबद्दल आगरकरांनी खेद व्यक्त केला.[४५] असे होण्याचे मुख्य कारण म्हणजे राजाच सर्व सार्वजनिक हिताचा रक्षणकर्ता असल्याचा प्राचीन काळापासून चालत आलेला आपल्यातील विचार होय. एकीकडे ''लोकांचे प्रतिनिधित्व पत्करून सार्वजनिक कृत्ये करण्यास जो प्रवृत्त झाला त्याच्या अंगी निर्लोभ, शहाणपण आणि उद्योग हे तीन गुण विशेषत: असले पाहिजेत'', आणि दुसरीकडे, निवडून देणारी जनता राजकीयदृष्ट्या सक्षम पाहिजे. निवडून देणाऱ्यांनी आपले कर्तव्य चोख बजावले नाही, तर स्वार्थपरता आणि निष्काळजीपणा असलेल्या प्रतिनिधींची निवड होईल आणि परिणामत: या पद्धतीचा मूळ हेतूच असफल होईल.

आगरकरांनी दाखवून दिले की, ''चांगला प्रतिनिधी निवडला जाण्यास निवडणाऱ्यांच्या अंगी दृढ इच्छा आणि अक्कल हे दोन गुण पाहिजेत.'' म्हणून त्यांनी इतर देशांतील प्रस्थापित प्रतिनिधि-राजसत्ता पद्धतीची, तसेच भारतातील अनुभवांची चर्चा करून त्यातील सत्यतेची पडताळणी केली. हे करत असताना आगरकरांनी प्रतिनिधी निवडणाऱ्या भारतीय जनतेच्या सर्व थरांतील लोकांच्या बौद्धिक कार्यक्षमतेची आणि ग्रहणक्षमतेची चर्चा करण्याचा प्रयत्न केला.

निवड करणाऱ्या अनेक वर्गांतील लोकांस याबाबतीत इच्छा शक्ती अगदी कमी, किंबहुना काहीच नसते. निवडणाऱ्यांच्या यादीत नाव असलेले कित्येक सुशिक्षित लोक राजकारणात भाग न घेण्याबद्दल गर्वोक्तीने बोलतात, दररोजच्या त्यांच्या व्यवहारांशी संबंध नसलेल्या गोष्टीत ढवळाढवळ न करण्याबद्दल फुशारक्या मारतात. एकीकडे राजकीय हक्कांबाबत 'ऐट मिरवू लागतात', पण लोकशाहीच्या प्रक्रियेत भाग घेण्यास ते अनुत्सुक असतात. याबाबत ते इतके उदासीन असतात की मतदान करणे त्यांना योग्य वाटत नाही.

यामानाने, ''दुकानदार वगैरे आणखी काही तऱ्हेचे लोक आहेत त्यांना अमुक एक पक्षाचे लोक पुढे यावेत अशी मुळीच काळजी नसल्यामुळे, त्यांच्या दुकानांत वारंवार पुष्कळ माल घेऊन त्यांना जो आश्रय देतो त्याला ते आपले मत देऊन टाकतात...'' असे मत आगरकरांनी मांडले. उरलेले अज्ञानी, गरीब व अशिक्षित लोक, जे दररोजच्या पोटापाण्याच्या व्यथेने त्रस्त असतात, ते आपल्या राजकीय जबाबदारीबद्दल बेसावध व बेफिकीर असतात. ''याच्याही पलीकडल्या स्थितीतले पुष्कळ लोक आहेत त्यांना वश करून घेऊन त्यांच्या हाती असलेले राजकीय सामर्थ्य आत्महिताकडे लावण्यास कार्यसाधू लोकांना फारशी खटपट पडत नाही. कशाचे तोंड खुले ठेवून छोट्या छोट्या रकमा जागोजागी पेरून दिल्या आणि एखाद्या हलकट पेयाची पिंपे यथेच्छ खुली करून ठेवली की मतांचे ढीगच्या ढीग पडण्यास काय उशीर!!'' यावरून आगरकरांनी निष्कर्ष काढला की, ''मुखत्यार निवडण्याच्या कामांत आम्ही अगदी नवखे असल्यामुळे या स्थितीचा हुबेहुब मासला आमच्या देशांत दिसू लागला नाही, पण कालांतराने आमची अशीच दशा होणार, व इचेंच अंधुक प्रतिबिंब गेल्या कमिशनर निवडणुकेत निदान येथे तरी काही अंशी दिसून आले.''[४६] कायदे करणाऱ्या संस्थांची रचना पाहता वेगवेगळ्या वर्गांतील लोक आपापले हित जपतात आणि ते एकमेकांवर कुरघोडी करताना लोकांचे नुकसान करतात. सर्व राष्ट्रीय जीवनावर नियंत्रण करून त्याला अनिष्ट मार्गी दिशा देतात. अशा परिस्थितीत सक्षम आणि बुद्धिमान लोक राज्यपद्धतीमधून वगळले जातात.

आगरकरांनी उपस्थित केलेला प्रश्न होता तो असा की, लॉर्ड रिपन यांनी आणलेल्या स्थानिक स्वराज्य विधेयकासाठी भारत परिपक्व आहे का? त्यांनी त्याचे उत्तर होकारार्थी दिले. प्रतिनिधी राजसत्तेची प्रक्रिया हळूहळू इथे घट्ट करण्यातच खरे सामाजिक कल्याण होण्याची शक्यता आहे, असे मत त्यांनी मांडले. या पद्धतीमध्ये होणाऱ्या दुष्कृत्यांबद्दलचे आक्षेप सर्वथा निराधार नाहीत. ''पण ते सार्वकालिक तथ्य नाही. म्हणजे समाजाच्या अमुक स्थितीत 'प्रतिनिधिसत्ताक'

राज्यपद्धती निरुपयोगी ठरली म्हणून ती समाजाच्या सर्व स्थितीत निरुपयोगी ठरते असे नाही.'' या पद्धतीची दोषात्मक बाजू दाखविण्याचा मूळ उद्देश म्हणजे प्रजासत्ताक पद्धती यशस्वी करण्यासाठी लोकांना प्रवृत्त करावे हा आहे, हे आगरकरांनी स्पष्ट केले.[४७]

''कोणतीही वस्तू नेहमी चांगली किंवा नेहमी वाईट म्हणता येत नाहीं. ज्या प्रमाणे व्यक्तिमात्राला बाल्य, तारुण्य आणि वार्धक्य अशा तीन अवस्था आहेत त्याप्रमाणें राष्ट्रांला हीं आहेत. दोहों मध्यें भेद इतकाच कीं वार्धक्यावस्था प्राप्त झाल्यावर व्यक्ती मात्र मृतवंश होतो, त्याप्रमाणे राष्ट्र होत नाहीं... मुख्य ध्यानांत ठेवायची गोष्ट ती हीं कीं कालमानाप्रमाणें व समाजस्थित्यंतराप्रमाणें राज्यपद्धती बदलत गेली पाहिजे.'' तसेच बदल हा निसर्गाचा नियम असल्याने, हे अचूक सत्य आगरकरांनी आग्रहाने मांडले.[४८] 'समाजाच्या स्थितीत व्हावी तशी सुधारणा झाली नसता राज्यक्रांती होते, व अशा प्रकारच्या चुकीने लोकांना फार त्रास होतो', हेही त्यांनी स्पष्ट केले. पुढे त्यांनी असे सुचविले की, ''तेव्हा राज्यक्रांतीचे प्रोत्साहन करणारे जें असतील त्यांनी समाजस्थिती अमुक प्रकारच्या राज्यपद्धतीस अनुकूल आहे कीं नाहीं याचा शांतपणे विचार केला पाहिजे व ती अनुकूल दिसली तरच राज्यक्रांतीला त्यांनी उत्तेजन द्यावें; तशी न दिसलीं तर तींतून आपला पाय काढून घ्यावा इतकेंच नाहीं तर तींपासून परावृत्त करावें... व इतरांचेही मन वळवावे.''

प्रातिनिधिक संस्थांसाठी भारतीय लोक योग्य आहेत का या प्रश्नाची आगरकरांनी चिकित्सा केली. तसेच एकसत्ताक राज्यपद्धती कशी हलक्या प्रतीची आहे, हेही त्यांनी दाखवून दिले. आगरकर लिहितात, ''सर्व राष्ट्रावर एका मनुष्याचें स्वामित्व असणें हीं हिताची गोष्ट नाही; इच्यापासून मनुष्यतेंचे पराकाष्ठेचे नुकसान आहे. मनुष्य रानटी स्थितीत असतां अशा प्रकारच्या स्वामित्वापासून फायदा होतो हे खरे; पण जसजसा तो सुधारत जाईल तसतसे तें नाहीसें केलें पाहिजे... इतर मनुष्याप्रमाणें कामक्रोधादि मनोविकारांनी युक्त अशा एकाच मनुष्यापुढे लाखो मनुष्यांनी आपली डोकी घासणे ही मनुष्यतेची अत्यंत शोचनीय स्थिती होय. मेंढरे ज्याप्रमाणे मेंढक्याच्या ताब्यांत राहतात, त्याप्रमाणें सुबुद्ध मनुष्यांनी एकाच्याच ताब्यांत राहणे व तो वागविल त्याप्रमाणें वागवून घेणे म्हणजे आपणास जनावरांपेक्षा जनावर करून घेणे होय.''[४९] तसेच, राजा व प्रजेच्या स्वभावातील अपकृष्टता - एका बाजूला थंडपणे स्वत:च्या इच्छेसाठी दुसऱ्यांच्या इच्छांचा सहानुभूतिशून्य पद्धतीने त्याग करणे; आणि दुसऱ्या बाजूला, मर्दपणाचे सर्व दावे क्षुद्र भ्याडपणे सोडून देणे - त्या एकसत्ताक पद्धतीत गृहीत असते. कितीही चांगले हेतू असले तरी परोपकारी एकसत्ताक राज्यपद्धतीमुळे भयंकर बेबनाव होऊ शकतो. राजकीय

जाणिवा जसजशा वाढू लागतात, तसतशा लोकांच्या राजकीय हक्कांसंबंधीच्या मागण्याही वाढतात. याबाबत कायमस्वरूपी परिणाम फक्त हळूहळूच संपादन करता येतील. त्या वरून न लादता, चांगली अभिरुची, चांगल्या आकांक्षा, अशा गोष्टींच्या संवर्धनानेच हस्तगत करता येतील.

या वरील हेतूने, आगरकरांनी जॉन स्टुअर्ट मिलच्या *कन्सिडरेशन्स ऑन रेप्रेझेंटेटिव्ह गव्हर्नमेंट* या पुस्तकातील पहिल्या दोन प्रकरणांचा शब्दश: अनुवाद *केसरीत* मराठीमध्ये छापला. ती दोन प्रकरणे म्हणजे : १) राज्यपद्धती कोणत्या प्रकारची असावी, यासाठी आपल्याला कितपत निवड करता येते, आणि २) चांगल्या राज्यपद्धतीची प्रमाणे कोणती? मिलच्या या प्रकरणांतील विचारांशी आगरकर सहमत असल्याने हा अनुवाद त्यांनी ''प्रतिनिधिनिक्षिप्तराजसत्ता'' या सदराखाली क्रमश: छापला.

या अनुवादित लेखांचा मथितार्थ असा होता की, सर्व प्रथम राजसत्तेने कोणते हेतू पुरस्कृत करायचे आहेत, हे ठरवावे. राजकीय संस्था या लोकांच्या कार्यातून निर्माण होतात, ''राज्यसरणीच्या उत्पत्तीस आणि स्थितीस मूळ आधार म्हटला म्हणजे मनुष्याची इच्छा.'' त्यांच्या सवयी, मनाच्या प्रेरणा, आणि अजाण गरजा व इच्छा, यांतून ती राज्यपद्धती निर्माण होते. राजसत्तेची व्यवस्था स्वत:हून चालत नसते, तर ती आपखुषीने केलेल्या मानवी कृत्यांतून कार्यरत व्हावी लागते. आगरकरांनी स्पष्ट केले की, ''या करिता कोणत्याही राज्यसरणीस दोन गोष्टी अवश्य लागतात. पहिली, ज्या लोकांकरतां राज्यसरणी घालून द्यावयाची त्यांस ती रुचेल, निदान तिच्या कार्यास ते काही अनिवार्य अडचणी तरी आणणार नाहींत, अशी ती असली पाहिजे. दुसरी, ती निर्वेध चालू राहण्याकरितां व तिचे हेतु सिद्ध होण्याकरितां, लोकांनी ज्या गोष्टी करणे अवश्य आहेत, त्या करण्याची त्यांच्या अंत:करणात उत्सुकता आणि अंगी योग्यता असली पाहिजे. या दोन गोष्टींपैकी एकीची उणीव असली तरी ती राज्यपद्धती त्या ठिकाणी निरर्थक होय...''[५०] म्हणूनच, चांगली अथवा वाईट राजसत्ता ही समाजातील बहुसंख्यकांच्या हितावर अवलंबून असते. चांगल्या संस्थांसाठी लोक तयार नसतील, पण ती इच्छाशक्ती त्यांच्यात जागृत करणे हा त्या तयारीचा आवश्यक भाग आहे. संस्थांकडून उपयुक्त काम होण्यासाठी राष्ट्रातील जनमत सुशिक्षित करणे आवश्यक आहे.[५१]

सामाजिक हिताच्या घटकांचे वर्गीकरण करणे सोपे काम नाही, असे आगरकरांना वाटले. तर मग, चांगल्या राजसत्ता पद्धतीची लक्षणे कोणती? प्रामुख्याने ''त्या वर्गीकरणाचा आरंभ आणि शेवट, फ्रेंच तत्त्ववेत्त्यांच्या मताप्रमाणे 'संस्थिति' आणि 'उन्नति' अथवा कोलरिज यांच्या परिभाषेप्रमाणे 'स्थैर्य' आणि

'उन्नति', या दोन सदरांत आटपला. त्यांच्या मताप्रमाणे या दोन वर्गांत मनुष्यमात्रांस अवश्य अशा सर्व हितावह गोष्टींचा समावेश होतो.''[५१] या संज्ञांचा अर्थ स्पष्ट करताना त्यांनी लिहिले की, ''उन्नति' ही मनुष्यसुखास अवश्य आहे, असे म्हटले असतां तिचा अर्थ सुखसाधनांची वृद्धि असें लक्षांत येते... पण 'संस्थिती' म्हणजे काय? 'उन्नति' शिवाय जेवढ्या गोष्टी मनुष्यसुखास अवश्यक आहेत त्या सर्वांचा समावेश 'संस्थिती'च्या कल्पनेंत क्वचित होतो.'' 'स्थिती' याचा अर्थ दोन प्रकारचा होतो. या शब्दाचा एकदेशी अर्थ आज्ञापालन असा आहे, तसेच, त्याचा व्यापक अर्थ लोकांचे परस्परांतील तंटे बखेडे नाहीसे करून शांतता राखणे असा आहे.'' आगरकर पुढे म्हणतात,

> ''उन्नति' शिवाय जेवढ्या गोष्टी लोककल्याणास अवश्य आहेत, त्या सर्वांचा समावेश 'संस्थिति' या शब्दात करावयाचा म्हटलें म्हणजे, जेवढ्या हितकारक गोष्टी देशांत उपलब्ध आहेत त्या सर्वांचे संरक्षण म्हणजे 'संस्थिति', असा अर्थ समजला पाहिजे; व 'उन्नति' म्हणजे त्या सर्वांची वृद्धि असें समजलें पाहिजे. पण 'संस्थिति' आणि 'उन्नति' यांचे असे अर्थ समजल्यास, त्यांपासून राज्यरीतींच्या लक्षणांची चिकित्सा करण्यास आधार सापडत नाही. कारण, ज्या गोष्टी 'संस्थितीस' अवश्य त्याच 'उन्नतीस' अवश्य आहेत असें दिसून येतें. म्हणून राज्यकार्यसंस्थांची रचना करताना, 'संस्थिति' राहण्यास त्या रचनेत अमुक गोष्टी अवश्य असाव्यात, व 'उन्नति' होण्यास अमुक अवश्य असाव्यात, असें म्हणण्यास जागा राहत नाहीं. इतकेच की 'संस्थितीस' ज्या गोष्टी जितक्या मानाने अवश्य आहेत, त्याहून 'उन्नतीस' त्याच गोष्टींचे विशेष भान लागते.''[५२]

राज्यव्यवस्थेतील सर्व गुण, जे कार्य, शक्ती, नवीनता, उद्योगशीलता, आणि न्याय यांच्या प्रोत्साहनास आवश्यक आहेत, तेच 'संस्थिती' अथवा 'स्थैर्य' तसेच 'उन्नती'साठीही आवश्यक आहेत. त्यामुळे, जी राज्यव्यवस्था 'उन्नतीस' पोषक असेल तीच अधिक उत्तम असे म्हणावे लागते. कारण, 'उन्नती' या शब्दात 'संस्थिती'चा समावेश आहे, पण 'संस्थिती' या शब्दात 'उन्नती'चा समावेश होत नाही, असा उल्लेख आगरकरांनी केला.[५३]

ज्या समाजावर राजसत्ता अंमल करते, त्या समाजातील लोकांच्या अंगी असलेल्या गुणांवर चांगल्या प्रकारची राजसत्ता अवलंबून असते. जर प्रतिनिधी अथवा प्रतिनिधी निवडणारे, अथवा ज्यांना प्रतिनिधी जबाबदार आहेत ते, अथवा सार्वजनिक मतावर ज्यांच्या विचारांचा प्रभाव असतो ते पुढारी, ही मंडळी जर

अज्ञानी, मूर्ख अथवा दुराग्रही असतील तर राजसत्तेच्या प्रत्येक कामाचा बोजवारा उडेल. लोक ज्या प्रमाणात अशा परिस्थितीतून वर येण्याचा प्रयत्न करतील, त्या प्रमाणात प्रशासनाची गुणवत्ता वाढेल.

कोणत्याही राजसत्तेची महत्त्वाची भूमिका लोकांतील सद्गुण, बुद्धिमत्ता व कार्यक्षमता या गुणांना प्रोत्साहन देणे ही आहे.[५४] प्रजेतील चांगल्या गुणांचा व्यक्तिगत तसेच सामूहिकरीत्या उत्कर्ष केल्याने प्रशासनयंत्रणेला चांगली चालना मिळते. इतकेच नव्हे तर गुणी व हुषार माणसे त्यात शिरल्याने यंत्रणा सुधारते. असे झाल्यास अभिव्यक्तीचे स्वातंत्र्य असेल, वृत्तपत्रांद्वारे चुकीच्या अंमलबजावणीच्या विरोधात धिक्कार केला जाईल, आणि हेळसांड केल्यास अंकुश राहील. अनुकूल सार्वजनिक अभिप्राय ही सरकारच्या चांगल्या कार्याची निशाणी होय.[५५] "आपल्या कामाची योग्य बजावणी हेच आपले हित, असे मानणारे सर्व अंमलदार ज्या राज्यकार्यसंस्थेत आहेत ती उत्तम संस्था होय. केवळ नुसत्या उत्तम सत्ताचक्राने ही गोष्ट घडून येणारी नाही, हे खरे आहे. पण सत्ताचक्र उत्तम नसले तर अशी गोष्ट होण्याची आशाच नको", असे आगरकरांचे मत होते.

समाजातील बौद्धिकता आणि प्रामाणिकता यांची सर्वसामान्य पातळी वाढविण्यास प्रतिनिधिराजसत्तेची घटना असणे, हे साधन आहे. "राष्ट्रातील लोकांच्या अंगचे सद्गुण आणि बुद्धीची प्रगल्भता, या गोष्टी उत्तम राज्यरीतीस मुख्य साधनीभूत होत; म्हणून ज्या राज्यरीतीपासून लोकांच्या अंगच्या गुणांची वृद्धी होईल, आणि बुद्धी प्रगल्भ होईल, तीत उत्तम राज्यरीतीचे मुख्य लक्षण साध्य झाले असे म्हणण्यास हरकत नाही. याकरता कोणतीही राज्यकार्यसंस्था स्थापन करताना पहिला विचार हा, की लोकांची व्यक्तीस लक्षून व एकंदरीने नीति, अक्कल, आणि कर्तृत्व ह्यांस कितपत साह्य होते? ज्या राज्यरीतीपासून ह्या गोष्टी उत्तम तऱ्हेने सिद्ध होतात ती परिणामी सर्व प्रकारे उत्तम होण्याचा संभव आहे. कारण हे गुण लोकांच्या अंगी ज्या मानाने वसत जातील त्याच मानाने राज्यरीतीची कार्ये शेवटास जाणार आहेत."[५६] ज्या राज्यकार्यरीतीत चांगल्या गुणांची वृद्धी होण्यास यश येते त्यांची राज्यकार्यसंस्था चांगली असेल.

ही तत्त्वे समाजाच्या व मानवी मनाच्या सर्व स्थितींना लागू करता येणार नाहीत, हे खरे असले, तरीही सक्षम राज्यकर्त्यांना लोकस्थितीच्या मानाने तपशिलात त्यांत काही फेरफार करावे लागतील.[५७] तथापि, प्रतिनिधिराजसत्तेबाबत एका गोष्टीत मिलच्या मतांशी आगरकरांचे मतभेद होते. मिलने त्याच्या *कन्सिडरेशन्स ऑन रेप्रेझेंटेटिव्ह गव्हर्नमेंट* या पुस्तकातील "ऑफ द गव्हर्नमेंट्स ऑफ डिपेंडन्सिज बाय अ फ्री स्टेट' या शेवटच्या प्रकरणात लिहिले की, "त्याने सांगितलेली पद्धत भारतास लागू नव्हती", मिल लिहितो,

> आता ग्रेट ब्रिटन सरकारचे, सिद्धांताने पुरस्कृत केलेले आणि प्रत्यक्षात निष्ठेने अमलात आणलेले कायम तत्त्वावर आधारित धोरण आहे की, त्यांच्या युरोपियन वंशाच्या वसाहतींना त्यांच्या पालक-देशाप्रमाणे संपूर्ण प्रमाणात अंतर्गत स्वराज्य असेल... भारतासारखे इतर त्या स्थितीपासून अजून फारच दूर आहेत... जर भारत स्वत:ची अधिसत्ता असण्यास पात्र नसेल तर एका मंत्र्यामार्फत त्यांच्यावर राज्य करावे; हा मंत्री इतर मंत्र्यांप्रमाणे ब्रिटिश संसदेला जबाबदार असावा... जबाबदारीखाली असलेल्या आपल्या लोकांवर राज्य करणे, व जबाबदारीखाली असलेल्या दुसऱ्या लोकांवर राज्य करणे या दोन भिन्न गोष्टी आहेत. पहिल्यात, सर्वांत चांगली गोष्ट म्हणजे अनियंत्रित सत्ताधीशाच्या अमलापेक्षा स्वातंत्र्य योग्य आहे : पण दुसऱ्यात अनियंत्रित सत्ताच योग्य आहे. केवळ निवड करायची ती अनियंत्रित सत्तेच्या प्रकारांतून. वीस लाखांच्या अनियंत्रित सत्तेपेक्षा फक्त काहींची, अथवा एकाचीच यामध्ये निश्चित असा काही फरक नाही... त्या देशावर प्रत्यक्षात राज्य न करता, उलट त्यास चांगले राज्यकर्ते देऊन इंग्लिश लोक त्या देशाबाबतचे आपले कर्तव्य करू शकतात.[५८]

आगरकरांना हे विचार अजिबात पटले नाहीत.[५९]

४. सिव्हिल सर्विस परीक्षांचे भारतीयीकरण

इल्बर्ट बिल प्रकरणामुळे भारतीयांची उच्चपदावर नियुक्ती करण्याबाबतचा प्रश्न पुढे आला. १८७६ साली सनदी सिव्हिल सर्विस परीक्षेची उच्चतम वयोमर्यादा १९ वर्षे करण्यात आली. १८७० च्या कायद्यामधील सिव्हिल सर्विस परीक्षेबाबतीतील तरतुदी अमलात आणण्यासाठी १८७९ साली लॉर्ड लिटन याने वैधानिक नियम सुचविले होते. 'गुणवत्ते'च्या निकषावर नियुक्त्या न करता, अंशत: वंशपरंपरागत वर्गांतून घेतलेल्या तसेच अंशत: बढती तत्त्वांवर आधारित वजनदार लोकांमधून नियुक्त केलेल्या खास एतद्देशीय लोकांची सिव्हिल सर्विस असावी, अशी सूचना लॉर्ड लिटन यांनी केली होती. तत्कालीन सेक्रेटरी ऑफ स्टेट, लॉर्ड क्रॅनब्रुक यांनी जरी या सूचना अमान्य केल्या असल्या तरी वयोमर्यादा वाढविण्यास त्यांनी नकार दिला होता. १८७९ मध्ये इंग्लंडमधील 'कॉन्झर्व्हेटीव्ह' सरकारने १/६ भारतीय सिव्हिल सर्विसमध्ये असलेली वैधानिक सिव्हिल सर्विस (statutory Civil Service) निर्माण केली होती. प्रत्यक्षात भारतीयांना अशा तरतुदी करून सनदी सिव्हिल सर्विसपासून वंचित करण्याचा हा प्रयत्न आहे, अशी सुशिक्षित भारतीयांची समजूत होती. ही वैधानिक सिव्हिल सर्विस भेदभाव करणारी व कनिष्ठ प्रतीची आहे, असेही त्यांचे म्हणणे होते.

या उलट, प्रशासनात भारतीयांना अधिक वाटा देण्याचे लॉर्ड रिपन यांचे सर्वसाधारण धोरण होते. लॉर्ड रिपन यांनी लॉर्ड लिटन यांच्या तरतुदींना सुधारावे अशी सुशिक्षित भारतीयांची आशापूर्वक इच्छा होती. इल्बर्ट विधेयकावरून उठलेल्या वादळामुळे सनदी सिव्हिल सर्विसमध्ये भारतीय असण्याची गरज त्यांना कळून आली होती.

या प्रश्नाबाबतची आगरकरांची समजूत इतर सुशिक्षित भारतीयांच्या मताप्रमाणेच होती. बिनसनदी अधिकाऱ्यांनी कशाही प्रकारे प्रतिक्रिया व्यक्त केली तरी युरोपियन त्यांना आपल्या तोडीचे मानत नसत. म्हणून आगरकरांनी महत्त्वाचा प्रश्न उपस्थित केला की, विरोधकसुद्धा ज्यांच्या पात्रतेबद्दल शंका घेऊ शकणार नाहीत, अशांची सनदी सिव्हिल सर्विसमधील संख्या कशी वाढवायची? थोड्या उतावीळपणे आगरकरांनी *केसरी*त अनेक लेख लिहून, लंडनमध्ये सनदी सिव्हिल सर्विस परीक्षेस बसण्यासाठी होतकरू भारतीयांना आर्थिक मदत करण्याच्या उद्देशाने एक निधी गोळा करण्याबद्दल तपशीलवार योजना सुचविली.[६०] वयोमर्यादा वाढविण्याबाबत आणि भारत व इंग्लंड येथे एकदम परीक्षा घेण्याबाबत उदारमतवादी ब्रिटिश मुत्सद्द्यांची मने वळविणे एक वेळखाऊ प्रक्रिया असल्याने अशाप्रकारची योजना अमलात आणणे जास्त शहाणपणाचे होईल, असे त्यांचे मत होते. यासाठी त्यांनी भारतीय संस्थानिकांना, पारशी व भाटिया व्यापाऱ्यांना सढळ हाताने देणग्या देण्याबद्दल आवाहन केले. त्याला कोणीही प्रतिसाद न दिल्याने ही योजना कागदोपत्रीच राहिली.

इतर भारतीय नेत्यांप्रमाणेच लॉर्ड रिपन आणि ग्लॅडस्टन यांच्या उदार धोरण आचरणात आणण्याच्या प्रामाणिकतेवर आगरकरांचा विश्वास होता. ''घोळ निस्तरायचे कार्य'' असा रिपन यांच्या व्हाइसरॉय म्हणून कारकिर्दीचा उल्लेख त्यांनी केला.[६१] रिपन यांच्या इल्बर्ट विधेयकासहित इतर गोष्टींना विरोध करण्याच्या युरोपियनांच्या वृत्तीस जबाबदार म्हणून त्यांनी लॉर्ड लिटन यांच्या कारकिर्दीला दोष दिला. नामनियुक्त सिव्हिल सर्विस सुचवून लॉर्ड लिटन यांना दुहेरी हेतू साध्य करावयाचा होता : एक म्हणजे सनदी सिव्हिल सर्विसपासून भारतीयांना संपूर्णरीत्या वंचित करायचे होते; आणि दुसरे म्हणजे, 'गुणवत्तेच्या' निकषाऐवजी उच्च वजनदार भारतीय समाजातील लोकांना नियुक्त करून त्यांची अकार्यक्षमता उघड करायची होती, आणि तसे करून सोयीस्कररीत्या सर्व एतद्देशीयांवर दोष लादायचा होता.[६२]

सुशिक्षित भारतीयांना वाव देण्यास सरकार अपयशी झाल्यास ब्रिटिश सत्तेला सर्वांत मोठा धोका निर्माण होऊ शकतो, यावर लॉर्ड रिपन यांनी भर दिला. त्यांनी

उदारमतवादी धोरणाच्या बाजूने आग्रह धरला आणि इंग्लंडमधील सरकारला न्याय आणि एक धोरण या दोन्ही आधारांवर उदारमतवादी दृष्टी ठेवावी अशी विनंती केली. तथापि, तत्कालीन सेक्रेटरी ऑफ स्टेट लॉर्ड किंबर्ले यांनी रिपन यांच्या मागण्या धुडकावून लावल्या आणि वयोमर्यादा न वाढविण्याचे पूर्वीचे धोरण चालूच ठेवले.[६३] लॉर्ड किंबर्ले यांच्या या कृतीचा उल्लेख आगरकरांनी ''विश्वासघात'' असा केला.[६४]

आगरकरांच्या मते मूलभूत प्रश्न असा होता की, भारतावर राज्य करायचे ते भारतीयांच्या की इंग्लंडच्या हितासाठी?[६५] वयोमर्यादा कमी ठेवणे म्हणजे भारतीयांना आपल्या देशाच्या प्रशासनाच्या जबाबदारीतील भाग नाकारणे आणि त्यांना गरिबीत व असंतोषात ठेवणे होय. अशाप्रकारच्या प्रतिगामी धोरणाचा परिणाम बंडखोरीत होऊ शकतो आणि त्याची संपूर्ण जबाबदारी फक्त अधूदृष्टीच्या इंग्रजांवरच राहील, असा इशाराही आगरकरांनी दिला. याबाबतीत राजकीय मंडळ्यांनी आणि वृत्तपत्रांनी एक दबाव गट म्हणून महत्त्वाची कामगिरी करावी, अशीही आशा त्यांनी व्यक्त केली.

जून १८८४ मध्ये लॉर्ड लिटन यांनी लंडन *टाईम्स*ला पत्र लिहून कळविले की, त्यांनी ''सिव्हिल सर्विसचे दरवाजे भारतीयांना बंद करावेत'' अशा धोरणाचा लेखी अथवा कृतीतून पुरस्कार केला नव्हता. त्यांच्या या लिखाणातील दुटप्पीपणा उघडकीस आणण्याच्या दृष्टीने काही भारतीय वृत्तपत्रांनी लॉर्ड लिटन यांनी तत्कालीन सेक्रेटरी ऑफ स्टेट, लॉर्ड क्रॅनब्रुक यांना पाठविलेला अधिकृत अहवाल छापला. यामुळे एका नवीन वादाला तोंड फुटले. नेहमीप्रमाणे अँग्लो-इंडियन वृत्तपत्रांनी भारतविरोधी पवित्रा घेतला.[६६]

ब्रिटिश वसाहतवादी राज्य अव्याहत चालू ठेवण्यासाठी उत्तम पद्धती म्हणजे सनदी सिव्हिल सर्विसमधून भारतीयांना वगळणे, असे स्पष्टपणे दर्शविणारे त्या अधिकृत अहवालातील काही उतारे आगरकरांनी दाखवून दिले. लॉर्ड लिटन व लॉर्ड क्रॅनबुक हे दोघेही एकाच माळेचे मणी आहेत, आणि त्यांच्यातील फरक इतकाच की, क्रॅनब्रुक लिटन यांच्याइतके निर्लज्ज नाहीत. ज्या दिवशी अशा लोकांच्या सल्ल्यानुसार इंग्लिश संसद ठराव संमत करेल, तेव्हा त्यांच्या राजेशाही वैभवाच्या अधोगतीस सुरुवात होईल, असे त्यांनी पुढे लिहिले.

हळूहळू आगरकरांच्या लक्षात आले की, ब्रिटिश राजकीय पक्षांचे सिव्हिल सर्विसच्या भारतीयीकरणाच्या प्रश्नावरील विचार, मग ते व्हिग अथवा टोरी असोत, हे सारखेच आहेत. दोघांनीही राणीच्या जाहीरनाम्यात दिलेल्या आश्वासनांबद्दल तितकीच निराशा केली आहे. सत्तेवर असताना लिबरल आणि कॉन्झरव्हेटीव्ह या

दोन्ही पक्षांच्या सिव्हिल सर्विसच्या भारतीयीकरणाबाबतच्या प्रश्नावरील धोरणातील एकसूत्रतेतून हेच दिसून येते की, साम्राज्यवाद आणि उदारमतवाद एकमेकांस विसंगत आहेत, हे त्यांनी स्पष्ट केले.

२ जून १८९३ रोजी सिव्हिल सर्विस परीक्षा एकदम व्हाव्यात, असा एच. डब्ल्यू. पॉल यांचा ठराव हाऊस ऑफ कॉमन्स मध्ये बहुमताने संमत झाला. त्यानंतर किंबर्ले यांनी तो ठराव भारत सरकारचे मत आजमावण्यासाठी पाठविला. त्यावर आगरकरांनी लिहिले की, किंबर्ले याबाबतीत प्रामाणिक असते तर त्यांनी हा ठराव अंमलबजावणीसाठी पाठवायला हवा होता. या महत्त्वाच्या प्रश्नाबाबतचा निर्णय त्यांनी भारत सरकारवर सोडायला हवा होता.

लिबरल पक्षाचे सेक्रेटरी ऑफ स्टेट, किंबर्ले, जनरल लुम्सडेन, सर जॉन स्ट्रॅची, सर डोनाल्ड स्टीवर्ट, सर आर्थर आर्बुथनॉट आणि सर जॉन पेइली, या सर्व भारत मंडळाच्या सदस्यांनी, सदर ठरावास पाठिंबा न दिल्याबद्दल आगरकरांनी खेद व्यक्त केला. किंबर्लेच्या कृतीत त्यांना एक कुटील डाव असल्याचे वाटले. १८८४ प्रमाणेच १८९३ मध्ये हा प्रश्न अधांतरीच राहिला तो असा : कोणासाठी भारतावर राज्य केले जात आहे?[६७] भारत सरकारकडून उलट मताची अपेक्षा करताना, भारतीयांनी अशा परिस्थितीस मनोधैर्याने सामोरे गेले पाहिजे आणि स्वत:च्या मुक्तीसाठी स्वत:च काम केले पाहिजे, असे आगरकरांनी बजावून सांगितले.

सिव्हिल सर्विस परीक्षा एकदम घेण्यात याव्यात, याविरुद्धच्या सर्वसामान्य आक्षेपात व्हाइसरॉय लॉर्ड लॅन्डस्‌डाऊनच्या कारकिर्दीत नवीन भर टाकण्यात आली. त्यांनी वरील ठरावाला ''अपरिपक्व विचारांचा आणि धोकादायक'' असे म्हटले.[६८] या भारत सरकारच्या उत्तराचे आगरकरांना आश्चर्य वाटले नाही. पण जेव्हा तत्कालीन उदारमतवादी सेक्रेटरी ऑफ स्टेट, एच. एच. फाऊलर यांनी या भारत सरकारच्या मताशी सहमती दर्शविली, तेव्हा भारताबद्दलच्या प्रश्नात लिबरल पक्षाने आपल्या घोषित उदारमताचा त्याग कसा केला, हे दाखविणारा आणखी एक प्रसंग, असा त्याचा आगरकरांनी उल्लेख केला. अशाने, ब्रिटिश उदारमतवाद्यांच्या ''खूप अभिमान असलेल्या न्यायीपणाबद्दल'' एतद्देशीय अभिमत साशंक होणे साहजिक आहे, असे त्यांनी लिहिले.

आगरकरांनी आणखी दोन आक्षेपांचा समाचार घेतला : १. जर ब्रिटिश सत्तेपासून मुसलमान, शीख व इतरांचा दुरावा नष्ट करावयाचा असेल तर प्रशासनातील उच्च पदांपैकी एक रास्त भाग त्या लोकांनी भरला पाहिजे. २. भारतातील ब्रिटिश सरकारचे हात बळकट करण्यासाठी पुरेसे युरोपियन अधिकारी प्रशासनात असले पाहिजेत या धोरणाशी वरील ठराव विसंगत आहे. पहिल्या

आक्षेपातून ब्रिटिशांच्या "फोडा आणि राज्य करा" या धोरणाला पुष्टीच मिळते. एच. एच. फाऊलरसारखेसुद्धा अशा सांघिक गीतात सामील होतात, हे इंग्रजांच्या "औदार्यबुद्धि ऱ्हासाचे स्पष्ट निर्देशक आहे", असे मत आगरकरांनी मांडले.

दुसरा आक्षेप स्पष्टपणे ब्रिटिशांच्या वर्णभेदी दुराग्रहातून उत्पन्न होतो, असे आगरकरांनी सांगितले. इतकी कटू गोष्ट आधीच्या अधिकृत अहवालातून कधीही इतक्या स्पष्टपणे मांडली नव्हती. त्याच्यातून गोऱ्या काळ्यांतील वर्णभेदभाव दिसून येतो. एका तऱ्हेने हा राणीच्या जाहीरनाम्यातील आश्वासनांचा "विश्वासघातच" आहे. ही "संपूर्ण भारतीय जातीची बदनामी" आहे असे त्यांनी म्हटले.

पाच

सारांशात सांगावयाचे झाल्यास ग्लॅडस्टनने केलेल्या विधानांशी आगरकरांची मते पूर्णपणे मिळतीजुळती आहेत. ग्लॅडस्टन यांनी लिहिले की, "उदारमतवाद म्हणजे शहाणपणाने सौम्य केलेला लोकांचा विश्वास, पुराणमतवाद म्हणजे भीतीने सौम्य केलेला लोकांचा अविश्वास." लॉर्ड शेरब्रुकनी ग्लॅडस्टनबद्दल सांगितलेली खऱ्या उदारमतवादीबद्दलची चार स्वभाववैशिष्टे आगरकरांमध्ये होती : १. मानवी स्वभावातील वाइटापासून भीती वाटण्यापेक्षा जास्त भल्याची आशा ठेवणारा; २. तपशिलातील नियमाकडे बोट दाखविण्यापेक्षा कायदे करताना श्रेष्ठ तत्त्वांच्या समावेशाकडे लक्ष देणारा; ३. राष्ट्रीय हितापुढे व्यक्तिगत, जातीय व स्थानिक हित मागे टाकणारा; आणि, ४. संस्थांचा आदर करतो ते त्या आहेत तशा म्हणून नव्हे तर त्या जशा हव्यात तशा असल्यासच.[७०]

आगरकरांचा प्रखर राष्ट्रवाद हा पुनरुज्जीवनवादावर किंवा परंपराभिमानावर आधारित नाही. मानवी हिताबाबतीत कुठल्याही अविवेकी आणि प्रतिगामी प्रवृत्तीस त्यांचा विरोध होता, मग ते राजकीयबाबतीत असो किंवा सामाजिकबाबतीत असो. आगरकर मानवतावादी, लोकशाही आणि धर्मनिरपेक्ष राष्ट्रवादाचे पुरस्कर्ते होते. म्हणून, आचार्य शं. द. जावडेकरांनी त्यांचा "पुरोगामी उदारमतवादी" असा योग्य उल्लेख केला आहे.[७१] 'पुरोगामी'ची व्याख्या "दूरदर्शी पुरोगामी" अशी केलेली आहे.[७२]

आगरकर जास्त दिवस हयात राहिले असते तर ते त्यांचे सहकारी असलेल्या गोखलेप्रणीत नेमस्त गटात सामील झाले असते, असा निष्कर्ष काही इतिहासकारांनी काढला आहे. आगरकरांच्या लिखाणावरून असे लक्षात येते की, स्वातंत्र्य संग्रामातील पुढे तापत गेलेल्या वातावरणात, त्यांनी निर्भीडपणे सरकारवर टीकास्त्र सोडले असते, सामाजिक वैगुण्यावर टीका करताना त्यांनी पुरोगामी उपाय सुचविले

असते आणि आपण 'नेमस्त' आहोत की 'जहाल' आहोत याची फिकीर न करता स्वातंत्र्यलढ्यात ते आघाडीवर असले असते. राष्ट्रीय प्रकृतीसाठी ''स्वातंत्र्य'' हे आगरकरांच्या मते आवश्यक मूल्य होते, ज्या मूल्याचे इतर कोणत्याही गोष्टीशी गौणत्व असू शकणार नाही, तसेच त्याची तडजोडही करता येणार नाही.

संदर्भ

१. ग्युडो द रिगेरो, *द हिस्टरी ऑफ युरोपियन लिबरॅलिझम,* आर. जी.कोलिंगवूड (अनुवादित), ऑक्स्फर्ड युनिव्हर्सिटी प्रेस, लंडन, १९२७, पृ. ३४५-३४८.
२. 'राजतृष्णा', *केनिनि,* भाग २, पृ. २९७-९९.
३. *मराठा,* ३० जानेवारी व ६ फेब्रुवारी १८८१. हे लेख 'लिहून आलेला मजकूर' या सदराखाली लिहिलेले असून आशय व लेखनशैलीवरून ते आगरकरांच्या लेखणीतील वाटतात. असेच विचार *केसरी* व *सुधारकां*त सापडतात.
४. 'स्वदेशाभिमान', *केनिनि,* भाग १, पृ. ९०-९१.
५. 'द रोमन्स ॲन्ड द इंग्लिश : ॲन ॲप्रेहेन्शन ॲन्ड अ सजेशन', *मराठा,* ३० जानेवारी १८८१.
६. 'हिंदुस्थानांतील अन्नान्नदशेचे दुष्परिणाम', *आवा* - २, पृ. २२-२५.
७. 'इंग्लिश राज्यात पोटभर अन्न मिळत नाही', *आवा* -२, पृ. १८-१९.
८. 'रशियाविषयक आवश्यक माहिती', *केसरी,* २८ एप्रिल १८८५.
९. 'जुलूमी राजांनो सांभाळून रहा', *केसरी,* २२ मार्च १८८१.
१०. 'राजकीय सन्निधानाचे अपायकारकत्व', *आवा*-१, पृ. ३१५-१६.
११. 'पोलिटिकल ऑर्गनायझेशन इन जनरल', *द प्रिन्सिपल्स ऑफ सोशॉलॉजी,* खंड २, नं. ४४३, पृ. २५२.
१२. *आवा* - १, पृ. ३-४, १ ऑगस्ट १८८८.
१३. 'समाज सुधारणेस अत्यंत अनुकूल काल, सांप्रत काळ', *सुधारक,* २४ मार्च १८९०.
१४. 'स्वातंत्र्य', *केनिनि,* भाग २, पृ. २५९-२६१.
१५. *कित्ता.*
१६. 'धर्मसंग्राम अथवा गृहकलह', *आवा* - १, पृ. ३३५-३४०.
१७. 'आम्ही खचित मरणार नाही', संपादकीय स्फुट, *सुधारक,* १२ डिसेंबर १८९२.
१८. 'आमचे दोष आम्हाला कधी दिसू लागतील?', *आवा* - १, पृ. २१४.

१९. 'हिच्या नावाने तीच रड', *सुधारक,* २७ ऑक्टोबर १८९०, *आवा* - १, पृ. ३७८.
२०. 'आमचे दोष आम्हाला कधी दिसू लागतील?', *आवा* - १, पृ. २१८
२१. 'इंग्रजांच्या कोणत्या गोष्टी अनुकरणीय आहेत?', *केनिनि* - २, पृ. १०५-७.
२२. 'नोट्स फॉर द गायडन्स ऑफ माय फ्रेंड्स अॅन्ड रिलेटिव्हज', *आप.*
२३. 'इंग्लंड व हिंदुस्थान', *केसरी,* १५ फेब्रुवारी १८८१; संपादकीय स्फुट, *केसरी,* २८ एप्रिल १८८६.
२४. 'इंग्रजी राज्यात पोटभर अन्न मिळत नाही', *आवा* - २, पृ. १८-१९.
२५. 'भारत मित्रा'च्या योगदानाबद्दल जास्त माहितीसाठी, मेरी क्रम्पस्टन, ''सम अर्लि इंडियन नॅशनॅलिस्ट्स अॅन्ड देअर अलाइज इन द ब्रिटिश पार्लमेंट', *द इंग्लिश हिस्टॉरिकल रिव्ह्यू,* खंड ७६, नं. २९९, (एप्रिल १९६१), पृ. २७९-९७.
२६. *सुधारक,* ३ एप्रिल १८९१.
२७. 'युरोपियन आणि नेटिव्ह यांचे अन्योन्य संघटन', *केनिनि* - १, पृ. १५६-१७७; ''दिवसेंदिवस त्यांच्यात कलागत लागत जाऊन परिणामी हातघाईवर येऊन ठेपेल व या रीतीने हिंदुस्थानाला आपली मुक्तता करून घेता येईल असे म्हणल्याखेरीज प्रत्यवाय नाही.'', पृ. १५९-६०.
२८. *कित्ता.*
२९. ९ एप्रिल १८८३ चे एच. डब्ल्यू. प्रिमरोज यांचे टिप्पण, एस. गोपाळ, *द व्हाइसरॉयल्टी ऑफ लॉर्ड रिपन,* ऑक्स्फर्ड प्रेस, लंडन, १९६३, पृ. १३५ मध्ये उद्धृत. १८८२-८३ मध्ये फक्त दोन भारतीय अशाप्रकारच्या जागेवर कार्यरत होते, ते म्हणजे सत्येंद्रनाथ टागोर हे मुंबई इलाख्यात आणि बंगालात रोमेश चंद्र दत्त. पुढील पाच वर्षांत पाच भारतीयांची त्यात भर पडली असती आणि सहा ते आठ वर्षांत सात अधिक लोकांची भर पडली असती. तरी प्रत्यक्षत: फक्त नऊ भारतीयांनाच युरोपियन ब्रिटिश नागरिकांवर खटला चालविण्याचा हक्क संपादन करता आला असता.
३०. *कित्ता,* पृ. १४३.
३१. 'गोरे गुन्हेगार आणि काळे न्यायाधीश', *केसरी,* ६ मार्च १८८३.
३२. 'इल्बर्ट बिल', *केसरी,* १ मे १८८३.
३३. *केसरी,* १० जुलै १८८३.
३४. 'इल्बर्ट बिलावर ग्लॅडस्टन यांचे विचार', *केसरी,* १८ सप्टेंबर १८८३.
३५. *केसरी,* २८ ऑगस्ट १८८३.

३६. ‘इल्बर्ट बिल’, *केसरी,* १ मे १८८३.
३७. एस. गोपाळ, *तत्रैव,* पृ. १६७.
३८. ‘राजकीय हिताविषयी युरोपियन लोकांची अद्वितीय दक्षता’, *केसरी,* ३ एप्रिल १८८३; ‘युरेशियन आणि अँग्लो-इंडियन असोसिएशन’, *केसरी,* ११ सप्टेंबर १८८३.
३९. ‘तत्त्वावर दृष्टी’, *केसरी,* १८ सप्टेंबर १८८३.
४०. ‘इल्बर्ट बिलाची तडजोड’, *केसरी,* १५ जानेवारी १८८४.
४१. संपादकीय स्फुट, *केसरी,* २९ जानेवारी १८८४.
४२. ‘म्युनिसिपालिटींच्या बिलावर दोन विचार’, *केसरी,* ३१ जुलै १८८३.
४३. केसरी, ७ ऑगस्ट १८८३.
४४. *एसेज - सायंटिफिक, पोलिटिकल अॅन्ड स्पेक्युलेटीव्ह,* खंड २, विल्यम नॉर्गेट, लंडन, १८६८, पृ. १६३-२०९; आणि ३५२-८२.
४५. ‘प्रतिनिधिनिक्षिप्तराजसत्ता’, *केसरी,* १० एप्रिल १८८३.
४६. ‘प्रतिनिधिनिक्षिप्तराजसत्ता’, *केसरी,* १७ एप्रिल १८८३.
४७. ‘प्रतिनिधिनिक्षिप्तराजसत्ता-दर्शनांतर’, *केसरी,* २४ एप्रिल १८८३.
४८. ‘कालमानाप्रमाणे व समाज-स्थित्यंतराप्रमाणे राज्यपद्धती बदलत गेली पाहिजे’, *केसरी,* २४ एप्रिल १८८३.
४९. ‘प्रतिनिधिनिक्षिप्तराजसत्ता’, *केसरी,* २४ एप्रिल १८८३.
५०. ‘प्रतिनिधिनिक्षिप्तराजसत्ता - राज्यरीतीची उपपत्ति’, *केसरी,* २६ जून १८८३.
५१. ‘प्रतिनिधिनिक्षिप्तराजसत्ता - राज्यरीतीची उपपत्ति’, *केसरी,* ३ जुलै १८८३.
५२. ‘प्रतिनिधिनिक्षिप्तराजसत्ता - उत्तम राज्यरीतीची लक्षणे’, *केसरी,* २४ जुलै १८८३.
५३. *कित्ता.*
५४. ‘नीति, अक्कल आणि कर्तृत्व...’ *केसरी,* २३ ऑक्टोबर १८८३.
५५. ‘प्रतिनिधिनिक्षिप्तराजसत्ता - राज्यरीतीची उपपत्ति’, *केसरी,* १७ जुलै १८८३.
५६. ‘प्रतिनिधिनिक्षिप्तराजसत्ता - उत्तम राज्यरीतीची लक्षणे’, *केसरी,* २३ ऑक्टोबर १८८३.
५७. *कित्ता.*
५८. जॉन स्टुअर्ट मिल, *कन्सिडरेशन्स ऑन रेप्रेझेंटेटिव्ह गव्हर्नमेंट,* जॉर्ज रटलेज, लंडन, तिसरी आवृत्ती, १८६५. हे मिलचे विचार १८६१ मध्ये

लिहिलेल्या त्याच्या शेवटच्या प्रकरणात आहेत : ''ऑफ द गव्हर्नमेंट्स ऑफ डिपेंडन्सिज बाय अ फ्री स्टेट''.

५९. ब्रिटिश साम्राज्य व भारतातील वसाहतवादी धोरण यांच्या मिलने केलेल्या समर्थनाबद्दल पहा : आयलिन पी. सल्लिवन, ''लिबरॅलिझम अॅन्ड इंपिरियालिझम : जे. एस. मिल्स डिफेन्स ऑफ द ब्रिटिश एंपायर'', *जर्नल ऑफ द हिस्टरी ऑफ आयडीयाज,* व्हॉ. ४४, नं. ४ (ऑक्टोबर-डिसेंबर १९८३), पृ. ५९९-६१७.

६०. 'नवीन कल्पना', *केसरी,* ११, १८, २५ सप्टेंबर आणि २ व ९ ऑक्टोबर १८८३.

६१. 'एकाने करावे आणि दुसऱ्याने निस्तरावे', *केसरी,* १६ ऑक्टोबर १८८३.

६२. कित्ता.

६३. अधिक माहितीसाठी पहा, हिरालाल सिंग, *प्रॉब्लेम्स अॅन्ड पॉलिसिज इन ब्रिटिश इंडिया,* आशिया पब्लिशिंग हाऊस, मुंबई, १९६३, पृ. १३-८१.

६४. संपादकीय स्फुट, *केसरी,* ८ एप्रिल १८८४.

६५. 'सिव्हिल सर्विस', *केसरी,* १५ एप्रिल १८८४.

६६. आश्चर्य म्हणजे *मराठ्याने* त्यांची बाजू घेतली. *मराठा* कुठे चुकला आहे हे दाखवून आगरकरांनी खेद व्यक्त केला. *केसरी,* १० जून १८८४, 'हिंदुस्थानचे राज्य आमच्या हाती चिरकाल कशाने राहील?', आणि 'लॉर्ड लिटन आणि सिव्हिल सर्विस', *केसरी,* १७ जून १८८४.

६७. 'हिंदुस्थानचे राज्य कोणासाठी? अथवा सिव्हिल सर्विस साठी समकालीन परीक्षा', *सुधारक,* १७ ऑगस्ट १८९३.

६८. हिरालाल सिंग, *तत्रैव,* पृ. ६८.

६९. 'वेळ मोठी आणीबाणीची आहे. यावेळी स्तब्ध बसाल तर फसाल', *सुधारक,* १८ जून १८९४.

७०. रॉबर्ट वॅलेस, 'द फिलॉसॉफी ऑफ लिबरॅलिझम', *द मॉडर्न रिव्ह्यू,* व्हॉ. ९, फेब्रुवारी १८८१.

७१. आर. एस. मार्खंडिकर, ''जी. जी. आगरकर : अ स्टडी इन रॅडीकल लिबरॅलिझम'', *द मॉडर्न रिव्ह्यू,* व्हॉ. ११८, डिसेंबर १९६५.

७२. रॉबर्ट वॅलेस, *तत्रैव.*

७३. ग. प्र. प्रधान, 'गोपाळ गणेश आगरकर', समाविष्ट *रॅशनॅलिस्ट इन महाराष्ट्र,* एन. आर. फाटक आणि इतर (संपा.), इंडियन रिनेसान्स इन्स्टिट्यूट, कलकत्ता, १९६२, पृ. ४१.

□□□

८

अर्थशास्त्रविषयक काही विचार

''आम्ही हजारो अडचणींनी घेरले गेलो आहोत, पण आपण स्वत:
त्यांच्यावर मात करण्याचा प्रयत्न न केल्यास त्यांच्या बेड्या तोडून मुक्त
होण्याची आपल्याला काहीही आशा करता येणार नाही. व्यक्तीप्रमाणेच
राष्ट्रानेदेखील सत्ता, संपत्ती आणि सन्मान संपादन करण्यासाठी झटले
पाहिजे आणि राष्ट्रातील सर्व लोकांनी एकजुटीने प्रयत्न केल्याशिवाय
राष्ट्रीय उद्धार होऊ शकणार नाही.''

''विल द नेटिव्हज बी मोर एंटरप्रायझिंग?'', *मराठा*, १३ फेब्रुवारी
१८८१

अर्थशास्त्रविषयक
काही विचार

आगरकरांचे दादाभाई नौरोजी, न्यायमूर्ती रानडे, काशिनाथ त्रिंबक तेलंग आणि प्रसिद्ध संख्याशास्त्रज्ञ गणेश व्यंकटेश जोशी यांसारख्या इतर राष्ट्रवादी नेत्यांच्या आर्थिक विचारांशी तात्त्विकदृष्ट्या फारच थोडे मतभेद होते. वस्तुत: ''भारताचे मित्र'' असलेल्या जॉन डिग्बी, जॉन ब्राईट, सेमूर के, विल्फ्रेड ब्लंट, विल्यम वेड्डरबर्न आणि इतरांच्या आर्थिक लिखाणाने ते प्रभावित झाले होते.[१]

महाविद्यालयीन शिक्षणात आगरकरांनी 'पोलिटिकल इकॉनॉमी' (राजकीय अर्थशास्त्र) हा एक विषय म्हणून निवडला होता. या विषयाच्या अभ्यासक्रमात त्यांनी अॅडम स्मिथ, डेव्हिड रिकार्डो, हेन्री सेजविक, हेन्री फॉसेट, जॉन स्टुअर्ट मिल आणि इतर युरोपियन अर्थशास्त्रज्ञांच्या लिखाणांचा अभ्यास केला. नंतरच्या काळात, फर्ग्युसन महाविद्यालयातील प्राध्यापक या नात्याने 'पोलिटिकल इकॉनॉमी' हा विषय त्यांनी विद्यार्थ्यांना शिकवला. जॉन स्टुअर्ट मिललिखित *प्रिन्सिपल्स ऑफ पोलिटिकल इकॉनॉमी* हे पुस्तक शिकविताना, त्यांनी व्याख्यानांसाठी काढलेल्या टिपणांच्या वह्या आजही आपल्याला *आगरकर पेपर्स*मध्ये सापडतात. या वह्यांच्या निरीक्षणावरून ते सदसद्विवेकबुद्धीशी किती प्रामाणिक आणि परिश्रम घेणारे शिक्षक होते, हे दिसून येते.

भारतीय अर्थशास्त्राची अतिशय भेदक मीमांसा करणारे गोपाळ कृष्ण गोखले यांनी आगरकरांचे कनिष्ठ सहकारी व *सुधारक*चे सहसंपादक म्हणून प्रारंभीच्या काळात उमेदवारी केली. आर्थिक विषयांवर लिहिताना, आगरकरांचा मूळ हेतू अर्थशास्त्राची सैद्धांतिक बाजू मांडण्याचा नव्हता, तर लोकांना दैनंदिन जीवनाशी निगडित असलेल्या महत्त्वाच्या गोष्टींबद्दल माहिती करून देणे, हा होता. परकीय सत्तेच्या आधिपत्याखाली झालेल्या हलाखीच्या आर्थिक परिस्थितीबद्दल माहिती

करून देण्याचा जाणीवपूर्वक प्रयत्न आगरकरांनी केला. तसेच देशाच्या आर्थिक उभारणीत लोकांनी सक्रिय भाग घेण्यासाठी त्यांना प्रोत्साहन देणे, हा सुद्धा त्यांच्या लिखाणाचा उद्देश होता.

भास्कर पांडुरंग तर्खडकर, रामकृष्ण विश्वनाथ व भाऊ महाजन, त्याचबरोबर टिळकांसारखे त्यांचे समकालीन, यांच्याप्रमाणे वसाहतवाद व भारतीयांच्या हितातील मूलभूत विरोधाभास, आगरकरांच्या स्पष्टपणे लक्षात आला आणि म्हणून त्यांच्या आर्थिक मीमांसेचा तो प्रमुख मुद्दा होता.[२] भारतात बदल फार झपाट्याने होत असल्याचे त्यांच्या ध्यानात आले, परंतु हा बदल भारताच्या चांगल्यासाठीच होता, असे नाही. भारत पारंपरिक अर्थव्यवस्थेपासून एका वसाहतवादी अर्थव्यवस्थेकडे वाटचाल करीत होता. कच्चा माल पुरविणे आणि तयार माल विकत घेणे; आणि असे करत असताना वसाहतवादी राज्यकर्त्यांच्या आर्थिक हिताचे पोषण करणे, हा त्या वसाहतवादी व्यवस्थेचा मुख्य उद्देश होता.[३] तत्कालीन प्रशासनास हाताळाव्या लागणाऱ्या सर्वसाधारण प्रत्येक आर्थिक प्रश्नामुळे भारतातील वसाहतवादाच्या विश्लेषणाबद्दल बऱ्याच माध्यमांतून वादविवाद आणि चर्चा होत असे. साहजिकच तत्कालीन राजकारण आणि त्याचे आर्थिक परिणाम हे आगरकरांच्या शिक्षणपर पत्रकारितेचे मुख्य विषय असत.

आगरकर आणि इतर राष्ट्रवाद्यांच्या आर्थिक दृष्टिकोनास दोन बाजू होत्या : पहिली बाजू म्हणजे त्यांना प्रामुख्याने एका निश्चित आर्थिक शाखेमध्ये स्वारस्य नव्हते, तर राष्ट्राच्या आर्थिक विकासातील सर्वांगीण प्रश्नांबद्दल त्यांना आस्था होती; आणि दुसरी बाजू म्हणजे आधुनिक विज्ञानाचा आणि तंत्रज्ञानाचा उद्योगासाठी व शेतीसाठी वापर झाला पाहिजे, असे त्यांचे मत होते. वासाहतिक परिस्थितीत असताना आर्थिक विकासात काय अडचणी येतात, याची आगरकरांना जाणीव होती. विकास साधायचा असेल तर साम्राज्यविरोधी भूमिका घेऊन नव्हे तर संयमाचे धोरण अनुसरले पाहिजे; देशी उद्योगांचा विकास एतद्देशीय प्रयत्नांनी आणि ब्रिटिश सहकार्य यांच्या संयोगातून साधायचा, असे त्यांचे मत होते.[४]

आर्थिक व राजकीय आंदोलने लोकापर्यंत नेण्याचा गंभीर प्रयत्न न केल्याबद्दल आणि आर्थिक मागण्या व धोरणे यांभोवती आपली राजकीय आंदोलने व चळवळी न आयोजित केल्याबद्दल बहुतेकदा राष्ट्रवाद्यांना दोष दिला जातो.[५] हे संपूर्णत: खरे नाही. एका बाजूला सरकारने योग्य पावले उचलावीत यासाठी त्यांचे मन वळविण्याच्या उद्देशाने आणि एका अर्थी दबाव आणण्यासाठी राष्ट्रवाद्यांनी वेळोवेळी विनंत्या आणि अर्ज पाठविले. आणि दुसऱ्या बाजूला लोकशिक्षण करण्याच्या हेतूने भारतासंबंधी मुख्य आर्थिक बाबींवर आपली गाऱ्हाणी वृत्तपत्रांतून प्रकाशित केली. पारंपरिक, सरंजामशाही अर्थव्यवस्थेकडून आधुनिक राजकीय अर्थव्यवस्थेकडे

वाटचाल करताना लोकांनी आपली उदासीनतेची वृत्ती सोडून भारताच्या आर्थिक उभारणीत सक्रिय भाग घेणे जरुरीचे आहे, हे जनमानसात बिंबविण्याचा आगरकर आणि इतरांचा प्रयत्न होता.[६]

डिसेंबर १८८० मध्ये तत्कालीन सेक्रेटरी ऑफ स्टेट लॉर्ड हार्टींगूटन यांच्याकडे, भारताला पाठविल्या जाणाऱ्या इंग्लिश मालावरील जकात कर कमी करावा, ही विनंती करण्यासाठी लँकशायरच्या उद्योगपतींनी एक शिष्टमंडळ पाठविले होते. यापूर्वी लॉर्ड लिटन यांच्या कारकिर्दीत जाड्याभरड्या कापडावरील अशाच प्रकारचे कर कमी करण्यात आले होते. यातून ''अप्रतिबंधक व्यापार व उत्तेजन'' या विषयी वादाला तोंड फुटले. उगमावस्थेत असलेल्या उद्योगधंद्यांना सरकारने सर्वसाधारणरीत्या संरक्षण द्यावे, अशी इतर राष्ट्रवाद्यांप्रमाणेच आगरकरांनीसुद्धा मागणी केली. भारताच्या संदर्भात सरकारला कशाप्रकारे महत्त्वाची भूमिका बजावता येईल, याबाबत काशिनाथ त्रिंबक तेलंग, म. गो. रानडे व दादाभाई नौरोजी यांनी रूपरेषा आखली होती. वस्तुत: भारताच्या औद्योगीकरणात आणि आर्थिक प्रगतीत सरकारने अर्थपूर्ण भूमिका निभावली पाहिजे, या विचाराचा रानडे यांनी अतिशय सातत्याने आणि ठामपणे पुरस्कार केला होता. वैयक्तिक पातळीवर उद्योग चालू करणाऱ्यांना राज्याच्या मदतीचे विस्तृत व शिस्तबद्ध धोरण रानड्यांनी मांडले.[७] रानड्यांच्या या विचारांशी तत्त्वत: सहमती दर्शविताना, भारतातील वासाहतिक सरकार आपले साम्राज्यवादी आर्थिक हित धोक्यात न घालता भारतीय अर्थव्यवस्थेच्या दृढीकरणासाठी सकारात्मक भूमिका पार पाडेल, याबद्दल आगरकर साशंक होते. ब्रिटिश साम्राज्यवादी दृष्टिकोनात काही बदलाची अपेक्षा करणे निरर्थक आहे, असे आगरकरांना वाटे.[८]

राजकीय अर्थशास्त्राची मूळ गृहीतके ही सर्वमान्य असून, आर्थिक विकासाच्या सर्व स्तरांवर, सर्व काळी व सर्व ठिकाणी ती एकसारखीच लागू पडतात, हा अनेक भारतातील ब्रिटिश प्रशासकांना खरा वाटणारा दावा, आगरकरांना अमान्य होता. मुक्त व्यापाराबाबतचे गृहीतक अर्थशास्त्रातील सर्वसाधारण सैद्धान्तिक नियम म्हणून मान्य करता येईल, पण विशिष्ट अर्थव्यवस्थेच्या स्वरूपानुसार त्यात योग्य फेरफार करायला हवेत. भारतासारख्या मागासलेल्या अर्थव्यवस्थेत उद्योगधंद्यांच्या सुरुवातीच्या काळात तरी त्यांना संरक्षण देणे आवश्यक आहे. याबाबतीत ब्रिटिश मुत्सद्द्यांची पूर्वीची पद्धती आणि अमेरिका, फ्रान्स, जपान व इतर देशांनी सद्यकालात अवलंबलेल्या पद्धतीच्या अनेक उदाहरणांवरून अर्थशास्त्रातील वरील गृहीतक मुळीच मान्य करता येण्यासारखे नाही, हे आगरकरांनी दाखवून दिले.[९] भारतातसुद्धा ब्रिटिशांनी या नियमांचे कठोरपणे पालन केले नाही, हेही त्यांनी सांगितले.

अर्थशास्त्रीय सिद्धांताचे मूल्य आगरकरांनी नाकारले नाही, पण विशिष्ट ऐतिहासिक परिस्थितीत त्यात फेरफार केलेले त्यांना हवे होते, जॉन स्टुअर्ट मिल यानेसुद्धा आर्थिक विकासाच्या प्रारंभीच्या काळात संरक्षण दिले पाहिजे आणि ते हळूहळू काढून घेता येईल, या तत्त्वाचा पुरस्कार केला आहे हे आगरकरांनी 'अप्रतिबंधक व्यापार आणि उत्तेजन' या लेखात स्पष्टपणे दाखवून दिले. मिलच्या या विचारांना अमेरिकन अर्थशास्त्रज्ञांची सुद्धा सहमती आहे, हेही त्यांनी सांगितले.

संपूर्ण राष्ट्रीय चळवळीत, राष्ट्रीय आंदोलनाचा बराचसा भाग आर्थिक नि:सारणाच्या सिद्धांतावर (Drain Theory) आधारित होता. आर्थिक नि:सारणाच्या या सिद्धांताप्रमाणे भारताच्या राष्ट्रीय उत्पन्नातील एक भाग आणि सामाजिक मुद्दल ब्रिटनला निर्यात करण्यात आले होते, आणि त्याच्या मोबदल्यात भारतास वस्तुरूपात अथवा आर्थिक स्वरूपात परतफेड मिळाली नाही; आणि त्यामुळे त्यांच्या राज्यकर्त्यांना भारतास अप्रत्यक्षरीत्या 'खंडणी' (tribute) देणे भाग पडत होते. दादाभाई नौरोजींच्या आर्थिक नि:सारणाच्या सिद्धांतास आगरकरांचा पाठिंबा होता. १८८३-८४ मध्ये त्यांनी सेमूर केंच्या *नाईंटींथ सेंचुरी* मासिकातील ''स्पॉयलेशन ऑफ इंडिया'' या लेखाचा मराठीत अनुवाद करून 'हिंदुस्थानची नागवण' या मथळ्याखाली लेखमाला *केसरीत* लिहिली.[११] मुद्दलाचे आणि मालाचे नि:सारण सेमूर के यांनी आपल्या लेखात स्पष्ट केले होते. भारतीय राष्ट्रीय उत्पादनातील एक तृतीयांशापेक्षा जास्त उत्पन्न ब्रिटनला कोणत्या ना कोणत्या रूपाने नेले जाते, हे त्यांनी दाखवून दिले होते.[१२] सरकारी कागदपत्रे, दादाभाई नौरोजी आणि भारताचे हितचिंतक असलेल्या ब्रिटिश मित्रांच्या लिखाणातून विस्तृतपणे उद्धृत करून, ब्रिटिश सत्तेच्या भारतावरील हितकारक परिणामबद्दलच्या भारतातील व इंग्लंडमधील अधिकाऱ्यांच्या दाव्यांचे के यांनी खंडन केले. त्यांच्या युक्तिवादातील प्रमुख मुद्दे असे होते : १. ब्रिटिशांनी बहुतांश साम्राज्य एतद्देशीय सत्तांना पराभूत करून नव्हे तर विश्वासघाताने मिळविले होते. २. ब्रिटिश प्रशासनाचे आत्ताचे स्वरूप त्यांच्या गतइतिहासावरून अपेक्षित आहे, त्यापेक्षा वेगळे नाही; शेवटी त्यांची स्वत:साठी असणारी आणि लोकाबद्दल थोडीसुद्धा सहानुभूती नसणारी परकीय नोकरशाही आहे; ती विनाशकारी व महागडी असून दुर्दैवीपणे लोकांच्या गरजांसाठी सोयीस्कर नसलेली आहे. हा विनाशकारी खर्च अनेक फायदेशीर गोष्टींतून अतिशय निर्दयीपणे उकळला आहे. या सर्वांचा शेवट खुद्द सरकारवरील आपत्तीतच होणार. स्वत:च्याच वाढलेल्या कर्जामुळे आणि साम्राज्य सांभाळण्यासाठीच्या वार्षिक बोज्यामुळे, भारतीय साम्राज्य हे खऱ्या अर्थाने इंग्लंडास काळजी करण्याची बाब आहे, असेही के यांनी लिहिले. जे. सेमूर केंच्या बहुतेक विधानांशी आगरकर जरी सहमत होते, तरी भारतीय साम्राज्य

सांभाळण्यासाठी इंग्लंडचे कर्ज वाढतच आहे, हा मुद्दा आगरकरांना अमान्य होता. याउलट, वसाहतीच्या प्रशासनाच्या खर्चाचा भरमसाठ बोजा भारतीयांना बळजबरीने उचलावा लागतो, असे त्यांनी लिहिले.[१३] आगरकरांनी लिहिले की, ब्रिटिश राज्यकर्त्यांनी थोड्याच काळात सातत्याने भारताच्या संपत्तीची इतकी पिळवणूक केली, की तुलनात्मकदृष्ट्या महमुद गझनी, चंगीझ खान व तैमुरलंग यांच्या लुटीचे आक्रमण तसेच दीर्घ मुस्लीम सत्तासुद्धा आर्थिकदृष्ट्या इतकी विनाशकारी नव्हती.[१४]

आर्थिक विकास आणि भारताच्या उत्कर्षासाठीच्या मुख्य मूलभूत अटींपैकी एक म्हणजे 'होम चार्जीस'च्या रूपाने भारताकडून इंग्लंडास दिल्या जाणाऱ्या वाढत्या खंडणीत एकदम मोठी कपात करणे, असे आगरकरांचे म्हणणे होते.[१५] वासाहतिक सत्तेच्या आर्थिक परिणामाव्यतिरिक्त लोकांच्या शारीरिक प्रकृतीवर त्याचा होणारा परिणाम, यावरही त्यांनी भर दिला. उदाहरणार्थ, कुपोषणामुळे सगळीकडे पसरणारी रोगराई आणि मृत्युप्रमाणातील वाढ. आपल्या विधानांच्या पुष्ट्यर्थ आगरकरांनी सरकारी 'ब्लू-बुक'मधून आकडेवारी दिली, आणि त्यातून असा निष्कर्ष काढला की, आधीच्या काळातील लढाया व राजकीय अशांततेच्या काळात ज्या संख्येने लोक मृत्युमुखी पडत असत, त्यापेक्षा कितीतरी अधिक ब्रिटिश राजवटीतील शांततेच्या काळात रोगराई, दुष्काळ आणि कुपोषणाने मृत्युमुखी पडतात.[१६] त्यांनी म्हणून इशारा दिला की, अशी केविलवाणी स्थिती चालू राहिल्यास हिंदुस्थानास तसेच इंग्लंडास अनर्थकारक स्थितीस सामोरे जावे लागेल.

जरी आगरकरांनी आर्थिक निःसारणाच्या सिद्धांताबाबत जनमत निर्माण करण्याचा प्रयत्न केला, तरी त्यांनी जकात आणि आर्थिक निःसारणाच्या प्रश्नाबाबत काहीसे मवाळ धोरण ठेवले. या प्रश्नाचे महत्त्व जाणूनसुद्धा, जकातीच्या प्रश्नाबाबतच्या राष्ट्रवाद्यांच्या मागण्या आणि आर्थिक निःसारणाचा शेवट करणे, विशेषतः होम चार्जीसच्या रूपाने घेतली जाणारी खंडणी बंद होणे, या गोष्टी शक्यतेच्या बाहेर आहेत, असे त्यांना अधिकाधिक वाटू लागले. या मागण्या म्हणजे ब्रिटिश वसाहतवादी सत्तेच्या पायावर, हितसंबंधांवर आणि वैचारिक प्रणालीवर इतका सरळसरळ हल्ला होता की, ब्रिटिश प्रशासन त्या नजिकच्या काळात मान्य करणार नाही.[१७] याबाबतीत आगरकरांचे विचार व्यवहारी होते, तसेच ते रानडे यांच्या विचाराशी जवळचे होते.[१८]

औद्योगिक विकासासाठी स्वातंत्र्य मिळेपर्यंत अथवा ब्रिटिशांच्या दृष्टिकोनात फरक पडेपर्यंत वाट बघता येणार नाही, असे जरी आगरकरांना वाटत होते, तरीही या विषयास राष्ट्रीय आंदोलनाच्या कार्यक्रमातून वगळण्यास ते निश्चितपणे तयार नव्हते. याबाबतीत सरकारी धोरणांवर प्रभाव पाडण्याबाबत ते साशंक होते. जी

सरकारी मदत प्रत्यक्षात येणार नाही, तीवर विसंबून न राहता भारतीयांनी स्वत:च याबाबत कृतिशील राहावे, अशी त्यांची इच्छा होती. आगरकरांचा भर आत्मनिर्भरतेवर होता. १८९१ नंतर, राजकीय प्रश्नांना सामाजिक प्रश्नांच्या तुलनेत अधिक प्राधान्य द्यावे, या तेलंग आणि टिळकांच्या मताच्या बाजूने आगरकरांचा कल अधिकाधिक झाला. राष्ट्रवाद्यांच्या राजकीय मागण्यांकडे सोयीस्कररीत्या दुर्लक्ष करून हिंदु समाजातील अनिष्ट चालीरितींवर भर देण्याच्या सरकारच्या धोरणातील दुटप्पीपणा त्यांना दिसून आला. स्थिती व गतीत जेवढा परस्परसंबंध असतो, तेवढाच सामाजिक व राजकीय परिस्थितीत परस्परसंबंध असतो, हे आगरकरांना दाखवायचे होते. त्यामागील तत्त्व असे की, "आधी जगायचे, आणि नंतर चांगले जगायचे." समाजाच्या अस्तित्वासाठीच काही राजकीय परिस्थितींचे असणे मूलभूत आहे, ज्यांच्या शिवाय समाज अधोगतीला जातो. राजकीय सुधारणांपेक्षा सामाजिक उन्नतीत मानवी वातावरण चांगले करण्याचे उद्दिष्ट असते, ज्यांच्यामुळे समाजातील घटकांना सुख प्राप्त होते. वासाहतिक प्रशासनामुळे होणारा आर्थिक नाश आणि मूलभूत राजकीय हक्कांच्या अभावामुळे होणाऱ्या तोट्यापेक्षा समाजातील रूढ वाईट चालीरिती जास्त सुसह्य आहेत, हे आगरकरांनी स्पष्ट केले.[१९] किंबहुना, राजकीय सुधारणांना प्राधान्य द्यावे, असे शब्दश: न म्हणता, ब्रिटिश सत्तेमुळे होणाऱ्या जबरदस्त आर्थिक नुकसानाची पातळी दाखवून देण्याचा उद्देश आगरकरांचा होता.

आगरकरांच्या मते, एका बाजूला औद्योगिक व आर्थिक विकास आणि दुसऱ्या बाजूला लोकांच्या सामाजिक व धार्मिक संस्था, चालीरिती, त्यांचा मनोवैज्ञानिक कल, "मनाच्या संवयी", या दोहोंचा सकारात्मक परस्परसंबंध असतो. भारताच्या आर्थिक विकासासाठी लोकांच्या मानसिकतेत मूलभूत बदल होणे गरजेचे आहे. आपखुषीने स्वीकारलेल्या गरिबीचे उदात्तीकरण करणारा धार्मिक आदर्श आणि कमीतकमी गरजा असण्यावर भर देणे, ही औद्योगिकपूर्व अथवा सरंजामशाही समाजाची मानसिकता आहे. राजकीय अर्थशास्त्र ज्याचा वैचारिक आविर्भाव आहे, त्या औद्योगिक संस्कृतीच्या मानसिकतेशी हा आदर्श विसंगत आहे. औद्योगिक संस्कृतीच्या आदर्शाप्रमाणे सर्व बौद्धिक व सामाजिक विकासाचा पाया संपत्ती आहे. जेव्हा एका समाजाचे लोक अगदी आवश्यक तेवढ्याच जीवननिर्वाहाच्या साधनांवर आत्मसंतुष्ट असतात, तेव्हा असलेल्या स्थितीतून सुधारणा करण्यासाठी दृढ आणि अव्याहत प्रयत्न ते करत नाहीत. भांडवलाची वृद्धी ही लोकांच्या गरजा वाढण्यावरच मुख्यत: अवलंबून असल्याने, प्रत्येक इच्छा अथवा गरज जेव्हा भागली जाते, तेव्हा त्यातून आणखी अधिक गरजा निर्माण होतात. परिणामत: अधिक मेहनतीची आवश्यकता भासते, आणि त्यातून समाजाची प्रगती निश्चित होते,[२०] असा युक्तिवाद आगरकरांनी केला. पारलौकिक जगाबद्दलचे धार्मिक

आदर्श आणि ऐहिक सुखाबद्दल उदासीनता, हे दोन भारताच्या आर्थिक विकासातील मुख्य अडथळे आहेत. जोपर्यंत या मूळ मनोवृत्तीत बदल होणार नाही, तोपर्यंत राष्ट्रीय उन्नतीसाठी अतिशय आवश्यक असलेले औद्योगिक उपक्रम आणि साहस भारतीयांत येणे शक्य नाही, हे आगरकरांनी स्पष्ट केले.

वासाहतिक आधिपत्य, प्रगत देशांतील जीवघेणी स्पर्धा आणि ब्रिटिश सरकारचे अप्रतिबंधक व्यापाराबाबतचे धोरण, या व्यतिरिक्त औद्योगिक विकासात आणखी काही अडथळे होते. गुंतवणुकीसाठी आवश्यक मुद्दलाची उणीव ही अनेक अडचणींतील एक महत्त्वाची अडचण होती. भांडवलाचा साठा व भारतीय लोकांची पैशाची बचतही फार अल्प होती. संभाव्य भांडवलातील एक मोठा भाग सरकार कराद्वारे अधाशीपणे खात होते.

अशा परिस्थितीतही आगरकरांना पुरेसे मोठे मुद्दल सुरक्षित गुंतवणुकीसाठी उपलब्ध होऊ शकेल, असे वाटत होते. दुर्दैवाने, भांडवलासाठीची बरीचशी रक्कम विखुरलेली आणि स्थावर स्वरूपात असल्याने प्रश्न जमवाजमवीचा व योग्यरीत्या वापरण्याबाबतचा होता. तसेच बचत म्हणून ठेवलेली रक्कम महागडे सोन्याचे दागिने घेण्यात अनुत्पादकरीत्या खर्चिली जाते[२२], अथवा ती रक्कम एका किंवा दुसऱ्या रूपाने साठविली अथवा दडविली जाते. बहुतेकदा बचतीचे पैसे सरकारी रोख्यांमध्ये आणि पोस्ट ऑफिस बँकांत गुंतवले जातात, आणि त्यामुळे उत्पादक गुंतवणुकीसाठी पैसा उपलब्ध होत नाही.[२३] शिवाय, आधुनिक उद्योगासाठी विखुरलेली बचतीची रक्कम उपलब्ध होण्यासाठी भारतात एतद्देशीय बँका आणि तत्सम कर्जाऊ रक्कम देण्यासाठीच्या आर्थिक संस्थाही नाहीत.

आगरकरांनी सुचविलेला यावरील उपाय म्हणजे, लोकांनी दडवलेला पैसा बाहेर काढून तो ''भांडवल उभारणीसाठी'' वापरायचा; तसेच आधुनिक बँका, शेतपेढ्या, आणि इतर तत्सम संस्थांमार्फत भांडवलाच्या चांगल्या उभारणीसाठी वापरायचा. ''तीन अर्थशास्त्र - २'' या *सुधारक*तील लेखात ते लिहितात :

> ''दुसऱ्या कोणत्याही देशांत संपत्तीच्या किंवा वार्षिक उत्पन्नाच्या मानानें जितका अनुत्पादक खर्च होतो त्याहून हिंदुस्थानांत अधिक होतो, असें मुळींच नाहीं. विशेषत: दागिन्यांच्या संबंधानें आम्हांवर वारंवार जी टीका करण्यांत येते तिचें अयथार्थत्व मि. दादाभाई नौरोजी यांनीं फार उत्तम रीतीनें दाखविलें आहे... ज्या अर्थीं आम्हांस आमचा व्यापार वाढविणें अवश्य आहे त्या अर्थीं, त्याला लागणारें भांडवल आम्ही कोठून तरी उभें केलें पाहिजे व तें उभें करण्यास दागिने आणि मेजवान्या यांकडे होणारा खर्च कमी केल्यास बरीच मदत होणार आहे. याशिवाय सरकारी ब्यांकेंत पैसा न ठेवतां तो व्यापारात घालण्याचा समंजस लोकांनीं हिय्या

केला तर सध्यां जितकें भांडवल जरूर पाहिजे तितकें सहज पैदा होणार आहे... लहानसहान भागीदारीनें उभारलेल्या समाईक भांडवलाच्या व्यापारी मंडळ्या प्रांतोप्रातीं स्थापण्यांत आल्या तर पाच पंचवीस वर्षांत ज्या व्यापारवृद्धीबद्दल आपण इतकें धडपडत आहों ती स्पष्टपणें चोहोंकडे दिसू लागेल..."[२४]

याबाबतीत सरकारने अधिकाधिक मदत द्यावी अशी आगरकरांची इच्छा होती, पण वासाहतिक पद्धतीत ते होणे अशक्य असल्याने देशवासीयांनीच अधिकाधिक प्रयत्न केले पाहिजेत, अशी आगरकरांनी विनंती केली.

आधुनिक उद्योगांच्या वाढीत आणखी एक अडथळ्याची गोष्ट म्हणजे औद्योगिक शास्त्रातील तज्ञ मंडळींची उणीव. आगरकरांच्या मते, औद्योगिक उन्नती आणि धंदेशिक्षणाचा प्रसार हे एकमेकांना पोषक आहेत. जरी त्यांनी औद्योगिक शाळा काढण्याच्या कल्पनेला पाठिंबा दिला, तरी तिथे शिकलेल्या विद्यार्थ्यांसाठी जर पुरेशा नोकऱ्या नसतील तर त्याचा उपयोग होणार नाही, अशी शंका त्यांनी व्यक्त केली.[२५] म्हणून अशा शिक्षणाची त्यांनी पुढीलप्रमाणे विभागणी केली : १. धंदे शिक्षण, २. उद्योग शाळा, आणि ३. शिल्पशाळा अथवा अभियांत्रिकी संस्था (Engineering Institutions). पहिल्यात, सामान्य कारागिरांना आपल्या जुन्या कलांतील नवे तंत्रज्ञान शिकता येईल आणि त्यामुळे पैसे कमाविण्याचा मार्ग उपलब्ध होईल. दुसऱ्या प्रकारच्या शिक्षणात लघुउद्योगातील कनिष्ठ तांत्रिक कर्मचाऱ्यांना प्रशिक्षण दिले जाईल. आणि तिसऱ्यात स्वतंत्रपणे उद्योग करण्याची कला आणि प्रगत तंत्रज्ञानाबद्दलची माहिती दिली जाईल.

नवीन उद्योगधंदे सुरू करण्यासाठी हव्या असलेल्या प्रगत तंत्रज्ञानाची माहिती मिळविण्यासाठी आणि इतर कला संपादन करण्यासाठी भारतीयांना परदेशी पाठविण्याची कल्पना आगरकरांनी उचलून धरली. पण बऱ्याच उदाहरणांवरून दिसून आले की, परदेशातून परत आल्यावर अशा शिक्षित लोकांना नवीन उद्योगधंदे सुरू करण्यासाठी लागणारे भांडवल उपलब्ध होत नसे.[२६] शिवाय अधिकाधिक लोकांनी आपली शक्ती व वेळ शुद्ध तसेच उपयोजित विज्ञान शिकण्यात घालवावा, आणि त्यांच्या ज्ञानाचा वापर नवीन उद्योग सुरू करण्यासाठी एतद्देशीय भांडवलदारांनी करून घेतला पाहिजे. समाजातील या दोन्ही वर्गांतील सहकार्यानेच आर्थिक उन्नती होऊ शकेल, असे आगरकरांनी सांगितले.

भारतीय अर्थव्यवस्थेत परकीय भांडवलाच्या शिरकावास विरोध असलेल्या दादाभाई नौरोजी आणि गणेश व्यंकटेश जोशी यांच्यासारख्या राष्ट्रवादी अर्थतज्ज्ञांशी आगरकरांचा काहीसा मतभेद होता. परकीय भांडवलाच्या कर्जावरील व्याज आणि

नफा अशा वेगवेगळ्या स्वरूपात भारताची आर्थिक लूट चालली होती, याची कल्पना असूनसुद्धा, जोपर्यंत भारतीय स्वतःचे भांडवल उभे करून उद्योगधंदे चालू करत नाहीत, तोपर्यंत परकीय भांडवलाचा ओघ थांबविणे अशक्य आहे, असे मत त्यांनी व्यक्त केले.[२७] म्हणून त्यांनी त्याच्या सकारात्मक बाजूकडे भर दिला. आर्थिक विकासाच्या अवस्थेत ब्रिटिश भांडवल आणि उपक्रम मदत करीत आहे आणि उपयोगी उद्योजक म्हणून परकीय योजना काम करीत आहेत.[२८] याबद्दल आगरकर लिहितात, ''प्राण कंठाशी येऊन भिडले तरी हरकत नाही, पण परक्या देशाचे भांडवल उसने घेऊन त्यावर कोणताही व्यापार काढण्याची कल्पना मनांत सुद्धा येऊ देता कामा नये, असे पढविणाऱ्यांचे देशाभिमानी अर्थशास्त्र - ही सारी एकाच सूत्रांत गोवण्यासारखी माणके आहेत, असे आम्हास वाटते!... तथापि अशा लोकांच्या वेडगळपणाच्या प्रयत्नांनी किंवा यांच्या उपहासांनी एकही कारखाना निघण्याचा संभव नसल्यामुळे, त्यांच्या विचारशून्य वर्तनाकडे किंवा असंबद्ध प्रलापांकडे लक्ष न देता आपणास जे योग्य दिसेल ते सांगून टाकणे हेच आपले कर्तव्य होय, असा प्रत्येक समंजस मनुष्याने निर्धार केला पाहिजे.''[२९]

गणेश वासुदेव जोशी ऊर्फ सार्वजनिक काका आणि पुणे सार्वजनिक सभा यांनी १८७२ पासून लोकांमध्ये पसरविलेली स्वदेशीची कल्पना, तत्त्वतः आगरकरांना मान्य होती. पण प्रत्यक्षात, अधिक महागडा व कनिष्ठ प्रतीचा भारतीय माल देशप्रेमासाठी प्राधान्याने विकत घेण्याची कल्पना सपशेल अपयशी ठरली, असे अनुभवावरून दिसून आले. आगरकरांनी अशा मालाचे उत्पादन व विक्री करण्याची कल्पना अव्यवहार्य आहे, असे सांगून पूर्णपणे उपहास केला, आणि अशा प्रयत्नांचा उल्लेख '*मिथ्या देशाभिमान* आणि *भ्रामक अर्थशास्त्र*' असा केला.[३०] आगरकरांनी दिलेले या प्रश्नाचे उत्तर पुढील प्रमाणे आहे.

> ''... मिथ्या देशभिमानानें भारी किंमतीचा जाडाभरडा देशी माल वापरण्यापेक्षां कांहीं वर्षे फायद्याकडे दुर्लक्ष करून किंवा प्रसंगविशेषीं मूळ मुद्दलांतही थोडाबहुत तोटा सोसण्यास तयार होऊन, निरनिराळ्या व्यापारी मंडळ्यांचे पातीदार होणें परिणामीं स्वतःला व देशाला फार श्रेयस्कर होणार आहे. व्यापारवृद्धीला मदत करण्याचा हा खरा मार्ग होय. याशिवाय यांत्रिक ज्ञान संपादण्यासाठीं परक्या देशास विद्यार्थी पाठविणें; जागोजागीं प्रदर्शनें करणें; शेतकरी, सुतार, लोहार वगैरे कारागीर लोकांस आपापल्या धंद्यांस लागणारीं लहान लहान यंत्रें घेण्यासाठीं हलक्या व्याजानें किंवा उसनवार रकमा देणें; कच्च्या मालाचें उत्पन्न वाढविण्यासाठीं शेतकीची होईल तेवढी सुधारणा करणें; लहान मोठ्या

गावांत उपयुक्त यंत्रालयें स्थापणें; कारागीर व मजूर लोकांस प्राथमिक शिक्षण, चित्रकला व एखाद्या दुसऱ्या धंद्याविषयीं चांगल्या प्रकारची माहिती देणे - या आणि अशा प्रकारच्या इतर कृत्यांकडे पैसेवाल्या समंजस लोकांचे ज्या मानानें लक्ष्य लागेल व उदारपणानें खर्च होत जाईल त्या मानानें खऱ्या व्यापारवृद्धीचा पाया या देशांत पडेल, हे उघड आहे.''

भारतातच भांडवल उभारून लोकांच्या सर्वसाधारण वापरातील गोष्टी निवडून मालाच्या दर्जात आणि किमतीत कुठल्याही प्रकारे तडजोड न करता त्याचे उत्पादन करणे, हाच खरा उपाय आहे, असे आगरकरांचे मत होते.

पारंपरिक कारागिरांनी उत्पादनाच्या नवीन वैज्ञानिक पद्धती आणि व्यवस्थापन शिकण्यावाचून तरुणोपाय नाही, असे आगरकरांचे ठाम मत होते. आपल्या या विधानाच्या पुष्ट्यर्थ इंग्लंडमधील औद्योगिक क्रांतीच्या सुरुवातीच्या काळात 'ल्युडाईट्स' (Ludites) नामक नवतंत्रज्ञानविरोधी आंदोलकांनी केलेल्या व्यर्थ दंग्याचे उदाहरण त्यांनी दिले. अशा प्रकारचा कुठलाही विरोध करणे आत्मघातकी आहे, हे त्यांनी सांगितले.[३१]

भारत हा कच्च्या मालाचा उत्पादक आहे आणि युरोपाचे काम तयार मालाचे उत्पादन करून पाठविणे, अशी कामाची वर्गवारी करणारी आणि अव्याहत चालणारी अभिजात अर्थशास्त्रज्ञांनी नेमून दिलेली दोघांचीही भूमिका, आगरकरांना अमान्य होती. अशाप्रकारच्या आंतरराष्ट्रीय कामाच्या वर्गीकरणाचा अर्थ म्हणजे जे देश आधी प्रगत झाले ते नेहमीच औद्योगिकदृष्ट्या प्रगतच राहणार, आणि भारतासारख्या देशाने केवळ एका मागासलेल्या शेतीप्रधान दर्जामध्ये खितपत पडायचे, हे होय.[३२]

जरी आगरकरांनी विशेषत्वाने शेतीविषयावर लिखाण केले नाही, तरी सर्वसाधारणरीत्या या विषयावरील रानड्यांच्या विचारांप्रमाणेच त्यांचे विचार होते. याबाबतीत त्यांनी विल्फ्रेड स्कॅव्हेन ब्लंट यांचे शेतीवरील विचार मराठी वाचकांसाठी अनुवाद करून छापले. सरकारी शेतीविषयक धोरण रयतेच्या हलाखीच्या परिस्थितीस कसे कारणीभूत होते आणि शेतीचा महसूल नगद पैशांत वसूल करण्याच्या सरकारच्या पद्धतीमुळे शेतकरी कर्जबाजारी होऊन सावकारांच्या तावडीत कसे सापडले आहेत याचे स्पष्ट विवेचन ब्लंट यांनी केले होते. तसेच रयतेतील सध्याच्या असंतोषास जंगलविषयक जाचक कायदेसुद्धा कसे जबाबदार आहेत आणि शेतावरील मजुरांना पूरक व्यवसाय नसल्यामुळे काय परिणाम झाले आहेत, हेही त्यांनी दाखवून दिले.[३३] रयतेची परिस्थिती सुधारण्यास सरकारी उपाय बाह्य, तुटपुंजे असून केवळ देखावा निर्माण करणारे आहेत, असे त्यांनी नमूद केले. याबाबतीत त्यांनी काही सर्वसाधारण सूचना केल्या त्या अशा : १. शेतीव्यवसाय,

उद्योग आणि व्यापार या क्षेत्रांत समतोल व नियोजित विकास झाला पाहिजे. २. शेतीव्यवसायातील वाढीव लोकसंख्या औद्योगिक मजुरांत सामावून घ्यावी. ३. सरकारने शेतीविषयक धोरण उदारतेचे ठेवावे आणि नियतकालिक महसूल व्यवस्था व अधिकाधिक वाढत असणाऱ्या जमीन महसूल आकारणीऐवजी कायमस्वरूपी रयतवारी व्यवस्था लागू करावी.[३४] ४. ग्रामीण पतपेढ्यांची तसेच न्यायमूर्ती रानडे व सर विल्यम वेडरबर्न यांनी पुरस्कृत केलेल्या शेतकी पतपेढ्यांची (ॲग्रीकल्चरल बँकांची) पुनर्रचना करावी. शेतकी पतपेढ्या सुरू करण्यात सरकारने अधिक सकारात्मक पुढाकार घ्यावा, असे सर विल्यम वेडरबर्न यांनी सुचविले होते.[३५] शेतकी पतपेढ्या सुरू करण्यात सरकार पुढे येत नसल्याने एतद्देशीयांनी प्रयत्न करावेत हा एकच पर्याय आहे, अशी सूचना आगरकरांनी केली.[३६] ५. शेतीकेंद्रित उद्योगांचा विकास करणे.[३७] ६. ग्रामीणीकरण टाळण्यासाठी व सर्व प्रांतांतील साधनांच्या योग्य वापरासाठी, लोकसंख्येची पुनर्विभागणी करणे.[३८] आणि ७. शेतकऱ्यांना शेतीविषयक उपयुक्त शिक्षण देणे.

सर्वसाधारणपणे आगरकरांचा आर्थिक प्रश्नांबाबतचा दृष्टिकोन व्यवहारी आणि राष्ट्रहिताला धरून होता. प्रारंभीच्या काळात उद्योगांना संरक्षण असावे असा पुरस्कार त्यांनी केला तरी, भारतातील अफूच्या व्यापारावर प्रतिबंध घालण्यात यावा, या केवळ नैतिक कारणास्तव मिशनऱ्यांनी केलेल्या मागणीच्या बाजूने आगरकर नव्हते. जर अफूचा व्यापार अनैतिक आहे, तर इंग्लंडहून भारतात आयात होणाऱ्या दारूच्या व्यापाराबाबत अशाच प्रकारचा युक्तिवाद का केला जात नाही, असा प्रश्न त्यांनी विचारला. दारूच्या निर्यातीस प्रतिबंध करणे म्हणजे इंग्लिश मद्यउत्पादकांचे उत्पन्न नाहीसे होणे होय. उलटपक्षी, भारतातील अफूच्या व्यापारावर निर्बंध लादण्याने सहा कोटी रुपयांची घट महसुलात निर्माण होईल, तसे झाल्याने भारतीयांवरील आधीच असलेल्या करांच्या बोजात नव्या करांची भर पडेल. भारतीय संस्थानिकांच्या महसुलात सुद्धा त्यामुळे बऱ्याच मोठ्या प्रमाणात घट होईल.[३९] चीनबरोबर असलेला अफूचा व्यापार अनैतिक आहे हे मान्य करून, आगरकरांनी त्यावर निर्बंध आणण्यास विरोध केला तो फक्त राष्ट्रीय दृष्टिकोनातून.[४०]

युरोपियन विचारांचा व संस्थांचा एक चिकित्सक अभ्यासक या नात्याने मजूर संघटनेची चळवळ सुरू करण्याची गरज आगरकरांनी लवकर ओळखली. त्यांच्या मताप्रमाणे 'स्वामी-सेवकांचा झगडा' हा निरंतर आहे आणि युरोपाप्रमाणे भारतीयांनीसुद्धा सामूहिक सौदा करण्याची कला संपादन केली पाहिजे, असे त्यांना वाटले. ''रेल्वेकंपन्या आणि रेल्वे कामगार'' या लेखात ''एकी म्हणजे सामर्थ्य'' या तत्त्वाचे त्यांनी पुन:प्रतिपादन केले, आणि औद्योगिक तसेच रेल्वे कामगार संघटित झाल्याशिवाय त्यांना काहीही संपादन करता येणार नाही, या गोष्टीवर त्यांनी

विशेष भर दिला. "अशाप्रकारच्या कायदेशीर सनदशीर आंदोलनासाठी प्रामाणिक आणि स्वत:ला वाहून घेतलेल्या नेत्यांना जनमत तयार करावे लागेल, विविध प्रांतांतील कार्यकर्त्यांचे चांगले जाळे निर्माण करावे लागेल, तसेच मालकांच्या अधिकारशाहीच्या विरुद्ध लढण्यासाठी चांगले आर्थिक पाठबळ निर्माण करावे लागेल", असा इशाराही आगरकरांनी दिला.[४१] अशी चळवळ विकसित करण्यातील विविध अडथळ्यांचीही तपशीलवार चर्चा त्यांनी केली. एकोणिसाव्या शतकामध्ये भारतीय कामगार संघटना बांधण्याची गरज ओळखणाऱ्या फार थोड्या विचारवंतांपैकी आगरकर एक होते.

सारांश, आर्थिक प्रश्नांबाबतचा त्यांचा दृष्टिकोन त्यांच्या सामाजिक प्रगतीबाबतच्या दृष्टिकोनासारखाच होता. त्यात विवेकनिष्ठ मार्गाने शक्य असेल ते संपादन करायचे त्यांनी सुचविले होते. ब्रिटिशांनी भारतात चालविलेल्या आर्थिक शोषणाचे ते टीकाकार होते. मूलभूत आर्थिक विकास साधण्यास, त्याचप्रमाणे आर्थिक नि:सारण थांबविण्यास, अथवा ब्रिटनपासून होणाऱ्या आयातीविरुद्ध अर्थपूर्ण किंवा परिणामकारक जकातीचे संरक्षण मिळविण्यास, एक वसाहतवादी राज्य असमर्थ आहे, याची जाणीव त्यांना होती. वसाहतवादी राज्याचे स्वरूप व त्याच्या आर्थिक व्यवस्थेची रचना लक्षात घेता, येथील लोकांनीच प्रयत्न करावेत, याच्यावर आगरकरांनी जास्त भर दिला. इहलोकाविषयी लोकांच्या मूलभूत विचारसरणीत आणि पाश्चात्त्य तंत्रज्ञान मान्य करण्याच्या दृष्टिकोनातसुद्धा लोकांच्या प्रयत्नाबरोबरच त्याप्रमाणे बदल झाले नाहीत तर आर्थिक व्यवस्थेत अपेक्षित फरक पडणार नाही, हे त्यांनी स्पष्ट केले. एका बाजूने आर्थिक नि:सारण आणि स्वदेशीबाबत एतद्देशीयांच्या संकुचित मनोवृत्तीला त्यांनी विरोध केला, तर दुसरीकडे "अतिजुलमातूनच क्रांतीचा जन्म होतो" आणि तसे झाल्यास स्वभावाने अगदी गरीब, सत्तेशी विनम्र आणि नशिबाला दोष देणारे भारतीयसुद्धा बंड करून उठतील, असा स्पष्ट इशारा आगरकरांनी इंग्रजी राज्यकर्त्यांना दिला.

संदर्भ

१. जॉन ब्राईट (१८११-१८८९) हे ब्रिटिश संसदेचे सभासद होते. आर्थिक विषयांवर ते भारतीयांच्या बाजूने बोलत असत. विल्फ्रेड स्कॅवेन ब्लंट हे लॉर्ड रिपनच्या कारकिर्दीत भारतात आले होते. *फोर्टनाईटली रिव्ह्यू*मध्ये लिहिलेल्या लेखांचा संग्रह त्यांनी *आयडियाज ऑन इंडिया* या नावाखाली छापला. भारतातील, १८८१-८४ या काळातील आपल्या वास्तव्याबद्दल त्यांनी एक पुस्तकही लिहिले आहे. विल्यम वेडरबर्न हे सनदी सिव्हिल सर्वंट होते. मुंबई सरकारातून ते १८८७ मध्ये चीफ सेक्रेटरी या हुद्द्यावरून

निवृत्त झाले. भारतीय राष्ट्रीय सभेच्या कामकाजात त्यांनी खूप जातीने लक्ष घातले व नंतर १८८९ मध्ये ते तिचे अध्यक्षही झाले. आगरकर, टिळक आणि इतरांनी काढलेल्या डेक्कन एज्युकेशन सोसायटीच्या कारभाराशी त्यांचा फार निकटचा संबंध होता. जे. सेमूर के हे ब्रिटिश संसदेचे सभासद होते. भारतीय राष्ट्रीय सभेच्या कार्यक्रमाबाबत त्यांना खूप आस्था होती, तसेच भारतीय आर्थिक बाबींबद्दल त्यांना खूप माहिती होती. जॉन डिग्बी हे भारताच्या हितास पाठिंबा देणारे होते. *प्रॉस्परस इंडिया* नावाचे उपरोधात्मक शीर्षक असलेले पुस्तक त्यांनी छापले. या पुस्तकात त्यांनी दादाभाई नौरोजींच्या आर्थिक नि:सारणाच्या सिद्धांताचा पुरस्कार केला. जॉन ब्राईट हे तत्कालीन इंग्लंडमधील आर्थिक विचारवंत होते.

२. इंग्रजी राज्यात पोटभर अन्न मिळत नाही', *सुधारक,* १३ एप्रिल १८९१; *आवा* - २, पृ. १९-२०.

३. 'हिंदुस्थानांस क्षय लागला', *आवा* - २, पृ. ७-९.

४. 'वाचाल तर चकित व्हाल', *सुधारक,* ३० मार्च १८९१.

५. बिपन चंद्र, *रानडेज इकॉनॉमिक रायटींग्ज्,* ग्यान पब्लिशिंग हाउस, न्यू दिल्ली, १९९०, पृ. तेरा.

६. 'इंग्रजी राज्यात पोटभर अन्न मिळत नाही', *सुधारक,* १३ एप्रिल १८९१.

७. बिपन चंद्र, *तत्रैव.*

८. तीन अर्थशास्त्रे, *आवा* - २, पृ. ७८-८०.

९. *कित्ता.*

१०. *केसरी,* २५ जानेवारी, १ व ८ फेब्रुवारी १८८१, केनिनि पृ. १७-१९.

११. मेरी क्रम्पस्टन, ''सम अरली इंडियन नॅशनॅलिस्ट्स ॲन्ड देअर अलाईज इन द ब्रिटिश पार्लमेंट, १८५१-१९०६'', *द इंग्लिश हिस्टॉरिकल रिव्ह्यू,* व्हॉ. २७, नं. २९९, एप्रिल १९६१, पृ. २७९-२९७.

१२. ''द स्पॉयलेशन ऑफ इंडिया'', *द नाईंटिंथ सेंचुरी,* जुलै १८८३, पृ. १-२२; एप्रिल १८८४, पृ. ५५९-८२; मे १८८४, पृ. ७२१-७४०. या लेखांना उत्तर दिले होते लायोनल ॲशबर्नर यांनी. केंच्या विधानांचा उल्लेख त्यांनी ''अतिशयोक्तिपर आणि बेपर्वाईने केलेले'' असा केला. के यांच्यावर टीका करताना ॲशबर्नर यांनी भारतातील ब्रिटिश प्रशासनाची एकांगी बाजू मांडली. ''द स्पॉयलेशन ऑफ इंडिया : अ रिप्लाय'', *द नाईंटिंथ सेंचुरी,* ऑक्टोबर १८८४, पृ. ६११-६१८.

१३. 'हिंदुस्थानची नागवण', *केसरी,* २५ सप्टेंबर १८८३; 'राजकर्त्यांनो लोभमूलानि पापानि' हे वचन लक्षांत ठेवा', *आवा*-२, पृ. १३१.

१४. 'भांडवल गेले, व्यापार गेला - १', *सुधारक,* ४ मे १८९१.
१५. *कित्ता.*
१६. 'हिंदुस्थानातील अन्नान्नदशेचे दुष्परिणाम', *आवा*-२, पृ. २३-२५.
१७. *सुधारक,* १३ एप्रिल १८९१.
१८. बिपन चंद्र, *तत्रैव,* पृ. lxxix.
१९. 'फेरजमाबंदी आणि लष्करी खर्च', *सुधारक,* ७ डिसेंबर १८९१.
२०. 'तीन अर्थशास्त्रे', *आवा*-२, पृ. ८३.
२१. 'शेतपेढ्या काढाव्यात', *सुधारक,* १५ जून १८९१.
२२. *कित्ता,* पृ. ३१६.
२३. *कित्ता,* पृ. ३१६-३१७.
२४. 'तीन अर्थशास्त्रे - १', *आवा*-२, पृ. ८५-६.
२५. 'उद्योगशाळा', *केसरी,* २१ जून १८८५.
२६. 'उद्योगशाळा', *केसरी,* २१ जून १८८५.
२७. 'शेतपेढ्या काढाव्यात', *आवा*-२, पृ. ३१७.
२८. *केसरी,* २१ जुलै १८८५.
२९. 'आमचा व्यापार वाढणार कसा?', *सुधारक,* १४ सप्टेंबर १८९१.
३०. 'तीन अर्थशास्त्र - २', *आवा* - २, पृ. ८६.
३१. *आवा* - २, पृ. ३४४.
३२. *कित्ता,* पृ. ३४८.
३३. 'ब्लंट यांचे हिंदुस्थान संबंधाने विचार', *केसरी,* ९ सप्टेंबर १८८४; हा लेख मराठीत अनुवाद केला आहे. मूळ लेख, 'आयडियाज ऑन इंडिया - अॅग्रीकल्चरल क्वश्चन', *द फोर्टनाईटली रिव्ह्यू,* न्यू सिरिज, ऑगस्ट १८८४, पृ. १६५-१७८.
३४. 'फेरजमाबंदी आणि लष्करी खर्च', *आवा*-२, पृ. ३६६-६७.
३५. *स्पिचीस अॅन्ड रायटींग्ज्स ऑफ सर विल्यम वेडरबर्न,* पृ. १८१-१९२
३६. *आवा*-२, पृ. ३१९-२०
३७. *कित्ता.*
३८. *'लेक्चर नोट्स ऑन मिल्स पोलिटिकल इकॉनॉमी', आप.*
३९. 'दारू विरुद्ध अफू अथवा हलवायाचे दुकानावर ब्रह्मार्पण!', *अवा* - २, पृ. १६१.
४०. 'आमचा अफूचा व्यापार', *आवा* - २, पृ. १६९-७१.
४१. 'रेल्वे कंपन्या आणि रेल्वे कडील नोकर', *सुधारक,* १ जून १८९१.

□□□

१

बुद्धिवादाचा संत

''*सुधारक* पत्राच्या लिखाणातून तुम्हांला किंवा माझ्या देशबांधवांना कोणत्याही प्रकारे दुखावले असेल - मग त्यामागचा उद्देश चांगला असेल वा वाईट; ते योग्य रीत्या असेल वा अयोग्य - तर अशी प्रत्येक गोष्ट उदार मनाने माफ करावी; कारण मी ज्या काही गोष्टी आदरणीय व पवित्र मानतो त्यांना स्मरून मी तुम्हांला सांगू इच्छितो की, मानवी प्रगतीच्या ध्येयावर मी प्रामाणिकपणे प्रेम केले आहे; आणि ज्याप्रमाणे मी बोललो आणि लिहिले हे 'अस्तित्वाच्या महत्त्वाच्या संघर्षात' माझ्यासाठी अगदी योग्य होते असा माझा सर्वसाधारण विश्वास आहे.''

नोट्स फॉर द गाईडन्स ऑफ माय फ्रेंड्स अ‍ॅन्ड रिलेटीव्हज, जून १८९३ - 'मला तारीख आठवत नाही' (आगरकरांनी आजाराच्या ग्लानीत लिहिलेल्या कैफियतवजा टिप्पणीत वरील विचार आहेत. वेळ पहाटे ३.४५ ते ५ मद्रास टाईम. *आगरकर पेपर्स*).

९ बुद्धिवादाचा संत

आगरकरांच्या कार्याचे व वैचारिक वारशाचे अवलोकन कसे करता येईल? कितीही प्रभावी आणि ठसठशीत वाटत असले तरी ते अवलोकन साचेबंद वाक्प्रचारात करणे अयोग्य होईल. त्यांचे जीवन एका असामान्य ध्येयाने प्रेरित झालेले होते आणि त्या ध्येयासाठी त्यांनी आयुष्यभर अपार कष्ट केले. त्यांच्या जगण्यात साधेपणामध्ये थोरवी होती; साधेपणात एक सौंदर्य होते, जे त्यांनी एकदा आपल्या आईला लिहिलेल्या पत्रात प्रांजळपणे व्यक्त केले होते : ''मला अगदी पोटापुरते मिळाले तरी पुरेसे आहे, म्हणजे मी उर्वरित वेळ दुसऱ्यांच्या हितासाठी वापरू शकेन.'' स्वत:साठी ठरविलेल्या ध्येयांचा पाठपुरावा खंबीरपणे त्यांनी जीवनभर केला. या स्वच्छपणे विचार करणाऱ्या, विचारशील आणि स्वत:ला वाहून घेतलेल्या सुधारकाच्या अल्प-जीवनाचे मोजमाप त्यांचे निकटचे सहकारी, गोपाळ कृष्ण गोखले यांच्या शब्दांत करायचे झाल्यास, ''त्याच्या लांबीने नव्हे तर त्यांच्या मनाच्या रुंदीने'', असे करावे लागेल.

एकोणिसाव्या शतकातील सुधारकांमध्ये आगरकरांचे स्थान निर्विवादपणे विशेष आहे. त्यांचे सर्वांत उठून दिसणारे वैशिष्ट्य म्हणजे त्यांनी धर्म आणि नीतीमध्ये केलेला फरक. नैतिकता, मग ती व्यक्तिविशेष असो अथवा सामजिक असो, ती धर्मावर आधारित नाही; तसेच, सामान्य लोकांची नैतिकता फक्त त्यांच्या धार्मिक भावनेला आवाहन करून नव्हे, तर तातडीने त्यांची, आधुनिक विज्ञान आणि तत्त्वज्ञान यांच्यातील अंतरंग समजून घेण्याची क्षमता निर्माण करून वाढविता येईल, अशी नि:संदिग्ध भूमिका आगरकरांनी घेतली.

त्यांच्या सुधारणावादाचे आणखी एक ठळक वैशिष्ट्य म्हणजे स्वातंत्र्याबद्दल त्यांना वाटणारी नितांत कळकळ. त्यांच्या जीवनाच्या व कार्याच्या प्रत्येक अंगात व्यक्तिगत आणि सामाजिक स्वातंत्र्य या अगदी इच्छित पूर्ततेसाठी कळकळ दिसून

येते. तसेच, सर्व व्यक्तींना - रंग, जात, धर्म आणि लिंग यांची पर्वा न करता - स्वत:तील सर्व गुणांच्या आविष्कारासाठी समान संधी उपलब्ध झाल्या पाहिजेत, अशीही त्यांना उत्कट आकांक्षा होती. व्यक्ती ही आगरकरांना सर्वांत पवित्र चीज होती.

मानवी जीवनातील सर्व विविध अंगांना सामाजिक नीतितत्त्वे आणि वैज्ञानिक दृष्टी संपूर्णरीत्या कशाप्रकारे लावता येईल, याबद्दलची अतीव कळकळ ही त्यांच्या लिखाणातून प्रामुख्याने दिसून येते. संशयवादाचे युग देशाचे जितके भले करू शकते तितके इतर कशानेही होत नाही. जोपर्यंत शंका उपस्थित होत नाहीत, तोपर्यंत समाजाची प्रगती होणे अशक्य आहे, असे आगरकरांनी कठोरपणे मांडले. थॉमस कुन्ह याने आपल्या *स्ट्रक्चर ऑफ सायंटिफिक रेव्ह्यल्युशन्स,* या गाजलेल्या पुस्तकात प्रभावीपणे मांडलेल्या विचारासारखे आगरकरांचे वरील विचार होते. कुन्ह लिहितो की, तुमच्या रूपावलींची भाषा, विचारांची चौकट तुम्ही बदलल्याशिवाय, आणि नवीन प्रश्नांचे संच निर्माण केल्याशिवाय, आधीच्या कल्पना सोडून ज्ञानाच्या क्षेत्रात खरा मार्ग काढता येणार नाही.

तत्कालीन इतर सुधारकांपेक्षा आगरकरांनी सुधारणेचा प्रश्न ऐतिहासिक संदर्भात अग्रभागी ठेवला. कोंडोर्सेटसारख्या पाश्चिमात्त्य विचारवंतांनी विकसित केलेल्या आणि जॉन स्टुअर्ट मिल याने मांडलेल्या प्रगतीच्या संकल्पनेतून आगरकरांना मानवता ऐतिहासिक विकासातील काही अवस्थांतून जाताना दिसली. त्यांतील प्रत्येक अवस्था तत्कालीन ज्ञानाशी संबंधित होती, प्रत्येक अवस्था नंतरच्या अवस्थेसाठी तयारी करीत होती. म्हणून, आगरकर म्हणाले की, सामाजिक प्रगतीत नवीन ज्ञान संपादन करणे ही एक अपरिहार्य अवस्था आहे. पण अशा ज्ञान संपादनास शंकावृत्ती व चौकसवृत्तीबद्दल प्रेम या दोन आवश्यक अवस्था आहेत.

प्रगतीबद्दलच्या अशाप्रकारच्या वैज्ञानिक संकल्पनेमुळे न्यायमूर्ती रानड्यांना प्रिय असलेले बिशप जोसेफ बटलर यांचे प्रतिपादन आगरकरांना मान्य झाले नाही. बिशप बटलरचे म्हणणे होते की, ''माणसाच्या मनात कर्तव्याबद्दलची भावना निर्माण व्हावी आणि त्याप्रमाणे त्याने वागावे, यासाठी ईश्वराने त्याच्यात सदसद्विवेकबुद्धी (conscience) घातली आणि सदसद्विवेकबुद्धीच्या आज्ञा म्हणजेच ईश्वराचा आवाज.'' या युक्तिवादाला उत्तर देताना आगरकरांनी लिहिले की, ''जो कोणी लेकीचे *हिस्टरी ऑफ युरोपियन मॉरल्स* वाचेल, त्याला सत्यता पटल्याशिवाय राहणार नाही की, प्रत्येक पिढीच्या सदसद्विवेकबुद्धीचे घटक आधीच्या तसेच नंतरच्या पिढीच्या त्याबाबतच्या संकल्पनेपेक्षा वेगळे असतात.'' हे वेगळेपण एका निश्चित नियमानुसार चाललेले असते. म्हणजेच ज्या घटकांत

अकल्याण करण्याची वृत्ती असते, ते मनात हळूहळू कालबाह्य होतात, तेव्हा काही विशिष्ट परिस्थितीत नवीन कल्याणकारी अथवा उपयुक्त घटकांची त्यांत भर होत असते. प्रत्येक ऐतिहासिक परिस्थितीतील विचारांच्या व संस्थांच्या महत्त्वाबद्दलची सापेक्षता आगरकर निश्चितपणे जाणून होते.

आगरकरांची इतिहासाबद्दलची संकल्पना बोधपर (didactic) आणि उत्पत्ती व वाढ संबंधीची (genetic) अशी दुहेरी होती. इतिहास म्हणजे मूलत: बदल या दृष्टिकोनातून त्यांनी पाहिले, आणि सांगितले की, सामाजिक हिताच्या संकल्पनेत एका बदलत्या व जिवंत समाजाचा समावेश आहे. अस्तित्वात असणे म्हणजेच बदलणे, विकसित होणे, परिपक्व आणि प्रगत होत राहणे. एक सच्चा सुधारक मानवी वारसा शुद्ध करतो तसेच तो वृद्धिंगत करतो, हे ते जाणून होते. जुन्या ग्रंथांतील जे काही जोपासण्यासारखे आहे ते सर्वतोपरी जतन करावे. आपल्या देशवासीयांना, विशेषत: समाजातील सनातनी वर्गाला, त्यांनी बजावून सांगितले की, जे काही जुने आहे ते पवित्र समजू नये व कुठल्याही बदलाचा उल्लेख म्हणजे पवित्र गोष्टींविषयी अनादर व्यक्त करणे नव्हे.

सर्वप्रकारच्या प्रतिगामी शक्तींच्या आणि सर्व तऱ्हेच्या अन्यायाविरुद्ध आगरकरांनी लढा दिला. महात्मा जोतीराव फुले यांच्याइतकीच त्यांनी वंचितांची स्थिती स्पष्ट करून दाखविली. स्पष्टवक्तेपणाने बोलण्यास ते कधीही कचरले नाहीत, पण तसे करताना विवेकी विवेचन आणि सभ्य भाषा त्यांनी कधीही सोडली नाही. ग. प्र. प्रधानांनी आगरकरांचे यथार्थ मूल्यमापन केले आहे.[१] ते म्हणतात की, ''आगरकर निग्रहपूर्वक वादविवाद करणारे होते, पण आत्मसंतुष्टपणे दुराग्रही नव्हते. त्यांचा वेळप्रसंगीचा टोमणा कधीही तिरस्कारव्यंजक नव्हता, तर त्याला विनोदाची झालर होती. एकोणिसाव्या शतकातील इतर कोणत्याही सुधारकांपेक्षा आगरकरांनी मराठी अभिजात वर्गात आधुनिक जगाच्या जडणघडणीस कारणीभूत असलेले प्रागतिक पाश्चात्त्य विचार रुजविण्याचे काम अधिक केले.''

आगरकर हे अतिशय उत्तम शिक्षक होते आणि जाति-वर्चस्व असलेल्या आणि दास्यत्वात असलेल्या देशासाठी ते काय करू शकतात, याबद्दल त्यांनी आपल्या विद्यार्थ्यांच्या मनावर प्रभाव पाडला. आपल्या देशबांधवांसाठी पहिला महत्त्वाचा धडा आगरकरांनी दिला, जो गोपाळ कृष्ण गोखल्यांनी सांगितला, तो असा की, 'एका हलक्या सामाजिक दर्जावर असूनसुद्धा उपयुक्त होणे शक्य आहे'', आणि ''खूप जास्त आवाज न करता स्वदेशाभिमानी होणे शक्य आहे.'' देशप्रेमात ते कोणाच्याही मागे नव्हते, आणि परकीय सत्तेच्या अनिष्ट परिणामांचा निषेध करताना, ते ''जैसे थे'' वाल्यांसारखे ब्रिटिश सत्तेबरोबर आलेल्या प्रागतिक

विचारांना नाकारणारे नव्हते. सर्वसाधारण सगळ्या प्रागतिक चळवळींत प्रत्यक्ष योगदान जरी केले नसले, तरी त्या चळवळी आगरकरांनी अपेक्षिलेल्या होत्या, असे म्हटल्यास अतिशयोक्ती होणार नाही. धोंडो केशव कर्वे यांच्या स्त्रीशिक्षणाच्या चळवळीपाठीमागची प्रेरणा निश्चितपणे आगरकरांची होती. गर्भनिरोध आणि कुटुंबनियोजनाचे प्रणेते रघुनाथ धोंडो कर्वे स्वतःला अभिमानाने आगरकरांचा सच्चा अनुयायी समजत. धर्मनिरपेक्षवादी आणि अलीकडील अंधश्रद्धानिर्मूलन चळवळीचे कार्यकर्ते आगरकरांनी पेरलेल्या विवेकवादाचे देणेकरी लागतात. या एकोणिसाव्या शतकाच्या महाराष्ट्रातील या उदात्त बुद्धिप्रामाण्यवादी बंडखोराचे ऋण हरी नारायण आपटे यांच्यापासून यशवंत दिनकर फडके यांच्यापर्यंतचे सर्व पुरोगामी लेखक मान्य करतात, हेच आगरकरांनी ठेवलेल्या वारशाबद्दल खूप बोलके आहे.

गोपाळ गणेश आगरकरांचा वारसा, म्हणजेच सर्व वादविवादाच्या प्रश्नांवर जे योग्य उपाय शोधतात आणि योग्य पुरावे मिळत नाहीत तोपर्यंत आपले मत पक्के करीत नाहीत, अशा सर्व मोकळ्या मनाच्या, विवेकवादी चौकशी करणाऱ्यांचा वारसा होय. आगरकर हे प्रामुख्याने जॉन स्टुअर्ट मिलकडून शिकले होते. त्या मिलच्याबाबत त्यांच्यात अतिशय पूज्य भावना होती आणि म्हणून त्यांनी मिलच्याप्रति अतिशय गौरवपूर्ण शब्दांत आदर व्यक्त केला.

आगरकरांच्या अल्प पण घटनापूर्ण जीवनाचे ध्येय आणि संदेश, जेव्हा त्यांना आपल्या जीवनाचा शेवट आल्यासारखे वाटले, अशा घातक रात्री लिहिलेल्या खालील संस्मरणीय शब्दांत स्पष्टपणे व्यक्त झालेले आहे :

प्रिय मित्रहो, - मी आत्ता जन्मभराची ठाम मते मला शक्य असेल तितक्या थोडक्यात लिहीत आहे आणि तुम्ही जर माझे मित्र असाल तर ती मते तुमच्या आयुष्यात अमलात आणण्यास पराकाष्ठा करावी यासाठी मी तुम्हांला विनवणी करतो.

शिक्षणातच (सर्व प्रकारच्या) मानवतेची मुक्ती आहे. ब्रिटिश सत्तेशी - ज्यांनी इतक्या काही गोष्टी या महत्त्वाच्या बाबतीत केल्या आहेत - निखालस निष्ठा, लाचारीची नव्हे तर सन्मानकारक. या देशात पुढे कधी काळी स्वायत्तता स्थापन व्हावयाची असेल तर हा एकच सोपा मार्ग आहे... जॉन स्टुअर्ट मिल! मला पुन्हा जन्म घेऊन तुमच्या पायाशी बसायला, आणि डेक्कन एज्युकेशन सोसायटीत काम करायला आनंद होईल; तिथे काम करताना झालेल्या अतिशय अप्रिय प्रसंगांनी माझ्या मनात थोडा सुद्धा तिटकारा निर्माण झाला नाही; जर स्वाभाविकतः, माझे अतिशय कौतुक असलेले, प्रिय आणि पूज्य गुरू (इथे मला इंग्रजी

शब्द समाधानकारक वाटत नाही) होणे तुम्हांला शक्य असेल तर, आणि मला तुमचा नम्र व काळजीपूर्वक पालन करणारा विद्यार्थी म्हणून तुम्ही घेतले तर.

मित्रांनो, एकोपा, शांतता व अन्योन्य प्रेम, आणि एकमेकांत आदर सुद्धा ठेवण्यासाठी जास्तीत जास्त प्रयत्नशील रहा, पण हे करताना ज्या ध्येयासाठी संस्थेची स्थापना केलेली आहे त्याचे भान विसरू नका. मला थांबले पाहिजे - माझे हात, डोके व डोळे, खूप गरम होत आहे. 'सुधारक' पत्राच्या लिखाणातून मी तुम्हांला किंवा माझ्या देशबांधवांना कोणत्याही प्रकारे दुखावले असेल - मग त्यामागचा उद्देश चांगला असेल वा वाईट; ते योग्य रीत्या असेल वा अयोग्य - तर अशी प्रत्येक गोष्ट उदार मनाने माफ करावी; कारण मी ज्या काही गोष्टी आदरणीय आणि पवित्र मानतो त्यांना स्मरून मी तुम्हांला सांगू इच्छितो की मानवी प्रगतीच्या ध्येयावर मी प्रामाणिकपणे प्रेम केले आहे; आणि ज्याप्रमाणे मी बोललो आणि लिहिले हे ''अस्तित्वाच्या महत्त्वाच्या संघर्षात'' माझ्यासाठी अगदी योग्य होते असा माझा सर्वसाधारण विश्वास आहे.

तुम्हांला दीर्घायुष्य लाभो! तुम्हांला सुख प्राप्त होवो, आणि तुम्ही देशाच्या आणि मानवतेच्या खूप उपयोगी व्हावे अशी प्रार्थना करतो... आता निरोप घेतो (Adieu) !

जून १८९३ - मला तारीख आठवत नाही.

विल्यम इव्हर्टन ग्लॅडस्टन यांनी मिलविषयी ''बुद्धिवादाचा संत'' असे उद्गार काढले होते. हे शब्द गोपाळ गणेश आगरकरांविषयी तितक्याच सत्यतेने खरे आहेत, असे म्हणता येईल. आणि खरे तर, जेव्हा प्रसिद्ध मराठी कादंबरीकार वि. स. खांडेकर यांनी आगरकरांविषयी ''देव न मानणारा देवमाणूस'' असे शब्द काढले तेव्हा त्यांचा हेच म्हणायचे होते.

संदर्भ

१. ग. प्र. प्रधान, ''गोपाळ गणेश आगरकर'', समाविष्ट *रॅशनॅलीस्ट ऑफ महाराष्ट्र*, इंडियन रिनेसान्स इन्स्टिट्यूट, कलकत्ता, १९६२, पृ. ४०-४१.

□□□

परिशिष्ट - १

''केसरी व मराठा मधील लेख आणि त्यांचे संभाव्य लेखकत्व''

आगरकरांची साहित्यिक कीर्ती ही प्रामुख्याने त्यांनी *केसरी*, *मराठा* व *सुधारक* या वृत्तपत्रांतून लिहिलेल्या निबंधांवर आधारित आहे. या वृत्तपत्रांतील बऱ्याच लेखांचे लेखकत्व वादास्पद आहे. म्हणूनच, आगरकरांच्या *केसरीच्या* संपादकत्व काळातील (१८८१ ते १८८७ ऑक्टोबर), तसेच त्यांनी *मराठ्यातून* लिहिलेल्या इंग्रजी लेखांचे जनकत्व ठरविण्याचा प्रयत्न इथे केला आहे.

केसरी व *मराठा* ही मराठी व इंग्रजी भाषेतील वृत्तपत्रे अनुक्रमे दिनांक १ जानेवारी व ४ जानेवारी १८८१ रोजी गोपाळ गणेश आगरकर व बाळ गंगाधर टिळक यांच्या संपादकत्वाखाली सुरू करण्यात आली. या काळात न्यू इंग्लिश स्कूल व नंतर डेक्कन एज्युकेशन सोसायटीशी संबंधित बहुतेक सर्व मंडळी-विष्णुशास्त्री चिपळूणकर (मार्च १८८२ : त्यांच्या मृत्यूपर्यंत), वामन शिवराम आपटे, महादेव शिवराम गोळे, महादेव बल्लाळ नामजोशी, डॉ. गणेश कृष्ण गद्रे - या वृत्तपत्रांत लेख लिहीत असत. स्वतःच्या सहीनिशी लेख लिहिण्याची वृत्तपत्रीय प्रथा त्या काळात नसल्यामुळे या लेखांचे / निबंधांचे लेखकत्व ठरविण्यासाठी इतिहास लेखनशास्त्रातील आंतरिक व बाह्य चिकित्सेचे नियम त्यांची सत्यता व विश्वासार्हता पडताळून पाहण्यासाठी कटाक्षाने व काटेकोरपणे वापरावे लागतात.

केसरीचा एकंदर साचा व त्याची वैशिष्ट्ये अशी होती : संपादकीय स्वरूपाचे तीन लेख, 'पत्रकर्त्यांच्या स्फुट सूचना' या मथळ्याखाली संपादकाच्या टिप्पणी, वर्तमानसार, संपादकाबरोबरचा पत्रव्यवहार, तसेच इहवृत्त आणि जाहिराती.

विष्णुशास्त्री चिपळूणकर, १७ मार्च १८८२ या मृत्युदिनापर्यंत सामान्यतः *केसरीत*, एका वेळी एकच अग्रलेख लिहीत व तो सर्वसाधारणपणे पहिलाच असे.[१]

पहिली दोन वर्षे वा. शि. आपटे, म. ब. नामजोशी, वा. बा. केळकर व शि. म. गोळे *केसरीत* लेख लिहीत असत. पण जेव्हा बर्वे बेअब्रू खटल्यात आगरकर व टिळक यांना शिक्षा झाली तेव्हा संपादक या नात्याने त्यांनी तुरुंगातून *केसरी* व *मराठ्यात* लेखन केल्याचे दाखले सापडत नाहीत. तसेच याबद्दलचे ठोस वक्तव्य आगरकरांनी आपल्या तुरुंगातील आठवणींमध्ये केले आहे. याच काळात आपटे आणि नामजोशी यांचा जो काही संबंध पूर्वी केसरीशी होता तोही तुटला.[२] याच काळात सीताराम गणेश देवधर यांसारखे *केसरीत* लिहू लागले. *माझा जीवनवृत्तांत* या आत्मवृत्तात देवधरांनी आपण लिहिलेल्या लेखांची नावे दिली आहेत. या व्यतिरिक्त बरेच जण या वृत्तपत्रात लिहीत असत, ज्यांचे लेखकत्व संपूर्णत: सिद्ध होऊ शकत नाही. या बाबतीत आपल्याला २५ जुलै, १ व १५ ऑगस्ट आणि १५ सप्टेंबर या काळात *केसरीत* लिहिल्या गेलेल्या 'जूट' या लेखमालेचे लेखकत्व ठरविण्याबाबतचे उदाहरण देता येईल. या लेखमालेत प्रत्येक लेखाच्या सुरुवातीस संस्कृत काव्यपंक्ती असल्यामुळे बऱ्याच संशोधकांनी या लेखांचे जनकत्व टिळकांना दिले आहे.[३] पण प्रत्यक्षात या काळात आगरकर व टिळकांनी तुरुंगातून कोणतेही लेख लिहिले नाहीत, व प्रस्तुत लेखांच्या सुरुवातीस असलेल्या संस्कृत काव्यपंक्ती प्रमाणित शास्त्रांतील नाहीत, तसेच 'जूट' या लेखमाले व्यतिरिक्त 'विवाह', 'आपल्या वरचा भार आम्हावर टाकला', 'पितृपक्ष' असे अनेक लेख याच काळात *केसरीत* आले आहेत ज्यांची सुरुवात संस्कृत काव्यपंक्तीपासून होते, या सर्व गोष्टी लक्षात घेता आपल्याला सहज निष्कर्ष काढता येतो की, ही लेखमाला डोंगरीतील तुरुंगवासाच्या दिवसांत आली असल्याने, टिळक व आगरकर या दोघांच्याही लेखणीतून आली नसून त्यांच्या व्यतिरिक्त अन्य कोणीतरी लिहिली असावी. हेही लक्षात घेणे गरजेचे आहे की टिळक सर्वसाधारणरीत्या *ऋग्वेद, अथर्व वेद* अथवा *उपनिषदे* यांसारख्या प्रमाणित शास्त्रांतील वाक्येच उद्धृत करीत, इतर सरसकट शास्त्रांतील नव्हे. म्हणूनच अशा निष्कर्षापर्यंत तार्किकदृष्ट्या पोहोचता येते की टिळक किंवा आगरकर यांच्या लेखणीतून नव्हे तर अन्य कोणी व्यक्तीने 'जूट' तसेच इतर उल्लेखलेले लेख लिहिले असावेत.

या लेखांचे लेखकत्व ठरविताना त्या लेखांतील आंतरिक गोष्टीचा विचार करणे तितकेच महत्त्वाचे आहे. याबाबतीत संभाव्य लेखकांच्या लेखनशैलीचा व त्यांच्या विचारसरणीचा चिकित्सक अभ्यास करून त्याचे प्रतिबिंब कशा प्रकारे या लेखांत उमटले आहे हे पाहावे लागते. आगरकरांच्या लेखन शैलीची वैशिष्ट्ये पुढीलप्रमाणे आहेत.[४]

१) सदसद्विवेक बुद्धीला साद घालणे, भावनेस नव्हे.

२) लिखाणातील ठोसपणा व आग्रहीपणा.

३) लिखाणाद्वारे वाचकांच्या मनातील चांगलेपणाच्या जाणिवा वृद्धिंगत करणे.

४) त्यांच्या लेखन शैलीत साहित्यिक भरारी व वैचारिक ओघ आहे.

५) आपल्या विचारांच्या समर्थनार्थ कटाक्षाने त्यांनी संस्कृत शास्त्रांचा आधार नाकारला.

६) संस्कृत साहित्यातील काव्यपंक्तीचा वा वाक्यांचा दाखला त्यांनी दिला असेल तर तो कालिदास, भवभूती अथवा अन्य लेखकांच्या साहित्यातील, धर्मग्रंथांतील नव्हे.

७) प्राचीन ग्रीक, रोमन आणि आधुनिक युरोपिअन इतिहासातील दाखले व ऑगस्ट काँट, हर्बर्ट स्पेन्सर, जॉन स्टुअर्ट मिल, एडवर्ड गिब्बन, जॉन मोर्ले, चार्लस् ब्रॅडलॉसारख्या विचारवतांच्या आणि शेक्सपिअर व ड्रायडनसारख्या लेखकांच्या साहित्यातील उतारे आगरकर आपल्या लिखाणात वारंवार देत.

८) आपले असाधारण विचार, मग ते कोणाला पटोत किंवा न पटोत, आगरकर अतिशय निर्भीडरीत्या वाचकांच्या समोर मांडीत. या त्यांच्या निर्भीडपणाचे बोलके उदाहरण म्हणजे सुधारकातील एका अग्रलेखाचे शीर्षक- ‘‘इष्ट असेल ते बोलणार आणि साध्य असेल ते करणार.’’

९) आगरकरांनी मराठी भाषेत नवीन शब्द रूढ केले. उदाहरणार्थ, इंग्रजी शब्द ‘Evolutionसाठी त्यांनी ‘उत्क्रांती’ हा नवा शब्द रूढ केला. ‘Social organization’ साठी ‘सामाजिक सन्निधान’, ‘Voluntary’ साठी ‘स्वप्रचोदीत’, ‘Disintegration’साठी ‘विश्लेष’, ‘Institution’ साठी ‘संस्था’, ‘Law of Life’ साठी ‘अस्तित्व-तत्त्व’.

१०)स्वत: अज्ञेयवादी असल्यामुळे आगरकरांनी धर्मासंबंधी विषयावर लिखाण करण्याचे टाळले, अन्यथा त्यांचे लिखाण साशंकवादी व चिकित्सक असे. लेखात भगवान श्रीकृष्णाचा उल्लेख ‘जारपटू’ अथवा ‘शिनळ’ असा केला असेल तर त्या लेखाचे जनकत्व आगरकरांचे समजावे. आपला मुद्दा पटवून देताना अतिशय सूक्ष्म विरोधाभासाचा ते वापर करीत. त्यांच्या लिखाणात झोंबणारी भाषा नसे आणि कधीकधी वापरलेला विरोधाभास कोणाचीही खिल्ली उडविणारा नसून त्यास विनोदाची झालर असे. त्यांचे निबंध हे दाखवून देतात की, आगरकर आग्रही वादविवाद करणारे होते, ते कधीच पारंपरिक रूढींना घट्ट पकडून राहणारे नव्हते.

११) आगरकरांचे लिखाण सर्वसाधारणपणे तरुण इंग्रजी शिक्षित वर्गास उद्देशून

असे, कारण फक्त हीच मंडळी सामाजिक बदल घडवून आणू शकतील असा त्यांचा दृढ विश्वास होता. या बाबतीत त्यांच्या काही अग्रलेखांची शीर्षके उदाहरणार्थ दाखविता येतील - ''तरुण सुशिक्षित बांधवांनो', 'तरुण सुशिक्षितांस विज्ञापना'.

१२) आगरकरांचे लेख वादविवादास प्रोत्साहन देणारे आहेत.

१३) आधुनिक युरोपियन - उदारमतवादी विचारसरणी मराठी भाषेतून मराठी वाचकांपुढे मांडणाऱ्या फार थोड्या विचारवंतांत आगरकर हे अग्रेसर आहेत. त्यांनी चर्चेस घेतलेले विषय उदाहरणार्थ दाखवता येतील. मानवाची उत्क्रांती आणि त्यांच्या सामाजिक व राजकीय संस्था, मानवाचे नैसर्गिक तसेच कोणीही न हिरावून घेणारे हक्क, जात व स्त्रीपुरुषांतील समानता, उपयुक्ततावाद, नव-माल्थस-वाद आणि अशाच प्रकारचे बुद्धिप्रामाण्यवादी व धर्मनिरपेक्ष विचार.

या उलट, टिळकांची लेखनशैली अगदी मुद्देसूद असे. त्यांचे लिखाण जणू गणितातील सूक्ष्मता टिपणारे, त्यात भावनारहित शुद्ध तार्किकता असे. सामाजिक बाबतीत टिळकांची बांधिलकी मंडलिक गटाच्या 'Conservatives' प्रमाणे होती. पण एकदा का त्यांनी कोणावर निशाणा पकडला तर त्याच्या अथवा तिच्या सामाजिक प्रतिष्ठेचा विचार न करता खिल्ली उडविण्यास मागेपुढे पाहिले नाही. जेव्हा ते शास्त्रातील उक्तींचा दाखला देत तेव्हा तो ऋग्वेदासारख्या प्रमाणित ग्रंथातील असे. यातून त्यांचा हिंदु धर्मशास्त्रांबाबतचा सूक्ष्म अभ्यास दिसून येतो. सामाजिक सुधारणांपेक्षा राजकीय सुधारणांना अग्रक्रम असावा असे प्रतिपादन त्यांनी केले. तसेच हिंदु सामाजिक चालीरिती लक्षात घेऊनच स्त्री-शिक्षण द्यावे अशी मागणी टिळकांनी केली.

विष्णुशास्त्री चिपळूणकरांची वृत्तपत्रीय लेखन शैली त्यांच्या *निबंधमाले*तील लेखन शैलीशी साधर्म्य राखणारी होती. प्रामुख्याने ती मोठेपणा सांगणारी, अक्कल शिकविणारी व प्रतिस्पर्ध्याला जायबंदी करणारी होती. बऱ्याच सामाजिक प्रश्नांबाबत त्यांनी मनाला झापडे लावली होती व त्यामुळे कित्येकदा त्यांच्या वैचारिक एककल्लीपणाचे व दुराग्रहांचे प्रदर्शन होई. सामाजिक तसेच धार्मिक सुधारणेबाबत लोकहितवादी गोपाळ हरी देशमुख, ज्योतिबा फुले, महादेव गोविंद रानडे, स्वामी दयानंद सरस्वती आणि डॉ. रा. गो. भांडारकरांबद्दलची त्यांची टीका अविवेकी वाटते. असे असून सुद्धा पाश्चिमात्य लोकांनी केलेल्या प्रगतीचे त्यांनी कौतुक केले. तरीही हिंदु समाजात प्रामुख्याने काहीही वैगुण्य नसल्याचा निर्वाळा दिला व ज्या काही वाईट प्रथा समाजात शिरल्या आहेत त्यांस परकीय सत्तेस जबाबदार धरले.

महादेव बल्लाळ नामजोशी सर्वसाधारणपणे नगरपालिका तसेच औद्योगिक

प्रगती या त्यांच्या आवडत्या विषयावर लिहीत. वासुदेवराव बा. केळकर यांनी *मराठ्यात* इंग्रजी भाषेत लेखन केले व १८८७ पर्यंत आर्य भूषण प्रेसची धुरा सांभाळली.

एखाद्या विशिष्ट मजकुराचे लेखकत्व ठरविण्यासाठी आंतरिक व बाह्य साधनांची चिकित्सा करणे किती महत्त्वाचे असते हे स्पष्ट करणारा उत्तम लेख म्हणजे ३० जून १८८५ रोजी *केसरीत* प्रसिद्ध झालेला - 'उत्तम न्हाविणी पाहिजेत' हा लेख. या लेखाचे शीर्षक व त्यातील आशयामुळे बहुतेक संशोधकांनी याचे लेखकत्व आगरकरांना बहाल केले.[५] पण ते तसे नव्हते हे त्या लेखातील मजकुरावरून समजून येते, कारण त्या लेखातील शेवटच्या परिच्छेदात *सुधारक* पत्रात त्या लेखाला जागा दिल्याबद्दल संपादकाचे आभार मानले आहेत.

साहित्यिक - स्टॅटिस्टिकल - क्वांटिटेटिव्ह पद्धतीचा वापर करून मराठी साहित्यिक शैली तपासण्याचा प्रयत्न ए. पी. गोरे, एम. के. गोखले व एस.बी. जोशी या संशोधकांनी *केसरी*तील अग्रलेखांचे लेखकत्व ठरविण्यासाठी केला.[६]

सदर पुस्तकात, *मराठा* वृत्तपत्रात इंग्रजीत आगरकरांनी लिहिलेल्या लेखांचा मागोवा घेण्याचा प्रयत्न केला आहे.

आगरकरांनी *मराठा* वृत्तपत्रात सुद्धा कधी कधी इंग्रजीतून लेख लिहिले हे ठोस रीत्या सिद्ध करणारे तीन स्वतंत्र दस्तावेज उपलब्ध आहेत.

१) *सुधारक* पत्रासंबंधी आगरकरांनी सीताराम गणेश देवधर यांना लिहिलेल्या पत्रात, आपण *मराठा* वृत्तपत्रातसुद्धा कधी कधी लेख लिहीत असल्याचा स्पष्ट उल्लेख आहे.[७]

२) आगरकरांनी *मराठा*मधील लेखात, संस्थानिकांच्या दरबारी असणाऱ्या युरोपियन लोकांचा स्वार्थ दाखविला असल्याने कर्नल रीव्हज (पॉलिटिकल रेसिडंट) संतापला आहे असे गोपाळ कृष्ण गोखले यांनी कोल्हापूरहून आगरकरांना लिहिलेल्या पत्रात आहे.[८]

३) जेव्हा टिळक बर्वे बेअब्रू खटल्या संदर्भात कायदेविषयक सल्लामसलत करण्यासाठी अथवा प्रत्यक्ष न्यायालयीन सुनवाणीसाठी मुंबईस येत, तेव्हा आगरकर बऱ्याचदा *मराठा* वृत्तपत्रात सुद्धा लिहीत, असे आगरकरांच्या पत्नी यशोदाबाई यांनी आपल्या आठवणींत नमूद केले आहे.

या परिशिष्टात तपासणीस घेतलेले आगरकरांचे बहुतांश लेख 'लिहून आलेला मजकूर' या सदराखाली आले कारण त्यांतील आशय त्यांच्या सहकाऱ्यांच्या मताविरुद्धचा होता. इतिहास लेखन शैलीतील वरील उल्लेखलेल्या नियमाद्वारे *केसरी* व *मराठा* मधील संभाव्य लेखकत्वाची चिकित्सा पुढे केलेली आहे.

*केसरी*तील लेख आणि त्यांचे संभाव्य *लेखकत्व*

वर्ष : १८८१

१) "*नवनीताची नवी आवृत्ती*", ४, ११, १८ आणि २५ जून.
लेखक - **विष्णुशास्त्री चिपळूणकर** : शैली व आशयानुसार; तसेच साधारणपणे चिपळूणकर पहिले संपादकीय लिहीत ही वस्तुस्थिती.

२) "*अप्रतिबंधक व्यापार आणि उत्तेजन*", २५ जानेवारी, १ व ८ फेब्रुवारी.
लेखक - **आगरकर** : शैली व आशयानुसार; जरी गणेश वासुदेव जोशी (सार्वजनिक काका) यांचे कौतुक केले असले तरी स्वदेशी चळवळ अव्यवहार्य म्हणून टीका. हाच विचार *सुधारका*त पुनरावृत्त झालेला आहे. याच विषयावर *मराठ्या*त "Free Trade and Protection" - १ आणि २ हे लेख टिळकांच्या लेखणीतून उतरले आहेत. जरी दोघांनीही वापरलेले आकड्यांचे तक्ते सारखेच आहेत, तरीही त्यांनी मांडलेल्या मुद्द्यांत गुणात्मक फरक आहे.

३) "*नाटक-ग्रंथ व नाटक - प्रयोग*", १ फेब्रुवारी १८८१.
लेखक - **चिपळूणकर** : शैली व आशयानुसार.

४) "लॉर्ड बेकन ", (एक पुस्तक परीक्षण) १ फेब्रुवारी १८८१.
लेखक - **चिपळूणकर** : शैली व आशयानुसार.

५) "*हिंदुस्थानास भीक कशाने लागली?*" ८ फेब्रुवारी.
लेखक - **आगरकर** : शैली व आशयानुसार. एच. एम. हाईंडमन यांनी भारतीय गरिबीबद्दल *द नाईंटिंथ सेंचुरी* या मासिकात लिहिलेल्या लेखावर आधारित.

६) "*नेटिव्ह लोकांस इंग्रजासारखे धाडस कधी येईल?*" १५ फेब्रुवारी.
लेखक - **आगरकर** : शैली व आशयानुसार; ***मराठ्यात*** - "Will the Natives be More Enterprizing", १३ फेब्रुवारी रोजी आलेल्या लेखाचा अनुवाद

७) "*ज्या देशाचे त्या देशाने कोणते पदार्थ उत्पन्न करावे?*" २२ फेब्रुवारी.
लेखक - **आगरकर** : शैली व आशयानुसार.

८) "*रशिया, अफगाणिस्थान आणि हिंदुस्थान*" २२ फेब्रुवारी.
लेखक - **आगरकर** : शैली व आशयानुसार. *द नाईंटिंथ सेंचुरी*, जून १८८०, खंड XL, मध्ये आर्मेनिअस व्हँबरी लिखित "England and Russia in Asia" या लेखावर आधारित.

९) “*परमसुखास काय पाहिजे?*” २२ फेब्रुवारी.

लेखक - **आगरकर** : शैली व आशयानुसार. म. गो. आणि सौ. रमाबाई रानडेंविषयी असलेला अतीव आदर. अशाच प्रकारचा आदर *सुधारकात* व्यक्त केला आहे.

१०) “*दागिन्याचा सोस*”, १८ जानेवारी व १ मार्च.

लेखक - **आगरकर** : शैली व आशयानुसार; सोन्याच्या दागिन्यांत पैसे घालणे म्हणजे व्यर्थ खर्च असून उत्पन्न न देणारे मुद्दल आहे असे ते मानत. अशाच प्रकारचे विचार *सुधारकात* मांडले आहेत.

११) “*आयर्लंडची स्थिती*”, १ मार्च.

लेखक - **आगरकर** : शैली व आशयानुसार; आयर्लंडमधील घडामोडींचे एक उत्सुक विद्यार्थी आगरकर होते. भविष्यात भारताविषयीचे ब्रिटिश धोरण यावर अवलंबून असेल अशी त्यांची धारणा होती.

१२) “*शेक्सपियर, भवभूति व कालिदास*”, ८ मार्च.

लेखक - **आगरकर** : शैली व आशयानुसार; साहित्यिक भरारी हे त्यांच्या लेखन शैलीचे वैशिष्ट्य होते.

१३) “*एकत्र राहणे चांगले का?*” ८ व १५ मार्च.

लेखक - **आगरकर** : छोट्या कुटुंबाचे ते पुरस्कर्ते होते व त्यांनी एकत्र कुटुंब पद्धतीचे दुरुपयोग दाखविले आहेत. अशाच प्रकारचे विचार *मराठ्यात* २२ जून १८८५ रोजी ‘The Question of Joint Family System in India” या लिहून आलेल्या लेखात मांडले आहेत. इंग्रजी लेख सुद्धा आगरकरांच्या लेखणीतील असावा.

१४) “*ज्याचा त्याचा ब्राह्मणावर कटाक्ष*” १५ व २२ मार्च.

लेखक - **चिपळूणकर** - फुल्यांवर जालीम टीका तसेच प्रार्थना समाजिस्टांवर. चिपळूणकरांचा ठरावीक साच्यातील उपरोध. असेच मत य. दि. फडके यांनीही व्यक्त केले आहे. ***शोध बाळगोपाळांचा***, पृ. २९.

१५) “*बहिष्कार*” १५ मार्च.

लेखक - **टिळक** : शैली व आशयानुसार. मुद्देसूद, पण वायफळ भाषालंकार नाहीत.

१६) “*जुलमी राजानो सांभाळून असा !!*” २२ मार्च

लेखक - **आगरकर** : शैली व आशयानुसार. हा लेख झार अलेक्झांडर दुसरा याच्या हत्येबाबत आहे. त्यातील विचार प्रामुख्याने पुढील लेखातून घेतले आहेत. फ्रिट्स कनलिफ-ओवेन लिखित “Russian Nihilism”

द नाईंटिंथ सेंचुरी, जानेवारी १८८०, आणि रे. मॉरिझ कॉफमन लिखित "Nihilism in Russia", *द कंटेपररी रिव्ह्यू*, डिसेंबर १८८०.

१७) "आमच्या देशातील सभा व मंडळ्या", २२, २९ मार्च, ५, १९, २६ एप्रिल आणि ३ व १० मे १८८१.

लेखक - **चिपळूणकर** : शैली व आशयानुसार.

१८) "*परमहंसिक ब्राह्मधर्म*", (एक पुस्तक परीक्षण) २९ मार्च १८८१

लेखक - **आगरकर** : लेखक आपल्या असाधारण धार्मिक विचाराबद्दल लिहितो, जे आगरकरांचे होते. तसेच *केसरी*च्या संपादकीय मंडळाचे धर्म विषयाबद्दलचे धोरण स्पष्ट करतो.

१९) "*म्हैसूर*" २९ मार्च.

लेखक - **आगरकर** : शैली व आशयानुसार.

२०) "*अर्थशास्त्रदृष्ट्या बालविवाहाचा विचार*", ५ एप्रिल व १० मे १८८१.

लेखक - **आगरकर** : शैली व आशयानुसार; हा लेख रॉबर्ट नाईट लिखित "The Abolition of Child Marriage in India - I", *द स्टेट्समन* (लंडन) व्हॉल्युम - II, नं. ९, एप्रिल १८८१ पृ. १६०-१६८, या लेखाला अनुसरून आहे.

२१) "*राजसत्तेची उत्पत्ती व अभिवृद्धी*" नं. १, ५ एप्रिल व नं. २, ३ मे.

लेखक - **आगरकर** : शैली व आशयानुसार, हर्बर्ट स्पेन्सरचा "Political Organization in General" *द फोर्टनाईटली रिव्ह्यू*, डिसेंबर १८८०, पृ. ६८१-९५, यावर आधारित.

२२) "*'आमच्या निकृष्ट स्थितीस कारण कोण ?*", १९ एप्रिल.

लेख, टिळकांचा असू शकेल. जरी आगरकरांनी सार्वजनिक काकांच्या स्वदेशी चळवळीच्या प्रयत्नाची स्तुती केली तरी तिच्या योग्यतेबद्दल त्यांना खूप शंका होत्या. प्रस्तुत लेखात स्वदेशी चळवळीस संपूर्णत: पाठिबा दिला आहे, म्हणून त्याचे लेखक आगरकर असू शकत नाहीत.

२३) "*लॉर्ड बेकन्सफिल्ड*", २६ एप्रिल

लेखक - **आगरकर** : शैली व आशयानुसार; बेंजामिन डिझरायलीचा मृत्युलेख आहे. अशाच प्रकारचा मृत्युलेख *मराठ्या*त छापून आला - "The Earl of Beaconsfield" २४ एप्रिल.

२४) "*मराठी ग्रंथोत्तेजक मंडळी*", २४, ३१ मे, १७, २१, २८ जून आणि ५, १२, १९, २६ जुलै.

लेखक - **चिपळूणकर** : शैली व आशयानुसार.

२५) "*कराविषयी संक्षिप्त विचार*" १७ मे आणि "*कराविषयी कित्येक गमतीचे प्रश्न*" ३१ मे.

लेखक - **आगरकर** : शैली व आशयानुसार, पहिला लेख ॲडम स्मिथच्या चार तत्त्वांबद्दल आहे, तर दुसरा 'उपयुक्ततावाद' व त्याच्या तत्त्वांबद्दल आहे. हा आगरकरांचा आवडता विषय.

२६) "*आपले वैद्यक*" ३१ मे, ७, १४, २१, २८ जून **डॉ. गद्रे** : असे विषय फक्त गद्रे यांनाच जवळचे.

२७) "*बालविवाहापेक्षा सती बरी*", ७ जून.

लेखक - ***आगरकर*** : शैली व आशयानुसार; विधवा विवाहास पाठिंबा व बालविवाह पद्धतीवर भरपूर टीका.

२८) "*म्युनिसिपालिटी*", १४ जून.

म. ब. नामजोशी : म्युनिसिपालिटीचे निवडून गेलेले सभासद असल्यामुळे व या विषयात त्यांना जास्त रस असल्याने श्रीमती सुनंदा देशपांडे यांनी या लेखाचे लेखकत्व नामजोशींना दिले आहे, जे ठामपणे मान्य करता येत नाही. बाकीच्यांनाही या विषयात खूप रस होता.

२९) "*हिंदुस्थानावर इंग्लंड कसे चरत आहे*", २१ जून व १२ जुलै. *केसरीतील निवडक निबंध* या खंडात '*हिंदुस्थानापासून इंग्लंडास फायदे*' या शीर्षकाखाली छापला आहे.

लेखक - **आगरकर** : शैली व आशयानुसार; ग्रीक व रोमन इतिहासातील दाखले.

३०) "*सामाईकाने उभारलेल्या भांडवलाचे कारखाने*" १९ जुलै.

लेखक - **आगरकर** : शैली व आशयानुसार. सहकार प्रयत्नाने आपण भांडवल उभे करू शकतो हा विचार नंतर *सुधारकात* बऱ्याचदा येतो.

३१) "*परभाषेतील शब्दांची योजना*", २ ऑगस्ट.

लेखक - **चिपळूणकर** : शैली व आशयानुसार.

३२) "*अनुकरण*", ९, १६, २३ ऑगस्ट व ६, १३, २०, २७, सप्टेंबर आणि ४ ऑक्टोबर.

लेखक **चिपळूणकर** : प्रार्थना समाजावर प्रखर टीका. *केसरी*तील संपादकीय टिप्पणीत हा लेख चिपळूणकरांचा असल्याचा उल्लेख. य. दि. फडके यांच्या मते चिपळूणकरांचा, ***शोध***... पृ. २१.

३३) "*बालविवाह बंद करण्याच्या कामात सरकारने हात घालावा का ?*" २३ ऑगस्ट.

लेखक - **आगरकर** : शैली व आशयानुसार. *द स्टेट्समन* (लंडन) मध्ये रॉबर्ट नाईटने लिहिलेला - "The Abolition of Child Marriage - " या लेखावर आधारित, व्हॉल्युम चार, नं. चार, जून १८८१, पृ. ३६१- ३७८.

३४) "*प्रार्थना समाज*", ३० ऑगस्ट.

लेखक - **चिपळूणकर** : शैली व आशयानुसार. प्रार्थना समाजावर चौफेर हल्ला.

३५) "*धर्म*", २७ सप्टेंबर

लेखक - **आगरकर** : शैली व आशयानुसार, धर्माबाबत *केसरी*चे संपादकीय धोरण स्पष्ट केले आहे व स्वतःच्या अज्ञेयवादी विचारांचा उल्लेख.

३६) "*समाज रचना*' ४ ऑक्टोबर.

लेखक - **आगरकर** : शैलीवर आधारित. हा लेख संपूर्णतः हर्बर्ट स्पेन्सरच्या "Social Organization : Evolution" यावर आधारित आहे.

३७) "*राजसत्ताविभाग*', ११ ऑक्टोबर.

लेखक - **आगरकर** : शैली व आशयानुसार. हा लेख राजकीय सत्तेच्या विकेंद्रीकरणाबद्दल आहे.

३८) "*प्रार्थना समाज आणि सुबोध पत्रिका*" ८ नोव्हेंबर

लेखक - **चिपळूणकर** : शैली व आशयानुसार; *सुबोध पत्रिकेतील* डॉ. भांडारकर यांच्या लेखाला उत्तर.

३९) " *देशभाषीय ग्रंथ संग्रहाची आवश्यकता*' १८ ऑक्टोबर, १, ८, १५ आणि २२ नोव्हेंबर.

लेखक - **चिपळूणकर** : शैली व आशयानुसार.

४०) "*इंग्रजी विद्या आणि आमची सामाजिक स्थिती*' ८, १५, २२, २९ नोव्हेंबर आणि ९, १३ डिसेंबर. शैली व आशय पाहिल्यास हा लेख चिपळूणकर आगरकर व टिळक यांचा असू शकत नाही. इंग्रजी सत्तेच्या वाईट परिणामांचे वर्णन करून जुन्या शास्त्रांचा प्रभाव असला असता तर हिंदुस्थानावर अशी हलाखीची पाळी आली नसती असे प्रतिपादन.

४१) "*नाटके करावी की करू नये !*' २९ नोव्हेंबर ६, १३, २० व २७ डिसेंबर.

लेखक - **चिपळूणकर** : शैली व आशयानुसार

वर्ष : १८८२

१) "*सिंहावलोकन*", ३ जानेवारी.
   लेखक - **चिपळूणकर** : शैली व आशयानुसार.

२) "*आम्ही आमच्या दारिद्र्यातून कसे सुधारणार ?*" ३, १०, १७ आणि
   २४ जानेवारी.
   लेखक - **आगरकर** : शैली व आशयानुसार. जॉन डिग्बीच्या पुस्तकावर
   आधारित, स्वदेशीच्या अव्यवहार्यतेबद्दल टीका.

३) "*मुद्रण स्वातंत्र्य*", १७, २४, ३१ जानेवारी व ७ फेब्रुवारी
   लेखक - **चिपळूणकर** : शैली व आशयानुसार.

४) "*लोकोपयोगी कामें*", ७ फेब्रुवारी.
   लेखक - **आगरकर** : शैली व आशयानुसार. सरकारच्या कर्तव्यांचा
   उल्लेख; तसेच जुन्या राजकीय विचारांना आजच्या काळात अव्यावहारिक
   असल्याने टाकून देणे गरजेचे आहे, असे प्रतिपादन.

५) "*देशोन्नती*", २८ फेब्रुवारी, ७ व १४ मार्च.
   लेखक - **चिपळूणकर** : आशय व शैलीनुसार. २५ एप्रिलच्या संपादकीय
   टिप्पणात हा लेख चिपळूणकरांनी लिहिला असा उल्लेख.

६) "*कैलासवासी विष्णु कृष्ण चिपळूणकर*" २१ मार्च, मृत्युलेख.
   लेखक - **आगरकर** : शैली व आशयानुसार. *मराठ्यात* वेगळा व सविस्तर
   मृत्युलेख टिळकांनी लिहिलेला.

७) "*मुलाचे लग्न करावे हे बापाचे कर्तव्य आहे काय ?*"
   लेखक - **आगरकर** : शैली व आशयानुसार.

८) "*युरोपियन व नेटिव्ह ह्यांचे अन्योन्य संघटन*", २८ मार्च, ४, ११, १८
   एप्रिल, ९ व १६ मे आणि १३ जून.
   लेखक - **आगरकर** : शैली तसेच खास आगरकरांचे विचार : १) समतेचे
   तत्त्व व साम्राज्यवाद हे परस्परविरोधी आहेत. २) 'उपयुक्ततावाद' हाच एक
   चांगला मार्ग आहे. ३) भारतीयांच्या मानसिक दुर्बलतेवर टीका. ४) रानडे
   यांच्यावर टिप्पणी करताना जॉन ड्रायडेनच्या कवितेचा तळटिपेमध्ये उल्लेख.
   ५) आणि स्त्री-शिक्षण व वैचारिक स्वातंत्र्याचे ठोस समर्थन.

९) "*मराठमोळा*", २५ एप्रिल.
   लेखक - **आगरकर** : शैली व आशयानुसार. 'स्त्रिया ह्या चालत्या-बोलत्या

मशीन असून, मुले जन्माला घालणाऱ्या वस्तू आहेत' या वृत्तीवर टीका. '*मराठमोळा* याची पुरवणी', २ मे.

१०) "*मन व मेंदू*", ११ एप्रिल.
लेखक - **आगरकर** : शैली व आशयानुसार. 'मन' या विषयावरील अलेक्झांडर बेन यांच्या पुस्तकावर आधारित.

११) "चैन", ११ एप्रिल.
लेखक - **आगरकर** : शैली व आशयानुसार.

१२) "*गुरु गोविंदं*", २६ मे, ६, १३, २० जून.
लेखक - **आगरकर** : शैली. तसेच हा लेख गुरु गोविंद यांनी ***द स्टेट्समन*** (लंडन) या मासिकात लिहिलेल्या - "Native Thought and Opinion Concerning Our Rule in India" या लेखावर आधारित व्हॉ. दोन, नं. ५, ऑक्टोबर १८८०, पृ. ४६७-४७८.

१३) "*जूट*", २५ जुलै, १, १५ ऑगस्ट, ५ सप्टेंबर.
सुनंदा देशपांडे व पु. ग. सहस्रबुद्धे यांच्या मते हा लेख टिळकांचा. तसेच *लोकमान्य टिळकांचे केसरीतील लेख* यात समाविष्ट. या लेखाचा बारकाईने तपास केल्यास टिळक व आगरकरांनी हा लिहिला असावा हे मान्य करता येणार नाही, ते पुढील कारणांसाठी : १) ज्या काळात हे लेख *केसरीत* प्रसिद्ध झाले तेव्हा टिळक व आगरकर हे दोघेही डोंगरीच्या तुरुंगात शिक्षा भोगत होते. या दोघांपैकी कोणीही तुरुंगातून लेख पाठविले असे मानण्यास एकही पुरावा नाही, कारण शेवटच्या पंधरा दिवसांपर्यंत लेखन सामग्रीही उपलब्ध नव्हती असा उल्लेख आगरकरांनी तुरुंगातील आठवणींत केला आहे. २) १० ऑक्टोबर १८८२ च्या संपादकीय टिप्पणीत ठळक शब्दांत लिहिले आहे की, आगरकर व टिळक तुरुंगात असताना आपटे आणि नामजोशी यांचा जो काही संबंध होता तोही तुटला. ३) किंबहुना शैली व आशय तपासल्यास हा लेख सी. ग. देवधरांचा असावा ही शक्यता वाटते. ज्या कोणी व्यक्तीने '*जूट*' हा लेख लिहिला असेल त्यानेच '*मुत्सद्दी आणि योद्धा*', '*विवाह*', '*आपल्यावरचा भार आम्हांवर टाकला*', '*पितृपक्ष*' हे लेख सुद्धा त्या काळात लिहिले असावेत. कारण या सर्व लेखांच्या सुरुवातीस '*जूट*' प्रमाणेच संस्कृत काव्यपंक्ती आहेत. एवढे सारे लेख तुरुंगात जायच्या आधी टिळकांनी किंवा आगरकरांनी लिहून ठेवणे अशक्य आहे.

१४) “*मनुष्याचे सामाजिक कर्तव्य*” ८ ऑगस्ट.

लेखक - **सी. ग. देवधर,** *माझा जीवनवृत्तांत* या आत्मवृत्तात तसा उल्लेख, पृ. १०६.

१५) “*स्त्री दास्यविमोचन*”, ३१ ऑक्टोबर.

लेखक - **आगरकर** : शैली व आशयानुसार. १) थॉमस हक्सले याने *ले सर्मन्स, अॅड्रेसिस अँड रिव्ह्यूज* मधे लिहिलेला - “Emancipation : Black and White” या लेखावर आधारित. आगरकरांना हक्सले विषयी अतिशय आदर होता. २) यात स्त्री-मुक्तीबाबत तसेच नवमाल्थस-वादाचा पुरस्कार केला आहे. लोकसंख्येवर नियंत्रण मिळविले पाहिजे असा विचार त्या काळात युरोपात मांडणारे टी. एच. हक्सले, जॉन स्टुअर्ट मिल, चार्लस ब्रॅडलॉ सारखे विचारवंत होते व हा विचार मराठीत मांडणारे आगरकर हे पहिले होत. ३) २६ ऑक्टोबर रोजी आगरकरांची डोंगरीच्या तुरुंगातून मुक्तता झाली.

१६) “*तंबाखू* ”, १२ डिसेंबर.

लेखक - **सी. ग. देवधर** : आत्मवृत्तात त्यांनी केलेला उल्लेख, पृ. १०६.

१७) “*सासुरवास* ” - (लिहून आलेला मजकूर) २६ डिसेंबर, लेखक - **सी. ग. देवधर** : आत्मवृत्तात उल्लेख.

वर्ष : १८८३

१) “*उद्योग-वृद्धी*”, २६ डिसेंबर ते ३० जानेवारी १८८३.

लेखक - **आगरकर** : शैली व आशयानुसार. आधुनिक युरोपिअन शास्त्रे आत्मसात करण्यास पुरस्कार व त्यातील अडथळे यांचा उल्लेख.

२) “*न्हाणवली*”, २३ जानेवारी, ८, १३, २० फेब्रुवारी.

लेखक - **आगरकर** : शैली. हा लेख लिहिताना आपल्या मुद्द्यांच्या समर्थनार्थ प्राचीन हिंदु शास्त्रांचा वापर केल्याबद्दल गुरुवर्य वि. मो. महाजनी यांनी आगरकरांची कानउघाडणी केली आहे. (महाजनींचे आगरकरांना पत्र.)

३) “*धर्म विचारांचा राज्यविचारावर परिणाम*”, ३० जानेवारी.

लेखक - **आगरकर** : शैली व आशयानुसार. *द फोर्टनाईटली रिव्ह्यू* मध्ये रिचर्ड टेंपल यांनी लिहिलेला लेख - “Political Effects of Religious Thought in India.”

३४८ / गोपाळ गणेश आगरकर

४) *''गोरे गुन्हेगार आणि काळे न्यायाधीश''*, ६ मार्च.

लेखक - **आगरकर** : शैली व आशयानुसार. इलबर्ट बिलावर.

५) *''प्रतिनिधिनिक्षिप्त राजसत्ता''*, ६ मार्च ते १६ ऑक्टोबर, एक प्रदीर्घ लेखमाला.

लेखक - **आगरकर** : शैली व आशयानुसार. भारतीयांना स्थानिक स्वराज्य संस्था बिला बाबत ज्ञान व्हावे या उद्देशाने लिहिलेली. पहिले सहा लेख हर्बर्ट स्पेन्सरच्या - ''Representative Government - Political Safeguards'' या लेखावर आधारित. लेखमालेतील उर्वरित लेख जॉन स्टुअर्ट मिलच्या *Considerations on Representative Government* या पुस्तकातील पहिल्या दोन प्रकरणांवर आधारित.

६) *''धर्माच्या आज्ञा आणि त्या पाळायच्या मर्यादा''*, २७ फेब्रुवारी.

लेखक - **सी. ग. देवधर** : आत्मवृत्तात उल्लेख पृ. १०५.

७) *''राजकीय हिता विषयी युरोपिअन लोकांची अद्वितीय दक्षता''*, ३ एप्रिल.

लेखक - **आगरकर** : शैली व आशयानुसार. इलबर्ट बिला संबंधी.

८) *'तीन कर्जांचा हिशेब'* १७ मे.

लेखक - **टिळक** : शैली व आशयानुसार, *तैत्तिरीय ब्राह्मणातील* उल्लेख.

९) *''इलबर्टचे बिल''* १ मे.

लेखक - **आगरकर** : शैली व आशयानुसार.

१०) *''अखेरीस आर्यलंडाचे काय होणार ?''* ८ मे.

लेखक - **आगरकर** : शैली व आशयानुसार.

११) *''बाबू सुरेंद्रनाथ बॅनर्जी''*, १५ मे.

लेखक - **आगरकर** : शैली. *मराठ्यात* याच विषयावर टिळकांचा लेख. जस्टिस नॉरिस यांनी दिलेल्या निवाड्यावर टीका.

१२) *''वर निश्चय''* २९ मे आणि ५ जून.

लेखक - **आगरकर** : धर्म आणि शास्त्री वर्गाच्या पगड्यावर टीका. शास्त्रीवर्गाच्या 'पोपशाही'बद्दल जहाल टीका. प्रेम-विवाहाचा पुरस्कार.

१३) *''जुनी पिढी व नवी पिढी''*, २९ मे, ५ व १२ जून.

लेखक - **आगरकर** : १) युरोपियन इतिहासातील प्रोटेस्टंट रिफॉर्मेशनचा उल्लेख. २) 'धर्माशिवाय नीति असू शकते' असे प्रतिपादन ३) धर्म ही मानवाची मानसिक गरज आहे असे म्हटले आहे. शास्त्रीवर्गाच्या 'पोपशाही'वर टीका आणि निधर्मी लोकसुद्धा नीतिबद्ध असू शकतात. तसेच धर्म व नीतिशास्त्र यांची फारकत करण्याची गरज असल्याचे

प्रतिपादन. ४) *सुधारकात* ही अशाप्रकारचे लेख आले आहेत.

१४) "*परस्पर - प्रीती*", २९ मे.

लेखक - **आगरकर** : शैली व आशयानुसार. अशाच प्रकारचे विचार *सुधारकातील* "आमचे काय होणार ?" या लेखात मांडले आहेत. सर हेन्री मेनच्या "Village Communities" व 'Ancient Law', या ग्रंथाचा प्रभाव.

१५) "*म्हातारा नवरा मुलगा*", ३१ जुलै व ७ ऑगस्ट.

लेखक - **सी. ग. देवधर** : शैली व आशयानुसार.

१६) "*स्थानिक स्वराज्य*", १७, ३१ जुलै, १४ व २१ ऑगस्ट.

लेखक - **आगरकर** : शैली व आशयानुसार.

१७) "*हिंदुस्थानची नागवण*", १४, २१ ऑगस्ट, ४, ११, २५ सप्टेंबर १८८३ आणि २७ मे व ३ ऑगस्ट १८८४.

लेखक - **आगरकर** : शैली व आशयानुसार. *द नाईंटिंथ सेंचुरी* मधील जे. सेमूर के यांच्या - "The Spoilation of India" या लेखमालेचा मुक्त अनुवाद, नं. १, जुलै १८८३, पृ. १-२२, नं. २, एप्रिल १८८४, पृ. ५५९-८२, नं. ३, मे १८८४, पृ. ७२१-७४०. *मराठ्यात* याच शीर्षकाखाली टिळकांचे लेख आले आहेत.

१८) '*प्रश्नांत प्रश्न*", ४ सप्टेंबर.

लेखक - **आगरकर** : शैली व आशयानुसार.

१९) "*नवीन कल्पना*", ११, २५ सप्टेंबर, ९ ऑक्टोबर.

लेखक - **आगरकर** : शैली व आशयानुसार, लॉर्ड लिटनच्या सिव्हिल सर्विसेस बाबतच्या धोरणाविषयी.

२०) "*तत्त्वांवर दृष्टी*", १८ सप्टेंबर.

लेखक - **आगरकर** : शैली व आशयानुसार.

२१) "*एकाने करावे दुसऱ्याने निस्तरावे*", १६ ऑक्टोबर.

लेखक - **आगरकर** : शैली व आशयानुसार.

२२) "*मनुष्य जातीची पूर्णावस्था*", १६, २३ व ३० ऑक्टोबर १८८३.

लेखक - **आगरकर** : शैली व आशयानुसार. मानवी प्रगतीत उच्चतम अवस्था नसते हा खास आगरकरी विचार

२३) "*प्रजोत्पादन आणि द्रव्योत्पादन*", २३ ऑक्टोबर.

लेखक - **आगरकर** : अशाच प्रकारचा नवमाल्थुशियन विचार 'स्त्रीदास्य

विमोचन' व *सुधारका* मध्ये.

२४) *"आमच्या लोकांचे वेश्यागमन सुटेल काय ?"* २७ नोव्हेंबर.
लेखक - **सी. ग. देवधर** : आत्मवृत्तात उल्लेख.

२५) *"दत्तकाची आवश्यकता"*, १३ नोव्हेंबर ते २५ डिसेंबर.
लेखक - **आगरकर** : शैली व आशयानुसार. य. दि. फडके यांचेही सारखेच मत.

२६) *"व्यापाराखेरीज तरणोपाय नाही"*, ५, १३ व २० नोव्हेंबर.
लेखक - **आगरकर** : अशाच प्रकारचे विचार *सुधारका*तील 'तीन अर्थशास्त्रे" या लेखात.

२७) *"लांडगे कोण ?"* ४, ११, १८ व २५ डिसेंबर.
लेखक - **आगरकर** : शैली व आशयानुसार, *द फोर्टनाईटली रिव्ह्यू* मधील सर लेपेल ग्रिफिन लिखित लेखाला उत्तर.

वर्ष : १८८४

१) *"इलबर्ट बिलाची तडजोड"*, ८ जानेवारी.
लेखक - **आगरकर** : शैली व आशयानुसार. इलबर्ट बिलावर.

२) *"धर्म व रूढी"*, २८ जानेवारी.
लेखक - **आगरकर** : वाईट चालीरिती व शास्त्रीवर्ग यांवर टीका. या दोघांमधील संबंध दाखवून यामुळे समाजाची प्रगती कशी खुंटते हे दाखविले.

३) *'वर्तमानपत्रांची योग्यता'*, ५ फेब्रुवारी.
लेखक - **आगरकर** : शैली व आशयानुसार.

४) *"खाजगी व सरकारी आगगाड्या"* २६ फेब्रुवारी
लेखक - **आगरकर** : शैली व आशयानुसार. यातील विचार हर्बर्ट स्पेन्सरच्या Political Scientific and Speculative Essays (Vol. II) यातील एका लेखावर आधारित.

५) *"हिंदुस्थानचे कला कौशल्य"*, ४ व १८ मार्च.
लेखक - **आगरकर** : शैली व आशयानुसार.

६) *"हिंदुस्थानातील राज्यपद्धतीची सुधारणा"*, मार्च ११ ते २२ एप्रिल (५ लेख).
लेखक - **आगरकर** : *बॉम्बे गॅझेट* मध्ये विल्यम वेडरबर्न यांनी लिहिलेल्या - "Edmund Burke and Indian Bureaucracy" ५ मार्च, १८८४

च्या लेखावर आधारित.

७) “*आमची धर्मकृत्ये व रितीभाती*”, १८ मार्च.

लेखक - **आगरकर** : शैली व आशयानुसार. सामाजिक बदलाबद्दलचा खास आगरकरी, बुद्धिप्रामाण्यवादी दृष्टिकोन.

८) “*स्वदेशाभिमान*”, ८, १५, २२ व २९ जानेवारी.

लेखक - **आगरकर** : शैली व आशयानुसार. यातील शेवटचा लेख ‘धर्म व रूढी’ या शीर्षकाखाली आला. अशाच प्रकारचे विचार. ‘बंधने कोण व कोणती घालणार’ या *सुधारक*तील लेखात.

९) “*मुंबई इलाख्यातील कला कौशल्य*”, १८ मार्च.

लेखक - **आगरकर** : शैली.

१०) “*रावबहादूर केरो लक्ष्मण छत्रे स्वर्गवासी झाले*”, २५ मार्च (मृत्युलेख)

लेखक - **आगरकर** : शैली.

११) “*शास्त्राभ्यास*”, १ व १५ एप्रिल.

लेखक - **आगरकर** : हिंदूंच्या परलोकाबद्दलच्या विचारांचे विश्लेषण. शास्त्रीय दृष्टिकोनाचा पुरस्कार.

१२) “*सिव्हिल सर्विस*”, १५ व २९ एप्रिल.

लेखक - **आगरकर** : शैली व आशयानुसार.

१३) “*ज्ञान प्राप्तीची उत्कंठा आमच्या लोकांत कशी उपजावी ?*”, २२ एप्रिल.

लेखक - **आगरकर** : शैली व आशयानुसार.

१४) “*शास्त्राभ्यासास विघ्नें*”, २९ एप्रिल.

लेखक - ***आगरकर*** : शास्त्रीय प्रगतीत धर्म कशा प्रकारे अडथळे निर्माण करतो याचे विश्लेषण.

१५) “*हिंदुस्थान : जमीन व लोक*”, ६ व १३ मे.

लेखक - **आगरकर** : शैली. जेम्स केर्ड लिखित India : Land and People या पुस्तकावर आधारित.

१६) “*इंग्रजी राज्यापासून आमचे नफा-नुकसान*”, ६ मे

टिळक : शैली व आशयानुसार, ***समग्र टिळक*** मध्ये समावेश केला आहे.

१७) “*व्यवहारोपयोग म्हणजे काय ?*”, १३ मे.

लेखक - **आगरकर** : शैली व आशयानुसार.

१८) “*इंग्रजांच्या कोणत्या गोष्टी अनुकरणीय आहेत ?*”, २० मे.

लेखक - **आगरकर** : शैली व आशयानुसार.

१९) ''*हल्ली अँग्लो-इंडियनांचे वर्तन सलगीचे का असत नाही ?*'', २७ मे
लेखक - **आगरकर** : शैली व आशयानुसार. असेच विचार 'जुनी पिढी
व नवी पिढी'मध्ये.

२०) ''*हिंदुस्थानचा अन्य देशाशी व्यापार वाढत चालला आहे हे त्याच्या*
समृद्धीचे दर्शक आहे काय ?'', २७ मे.
लेखक - **आगरकर** : शैली व आशयानुसार.

२१) ''*हिंदुस्थानचे राज्य आमच्या हाती चिरकाल कशाने राहील ?*'', १०
जून.
लेखक - **आगरकर** : शैली व आशयानुसार.

२२) ''*साहस व धोरण*'', १० जून.
लेखक - **आगरकर** : शैली व आशयानुसार.

२३) ''*लॉर्ड लिटन व सिव्हिल सर्विस*'', १७ जून.
लेखक - **आगरकर** : *मराठ्याने याबाबतीत अजून आपले दुराग्रह सोडले*
नाही याबद्दल खेद.

२४) ''*पत्रकर्त्यांची जोखीम*'' १७ व २४ जून.
लेखक - **आगरकर** : शैली व आशयानुसार.

२५) ''*लॉर्ड लिटन यांचे कृष्ण कारस्थान*'', २४ जून.
लेखक - **आगरकर** : शैली व आशयानुसार.

२६) ''*स्वराज्य व परराज्य*'', ८ जुलै.
लेखक - **आगरकर** : शैली व आशयानुसार.

२७) ''*विलक्षण कोटिक्रम*'', २२ जुलै.
लेखक - **आगरकर** : शैली व आशयानुसार.

२८) ''*पुण्यात नवीन चळवळ*'', २९ जुलै.
लेखक - ***आगरकर*** : शैली व आशयानुसार. स्त्री शिक्षणाबद्दल रानडे व
भांडारकरांच्या प्रयत्नांचे कौतुक.

२९) ''*गैरसमज*'' १२ ऑगस्ट.
लेखक - **आगरकर** : शैली व आशयानुसार.

३०) ''*कंटकेनैव कंटकम्*'' १९ ऑगस्ट.
लेखक - **आगरकर** : स्त्री शिक्षणास पाठिंबा व बालविवाहावर टीका.

३१) ''*मि. मलबारी आणि रा. ब. रानडे*'' २६ ऑगस्ट.
लेखक - **टिळक** : शैली व आशयानुसार. मलबारींच्या टिप्पणीवर तसेच

टाइम्स मधील रानड्यांच्या पत्रावर टीका.

३२) "*जुनी रड*" २ सप्टेंबर.

लेखक - **टिळक** : शैली व आशय, मलबारींवर टीका.

३३) "*कायदाच पाहिजे*", (लि. आ. मजकूर) ९ व १६ सप्टेंबर.

लेखक - **आगरकर** : शैली व आशय. सामाजिक बाबतीत सरकारचा हस्तक्षेप असू नये या टिळकांच्या विचारांवर टीका.

३४) "*मि. ब्लंट यांचे हिंदुस्थान संबंधाने विचार*", १६ सप्टेंबर.

लेखक - **आगरकर** : आशय व शैली, विल्फ्रेड स्कॅवेन ब्लंट यांच्या *द फोर्टनाईटली रिव्ह्यू* मधील लेखावर आधारित. ऑगस्ट १८८४, नं. ccxii, न्यू सिरिज, पृ. १६४-७८.

३५) "*स्त्री-शिक्षणावरचे शेवटचे दोन शब्द* ", १६ सप्टेंबर.

लेखक - **आगरकर** : शैली तसेच टिळकांच्या स्त्रीशिक्षणाबाबतच्या विचारावर टीका.

३६) "*अति शहाणा त्याचा बैल रिकामा*" (लि. आ. म.) ३० सप्टेंबर

सुनंदा देशपांडे यांनी जरी आगरकरांच्या नावे हा लेख दाखविला असला तरी तो दुसऱ्या कोणा व्यक्तीच्या लेखणीतून असावा. लेखाच्या शेवटी संपादकीय टिप्पणीत '*एक कुणबी मित्र*' असे आहे.

३७) "*मि. मलबारी यांस मि. तेलंग यांचे उत्तर*", १४ व २८ ऑक्टोबर.

लेखक - **आगरकर** : शैली.

३८) "*आणखीन एकदा*", ४ नोव्हेंबर.

लेखक - **आगरकर** : शैली व आशय.

३९) "*आता कैवार कोण घेईल?*" ११ नोव्हेंबर.

लेखक - **आगरकर** : शैली व आशय. हेन्री फॉसेट वरील मृत्युलेख.

४०) "*सेमूर के यांच्या लेखास अ‍ॅशबर्नर यांचा जवाब*", ११ नोव्हेंबर.

लेखक - **आगरकर** : शैली व आशय.

४१) *मि. मलबारी, शिशुपरिणय व सार्वजनिक सभा*", १८ नोव्हेंबर.

लेखक - **आगरकर** : शैली. टिळकांच्या *मराठ्या*तील लेखांना पुष्टी देणाऱ्या तेलंग आणि सीताराम हरी चिपळूणकर यांच्या मुद्द्यांचा परामर्श.

४२) "*अगत्य विचार केला पाहिजे*, २५ नोव्हेंबर.

लेखक - **आगरकर** : शैली व आशयानुसार.

४३) "*ब्लंट यांचे हिंदुस्थान विषयी विचार*" २५ नोव्हेंबर.

लेखक - **आगरकर** : ब्लंट यांच्या "Ideas on India : Racial Hatred" या *द फोर्टनाईटली रिव्ह्यू*, ऑक्टोबर, १८८४ पृ. ४४५-४५९, लेखाचे जवळ जवळ भाषांतर.

४४) "*अतिशयोक्तीचा उपयोग*", ९ डिसेंबर.

लेखक - **आगरकर** : शैली व आशय.

४५) "*मि. ब्लंट यांचे हिंदुस्थान विषयी विचार : मुसलमान लोकांविषयी*", १६ डिसेंबर.

लेखक - **आगरकर** : ब्लंट यांच्या *द फोर्टनाईटली रिव्ह्यू* मधील "Ideas on India : The Mohammedan Question" या लेखाचे मुक्त भाषांतर.

४६) "*वादे वादे जायते तत्त्वबोध: - कायद्याने काय होईल*", (लि. आ. म.) १६ डिसेंबर

लेखक - **आगरकर** : लेखात संपादक असून सुद्धा सहीनिशी का लिहावे लागते याचे स्पष्टीकरण.

४७) "*धर्म सुधारक*", ३० डिसेंबर.

लेखक - **आगरकर** : शैली व आशय, धर्माबाबत उदासीनता असावी असे प्रतिपादन.

वर्ष : १८८५

१) "*स्वातंत्र्य*", ६ जानेवारी.

लेखक - **आगरकर** : शैली. असेच विचार *सुधारकात* '*स्वातंत्र्याच्या वृथा वल्गना*' या लेखात.

२) "*राज तृष्णा*", १७ फेब्रुवारी.

लेखक - **आगरकर** : शैली व आशय. *मराठ्यातील* 'Romans and English : A Parallel' या लेखाप्रमाणेच साम्राज्यवादाचे सुंदर विश्लेषण.

३) "*जनरल गॉर्डन*", १७ फेब्रुवारी.

लेखक - **आगरकर** : शैली व आशयानुसार.

४) "*हिंदुस्थानवर रशिया स्वारी करणार काय ?*", २४ फेब्रुवारी, ३, १०, १७, २४, ३१ मार्च.

लेखक - **आगरकर** : शैली. आर्मेनिअस व्हँम्बरी लिखित Will Russia Conquer India I-III, *द नाईंटिंथ सेंचुरी*, जानेवारी व फेब्रुवारी १८८५,

या लेखावर आधारित.

५) "*आमची धर्मकृत्ये आणि रितीभातीं*", २४ मार्च.
लेखक - **आगरकर** : शैली व आशय.

६) "*लंडन टाईम्सची शंभर वर्षे*", ७ एप्रिल.
लेखक - **आगरकर** : शैली. डब्ल्यु. फ्रेझर री यांच्या द नाईंटिंथ सेंचुरीतील लेखावर आधारित.

७) "*समाजोन्नतीचा आढावा*", २४ फेब्रुवारी.
लेखक - **आगरकर** : सामाजिक प्रगतीचा नियम व समाजातील सर्व विचारांची व संस्थाची वारंवार उपयुक्तता तपासून घेणे याचा उल्लेख.

८) "*कायदा म्हणजे काय ?*" २४ मार्च.
लेखक - **आगरकर** : शैली व आशयानुसार. हॉब्ज व रुसोच्या Social Contract बद्दलच्या विचारांचे विश्लेषण.

९) "*लोकाचार*", ७ एप्रिल.
लेखक - **आगरकर** : शैली व आशयानुसार. मनू व पराशर हे सामाजिक प्रगतीतील अंतिम नव्हेत. गौतम बुद्धाची मार्टिन ल्युथर बरोबर तुलना.

१०) "*नेटिव्ह संस्थानें*", १४ एप्रिल.
लेखक - **आगरकर** : ब्लंट यांच्या 'Ideas on India : Native States' *द फोर्टनाईटली रिव्ह्यू*, फेब्रुवारी १८८५, या लेखाचा मुक्त अनुवाद.

११) "*इंग्लंडाशिवाय आम्हांस गति नाही*", २१ एप्रिल.
लेखक - **आगरकर** : शैली व आशयानुसार.

१२) "*हिंदुस्थान करिता नवी राज्यपद्धती*", २१ एप्रिल.
लेखक - **आगरकर** : शैली. *द फोर्टनाईटली रिव्ह्यू* मधील ब्लंट यांच्या "Ideas on India : The Future of Self-Government" या लेखाचा मुक्त अनुवाद.

१३) "*पॉलिटिकल शंकराचार्य अथवा राजव्यवहार व धर्म यांचा अकालीन उद्धारार्थ नवीन अवतार*", १२ मे. या लेखाच्या आंतरिक तपासणीवरून दिसून येते की, 'एक डेक्कन कॉलेजस्थ मित्र' या नावाखाली कोणी अन्य व्यक्तीने लिहिला आहे. लेखकत्व ठरविणे कठीण आहे.

१४) *आम्हा मनुष्यांस पाहिजे काय व ते मिळेल कशानें*", १९ मे.
लेखक - **आगरकर** : शैली व आशयानुसार. समाज व धर्म यांच्या उत्क्रांतीचे विश्लेषण. *सुधारकात* अशा प्रकारचे विचार मांडले आहेत.

१५) ''*रशिया व इंग्लंड*'', २६ मे व २, १६ व २३ जून.
लेखक - **आगरकर** : शैली व आशयानुसार.

१६) ''*रा. ब. रानडे बाटले* '', ९ जून.
लेखक - **टिळक** : शैली व आशयानुसार.

१७) ''*इंग्लंडात पक्षांतर*'', २३ जून.
लेखक - **आगरकर** : शैली व आशयानुसार.

१८) ''*उत्तम न्हाविणी पाहिजेत* '', (लि. आ. म.) ३० जून.
आगरकरांचा नव्हे - जरी शैली व आशयानुसार त्यांच्या विचारसरणीचा वाटला तरी लेखाच्या शेवटच्या परिच्छेदात स्पष्ट केले आहे - 'या लेखास जागा दिल्याबद्दल संपादकाचे आभार मानले आहेत.'

१९) ''*उद्योग शाळा*'', २१ व २८ जुलै.
म. ब. नामजोशींचा असावा. आगरकरांचा नक्कीच नाही.

२०) ''*एतद्देशीय संस्थाने आणि त्यांची फौज*'', ३० जून.
लेखक - **आगरकर** : शैली व आशयानुसार. *द कंटेम्पररी रिव्ह्यू* मधील सर रिचर्ड टेंपल यांनी लिहिलेल्या - ''The Native Armies of India'' या लेखाला उत्तर.

२१) ''*नीतिमीमांसा अथवा नीतिशास्त्राची मूल-तत्त्वें*'', २५ ऑगस्ट, १, १५, २२, २९ सप्टेंबर आणि १९ जानेवारी.
लेखक - **आगरकर** : शैली व आशयानुसार. धर्म आणि नीतिशास्त्र यांच्यात फारकत असावी असे प्रतिपादन. बेंथॅमनी मांडलेले सुख-दुःखाचे गणित, अज्ञेयवाद आणि अशा तत्सम विचारांचा ऊहापोह.

२२) ''*अर्थशास्त्र दृष्ट्या आवश्यक सुधारणा*'', ११, १८ ऑगस्ट, १, ८, २२ सप्टेंबर.
लेखक - **आगरकर** : शैली व आशयानुसार.

२३) ''*देश सुधारकांनी लक्षांत ठेवण्या जोग्या गोष्टी*'', २९ सप्टेंबर.
लेखक - **टिळक** : शैली व आशय, सुधारणा चळवळीवर टीका.

२४) ''*लॉर्ड रिपन व सिव्हिल सर्विस*'', २४ नोव्हेंबर.
लेखक - **आगरकर** : शैली व आशयानुसार.

२५) ''*सास्वांस नोटिस*'', १५ डिसेंबर.
लेखक - **सी. ग. देवधर :** आत्मवृत्तात तसा उल्लेख.

२६) "*चिमाबाईंचे एमाबाईशी सख्य कसे होणार ?*", २१ डिसेंबर व ५ जानेवारी १८८६.

लेखक - **आगरकर** : शैली व आशयानुसार.

वर्ष : १८८६

१) "*आता इनकम टॅक्स पुन्हा बसणार*", जानेवारी १२ आणि "*इनकम टॅक्स वरचे चार विचार*", १९ जानेवारी.

लेखक - **आगरकर** : शैली व आशयानुसार.

२) "*राजतृष्णा*", १६ फेब्रुवारी.

लेखक - **आगरकर** : शैली व आशयानुसार.

३) "*मि. मलबारी यांस खरपूस उत्तर*", १६ फेब्रुवारी.

लेखक - **टिळक** : शैली व आशयानुसार.

४) "*पिशाच्चांचा ऱ्हास* ", २३ फेब्रुवारी.

लेखक - **आगरकर** : *द प्रिन्सिपल्स ऑफ सोशालॉजी* मध्ये स्पेन्सरने लिहिलेल्या पिशाच पूजेवर आधारित.

५) "*आधी कोण ? राजकीय की सामाजिक*", २ व ९ मार्च.

लेखक - **टिळक :** शैली व आशयानुसार.

६) "*आधी कोण ? सामाजिक की राजकीय ? कठीण कोडे*", १६ मार्च.

लेखक - **टिळक** : शैली व आशय.

७) "*राजकीय आधी की सामाजिक आधी*", ३० मार्च, व "*राजकीय आधी सामाजिक मागून*", ६ एप्रिल.

लेखक - **टिळक** : शैली व आशयानुसार.

८) "*शास्त्रें व बायबल*", १६ मार्च.

लेखक - **आगरकर** : शैली व आशय, टी. एच. हक्सलेच्या विचारांचे विश्लेषण

९) "*इंग्रजी वसाहतीचे राजकीय स्वरूप*", २३ मार्च.

लेखक - **आगरकर** : शैली व आशयानुसार, *द कंटेम्पोररी रिव्ह्यू* मधील ए. व्ही. डायसी यांच्या 'Ireland and Victoria' या लेखावर (व्हॉ. XLIX, न्यू सिरिज, पृ. १६९-१७७) आधारित.

१०) "*दादाजी विरुद्ध रखमाबाई*" ६ एप्रिल.

लेखक - *टिळक*: शैली व आशयानुसार. दादाजींच्या बाजूने मांडलेले मुद्दे.

११) “*आयर्लंडाकडे पाहून तरी जागे व्हा*”, ४ मे.
लेखक - **आगरकर** : शैली व आशयानुसार.

१२) “*औदासीन्य*”, ८ जून.
लेखक - **टिळक** : शैली व आशयानुसार.

१३) “*नीतिमीमांसा सुखें व दुःखें यांचा तारतम्य भाव* ”, १५, २२ जून, २७ जुलै.
आगरकरांचा नक्की नाही. लेखकत्व ठरविणे कठीण.

१४) “*शिल्प शाळा*”, २२, २९ जून, ६ जुलै.
नामजोशींचा असावा नंतर नामजोशींनी *शिल्पकला विज्ञान* नावाचे मासिक सुरू केले. औद्योगिक परिषद व रे इंडस्ट्रिअल म्युझियमच्या बाबत ते खूप सक्रिय होते.

१५) “*नीतिशिक्षणाचे खूळ*”, ३, १० ऑगस्ट; ‘*धर्म शिक्षण*’, १७ ऑगस्ट
लेखक - **आगरकर** : शैली व आशयानुसार. धर्माच्या नावाखाली नीति शिक्षण घरीच देता येते. शाळेत वैश्विक नीतिमूल्ये शिकवावीत. नीतिशास्त्र व धर्म ही वेगळी क्षेत्रे आहेत, असे विचार खास आगरकरांचे. हे विचार *सुधारक*तील ‘*सोवळ्या ओवळ्यांची मीमांसा*’ मध्ये व्यक्त केले आहेत.

१६) “*आमचा समाज व त्याचे पुढारी*”, १० ऑगस्ट.
लेखक - **आगरकर** : शैली व आशयानुसार. असेच विचार *सुधारक*तील ‘*हे तुमचे पुढारी नव्हेत*’ या लेखात.

१७) “*अशा कलहाने आमचा देश वरती येईल काय ?*”, २४ ऑगस्ट.
लेखक - **टिळक :** शैली व आशयानुसार.

१८) “*देश सुधारणेचे कोडे*”, ३१ ऑगस्ट.
लेखक - **आगरकर** : शैली व आशयानुसार. सामाजिक सुधारणा साधण्यासाठी प्रथम राजकीय स्वातंत्र्य असणे महत्त्वाचे असा विचार करणे मूर्खपणाचे.

१९) “*डोंगर पोखरून उंदिर निघाला*”, ५ ऑक्टोबर; “*बोले तैसा चाले त्याची वंदावी पाऊलें*”, १९ ऑक्टोबर.
लेखक - **आगरकर** : शैली व आशयानुसार.

२०) “*कवि, काव्य, काव्यरति* ”, १४ डिसेंबर.
लेखक - **आगरकर** : शैली व आशयानुसार

वर्ष : १८८७

१) “*राजकीय व सामाजिक सुधारणेचे बोडणं*”, ११ जानेवारी.
लेखक - **टिळक** : शैली व आशयानुसार, आत्ताच्या काळात सामाजिक सुधारणेस चळवळ असण्याची गरज नाही, असे प्रतिपादन.

२) “*गतवर्ष*” आणि ‘*स्वत:विषयीं*’, ११ जानेवारी.
लेखक - **आगरकर** : शैली व आशयानुसार. संपूर्ण वर्षाचा संपादकीय आढावा.

३) “*कुटुंब आणि परिवार*”, १८ जानेवारी.
लेखक - **आगरकर** : शैली व आशयानुसार. समाजात नको असलेल्या जुन्या चालीरिती जाऊन नव्या चालीरिती आल्या पाहिजेत.

४) “*ज्ञानें*”, ३, १०, १७ मे
लेखक - **आगरकर** : शैली व आशयानुसार.

५) “*रखमाबाई खटला*”, २२ मार्च व “दादाजी विरुद्ध रखमाबाई”, ५ एप्रिल.
लेखक - **टिळक** : शैली व आशयानुसार.

६) “*आमची सामाजिक आणि धार्मिक सुधारणा*”, १९ एप्रिल.
लेखक - **टिळक** : रखमाबाई खटल्यातील दादाजींची बाजू.

७) “*रा. ब. रानडे यांचे अपूर्व युक्तिचापल्यं*”, ७ व १४ जून.
लेखक - **टिळक** : शैली व आशय.

८) “*लोक परिवर्तनें*”, २८ जून, ५ जुलै, २३ ऑगस्ट.
लेखक - **टिळक** : शैली व आशयानुसार. समाज सुधारकांवर टीका

९) “*आमच्या समाज सुधारकांस इशारा*”, ६ सप्टेंबर.
लेखक - **टिळक** : शैली व आशयानुसार

१०) “*फिमेल हायस्कूलातील शिक्षणक्रम : केसरीकारांचा परशुरामावतार*”, (लि. आ. म.) १ नोव्हेंबर.
लेखक - **आगरकर** : शैली व आशयानुसार. टिळकांच्या मुद्द्यांचे खंडन. हा लेख लिहून आलेला मजकूर होता याचे कारण त्यातील मते *केसरी*च्या मंडळातील सदस्यांना मान्य नव्हती, तसेच २५ ऑक्टोबर १८८७ रोजी आगरकरांनी *केसरी*च्या संपादकत्वाचा राजीनामा दिला होता.

आगरकरांचे मराठा (इंग्रजी) वृत्तपत्रातील लेख - शैली व आशय या निकषावर तपासून ठरविलेले

१) 'द रोमन्स अँड द इंग्लिश - अ पॅरलल', (लि. आ. म.) नं. १ - २३ जानेवारी १८८१ आणि नं. २ - ३० जानेवारी. १) रोमच्या इतिहासाचा आगरकरांचा अभ्यास. २) लि. आ. म. असल्याने संपादक टिळकांचा असू शकत नाही. ३) चिपळूणकरांनी *मराठ्यात* कधीही लिहिल्याचा दाखला नाही. ४) जीत-जेते हा आगरकरांचा जिव्हाळ्याचा विषय व यावर अकोल्यात त्यांनी व्याख्यान दिले होते असा वि. मो. महाजनींचा उल्लेख.

२) ''विल द नेटिव्हज बी मोर इंटरप्रायझींग ?'', फेब्रुवारी १८८१.
याच लेखाचे भाषांतर *केसरीत* '*नेटिव्ह लोकांस इंग्रजासारखे धाडस कधी येईल?*'' १५ फेब्रुवारी १८८१.
शैली व आशयानुसार आगरकरांचा.

३) 'द सक्सेस ऑफ द निहिलीस्ट्स', २० मार्च १८८१
मराठीतील '*जुलमी राजांनो सांभाळून असा*' या *केसरी*तील लेखाचे भाषांतर. शैलीनुसार आगरकरांची छाप आहे.

४) ''ब्रॅडलॉ वर्सेस हेन्री एडवर्ड, द कार्डिनल आर्चबिशप ऑफ वेस्टमिन्स्टर'', ९ एप्रिल १८८१.
१) नास्तिक ब्रॅडलॉच्या विचारावर केलेल्या हल्ल्यांचा निषेध, २) राजा फक्त देवालाच जबाबदार आहे, या पुरातन तत्त्वाची खिल्ली उडविली आहे. ३) ऑगस्ट काँटच्या 'मानवतेचा धर्म' या संकल्पनेस पाठिंबा. ४) नास्तिक सुद्धा आस्तिकांच्या इतकेच देवाची मुले आहेत, हे प्रतिपादन व नास्तिकवाद थांबविण्यास देवाची असमर्थता.

५) ''इज देअर एनी नेसेसिटी ऑफ अ न्यू रिलिजन ?'', मे १८८१ (लि. आ. म.).
बाबू अमृतलाल बोस या ब्राह्मो मिशनऱ्याने प्रार्थना समाजास दिलेल्या व्याख्यानावर टिप्पणी - अ) इंग्रजी शिक्षणामुळे तरुण पिढीत धर्मावरील विश्वास नष्ट होतोय या आक्षेपाचे खंडन. ब) राष्ट्रीय पुनरुज्जीवन व प्रगतीचा एकच मार्ग म्हणजे ऐतिहासिक सत्ये व आधुनिक शास्त्रे यांचा अभ्यास होय, असे विवेचन. क) सांप्रतच्या धर्माची उत्पत्ती व त्यातील इतर बदल परिस्थितीनुसार माणसाने घडवून आणले आहेत असे प्रतिपादन.

६) ''प्रोफेसर सेल्बी ऑन बटलर'', २४ जुलै १८८१.
प्राध्यापक फ्रान्सिस गाय सेल्बी यांनी केलेले बटलरच्या 'ॲनॉलॉजी अँड

सर्मन्स' या पुस्तकाचे परीक्षण. २) मानवी प्रगती फक्त 'साशंकवादाच्या काळा'मुळेच होऊ शकते. या विचारास पाठिंबा, नीतिशास्त्र हे धर्मापेक्षा वेगळे आहे. ३) लेकीच्या *हिस्टरी ऑफ युरोपिअन मॉरल्सचा* संदर्भ. ४) *केसरी* व *मराठा*च्या संपादक अथवा पत्रांच्या मालकापैकी कोणाचेही विचार असे नव्हते.

७) ''द कस्टम ऑफ चाईल्ड मॅरेज'', (लि. आ. म.) २५ सप्टेंबर १८८१.
अ) स्वहितासाठी शास्त्री वर्गाने धर्माचा निव्वळ शोध लावला असे विश्लेषण. अज्ञानी जनतेवर आपला पगडा बसविणारे भक्कम मशिन. ब) वरील विचारसरणीमुळे झालेले अहित - तरुणाईत मनाची शक्ती कमी करते तसेच नवीन गोष्टीबद्दल प्रयत्न करण्याची भावना नष्ट करते. क) शैली व आशयानुसार आगरकरांचा.

८) 'अ फ्यू वर्ड्स ऑफ अॅडवाईज टू हिज हायनेस सयाजीराव महाराज'', (लि. आ. म.) २५ डिसेंबर १८८१.
*केसरी*तील 'बडोद्याचे सयाजीराव महाराज यांस दोन उपदेशपर शब्द' या लेखाचे भाषांतर. शैली व आशयानुसार आगरकरांचा.

९) ''प्रोफेसर सेल्बी ऑन बटलर्स मेथड ऑफ एथिक्स'', १९ फेब्रुवारी १८८२.
प्राध्यापक सेल्बींवर *क्वार्टर्ली जर्नल ऑफ द सार्वजनिक सभा* या मासिकात एम. जी. रानडे यांनी केलेल्या टीकेस उत्तर.
१) आगरकर खुद्द सेल्बींचे विद्यार्थी होते आणि सेल्बींसारखीच त्यांची मते अज्ञेयवादी होती. २) तरुण विद्यार्थ्यांस देवावर अविश्वास व नास्तिकवाद शिकविण्याच्या केलेल्या आरोपांचे खंडन, मिल व सेजविक यांच्या विचाराद्वारे, तसेच बटलरच्या लिखाणाचे विश्लेषण करण्याचे कौशल्य फक्त आगरकरांकडेच होते.

१०) ''हिंदू कॉन्झर्व्हेटिझम : हॉऊ लेसन्ड'', (लि. आ. म.) २५ फेब्रुवारी १८८३.
अ) हिंदूंच्या पारंपरिक विचारावर टीका. ब) आधुनिक शास्त्र व राजकीय गोष्टीत ''साशंकवाद'' असावा, त्यामुळे धर्मातील जुन्या विचारांना आव्हान दिले जाऊ शकते, असे प्रतिपादन.

११) ''द रिलिजिअस फ्युचर ऑफ द वर्ल्ड'', (लि. आ.म.) २५ फेब्रुवारी १८८३.
डब्ल्यू. एस. लिली यांनी याच नावाचा लेख *द कंटेंपोररी रिव्ह्यूत* लिहिला, त्यावर भाष्य.

१) भारतीय परिस्थितीत त्यातील विचार पडताळून पाहिले आहेत. २) नीतिशास्त्र एक शास्त्र म्हणून, धर्मापेक्षा वेगळे आहे. ३) उपयुक्ततावादाचे विश्लेषण.

१२) ''द रोड टू डिस्टिंक्शन अँड फॉर्चून'', (लि. आ. म.) २७ मे १८८३
अ) *केसरी*तील '*साहस व धोरण*' या लेखाचा अनुवाद. शैली व आशयानुसार आगरकरांचा.

१३) ''अवर प्रेझेंट टेस्ट्स'', (लि. आ. म.) १० जून १८८३.
''राष्ट्रीय स्थितीशी लोकांचा रितीभातीशी संबंध'' या *केसरी*तील (२२ मे १८८३) लेखासारखाच. शैली व आशयानुसार आगरकरांचा.

१४) ''रिलिजन, सायन्स अँड फिलॉसॉफी'', १ व २, १७ व २४ मे १८८५.
मे ९ व १०, १८८५ रोजी डेक्कन कॉलेजच्या वार्षिक समारंभात घडलेल्या घटनेवर भाष्य. या प्रसंगात आगरकरांनी केलेल्या अज्ञेयवादाच्या पुरस्कारामुळे रानड्यांचा तोल गेला व राग अनावर झाला. यांत टिळकांनी आगरकरांना पाठिंबा दिला.
अ) शैली व आशयानुसार आगरकरांचा, ब) धर्म व आधिभौतिक शास्त्रामधील फारकत, क) ख्रिश्चन धर्मावर रानड्यांनी केलेल्या टिप्पणीवर खेद, ड) फक्त 'उदासीनता' हाच एक उपाय, फ) रानड्यांनी नास्तिकाबद्दल काढलेल्या अनुद्गारांचे खंडन.

१५) प्रो.एम. एम. कुंटे अॅट हिराबाग'', (लि. आ. म.) ३१ मे १८८५.
प्रा. म. मो. कुंटे यांच्या व्याख्यानावर भाष्य. अ) ऑगस्ट कॉंटच्या पॉझिटिव्हीझम व त्याच्या तीन अवस्थांचे तसेच डार्विनच्या उत्क्रांतीच्या सिद्धांताचे समर्थन. ब) समाजाची सर्वांगाने प्रगती झाली पाहिजे. ड) शैली व आशयानुसार आगरकरांचा.

१६) ''द क्वश्चन ऑफ जाईंट फॅमिली सिस्टिम'', (लि. आ. म.) २८ जून १८८५.
*केसरी*तील, *एकत्र रहाणे चांगले काय ?* या लेखाप्रमाणे. शैली व आशयानुसार आगरकरांचा.

तळटिपा

१) १३ जून १८८२ रोजी, विष्णुशास्त्रींच्या मृत्यूनंतर एका पत्रास दिलेल्या संपादकीय उत्तरात उल्लेख.

२) १० ऑक्टोबर १८८२ च्या *केसरी*त ठळक शब्दांत उल्लेख : ''शास्त्रीबुवा

केसरीस सोडून गेले, टिळक आणि आगरकर यांस थोडावेळ केसरीची सेवा करता आली नाही. नामजोशी व आपटे यांस काही अडचणी आल्या व त्यांचाही केसरीशी थोडा संबंध असेल तर तो सुटला म्हणून केसरी बंद पडायचे कारण नाही... परंतु केसरीचे असल्या स्थितीत कमीपणा आणण्यास मात्र मिस्टर आगरकर यांची मनाई आहे.''

३) पु. ग. सहस्रबुद्धे, *केसरीची त्रिमूर्ती*, पृ. २७४ लोकमान्य टिळकांचे *केसरीतील निवडक लेख*मध्ये व्हॉ. १-४, समाविष्ट.

४) दत्तो वामन पोतदार, '*आगरकरांची वाङ्मयीन कामगिरी*', मनोरंजन (मासिक) पुस्तक ३१, जुलै-डिसेंबर १९२५, पृ. ३०५-३०९.

५) सुनंदा देशपांडे, *गोपाळ गणेश आगरकर*, श्रीविद्या प्रकाशन, पुणे १९८३, पृ. १२२-२३.

६) ए. पी. गोरे, एम. के. गोखले, एस. बी. जोशी, 'On Disputed Authorship of Editorials in Kesari' *इंडियन लिंग्विस्टिक्स*, खं. ४०, १९७९, पृ. २८३-२९३.

७) आगरकरांचे सी. ग. देवधरांना पत्र, २ ऑक्टोबर १८९० सी.ग. देवधरांनी उद्धृत केले आहे, ''आगरकरांच्या स्वदस्तूरच्या पत्रांतील काही उतारे'' *मनोरंजन*, आगरकर अंक, १९१६ प्र. ८१. ते लिहितात, ''I have been writing for papers for the last five years (either for the Mahratta or the Kesari and now the Sudharak) without receiving a single pie from their proceeds...'' (कंस आगरकरांचा)

८) गोपाळ कृष्ण गोखल्यांचे आगरकरांना पत्र, १७ एप्रिल १८८७, *आगरकर पेपर्स.*

□□□

परिशिष्ट - २

"Notes for the Guidance of my Friends and Relatives", Jotting made in an excited state of mind. In June 1893 - the excitement being due to fever and sleeplessness."

(वरील शीर्षक खुद्द आगरकरांनीच दिलेले आहे. मूळ आत्मकथन त्यांच्या स्वत:च्या हस्ताक्षरात असून, हा फार महत्त्वाचा दस्तावेज आहे. या लिखाणातून जॉन स्टुअर्ट मिल यांच्या विचारसरणीबाबत तसेच त्याच्या मानवी प्रगतीबाबत असलेल्या दृढ निश्चय व ठाम विश्वास, आगरकरांना वाटणारे आकर्षण व प्रेम, त्यात प्रतीत होते. त्याबरोबरच आगरकरांची डेक्कन एज्युकेशन सोसायटीच्या कामाबद्दल असलेली निष्ठा दिसून येते.)

Source : Agarkar Papers

It is now ten minutes half past three (A.M. Madras Time) and yet I had absolutely not a single wink. I have been ill for the last four days with what doctors may call intermittent fever as the one when I sent for this morning gave that name to it. He sent me three dozes of quinine mixture, one of which I took at about half past eleven in the morning and the other at about eight night before sitting down to supper. I must add that I took two small cups of hot tea being afraid of drinking cold water. Whether it be the tea or the mixture or both together are the immediate cause of this almost whole night sleeplessness, I cannot say. I tried my contrivance to induce sleep both rash as guaffing off large dozes of cold water and safe as rubbing butter and milk to the head, hands, and feet. But all have failed - even the attempt to read a solid book like Sidgwick's *Political Economy;* and I thought I should try the efficacy of writing as an inducer of sleep. But wonderful to say that at 5 o'clock my hand was so unsteady that I could not write a single word properly, I now feel that I may go on writing any number of sheets with great facility - the words presenting themselves so easily - a very rare phenomenon with me.

The night is far from comfortable. In the earlier part of it, the sky was sufficiently clear, here and there stars twinkled and wind blew moderately. Gradually however the appearance changed, and to be brief, the latter part of it was as discomfortable as any dark monsoon night can be.

I cannot explain how I was led to make up my mind to write such notes at this time. But probably this partial execution of this long-intended piece of work is due to what some scientific radicals would call the activity of the Brain and the total nervous system at the moment in this particular body.

I fear I am rambling. I must curb. The doctor has advised not to exhaust the Brain. I must therefore not write much though I may do so. But since it may be the last time that I am able to wield the pen, it may be worth-while even for such an insignificant man to leave some directions and requests behind him.

Request to friends in the Society

Dearest friends - I now put down life long convictions as briefly as I can and implore you to try your best to carry them out during your life time, if you be my friend:-

(1) Education (of all kinds) is the salvation of humanity. Perfect loyalty - honourable, not obsequious - to British Government who have done so much in this important respect. That alone is the easiest road to the establishment of an autonomy at some distant date in this country. Human

sympathies are rapidly broadening and Britain is most ahead in this respect. Gladstone be longest lived. Mill ! I shall be very happy to come to life again to sit at your feet and to work in the Deccan Education Society for the work of which not the most unpleasant events even produced the slight aversion in me; if, of course, it be possible for you to be again my most admired, beloved and revered 'गुरु' (English words don't satisfy me here) and for me to be your humblest and observant pupil.

Friends, try your best to maintain unity, peace and mutual affection and even regard among yourselves, but in doing this never lose sight of the object for which the Society has been established. I must stop - the legs, the head, the eyes are getting very hot. Be generous to forget every offence given well-meant or ill-meant, properly or improperly either to you or to my countrymen through the columns of the Sudharak, since by all that I regard sacred and holy I tell you that I sincerely loved the cause of human progress and generally believed that the manner in which I spoke and wrote was the properest for me in the "Grand struggle for existence."

May you be long-lived! May you be happy, and may you be most serviceable to your country and humanity.

It is past five (therefore, if possible, I must avail myself of some other equally sleepless night) and I cannot tell you my mind about the management of the affairs of my small family after me. Adieu !

June 1893 - I do not remember the date.

संदर्भसूची

१. प्राथमिक साधने

अ) अप्रकाशित कागदपत्रे

i) *महाराष्ट्र सरकार पुराभिलेख विभाग*

जनरल डिपार्टमेंट : १८७५ / व्हॉल्युम ५० ब; १८८४ / व्हॉ. १४९; १८८५ / व्हॉ. ७२; १८८६ / व्हॉ. ५३; १८९३ / व्हॉ. ३.४.६५.

ज्युडिशियल डिपार्टमेंट : १८८० / व्हॉ. ८८; १८८१ / व्हॉ. ५, ८६, १००; १८८२ / व्हॉ. १२५; १८८३ / व्हॉ. ९८, ९९; १८९५ / व्हॉ. १५२; १८९७ / व्हॉ. २३५

ii) खाजगी कागदपत्रे

आगरकर / महाजनि पेपर्स (मुंबई विद्यापीठ येथे; टाईपस्क्रिप्ट व झेरॉक्स प्रती जवाहरलाल नेहरू नॅशनल म्युझियम आणि लायब्ररी, न्यू दिल्ली, येथे.)

गोखले पेपर्स, (नॅशनल पुराभिलेखागार, न्यू दिल्ली)

टिळक पेपर्स, (मायक्रोफिल्म वर, नेहरू नॅशनल म्युझियम आणि लायब्ररी, न्यू दिल्ली, येथे)

धोंडो केशव कर्वे पेपर्स, मायक्रोफिल्म वर, नेहरू नॅशनल म्युझियम आणि लायब्ररी, न्यू दिल्ली, येथे

iii) अन्य प्रायमरी कागदपत्रे / लिखाण

डेक्कन एज्युकेशन सोसायटी रेकॉर्ड्स (१८८०-१८९६)

मुंबई विद्यापीठ, *फाईल ऑफ द रिझल्ट्स फॉर द एक्झामिनेशन फॉर द डिग्री ऑफ बी. ए. १८६५-१८८४*

मुंबई विद्यापीठ, *फाईल ऑफ द रिझल्ट्स फॉर द एक्झामिनेशन फॉर द डिग्री ऑफ एम. ए. १८६५-१८८४*

गोविंद चिमणाजी भाटे यांचे चरित्र (हस्तलिखित, कीर्ति कॉलेज, मुंबई येथे)

ब) प्रकाशित कागदपत्रे : सरकारी अहवाल, कायदे, वगैरे

ॲन्युअल रिपोर्ट ऑफ द बॉम्बे जेल्स, मुंबई, १८८०, १८८१, १८८२

क्रुकशांक, जे., *अ मॅन्युअल ऑफ द जेल रुल्स फॉर द सुपरिंटेंडन्स ॲन्ड मॅनेजमेंट ऑफ जेल्स इन बॉम्बे प्रेसिडेन्सी,* बॉम्बे, १८७६

हॉवेल, ए. पी., *नोट ऑन जेल ॲन्ड जेल डिसीप्लीन इन इंडिया,* १८६७-६८, बॉम्बे, १८७६

रिपोर्ट ऑन द ट्रायल ॲट द थर्ड क्रिमिनल सेशन, १८८२, : कोल्हापूर डिफेमेशन केस, बॉम्बे, १८८२

मलबारी, बी. एम., *'नोट्स' ऑन ''इन्‌फन्ट मॅरेज इन इंडिया'' ॲन्ड 'एन्‌फोर्सड विडोहूड',* १५ ऑगस्ट १८८४, गव्हर्न्मेंट ऑफ इंडिया, होम डिपार्टमेंट, सिलेक्शन्स फ्रॉम द रेकार्ड्स, नं. ccxxiii, सिरीयल नं. ३

प्रिझन इंडिया ॲक्ट, १८७१, १ मे १८८६ पर्यंत सुधारित

रिपोर्ट ऑन द इंडियन जेल कॉन्फरन्स ॲसेंबल्ड इन कॅलकटा, जानेवारी - मार्च १८८७

रिपोर्ट ऑन द डायट ऑफ द प्रिझनर्स ॲन्ड ऑफ द इंडस्ट्रियल ॲन्ड लेबरींग क्लासेस इन द बॉम्बे प्रॉव्हिन्स, १८६५

रिपोर्ट एक्झिबिटींग अ व्ह्यू ऑफ द फिस्कल ॲन्ड जुडिशियल ॲडमिनिस्ट्रेशन इंट्रुडुस्‌ड इन टू द कॉन्कर्ड टेरिटोरीज अबाव्ह द घाट्स अन्डर द कलेक्टोरेट ऑफ द कमिशनर इन द डेक्कन, १८७७

रिपोर्ट ऑन द प्रिझन कॉन्फरन्स अपॉइंटेड इन जान्युअरी १८९२, विथ प्रोसिडिंग्स ॲन्ड ॲपेन्डिसिस, १८९३

रिपोर्ट ऑफ द डिपार्टमेंट ऑफ पब्लीक इन्‌स्ट्रक्शन इन द बॉम्बे प्रेसिडेन्सी १८६०-१८८५

रिपोर्ट्स ऑन द नेटिव्ह पेपर्स इन बॉम्बे प्रेसिडेंसी

सोअर्स मटिरीयल फॉर अ हिस्टरी ऑफ द फ्रिडम मुव्हमेंट इन इंडिया, व्हॉल्युम १ - १८१८-१८८५, व्हॉल्युम २ - १८८५ - १९२० (कलेक्टेड फ्रॉम बॉम्बे गव्हर्नमेंट रेकॉर्ड्स), बॉम्बे, १९५७ आणि १९५८

गोपाळ गणेश आगरकरांचे छापील साहित्य :

डोंगरीच्या तुरुंगातील आमचे १०१ दिवस, १८८२, प्रथम आवृत्ती, १९८८, य. दि. फडकेंच्या प्रस्तावने सहित ३री आवृत्ती १९८८

विकारविलसित अथवा शेक्सपियरकृत हॅम्लेट नाटकाचे भाषांतर, १८८३, आर्यभूषण प्रेस, पुणे

केसरीतील निवडक निबंध, (१८८६ पर्यंतचे निवडक निबंध), बुक १, १८८७, प्रथम आवृत्ती, १९३७ दुसरी आवृत्ती; बुक २, १८८८, प्रथम आवृत्ती, १९४० दुसरी आवृत्ती, आर्यभूषण प्रेस, पुणे

विविध-विषय संग्रह, भाग १, १८९१, प्रथम आवृत्ती, आर्यभूषण प्रेस, पुणे, १९२२ दुसरी आवृत्ती, सुधारक प्रेस, पुणे

वाक्यमीमांसा आणि वाक्यांचे पृथक्करण, १८९१, पुणे

शेठ माधवदास रघुनाथदास यांचे आत्मलिखित पुनर्विवाह चरित्र, (भाषांतर) - गो. ग. आगरकर आणि सी. ग. देवधर, १८९१, प्रथम आवृत्ती; दुसरी आवृत्ती; स. ग. मालशे (संपा.) मराठी संशोधन मंडळ, बॉम्बे, १९८१

केसरीतील निवडक निबंध, भाग १, शिराळकर आणि कं., पुणे, १८९५, पुनर्मुद्रण १९१९, भाग १ व २, व्हि. एन. फडतरे (संपा.) सुधारक प्रेस, पुणे, १९१७, १९१८

संपूर्ण आगरकर, ३ खंड, (माधव दामोदर आळतेकर संपा.) भाग १ - पूर्वार्ध, १९३७ भाग २ - उत्तरार्ध, १९४०, बॉम्बे

आगरकर वाङ्मय, ३ खंड, (म. गो. नातू आणि दि.य. देशपांडे संपा.), महाराष्ट्र राज्य साहित्य आणि संस्कृती मंडळ, दुसरी आवृत्ती, १९८७

इतर तत्कालीन छापील साधने - आत्मचरित्रे, आठवणी

आगरकर, यशोदाबाई, ''श्रीमती यशोदाबाई आगरकर यांनी निवडलेल्या प्रिन्सिपॉल आगरकर यांच्या आठवणी'', वेचक - दत्त नारायण आपटे, ***स्त्री,*** मे-सप्टेंबर १९३८.

...., 'आगरकर यांच्या काही आठवणी', ***सत्यकथा,*** जुलै १९४५, पृ. ३६-४०. आठल्ये, कृ. ना., 'आमचे बालमित्र फर्ग्युसन कॉलेजचे प्रिन्सिपॉल गोपाळ गणेश आगरकर', ***केरळकोकीळ,*** अंक नं. ९, बुक ९, पृ. १९३-२०४

भांडारकर, आर. जी. ***कलेक्टेड वर्क्स ऑफ सर आर. जी. भांडारकर,*** ४ खंड, भांडारकर ओरियंटल रिसर्च इन्स्टिट्यूट, पुणे, १९२८-१९३३

..., ***रामकृष्ण गोपाळ भांडारकर यांचे धर्मपर लेख व व्याख्याने,*** (संकलन आणि संपादन - द्वा. गो. वैद्य), मनोरंजन प्रेस, मुंबई, १९१९

बुद्धिसागर, एम. जी. (संपा.), ***चिपळूणकर लेखसंग्रह,*** पॉप्युलर प्रकाशन, मुंबई, १९६३

चंदावरकर, सर नारायण., ***स्पिचीस ॲन्ड रायटींग्ज ऑफ सर नारायण जी.***

चंदावरकर, (एल. व्ही. कायकिणी संपा.) मनोरंजन ग्रंथ प्रसारक मंडळ, बॉम्बे, १९११

चिपळूणकर, विष्णू कृष्ण, ***विष्णुपदी,*** खंड १ व २, (एस. एन. बनहट्टी संपा.) दुसरी सुधारित आवृत्ती, सुविचार प्रकाशन मंडळ, पुणे, १९७४

देवधर, सीताराम गणेश, ***माझा जीवनवृत्तांत,*** सातारा, १९२७

..., 'आगरकरांच्या स्वदस्तुरच्या पत्रांतील काही उतारे', ***मनोरंजन,*** आगरकर अंक, नं. २५३, जुलै १९१६

देवधर, सीताराम गणेश आणि जोशी रामचंद्र भिकाजी, 'आगरकरांच्या विषयीच्या काही आठवणी', ***मनोरंजन,*** जुलै १९१६

गोखले, गोपाळ कृष्ण, ***स्पिचीस ऑफ गोपाळ कृष्ण गोखले,*** तिसरी आवृत्ती, जी. ए. नटेशन अॅन्ड कं., मद्रास, १९२०

..., ***द सिलेक्ट गोखले,*** (संकलन आणि संपादन आर. पी. पटवर्धन), महाराष्ट्र इनूफॉर्मेशन सेंटर, न्यू दिल्ली, १९६८

..., 'जी. जी. आगरकर', ***डेक्कन एज्युकेशन क्वार्टरली,*** जुलै १८९५, पुनरुद्धृतमध्ये ***फ्रिडम फर्स्ट,*** जुलै-सप्टेंबर, १९९५, पृ. ३१-३३

गोळे, महादेव शिवराम, ***हिंदुधर्म आणि सुधारणा,*** दुसरी आ., महाराष्ट्र पब्लिशिंग हाऊस, पुणे, १९२७

..., ***ब्राह्मण आणि त्यांची विद्या,*** दुसरी आ., महाराष्ट्र पब्लिशिंग हाऊस, पुणे, १९३२

जांभेकर, जी. जी., (संपादित आणि संकलन), ***मेमोआर्स अॅन्ड रायटींग्स ऑफ आचार्य बाळशास्त्री जांभेकर १८१२-१८४६,*** खंड १ ते ३, सेंटेनरी मेमोरियल व्हॉल्युम्स, १-४, पुना, १९४०

कर्वे, धोंडो केशव, ***धोंडो केशव कर्वे - आत्मवृत्त व चरित्र,*** (चरित्रात्मक भाग नारायण महादेव पटवर्धन यांनी लिहिला.), हिंगणे स्त्री-शिक्षण संस्था, पुणे, १९५८

कीर, धनंजय आणि मालशे स. ग. (संपा.), ***महात्मा फुले समग्र वाङ्मय,*** तिसरी सुधारित आ., महाराष्ट्र राज्य आणि संस्कृती मंडळ, मुंबई, १९८८

महाजनी, विष्णू मोरेश्वर, 'प. वा. गोपाळ गणेश आगरकर', ***मनोरंजन,*** आगरकर अंक, नं. २५३, जुलै १९१६

नटेशन, जी. ए. ***स्पिचीस अॅन्ड रायटींग्स ऑफ सर विल्यम वेडरबर्न,*** जी. ए. नटेशन अॅन्ड कं., मद्रास, १९१८

फडके, य. दि. (संपा.), ***महात्मा फुले समग्र वाङ्मय,*** महाराष्ट्र राज्य साहित्य आणि संस्कृती मंडळ, मुंबई, १९९१
प्रियोळकर, अनंत काकबा (संपादक आणि चरित्रकार), ***रावबहाद्दूर दादोबा पांडुरंग - आत्मचरित्र व चरित्र,*** बॉम्बे, १९४७
रमाबाई पंडिता, ***द लेटर्स अ‍ॅन्ड करेस्पॉन्डन्स ऑफ पंडिता रमाबाई,*** ए. बी. शाह (संपा.), स्टेट बोर्ड फॉर लिटरेचर अ‍ॅन्ड कल्चर, बॉम्बे, १९७७
रानडे, एम. जी., ***रिलिजिअस अ‍ॅन्ड सोशल रिफॉर्म : अ कलेक्शन ऑफ एसेज अ‍ॅन्ड स्पिचीस,*** (संकलन एम. बी. कोळसकर), बॉम्बे, १९०२
..., ***द मिसेलेनियस रायटिंग्जस ऑफ द लेट आनरेबल मि. जस्टीस एम. जी. रानडे,*** (मिसेस रमाबाई रानडे प्रकाशक), द मनोरंजन प्रेस, बॉम्बे, १९१५
तेलंग, के. टी. ***रायटींग्ज्स अ‍ॅन्ड स्पिचीस,*** डि. इ. वाच्छांच्या प्रस्तावनेसहित), के. आर. मित्र, बॉम्बे, १९१६
..., ***लेटर्स ऑफ लोकमान्य टिळक,*** (एम. डि. विद्वांस संपा.) केसरी प्रकाशन, पुणे, १९२६
टिपणीस, गोविंद गोपाळ, '*कै. गुरुवर्य आगरकरांचे कार्य*', ***नवयुग,*** जुलै १९२१, ९१ वा अंक.

५. वृत्तपत्रे आणि मासिके

बॉम्बे गॅझेट, १८८२-१८९५ - संबंधित उपलब्ध अंक
इंदुप्रकाश, १८८५-१८९५ - कित्ता
इंडियन स्पेक्टेटर, १८८४-१८९१ - कित्ता
केसरी, १८८१-१८९५ - कित्ता
मराठा, १८८१-१८९५ - कित्ता
पूना ऑब्झर्वर अ‍ॅन्ड डेक्कन विकली रिपोर्टर, १८८६-१८८७
द क्वार्टरली जर्नल ऑफ द पूना सार्वजनिक सभा, १८७८-१८९५ (उपलब्ध अंक)
सुबोध पत्रिका, १८७३-१८९५ - कित्ता
द कंटेम्पोररी रिव्ह्यू, १८७९-१८९१ - संबंधित अंक
द फोर्टनाईटली रिव्ह्यू, १८८०-१८९५ - कित्ता
द नाईंटिंथ सेंचुरी १८८०-१८९५ कित्ता
द टाईम्स ऑफ इंडिया, १८८१-१८९५ - कित्ता
द टाईम्स (लंड्न), १८९०-१८९१ - कित्ता
वऱ्हाड समाचार, १८७४-१८७७ - कित्ता
विविधज्ञानविस्तार, १८८०-१८९६ - कित्ता

रिझन, १९३१-१९४२

६. दुय्यम साधने

आगरकर, गोपाळ गणेश, ***आगरकर दर्शन,*** (लेखक नाही), प्रस्तावना इरावती कर्वे, मॉडर्न बुक डेपो, पुणे, १९५६

आगरकर, यशवंत गोपाळ आणि माडखोलकर जी. टी., 'दोन पत्रे : आगरकरांच्या आई-वडिलांचा मृत्युकाल', ***नवभारत,*** ऑक्टोबर, १९५६

आयकन, हेन्री डी., ***द एज ऑफ आयडॉलॉजी - द नाईंटिंथ सेंचुरी फिलॉसॉफर्स,*** द न्यू अमेरिकेन लायब्ररी, ५ वी आ., १९६१

आळतेकर, माधव दामोदर, ***गोपाळ गणेश आगरकर - चरित्रात्मक निबंध,*** कर्नाटक प्रेस, बॉम्बे, १९३०

..., 'गोपाळ गणेश आगरकर', ***मनोरंजन,*** आगरकर अंक, नं. २५३, जुलै १९१६.

आंबेकर, बी. एम., ***टिळक जीवनरहस्य,*** आर्यभूषण प्रेस, पुणे, १९२४

आर्बुथनॉट, अलेक्झांडर, 'द ओपियम कॉंट्रव्हर्सि', ***द नाईंटिंथ सेंचुरी,*** मार्च १८८२, पृ. ४०३-४१३

बेन, अलेक्झांडर, ***एजुकेशन ॲज अ सायन्स,*** ६ वी आ., किगन पॉल ट्रेंच ॲन्ड कं., लंडन, १८८६

बॉलाचेट, केनेथ, ***सोशल पॉलिसी ॲन्ड सोशल चेंज इन वेस्टर्न इंडिया १८१७-१८३०,*** ऑक्स्फर्ड युनिव्हर्सिटी प्रेस, लंडन, १९५७

बापट, सदाशिव विनायक (संकलन), ***लोकमान्य टिळक यांच्या आठवणी व आख्यायिका,*** खंड १ व २, दुसरी आ., जगद्हितेच्छू प्रेस, पुणे, १९२८

बेडेकर, डि. के., 'महाराष्ट्रातील मार्क्सवादी तत्त्वमीमांसा', ***नवभारत,*** जानेवारी १९५२, पृ. ५७-६४

..., 'न्यायमूर्ती रानडे यांचा एकेश्वरवाद', ***साधना,*** मार्च १९६१, पृ. ४-७

..., 'लोकमान्य टिळकांचे गीतारहस्यातील दुहेरी साध्य', ***नवभारत,*** ऑगस्ट, १९५६, पृ. २६-३३

बार्झून जॅक, ***फ्रॉम डॉन टू डिकेडन्स - १५०० टू द प्रेझेंट : ५०० इयर्स ऑफ वेस्टर्न कल्चरल लाईफ,*** हार्पर्स कॉलिन्स, २०००

बेडेकर डि. के. आणि भणगे बी. एस. (संपा.), ***भारतीय प्रबोधन,*** शंकरराव देव गौरव ग्रंथ, समाज प्रबोधन संस्था, पुणे, १९७३

भागवत, स. ज., 'कै. आगरकर - बुद्धिवादाचे संत आणि साक्षात्कारी', ***सत्यकथा,*** जून १९४५, पृ. ५९-६०

भाटे, गोविंद चिमणाजी, 'आगरकरांच्या कामगिरीचा महाराष्ट्रावर परिणाम', ***मनोरंजन,*** जुलै १९१६, पृ. ४४-५१

भट्टाचार्य, के. एस., ***द बेंगॉल रेनेसान्स - सोशल अँन्ड पोलिटिकल थॉट्स,*** क्लासिकल पब्लिशिंग हाउस, न्यू दिल्ली, १९८६

भिडे, दिनकर गणेश, 'फर्ग्युसन कॉलेजाचे आद्य प्रिन्सिपॉल वामन शिवराम आपटे', ***विविधवृत्त,*** दिवाळी अंक, १९४५, पृ. १५०-१६ आणि १४५-१४७

ब्लंट, विल्फ्रेड स्कॅवेन, 'आयडियाज अबाउट इंडिया', ***द फोर्टनाईटली रिव्ह्यू,*** १) 'अग्रिकल्चरल डेंजर्स', ऑगस्ट १८८४, पृ. १६५-१७८; २) 'रेस हेट्रेड', ऑक्टो. १८८४, पृ. ४४५-४५९; ३) 'द मोहम्मडन क्वश्चन', नोव्हें. १८८४, पृ. ६२४-६३७; ४) 'द नेटिव्ह स्टेट्स', फेब्रु. १८८५, पृ. २२४-२४८; ५) 'द फ्युचर ऑफ सेल्फ गव्हर्नमेंट', मार्च १८८५, पृ. ३८६-३९८

ब्रेबॉर्न (लॉर्ड), 'मि. ग्लॅडस्टोन ऑन द आयरिश डिमांड', ***द नाईंटींथ सेंचुरी,*** मार्च १८८७, पृ. ३९७-४१४

ब्रॅडलॉ, बॉन्नर हायपेशिया, ***चार्ल्स ब्रॅडलॉ,*** खंड १ व २, फिशर अनविन, लंडन, १८९५

ब्राउन, डि. मेकेन्झी, ***द व्हाईट अंब्रेला; इंडियन पोलिटिकल थॉट फ्राम मनू टू गांधी,*** युनिव्हर्सिटी ऑफ बर्कले, लॉस एंजलीस, १९५९

..., ***द नॅशनॅलिस्ट मुव्हमेंट : इंडियन पोलिटिकल थॉट फ्रॉम रानडे टू भावे,*** युनिव्हर्सिटी ऑफ कॅलिफोर्निआ प्रेस, लॉस एंजलीस, १९६१

बर्क, एडमंड, ***रिफ्लेक्शन्स ऑन द रेव्हाल्युशन इन फ्रान्स,*** आर, स्कॉट (संपा.), के अँन्ड जे कुपर, बॉम्बे, १९१०

बर्टन, अँन्टोनेट, 'फ्रॉम चाईल्ड ब्राईड 'टू हिंदू लेडी' : रखमाबाई अँन्ड द डिबेट ऑन सेक्श्चुअल रिस्पॉन्सिबीलीटि इन इंपिरीयल ब्रिटन', ***द अमेरिकन हिस्टॉरिकल रिव्ह्यू,*** व्हा. १०३, नं. ४, ऑक्टोबर, १९९८, प. ११९९-११४६

बटलर, जोसेफ, ***द अॅनॉलॉजी ऑफ रिलिजन - नॅचुरल अँन्ड रिविल्ड,*** हेनरी जी. बोह्न, लंडन, १९३७

केर्ड, एडवर्ड, 'सोशल पॉलिसी अँन्ड रिलिजन ऑफ कॉंत', ***द कंटेम्पोररी रिव्ह्यू,*** १) मे १८७९, पृ. १९३-२१३; २) जून १८७९, पृ. ५२०-५४०; ३) ऑगस्ट १८७९, पृ. ६४८-६७०; ४) सप्टेंबर १८७९, पृ. ६६-७९

चॅडविक, ओवेन, ***द सेक्युलरायझेशन ऑफ द युरोपियन माइंड इन द नाईंटींथ सेंचुरी,*** केंब्रिज युनिव्हर्सिटी प्रेस, सुधारित आ., १९९५

चव्हाण, र. ना., 'समाजसुधारणेच्या इतिहासातील परमहंस सभेचे स्थान', ***नवभारत,*** जुलै १९७१, पृ. ३४-४७

चिंतामणी, सी. यज्ञेश्वर, ***इंडियन सोशल रिफॉर्म,*** मिनर्व्हा प्रेस, मद्रास, १९०१

चिटणीस, ग. य., 'आगरकरांची क्रांतिकारक भूमिका', ***सत्यकथा,*** जुलै १९४५, पृ. ३१-३२

चित्राव, एस., ***भारतवर्षीय अर्वाचीन चरित्रकोष १८१८-१९४५,*** भारतीय चरित्रकोष मंडळ, पुणे, १९४६

चोकसी, आर. डि., ***माउंटस्टुअर्ट एलफिन्स्टन,*** पॉप्युलर प्रकाशन, बॉम्बे, १९७१

कोहेन, बर्नार्ड एस., ***कलोनियलिझम अ‍ॅन्ड इट्स फॉर्म्स ऑफ नॉलेज,*** ऑक्स्फर्ड युनिव्हर्सिटी प्रेस, मुंबई, १९९७

कोलेट, सोफी डॉब्सन, द ब्राह्मो समाज व्हर्सिस द न्यु डिस्पेन्सेशन', ***द कंटेपोररी रिव्ह्यू,*** नोव्हेंबर १८८१, पृ. ७२६-७३६

कंपस्टन, मेरी, 'सम अरली इंडियन नॅशनॅलिस्ट्स अ‍ॅन्ड देअर अलाइज इन द ब्रिटिश पार्लमेंट', ***द इंग्लिश हिस्टॉरिकल रिव्ह्यू,*** व्हा. ७६, नं. २९९, (एप्रिल १९६१), पृ. २७९-२९७

दाते, स. ग., ***मराठी ग्रंथसूची,*** खंड १ व २, पुणे, १९४३

..., ***मराठी नियतकालिकांची सूची १८००-१९५०,*** ७ खंड, मुंबई मराठी ग्रंथ संग्रहालय, बॉम्बे, १९७१

देशपांडे, अ. ना., ***आधुनिक मराठी वाङ्मयाचा इतिहास,*** भाग १ व २,विनस प्रकाशन, पुणे, १९५८

देशपांडे, सुनंदा, ***गोपाळ गणेश आगरकर,*** श्रीविद्या प्रकाशन, पुणे, १९८३

दिघे, व्ही. जी., 'द रिनेसान्स इन महाराष्ट्र, फर्स्ट फेज, १८१८-१८७०', ***जर्नल ऑफ एशियाटीक सोसायटी ऑफ बॉम्बे,*** व्हॉ. ३६-३७, (न्यू सिरीज), १९६१-६२

दिवेकर, व्ही. डि. (संपा.), ***सोशल रिफॉर्म मुव्हमेंट्स इन इंडिया,*** पॉप्युलर प्रकाशन, मुंबई, १९९१

दीक्षित, म. श्री., 'गोपाळ गणेश आगरकर यांच्या पत्नी - यशोदाबाई आगरकर', ***पैंजण,*** ऑक्टोबर १९७५, पृ. ५५-५८

डॉबिन, ख्रिस्तीन, ***अर्बन लिडरशिप इन वेस्टर्न इंडिया : पोलिटीक्स अ‍ॅन्ड कम्युनिटीज इन बॉम्बे सिटी १८४०-४५,*** ऑक्सफर्ड युनिव्हर्सिटी प्रेस, लंडन, १९७२

डोंगरकेरी, एस. आर., *द हिस्टरी ऑफ द युनिव्हर्सिटी ऑफ बॉम्बे १८५७-१९५७,* बॉम्बे, १९५७

ड्रेपर, जे. डब्ल्यू., *हिस्टरी ऑफ द इंटलेक्चुअल डिव्हलपमेंट ऑफ युरोप,* खंड १ व २, सुधारित आ., जॉर्ज बेल ॲन्ड सन्स, लंडन, १८७५, (१८६१ प्रथम प्रकाशन)

द्रविड, सौ. मथुराबाई, 'विचारकलह आणि आगरकर', *मनोरंजन,* जुलै १९१६, पृ. ६६-६८

डफ, ग्रांट एम. इ. 'इंडिया - अ रिप्लाय टू सॅम्युअल स्मिथ, एम. पी.', *द कंटेम्पोररी रिव्ह्यू,* १ : जानेवारी १८८७, पृ. ८-३२; २ फेब्रुवारी १८८७, पृ. १८१-१९५

अर्ल, पीटर, *द मेकींग ऑफ द इंग्लिश मिडल क्लास,* युनिव्हर्सिटी ऑफ कॅलिफोर्निया प्रेस, १९८९

एडवर्ड, हेन्री (कार्डिनल आर्चबिशप), 'पार्लमेंटरी ओथ्स', *द नाईंटींथ सेंचुरी,* सप्टेंबर १८८२, पृ. ४७४-४८०

इपस्टीन, टी. बी., *इकनॉमिक डेव्हलपमेंट ॲन्ड सोशल चेंज इन साउथ इंडिया,* मॅचेस्टर युनिव्हर्सिटी प्रेस, १९६२

फेअरबर्न, ए. एम. 'हर्बर्ट स्पेन्सर्स फिलॉसॉफी ॲन्ड द फिलॉसॉफी ऑफ रिलिजन', *द कंटेम्पोररी रिव्ह्यू,* १ : जुलै १९८१ : २ : ऑगस्ट १८८१

फर्कुहार, जे. एन., *मॉडर्न रिलिजियस मुव्हमेंट्स इन इंडिया,* मॅकमिलन ॲन्ड कं., लंडन, १९२९

फॉसेट, मिलिसंट गॅरेट, 'विमेन ॲन्ड रिप्रेझेंटेटिव्ह गव्हर्नमेंट', *द नाईंटींथ सेंचुरी,* ऑगस्ट १८८३, पृ. २८५-२९१

फ्रेझर, जे. नेल्सन, *डेक्कन कॉलेज : रिट्रोस्पेक्ट* १८५८-१९०१, पूना, १९०२

गणाचारी, अरविंद, *नॅशनॅलिझम ॲन्ड सोशल रिफॉर्म इन अ कलोनियल सिचुएशन,* कल्पाज पब्लिकेशन, न्यू दिल्ली, २००५

..., *गोपाळ गणेश आगरकर : अ सेक्युलर सोशल रिफॉर्मर,* पॉप्युलर प्रकाशन, मुंबई, २००५

गांगुली, बी. एन., *दादाभाई नौरोजी ॲन्ड द ड्रेन थिअरी,* एशिया पब्लिशिंग हाउस, बॉम्बे, १९६५

घुगरे, शिवप्रभा, *रिनेसान्स इन वेस्टर्न महाराष्ट्र : कर्मवीर व्ही. आर. शिंदे,* हिमालय पब्लिशिंग हाउस, मुंबई, १९८३

गिडूमल, दयाराम., *द लाइफ ॲन्ड लाइफ-वर्क्स ऑफ बेहेरामजी मलबारी :*

बिईंग अ बायोग्राफिकल स्केच विथ सेलेक्शन्स फ्राम द रायटींग्जस अॅन्ड स्पिचीस ऑन इन्फंट मॅरेज अॅन्ड एन्‌फोर्सड विडोहुड अॅन्ड अलसो हिज रॅम्बलर ऑफ अ पीलग्रीम रिफॉर्मर, एजुकेशन सोसायटीज प्रेस, बॉम्बे, १८८८
..., *बेहेरामजी मलबारी : अ बायोग्राफिकल स्केच,* टी फिशर अनविन, लंडन, १८९१
ग्लॅडस्टोन, डब्ल्यू., ई., 'द आयरिश डिमांड', *द नाईंटींथ सेंचुरी,* फेब्रुवारी १८८७, पृ. १६५-१९०
गोखले, पु. पा. *आगरकरांची ओळख,* सातारा आनंद प्रेस, सातारा, १९४५
गोपाल एस., *ब्रिटिश पॉलिसी इन इंडिया १८५८-१९०५,* ओरियंट लाँगमन्स, मद्रास, १९९२ पुनर्मुद्रित
गोरे, एम. एस., '*जोतीराव फुले अॅन्ड विठ्ठल रामजी शिंदे* : टू अप्रोचीस टू सोशल चेंज', लाला लाजपतराय कॉलेजमध्ये मेमोरीयल लेक्चर सिरीजमध्ये दिलेले व्याख्यान, मुंबई, १९ सप्टेंबर १९८६
गोरे, ए. पी., गोखले एम. के., जोशी एस. बी., 'ऑन डिस्प्युटेड ऑथरशिप ऑफ एडिटोरीयल्स इन केसरी', *इंडियन लिंग्विस्टिक्स,* व्हॉ. ४०, डिसेंबर १९७९
हॅरिसन, फ्रेडरीक्, 'अॅग्नॉस्टीक मेटॅफिजिक्स', द नाईंटिंथ सेंचुरी, सप्टेंबर १८८४, पृ. ३५४-३७८
हे, स्टिफन एन., 'वेस्टर्न अॅन्ड इंडिजिनस एलिमेंट्स इन मॉडर्न इंडियन थॉट - द केस स्टडी ऑफ राजा राममोहन राय', *चेंजिंग जॅपनिझ अॅटीट्युड टुवर्डस मॉडर्नायझेशन,* मॉरिस बी. जेन्सन (संपा.), प्रिन्स्टन, १९६५, पृ. ३११-३२८
हिमसाथ, चार्लस, *इंडियन नॅशनॅलिझम अॅन्ड हिंदू सोशल रिफॉर्म,* प्रिन्सटन युनिव्हर्सिटी प्रेस, १९६४
..., 'द ओरिजिन अॅन्ड इनॅक्टमेंट ऑफ द इंडियन एज ऑफ कन्सेंट बिल, १८९१', *द जर्नल ऑफ एशियन स्टडिज,* व्हॉ. २१, नं. ४, ऑगस्ट १९६२, पृ. ४९१-५०४
होलिओक, जॉर्ज जेकब, *द ओरिजिन अॅन्ड नेचर ऑफ सेक्युलॅरिझम,* विथ एन इंट्रोडक्शन बाय ब्रह्मदत्त भारती, इरा बुक्स, १९८७ (प्रथम प्रकाशन १८९६)
हंटर, विल्यम विल्सन, *बॉम्बे १८८५-१८९० : अ स्टडी इन इंडियन अॅडमिनिस्ट्रेशन,* बॉम्बे, १८९२

हक्स्ले, थॉमस एच., ***एसेज अपॉन सम कन्व्हर्टेड क्वश्चन्स,*** मॅक्मिलन अॅन्ड कं., लंडन, १८९२

..., ***लेक्चर्स अॅन्ड एसेज,*** थिंकर्स लायब्ररी एडिशन, वॅटसन अॅन्ड कं., लंडन, १९३१

..., 'सायन्स अॅन्ड द बिशप्स', ***द नाईंटींथ सेंचुरी,*** नोव्हेंबर १८८७, पृ. ६२५-६४१

..., 'द स्ट्रगल फॉर एक्झिस्टन्स', ***द नाईंटींथ सेंचुरी,*** फेब्रुवारी १८८८, पृ. १६१-१८०

इनामदार, एन. आर., 'पोलिटिकल थॉट ऑफ बाळशास्त्री जांभेकर (१८१२-१८४६) : पायोनिअर ऑफ रिनेसान्स इन महाराष्ट्र', ***इंडियन जर्नल ऑफ पोलिटिकल सायन्स,*** व्हॉ. २१, नं. ४, ऑक्टो.-डिसें. १९६०

जहागिरदार पी. जे., ***स्टडिज इन सोशल थॉट ऑफ एम. जी. रानडे,*** एशिया पब्लिशिंग हाउस, बॉम्बे, १९६३

जॉर्डन, जे. टी. आर., ***दयानंद सरस्वती - हीज लाइफ अॅन्ड आयडियाज,*** ऑक्स्फर्ड युनिव्हर्सिटी प्रेस, दिल्ली, १९६३

जावडेकर, एस. डी. ***आधुनिक भारत,*** दुसरी सुधारित आ., सुलभ राष्ट्रीय ग्रंथमाला, पुणे, १९५३

..., 'आगरकर तत्त्वत्रयी', ***सत्यकथा,*** जुलै १९४५, पृ. २८-३१

..., 'डेक्कन कॉलेजातील दोन क्रांतिकारक', ***नवभारत,*** ऑगस्ट १९५६, पृ. ७९-८८

जोशी, ह. मो., ***केसरीपूर्व वृत्तपत्रांची यादी,*** महाराष्ट्र सरकार, मुंबई, १९८१

जोशी, तर्कतीर्थ लक्ष्मणशास्त्री, 'सत्यशोधक समाज व ब्राह्मोसमाज', ***नवभारत,*** फेब्रुवारी १९५४, पृ. ५२-५६

..., 'भौतिकवादी आगरकर आणि अध्यात्मवादी टिळक', ***नवभारत,*** ऑगस्ट १९५६, पृ. ७९-८८

..., 'महाराष्ट्रातील समाजसुधारणेचे आंदोलन', ***नवभारत,*** जानेवारी १९७१, पृ. १-१५

जोशी, वा. म., ' आगरकरांचे वैशिष्ट', ***प्रतिभा,*** जून १९२५, पृ. ५-७

कर्नाटकी, श्री. ना., ***गुरुवर्य डॉ. सर रामकृष्ण गोपाळ भांडारकर यांचे चरित्र,*** मुंबई, १९२७

काकतकर, अ. का., 'आगरकर आणि केशवसुत', ***नवभारत,*** अंक ७-११, ११५७-५८

ककीरिया, आर. पी., *इंडिया : फॉर्टी इयर्स ऑफ प्रोग्रेस अॅन्ड रिफॉर्म बिइंग अ स्केच ऑफ द लाइफ अॅन्ड टाइम्स ऑफ बेहेरामजी एम. मलबारी,* लंडन, १८९६

के, सेमूर जे., 'द स्पॉयलेशन ऑफ इंडिया', *द नाईंटींथ सेंचुरी,* नं. १, जुलै १८८३, पृ. १-२२; २ : एप्रिल १८८४, पृ. ५५९-५८२; ३ : मे १८८४, पृ. ७२१-७४०

कीर, धनंजय, *लोकमान्य टिळक,* बॉम्बे, १९५९

..., *महात्मा ज्योतिराव फुले, फादर ऑफ अवर सोशल रेव्हालुशन,* पॉप्युलर प्रकाशन, मुंबई, १९६४

..., 'डॉ. भाऊ दाजी लाड, ओ. जी. एम. सी.' *जर्नल ऑफ द एशियाटीक सोसायटी ऑफ बॉम्बे,* न्यु. सि., ३८, (१९६३), पृ. १-१८

केलॉक, जेम्स, *महादेव गोविंद रानडे, पेट्रियट अॅन्ड सोशल सर्व्हंट,* असोसिएटेड प्रेस, लंडन, १९२६

केळकर, न. चिं., *लोकमान्य टिळक यांचे चरित्र,* भाग १ व २, पुणे १९२३

..., *गतगोष्टी अर्थात माझी जीवन-गाथा,* केसरी प्रेस, पुणे १९३९

केसरीप्रबोध, केसरी-मराठा ट्रस्ट, पुणे, १९३१

खांडेकर, वि. स., *आगरकर चरित्र-व्यक्ति व कार्य,* पुणे, १९३२

खानोलकर, गंगाधर देवराव, *अर्वाचीन मराठी वाङ्मय सेवक,* खंड १ व २, भारत गौरव ग्रंथमाला, बॉम्बे, १९३१

कोजेकर, स. वि., 'टिळक-गोखले व समाजकार्य', *नवभारत,* मार्च १९५३, पृ. ४०-४५

कुलकर्णी, पुरुषोत्तम बाळकृष्ण, *मामा परमानंद आणि त्यांचा कालखंड,* निर्णयसागर प्रेस, बॉम्बे, १९६३

कुमार, दीपक, *सायन्स अॅन्ड द राज १८५७-१९०५,* ओयुपी, (पेपरबॅक), मुंबई, १९९७

कुमार, रवींद्र, *वेस्टर्न इंडिया इन द नाईंटींथ सेंचुरी,* रटलेज अॅन्ड किगन पॉल, लंडन, १९६८

लेकी, विल्यम एडवर्ड हार्टपोल, *हिस्टरी ऑफ द राइज अॅन्ड इन्फ्लुअन्स ऑफ द स्पिरीट ऑफ रॅशनॅलिझम,* खंड १ व २, (रॅशनॅलिस्ट असोशिएशन प्रेस तर्फे आवृत्ती), वॅट अॅन्ड कं., लंडन, १९१०

..., *हिस्टरी ऑफ युरोपियन मॉरल्स - फ्रॉम ऑगस्टस टू शार्लेमान,* भाग १ व २, वॅट अॅन्ड कं., लंडन, १९४६ आवृत्ती (प्रथम प्रकाशित १८६९)

..., ***हिस्टॉरिकल अॅन्ड पोलिटिकल एसेज,*** लॉन्गमन ग्रीन अॅन्ड कं., लंडन, १९०८
..., 'मि. ग्लॅडस्टोन अॅन्ड द इनूकम टॅक्स', ***द नाईंटींथ सेंचुरी,*** जुलै १८८७, पृ. ५२-५४
लेले, रा. के. ***मराठी वृत्तपत्रांचा इतिहास,*** कॉन्टिनेंटल प्रकाशन, पुणे, १९८४
लेस्ली, सर स्टीफन, 'फाउंडेशन ऑफ द गव्हर्नमेंट ऑफ इंडिया', ***द नाईंटींथ सेंचुरी,*** ऑक्टोबर १८८३, पृ. ५४१-५६८
लिली, डब्ल्यू, एस., 'द रिलिजियस फ्युचर ऑफ द वर्ल्ड', ***द कंटेम्पोररी रिव्हू,*** नं. १, जानेवारी १८८३, पृ. १००-१२१; २ फेब्रुवारी १८८३, पृ. २०४-२३९
लिमये, पुष्पा, ***एकोणिसाव्या शतकातील प्रबोधनकार विष्णू मोरेश्वर महाजनी,*** स्नेहवर्धन प्रकाशन, पुणे, १९९३
लिमये, पी. एम., ***हिस्टरी ऑफ द डेक्कन एजुकेशन सोसायटी,*** पुणे १९९३
..., 'टिळक - आगरकर आणि डेक्कन एजुकेशन सोसायटी', ***नवभारत,*** ऑगस्ट १९५६, पृ. १०२-१११
माझुमदार, बिमन बिहारी, ***हिस्टरी ऑफ द इंडियन सोशल अॅन्ड पोलिटिकल आयडियाज,*** बुकलॅन्ड, कलकत्ता, १९६७
मिश्रा, बी. बी., ***द इंडियन मिडल क्लास : देअर ग्रोथ इन मॉडर्न टाइम्स,*** ऑक्सफर्ड युनिव्हर्सिटी प्रेस, लंडन, १९६१
माजुमदार, आर. सी. (संपा.), ***हिस्टरी अॅन्ड कल्चर ऑफ द इंडियन पिपल,*** व्हॉ. १०, ब्रिटिश पॅरमाउंट्सी अॅन्ड इंडियन रिनेसान्स, भाग २, भारतीय विद्या भवन, मुंबई, १९६५
मालशे स. ग. व आपटे, नंदा, ***विधवाविवाह चळवळ १८००-१९००,*** एस. एन. डि. टी. युनिव्हर्सिटी, मुंबई, १९७८
मनोहर माधव., 'टिळक व आगरकर पुनर्मापनाची एक यात्रा', ***सह्याद्रि,*** ऑगस्ट १९७६, पृ. ११-१३
मोरखंडीकर, आर. एस., 'जी. जी. आगरकर : अ स्टडी ऑफ रॅडिकल लिबरॅलिझम', ***मॉडर्न रिव्हू,*** डिसेंबर १९६५, पृ. ५१८-५२३
मॅसेलॉस, जीम, ***टुवर्ड्स नॅशनॅलिझम, ग्रुप एफिलिएशन अॅन्ड द पोलिटिक्स ऑफ पब्लिक अॅसोसिएशन इन नाईंटींथ सेंचुरी वेस्टर्न इंडिया,*** पॉप्युलर प्रकाशन, मुंबई, १९७८
माटे, श्रीपाद महादेव, 'आगरकरांचे मुख्य वैभव', ***सत्यकथा,*** जुलै १९४५, पृ. ३३-३५

मॅक्डोनाल्ड, एलेन ई., 'इंग्लिश एजुकेशन अॅन्ड सोशल रिफॉर्म इन लेट नाईंटींथ सेंचुरी बॉम्बे', ***जर्नल ऑफ एशियन स्टडीज,*** व्हॉ. २५, मे १९६६

मोटे. ह. वि., ***विश्रब्ध शारदा, खंड १ व २,*** मोटे प्रकाशन, मुंबई, १९७२

मॅक्सी, चेस्टर सी., ***पोलिटीकल फिलॉसॉफिज,*** द मॅक्मिलन कं., लंडन, दुसरी सुधारित आ., १९४९

मॅक्कॅबे, जोसेफ., ***अ रॅशनॅलिस्ट एन्सायक्लोपिडिया,*** वॅट अॅन्ड कं., लंडन, दुसरी सुधारित आ., १९४९

मॅक्कुली, बी. टि., ***इंग्लिश एजुकेशन अॅन्ड ओरिजिन्स ऑफ इंडियन नॅशनॅलिझम,*** न्यूयॉर्क, १९६६ पुनर्मुद्रण

मिल, जॉन स्टुअर्ट, ***अ सिस्टीम ऑफ लॉजिक,*** २ व्हॉ., लंडन, आठवी आ., (प्रथम प्रकाशन १८४३)

..., ***प्रिन्सिपल्स ऑफ पोलिटिकल इकॉनॉमी,*** खंड १ व २, सुधारित आ., द कलोनियल प्रेस, न्यूयॉर्क, १८९९

..., ***ऑन लिबर्टी,*** करेन व्ही. शिल्ड्स (संपा.), द लिबरल आर्ट्स प्रेस, न्यूयॉर्क, १९५६, (प्रथम प्रकाशन १८५९)

..., ***कन्सिडरेशन्स ऑन रेप्रझेंटेटीव्ह गव्हर्नमेंट,*** जॉर्ज रटलेज अॅन्ड सन्स, द युनिव्हर्सिटी लायब्ररी, दुसरी आ., १९०५, (प्रथम प्रकाशन १८६१)

..., ***द सब्जेक्शन ऑफ वुमेन,*** लॉन्गमन्स, ग्रीन्स आ., लंडन, १९६९

..., ***द फिलॉसॉफी ऑफ जॉन स्टुअर्ट मिल,*** मार्शल कोहेन (संपा.), द मॉडर्न लायब्ररी, न्यूयॉर्क, १९६०

..., ***कलेक्टेड वर्क्स ऑफ जॉन स्टुअर्ट मिल,*** व्हॉ. १०, एसेज ऑन एथिक्स, रिलिजन अॅन्ड सोसायटी, जे. एम. रॉबिन्सन (संपा.), युनिव्हर्सिटी ऑफ टोरोंटो प्रेस, रटलेज, किगन अॅन्ड पॉल, १९६९

..., ***जॉन स्टुअर्ट मिल : क्रिटिकल अॅसेसमेंट्स,*** व्हॉ. १-४, जॉन कनिंगहॅम (संपा.), क्रुमहेल्म, लंडन, १९८७

मूर, जेम्स आर., ***द पोस्ट-डार्विनियन कॉन्ट्रोव्हर्सिज - अ स्टडी ऑफ प्रोटेस्टंट स्ट्रगल टू कम टू टर्म्स विथ डार्विन इन ग्रेट ब्रिटन अॅन्ड अमेरिका*** १८७०-१९००, केंब्रिज युनिव्हर्सिटी प्रेस, १९८१

मोर्ले, जॉन, ***ऑन कॉम्प्रमाइज,*** द थिंकर्स लायब्ररी आ., लंडन, १९३३

मुखर्जी, के., 'द रिनेसान्स इन बेंगाल अॅन्ड महाराष्ट्रीयन थॉट फ्रॉम १८२० टू १९२०', ***अर्थविज्ञान,*** डिसेंबर १९६२, पृ. ३३१-३४१

मुखर्जी, एस. एन., 'द सोशल इम्प्लिकेशन्स ऑफ द पोलिटिकल थॉट ऑफ राजा

राममोहन राय', मध्ये, ***इंडियन सोसायटी : हिस्टॉरिकल प्रोबिंग्ज इन मेमरी ऑफ डी. डी. कोसंबी,*** शर्मा आर. एस. आणि झा, विवेकानंद (संपा.), पिपल्स पब्लिशिंग हाउस, न्यू दिल्ली, दुसरी आ. १९७७

नाईक जे. व्ही., 'ॲन अर्लि अप्रायझल ऑफ द ब्रिटिश कलोनियल पॉलिसी', ***जर्नल ऑफ द युनिव्हर्सिटी ऑफ बॉम्बे,*** व्हॉ. xliv, नं. ८१-८२, १९७५-७६, पृ. २४३-२७०

..., 'भाऊ महाजन ॲन्ड हिज प्रभाकर, धूमकेतू ॲन्ड ज्ञान दर्शन : अ स्टडी इन महाराष्ट्रीयन रिस्पॉन्स टू ब्रिटिश रूल', ***द इंडियन हिस्टॉरिकल रिव्ह्यू,*** व्हॉ. १३, जुलै १९८६ - जानेवारी १९८७, पृ. १३५-१५२

..., 'आर. जी. भांडारकर्स कन्सेप्ट ऑफ अ सोशल रिफॉर्मर', ***इंडिया - पास्ट ॲन्ड प्रेझेंट,*** व्हॉ. ४ नं. १, १९८७, पृ. ५१-६५

नाईक, सरलाबाई, 'स्त्री शिक्षण आणि आगरकर', ***मनोरंजन,*** जुलै १९१६, पृ. ५९-६५

नाईक, वसंत नारायण, 'आगरकरांचे ध्येय', ***मनोरंजन,*** जुलै १९१६, पृ. १०४-११२

..., ***गोपाळ गणेश आगरकर : अ बायोग्राफिकल स्केच,*** आर. के. मित्र, बॉम्बे, १९२३

नंदा, बी. आर., ***गोखले : द इंडियन मॉडरेट्स ॲन्ड द ब्रिटिश राज,*** ऑक्सफर्ड युनिव्हर्सिटी प्रेस, दिल्ली, १९७७

नटराजन, स्वामीनाथन, ***अ सेंचुरी ऑफ सोशल रिफॉर्म,*** एशिया पब्लिशिंग हाउस, मुंबई, १९५९

नातू, म. ग., 'विवेकवादाचा महाराष्ट्रातील आद्य प्रणेता', ***नवभारत,*** ऑगस्ट १९५६, पृ. ३४-४२

ओहॅनलॉन, रोझलिंड, ***कास्ट, कॉन्फ्लिक्ट ॲन्ड आयडिओलॉजी : महात्मा जोतीराव फुले ॲन्ड लो-कास्ट प्रोटेस्ट इन नाईंटींथ सेंचुरी वेस्टर्न इंडिया,*** केंब्रिज युनिव्हर्सिटी प्रेस, लंडन, १९८५

ऑमवेट, गेल, ***कल्चरल रिव्होल्ट इन अ कलोनियल सोसायटी, द नॉन-ब्राम्हिन मुव्हमेंट इन वेस्टर्न इंडिया १८७३-१९३०,*** सायंटिफिक सोशलिस्ट एजुकेशन ट्रस्ट, बॉम्बे, १९७६

ऑसबॉर्न, आर. डी., 'रिप्रेझेंटेटीव्ह गव्हर्नमेंट इन इंडिया', ***द कंटेम्पोररी रिव्ह्यू,*** डिसेंबर, १८८२

पाध्ये, प्र. आणि टिकेकर, श्री. रा. ***आजकालचा महाराष्ट्र*** - वैचारिक प्रगती, भारत गौरव ग्रंथमाला, बॉम्बे, १९३५

पाध्ये, प्रभाकर, ***तीन तपस्वी*** (आगरकर, वामनराव जोशी, आणि साने गुरुजी), कोल्हापूर, १९६६

पळशीकर, वसंत, 'लोकमान्य बाळ गंगाधर टिळक : नेतृत्वाची उभारणी', ***समाज प्रबोधन पत्रिका,*** नं. १ ते ५, सप्टेंबर १९७३ ते ऑगस्ट १९७४ (संबंधित अंक)

..., 'बाळ-गोपाळांचा आणखीन एक शोध', ***मौज,*** दिवाळी अंक, १९७७, पृ. ७७-९३

पंडित, के. जी. ***द डेक्कन एजुकेशन सोसायटी १८८५-१९६०,*** पुणे १९६०

पंडित, नलिनी, ***महाराष्ट्रातील राष्ट्रवादाचा विकास,*** मॉडर्न बुक डेपो, पुणे, १९७२

..., 'स्पेन्सर आणि आगरकर', ***नवभारत,*** ऑगस्ट १९५६, पृ. ५०-५६

पंडित, एस. एस., ***विष्णु परशुराम पंडित यांचे चरित्र,*** पुणे, १९३६

पर्वते, टी. व्ही., ***बाळ गंगाधर टिळक,*** नवजीवन पब्लिशिंग हाउस, अहमदाबाद, १९५८

..., ***महादेव गोविंद रानडे - अ बायोग्राफि,*** एशिया पब्लिशिंग हाउस, मुंबई, १९६३

फडके, यशवंत दिनकर, ***शोध-बाळगोपाळांचा,*** श्रीविद्या प्रकाशन, पुणे, १९७७

..., ***व्यक्ती आणि विचार,*** श्रीविद्या प्रकाशन, पुणे, १९६९

..., ***लोकमान्य टिळक आणि क्रांतिकारक,*** श्रीविद्या प्रकाशन, पुणे, १९८४

..., 'दुसरे पर्व', ***मौज,*** दिवाळी अंक, १९७७, पृ. ८९-९८

..., आगरकर, ***मौज,*** प्रकाशन, मुंबई, १९९६

फाटक, नरहर रघुनाथ, ***न्यायमूर्ती महादेव रानडे यांचे चरित्र,*** नीळकंठ प्रकाशन, पुणे, दुसरी सुधारित आवृत्ती, १९६

..., 'आगरकर आणि त्यांचे सहकारी -प्रिन्सिपाल आपटे, टिळक आणि गोखले', ***पुरुषार्थ,*** जून १९५४

..., ***लोकमान्य,*** मौज प्रकाशन गृह, मुंबई, दुसरी आ., १९९९

फाटक, न. र., जोशी, ल. आणि प्रधान ग. प्र., ***रॅशनॅलिस्ट ऑफ महाराष्ट्र,*** इंडियन रिनेसान्स इन्स्टिट्यूट, कलकत्ता, १९६२

पोतदार, दत्तो वामन, 'आगरकर यांची वाङ्मयात्मक कामगिरी', ***मनोरंजन,*** जुलै-डिसेंबर १९२५, पुस्तक ३१वे-पूर्वार्ध, पृ. ३०५-३०९

पोतदार, अरविंद, ***रिनेसान्स इन बेंगाल - सर्च फॉर आयडेंटीटी,*** इंडियन इन्स्टिट्यूट ऑफ अड्व्हान्स स्टडिज, सिमला, १९७७

प्रधान, ग. प्र., 'गोपाळ गणेश आगरकर', ***रॅशनॅलिस्ट ऑफ महाराष्ट्र,*** इंडियन रिनेसान्स इन्स्टिट्यूट, कलकत्ता, १९६२

प्रधान, ग. प्र., आणि भागवत, ***लोकमान्य टिळक,*** जयको पब्लिशिंग हाउस, बॉम्बे, १९५८

प्रियोळकर, अनंत काकबा, ***परमहंस सभा व तिचे अध्यक्ष - रामचंद्र बाळकृष्ण जयकर,*** मुंबई मराठी ग्रंथसंग्रहालय, बॉम्बे, १९६६

..., ***द प्रिंटींग प्रेस इन इंडिया,*** मराठी संशोधन मंडळ, बॉम्बे, १९५८

..., ***डॉ. भाऊ दाजी - व्यक्ती, काल व कर्तृत्व,*** मराठी साहित्य संघ, मुंबई, १९७१

री, डब्ल्यू., फ्रेझर, 'द सेंटेनरी ऑफ द टाईम्स', ***द नाईंटींथ सेंचुरी,*** जून १८८४, पृ. ४३-६५

राजवाडे, आहिताग्नि, ***आहिताग्नि राजवाडे आत्मवृत्त,*** श्रीविद्या प्रकाशन, पुणे, १९८०

रॉयले, एडवर्ड (संपा.), ***द इन्फिडल ट्रेडिशन - फ्रॉम पेन टू ब्रॅडलॉ,*** द मॅक्मिलन प्रेस, लंडन, १९७६

रिगेरो, ग्युडो द, ***द हिस्टरी ऑफ द युरोपियन लिबरॅलिझम,*** अनुवाद : आर. जी. कोलिंगवूड, ऑक्सफर्ड युनिव्हर्सिटी प्रेस, लंडन, १९२७

सहस्रबुद्धे, पी. जी., ***केसरीची त्रिमूर्ति,*** केसरी मुद्रणालय, पुणे, १९७४

..., ***लोकहितवादींची शतपत्रे,*** कॉंटिनेंटल प्रकाशन, पुणे, ५वी आ., १९७५

सरदार, गंगाधर बाळकृष्ण, ***आगरकरांचा सामाजिक तत्त्वविचार,*** व्हिनस प्रकाशन, पुणे, १९७५

..., ***महाराष्ट्राचे उपेक्षित मानकरी,*** दुसरी आ., सुनंदा प्रकाशन, पुणे १९५१

..., ***अर्वाचीन मराठी गद्याची पूर्वपीठिका*** १८००-१८७४, मॉडर्न बुक डेपो, प्रकाशन, ३री आवृत्ती, पुणे, १९७१

..., ***महाराष्ट्र जीवन - परंपरा, प्रगती आणि समस्या,*** २ खंड, प्रतिभा मुद्रणालय, पुणे, १९६०

सरकार, सुमित, ***बायोग्राफिकल सर्वे ऑफ सोशल रिफॉर्म मुव्हमेंट इन नाईंटींथ ॲन्ड ट्वेंटिएथ सेंचुरीज,*** इंडियन कौन्सिल ऑफ हिस्टॉरिकल रिसर्च, न्यू दिल्ली, १९७५

..., ***रायटींग सोशल हिस्टरी,*** ओयुपी, दिल्ली, १९९७

..., ***मॉडर्न इंडिया १८८५-१९४७,*** मॅक्मिलन इंडिया लिमिटेड, न्यू दिल्ली, १९८४ पुनर्मुद्रण

सरकार, सुशोभन, ***बेंगाल रेनेसान्स अॅन्ड अदर एसेज,*** पिपल्स पब्लिशिंग हाउस, न्यू दिल्ली, दुसरी आ., १९८१

सेन, अमिया पी., ***हिंदू रिवायव्हलीझम इन बेंगाल, १८७२-१९०५,*** ऑक्सफर्ड युनिव्हर्सिटी प्रेस, दिल्ली, १९९३

सील, अनिल., ***द इमर्जन्स ऑफ इंडियन नॅशनॅलिझम,*** एस. चांद अॅन्ड कं., न्यू दिल्ली, १९७१ पेपर बॅक आ.

सेनगुप्ता, पद्मिनी, ***पंडिता रमाबाई सरस्वती - हर लाइफ अॅन्ड वर्क,*** एशिया पब्लिशिंग हाउस, बॉम्बे, १९७०

शारदाश्रमवासी, 'आगरकरांच्या सुधारकाचे विशिष्ट कार्य', ***मनोरंजन,*** जुलै १९१६, पृ. ९२-१०३

सेज्विक, हेन्री, ***द मेथड्स ऑफ एथिक्स,*** मॅक्मिलन अॅन्ड कं., लंडन, १९७७

सिंग, हिरालाल, ***प्रॉब्लेम्स अॅन्ड पॉलिसीज ऑफ द ब्रिटीश इन इंडिया*** १८५८-१९३५, एशिया पब्लिशिंग हाउस, बॉम्बे, १९६३

सितारामय्या, पट्टाभी बी., ***द हिस्टरी ऑफ इंडियन नॅशनल कॉंग्रेस*** १८८५-१९३५, मद्रास, १९३५

स्मिथ, सॅम्युअल 'इंडिया रिविझिटेड', ***द कंटेपोररी रिव्ह्यू,*** १ : जून १८८६, पृ. ७९४-८१९; दोन - जुलै १८८६, पृ. ६०-७९

स्मिथ, सिडने, ***द वर्क्स ऑफ सिडने स्मिथ,*** ३ खंड, लॉंगमन्स, लंडन, २री आ., १८४८

सोहनी, एन. व्ही., 'होळकर देणगी प्रकरण : टिळक -आगरकर पत्रव्यवहार', ***नवभारत,*** मे १९६६, पृ. ६०-७९

स्पेन्सर, हर्बर्ट, ***फर्स्ट प्रिन्सिपल्स,*** विल्यम अॅन्ड नॉर्गेट, लंडन, २री आ., १८६७

..., ***सोशल स्टॅटिक्स ऑर कंडिशन्स इस्सेन्शियल टू ह्युमन हॅपिनेस,*** स्टिरीओटाइप आ., विल्यम अॅन्ड नॉर्गेट, लंडन, १८६८, (प्रथम प्रकाशन १८५०)

..., ***एसेज : सायंटिफिक, पोलिटिकल अॅन्ड स्पेक्युलेटीव्ह,*** २ खंड, विल्यम अॅन्ड नॉर्गेट, लंडन, १८६८

..., ***द प्रिन्सिपल्स ऑफ सोशॉलॉजी,*** ३ खंड, ३री आ., अॅपल्टन अॅन्ड कं., न्यूयॉर्क, १९०६ (प्रथम प्रकाशन १८७६ आणि १८७९)

..., ***द डेटा ऑफ एथिक्स,*** ३री आ., विल्यम अॅन्ड नॉर्गेट, लंडन, १९०७, (प्रथम प्रकाशन १८७९)

..., 'रिलिजन : अ रिट्रोस्पेक्ट अॅन्ड प्रॉस्पेक्ट', ***द नाईंटींथ सेंचुरी,*** जानेवारी १८८४, पृ. ३-२४

..., 'लास्ट वर्ड्स अबाउट अग्नोस्टीसिझम अॅन्ड द रिलिजन ऑफ ह्युमॅनिटी', ***द नाईंटींथ सेंचुरी,*** नोव्हेंबर १८८४, पृ. ८२६-३९

..., ***ऑटोबायोग्राफी,*** विल्यम अॅन्ड नॉर्गेट, खंड १ व २, लंडन, १९०४

स्टिन, गॉर्डन, ***अ सेकंड अॅन्थोलॉजी ऑफ अथिझम अॅन्ड रॅशनॅलिझम,*** प्रोमेथियस बुक्स, न्यूयॉर्क, १९८७

स्टीफन, लेस्ली., 'ब्रॅडलॉ अॅन्ड हिज अपोनंट्स', ***द फोर्टनाईटली रिव्ह्यू,*** ऑगस्ट १८८०, पृ. १७६-१८७

स्टोक्स, एरीक, ***द इंग्लिश युटिलिटेरियन्स अॅन्ड इंडिया,*** क्लॅरेडन प्रेस, ऑक्सफर्ड, १९५९

स्टोरी, केट, ***सुंदराबाई पवार यांचे चरित्र व कार्य,*** अनुवाद : ल. प. पडघमल आणि एस. डी. रामटेके, कोल्हापूर, तारीख नाही.

सलायव्हन, एलीन, 'लिबरॅलिझम अॅन्ड इंपिरियालिझम : जे. एस. मिल्स डिफेन्स ऑफ द ब्रिटिश एंपायर', ***जर्नल ऑफ द हिस्टरी ऑफ आयडियाज,*** व्हॉ. ४४, नं. ४ (ऑक्टो.-डिसेंबर १९८३) पृ. ५९९-६१७

सुंथरालिंगम, आर., ***पोलिटीक्स अॅन्ड नॅशनॅलिस्ट अवेकनिंग इन साउथ इंडिया*** १८५२-१८९१, रावत पब्लिकेशन्स, न्यू दिल्ली, १९८०

थॉम्सन, ई. पी., ***द मेकींग ऑफ द इंग्लिश वर्किंग क्लास,*** पेंग्विन बुक्स, लंडन, १९९१, पुनर्मुद्रित

टिळक, देवदत्त नारायण, ***महाराष्ट्राची तेजस्विनी पंडिता रमाबाई,*** नागरिक प्रकाशन, नाशिक, १९६९

टोपे, त्र्यं. कृ., 'भारताचा द्रष्टा सुधारक : प्राचार्य गोपाळ गणेश आगरकर', ***नवभारत,*** ऑगस्ट १९५६, पृ. ७२-७८

त्रिवेदी उत्तम के., 'सोशल रिफॉर्म इन गुजराथ : अ रिट्रोस्पेक्ट', ***द इंडियन रिव्ह्यू,*** ४, १२, (डिसेंबर) १९६५, पृ. ८४०-४५

ट्राउटमन, थॉमस आर, ***आर्यन्स अॅन्ड द ब्रिटिश इंडिया,*** विस्तार पब्लिकेशन्स, न्यू दिल्ली, १९९७

टकर, रिचर्ड, ***रानडे अॅन्ड द रूट्स ऑफ इंडियन नॅशनॅलिझम,*** पॉप्युलर प्रकाशन, बॉम्बे, १९७७

वर्मा, व्ही. पी., ***मॉडर्न इंडियन पोलिटिकल थॉट,*** ५वी सुधारित आ., लक्ष्मी नारायण अग्रवाल एजुकेशन पब्लिशर्स, आग्रा, १९७४

वाडेकर, डी. डी. (संपा.), ***मराठी तत्त्वज्ञानाचा महाकोष,*** ३ खंड, मराठी तत्त्वज्ञान महाकोष मंडळ, पुणे, १९७४
वैद्य, द्वा. गो., ***प्रार्थना समाजाचा इतिहास,*** प्रार्थना समाज, बॉम्बे, १९२७
..., नारायण गणेश चंदावरकर, कर्नाटक पब्लिशिंग हाउस, बॉम्बे, १९३७
व्हॅम्बरी, आर्मेनियस, 'इंग्लंड अॅन्ड रशिया इन एशिया', ***द नाईंटिंथ सेंचुरी,*** जून १८८०.
..., 'विल रशिया कॉन्कर इंडिया ?', ***द नाईंटिंथ सेंचुरी,*** १-३ : जानेवारी १८८५, पृ. २५-४२, ४-५ : फेब्रुवारी १८८५
वर्दे, दिनकर सखाराम, 'सामाजिक सुधारणा आणि आगरकर', ***मनोरंजन,*** जुलै १९१६, पृ. ५२-५८
वर्दे, श्रीपाद महादेव', 'आगरकरांची कामगिरी', ***मनोरंजन,*** जुलै १९१६, पृ. ३२-४३
वऱ्हाडपांडे, एन. एच., बुद्धिवाद म्हणजे काय ?', ***नवभारत,*** मे १९५६, पृ. १-६
वाळिंबे, आर. एस. ***एकोणिसाव्या शतकातील महाराष्ट्राची सामाजिक पुनर्घटना,*** भाग १, जोशी आणि लोखंडे, पुणे, १९६२
वॅलेस, रॉबर्ट., 'द फिलॉसॉफी ऑफ लिबरॅलिझम', ***द नाईंटिंथ सेंचुरी,*** फेब्रुवारी १८८१, पृ. ३०२-३२३
वायली, बेसिल, ***मोर नाईंटिंथ सेंचुरी स्टडिज : अ ग्रुप ऑफ ऑनेस्ट डॉउटर्स,*** केंब्रिज युनिव्हर्सिटी प्रेस, पेपरबॅक, आ., १९८०, (प्रथम प्रकाशन १९५६)
वॉलपर्ट, एस. ए., ***टिळक अॅन्ड गोखले : रेव्हालुशन अॅन्ड रिफॉर्म इन द मेकिंग ऑफ मॉडर्न इंडिया,*** युनिव्हर्सिटी ऑफ कॅलिफोर्निया प्रेस, १९६२
झकेरियाज, एच. सी. इ., ***रिनेसां इंडिया - फ्रॉम राम मोहन राय टू मोहनदास गांधी,*** जॉर्ज अलेन अॅन्ड अन्‌विन लि., लंडन, १९३३
झेस्टोपिल, लिन., ***जॉन स्टुअर्ट मिल अॅन्ड इंडिया,*** स्टॅनूफोर्ड युनिव्हर्सिटी प्रेस, १९९४

□□□

निर्देशसूची

□□□